मराठ्यांच्या लढायांचा इतिहास

◆ लेखक ◆

शि. म. परांजपे

किंमत रु. ४५०/-

वरदा प्रकाशन प्रा. लि.

'वरदा', सेनापती बापट मार्ग, 397/1, वेताळबाबा चौक, पुणे 411016.
फोन : 020−25655654 मो. : 9970169302
E-mail : varadaprakashan@gmail.com www.varadabooks.com

(एक)

- *या पुस्तकातील लेखकाची मते, घटना, वर्णन ही त्या लेखकाची असून, त्याच्याशी प्रकाशक सहमत असतीलच असे नाही.*

मुद्रक व प्रकाशक : वरदा प्रकाशन प्रा. लि.
397/1, सेनापती बापट मार्ग, पुणे 411016.

मुद्रण स्थळ : ट्रिनिटी अकॅडमी फॉर कॉर्पोरेट ट्रेनिंग लिमिटेड
आंबेगांव, पुणे.

© **सौ. अपर्णा गौरव गौर (फेब्रुवारी 2020)**

ISBN - 978 - 81 - 942767 - 4 - 6

मुखपृष्ठ : धीरज नवलखे (भुसावळ)

पहिली आवृत्ती : 1928
दुसरी आवृत्ती : जानेवारी 2017
(वरदा प्रकाशनची पहिली आवृत्ती)
तिसरी आवृत्ती : जुलै 2017
चौथी आवृत्ती : फेब्रुवारी 2020

मराठ्यांच्या लढायांचा इतिहास

प्रस्तावना

या पुस्तकांमध्ये मराठ्यांच्या कित्येक लढायांची वर्णने देण्यात आलेली आहेत. ही वर्णने पूर्वी चित्रमयजगत्च्या निरनिराळ्या अंकांतून निरनिराळ्या वेळी प्रसिध्द झालेली असून हल्ली ती वर्णने एकत्र करून या पुस्तकाच्या रूपाने महाराष्ट्रीय वाचकांच्या पुढे ठेवण्यात येत आहेत. या युध्दविषयक वर्णनांच्या लेखमाला प्रथमत: इ.स. 1925 सालाच्या ऑगस्ट महिन्यापासून सुरुवात करण्यात येऊन ती लेखमाला इ. स. 1928 च्या मे महिन्यापर्यंत चाललेली होती. ही लेखमाला चित्रमयजगत्च्या प्रत्येक महिन्याच्या अंकामधे नियमितपणे प्रसिध्द होत असे, असे नाही. अनेक कारणांमुळे मध्यंतरी कित्येक वेळा प्रत्येक महिन्याला ही वर्णनं छापण्याकरिता देणे शक्य झालेले नव्हते. तेव्हा अशा प्रकारचे हे काही अपरिहार्य अपवाद सोडून बोलावयाचे झाल्यास ही लेखमाला चित्रमय जगत्मध्यें सुमारे तीन वर्षेपर्यंत चालू होती, असे म्हणण्यास हरकत नाही. या लेखमालेत ज्या लढायांची वर्णनं देण्यात आलेली आहेत, त्या लढायांच्या दृष्टीने या लेखमालेचे एकंदर अदमासे पंधरा भाग कल्पिलेले आहेत. त्यांपैकी चौदा भागांत चौदा स्वतंत्र आणि मोठमोठ्या अशा लढायांची वर्णने असून ''महाराष्ट्रातील किल्ले'' या मथळ्याच्या एकाच भागामध्ये कुलाबा, सातारा, बेळगाव, सोलापूर, नाशिक, खानदेश वगैरे जिल्ह्यांतील निरनिराळ्या किल्ल्यांवर ज्या लढाया झाल्या, त्यांचा समावेश करण्यात आलेला आहे.

या लढायांकडे कालाच्या दृष्टीने पाहिले असता इ.स. 1802 पासून इ.स. 1818 पर्यंतच्या सोळा वर्षांच्या कालावधीमध्ये या लढाया झालेल्या आहेत. परंतु ही कालमर्यादा जरी सोळा वर्षांची असली, तरी या सोळा वर्षांपैकी दरवर्षी या लढाया एकसारख्या एकापाठीमागून एक चाललेल्या होत्या, असा मात्र याचा अर्थ नाही. इ.स. 1802 मध्ये जी या लढायांची एक मोठी लाट उसळली, ती इ.स. 1805 पर्यंत कायम टिकली होती. पुढे त्या नंतर बरीच वर्षेपर्यंत मध्यंतरी

जरी आतून लढाईचा त्वेष धुमसत होता, तरी त्या लढाईच्या प्रत्यक्ष ज्वाला फिरून इ.स. 1817 मध्ये बाहेर भडकून त्या सुमारे एक वर्षभर जळत राहिल्या होत्या. अशा दोन विभागांमध्ये ही सोळा वर्षांची कालमर्यादा विभागली गेलेली आहे. या सगळ्या लढाया एकट्या इंग्रजांच्याच विरुध्द लढल्या गेलेल्या आहेत. परंतु इंग्रजांच्या विरुध्द या लढाया लढणारे मराठे मात्र निरनिराळ्या वेळी निरनिराळे होते. इ.स. 1802-3 या सालात प्रथमत: ग्वालेरचे शिंदे आणि नागपूरचे रघोजीराव भोसले या दोघांनी मिळून इंग्रजांशी लढाई सुरू केली. यांच्या त्या लढायांपैकी असई आणि आरगांव या दोन लढाया निजामाच्या सरहद्दीवर महाराष्ट्रात झाल्या परंतु या नंतर दौलतराव शिंद्यांच्या हाताखालील फ्रेंच सेनापतींनी आणि मराठे सरदारांनी कोईल, अलीगड, दिल्ली, लासवारी, वगैरे ज्या लढाया केल्या, त्याचे रणक्षेत्र उत्तर हिंदुस्थानात दिल्लीच्या आसपास होते. त्यांच्या पाठीमागून 1804-5 या साली इंदूरचे यशवंतराव होळकर यांनी मथुरा, दिल्ली, भरतपूर, वगैरे उत्तर हिंदुस्थानातील रणक्षेत्रांमधून इंग्लिशांशी लढाया करून त्यांना नामोहरम करून टाकले. पुढे अखेरीस शिंदे, होळकर, भोसले, यांच्याशी तह होऊन या लढाया ज्या संपल्या होत्या, त्यांची फिरून सुरुवात महाराष्ट्रात इ.स. 1817-18 साली पुण्यातील दुसऱ्या बाजीरावसाहेबांनी केली. या दुसऱ्या बाजीरावसाहेबांच्या धामधुमीमध्ये खडकी, कोरेगाव, अष्टे, वगैरे ठिकाणच्या लढाया या मुख्य आणि महत्त्वाच्या लढाया होत व या लढायांच्या पाठीमागून महाराष्ट्रातील निरनिराळे किल्ले सर करून घेण्याकरिता त्या-त्या किल्ल्यांवर कित्येक लहानमोठ्या लढाया झालेल्या आहेत.

ऐतिहासिक कालक्रमाच्या दृष्टीने वर दिलेल्या लढायांचा असा हा या प्रकारचा क्रम आहे व हा जो या लढायांचा वास्तविक क्रम आहे, त्याच क्रमाने या लढायांची वर्णने एकामागून एक येणे आवश्यक आहे. पण ज्या क्रमाने ही वर्णने यावयाला पाहिजेत, त्या क्रमाने ती या पुस्तकात आलेली नाहीत, ही गोष्ट कोणाही वाचकाच्या सहज लक्षात येण्यासारखी आहे. तेव्हा हा क्रमभंगाचा दोष कसा घडून आलेला आहे, याच्याबद्दल दोन शब्द लिहिणे आवश्यक आहे.

हिंदुस्थानच्या सांप्रतच्या राजकीय परिस्थितींचे पर्यालोचन करणारांना

हिंदुस्थानच्या अर्वाचीन इतिहासातील कोणत्याही लढायांचे अध्ययन हे नेहमी शिक्षणप्रदच आहे व अशा दृष्टीने पाहाता या सर्वच लढायांचा अभ्यास करणे अत्यंत आवश्यक आहे. परंतु त्यातल्या त्यात महाराष्ट्रीय मनुष्याची पहिली जिज्ञासा स्वाभाविकपणे कोणत्या लढाईबद्दल बरे असणार ? आपण महाराष्ट्रीय. आपण महाराष्ट्रात राहातो. पुणे हे त्या महाराष्ट्रातील मुख्य शहर. त्या पुणे शहरात थोड्या वर्षांच्या पूर्वीपर्यंत पेशव्यांचे राज्य होते. ते राज्य आज कोठे आहे ? त्या राज्याची अवशिष्ट चिन्हे येथे सर्व जागच्या जागी कायम असताना त्यांच्या मधील ते राजवैभव आज कोठे गेले आहे ? पूर्वी आपल्या राज्यात आपण स्वतंत्र होतो पण ती आपली स्वतंत्रता नष्ट होऊन आज कोणीकडे गेली आहे? पूर्वीचे राजवाडे आहेत, पण त्यात राजे मात्र नाहीत ! पूर्वीचे किल्ले आहेत, पण त्या किल्ल्यांवर किल्लेदार कोणी नाहीत! पूर्वीचे सेनापती आहेत, पण त्यांच्या हाताखाली त्यांच्या सेना मात्र हल्ली नाहीत ! अशी ही आपली स्थिती कशाने झाली ? अशा प्रकारचे अनेक प्रश्न महाराष्ट्रातील आणि विशेषत: पुण्यातील प्रत्येक मनुष्याच्या मनामध्ये पदोपदी प्रादुर्भूत होतात आणि या सगळ्या प्रश्नांना आपला इतिहास असे उत्तर देतो की, पुण्यातील आपल्या या राजसत्तेचे वैभव खडकीच्या लढाईने शेवटाला गेले ! हे त्या वृध्द इतिहासाच्या तोंडचे शब्द ऐकल्याबरोबर हल्लीच्या नवीन पिढीतील तरुण अंत:करणांची काय स्थिती होते, याचे पूर्णतेने वर्णन करणे केव्हाही शक्य नाही. हे शब्द ऐकल्याबरोबर छातीत धस्स होते, हातपाय मोडून जातात, डोळ्यात अश्रू उत्पन्न होतात, उमेदीचे उंच उभारलेले सर्व किल्ले कोसळून पडू लागतात, आणि मनातील महत्त्वाकांक्षा मावळून जाण्याच्या मार्गाला लागतात ! खडकीच्या एका लढाईने पुण्यातील हिंदुपदपातशाहीचे सगळे राज्यवैभव एकदम लयाला गेले असेल तरी कसे, असे त्या वेळी झाले असेल तरी काय, त्या वेळच्या स्वदेशाभिमानी आणि स्वराज्यप्रेमी लोकांनी आपल्या स्वातंत्र्याच्या संरक्षणासाठी काहीच प्रयत्न केले नसतील काय, आणि त्यांनी 'अनेक प्रयत्न केले असतानाही त्यांच्या त्या प्रयत्नांना यश येऊ नये' इतका आपल्यावर दैवाचा कोप झाला तरी कसा, असे अनेक प्रश्न मनामध्ये उद्भवतात व त्यांच्या विवेचनाकरिता स्वाभाविक रीतीनेच आपले

मन त्या खडकीच्या युध्दसंग्रामाच्या इतिहासाच्या निरीक्षणाकडे वळते. आपण त्या वेळची इतिहासाची निरनिराळी पुस्तके वाचू लागतो, त्यातील हकिकती आपण एकमेकांशी ताडून पाहू लागतो, आपल्या लोकांनी केलेली वर्णने आणि परकीयांनी लिहिलेले लेख यांच्यामधील सत्यासत्यतेचा आपण विचार करू लागतो, कोणती सैन्ये कोठे उभी राहिली असतील आणि कोणी कोणावर कसे हल्ले केले असतील यांची चित्रे आपण आपल्या डोळ्यांपुढे उभी करतो, आणि 'आपली इतकी तयारी असताना आपला पराजय का व्हावा ?' असे प्रश्न आपण जी-जी तत्कालीन वस्तू आढळेल तिला विचारू लागतो ! आपण खडकीचे रणक्षेत्र न्याहाळून पाहतो; तेथील मैदाने, टेकड्या, ओढे, नाले आणि नद्या यांचे परीक्षण करतो; संगमावरील एल्फिस्टनसाहेबांच्या बंगल्यामधून खडकीला पळून जाण्याच्या मार्गाचे नकाशे आपण तपासून पाहतो; आणि बाजीरावसाहेब ज्या पर्वतीच्या गच्चीवरून ही खडकीची लढाई पाहात होते, तेथून पाहिले असता या खडकीच्या रणक्षेत्राचे स्वरूप कसे दिसते, याचाही आपण पडताळा घेतो. अशा प्रकारचे हे त्या वेळच्या लढाईचे वातावरण आपल्या सभोवती निर्माण झाले असता, आपण त्या योगाने इतके तद्रूप होऊन जातो की, त्या वेळच्या शत्रूंवर चालून जाणाऱ्या आपल्या घोड्यांच्या टापा आणि आपल्या सैन्यातील शिपायांच्या रणगर्जना आपण ऐकत आहोत आणि आपल्या गोलंदाजांनी उडविलेल्या तोफांचे लाल गोळे आकाशातून धावत असताना आपण प्रत्यक्ष पाहात आहोत, असा भास उत्पन्न होतो. अशा प्रकारची स्थिती कोणाही महाराष्ट्रीयाच्या मनामध्ये मूर्तिमंत उत्पन्न होणे अगदी साहजिकच आहे. आणि अशाच भावना प्रस्तुत लेखकाच्या मनात उत्पन्न होऊन त्यांचे लक्ष ऐतिहासिक कालक्रमाला न जुमानता इतर सर्व लढायांच्या आधी खडकीच्या लढाईकडेच प्रथमतः वेधले गेले, तर ही चूक जरी योग्य नसली, तरी ती आत्मीयत्वाच्या भावनेने क्षम्य आहे, असे कोणाही सहृदय वाचकाला वाटल्यावाचून राहाणार नाही. अशा मनःस्थितीमध्ये खडकीच्या लढाईच्या वर्णनाला सुरुवात करण्यात आल्यानंतर त्या लढाईचे कनिष्ठ परिणाम पुढे कसेकसे होत गेले, याचे समग्र वर्णन करणे

हे ओघानेच प्राप्त होऊन त्या ओघामध्ये येरवडे, कोरेगाव, अष्टे, वगैरे ठिकाणच्या लढायांची व सिंहगड, सातारा, वासोटा, बेळगाव, सोलापूर, राजदीर, मालेगाव, तालनेर, वगैरे किल्ल्यांवरील लढायांची वर्णने देणे जरूर झाले.

परंतु दुसऱ्या बाजीरावसाहेबांचे वेळी आपल्या स्वातंत्र्यविनाशाचा हा जो हृदयद्रावक परिणाम घडून आला, त्याला पूर्वकालीन कारणे काय-काय झाली असली पाहिजेत, याचा विचार मनात आला असता ते विचार करणारे मन साहजिकपणे बाजीरावसाहेबांनी 1802 साली वसई मुक्कामी इंग्रजांशी जो तह केला, त्या आद्य कारणाकडे वळते. तो वसईला इंग्रजांनी केलेला तह म्हणजे देशात आपल्या स्वातंत्र्याच्या संरक्षणाकरता मराठ्यांनी त्या वेळी बनविलेल्या मराठा कॉन्फिडरसीच्या किल्ल्याला लाविलेला एक गुप्त सुरुंगच होय. तेव्हा त्या संकटाच्या निवारणासाठी शिंदे, भोसले, होळकर यांनी इंग्लिशांच्या विरुध्द लढाई पुकारणे हे त्या वेळी त्यांना अगदी अपरिहार्यच होते आणि म्हणून अशा परिस्थितीमध्ये शिंदे, भोसले, होळकर, यांनी ज्या लढाया केल्या, त्यांचीही वर्णने यापुढे क्रमाक्रमाने देण्यात आलेली आहेत व अशा कारणांमुळे या लढायांचा क्रम येथे उलटासुलटा झालेला आहे.

या दृष्टीने पाहाता हे प्रस्तुत बाबतीतील लेखकाच्या मन:स्थितीचे स्वरूप असून हे काही या क्रमाचे समर्थन नव्हे, हे कोणाही वाचकाच्या लक्षात येण्यासारखे आहे. शिवाय एखाद्या स्वतंत्ररीतीने लिहिलेल्या पुस्तकामध्ये जशी क्रमबद्धता स्वाभाविकपणेच असते. तशी ती एखाद्या मासिक पुस्तकात निरनिराळ्या वेळी लिहिलेल्या निरनिराळ्या लेखांमध्ये असणे शक्य नाही. ते निरनिराळे स्फुट लेख असतात; व ज्या-ज्या वेळी जे-जे विचार प्रबळ असतात, त्यांच्या-त्यांच्या अनुरोधाने ते लेख बहुधा लिहिले गेलेले असतात. यामुळेही या लढायांच्या क्रमामध्ये जी विसंगती उत्पन्न झालेली आहे. तिच्याकडे वाचकवर्ग भावनामूलक सदयतेच्या दृष्टीने पाहील, अशी आशा आहे. पण इतक्यानंतरही ज्यांच्या मनाला ऐतिहासिक कालक्रमाची आत्यंतिक अपेक्षा असेल, त्यांनाही ती येथे भागवून घेता येणार नाही, असे नाही. कारण, याच पुस्तकात त्यांच्या पुस्तकांचा

प्रारंभ असईच्या लढाईपासून होऊन महाराष्ट्रातील किल्ल्यांच्या स्वातंत्र्याच्या अंताबरोबर त्यांच्या पुस्तकांचा अंत होतो, असे त्यांनी मानले म्हणजे झाले.

पण हल्लीच्या या पुस्तकातील लढायांच्या वर्णनामध्ये कालक्रमाच्या भंगाचा जरी दोष असला, तरी त्या दोषापासूनही येथे एक अकल्पित रीतीने मोठा गुण उत्पन्न झालेला आहे. एखादा भ्रमर एखादे लाकूड कोरीत असतो त्या लाकडावर एखादे वर्णाक्षर खोदून काढावे, असा काही त्याचा संकल्प नसतो. तरी पण एखादे वेळी तो लाकूड कोरीत असता त्यापासून ''श्री'' ''ग'' वगैरेंसारख्या काही तरी अक्षरांच्या आकृती कोरल्या जातात. यालाच घुणाक्षरन्याय असे म्हणतात. या घुणाक्षरन्यायाप्रमाणे या हल्लीच्या पुस्तकाच्या उलट्या क्रमामध्येही यदृच्छेने एक अनुकूल गुण उत्पन्न झाला आहे आणि तो असा की, या सगळ्या पंधरा वीस लढायांच्या वर्णनांमध्ये आपल्याला दुर्दैवाने असे आढळून येते की, जेथे-तेथे अखेरीस मराठ्यांचाच पराजय झालेला आहे ! ही स्थिती जरी इतिहासाला काही अंशी धरून असली, तरी एकंदर पुस्तकाच्या वाचनाने महाराष्ट्रीय वाचकांच्या मनावर जो परिणाम घडवून आणावयाचा, त्याच्या दृष्टीने ही स्थिती फारशी स्पृहणीय नाही. मागील इतिहासांची पुस्तके वाचावयाची कशाला ? तर त्यांच्यापासून आपल्या देशाच्या भावी इतिहासाच्या बाबतीत आपल्या मनाला काही तरी उत्साह उत्पन्न व्हावा म्हणून. पण आपल्या पूर्वजांनी पूर्वी केलेल्या अनेक प्रयत्नातून त्यांना लागोपाठ सदोदित अपयशच येत गेलेले पाहिले असता त्याच्या योगाने मनात उत्साह उत्पन्न होण्याच्या ऐवजी, आपल्या प्रयत्नांची कंबरच मोडून जावयाची. खरा उत्साह विजयानेच उत्पन्न होतो, आणि एका विजयाच्या उदरातून दुसरे विजय उत्पन्न होत असतात, अशी वस्तुस्थिती असल्यामुळे आपल्या विजयांच्या वर्णनांची वाचकांच्या मनांना असल्या बाबतीत किती आवश्यकता असते, याची कोणालाही कल्पना येण्यासारखी आहे. शिवाय अनेक काळोखांमधून जात असता अखेरीस जर एखादा उजेड आढळला, तर मनाला आनंद होतो. अनेक दिवसांपर्यंत ढगांनी आच्छादित झालेल्या पावसाळ्यातील आकाशामध्ये अखेरीस एखादे वेळी सूर्यप्रकाश दिसला तर चित्तवृत्ती उल्हसित होते आणि एखाद्या करुणरसात्मक

कथानकाच्या संकटपरंपरांमधून जाता-जाता अखेरीस जर त्या कथानकाचा शेवट काल्पनिक रीतीनेच का होईना गोड झाला, तर वाचकाच्या मनाला त्यापासून प्रसन्नता प्राप्त होते. अशा दृष्टीने पाहता या लढायांच्या कथानकांचा यदृच्छेने का होईना जो शेवट झालेला आहे, त्यामध्ये एक प्रकारचे औचित्य आणि आनंद दायकत्व आकस्मिकरीत्या उत्पन्न झालेले आहे हे मार्मिक आणि सहृदय वाचकांच्या लक्षात आल्यावाचून राहाणार नाही. कारण, मराठ्यांच्या अनेक लढायांतून जरी त्यांचे पराजयच झालेले आहेत, तरी निदान यशवंतराव होळकरांची मोहीम तरी यशस्वी होऊन कर्नल मॉन्सन् या इंग्लिश सेनापतीला मराठ्यांच्या सैन्यासमोर हार खाऊन माघारी पळत जावे लागले, ही या पुस्तकातील शेवटी दिलेली हकिकत वाचून महाराष्ट्रीय वाचकांच्या मनाला थोडे तरी समाधान वाटेल, यात शंका नाही, त्याचप्रमाणे आपल्या देशातील अनेक किल्ल्यांना जरी या वेळच्या युध्दात शत्रूच्या हस्तगत होणे भाग पडले असले, तरी आपल्या देशाच्या इतिहासामध्ये भरतपूरच्या किल्ल्यासारखा असा एक तरी यशस्वी आणि भाग्यवान् किल्ला निघाला की, ज्याने शत्रूंचे चार पाच हल्ले माघारी परतवून त्यांचा तितक्या वेळा पराभव केला, आणि अशा रीतीने शेवटपर्यंत आपले स्वातंत्र्य कायम टिकवण्याचा यशस्वी प्रयत्न केला. ही या पुस्तकाच्या शेवटी आलेली हृदयस्पर्शी हकिकत वाचून कोणाचे मन उल्हसित होऊन जाणार नाही ?

असा या पुस्तकाच्या रचनेमध्ये असंकल्पितपणाने एक गुण साधलेला आहे. पण हा गुण अगदी गौण आहे. आणि या लढायांपैकी, बहुतेक प्रत्येक ठिकाणी शेवटी आपला पराजय होतो, ही गोष्ट मनाला लागल्यावाचून राहात नाही व असे का होते ? या प्रश्नाच्या विचाराकडे आपले मन साहजिकपणेच वळते असे आपले पराभव का होतात ? आपल्यामध्ये काय वैगुण्य आहे ? लढायातून विजय मिळविण्याइतकी शौर्याच्या बाबतीत आपली कधी लायकी नव्हती काय ? आणि असे असेल, तर या शंभर दीडशे वर्षांपूर्वीच्या अनेक लढायांतून आपल्याला जे जय मिळालेले आहेत, ते कसे मिळालेले असावेत? आणि पूर्वी जर आपल्याला विजय मिळत होते, तर ते गेल्या दीडशे वर्षातच

आपल्याला का मिळेनासे झाले आहेत ? अशा अनेक जिज्ञासा इतिहासाच्या विद्यार्थ्यांच्या मनामध्ये प्रादुर्भूत होतात व त्या जिज्ञासा त्यांच्या मनांना आत्मपरीक्षणाकडे जोराने वळवून नेतात. या पुस्तकातील लढायांच्या वर्णनातूनही मधून-मधून हे प्रश्न विशेष प्रसंगी उत्थापित करून त्यांचे त्या-त्या ठिकाणी अनेक वेळा विवेचन केलेले आहे. व आपला मराठे लोकांचा ठिकठिकाणी पराभव का होतो ? याबद्दलची इंग्लिश सेनापतींनी दिलेली कारणेही या पुस्तकात उद्धृत केलेली आहेत. या सगळ्यांवरून असे दिसून येते की, हे आपले पराभव शत्रूंच्या अंगच्या अधिक शौर्यापेक्षा आपल्या अंगच्या अधिक दुर्गुणांमुळेच झालेले आहेत.आपल्या लोकांमध्ये शौर्य नाही असे नाही. पण 'शौर्याचा कसा उपयोग करावयाचा या विषयीचे ज्ञान मात्र आपल्यामध्ये नाही' हे खास. लोकांच्या अंगात शौर्य असले, तरी ते सुसंघटित केलेले असले, तरच त्याचा योग्य उपयोग होतो. शिवाजी महाराजांचे वेळी आपल्या सर्व महाराष्ट्रामध्ये श्रीसमर्थ रामदास वगैरे सारख्यांच्या प्रयत्नांमुळे असा सुसंघटितपणा उत्पन्न झाला होता व त्याचा फायदा आपल्याला कित्येक वर्षेपर्यंत मिळाला. रामदास स्वामींची संघटना ही धर्माच्या पायावर रचलेली होती. कित्येक मुसलमान राजे त्यावेळी धर्मच्छल करण्याला प्रवृत्त झालेले होते. या गोष्टीचा फायदा घेऊन त्या वेळेच्या राजकारणी पुरुषांनी धर्माच्या नावाखाली लोकांमधील जागृतीचे आणि संघटनेचे कार्य घडवून आणलेले होते. धर्मासारखी जलद पेट घेणारी आणि एकदम धडाका उडवून देणारी दुसरी दारू कोणतीच नाही. त्यामुळे त्या वेळचा बार चांगला उडाला. पण इ.स. 1800 पासून इ.स. 1818 पर्यंतच्या प्रस्तुत पुस्तकातील ज्या लढायांच्या काळासंबंधाने आपण हल्ली विवेचन करीत आहोत, त्या काळामध्ये लोकांची मने उद्दीपित करण्याला रामदासांच्या धर्मकारणासारखे कारण उरले नव्हते. शिवाजी महाराजांच्या सुरुवातीपासून ते नानाफडणिसांच्या समाप्तीपर्यंतच्या काळामध्ये मुसलमानांच्या धर्मच्छलाची तीव्रता पुष्कळच कमी होऊन त्यांचा राज्यविस्तारही या वेळी बहुतेक संपुष्टात आलेला होता परंतु मुसलमानांचा राज्यविस्तार जरी अशा रीतीने संपुष्टात आलेला होता, तरी त्याच्या जागी

दुसरे एक राज्य त्या वेळी जे हळूहळू विस्तार पावत होते, त्याच्या विस्ताराच्या भावी संकटाकडे त्या वेळच्या लोकांचे जितके लक्ष जावयाला पाहिजे होते, तितके ते गेले नाही. हा राज्याचा विस्तार म्हणजे अर्थातच ईस्ट इंडिया कंपनीच्या राज्याचाच होय. मुसलमानांचे धर्मच्छल उघड-उघड होत असल्यामुळे त्यांच्याकडे पूर्वीच्या लोकांचे लक्ष गेले. पण ईस्ट इंडिया कंपनीच्या मिशनरी आणि मुत्सद्दी लोकांच्याकडून जी मर्यादातिक्रमणे चाललेली होती, ती अगदी गोगलगाईच्या पावलांनी चाललेली असल्यामुळे व ती बाह्यात्कारी गोगलगाईच्या इतकीच निरुपद्रवी दिसत असल्यामुळे त्यांच्याकडे कोणाचेही लक्ष गेले नाही. प्रचलित परिस्थितीचे यथायोग्य पर्यालोचन करणारे रामदास जसे शिवाजीच्या वेळी निर्माण झाले, तसे या अठराव्या शतकाच्या शेवटची आणि एकोणिसाव्या शतकाच्या सुरुवातीची राजकीय परिस्थिति पाहून तिच्यावर उपाय योजणारे कोणीही रामदास त्या वेळी उत्पन्न झाले नाहीत. नाना फडणीस हे मुत्सद्दी होते आणि महादजी शिंदे हे योध्दे होते, पण ते काही रामदास नव्हते. त्यांच्या दृष्टीला पुढचे थोडेबहुत दिसू लागले होते पण; एखाद्या भगवत्कृपापात्र रामदासाला भविष्य काळांतील जितक्या दूरचे दिसले असते, तितके काही नाना आणि महादजी यांना दिसू शक्ले नाही. पण त्यांना जे थोडेबहुत दिसू लागले होते, त्याचा आपल्या राष्ट्राला फायदा करून देण्याला ते पुढे जिवंत राहिले नाहीत आणि जिवंत असते, तरी त्यांनी त्या पुढच्या पडत्या काळात काय केले असते ? नाना फडणिसांनी आपल्या फडांत बसून कागदी कारस्थानाची सूत्रे हलवली असती आणि महादजी शिंद्यांनी एखाद्या रणांगणावर आपले शौर्य गाजविले असते. पण आपल्या देशातील लोकांची जी आतून नैतिक अवनती होत चाललेली होती तिच्याविरुद्ध यांना काही उपाय योजिता आले नसते. सगळे राष्ट्र जागृत करून त्यातील सर्व लोकांना हालवून सोडण्याचे कार्य ईश्वरी प्रसादाच्या आणि प्रेरणेच्या लोकांकडूनच होत असते; व यासाठीच अध्यात्मिक स्फूर्तीचे शिवाजी आणि रामदास हे राष्ट्रांना मधून-मधून लाभत असतात. पण तसे ते या वेळी आपल्या हिंदुस्थानाला दुर्दैवाने कोणीही लाभलेले नव्हते. ब्रम्हेंद्रस्वामींच्या सारखे कित्येक स्वामी

पेशव्यांच्या कारकिर्दीत उत्पन्न झालेले होते. पण ज्यांनी आपल्याला मिळालेल्या सनदा शिवाजीच्या पदरात परत टाकल्या, अशा रामदासस्वामींच्यासारख्या निरपेक्ष स्वामींची योग्यता इतर स्वामींना कोठून येणार ? ''इदं ब्रम्हमिदं क्षात्रं शापादपि शरादपि'' या श्लोकांत वर्णिलेले जे ब्रम्हवर्चस आणि जे क्षात्रतेज पूर्वकाली एकदा परशुरामाच्या ठिकाणी एकत्र झालेले होते, तेच पुढे महाराष्ट्राच्या उध्दाराकरिता रामदास आणि शिवाजी या दोघांच्यामध्ये द्विधा विभक्त होऊन आपल्यामध्ये अवतीर्ण झाले होते. तसल्या ब्रम्हवर्चसाने आणि तसल्या क्षात्रतेजानेच पतनशाली राष्ट्रे फिरून अभ्युदयाला येतात. त्यांच्या संसर्गाने सर्व राष्ट्रांमधे प्रेरणा उत्पन्न होते. आपण सर्व एक होऊ. आपण मोठमोठी कामे करू, आपण परोपकार करू, आपण नीच कृत्ये कधीही करणार नाही, आपण आपल्या देशाला गुलामगिरीतून सोडवू, आपण आपले स्वातंत्र्य मिळवू अशा प्रकारच्या उदात्त आणि राष्ट्रीय भावना सर्व लोकांमध्ये उत्पन्न होण्याला उदार वृत्तीचे सत्पुरुषच कारणीभूत होत असतात. या भावना लोकात उत्पन्न होतात तेव्हाच ते लोक आपले स्वराज्य संस्थापित करण्याला आणि सुरक्षित ठेवण्याला समर्थ होतात. मुसलमानी धर्माच्या अनुयायांची जी उन्नती झाली, तिलाही मूळ कारण त्यांचे धार्मिक ऐक्य हेच होते; त्यांचा धर्मसंस्थापक जो महमंद पैगंबर, त्यांच्याही मनात धर्माची प्रेरणा होती आणि हातात शौर्याची तरवार होती; आणि त्यामुळे धार्मिक प्रेरणांनी उज्ज्वलित झालेल्या अशा तरवारीच्या जोरावर मुसलमान लोक आपला राज्यविस्तार युरोपखंडाच्या एका टोकापासून तो आशियाखंडाच्या दुसऱ्या टोकापर्यंत पसरवू शकले. पंजाबातील शीख लोकांचा इतिहासही हेच तत्त्व प्रस्थापित करीत आहे. शीख धर्माचे आद्यसंस्थापक गुरु गोविंदसिंग, वगैरे पुढाऱ्यांनी धर्माच्या नावाखाली आपल्या ज्ञातिबांधवांना एकत्रित केले. आणि त्या धार्मिक प्रेरणांनी शीख लोकांचे शौर्य इतक्या प्रखरतेला जाऊन पोहोचले की, त्यापुढे दिल्लीच्या मोठमोठ्या मोगल बादशहांचेही काही चालू शकले नाही. राजस्थानातील रजपूत लोकांच्यामध्येही त्यांची क्षात्रवृत्ती हा त्यांचा एक धर्मच बनून गेलेला होता व त्या क्षात्रधर्मामुळे त्यांच्या अंगात इतके शौर्य उसळून येत असे की, प्रसंग पडला तर ते मरून

जात असत किंवा आपल्याला प्रत्यक्ष जाळून घेत असत, परंतु ते शत्रूच्या हातात सापडून पराजय पतकरण्याला कधीही तयार होत नसत. ग्रीसच्या इतिहासामध्ये स्पार्टन लोकांची उदाहरणे जशी आढळतात, किंवा रोमन लोकांच्या तत्त्वज्ञानामध्ये जी, स्टोइक पंथाची मते आहेत, त्यांच्याशी या रजपूत लोकांच्या इतिहासाचे पुष्कळ साम्य असल्याचे दृष्टोत्पतीस येते. पूर्वी फ्रान्समध्ये राज्यक्रांती झाली, किंवा हल्ली रशियातील झारशाहीच्या विरुद्ध सगळ्या लोकांनी उठून आपली सत्ता प्रस्थापित केली, या बाबतीत किंवा अशाच प्रकारच्या युरोपखंडातील इतर उलाढालीत जरी प्रत्यक्ष धर्म हे मूळ कारण नव्हते, तरी तिकडच्या लोकांच्या मन:स्थितीप्रमाणे त्यांच्या मनांमध्ये अशी काही तरी एखादी प्रेरणा उत्पन्न होते की, तिच्यामुळे 'मरू किंवा मारू' अशा निर्वाणीच्या शौर्याने ते लोक लढण्याला उद्युक्त होतात आणि विजयश्रीची माळ बळजबरीने आपल्या गळ्यात घालून घेतात. सारांश, काही तरी एखादी उच्च भावना देशामध्ये उत्पन्न झालेली असली पाहिजे, म्हणजे तिच्याभोवती सर्व लोक सहजच एकत्र गोळा होतात. आणि त्या भावनेच्या प्रेरणेने एकदा डोक्यात पेट घेतला, म्हणजे हातात शौर्य येणे हा त्याचा स्वाभाविकच परिणाम होतो. एखादे उच्च ध्येय अंत:करणामध्ये प्रदीप्त झाले, म्हणजे त्याच्या योगाने लहान मुलेही पराक्रमी होतात आणि स्त्रियांनाही वीरश्री चढते. उच्च भावनांना पराजय हा शब्द माहीतच नाही. जी पावले उच्च ध्येयाच्या मार्गावर पडू लागली, त्यांना कोणता शत्रू मागे हटवू शकणार आहे ?

पण एकोणिसाव्या शतकातील प्रारंभीच्या ज्या पाव शतकाशी आपला प्रस्तुत संबंध आहे, त्या काळच्या परिस्थितीकडे आपण पाहिले, तर त्या काळात धार्मिक अगर इतर प्रकारच्या अशा कोणत्या उच्च भावना लोकांमध्ये प्रज्वलित झालेल्या होत्या ? रामदासांचे उपदेश आणि शिवाजींची शौर्ये यांच्यातील सामर्थ्य या वेळेपर्यंत क्षीण होऊन जाऊन त्यांची जागा घेण्याकरिता त्या वेळी दुसरे कोणतेही सामर्थ्य उत्पन्न झालेले नव्हते. सगळ्या देशातील लोकांना एकत्र आणून एकदम मारून टाकील अशी कोणतीही सर्वसाधारण भावना त्या वेळी आपल्या देशात कोणी तत्त्ववेत्यांनी किंवा राजकारणी पुरुषांनी उत्पादित केलेली

नव्हती. धर्माचा छळ विशेष होत नव्हता, म्हणून धार्मिक भावना झोपी गेल्या होत्या; आणि हे आपलेच राज्य आहे आणि ते राज्य जात नाही तोपर्यंत आपले स्वातंत्र्यही कोठे जात नाही, अशा चुकीच्या विचारपध्दतीमुळे स्वातंत्र्याच्या भावनेचे निखारेही राखेखाली झाकून जाऊन थंड पडले होते. कोणत्याही देशाच्या इतिहासामध्ये जी महत्कृत्ये घडतात किंवा जे विजय संपादिले जातात, त्यांच्या मुळाशी धार्मिक भावना आणि स्वातंत्र्यप्रीती या गोष्टी बहुधा असतात, असे आढळून येते. परंतु या वेळी वर निर्दिष्ट केलेल्या परिस्थितीमुळे ही दोन्हीही कारणे गैरहजर होती. त्यामुळे सर्वांना योग्य अशी एकच वाट दाखविणारा कोणत्याही उच्च भावनेचा सूर्य आपल्या क्षितिजावर तळपत नसल्याकारणाने रात्रीच्या काळोखात ज्याला जिकडे वाट सापडेल तिकडे तो जातो, तशी आपली या वेळी स्थिती झाली होती. आपल्या देशातील त्या वेळच्या लोकांच्या अंगामध्ये शौर्य नव्हते असे नाही; परंतु त्या शौर्याचा योग्य उपयोग कसा करावयाचा, हेच त्या वेळी कोणाला समजत नाहीसे झाले होते. एखाद्या घोड्याच्या पायांत धावण्याची पुष्कळ शक्ती असते. पण नुसत्या त्या शक्तीचा काय उपयोग ? त्या घोड्याच्या तोंडात लगाम घालून त्या घोड्याला इष्ट मार्गाने चालवून नेणारा जर कोणी असेल, तर त्या घोड्याच्या गतीचा चांगला उपयोग होईल. नाही तर तो घोडा सैरावैरा धावून आपल्या उपजीविकेचे जे धान्य, तेच तो तुडवून टाकण्याला प्रवृत्त होईल. आपल्या अंगातील जे शौर्य असेल ते आपण आपल्या देशाच्या स्वातंत्र्यसंरक्षणाच्या पायीच समर्पण केले पाहिजे. आपल्या शौर्यावर आपल्या देशाचा ताबा आहे, ते शौर्य आपण दुसऱ्या कोणालाही विकता कामा नये, ही राजकारणातील अगदी सामान्य तत्त्वे आहेत. पण ही सामान्यतत्त्वेसुध्दा त्या वेळी आपल्या लोकांना समजेनाशी झाली होती. आपले सौंदर्य हे आपल्या पतीच्या मालकीचे आहे, ते आपण पाहिजे त्याला विकता कामा नये, हा जसा पतिव्रतेचा पतिव्रत्यधर्म, त्याचप्रमाणे आपल्या शौर्यावर आपल्या देशाची सत्ता आहे, त्या शौर्याचा आपण बाजारात पाहिजे त्यांच्यापुढे विक्रय करिता कामा नये, हा स्वदेशभक्तीचा पवित्र धर्म होय. पण हा धर्म त्या वेळी पुष्कळ लोक विसरून गेले होते आणि 'जो भाकरी देईल

त्याची चाकरी करावयाची', ही क्षुद्र वृत्ती त्या लोकांच्या डोळ्यांना भुरळ पाडू लागली होती. आणि त्यामुळे आपल्या देशातील लोक इंग्लिशांच्या नोकरीला राहून आपल्या देशाच्या स्वातंत्र्याच्याविरुद्धही लढण्याला तयार होऊ लागले होते. एक चूक झाली म्हणजे तिच्यापासून दुसऱ्या अनेक चुका उत्पन्न होतात, हा नेहमीचाच अनुभव आहे. आणि तीच गोष्ट या बाबतीत हिंदुस्थानच्या प्रत्ययाला आली. आपण इंग्लिशांच्या चाकरीला राहून आपल्या देशी राजांच्या विरुद्ध लढतो, यातील नीचपणा, अधमपणा, गुन्हेगारपणा, आणि निमकहरामपणा कोणाच्याही त्या वेळी लक्षात येऊ नये, ही मोठी आश्चर्याची गोष्ट आहे. हा लोकांच्या डोळ्यावरील मोतिबिंदू काढून टाकण्याला त्या वेळी रामदासांच्या सारखा कोणी तरी राजकारणी धर्मवैद्य पाहिजे होता. इंग्लिश लोकांनी त्या वेळी आपल्या राजांच्यापाशी जे तह केले आहेत, त्यात त्यांची ही एक मुख्य अट आहे की, 'तुम्ही कोणाही युरोपियन लोकांना आपल्या चाकरीस ठेवता कामा नये व पूर्वी तुमच्या चाकरीला जे युरोपियन असतील त्यांना तुम्ही काढून टाकले पाहिजे.' ही इंग्लिशांची अट पाहून तरी आपल्या इंडियन लोकांना सुचायला पाहिजे होते की, ते ज्याप्रमाणे युरोपियन लोकांना आपल्या चाकरीला राहू देत नाहीत, त्याचप्रमाणे आपणही त्यांच्या चाकरीला राहता कामा नये. पण इतका साधा त्वेषही कोणाच्या मनाला शिवला नाही. आणि आपले लोक राजरोसपणाने आणि शिष्टपणाने इंग्लिशांच्या चाकरीला राहून स्वदेशाशी मात्रागमनीपणा करू लागले. त्या वेळी आपल्या लोकांनी इंग्लिशांच्या पलटणीतील व इतर, नोकऱ्या पत्करण्याचा क्रम सुरू केला, हे तर वाईटच. पण याच्याहीपेक्षा दुसरी जास्त वाईट अशीही एक गोष्ट आपले लोक त्या वेळी करू लागले होते. ती अशी की, 'नोकरी पत्करावयाची आपल्या राजांची, पण आतून फितूर असावयाचे इंग्रजांना.' असल्या या नीचपणाच्या मानवी स्वभावाला काय म्हणावे ? या पुस्तकामध्ये ज्या लढायांची वर्णने दिलेली आहेत त्यापैकी किती तरी लढायांतून केवळ आपल्या लोकांच्या फितुरीमुळे आपल्या राजांचे पराभव झालेले आहेत. इंग्लिश लोक गुप्तपणे लाच देण्यात निष्णात ! आणि आपल्यापैकी कित्येक लोक ते लाचांचे पैसे घेऊन गुप्तपणे फितूर होण्याच्या कामात निष्णात ! अशी

जोडी जमल्यानंतर आपल्या लढायांतून आपले पराजय होण्याला आणि आपल्या देशातून आपले स्वातंत्र्य नष्ट होण्याला किती अवकाश लागणार ?

मराठ्यांच्या या लढायांमधून त्यांचे हे पराभव का झाले, या गोष्टीच्या कारणांची निरनिराळ्या लोकांनी निरनिराळ्या प्रकाराने उपपत्ति लावलेली आहे. त्यापैकी कित्येकांचे असे मत आहे की, इंग्लिशांच्या बाजूकडील शिपायांच्या हातात मराठी सैन्यापेक्षा जास्त चांगल्या प्रकारच्या बंदुका होत्या, आणि त्यामुळे ठिकठिकाणी त्यांना यश येत गेले. परंतु या उपपत्तिमध्ये फारसा तथ्यांश नाही. हल्ली पाश्चिमात्य लोकांनी कित्येक आधिभौतिक शास्त्रांमध्ये पुष्कळ प्रगती केलेली आहे; त्यावरून गेल्या एकोणिसाव्या शतकाच्या सुरुवातीच्या वेळीही इंग्लिशांच्या बाजूकडील शिपायांच्या हातात सुधारलेली शस्त्रास्त्रे असली पाहिजेत, असा एक सामान्य आणि सार्वत्रिक समज होण्याचा संभव आहे. परंतु हा समज चुकीचा आहे. शंभर सव्वाशे वर्षांच्या पूर्वीच्या इंग्लिशांकडील शिपायांच्या हातातील हत्यारे फारशी सुधारलेली नव्हती. जुन्या काळातील आपल्या इकडील तोड्याच्या बंदुका घेऊन कोणी इंग्लिशांशी लढत असले, तर त्यांच्यापेक्षा इंग्लिशांच्या हातातील काडतुसाच्या बंदुका सरस होत्या, हे उघड आहे पण, असईच्या लढाईपासून अष्ट्याच्या लढाईपर्यंत जे मराठे शिपाई इंग्लिशांच्या विरुद्ध लढत होते, त्यांच्या हातात या वेळी तोड्याच्या बंदुका राहिलेल्या नव्हत्या; इतकेच नव्हे, तर दौलतराव शिंदे यांनी आपल्या पदरी जे फ्रेंच लष्करी अंमलदार नोकरीला ठेवले होते त्यांच्याकडून युरोपियन हत्यारे मिळवण्याचीही तजवीज करण्यात आलेली होती. असईच्या लढाईपासून अष्ट्याच्या लढाईपर्यंतचा आपल्या इकडील जो काळ आहे तो काळ युरोपखंडाच्या इतिहासातही एक अतिशय महत्त्वाचा काळ आहे. त्या काळात इंग्लिश आणि फ्रेंच यांचे हाडवैर माजलेले असून तिकडे त्या वेळी नेपोलियनचे महायुध्द चाललेले होते. त्या महायुध्दातील इंग्लिशांचा कट्टा वैरी, जो महापराक्रमी नेपोलियन, त्यालाच खुद्द हिंदुस्थानात इंग्लिशांच्या विरुद्ध लढण्याकरिता ज्या इंडियन राजांनी बोलाविले होते त्या राजांना फ्रान्समधील शस्त्रास्त्रांचा पुरवठा होत नसेल, असे मानणे शक्य नाही. आणि खुद्द फ्रेंचांचा मुख्य नायक नेपोलियन हा जरी हिंदुस्थानात येऊ

शकला नाही, तरी दुसरे पुष्कळ फ्रेंच लोक इकडे येऊन ते देशी राजांच्या चाकरीला राहिलेले होते. ते युरोपातील हत्यारे आणवीत असत, इतकेच नव्हे, तर त्यांच्या देखरेखीखाली येथे दारुगोळा तयार करण्याचे आणि तोफा ओतण्याचेही कारखाने सुरू करण्यात आलेले होते व शिवाय तिकडच्या धर्तीवर मराठ्यांचे कवायती कंपूही इकडे शिस्तवार रीतीने तयार करण्यात आलेले होते. या सर्व गोष्टी इतिहासात नमूद आहेत. तेव्हा अशा स्थितीत इंग्लिशांच्या बंदुका हे आपल्या पराजयाचे कारण, ही कारणमीमांसा बरोबर जमत नाही.

शिवाय, इंग्लिशांच्या बंदुका हे जर इंग्लिशांच्या विजयाचे कारण असेल, तर यशवंतराव होळकरांच्या लांडगेतोडक्षच्या पाठलागापासून परावृत्त होऊन मॉन्सनसाहेब जेव्हा पाठीमागे-पाठीमागे पळ काढीत सुटला होता, तेव्हा त्याने काय आपल्या शिपायांच्या हातातल्या लांब पल्ल्याच्या बंदुका यशवंतराव होळकरांच्या शिपायांच्या हातात देऊन त्यांच्या आखुड पल्ल्याच्या बंदुका आपल्याजवळ घेतल्या होत्या ? त्याचप्रमाणे 'इंग्लिशांच्या बंदुका' हे जर इंग्लिशांच्या विजयाचे कारण असेल, तर भरतपूरच्या तटाच्या भिंतीपुढून इंग्लिश सैन्य लागोपाठ चार वेळा पराभव पावून मागे हटले, त्या वेळेला त्यांच्या त्या सुधारलेल्या बंदुका कोठे गेल्या होत्या ? सारांश, इ.स. 1804-5 साली यशवंतराव होळकराने आणि भरतपूरच्या राजाने इंग्लिशांच्या विरूध्द जे यशस्वी युध्द केले त्यावरूनही सुधारलेल्या बंदुकांची कल्पना अगदी कमकुवत ठरते आणि ईस्ट इंडिया कंपनीचे लोक आपल्याकरिता नव्या बंदुका ठेवून आपल्या जुन्या बंदुका मराठ्यांना विकत देऊन त्यांना फसवीत असत, ही गोष्ट क्वचित् प्रसंगी जरी खरी असली, तरी मराठ्यांच्या सर्व पराजयांचा भार या असल्या एकाच क्षुल्लक कारणावर ठेवणे हे केव्हाही योग्य होणार नाही.

मराठ्यांच्या पराजयाचे दुसरे एक कारण सांगण्यात येते, ते असे की, मराठ्यांनी आपली गनिमी काव्याने लढण्याची जुनी पध्दत सोडली, आणि ते पाश्चिमात्य लोकांच्या धर्तीवर आपल्या शिपायांच्या लष्करी पलटणी बनवू लागले. या नव्या पध्दतीमुळे त्यांचे पराजय झाले. हे मत कित्येक, तज्ज्ञ अशा इंग्लिश लोकांकडून व्यक्त करण्यात आलेले आहे व खुद्द जनरल वेलिंग्टन

यानेही अशाच अर्थाचे जे उद्‌गार काढलेले आहेत, ते पुढील पुस्तकात नमूद करण्यात आलेले आहेत. इंग्लिश लोक आपल्याबद्दल जी विधाने करतात, त्यांचा स्वीकार आपण फार सावधपणे केला पाहिजे. हे तत्त्व आताच्या प्रमाणे जुन्या काळाच्या बाबतीतही आपण पूर्णपणे लक्षात ठेवले पाहिजे. भोळसर मनुष्य एकाच सरळ मार्गाने चाललेला असतो; पण धूर्त माणसाचे त्याला फसवण्याचे मार्ग अनेक असतात, हे आपण विसरता कामा नये. शिस्तवार पध्दतीने आपल्या सैन्याच्या पलटणी बनवून त्यांच्याद्वारे आपली लढाई इंडियन राजे शिस्तीने लढू लागले, तर त्यामुळे त्यांचा पराभव व्हावा, असे त्यात काय बरे दोषार्ह आहे ? इंग्लिश लोकांनी म्हणावे आणि आपण त्यांना माना डोलवाव्या, हे ठीक आहे, पण ज्या शिस्तीमुळे इंग्लिशांची सैन्ये विजय मिळवू शकतात, त्याच शिस्तीमुळे आमच्या सैन्याचे पराभव व्हावे, हा न्याय कोठला? बाकीचे लोक अन्न खाऊन धष्टपुष्ट होत असले, तरी हे इंडियन राजांनो, धष्टपुष्ट होण्यासाठी तुम्ही ते अन्न खाल्ले, तर तुम्ही खात्रीने मरून जाल, अशी सृष्टीविरुद्ध एखादी गोष्ट खुद्द एखाद्या वेलिंग्टन साहेबाने सांगितली, म्हणून ती आपण खरी मानावयाची काय ? आणि 'गनिमी काव्याची' पध्दत ही आपली 'मराठ्यांची' मूळची लढाईची पध्दत, ह्या म्हणण्यात तरी अर्थ काय आहे ? ''गनिमी कावा'' हा शब्दही आपला नव्हे. तर त्या शब्दाने व्यक्त होणारी लढाईची पध्दत तरी आपली कोठून होऊ शकणार ? शिवाजीने कित्येक प्रसंगी गनिमी काव्याच्या लढाईच्या पध्दतीचा अंगीकार केला, हे खरे; पण शिवाजीचे सैन्य प्रथमत: थोडे आणि मोगलांचे सैन्य फार मोठे, अशा स्थितीत त्यांच्यावर आडून छापे घालावेत आणि घोड्यावर बसून दुसरीकडे निघून जावे, अशी पध्दत शिवाजी महाराजांना पहिल्या-पहिल्याने स्वीकारणे जरूरच होते व याच पध्दतीचा, पुढे धनाजी जाधव आणि संताजी घोरपडे यांनीही याच कारणासाठी अवलंब केला होता. आणि तशी वेळ पडेल तेव्हा कोणीही सेनापतींनी याच कारणासाठी अवलंब केला होता. आणि तशी वेळ पडेल तेव्हा कोणीही सेनापतींनी या पध्दतीने लढाई करण्याला काही हरकत आहे असे नाही. यशवंतराव होळकरांनी कर्नल मॉन्सन् यांच्या विरुद्ध जी पाठलागाची लढाई चालविली होती, तीही काही

अंशी याच पध्दतीची होती. पण म्हणून याचा अर्थ असा नव्हे की, दौलतराव शिंद्यांनी युरोपियन राष्ट्रांच्या पध्दतीवर आपले कवायती कंपू बनविण्याला सुरुवात केली, म्हणून त्यांचे लढाईत पराभव झाले. शिस्तीपासून लढाईत केव्हाही फायदाच झाला पाहिजे. आणि आपले इंडियन लोकांचे जर काही नुकसान झाले असेल, तर ते शिस्तीमुळे नसून शिस्तीच्या अभावामुळे झालेले आहे. आपला युध्दविषयक प्राचीन इतिहास आपण पाहिला, तर आपल्या सैन्याची सगळी रचना शिस्तीवरच केलेली असल्याचे आपल्याला आढळून येईल. अशा स्थितीत आपण आपले भलतेच ग्रह करून घेऊन आपल्या विजयाच्या कारणांमध्ये आपण आपल्या पराजयाची कारणे पाहू लागलो, तर ते केव्हाही योग्य होणार नाही.

सारांश, आपल्यापाशी चांगली हत्यारे नव्हती, किंवा आपण कवायती कंपू तयार करून लढू लागलो म्हणून आपले हे पराजय झाले, ही कारणमीमांसा बिलकुल चुकीची आहे. हे आपले पराभव आपल्या नैतिक अध:पाताने घडवून आणलेले आहेत. या पुस्तकात पुढे ज्या लढाया दिलेल्या आहेत, त्यापैकी कितीतरी ठिकाणी निव्वळ फितुरीमुळे आपले पराजय झाले असल्याचे आपल्याला आढळून येते. आणि ज्या लोकांच्या मनावर आपल्या धर्माच्या किंवा देशाच्या बंधनाचा मुळीच दाब उरलेला नसतो, आणि ज्यांना केवळ स्वार्थाशिवाय दुसरे काही दिसतच नसते, असेच नीच आणि निमकहराम लोक असली ही, फितुरीची कामे करण्याला उद्युक्त होतात. असले लोक पेशवाईच्या शेवटच्या दिवसात आपल्याकडे फार झालेले होते. आपल्या देशाचे आणि आपल्या राजाचे काही का होईना, आपल्याला एखादे इनाम मिळाले म्हणजे झाले, अशा मनोवृत्तीच्या अधम आणि अप्पलपोट्या फितुरी लोकांनी आपल्या स्वातंत्र्याच्या लढायातून आपले पराभव करून घेतले आणि आपली राज्ये बुडविली. अशी वस्तुस्थिती या पुस्तकातील लढायांच्या अध्ययनावरून स्पष्टपणे दिसून येते. आणि ही स्थिती जर आपल्याला 'यापुढे तरी' बदलावयाची असेल, तर आपली 'नैतिक उन्नतीच' झाली पाहिजे. आपला धर्म, आपला देश, आपले स्वातंत्र, आपले राज्य, आपले ऐक्य, आपले बंधुत्व या गोष्टी ज्यांना आपल्या प्राणांपेक्षाही प्रिय

होतात, त्या लोकांनाच लढायातून विजय मिळतात, त्यांचीच राज्ये प्रस्थापित होतात, आणि त्यांचीच स्वातंत्र्ये कायम टिकतात. आणि हेच तत्त्व भगवान श्रीकृष्णांनी आपल्या भगवद्गीतेतील शेवटच्या श्लोकामध्ये सांगितलेले आहे. तो श्लोक असा –

यत्र योगेश्वर: कृष्णो यत्र पार्थो धनुर्धर: ।
तत्र श्रीर्विजयो भूतिर्ध्रुवा नीतिर्मतिर्मम ।।

पुणे   – शि.म. परांजपे
विजयादशमी शके 1850

बापू गोखले

अनुक्रमणिका

प्रकरण	पान नंबर
■ प्रस्तावना	(तीन) ते (वीस)
1. खडकीची लढाई	23 ते 55
2. येरवड्याची लढाई	56 ते 66
3. कोरेगावची लढाई	67 ते 80
4. अष्ट्याची लढाई	81 ते 107
5. रायगड किल्ल्याची दोन स्थित्यंतरे (सन 1674 आणि 1818)	108 ते 124
6. महाराष्ट्रातील किल्ले	125 ते 176
7. असईची लढाई	177 ते 270
8. अरगावची लढाई	271 ते 282
9. उत्तर हिंदुस्थानातील लढाया	283 ते 298
10. अलीगडची लढाई	299 ते 313
11. दिल्लीची लढाई	314 ते 321
12. लासवारीची लढाई	322 ते 338
13. होळकरांशी युध्द	339 ते 391
14. दीगची लढाई	392 ते 411
15. भरतपूरचा किल्ला आणि इंग्लिशांचे तेथील चार पराभव	412 ते 455

■ □ ■

1. खडकीची लढाई

खडकीची सुप्रसिध्द लढाई दुसरे बाजीरावसाहेब पेशवे आणि इंग्लिश यांच्या दरम्यान ता. 5 नोव्हेंबर 1817 रोजी झाली व पुढे थोड्याच दिवसात पुण्यातील पेशव्यांची सत्ता नाहीशी झाली. या लढाईला आधीची कारणे काय झाली ? आणि ही लढाई झाल्यानंतर त्या लढाईचा इतका दुष्परिणाम इतक्या ताबडतोबीने का झाला ? हे इतिहासदृष्ट्या विचार करण्यासारखे आणि फार महत्त्वाचे प्रश्न आहेत. इ.स. 1817 च्या नोव्हेंबर महिन्यात झालेल्या खडकीच्या लढाईची कारणे 1817 सालातील नोव्हेंबरच्या आधीच्या काही महिन्यांमध्येच कोठे तरी पुष्कळांकडून शोधण्यात येतात. पण ती कारणे तेथे नसून पहिल्याने राघोबादादा आणि मागाहून खुद्द बाजीराव जेव्हा इंग्लिशांची मदत मागण्याकरिता त्यांच्याकडे गेले, तेव्हापासूनच घडून येऊ लागलेली होती, असे म्हणण्यास हरकत नाही. पेशवे, शिंदे, होळकर, गायकवाड, भोसले, वगैरे महाराष्ट्रातील मोठमोठ्या राजांनी आणि सरदारांनी मिळून जी एक मराठा कॉन्फिडरसी स्थापन केली होती, तिच्यामध्येच मराठ्यांचे खरे सामर्थ्य होते. ती कॉन्फिडरसी एकदा मोडली आणि पेशवे, शिंदे, होळकर, वगैरे राजे एकमेकांपासून वेगळे पडले, म्हणजे त्या एकएकट्या राजांची राज्ये गिळंकृत करून टाकण्याला इंग्लिशांना फारसे काही अवघड होते, असे नाही व हेच इंग्लिशांचे त्या वेळच्या राजकारणामधील मुख्य धोरण होते, आणि ते धोरण सिध्दीस नेण्याला बाजीरावाने आपल्या वसईच्या तहाने (31 डिसेंबर 1802) इंग्लिशांना आयतीच संधी आणून दिली. पेशव्यांनी शिंदे, होळकर, गायकवाड, भोसले, या राजांच्यापाशी स्वतंत्र रीतीने कोणताही संबंध ठेवता कामा नये; त्यांच्याशी पेशव्यांना जे काही बोलणे करावयाचे असेल, ते त्यांनी इंग्लिशांच्या मार्फत केले पाहिजे; व पेशवे

आणि शिंदे, होळकर, गायकवाड, भोसले, यांच्यादरम्यान कोणत्याही बाबतीत काही तंटा उपस्थित झाला, तर त्याचा निकाल इंग्लिशांचे विद्यमाने व्हावा; हे तत्त्व इंग्लिशांनी; पेशव्यांनी केलेल्या तहामध्ये जेव्हा समाविष्ट करून घेतले, तेव्हाच मराठ्यांची 'मराठा कॉन्फिडरसी' नष्ट झाली, आणि तेव्हाच पेशव्यांचे वर्चस्व नामशेष झाले.

पेशवे आणि इतर राजे यांच्यामधील भांडण इंग्लिशांच्या विद्यमाने तोडण्यात आले पाहिजे, या वर सांगितलेल्या तहातील घातुक अटीचा उपयोग करण्याचा प्रसंग बडोद्याच्या गायकवाडांपाशी पेशवे सरकारचा काही देण्याघेण्याच्या संबंधाने जो वाद होता, त्या बाबतीत उपस्थित झाला. त्या कामी बोलणे-चालणे करण्याकरिता गंगाधरशास्त्री पटवर्धन हे गायकवाडांचे वकील म्हणून इंग्लिशांच्या संरक्षणाखाली पुण्यास पेशव्यांकडे आले. त्या गंगाधरशास्त्र्यांचा मराठी राज्याच्या दुर्दैवाने पंढरपुरास खून झाला. बाजीरावसाहेबांच्या मसलतीने त्रिंबकजी डेंगळे याने हा खून केला, असे गायकवाडांच्या वतीने इंग्लिशांचे म्हणणे पडले व त्रिंबकजी डेंगळ्याला तुम्ही धरून आणून आमच्या स्वाधीन करावे, अशी इंग्लिशांनी बाजीरावसाहेबांपाशी मागणी सुरू केली. त्याप्रमाणे त्रिंबकजी एकदा पकडला जाऊन त्याला ठाण्याच्या तुरुंगात ठेवण्यात आलेले होते. पण तेथून तो पळाला (1816), तेव्हा त्याला फिरून आमच्या स्वाधीन करून द्यावे, असा बाजीरावाच्या मागे इंग्लिशांचा तगादा लागला. परंतु त्रिंबकजी डेंगळ्याला आपल्या स्वाधीन करून देण्याच्या कामी बाजीरावसाहेब मुद्दाम टाळाटाळ करीत आहेत, या सबबीवर इंग्लिशांनी अखेरीस इ.स. 1817 च्या मे महिन्यात आठव्या तारखेला पुणे शहराला आपल्या इंग्रजी फौजेचा एकाएकी वेढा दिला. त्या वेळी निरुपाय होऊन इंग्लिशांनी घातलेल्या अटी बाजीरावसाहेबांना कबूल करणे भाग पडले. या अटी ज्या तहाने मान्य करण्यात आल्या, त्या तहाला पुण्याचा तह असे नाव देण्यात आले आहे व हा तह ता. 13 जून 1817 रोजी करण्यात आला. या तहाने पेशव्यांच्या राज्यातील बराच मुलूख इंग्लिशांच्या ताब्यात गेला; पेशव्यांच्या सैन्यांची संख्या बरीच कमी करण्यात आली; आणि इ.स. 1813 मध्ये पेशव्यांनी इंग्लिश अधिकाऱ्यांकडून कवाईत शिकवून

आपल्या स्वतःकरिता जी एक पलटण तयार करविली होती, ती पलटण पेशव्यांच्या ताब्यातून काढून इंग्लिशांनी आपल्या ताब्यात घेतली. अशा प्रकारच्या या तहाच्या योगाने इंग्लिशांची सत्ता जास्त वाढली आणि बाजीरावाची सत्ता जास्त संकुचित झाली, त्यामुळे ही गोष्ट बाजीरावाच्या मनाला फार लागून राहिली व इंग्लिशांच्या वाढत्या संकटातून आपली कशी सुटका होईल, याचा तो विचार करू लागला.

याच वेळी हिंदुस्थानातील पेंढारी लोकांचे बंड मोडून टाकण्यासाठी इंग्लिशांनी एक मोठे सैन्य जमा केले होते व या कामी शिंदे, होळकर वगैरे राजांनी आपल्याला मदत करावी, अशीही इंग्लिशांनी त्यांच्याकडे मागणी केली होती. म्हणून या सुमारास बाजीरावाने सैन्याची जमवाजमव करण्याला सुरुवात केली होती. हे सैन्य पेंढाऱ्यांच्या विरुद्ध इंग्लिशांना मदत करण्याकरिता आपण जमवीत आहोत, असेच बाजीराव सांगत असे. पण बाजीरावांचे हे म्हणणे केवळ बाह्यात्कारी असून त्याचा आतील खरा उद्देश आपल्या विरुद्ध लढाई करण्याचा आहे, असा इंग्लिशांच्या मनाने संशय घेतला. जून महिन्यात पुण्याचा तह झाल्यानंतर जुलै महिन्यामध्ये आषाढी यात्रेच्या निमित्ताने बाजीरावसाहेब पंढरपुरास गेले आणि काही दिवसांनी तेथून येऊन ते साताऱ्याजवळच्या माहुलीच्या वाड्यात राहिले. तेथे असताना हैदराबादेहून सर जॉन मालकम हे बाजीरावसाहेबांच्या भेटीला आले. त्यांच्याजवळ बाजीरावसाहेबांनी आपली सर्व गाऱ्हाणी प्रेमाने आणि खुल्या दिलाने सांगितली व इंग्लिशांनी पुण्याच्या तहाने आपल्याला कसे व्यापून टाकले आहे, याबद्दलची हकिकत त्यांनी मालकमसाहेबांपुढे ठेवली. तेव्हा मालकम साहेबांनी त्यांना असा सल्ला दिला की; तुम्ही इंग्लिशांपाशी इनामेइतबारे वागावे व इंग्लिशांनी पेंढाऱ्यांच्या विरुद्ध जी मोहीम सुरू केली आहे, त्या मोहीमेत तुम्ही आपले सैन्य पाठवून इंग्लिशांना मदत करावी' हा मालकमसाहेबांचा सल्ला बाजीरावाला पटला व त्याप्रमाणे तो पेंढाऱ्यांच्या विरुद्ध पाठविण्याकरिता सैन्य ठेवू लागला. मालकमसाहेब आणि बाजीरावसाहेब यांचा पूर्वापार सलोखा फार होता आणि त्यामुळे मालकमसाहेबांचा बाजीरावावर विश्वास होता. आणि म्हणूनच पेंढाऱ्यांच्या विरुद्ध पाठविण्यासाठी सैन्य

ठेवण्याविषयीची त्यांनी बाजीरावाला परवानगी दिली होती. परंतु पुण्याच्या दरबारातील इंग्लिशांचे रेसिडंट, एल्फिन्स्टनसाहेब यांचा बाजीरावावर मालकमसाहेबांप्रमाणे विश्वास नव्हता आणि त्यामुळे बाजीराव नवीन सैन्य जमवीत आहे, या गोष्टीबद्दल त्यांना दिवसेंदिवस जास्तच संशय येऊ लागला. या वेळी बाजीरावाने सैन्य जमा केले नसते, तर तो पेंढाऱ्यांच्या विरुद्ध इंग्लिशांनी मदत करण्याच्या कामी काहीच खटपट करीत नाही, असा आरोप इंग्लिशांनी बाजीरावावर आणता आला असता; आणि तो सैन्य जमवू लागला तर तो ते सैन्य खुद्द इंग्लिशांच्या विरुद्धच लढण्याकरिता जमवीत आहे, असा संशय इंग्लिशांना प्रत्यक्ष आलाच. या कामी बाजीरावाच्या सैन्य ठेवण्यातील खरा हेतू कोणता होता, याबद्दल पेशव्यांच्या दप्तरातील असा प्रत्यक्ष उल्लेख कोठेही नाही. परंतु सैन्य जमा न केले तर दूषण, आणि सैन्य जमा केले तर संशय, अशा दुहेरी कात्रीमध्ये इंग्लिशांनी आपल्या डावपेचांनी बाजीरावाला धरलेले होते, यात संशय नाही. परंतु ते कसेही असले, तरी बाजीराव या वेळेपासून आपल्या फौजा जमा करू लागला, ही गोष्ट निश्चित आहे. या वेळची पेशव्यांच्या बखरीतील जी हकिकत आहे, ती अशी की :- "श्रीमंत फौज ठेवू लागले. अवघे बोलावून पुण्यास आणिले. नवे फौजेची कलमजारी केली. आला स्वार, पायदळ, याची हजिरी घेऊन चाकरीस ठेविले. 10,000 आरब चाकरीस ठेविले व 3000 गोसावी नंगे असे चाकर ठेविले. तेव्हा इंग्रजांचा नेट भारी होत चालला. त्यांनीही पलटणींची तयारी केली. श्रीमंतांची लाख फौजेची हजिरी झाली. तोफखाना पानशे यांजकडून करवीत चालले. नवे बाण करण्याचा आरंभ केला. दारुगोळा याचाही सरंजाम चालविला."

याच सुमाराला उत्तर हिंदुस्थानातील पेंढाऱ्यांच्या बंदोबस्ताकरिता म्हणून मार्क्विस ऑफ् हेस्टिंग्ज यांच्या योजनेप्रमाणे इंग्लिशांचे जे एक मोठे थोरले सैन्य ठिकठिकाणी जमा होत-होते, त्यापैकी ब्रिगेडिअर जनरल स्मिथ यांच्या ताब्यातील फोर्थ (चवथ्या) डिव्हिजनमधील लष्कर खानदेशांतून कूच करीत हळूहळू अहमदनगरकडे येत चाललेले होते व मुंबईची एक युरोपियन पलटण, मद्रास नेटिव्ह घोडेस्वारांची दुसरी पलटण, आणि मद्रास नेटिव्ह इन्फंट्रीच्या पंधराव्या

रेजिमेंटमधील दुसरी पलटण, अशा प्रकारचे सैन्य मुंबईहून निघून पुण्याकडे चाल करून येत होते. व हे मुंबईकडून येणारे सैन्य आणि अहमदनगरकडे येणारे स्मिथसाहेबांच्या हाताखालचे सैन्य ही एकत्र व्हावयाची होती. या सगळ्या, वर सांगितलेल्या इंग्रजी लष्कराला 'आर्मी ऑफ दी डेक्कन'असे नाव देण्यात आलेले होते. पेंढाऱ्यांच्या विरुद्ध इंग्लिशांना मदत करण्याच्या नावाखाली बाजीरावाने पुण्यात सैन्य गोळा करण्याला सुरुवात केली, हा जसा इंग्लिशांचा बाजीरावावर आक्षेप आहे, त्याचप्रमाणे पेंढाऱ्यांच्या लढाईच्या निमित्ताने इंग्लिशांनी आपले सैन्य पुण्याच्या आसपास जवळ करण्याला सुरुवात केली आहे, असा संशय बाजीरावाच्याही मनामध्ये उत्पन्न झाला. पेंढारी मुख्यत्वेकरून उत्तर हिंदुस्थानात नर्मदेच्या पलिकडे विंध्याद्रीच्या डोंगरात; आणि त्यांच्या पारिपत्याकरिता म्हणून उभारलेल्या सैन्यापैकी ब्रिगेडियर जनरल स्मिथ यांच्या हाताखालील फोर्थ डिव्हिजनमधील लष्कर पुण्याच्या रोखाने खानदेशातून अहमदनगरकडे चाल करून येत असलेले; अशा प्रकारच्या या सैन्याच्या हालचालीवरून कोणाच्या मनात संशय उत्पन्न होणार नाही ? या वेळचे बाजीरावाचे वर्तन जर दुटप्पीपणाचे होते, तर या इंग्लिश सैन्यांच्या हालचालीवरून इंग्लिशांचे वर्तनही तितकेच दुटप्पीपणाचे नव्हते काय ? पण इतकेच नव्हे तर, काही तरी निमित्ताने पेशव्यांचे राज्य लयाला न्यावे, असा इंग्लिशांचा स्पष्ट हेतू होता, असे लेफ्टनंट कर्नल ब्लॅकर याने आपल्या इतिहासात दिलेल्या पुढील उताऱ्यावरून स्पष्ट होत आहे :- It may be proper to mention, that these orders of The Supreme Government were dated on the 16th of May, 1817; at which period the affairs at Poona, previous to the treaty, were in that unsettled state which has been described. Accordingly, Sir Thomas Hislop's instructions embraced, in the first instance, *the object of reducing the Peishwah's Power.*

इंग्लिशांच्या अंत:स्थ हेतूंच्या संबंधाने तूर्त हा एकच पुरावा आहे, पण या संबंधाचे इंग्लिशांचे गुप्त कागदपत्र जर इंडियन लोकांना पाहावयाला सापडतील, तर बाजीरावसाहेब हे इंग्लिशांनी बनवून दिलेल्या आपल्या हल्लीच्या कल्पनेपेक्षा

निदान या लढाईच्या कारणाच्या बाबतीत तरी किती जास्त चांगले ठरतील, यात शंका नाही. इंग्लिशांनी बाहेरची आपली सैन्ये पुण्याच्या आसपास आणण्याला सुरुवात केली, इतकेच नव्हे, तर ते महाराष्ट्रातील आणि पेशव्यांच्या ताब्यातील मुलखातून नवीन नोकरही आपल्या चाकरीस ठेवू लागले आणि या कृत्याला बाजीरावाच्या रत्नागिरीकडील कोकणातील कित्येक अंमलदारांकडून प्रतिबंध करण्यात आला असता, हे बाजीरावाचे कृत्य इंग्लिशांच्या द्वेषाचे द्योतक आहे, असे इंग्लिशांकडून प्रतिपादन करण्यात येऊ लागले ! बाजीरावाच्या मुलखातील शिपाई लोकांना बाजीरावाच्या विरुद्ध लढण्याकरिता इंग्लिशांनी आपल्या नोकरीला ठेवावे, असे जर एका बाजूने चाललेले असले, तर दुसऱ्या बाजूने बाजीरावाच्या लोकांनी त्याला हरकत घेतली तर त्यात गैर ते काय झाले ? आणि अशा प्रसंगी इंग्लिशांनी तरी काय केले असते ? जो न्याय इंग्लिशांनी आपल्याला लावला असता, तोच न्याय त्यांनी बाजीरावालाही लावायला नको काय ?

दुसरी गोष्ट अशी की, पावसाळ्याचे दिवस हे सैन्यांच्या हालचालींना सोईचे नसल्यामुळे पेंढाऱ्यांच्या पारिपत्यासाठी बाजीरावाने जे सैन्य जमा केले होते ते दसरा झाल्यानंतर आपल्याकडून पेंढाऱ्यांच्या मोहिमेवर रवाना करण्यात येईल, असे बाजीरावाचे म्हणणे होते व त्याप्रमाणे त्याने ते सैन्य कदाचित् पाठविलेही असते. परंतु इंग्लिशांची सैन्ये आपल्या मुलखाच्या आसपास गोळा होत आहेत, असे पाहिल्यानंतर त्याने आपले सैन्य आपल्या मुलखातून बाहेर पाठविले नसले, तर त्यात तरी त्याचा काय अपराध आहे ? दुसऱ्यांची सैन्ये आपल्या मुलखात घुसत आहेत अशा वेळी आपले सैन्य आपल्या मुलखाच्या बाहेर पाठविण्याला कोण बरे तयार होणार आहे ? इंग्लिशांचे हे एकंदर धोरण पाहून बाजीरावाच्याही मनामध्ये इंग्लशांच्या सदूहेतूबद्दल संशय उत्पन्न झाला असला पाहिजे, यात शंका नाही. आणि म्हणून त्यानेही आपल्या सैन्याची जमवाजमव जास्त जोराने करण्याला सुरुवात केली. शिंदे, होळकर आणि भोसले, यांच्याकडे मदतीकरता निरोप पाठविण्यात आले. सर्व किल्ल्यांची दुरुस्ती करून तेथे शिबंदीचे लोक आणि दाणागोटा यांची तयारी करण्यात आली

व आपल्या आरमाराचीही तयारी असावी, म्हणून पेशव्यांकडून हुकूम सुटले.

या वेळी दोन्हीही पक्ष अशा रीतीने आपल्याला बाजूच्या सैन्यांची जमवाजमव करीत असताना बाजीरावसाहेब इंग्लिशांच्या बाजूकडील लष्करामध्ये फंदफितूर करण्याचे प्रयत्न करीत होते, असा इंग्लिशांचा त्यांच्यावर एक आरोप आहे. पण हा आरोप खरा आहे, असे क्षणभर मानले, तरी इंग्लिशांनी पेशव्यांच्या लष्करात आणि दरबारात असे फंदफितुरीचे काहीच प्रयत्न केलेले नव्हते काय? एका नेटिव्ह ऑफिसरला दहा हजार रुपये आणि दुसऱ्या एका एजंटला पन्नास हजार रुपये इंग्लिश सैन्यात फितुरी करण्याकरिता बाजीरावाकडून देण्यात आले होते, असे इंग्लिशांचे म्हणणे आहे. पण आपण या कामाकरिता कोणाला किती पैसे दिले होते, हे मात्र इंग्लिशांनी सांगितले नाही ! पण त्यांनी जरी ते सांगितलेले नसले, तरी असल्या बाबतीतील त्यांचे गुप्त वर्तन जगजाहीर झालेले आहे. सोहनीकृत पेशव्यांच्या बखरीमध्ये इंग्लिशांनी चालविलेल्या फितुरीच्या संबंधाने पुढीलप्रमाणे स्पष्ट उल्लेख आहे :- 'श्रीमंतांनी लढाईची तयारी केली. परंतु मसलतदार कोणी नाही. अवघे मंडळ नवेच. त्यात इंग्रजांचा फितूर सगळ्या सरदारात जहालेला. कोणी इंग्रजांचा पैका खाल्ल्याशिवाय राहिला असे नाही.' ..'सारे सरदार फितुरलेले, इंग्रजांचा पैका खाल्लेला तेव्हा ती फौज इंग्रज यांशी म्हणजे लढते असे घडत नाही.' पण इंग्रजांनी केलेल्या फितुरीची वर्णने फक्त त्या वेळच्या बखरीतूनच नसून त्या वेळच्या कित्येक पोवाड्यातूनही या गोष्टीचा उल्लेख आढळतो.

फितुर होता ठाव नवता चोर बातमी फिरंग्याची ।।
तयारी झाली लैनेची ।।

असे खडकीच्या लढाईवरील एका पोवाड्यामध्ये वर्णन असून शिवाय शेवटचे बाजीराव पेशवे यांच्या सबंध कारकिर्दीवर प्रभाकर कवीने जो एक प्रसिध्द पोवाडा रचलेला आहे, त्यांत प्रभाकर एके ठिकाणी म्हणतो की -

ईश्वरसत्ता विचित्र सारे दैवाने घडविले ।
हरिश्चंद्र आणि रामचंद्र नळ पांडवास रडविले ।
फितुर करून सर्वांनी आपले राज्य मात्र बुडविले ।

अशा रीतीने पोवाडे रचणाऱ्या शाहीरांपर्यंत देखील ज्या इंग्रजांच्या फितुरीची बातमी जाऊन पोहोचली होती, ती फितुरी किती मोठ्या प्रमाणावर त्या वेळी चोहोकडे पसरलेली असली पाहिजे, याची कोणालाही कल्पना करता येण्यासारखी आहे. शिवाय यशवंतराव घोरपडे आणि बाळाजीपंत नातू हे पेशव्यांच्या दरबारातील सगळ्या बातम्या इंग्लिशांना सांगत असत, ही गोष्ट ग्रँट डफनेही कबूल केलेली आहे. तेव्हा जी पध्दत इंग्लिश लोक इतक्या राजरोस आणि सर्रास रीतीने अंगीकारत होते, त्याबद्दल बाजीरावाला दोष देण्याला इंग्लिशांना मुळीच हक्क पोहचत नाही. याशिवाय आणखीही एक गोष्ट या ठिकाणी नमूद करण्यासारखी आहे ती अशी की, 'पूना ऑक्झिलिअरी फोर्स' या नावाची पेशव्यांनी 1813 सालामध्ये इंग्लिश अंमलदाराकडून कवाईत शिकवून जी एक ब्रिगेड तयार करविली होती, तिच्याबद्दलची एक चमत्कारिक गोष्ट अशी आहे की, या पलटणीतील शिपायांनी नोकरीला राहतेवेळी इमानाने वागण्याची शपथ घेतली होती. पण ही शपथ घेतल्यावर त्यांनी या शपथेला आणखी एक पुरवणी जोडली की, पेशवेसरकार ब्रिटिश सरकारपाशी जोपर्यंत सलोख्याने वागत आहेत, तोपर्यंतच आमची ही इमानदारीची शपथ आमच्यावर बंधनकारक आहे. (On entering the battalion the men took an oath of faithfullness to the Peshwa, but of their own accord, they added the proviso, so long as the Peshwa continues in alliance with the British Government.) वरील शपथेच्या संकल्पामधील ''पेशवे सरकार ब्रिटिश सरकारपाशी जोपर्यंत सलोख्याने वागत आहेत तोपर्यंतच आमची ही इमानदारीची शपथ आमच्यावर बंधनकारक आहे,'' ही जी पुरवणी जोडलेली आहे, ती; शपथ घेणाऱ्या शिपायांनी आपण होऊन आपल्या स्वयंस्फूर्तीने जोडली आहे, असे वरील इंग्रजी वाक्यातील of their own accord या शब्दामध्ये सांगितलेले आहे ! अशी ही शपथेतील अट इंडियन शिपाईलोक आपण होऊन घालतील किंवा ती इंग्लिशांनीच त्यांच्याकडून घालविली असून फिरून वर of their own record – अशी त्यांच्या स्वयंस्फूर्तीबद्दलची मखलाशी केली असेल, हे कोणी कोणाला सांगावयाला पाहिजे असे नाही ! अशा रीतीने पेशव्यांनी

आपल्या पैशाने पोसलेली सबंध पलटणच्या पलटण थोड्याश्या शब्दयोजनेच्या युक्तीने ऐन प्रसंगी पेशव्यांच्याच विरुद्ध उलटविण्याची कारस्थाने ज्यांनी आधीपासून योजून ठेवलेली होती, त्यांनी बाजीरावाने चालविलेल्या फितुरीबद्दल एवढा गवगवा करून सोडावा, हे मोठे आश्चर्य आहे !

पण अशा रीतीने उघडपणे आणि अन्य तऱ्हेने जरी उभयपक्षांकडून सैन्याची जमवाजमव चाललेली होती, तरी या वेळी पेशव्यांनी इंग्लिशांपाशी लढाई करावी किंवा न करावी, हा एक मोठा महत्त्वाचा प्रश्न होता. आपला मुलूख कमी करण्यात आलेला आहे, आपले सैन्य कमी करण्यात आलेले आहे, आणि आपल्याला पेचात आणून इंग्लिश लोक मात्र आपले सैन्य वाढवीत आहेत, याबद्दल बाजीरावाला मोठी दहशत वाटत होती. सर जॉन मालकम यांच्याशी माहुली येथे झालेल्या भेटीमध्ये बाजीरावाची हीच तक्रार होती. विश्राम बागेमध्ये एल्फिन्स्टन आणि बाजीरावसाहेब यांची जी अखेरची मुलाखत झाली, त्या मुलाखतीमध्येही 'इंग्लिशांनी आपले सैन्य येथे जास्त जमा केले आहे, ते कमी करावे', अशीच बाजीरावाची मागणी होती, आणि खडकीची लढाई खुद्द ज्या दिवशी झाली, त्या दिवशीही लढाईच्या आधी दुपारी दोन वाजण्याच्या सुमारास विठोजी नाईक गायकवाड याजबरोबर बाजीरावाने एल्फिन्स्टनसाहेबांना जो निरोप पाठविला होता, त्यातही बाजीरावाचे असेच म्हणणे होते की, 'इंग्लिशांनी पूर्वी मे महिन्यामध्ये पुण्याला वेढा घातला होता, तसा हल्ली आपले लष्कर जमवून पुण्याला फिरून वेढा घालण्याचा तुमचा विचार असला पाहिजे, अशी मला भीती वाटत आहे. म्हणून तुम्ही आपले सैन्य पुण्याहून हालवून दुसरीकडे दूर कोठे तरी न्यावे.' या दोन्ही तिन्ही वेळच्या मागणीवरून बाजीरावाच्या मनाला मुख्यत्वेकरून कशाची भीती वाटत होती, आणि 'तो लढाईला कां तयार झाला', हे लक्षात येण्यासारखे आहे. इंग्लिशांचे आपल्या सभोवतालचे सैन्य दिवसेंदिवस जास्त वाढत जाणार, तेव्हा तसे होण्याच्या आधीच आपण त्यांचा बंदोबस्त केला पाहिजे, अशा इच्छेने बहुतकरून बाजीराव लढाईला उद्युक्त झाला असावा. पण या कामी ज्या वेळी बाजीरावाने आपल्या सरदारांचा सल्ला घेतला, त्या वेळी लढाईला अनुकूल असे फारच थोडे सरदार होते. विठ्ठल

शिवदेव विंचुरकर हे आपल्या लष्करासह काही दिवस ब्रिगेडिअर जनरल स्मिथ यांच्या सैन्याबरोबर होते. त्या वेळी त्यांना इंग्रजी सैन्यातील शिस्तीची, टापटिपीची आणि कर्तबगारीची चांगली माहिती झालेली होती. त्यांनी सांगितले की, 'इंग्रजांची फौज आपल्यापेक्षा सरस आहे, तेव्हा त्यांच्याशी लढाई करून आपल्याला यश मिळावयाचे नाही', पण ती गोष्ट बाजीरावाला पटली नाही. तेव्हा जरी विंचुरकर स्वत: लढाई देण्याचे विरुध्द होते, तरी पेशव्यांची आज्ञा मोडावयाची नाही, अशा पूर्ण स्वामीनिष्ठेच्या भावनेने विंचुरकर आपल्या फौजा घेऊन लढाईला आले. त्याचप्रमाणे बारामती येथील मुत्सद्दी गोविंदराव काळे यांचेही मत लढाईच्या विरुध्द होते. त्यांनी अशी मसलत सांगितली की, ''तूर्त इंग्रजांशी लढाईचा प्रसंग घालू नये. तुमचा सरंजाम अवघा नवा. काल चाकर ठेवलेला आज लढून मरतो असे घडत नाही. वर्षे दोन वर्षे फौज अशी बाळगावी व इंग्रजांशी सख्यत्व आहे तेच चालवावे. दुसरे, लढाईचा प्रसंग शहरापाशी करू नये. एखादी सरकारची मोहीम बाहेर परराज्यांत काढावी आणि इंग्रजास समागमे घेऊन जावे व तिकडे गेल्यानंतर लढाईचा प्रसंग करावयाचा (तो) करता येईल. सध्या लढाई उभी केली असता इंग्रज म्हणजे हटला जातो असे घडत नाही.''

गोविंदराव काळे यांची ही मसलत होती, तशीच बाकीच्याही बऱ्याच सरदारांची मसलत होती. 'परंतु तिकडे लक्ष दिले गेले नाही, हे महाराष्ट्राचे दुर्दैव होय.' वर दिलेल्या गोविंदराव काळे यांच्या मसलतीमध्ये एक मुद्दा तर लष्करी परिणामाच्या दृष्टीने फारच महत्त्वाचा होता. पुणे शहराच्या जवळ लढाईचा प्रसंग आणू नये, या गोविंदराव काळे यांनी सांगितलेल्या मसलतीमध्ये फारच दूरदृष्टीचा विचार भरलेला होता आणि एकाच लढाईमध्ये पुणे शहरचे राज्य आणि सगळी पेशवाई कशी बुडाली, असा जो एक प्रश्न साहजिकपणे कोणाच्याही मनामध्ये उद्भवतो, त्या प्रश्नाचे उत्तर गोविंदराव काळ्यांच्या या सल्ल्यामध्ये आहे. या लढाईचे रणांगण खडकीच्या इतके जवळ नसून ते पुण्यापासून पुष्कळ दूरवर असते, तर हल्ली आपल्याला अनुभवावा लागत आहे, तसा त्या दूरच्या लढाईचा घातुक परिणाम आपल्याला भोगावा लागला नसता. पहिल्याने खडकीची आणि नंतर दुसरी येरवड्याच्या टेकडीजवळची अशा दोन लढाया झाल्याबरोबर

एकदम पुण्यावर जो शत्रूचा घाला आला, तो हीच लढाई दूर अंतरावर झाली असती तर इतक्या लवकर कधीही येऊ शकला नसता. पुण्यापासून दूरच्या एखाद्या ठिकाणी जरी पराभव झाला असता आणि तेथून बाजीराव आणि बापू गोखले हे हळूहळू पुण्याकडे मागे हटत आले असते, तरी पहिल्या पराभवापासून पुण्यावर इंग्लिशांचा हल्ला येऊन पोहोचेपर्यंत मराठ्यांना मध्यंतरी किती तरी अवकाश सापडला असता, व त्या अवकाशात त्यांना पुण्याच्या सरंक्षणाची कितीतरी योग्य तजवीज करता आली असती. पण आपल्या दुर्दैवाने हा क्रम उलटा झाला. बाजीरावसाहेब पुण्यातून ता. 17 नोव्हेंबर 1817 रोजी

दुसरे बाजीराव

निघूनगेल्यापासून तो अशीरगडजवळ ता. 17 मे 1818 च्या सुमाराला ते मालकमसाहेबाच्या स्वाधीन झाले, तेथपर्यंतच्या मध्यंतरीच्या 6 महिन्यांमध्ये बाजीरावसाहेबांनी इंग्लिशांच्या, पाठलाग करणाऱ्या सैन्याला एकापाठीमागून एक झुकांड्या देण्यामध्ये जे लष्करी आणि गनिमी कौशल्य दाखविले आणि जी चिकाटी धरली त्याबद्दल इंग्लिश ग्रंथकार देखील लष्करी हुलकावणीच्या दृष्टीने बाजीरावाची तारीफच करीत आहेत. पण बाजीरावसाहेबांनी हे धोरण आधी स्वीकारिले असते, तर कदाचित आजला महाराष्ट्राचे स्वरूप आजच्यासारखे मुळीच झाले नसते ! पण ईश्वराच्या घरची जी भवितव्यता ठरलेली असते, तिच्यापुढे मनुष्याचे काही चालत नाही !

असो, गोविंदराव काळ्यांचा वर सांगितलेला सल्ला जरी चांगला होता, तरी तो बाजीरावसाहेबांना पटला नाही आणि त्यांनी पुण्याच्या लढाईची जोराने तयारी सुरू केली. या प्रसंगासंबंधाने पेशव्यांच्या बखरीतील जे वर्णन आहे, ते येणेप्रमाणे आहे-''पुण्यात तमाम सरदार जमा झाले. निपाणकर, अक्कलकोटवाले भोसले, निंबाळकर, घोरपडे, जाधव, विंचूरकर, पटवर्धन, बापू गोखले, राजेबहादर, भोईटे, पुरंदरे (व) किरकोळ सरंजामा असे मिळून नवीन ठेवलेली फौज मिळून लाख सव्वा लाख घोडे मिळाले. खेरीज पायदळ आरब, रोहिले, पठाण, शिद्दी, गोसावी, शिवाय रजपूत, रांगडे, मुसलमान असे 50,000 पायीचे लोक नवे चाकर ठेवलेले असा सरंजाम तयार जाहला.'' व या सगळ्या लष्कराचे अधिपत्य बापू गोखले यांजकडे देण्यात आलेले होते. बाजीरावांचे हे जे नवीन सैन्य आसपासच्या भागातून तयार होऊन येत होते, ते पुण्यास आल्यावर गारपीरच्या बाजूला त्या सैन्याची छावणी पडू लागली. परंतु गारपिरावर कर्नल बर यांच्या हुकमतीखाली इंग्लिशांची काही पलटणे आधी पुष्कळ दिवसापासून राहात होती. या इंग्रजी लष्करात नेटिव्ह इन्फन्ट्रीच्या सहाव्या आणि सातव्या रेजिमेंटमधील मिळून एकंदर 1200 शिपाई लोक होते व शिवाय त्यांच्यापाशी दोन तोफाही होत्या. हे इंग्रजी लष्कर मुठा नदीच्या उजव्या हातच्या किनाऱ्याच्या बाजूला हल्ली जेथे पुण्याच्या कलेक्टरचे ऑफिस आहे त्याच्या आसपास गारपिरावर राहात असे आणि त्या लष्कराकरिता ड्यूक ऑफ वेलिंग्टन यांच्याकडून इ.स.

1803 सालापासून ही जागा मुक्रर करून देण्यात आलेली होती. गारपिरावरील इंग्लिश लष्कराच्या या छावणीच्या सभोवार पेशव्यांच्या लष्कराच्या छावण्या येऊन पडल्या आणि गोसावी लोकांची पलटणे वानवडीच्या मैदानावर येऊन उतरली. त्याचप्रमाणे संगमावरील रेसिडंट, मि. एल्फिन्स्टन, यांचा बंगला आणि भांबुर्डे गाव यांच्या दरम्यानच्या मैदानामध्ये विंचुरकरांचे घोडेस्वार, पायदळ आणि तोफखाना यांचा तळ येऊन पडला. अशा रीतीने गारपिरावरील इंग्लिशांची फौज ही पेशव्यांच्या लष्कराकडून चोहोबाजूंनी हळूहळू वेढली जात होती.

शिवाय गारपिरावरील इंग्लिशांच्या छावणीच्या बाजूने शहरातील कित्येक बागांची मोठमोठी कुंपणे असल्यामुळे त्यांच्या आडून शहरातील पेशव्यांच्या शिपायांना इंग्लिशांवर हल्ले करण्याला सोईचे पडत असे, व इंग्लिशांच्या छावणीतील फितुर झालेल्या लोकांना पेशव्यांच्या सैन्यात जाऊन मिळण्यालाही फार सोपे पडत असे. ही इंग्लिशांची पेशव्यांच्या विरुध्द एक तक्रार होतीच. परंतु तक्रारीचे आणखीही एक कारण उपस्थित झाले, ते असे की, रेसिडेंटच्या बंगल्यापासून दोन मैलांचेही अंतर नसेल अशा ठिकाणी इंग्लिश लष्करातील लेफ्टनंट शॉ याला पेशव्यांच्या तीन घोडेस्वारांनी घोड्यावरून खाली ओढले, आणि आपल्या भाल्याने त्याच्या मांडीला जखमा केल्या आणि शिवाय पेशव्यांचे लष्कर इंग्लिशांच्या छावणीच्या इतक्या जवळ येऊन भिडल्याच्या योगाने पेशव्यांच्या लोकांना इंग्रजी सैन्यात येऊन फंदफितुर करण्याला फार सुलभ होऊ लागले.

अशा रीतीने मराठ्यांच्या सैन्याची सगळी तयारी झाल्यानंतर इंग्लिशांच्या छावणीवर ताबडतोब हल्ला करावा असे, मराठ्यांच्या लष्करातील लोकांचे मत होते व त्याकरिता ता. 28 ऑक्टोबर रोजी रात्री तोफेच्या गाड्यांना बैल जुंपण्यात आले; घोडेस्वारांनी आपल्या घोड्यांवर खोगिरे चढविली; आणि पायदळाच्या पलटणी लढाईला निघण्याकरिता तयार झाल्या. अशा रीतीने त्या दिवशी रात्री शहरात मोठी धामधूम चाललेली होती, व तोफांच्या गाड्यांचा आणि घोड्यांच्या टापांचा आवाज मोठ्याने ऐकू येत होता. त्या रात्री संगमावरील बंगल्यात रेसिडेंट, मि. एल्फिन्स्टन, यांना झोप आली नाही. ते आपल्या बंगल्याच्या गच्चीवरून चिंताग्रस्त मुद्रेने या सगळ्या प्रकाराचा कानोसा घेत होते. या वेळी

सुप्रसिध्द इतिहासकार, ग्रँट डफ, हा मि. एल्फिन्स्टन यांच्या बरोबर होता व त्या रात्री त्या वेळी पाऊस, विजा आणि मेघगर्जना यांचीही अगदी गर्दी उसळून गेली होती आणि त्या रात्रीच कदाचित् पेशव्यांच्या सैन्याने इंग्लिशांवर छापा घातला असता. पण पेशव्यांच्या सैन्यात बापू गोखले हे जरी दृढनिश्चयी सेनापती होते, तरी बाजीरावांचे मन फार अस्थिर होते. त्यांनी त्या दिवशीच्या छाप्याचा बेत रहित करून ती सारी रात्र फुकट मसलतीत घालविली. नंतर दुसरे दिवशी ता. 29 ऑक्टोबर रोजी मि. एल्फिन्स्टन यांनी पेशव्यांकडे असा निरोप पाठविला की, तुमचे लष्कर आमच्या सैन्याच्या अगदी हद्दीवर येऊन भिडले आहे. तेव्हा ते लष्कर तुम्ही तेथून दूर हलवावे. परंतु बाजीरावसाहेबांनी तसे काही एक केले नाही. तेव्हा बाजीरावसाहेब आता लवकरच केव्हा तरी आपल्यावर हल्ला करणार, ही गोष्ट एल्फिन्स्टनसाहेबांच्या मनाने पक्की घेतली. याच्या पूर्वीच मुंबईच्या आणि अहमदनगरच्या युरोपियन पलटणींनी ताबडतोब निघून पुण्याच्या मदतीला यावे, अशाबद्दलचा हुकूम मि. एल्फिन्स्टन यांनी पाठविला होता. त्यापैकी मुंबईचे गोरे लष्कर झपाट्याने कूच करून ता. 30 ऑक्टोबर रोजी खडकीस येऊन पाहोचले. नंतर गारपिरावर असलेले आपले सैन्य यापुढे तेथे ठेवणे सुरक्षितपणाचे नाही असे लक्षात आणून तेथील कर्नल बर यांच्या हाताखालील सैन्य खडकीस नेण्याविषयी मि. एल्फिस्टन यांनी हुकूम केला व त्याचप्रमाणे गारपीरच्या छावणीचे रक्षण करण्याकरिता व रेसिडेंटच्या रक्षणाकरिता काही लोक ठेवून युरोपियन पायदळाचे 800 लोक, नेटिव्ह इन्फन्ट्रीचे 1200 लोक आणि 6 तोफा, इतके सैन्य आपल्याबरोबर घेऊन मुठा नदी उतरून कर्नल बर यांनी ता. 1 नोव्हेंबर रोजी खडकीस कूच केले. खडकीस जाऊन पोहोचल्यावर कर्नल बर यांनी तेथे आपल्या छावणीची ता. 1 व 2 नोव्हेंबर या दोन दिवसांत बहुतेक व्यवस्था लावली. त्यांनी या ठिकाणी आपल्या छावणीची जी योजना केली, त्या योजनेप्रमाणे त्यांचे सैन्य डाव्या बाजूला हल्ली जो होळकरपूल म्हणून प्रसिध्द आहे, त्या पुलाच्या जवळपर्यंत पसरलेले होते व त्या सैन्याच्या उजव्या बाजूचे टोक हल्ली जेथे खडकीचा गाव आहे, तेथपर्यंत जाऊन पोहोचलेले होते. ही जी इंग्रजी सैन्याची रांग लागलेली होती, त्याच्या पिछाडीकडून मुळा नदीचा

प्रवाह वाहत होता ही जागा थोडीशी उंचवट्याची असून त्याच्या पाठीमागे मुळा नदीच्या पाण्याचा पुरवठा असल्यामुळे ही छावणीची जागा लष्कराच्या फार सोईची होती. त्याशिवाय येथे आणखीही एक सोय होती ती अशी की, पेशव्यांनी कर्नल फोर्ड याच्या हुकमतीखाली जी पलटण तयार करविली होती, ती पलटण मुळानदीच्या पलीकडे दापोडीला राहात होती. व प्रसंग पडेल त्याप्रमाणे ही कर्नल फोर्ड यांची पलटण खडकीच्या सैन्याच्या मदतीला बोलावणे जरुर झाल्यास ती पलटण तेथून जवळच असलेल्या खडकीच्या पलटणांत येऊन मिळणे फार सुलभ होते. त्यावेळी दापोडी आणि खडकी यांच्यामध्ये हल्लीच्याप्रमाणे पूल नव्हता. तेव्हा दापोडी आणि खडकी यांच्या दरम्यानच्या पश्चिमेच्या बाजूकडील मुळा नदीमधून दापोडीच्या सैन्याने कोणत्या पाणउताराच्या वाटेने नदी उतरून खडकीला यावे, हे सुध्दा मि. एल्फिन्स्टन यांनी ठरवून ठेविले होते.

इकडे ता. 1 नोव्हेंबर रोजी कर्नल बर यांनी गारपिरावरील आपली छावणी सोडल्याबरोबर मराठ्यांचे लष्कर गारपीरच्या छावणीत शिरले व तेथे त्यांनी लुटालूट केली. आणि मराठ्यांचे लष्कर रेसिडेन्सीच्याही जवळ-जवळ सरकत चालले. हा प्रकार पाहून या संबंधीचा खुलासा काढून आणण्याकरिता मि. एल्फिन्स्टन यांनी कॅप्टन फोर्ड याची त्या कामावर योजना केली. कॅप्टन फोर्ड हा पेशव्यांच्या पलटणीतील नोकर असल्यामुळे पेशव्यांपाशी त्याचे बरेच वळण होते व सदाशिव माणकेश्वर यांच्या पाठीमागून पेशव्यांचे प्रधान झालेले मोर दीक्षित वसईकर यांचा व कर्नल फोर्ड याचा विशेष स्नेहसंबंध होता. व त्यामुळे बाकीच्या कित्येक अधिकारी लोकांप्रमाणे मोर दीक्षित हेही इंग्लिशांना फितुर झाले आहेत, असा त्यांच्याबद्दल पुष्कळ लोकांचा समज झालेला होता. परंतु हा समज कितपत खरा होता, याच्याबद्दल खडकीच्या रणांगणावरील पुढे दिलेल्या कित्येक गोष्टींवरून व त्या वेळच्या मोर दीक्षितांच्या वर्तनावरून संशय येणे साहजिकच आहे. परंतु मोर दीक्षित आणि कर्नल फोर्ड यांचा स्नेहसंबंध बराच असावा, असे दिसते. कर्नल फोर्ड हा जेव्हा मोर दीक्षित यांच्याकडे बातमी काढण्यासाठी आला, त्या वेळचे मि. प्रिन्सेप या इतिहासकाराने दिलेले वर्णन वाचण्यासारखे आहे. मोर दीक्षित यांनी कर्नल फोर्ड याला असे सांगितले की,

"बाजीरावसाहेबांचा विचार पर्वतीवर जाण्याचा आहे व त्यासाठी ही सगळी गडबड चाललेली आहे. परंतु यदाकदाचित् पेशवे आणि इंग्रज यांच्यामध्ये लढाई झाली, तर तुम्ही आपली पलटणे घेऊन पेशव्यांच्या बाजूला येऊन मिळावे," अशी मोर दीक्षित यांनी कॅप्टन फोर्ड यांजला विनंती केली. पण कर्नल फोर्ड याने ती गोष्ट मान्य केली नाही. "पेशव्यांच्या बाजूला मिळून आपले देशबांधव जे दुसरे इंग्लिश लोक; त्यांच्यापाशी मी लढाई करावी, अशी गोष्ट माझ्या हातून कधीही घडणार नाही," असे कर्नल फोर्ड याने उत्तर दिले. हे उत्तर किती बरोबर आहे ! पण हे उत्तर देताना कर्नल फोर्ड यांच्या मनात स्वदेश बांधवांच्या प्रेमाबद्दलची जी पवित्र भावना प्रचलित झालेली होती, त्या भावनेचा एक लेश तरी इंग्लिशांच्या बाजूने मराठ्यांच्या विरुद्ध लढणाऱ्या त्या हजारो मराठे शिपायांपैकी एकाच्या तरी मनामध्ये कधी उत्पन्न झालेला होता काय ! कर्नल फोर्ड याने आपल्या सैन्यासह निदान तटस्थ तरी राहावे, म्हणूनही मोर दीक्षितांनी त्यांचे मन वळविण्याबद्दल शिकस्त करून पाहिली. परंतु कर्नल फोर्ड हा आपल्या स्वदेशभक्तीच्या व्रतापासून यत्किंचित्ही च्युत झाला नाही. तेव्हा कर्नल फोर्ड आणि मोर दीक्षित या दोघांचेही मन लढाईतील भावी प्रसंगाकडे वळले. "त्या खडकीच्या लढाईत या दोन स्नेह्यांपैकी जो कोणी मरण पावेल, त्याच्या पाठीमागे राहिलेल्या बायकामुलांची आणि आप्तइष्टांची, जो कोणी जिवंत राहील त्याने तरतूद करावी," असे उद्गार त्यांच्या तोंडून निघाले. ही जी दुष्ट कल्पना अशा रीतीने या वेळी बोलून दाखविण्यात आली होती, ती अखेरीस खडकीच्या लढाईत मोर दीक्षितांच्या बाबतीत दुर्दैवाने खरी ठरली ! मोर दीक्षित हे खडकीच्या रणांगणावर मरण पावले ! पण पुढे त्यांच्या मुलाबाळांची कर्नल फोर्ड याने आपल्या अभिवचनाप्रमाणे काय तजवीज केली, हे मात्र इतिहासात कोठे नमूद नाही !

मि. एल्फिन्स्टन यांनी सुचविल्याप्रमाणे कॅप्टन फोर्ड आणि मोर दीक्षित यांची वर सांगितलेली मुलाखत इ.स. 1817 च्या नोव्हेंबर महिन्याच्या 5 व्या तारखेच्या सकाळी झाली. त्यानंतर त्याच दिवशी दुपारी सुमारे 2 वाजता पेशव्यांकडून विठोजी नाईक गायकवाड या नावाचा एक इसम संगमावर रेसिडेंटला

भेटण्याकरिता आला व त्याने बाजीरावाचा निरोप म्हणून मि. एल्फिन्स्टन यांना असे सांगितले की; ''तुम्ही आपल्याजवळ हल्ली जे-जे इंग्रजी सैन्य जमा केले आहे, ते दूर कोठेतरी पाठवून द्यावे आणि तुमच्याजवळ जे नेटिव्ह सैन्य आहे, ते सैन्य बाजीरावसाहेब सांगतील तेथे तुम्ही नेऊन ठेवावे.'' परंतु हे म्हणणे मि. एल्फिन्स्टन यांनी मान्य केले नाही. ''तेव्हा तुम्ही जर ही गोष्ट मान्य करीत नसाल, तर याचे परिणाम तुम्हाला भोगावे लागतील,'' असे बजावून विठोजी नाईक रेसिडेन्सीमधून निघून गेला. विठोजी नाईक हा बेटावरून परत आल्यानंतर इंग्रज आपले म्हणणे मान्य करीत नाही, हे निश्चित झाले व बापू गोखले वगैरे मंडळींनी श्रीमंतांच्या सल्ल्याने ताबडतोब लढाई देण्याचा बेत मुक्रर केला. तेव्हा बाजीरावसाहेब आपल्या बरोबर काही थोडेसे स्वार घेऊन पर्वतीवर जाण्याकरिता निघाले व बाकीचे सर्व लष्कर खडकीस इंग्रजांवर हल्ला करण्याकरिता पुण्याहून बाहेर पडले. ही गोष्ट ता. 5 नोव्हेंबर रोजी दुपारी सुमारे तीन वाजता झाली. या वेळी लष्कर बाहेर निघाले, तेव्हा 'जरीपटक्याची' काठी मोडली व हा एक अपशकुन झाला, असे कित्येकांना वाटले. परंतु सर्व सैनिकांच्या अंगामध्ये वीरश्रीचा इतका संचार झाला होता की, या गोष्टीकडे फारसे लक्ष न देता सर्व लष्कर लढाईकरिता बाहेर पडले.

इतकी स्थिती येऊन पोहोचली, 'तेव्हा आता यापुढे आपण रेसिडेंन्सीमध्ये राहाणे सुरक्षित नाही,' असे मि. एल्फिन्स्टन यांस वाटून त्याने रेसिडेन्सी सोडून खडकीस कर्नल 'बर' यांच्या सैन्याचा जेथे तळ होता तेथे जाण्याचा निश्चय केला. त्यांनी आपल्यायेथील मडमा वगैरे मंडळींना आधी पुढे पाठवून दिले व पाठीमागून ते स्वत: जाण्याच्या तयारीला लागले. विठोजी नाईक बेटावरून पुण्यात परत गेल्यानंतर पुढे पुण्याच्या बाजूने काय-काय हालचाली होतात हे पाहण्याकरिता मि. ग्रँट डफ हे जे त्या वेळी त्यांचे जवळ होते, त्यांना त्यांनी पाठविले. हल्ली 'पांचाळेश्वराचे' म्हणून जे एक लहान लेण्यासारखे भांबुर्ड्यास देऊळ आहे, त्याच्या आसपास पूर्वी त्या वेळी लहानशी टेकडी असावी आणि त्या टेकडीच्या खडकातच हे पांचाळेश्वराचे देऊळ खोदलेले आहे. हल्ली दगडाच्या खाणी खणून ही टेकडी बहुतेक नाहीशी करण्यात आलेली आहे. पण त्या वेळी

ती टेकडी बरीच विस्तृत असावी, असे दिसते. या टेकडीच्या आड गुप्तपणाने जाऊन ग्रँट डफने गणेशखिंडीच्या डोंगराच्या बाजूने पेशव्यांचे लष्कर जिकडे तिकडे पसरत चाललेले पाहिले. व त्याबद्दलची हकिकत त्याने एल्फिन्स्टन साहेबांना येऊन सांगितली. ती बातमी कळल्यावर एल्फिन्स्टन साहेबांनी संगमावरून खडकीला जाण्याची पुष्कळच त्वरा केली. पेशव्यांचे स्वार रेसिडेन्सीकडे येऊ लागले होते व थोडक्याच वेळात रेसिडेन्सीला वेढा पडण्याचा संभव होता म्हणून आपल्या, संगमावरील रेसिडेन्सीच्या बंगल्यामधून पळून जाण्याची एल्फिन्स्टन साहेबांना फारच घाई केली. त्यांना आपल्या बंगल्यातील काही थोडीबहुत आवराआवर करण्यालासुध्दा फुरसत सापडली नाही. त्यांच्यापाशी गुप्त स्वरूपाच्या पत्रव्यवहाराचे असे जे काही कागदपत्र होते, तेवढे मात्र त्यांनी तेवढ्याही घाईमध्ये आधी जाळून टाकले आणि ते काम पुरे झाल्याबरोबर त्यांच्या अंगावर जे कपडे होते त्याच कपड्यानिशी ते तेथून पळून जाण्याकरिता निघाले. 'बाजीराव पळपुट्या होता', असा आपल्याच लेखकांनी आपल्याच एका राजाचा लौकिक वाढविला आहे, हे खरे; पण खडकीच्या लढाईनंतर बाजीरावाला पळावे लागले, त्याचप्रमाणे खडकीच्या लढाईच्या आधी एल्फिन्स्टन साहेबालाही पळून जाणे भाग पडले होते, हेही आपण लक्षात ठेवणे जरूर आहे. एल्फिन्स्टन साहेबांनी पळून जाण्याची फार गर्दी केली. त्यांच्याजवळ जे थोडेबहुत शिपाई होते, ते त्यांनी आपल्या सभोवती जमा केले आणि रेसिडेन्सीच्या बंगल्यातून पळ काढण्याला त्यांनी सुरुवात केली. या संगमावरील रेसिडेंन्सीच्या बंगल्याच्या पाठीमागून खडकीकडून मुळा नदी वाहत येऊन पुढे जवळच मुठेचा आणि तिचा संगम होतो. हल्लीच्या बंड-गार्डनपाशी नदीला जे धरण बांधलेले आहे, ते त्या वेळी नसल्यामुळे रेसिडेन्सीच्या पाठीमागील मुळा नदीमध्ये हल्लीच्यासारखे पुष्कळ पाणी नसून क्लीलंड या नावाच्या एका साहेबाच्या, तेथील जवळच्याच एका बंगल्याच्या पाठीमागे नदीतून पलीकडे जाण्यास पाण्यातून उतार होता. त्या उताराने एल्फिन्स्टनसाहेब मुळा नदी उतरून पलीकडच्या किनाऱ्याला आपल्या लोकांसह पळून गेला व मुळा नदीच्या त्या डाव्या बाजूच्या काठाकाठाने जो रस्ता होता, त्या रस्त्याने हल्लीच्या संगमवाडीच्या

जवळून तो होळकर पुलाकडे पळत सुटला.

इकडे या पळापळीचा प्रकार चाललेला होता, त्याच वेळी दुसऱ्या बाजूला पुण्यातून पेशव्यांच्या फौजा इंग्रजांशी खडकीवर लढाई देण्याकरिता लकडीपुलाच्या बाजूने बाहेर पडल्या होत्या. श्रीमंत पर्वतीवर गेले आणि बापू गोखले व मोर दीक्षित मराठे, चिंतामणराव, अप्पा पटवर्धन व तासगावकर व मिरजकर पटवर्धन, आप्पाजी पाटणकर, घोरपडे, पुरंदरे, राजेबहाद्दर, अक्कलकोटवाले झाडून फौजेसुध्दा तयार होऊन गणेशखिंडीवर इंग्रज जेथे उतरला होता तेथे जाऊन इंग्रजास घेरा दिला. मराठ्यांचे पायदळ, घोडेस्वार, तोफा, वगैरे लष्कर चतुःश्रृंगीच्या देवळानजीक गणेशखिंडीच्या डोंगरापासून तो जवळ-जवळ संगमावरील रेसिडेन्सीच्या जागेपर्यंतच्या मधल्या मैदानामध्ये चोहोंकडे एखाद्या समुद्रासारखे पसरून राहिलेले होते. त्या वेळी एल्फिन्स्टनसाहेब रेसिडेन्सीमधून पळून गेल्याबरोबर मराठ्यांचे लोक रेसिडेन्सीमध्ये शिरले व त्यांनी तेथील बंगला आणि त्यातील सामानसुमान सर्व जाळून टाकले. एल्फिन्स्टनसाहेब हे मोठे विद्याव्यासंगी होते आणि त्यामुळे त्यांच्यापाशी इंग्रजीतील चांगल्या चांगल्या पुस्तकाची एक लायब्ररी होती. ती सगळी लायब्ररी या वेळी जळून गेली. आपल्या जळणाऱ्या बंगल्याच्या ज्वाळांकडे पाहात पाहात एल्फिन्स्टनसाहेब मुळा नदीच्या पलीकडच्या बाजूच्या काठाकाठाने पळ काढीत असता त्याच मुळा नदीच्या उजव्या काठाच्या बाजूने पेशव्यांचे जे सैन्य उभे होते, त्यातील काही लोकांनी एल्फिन्स्टनसाहेबांवर गोळ्या झाडल्या. या प्रसंगाचे पेशव्यांच्या बखरीत जे वर्णन दिले आहे, ते याप्रमाणे आहे:- 'अलपिष्टनसाहेब मेण्यात बसून निघाले. नंतर सरकारच्या फौजेने बेट लुटिले व जाळिले. त्या वेळेस नदीच्या पलीकडून (म्हणजे एल्फिन्स्टनसाहेब मुळा नदीच्या डाव्या काठाने होळकरपुलाकडे चालला असता मुळा नदीच्या उजव्या काठाच्या बाजूला विंचुरकरांची फौज लढण्यासाठी जेथे उभी होती तेथे) विंचुरकर यांचे फौजेचा फरा उभा होता. साहेब मेण्यात बसून त्या (म्हणजे अर्थात् पलीकडच्या संगमवाडीच्या बाजूकडील) फऱ्यावरून चालला. एकटा असून त्यास कोणी अडविले नाही. असा फितूर फौजेचा. एक बापू गोखले मात्र लढाईचे उद्योगात. तेव्हा एकट्याचा निभाव कसा लागतो?'' या वरील उताऱ्यावरून एल्फिन्स्टनसाहेब

पळत असताना त्याचा पाठलाग करणे किंवा नदीच्या पलीकडून त्याच्यावर जोराचा हल्ला करून गोळ्या झाडणे अशक्य होते असे नाही. तरी पण पेशव्यांच्या फौजेतील फंदफितुरीमुळे तसे काही एक घडून न येता एल्फिन्स्टनसाहेब आपल्या जवळच्या सुमारे 500 लोकांसह बेटावरून निघाले ते होळकर पुलापर्यंत सुरक्षित जाऊन पोहोचले. 'मि. एल्फिन्स्टन हे बेटावरून निघून नदीच्या काठाने खडकीला येत आहेत,' अशी आगाऊ सूचना समजलेली असल्यामुळे कर्नल बर यांनी खडकीहून आपल्या लष्करातील एक तुकडी एल्फिन्स्टनसाहेबांना सुरक्षितपणे घेऊन येण्याकरिता पुढे पाठविली होती. त्या तुकडीच्या साहाय्याने एल्फिन्स्टनसाहेब खडकीच्या छावणीत ता. 5 नोव्हेंबर रोजी संध्याकाळी 3।।-ते4 च्या सुमारास येऊन पोहोचले व त्यांनी लढाईला ताबडतोब सुरुवात करायची असे ठरविले. 'दापोडी येथे कर्नल फोर्ड याच्या हाताखाली जी पलटण होती, ती घेऊन कर्नल फोर्ड यांनी खडकीच्या सैन्याला येऊन मिळावे,' म्हणून त्यांना आधीच निरोप पाठवून ठेवण्यात आलेला होता. या वेळी इंग्लिशांच्या बाजूला मराठ्यांच्या मानाने फारसे लष्कर होते असे नाही. इंग्लिशांकडे घोडेस्वार फारसे नव्हतेच, असे म्हटले तरी चालेल. पायदळाची संख्या सुमारे 2800 असून त्यापैकी फक्त 800 च काय ते युरोपियन शिपाई होते. आणि त्याशिवाय त्यांच्यापाशी फक्त 8 च काय त्या तोफा होत्या. आणि त्या मानाने पाहिले असता पेशव्यांकडील फौज फार मोठी होती. पेशव्यांच्या फौजेचे आकडे पेशव्यांच्या बखरीतून वगैरे निरनिराळ्या ठिकाणी निरनिराळे दिलेले आहेत व पेशव्यांची लाख फौज त्या वेळी जमा झालेली होती, अशीही काही ठिकाणी अतिशयोक्तीची वर्णने आढळतात. पण या बाबतीत इंग्लिश इतिहासकारांनी दिलेले आकडे तरी कितपत विश्वसनीय आहेत ? त्यांच्या लिहिण्याप्रमाणे 'पेशव्यांच्या फौजेत 20,000 घोडेस्वार, 8000 पायदळ आणि 14 तोफा होत्या, असे दिसते. इतके सैन्य खडकीच्या मैदानावर पसरलेले असून शिवाय पर्वतीच्या आसपास बाजीरावाजवळ 5000 घोडेस्वार आणि 2000 पायदळ इतके सैन्य होते,' असा ग्रँट डफचा अदमास आहे. उभयतांच्या सैन्यामध्ये इतका फरक होता, तरी एल्फिन्स्टनसाहेब 'कर्नल बर' यांच्या छावणीत येऊन पोहोचल्याबरोबर एकदम

लढाईला सुरुवात करण्याचे त्यांनी ठरविले. पेशव्यांच्या लोकांनी इंग्लिशांच्या नेटिव्ह पलटणीतून फंदफितूर केलेला असल्याचा संशय असल्यामुळे ऐन लढाईच्या वेळी हे नेटिव्ह पलटणीतील शिपाई आपल्या बाजूने इमानाने लढतील किंवा नाही, याबद्दल इंग्लिशांना मोठी भीती वाटत होती. म्हणून लवकर लढाई सुरू करणे त्यांना श्रेयस्कर होते. त्याचप्रमाणे इंग्लिश शिपायांचे दृढ निश्चयाचे धैर्य आणि धोरण पाहूनही डळमळणाऱ्या मनाच्या नेटिव शिपायांच्या अंगात उत्साह उत्पन्न झाला व इंग्लिशांचे उदाहरण पाहून ते शौर्याने लढले व हा सगळा परिणाम एल्फिन्स्टनसाहेबांच्या ताबडतोब लढाई करण्याच्या मसलतीमुळे झाला, असे लष्करी तज्ज्ञ लोकांचे मत आहे. 'जो पक्ष लढाईला पहिल्याने सुरुवात करतो, त्याला काही तरी जास्त फायदा मिळतोच,' हा लढाईतील नेहमीचा एक साधारणपणे नियम आहे. या वेळी ताबडतोब हल्ला न करता इंग्लिशांचे सैन्य आपल्या छावणीत स्वस्थ बसून राहाते, तर 'हे इंग्लिश लोक भिऊन स्तब्ध बसले आहेत', असा त्यांच्याबद्दल मराठ्यांच्या सैन्यात समज उत्पन्न होऊन त्यामुळे मराठ्यांचे धैर्य जास्त वाढले असते, आणि इंग्लिशांच्या सैन्यातील शिपायांचा दम खरोखरच सुटून गेला असता. आणि आपल्या सैन्याचा धीर कोणत्याही कारणाने खचू न देता तो नेहमी कायम राखणे आणि वाढविणे या गोष्टीकडेच लढाईत विशेष लक्ष सदोदित द्यावे लागत असते. म्हणून या दृष्टीनेही मि. एल्फिन्स्टन यांच्या या निश्चयाचे महत्त्व वर्णन करण्यात येते. अशा रीतीने निश्चय करून इंग्लिशांच्या फौजा लढण्याकरिता खडकीच्या मैदानावर सज्ज होऊन उभ्या राहिल्या. ही इंग्लिश सैन्याची लाइन लढाईकरिता पहिल्याने कोठे उभी राहिली होती हे नक्की ठरविणे कठिण आहे. पण खडकीस हल्लीही 'बर रोड' आणि 'एल्फिन्स्टन रोड' या नावाचे दोन रस्ते आहेत. यापैकी कॅप्टन बर यांच्या नावाने ओळखला जाणारा रस्ता होळकर ब्रिज वरून युरोपियन बोट क्लबकडे जाणाऱ्या रस्त्यांशी काटकोन करून खडकीच्या गावाकडे वळलेला आपल्याला आढळतो. त्याच रस्त्यावर दोन-तीन ठिकाणी जुन्या मोठमोठाल्या तोफाही पुरून ठेवलेल्या आढळतात. त्याच्यापुढे इंग्लिश शिपायांच्या काही बराकी लागतात व त्या बराकीच्या पाठीमागून तो एल्फिन्स्टन रोड आलेला आहे तो

थेट हल्लीच्या खडकीच्या गावापर्यंत जाऊन पोहोचलेला आहे. या बर आणि एल्फिन्स्टन रस्त्यांच्या जवळपासच कोठे तरी इंग्लिश सैन्याची लाइन प्रथमत: लढाईकरिता उभी राहिलेली असली पाहिजे असे दिसते.

याच्या समोर दुसऱ्या बाजूला पेशव्यांचे सैन्य चतु:श्रृंगीच्या आणि गणेशखिंडीच्या डोंगरापासून तो संगमावरील रेसिडेन्सीच्या बंगल्याच्या आसपासपर्यंत चोहोंकडे पसरलेले होते. इंग्लिशांचे सैन्य आणि पेशव्यांचे सैन्य यांच्या दरम्यान सुमारे दीड ते दोन मैलांचे अंतर होते. पेशव्यांच्या फौजेची डावी बगल गणेशखिंडीच्या टेकडीला लागलेली असून उजवी बगल रेसिडेन्सीच्या जवळ-जवळ येऊन पोहोचलेली होती. यात विंचुरकरांच्या घोडेस्वारांची काही पलटणे डाव्या बगलेच्या बाजूला उभी होती. व मोर दीक्षित मराठे हेही त्याच बाजूला होते. पेशव्यांच्या चौदा तोफांचा तोफखाना आणि पायदळ ही मध्यभागी होती आणि उजव्या बगलेच्या बाजूला आणि पिछाडीला बापू गोखले व इतर सरदार यांचे घोडेस्वार होते. या युध्दाच्या वेळी मराठ्यांचे मुख्य जरीपटक्यांचे जे निशाण ते उजव्या बगलेच्या बाजूला बापू गोखल्यांच्या लष्करामध्ये कोठे तरी फडकत असावे, असे दिसते. पण ते मोर दीक्षित मराठे यांच्या बरोबर डाव्या बगलेकडे होते, असेही कित्येक ठिकाणी वर्णन आढळते. अशा रीतीने डावी बाजू मध्यभाग आणि उजवी बाजू यांनी बनलेली ही पेशव्यांच्या लष्कराची लाइन प्रथमत: कोठे उभी राहिलेली असावी, हे इंग्लिशांच्या लाइनीच्या जागेप्रमाणेच निश्चितपणे ठरविणे जरी कठिण असले तरी सामान्यत: असे म्हणता येईल की, हल्ली बेटावरून 'डॉ. भांडारकरांच्या' बंगल्याजवळून रेल्वे ओलांडून जो रस्ता गणेशखिंडीतून गव्हर्मेंट हाऊसकडे जातो त्या रस्त्यापैकी काही भागाच्या बहुतेक समांतर रेषेने पुढे खडकीच्या बाजूला काही अंतरावर पेशव्यांच्या सैन्याची पहिली लाइन उभी असली पाहिजे. व त्याच्या पाठीमागे इतर सैन्यांच्या रांगा बऱ्याच दूरवर पसरलेल्या असल्या पाहिजेत. त्याच प्रमाणे संगमावरून डॉ. भांडारकर यांच्या बंगल्याच्या पिछाडीकडून दगडी बंगल्यावरून आणि वाकड्याच्या बागेवरून एक रस्ता खडकीकडे जात असता 'ॲग्रिकल्चरल कॅटल फार्म' जवळच्या पुलावर जेथे दोन रस्ते फुटून एक 'होळकर ब्रिजकडे'

जातो आणि दुसरा खडकीकडे वळतो, त्याच्या आसपास कॅटलफार्म, श्रीधर विठ्ठल दाते यांचा बंगला, शेट हणमंतराम रामनाथ यांचा बंगला, वगैरे ठिकाणापर्यंत उजव्या बाजूच्या बगलेचे पुढील तोंड गेलेले असणे स्वाभाविक आहे. त्या नंतर हल्लीच्या ॲग्रिकल्चरल कॉलेजच्या भव्य इमारतीने व त्याच्या आसपासच्या टकल्याच्या बागेतील शेतांनी जी जागा व्यापलेली आहे, त्याच्या सुमाराला कोठेतरी आसपास पेशव्यांच्या सैन्याच्या मध्यभागातील लोक उभे राहिलेले असावेत. आणि चतु:श्रृंगीच्या डोंगराच्या पुढून गव्हर्मेन्ट हाऊसकडे जो रस्ता जातो, त्याच्या पुढे उत्तरेच्या अंगाला खडकीच्या बाजूकडे ज्या एका लहानशा टेकडीचे टोक वळलेले आहे, त्या टेकडीच्या पूर्व बाजूला पेशव्यांच्या डाव्या बगलेचे सैन्य उभे राहिलेले असले पाहिजे, असे दिसते. अशा रीतीने इंग्लिशांच्या आणि मराठ्यांच्या सैन्याच्या पहिल्या लाइनीच्या ज्या जागांचे वर्णन वर दिलेले आहे, त्या दोन जागांच्या दरम्यान दोन-तीन मैलांचे विस्तीर्ण मैदान चोहोंकडे पसरलेले हल्लीही दिसते. हे मैदान फार मोठे आहे. व त्या मैदानातील एखाद्या उंच ठिकाणी उभे राहून ''हे ते त्या खडकीच्या लढाईचे रणक्षेत्र !'' अशा दृष्टीने त्याच्याकडे पाहिले, म्हणजे आपल्या मनामध्ये काय भावना उचंबळतात, याचे वर्णन करणे शक्य नाही. त्या भावनांचा ज्यांना अनुभव घ्यावयाचा असेल, त्यांनी त्या मैदानावर समक्ष जाऊनच त्या स्थळाचे आपल्या अश्रुपूर्ण नेत्रांनी निरीक्षण केले पाहिजे.

तेथील ही खडकीची लढाई आश्विन वद्य एकादशीच्या दिवशी संध्याकाळी सुमारे 4 वाजल्यापासून संध्याकाळच्या सात वाजेपर्यंत चाललेली होती. त्या एकादशीच्या आदल्या दिवशी त्या मैदानावर किती तरी शांतता नांदत असली पाहिजे ! आदल्या दिवशी अश्विन वद्य दशमी रोजी त्या मैदानावरील वारे स्वच्छपणाने आणि स्वतंत्रपणाने वाहात असले पाहिजेत ! त्या मैदानावर अश्विन महिन्याच्या अखेरीला उगवून तयार झालेले हिरवेगार गवत तेथील वाऱ्याच्या लहरींबरोबर मोठ्या आनंदाने डुलत राहिलेले असले पाहिजे ! तेथील गणेशखिंडीच्या टेकड्यांमधून निघून मुळा नदीला मिळण्याकरिता जाणाऱ्या लहानलहान ओढ्यांतील पाणी अगदी पांढऱ्या शुभ्रवर्णामध्ये झुळझुळ वाहात

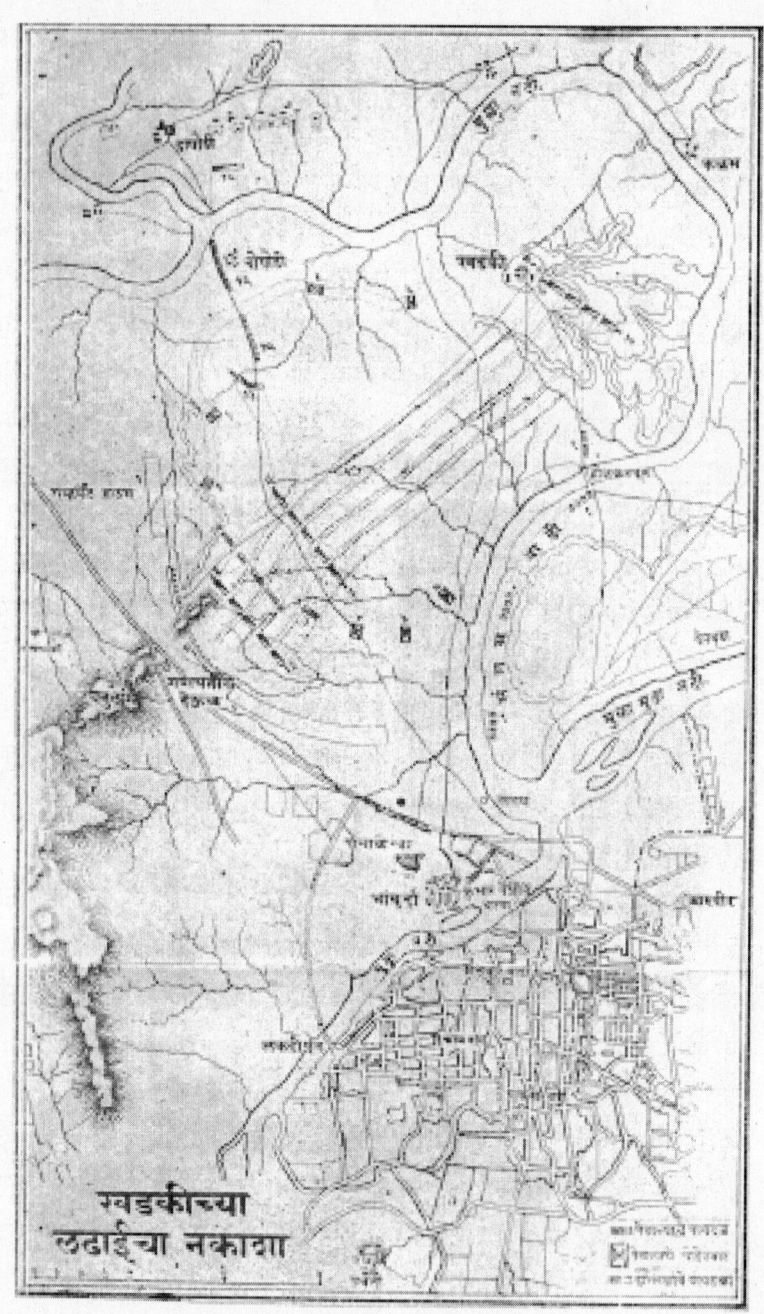

खडकीच्या
लढाईचा नकाशा

असले पाहिजे ! त्या मैदानातील आणि त्याच्या आसपासच्या शेतांतून आणि बागांतून गरीब शेतकरी तयार होत आलेल्या आपल्या पिकाकडे पाहून 'आता हे पीक आपल्या पदरात पडले म्हणजे आपली साऱ्या वर्षाची ददात जाईल', अशा प्रकारच्या सुबत्तेच्या मनोराज्याचा आपल्या मनामध्ये मोठ्या आशेने आस्वाद घेत असले पाहिजेत! आणि तेथील शेतांतून, कुरणांतून आणि मैदानातून मुकाट्याने मनसोक्त चरणाऱ्या गाई 'उद्या आपण याच ठिकाणी पोटभर चरण्याकरिता फिरून येऊ' अशा आशेने संध्याकाळच्या वेळी आपल्या घराकडे परत गेल्या असतील ! आणि त्याच संध्याकाळच्या वेळी तेथील वृक्षांवर आणि झाडाझुडपांवर किती तरी पक्षी निर्भयपणाने किलबिल-किलबिल करीत आपल्या घरट्यांतून येऊन आपल्या पिलांना बाहेरून आणलेले अन्न आपल्या चोचीने भरवीत बसलेले असतील !

पण त्याच ठिकाणामध्ये दुसऱ्या दिवशी संध्याकाळी किती तरी भयंकर स्थित्यंतर झाले ! त्या मैदानावरून वाहणारे ते स्वच्छ आणि स्वतंत्र वारे बंदुकांच्या आणि तोफांच्या दारूच्या घाणीने आणि प्रतिरुद्ध होऊन गेले ! आपले डोके वर उचलून आनंदाने डुलत असलेले तेथील ते हिरवेगार गवत माणसांच्या पावलांनी, घोड्यांच्या टापांनी आणि तोफांच्या गाड्यांनी सगळे चिरडून आणि जमीनदोस्त होऊन गेले ! तेथील ओढ्यातील जे पाणी दशमीच्या दिवशी स्वच्छ आणि निर्मळ होते, ते पाणी जखमी झालेल्या शिपायांच्या रक्ताने लालभडक होऊन मुळा नदीकडे तिच्या पाण्यात बुडी मारून दोषरहित होण्याकरिता दु:खाने वाहत चालले होते ! ज्या परिपक्व होत चाललेल्या आपल्या शेतातील पिकाकडे पाहून आदल्या दिवशी त्या शेतांचा मालक आपल्या मनात मनोराज्य करीत होता, त्या सगळ्या शेतातील कणसांची नासधूस होऊन उभी असलेली शेते दुसऱ्या दिवशी जमीनदोस्त होऊन गेली. ज्या मैदानावर मानवी प्राणी एकमेकांना कापून काढण्याकरिता हातात तरवारी घेऊन कसायाचे काम करण्याला कंबर बांधून उभे राहिले होते, त्या ठिकाणी गाई आणि त्यांची वासरे ही कोठून येण्याला धजणार ? त्या ठिकाणी गाई आणि वासरे यांच्या ऐवजी कोल्ही आणि कुत्री मात्र मेलेल्या माणसांच्या कुरणांवर चरण्याकरिता रात्री पुष्कळ जमा झाली

होती ! आणि ज्या झाडांवर आदल्या दिवशी अनेक पक्षी आनंदाने येऊन राहिले होते, तेथे दुसऱ्या दिवशी रात्री आपल्या बिऱ्हाडामध्ये राहाण्याकरिता बंदुकांच्या आवाजामुळे आणि तोफांच्या गडगडाटामुळे एकही पक्षी न येता ते आश्रयासाठी दुसरीकडे निघून गेले ! त्या रात्री तेथे दुसरे मात्र एका जातीचे पक्षी पुष्कळ गोळा झालेले होते; आणि ते पक्षी म्हणजे गिधाडे होत ! त्या मैदानावर मरून पडलेल्या माणसांची हाडे चोहोंकडे विखरून पडली असतील ! आणि आज जरी ती जमिनीखालच्या पृष्ठभागावर वरती दिसत नसली, तरी तेथील जमिनीच्या पोटात ती अजूनही पडून राहिलेली असतील ! आणि पुण्यातील हल्लीचे सरदार आणि स्वदेशभक्त लोक गव्हर्मेंट हाऊसमध्ये एखाद्या खान्याकरिता मोठ्या थाटामाटाने व स्वदेशकल्याण साधण्याच्या बहाण्याने हल्लीच्या गणेश खिंडीच्या रस्त्याने जात असताना शंभर वर्षांच्या पूर्वी आपले हिंदी स्वराज्य राखण्याकरिता जे शौर्याने आणि स्वामिभक्तीने लढले, त्यांची हाडे आपण आपल्या पायाखाली बिनदिक्कतपणाने तुडवीत चाललो आहोत आणि आपल्या गाड्यांच्या आणि मोटारींच्या भाराखाली ती हाडे अजूनही कण्हत असतील, ही कल्पना त्यांच्या मनाला क्वचितच कधी शिवत असेल ! पण आज दुर्दैवाने अशी वस्तुस्थिती आहे खरी !

चतु:श्रृंगीच्या मैदानावर पेशव्यांचे थोडे-थोडे सैन्य सकाळपासूनच जमा होत चालले होते व पुढे दुपारच्या वेळी तर ते सगळे विस्तीर्ण मैदान घोड्यांनी आणि माणसांनी भरून गेले. हे एवढे मोठे सैन्य पुण्यातून निरनिराळ्या मार्गाने बाहेर पडून त्या मैदानावर लढाई करिता सज्ज होत असता पायदळ, घोडेस्वार, तोफा यांचा इतका मोठा आवाज होत होता की, 'एखादा समुद्रच फुटून त्याच्या लाटा मोठमोठ्या गर्जना करीत चोहोकडे फैलावत आहेत की काय, असा भास होत होता,' असे त्यांचे वर्णन ग्रँट डफ याने आपल्या इतिहासात केलेले आहे.

तिकडे खडकीच्या बाजूला कर्नल बर यानेही आपले सैन्य या पेशव्यांच्या सैन्याला तोंड देण्याकरिता लढाईच्या तयारीने उभे केले होते. या सैन्याच्या मध्यभागी मुंबईहून आलेली युरोपियन लोकांची पलटण, रेसिडेंटने आपल्याबरोबर आणलेले शिपाई आणि सहाव्या रेजिमेंटच्या दुसऱ्या बॅटेलियनपैकी एक तुकडी

इतके लोक होते. त्या सैन्याच्या रांगेमध्ये डाव्या बाजूला म्हणजे मुळा नदीच्या बाजूला सातव्या रेजिमेंटपैकी पहिली बॅटेलियन होती व उजव्या बाजूला, म्हणजे खडकी गावच्या अंगावर, पहिल्या रेजिमेंटपैकी दुसरी बॅटेलियन होती आणि या एकंदर लाइनीच्या डाव्या व उजव्या अशा प्रत्येक टोकाला एकेक तोफ होती. अशी ही लाईन तयार झाल्यानंतर हे सैन्य आपली पहिली जागा सोडून सुमारे एक मैलभर चालून गेले व तेथे त्यांना येऊन मिळण्याकरिता दापोडीहून कर्नल फोर्ड यांच्या हाताखालचे जे सैन्य कूच करून निघाले होते, तेही जवळ-जवळ येत चालले होते. या वेळी संध्याकाळचे सुमारे 4 वाजून गेलेले होते. त्या सुमारास पेशव्यांचे घोडेस्वार पुढे चाल करून निघाले. पेशव्यांच्या लाइनीमधील डाव्या आणि उजव्या अशा दोन्ही बगलेतील घोडेस्वार पुढे सरसावले व 'पेशव्यांच्या उजव्या बगलेने मुळा नदीच्या बाजूने आणि डाव्या बगलेने खडकीच्या बाजूने इंग्लिश लष्कराच्या पाठीमागे जाऊन त्यांना मध्ये कोंडावे असा पेशव्यांच्या सेनापतीचा बेत होता' व पेशव्यांच्या सैन्याच्या दोन्हीही बगला अशा रीतीने आपल्या हालचाली करीत असताना पेशव्यांच्या लाइनीच्या मध्यभागी असलेल्या तोफांचीही सरबत्ती सुरू करण्यात आली. या वेळी पेशव्यांच्या सैन्याच्या डाव्या बगलेमधीलच मोर दीक्षित वगैरे सरदारांच्या हाताखालील जे लष्कर खडकीच्या गावच्या बाजूने चाललेले होते, त्याला असे आढळून आले की, दापोडीहून आपले लष्कर घेऊन खडकीच्या इंग्लिश लष्कराला येऊन मिळण्याकरिता निघालेला कर्नल फोर्ड हा सुमारे 2000 कदमांवर येऊन पोहोचला आहे तेव्हा हे दापोडीचे लष्कर आणि खडकीचे लष्कर यांचा मिलाफ होऊ देता कामा नये. या हेतूने मोर दीक्षित आणि रास्ते हे आपल्या हाताखालचे घोडेस्वार घेऊन कर्नल फोर्डला अडविण्याकरिता त्या दिशेला वळले. कर्नल फोर्ड आणि मोर दीक्षित यांचा विशेष स्नेह असल्यामुळे मोर दीक्षितांच्या स्वामीनिष्ठेबद्दल कित्येकांच्या मनात संशय होता व बापू गोखले हेही या वेळी त्यासंबंधाने मोर दीक्षितांना काही टोचून बोलले तेव्हा तो संशय दूर करण्याला ही चांगली संधी आहे, असे लक्षात आणून मोर दीक्षितांनी कर्नल फोर्डवर हल्ला करण्याचे ठरविले. मोर दीक्षितांचे घोडेस्वार कर्नल फोर्ड यांच्या उजव्या बाजूच्या शिपायांच्या

जवळ येत चालले आहेत असे पाहून त्या लोकांना मागे हटण्याचा एकदम हुकूम करण्यात आला. व पेशव्यांचे स्वार आपल्या माऱ्याच्या आटोक्यामध्ये येण्याइतके जवळ आल्यानंतर कर्नल फोर्ड यांनी आपल्या बॅटेलियनला आणि त्यांच्या जवळ असलेल्या तीन तोफांना गोळीबार सुरू करण्याविषयी हुकूम केला. तेव्हा कर्नल फोर्डच्या सैन्यावर हल्ला करण्याचे सोडून मोर दीक्षितांचे लोक खडकीच्या बाजूला वळले. पण तेथे खडकीच्या बाजूला इंग्लिशांच्या लाइनतील दोन तोफा तयार होत्या. त्यांनी आपली गोलंदाजी या सैन्यावर एकदम सुरू केली. तेव्हा त्यांपैकी एक गोळा मोर दीक्षित यांना लागून ते तेथल्या तेथे मरण पावले. आपले सरदार मोर दीक्षित हे अशा रीतीने मरण पावल्यामुळे त्यांच्या सैन्यात धांदल उडाली व ते सैन्य माघारे फिरले. खडकीच्या लढाईत इंग्लिशांच्या बाजूचे जे कोणी लहानमोठे इंग्लिश लोक मारले गेले. त्यापैकी काहींचे एक कबरस्थान हल्लीच्या डिस्ट्रिक्ट कोर्टाच्या समोर नदीच्या काठी पूर्वी जी एक बर्फाची गिरणी होती, त्या गिरणीच्या जवळ एका लहानशा कंपाउंडमध्ये संरक्षित करून ठेवण्यात आलेले आहे. पण मोर दीक्षित मराठे हे पेशव्यांचे एक मोठे प्रधान असूनही खडकीच्या लढाईत ते कोणत्या ठिकाणी मारले गेले, ती जागाही आज कोणाला माहीत नाही. पेशवाई पुढे टिकली असती, तर कदाचित् त्या जागेच्या स्मरणार्थ पेशव्यांकडून काही तजवीज करण्यात आली असती; पण पेशवाई गेली आणि ज्या कर्नल फोर्डवर मोर दीक्षित आपल्या भावी व्यवस्थेसाठी विसंबून राहिले होते, त्यांनीही त्यांच्यासाठी काही केलेले दिसत नाही. एवंच, पूर्वकाली आपल्याकडील कोणी कितीही मोठा असला, तरी त्याचे स्मरण राहाण्याला आज आपल्यापाशी काही साधन राहिलेले नाही, हे आपले दुर्दैव आहे.

अशा रीतीने आपल्या मार्गातील या सैन्याचा अडथळा दूर झाल्यामुळे कर्नल फोर्ड हा आपल्या सैन्यानिशी मग लौकरच कर्नल बर यांच्या सैन्याला येऊन मिळाला. या वेळी इंग्लिश लाइनीच्या डाव्या बाजूवर पेशव्यांच्या लष्कराने हल्ला करून फारच गर्दी उडवून दिलेली होती. पेशव्यांच्याकडील तीन हजार अरब आणि गोसावी हे आपल्या लाइनीच्या मध्यभागातून निघून सातव्या

रेजिमेंटची पहिली बॅटेलिअन आणि सहाव्या रेजिमेंटची दुसरी बॅटेलिअन यांच्यावर त्यांनी हल्ला चढविला. पेशव्यांच्या सैन्यात डी पिंटो या नावाचा एक पोर्तुगीज सेनापती होता. त्याने हा हल्ला चढविण्यात पुढाकार घेतला होता. व तो या हल्ल्यात मरण पावला, असा एक इतिहास आहे. आणि हल्ली डॉक्टर भांडारकरांच्या बंगल्याच्या पिछाडीकडून खडकीच्या रस्त्याने जात असताना मुळा नदीच्या काठच्या दगडी बंगल्याच्या पुढील एका लहानशा ओढ्याच्या काठी जे एक थडगे दिसते, ते हा पोर्तुगीज सेनापती डी पिंटो, यांचे असावे, असाही कित्येकांचा तर्क आहे. वर सांगितलेले अरबांचे आणि गोसाव्यांचे लष्कर आपल्यावर चाल करून येत आहे, असे पाहून इंग्लिश पलटणीतील शिपाई आपली लाइन सोडून त्यांच्यावर हल्ला करण्याकरिता पुढे सरसावले व त्यामुळे इंग्लिशांची डावी बाजू आणि मध्यभाग यांच्यामध्ये अंतर पडले. ही शत्रूची चूक लक्षात आणून बापू गोखले यांनी आपले जरीपटक्याचे निशाण हातात घेऊन आपल्या सहा हजार निवडक घोडेस्वारांसह शत्रूच्या सैन्याच्या त्या दोन भागांच्या मधून घुसण्याचा प्रयत्न केला. बापू गोखले यांचे हे कृत्य लष्करी हालचालींच्या दृष्टीने फार महत्त्वाचे आणि कौशल्याचे होते. परंतु बापू गोखल्यांच्या या युक्तीमुळे आपल्यावर केवढे संकट येणार आहे, हे लक्षात आणून कर्नल बर हे त्या सातव्या रेजिमेंटच्या निशाणाजवळ येऊन उभे राहिले आणि त्या पलटणीतील जे लोक आपली लाइन सोडून डी पिंटो याच्या लष्करावर हल्ला करण्याकरिता पुढे चालले होते, त्यांना त्याने थांबविले; व शत्रूच्या सैन्यावर गोळीबार सुरू करण्याविषयी त्याने हुकूम केला. इंग्लिश सैन्याची फळी फुटून त्याच्या दोन भागांमध्ये जे अंतर पडले होते, त्यामधून बापू गोखले हा यशस्वी रीतीने घुसला. परंतु इतक्यात बापू गोखले यांच्या घोड्याला जखम लागून त्यांना माघारी परतावे लागले. बापू गोखल्यांचे दोन आवडते घोडे होते; त्यातील एकाचे नाव हनुमान आणि दुसऱ्याचे नाव राजाबाण असे होते. त्यापैकी या वेळचा घोडा कोणता होता, हे निश्चित माहीत नाही, घोड्याला गोळी लागून बापू गोखले जरी थोडे माघारी फिरले, तरी लगेच दुसरे सरदार त्यांच्या पाठीवर होतेच. ते पुढे सरसावले आणि इंग्लिश सैन्यात पडलेल्या त्या फळीच्या मधून त्यांनी मराठ्यांच्या सैन्याची दौड

तशीच पुढे चालविली. अशा रीतीने ते दौड करीत चालले असता त्यांच्या वाटेत पुढे एक खोल आणि दलदलीचा असा ओढा लागला. आणि त्या दलदलीच्या चिखलात मराठ्यांचे घोडेस्वार एका पाठीमागून एक येऊन पडले. तेव्हा ही संधी साधून इंग्लिशांनी त्यांच्यावर गोळीबार सुरू केला. तरी पण अशा संकटातूनही मराठ्यांचे सुमारे तीनशे घोडेस्वार त्या दलदलीतून बाहेर पडले, व त्यांनी इंग्लिशांच्या बाजूवर हल्ला चढविला. परंतु इंग्लिशांच्या वेगळ्या पडलेल्या सातव्या रेजिमेंटच्या मदतीला काही युरोपियन कंपन्यांचे शिपाई घेऊन त्यांनी तो हल्ला परतविला.

पेशव्यांच्या सैन्याची डावी बाजू आणि उजवी बाजू यांनी वर सांगितल्याप्रमाणे दोन्ही टोकांना मोठ्या जोराने लढाई चालविली होती व पेशव्यांचे काही घोडेस्वार इंग्रजांच्या पिछाडीला जाऊन तिकडूनही ते त्यांच्यावर हल्ला करू लागले होते. परंतु कॅप्टन फोर्ड याच्या सैन्यातील लोक येऊन मिळाल्यामुळे इंग्लिशांना त्यांच्या मदतीचा फायदा झाला. दापोडीहून त्या सैन्याने ज्या तोफा आणिल्या होत्या, त्या उजव्या बगलेवर ठेवून तेथे पूर्वी ज्या तोफा होत्या त्या इंग्लिश लाइनीच्या मध्यभागी आणण्यात आल्या, व त्या तोफांचा मारा सुरू करण्यात आला. त्यामुळे मराठ्यांच्या लाइनीतील मध्यभागाचे सैन्य मागे हटू लागले. तरी पण पेशव्यांच्या लाइनीतील उजव्या बाजूला जे पायदळ होते, ते अजून टिकाव धरून राहिलेले होते. त्यांनी एका ओढ्याच्या आणि तेथील काही बागांच्या कुंपणाचा आश्रय घेऊन इंग्लिशांच्या डाव्या बाजूवर खूप जोराचा मारा चालविला होता व त्यांनी तेथील इंग्लिश सैन्याला अगदी जेरीस आणिले होते. परंतु कर्नल बर याने आपल्या पलटणीतील काही लोक आणवून तो हल्ला परतविला.

अशा रीतीने खडकीच्या लढाईत मुख्य मुख्य ठिकाणी लढाया झाल्या, व त्याप्रमाणे लढता लढता आणि पुढे सरता सरता पेशव्यांचे सैन्य जेथे उभे होते, तेथपर्यंत इंग्लिश लष्कर येऊन पोहोचले. इतक्या गोष्टी होत आहेत, तो संध्याकाळची सात वाजण्याची वेळ होऊन जिकडे तिकडे काळोख पडू लागला. त्यामुळे पेशव्यांचे सैन्य पुणे शहराकडे माघारी वळले. तरी पण

इंग्लिशांच्या सैन्याने पाठलाग मुळीच केला नाही, ही मोठ्या आश्चर्याची गोष्ट आहे. मराठ्यांचे लष्कर माघारी फिरलेले पाहून कॅप्टन फोर्ड हा आपले सैन्य घेऊन दापोडीला परत गेला, आणि कर्नल बर हा आपल्या ब्रिगेडसह कूच करून रात्री आठ वाजण्याचे सुमारास खडकी येथील आपल्या छावणीमध्ये परत येऊन पोहोचला.

या लढाईमध्ये इंग्लिशांच्याकडील मेलेले आणि जखमी झालेले मिळून एकंदर 86 लोक होते व त्यापैकी 50 नेटिव्ह शिपाई आणि एक युरोपियन ऑफिसर इतके मरण पावले व पेशव्यांकडील मोर दीक्षित हे मारले जाऊन एकंदर मेलेल्यांची आणि जखमी झालेल्यांची संख्या 500 पर्यंत गेलेली होती. इंग्लिशांच्या बाजूचा सेनापती, कर्नल बर, याला अर्धांगवायूचा विकार झालेला होता; तरी पण त्या मानाने पाहता त्याने पुष्कळ टिकाव धरला. लढाईत त्याचे दोन नोकर त्याचेजवळ उभे असता गोळी लागून खाली पडले व त्यांच्या घोड्याच्या डोक्याला एक गोळी चाटून गेली व दुसरी गोळी खुद्द त्याच्या टोपीला लागली.

अशा रीतीने खडकीची लढाई अश्विन वद्य एकादशी रोजी संध्याकाळी सात वाजता संपली. या लढाईत पेशव्यांच्या सेनापतींनी आपले युद्धकलेतील कौशल्य पूर्णपणे उपयोगात आणले होते. शत्रूच्या दोन्ही बगलेवरून हल्ले करून मराठ्यांच्या घोडेस्वारांनी त्यांच्या दोन्ही बगला फिरविल्या होत्या व त्यांच्या पिछाडीपर्यंतही काही घोडेस्वार पोहोचून ते तिकडूनही इंग्लिश सैन्यावर हल्ले करीत होते, सारांश, मराठ्यांच्या फौजांनी इंग्लिशांना चोहोबाजूंनी वेढले होते, यात संशय नाही व बापू गोखले यांच्या घोडेस्वारांनी इंग्लिश सैन्याची फळी फोडून त्यामधून ते कसे घुसले, हेही वर सांगितलेच आहे. अशा प्रकारची लढाई करून रात्र पडली तेव्हा पेशव्यांच्या फौजा स्वाभाविकपणेच पुण्याकडे माघारी वळल्या. या लढाईत मराठ्यांनी जरी इतके कौशल्य दाखविले, तरी त्यांनी इंग्लिश फौजेला पूर्णपणे उध्वस्त करून टाकले नाही, हेही खरे आहे. त्याचप्रमाणे इंग्लिशांनी मराठ्यांचा त्यादिवशी खडकीच्या रणांगणावर पूर्णपणे पराभव केला, असे इंग्लिशांनाही म्हणता यावयाचे नाही. खडकीच्या रणांगणावरील विजयाच्या

संबंधाने पाहाता दोन्ही पक्षांची बरोबरी झाली, एवढेच फार तर म्हणता येईल. पण आम्ही खडकीच्या लढाईत मराठ्यांचा पराभव केला असे इंग्लिश लोक मागाहून जे प्रतिपादन करू लागलेले आहेत, ते त्या दिवशीच्या लढाईच्या एकंदर परिस्थितीवरून योग्य आहे, असे कोणालाही पक्षपाताची बुध्दी धारण केल्यावाचून म्हणता यावयाचे नाही. इंग्लिशांचा जर एवढा जय त्या वेळी झाला होता, तर त्यांनी आपल्या समोरून पाठलाग केल्यावाचून पेशव्यांच्या सैन्याला स्वस्थपणाने परत का जाऊ दिले ? ज्याला आपल्या विजयाची आणि वर्चस्वाची खात्री आहे, त्याने आपल्या आटोक्यात आलेल्या शत्रूला आपल्या पुढून पाठलागावाचून कधी तरी सुरक्षितपणे जाऊ दिले असते काय ? तेव्हा यावरून हे उघड होत आहे की, दोन्ही पक्षांची बरोबरी होऊन रात्र पडल्यामुळे दोन्हीही सैन्ये आपापल्या तळावर परत गेली. खडकीच्या लढाईत इंग्लिशांचा निश्चित रीतीने जय झाला, असे तर नव्हतेच; पण उलट आपल्या खडकीच्या छावणीवर रात्रीच्या वेळी पेशव्यांच्या सैन्याचा छापा येईल की काय, अशीही इंग्लिशांना भीती वाटत होती आणि हे, विजय मिळाल्याचे खात्रीने चिन्ह नव्हे. मराठ्यांच्या सैन्याची त्या दिवशीच्या युध्दात निःसंशयपणे बरोबरी झाली होती. आता तीन हजार सैन्याच्या विरुद्ध तीस हजार सैन्याने लढून फक्त बरोबरीची लढाई केली, यात काही मोठेसे शौर्य नाही, असे कदाचित् कोणी म्हणेल; पण एकमेकांच्या सैन्यांची संख्या कितीही असली (आणि पेशव्यांच्या सैन्याची संख्या जास्त होती हा काही त्यांचा दोष नव्हे) तरी त्या दिवशीच्या लढाईत दोघांची बरोबरी झालेली होती, ही गोष्ट अगदी निर्विवाद सत्य आहे. आणि अशी वस्तुस्थिती असता आपल्या पेशव्यांच्या सैन्याचा खडकीच्या लढाईत पराभव झाला, अशा इंग्लिश इतिहासकारांनी तयार करून दिलेल्या कल्पना आपण आपल्या डोक्यामध्ये बाळगून ठेवाव्या, हे केव्हाही योग्य नाही. आश्विन वद्य एकादशी नंतर दुसऱ्या दिवशी आदल्या दिवशीच्या लढाईतील बरोबरीचा फायदा घेऊन मराठ्यांनी इंग्लिशांवर खरोखर म्हटले असता फिरून हल्ला करावयाला पाहिजे होता. पण मराठ्यांनी तसे काही एक केले नाही. ते पुढे अगदी स्वस्थ बसले. त्या दिवसापासून आठ दिवसपर्यंत लढाईची ढील झाली व त्या अवकाशात

इंग्रजांनी आपल्या पलटणांची तयारी केली असे बखरकारांनी लिहिले आहे.

बाजीरावसाहेब पर्वतीच्या गच्चीवरून दुर्बिणीतून खडकीची लढाई पाहात बसलेले होते. त्या लढाईचा रंग इंग्रजांना आशादायक वाटला नाही, त्यासंबंधाने पेशव्यांच्या बखरीत असे म्हटले आहे की :- "त्या समयी इंग्रज यांचे बोलणे श्रीमंतांकडे आले. एल्फिन्स्टनसाहेब फार घाबरले. त्या समयी श्रीमंत यांची बोलावणी बापू गोखले यांस गेली. परंतु बापू गोखले माघारी न फिरत. इंग्रज कोंडला (असता) व इंग्रज यांचे लोकास खावयास काही नाही अशी निकड बसली असती, म्हणजे इंग्रज कौलात आले असते. परंतु बापू गोखले यांचा लढाईचा आग्रह मोठा. खावंदाचे मनात इंग्रज मोडावयाचा नाही. तेव्हा श्रीमंतांची बोलावण्यावर बोलावणी बापू गोखले यांस गेली. शेवटी निदान श्रीमंतांनी सांगून पाठविले, तेव्हा त्यामुळे बापू गोखले शह सोडून माघारी आले." या उताऱ्यामध्ये ज्या परिस्थितीचे वर्णन केलेले आहे, त्यामुळे व पुढे जी लढाई करण्यात आली त्यामुळे एल्फिन्स्टनसाहेबांना घोडनदीहून ब्रिगेडिअर जनरल स्मिथ यांच्या पलटणांची मदत आणविण्याला अवकाश सापडून येरवड्याच्या लढाईनंतर पुण्यात प्रवेश करता आला; व पेशवे पुणे सोडून गेले. यामुळे पुढे घडून आलेल्या या एकंदर गोष्टीवरून पेशव्यांचा खडकीच्या लढाईतही पराभव झाला असे इंग्लिशांनी म्हणावे आणि आपण त्याला माना डोलवाव्या अशी जरी एका दृष्टीने वस्तुस्थिती असली, तरी 5 नोव्हेंबर रोजी खडकीच्या रणांगणावर दोन्ही सैन्याचा जो मुकाबला झाला, त्याकडेच फक्त पाहून जर काही निकाल ठरवायचा असेल, तर खडकीच्या लढाईत दोन्हीही पक्षांची बरोबरी झाली, असाच निकाल नि:पक्षपाती इतिहासकारांनी देणे जरूर आहे.

■ □ ■

2. येरवड्याची लढाई

खडकीच्या लढाईला ता. 5 नोव्हेंबर 1817 रोजी सुरुवात होण्याच्या पूर्वीच ब्रिगेडिअर जनरल स्मिथ यांच्या हाताखाली फोर्थ डिव्हिजनचे जे लष्कर होते त्या लष्कराने जलदी जलदीने कूच करून खडकीच्या सैन्याच्या मदतीला येऊन मिळावे, असे हुकूम मि. एल्फिन्स्टन यांचेकडून ब्रिगेडिअर जनरल स्मिथ यांचेकडे पाठविण्यात आलेले होते. परंतु ते सैन्य खडकीच्या लढाईत खडकीच्या लष्कराला मदत करण्याकरिता वेळेवर येऊन पोहोचू शकले नाही आणि ती मदत येऊन पोहोचण्याच्या आधीच पेशव्यांनी खडकीच्या लढाईला सुरुवात केली. ब्रिगेडिअर जनरल स्मिथ याच्या हाताखालचे सैन्य येऊन पोहोचण्यापूर्वीच कर्नल बर याच्या खडकीच्या सैन्याला गाठून त्याचा पराभव करावा, हा बापू गोखले यांचा डाव होता; व ते सैन्य येऊन पोहोचेपर्यंत कसे तरी दिवस काढावेत, अशी मि. एल्फिन्स्टन यांची एकसारखी खटपट चाललेली होती. खुद्द खडकीची लढाई चाललेली असतानाही एल्फिन्स्टनसाहेबांचे निरोप पर्वतीवर पेशव्यांकडे जात होते, असे बखरकारांनी लिहिलेले आहे. हे निरोप साहेबाकडून पेशव्यांकडे का जात आहेत, यातील लष्करी धोरण बापू गोखले यांना पूर्णपणे समजून चुकलेले होते. पण बाजीरावसाहेबांच्या मनात बापू गोखल्यांचा करारीपणा आणि दृढनिश्चयीपणा दुर्दैवाने नव्हता ! इंग्रजांचे निरोप येऊ लागल्याबरोबर बाजीरावसाहेबांचे मन डळमळू लागले. खावंदाचे मनात इंग्रज मोडावयाचा नव्हता, असे बखरकाराने लिहिलेले आहे. त्यामुळे खडकीच्या मैदानावर बापू गोखले शत्रूला नामोहरम करण्यामध्ये गुंतलेले असता ती लढाई थांबवून तुम्ही माघारी फिरावे, असे निरोप पर्वतीवरून बापू गोखल्यांकडे जाऊ लागले व या निरोपाचे स्वरूप जेव्हा अगदी निकराचे दिसू लागले, तेव्हा बापू गोखले शह

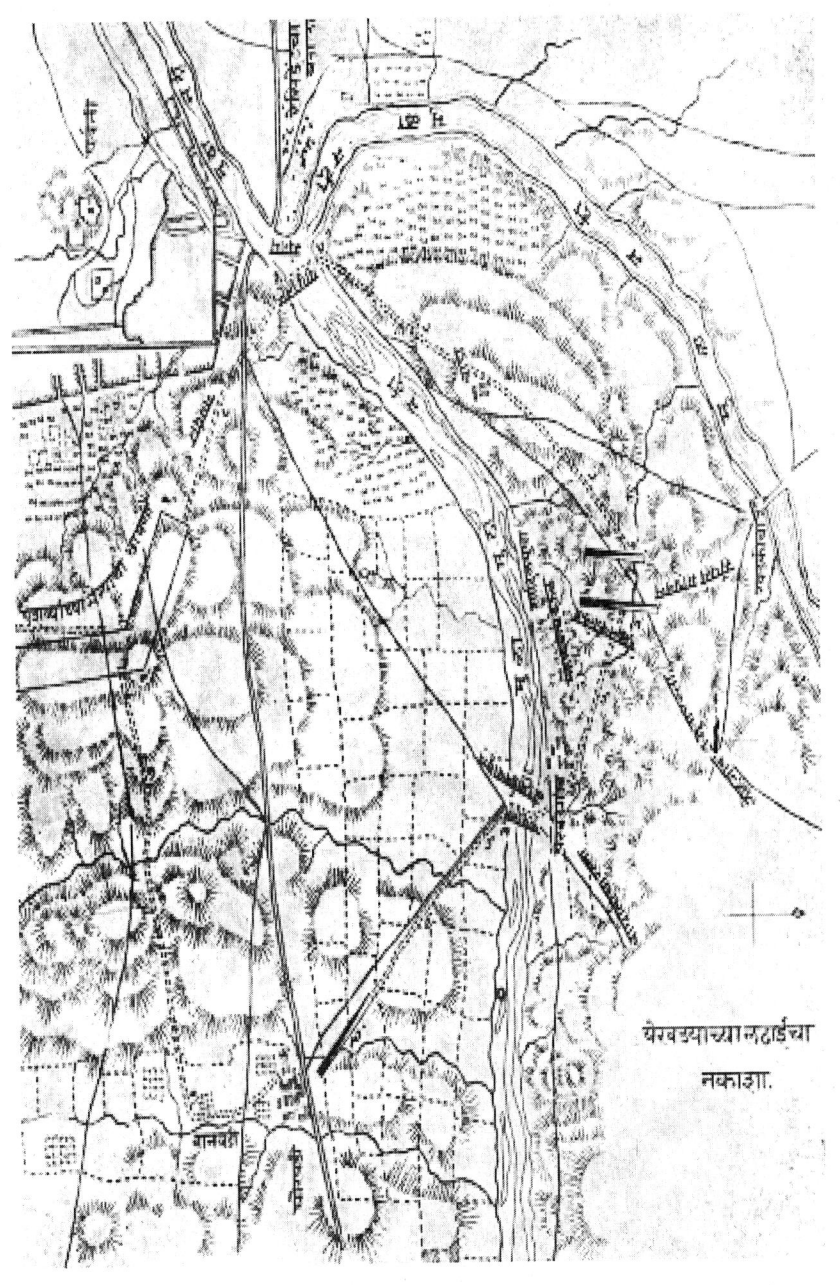

येरवड्याच्या लढाईंचा
नकाशा.

येरवड्याची लढाई – ५७

येरवड्याच्या लढाईतील सैन्याच्या हालचालींचे वर्णन

1 1 1 पेशव्यांच्या सैन्याची छावणी.

2 2 ब्रिगेडिअर जनरल स्मिथ यांच्या सैन्याची येरवड्याच्या टेकडीच्या जवळची छावणी.

3 येरवड्याच्या जवळची पाय-उताराची वाट.

4 संगमाजवळची पायउताराची वाट

5 5 5 5 ता. 16 नोव्हेंबर रोजी संध्याकाळी कर्नल मिलने याचे सैन्य ज्या मार्गाने नदी उतरून घोरपडीकडे चालले होतो तो मार्ग.

6 ता. 16 नोव्हेंबर रोजी रात्री कर्नल मिलने याच्या सैन्यातील लोकांनी जेथे मुक्काम केला ती जागा.

7 7 7 ता. 17 नोव्हेंबर रोजी पहाटेस पेशव्यांच्या सैन्यावर हल्ला करण्याकरिता कर्नल मिलने हा ज्या मार्गा गेला तो मार्ग.

8 8 8 8 ता. 17 नोव्हेंबर रोजी पहाटेस पेशव्यांच्या सैन्यावर दुसऱ्या बाजूने हल्ला करण्याकरिता ज्या मार्गाने जनरल स्मिथ गेला तो मार्ग.

सोडून माघारी आले, असेही बखरकारांनी वर्णन केलेले आहे. हे वर्णन जर विश्वसनीय असेल, तर बापू गोखल्यांसारखा सेनापती असताना आणि इंग्लिशांच्या तीन हजार सैन्याच्या विरुद्ध त्यांच्यापाशी तीस हजार सैन्य असताना शत्रूचा बीमोड केल्यावाचून बापू गोखले खडकीच्या रणमैदानावरून माघारी का फिरले ह्या असंभाव्य गोष्टीतील कोडे उकलण्यासारखे आहे. नाहीतर ता. 5 नोव्हेंबर रोजी संध्याकाळ झाली म्हणून परत फिरलेल्या पेशव्यांच्या सैन्याने फिरून दुसऱ्या दिवशी खडकीच्या इंग्लिश सैन्यावर घाला घालण्याला काय हरकत होती ? परंतु एल्फिन्स्टनसाहेबांच्या निरोपावरून इंग्रज मोडावयाचा नाही अशा इराद्याने बाजीरावसाहेबांनीच पुढील लढाईचे काम तहकूब करविले असले पाहिजे, हे उघड दिसते. पण बाजीरावसाहेबांनी लढाईचे काम अशा रीतीने तहकूब करविले, म्हणून इंग्लिशांनीही आपली पुढील लढाईची तयारी थांबविली होती, असे मात्र नाही. तर वरती सांगितल्याप्रमाणे ब्रिगेडिअर जनरल स्मिथ

याच्या हाताखालील फोर्थ डिव्हिजनमधील लष्कर अहमदनगराहून खडकीच्या लष्कराच्या मदतीला येण्याकरिता दर कूच दर मजल जलदीने चाल करून येत होते. हे सैन्य अहमदनगराहून ता. 8 नोव्हेंबर रोजी निघून शिरूरला पोहोचल्यावर तेथून पुढे पेशव्यांचे काही स्वार त्याच्या येण्याला प्रतिबंध करण्यासाठी पाठविण्यात आलेले होते. हे स्वार इंग्लिशांच्या सैन्याला ठिकठिकाणी वाटेत अडवीत होते आणि त्रास देत होते व शिरूर आणि पुणे यांच्या दरम्यान असलेल्या कोंडापूर मुक्कामी या दोन्ही सैन्यांची एक लहानशी चकमक होऊन पेशव्यांच्या स्वारांनी इंग्लिशांचे सामानांनी भरलेले दोन हजार बैल पकडून आणले. परंतु या किरकोळ अडथळ्याचा फारसा परिणाम न होता, ब्रिगेडिअर जनरल स्मिथ याच्या हाताखालचे हे सैन्य ता. 13 नोव्हेंबर रोजी पुण्याजवळ येऊन, येरवड्याच्या जवळच्या नदीच्या काठची 'शादिलबुवाची' म्हणून जी टेकडी प्रसिध्द आहे व जिला इंग्लिशांनी "पिकेट हिल" (Piquet Hill) असे नाव दिलेले आहे, त्या टेकडीच्या पश्चिमेच्या अंगाला तळ देऊन राहिले. हल्ली खडकीच्या पुलावरून, म्हणजे होळकर पुलावरून, बंड गार्डनच्या पुलाकडे जाण्याचा जो रस्ता आहे, त्या रस्त्याच्या आसपास सायपर्स मायनर्सच्या छावणीची आणि डेक्कन कॉलेजची जी जागा आहे, त्या ठिकाणी बहुतकरून हे सैन्य उतरले असले पाहिजे. हे सैन्य खडकीच्या पुलाच्या पूर्व बाजूला उतरलेले असता त्या पुलाच्या पश्चिम बाजूला खडकीच्या गावात कर्नल बर यांच्या सैन्याची छावणी होती; व ही दोन्ही सैन्ये आता एकत्र येणार हे अगदी उघड होते. आणि वास्तविक पाहिले असता या दोन्ही सैन्यांना एकत्र होऊ द्यावयाचे नाही; अशी तजविज करणे हे पेशव्यांच्या सैन्याचे त्या वेळी मुख्य काम होते. पण ते त्यांनी केले नाही, आणि अखेरीस कर्नल बर आणि ब्रिगेडिअर जनरल स्मिथ या दोघांच्या हाताखालची सैन्ये येरवड्याच्या टेकडीमागे तारीख 13 नोव्हेंबर 1817 या दिवशी एकत्र झाली. बंडगार्डनच्या जवळ मुळा-मुठा नदीला जे हल्ली धरण बांधलेले आहे, ते पूर्वी नव्हते. त्यामुळे बंडगार्डनच्या पुढे हल्ली जो पूल आहे त्याच्या सुमाराला नदीमध्ये पाण्यातून पलीकडे जाण्यासारखी पायउताराची एक वाट होती व या पाण्यातील उताराच्या वाटेने पलीकडे जाऊन पुण्यातील गारपिरावरील पेशव्यांच्या लष्करावर

हल्ला करावयाचा, असा इंग्लिश सैन्याचा बेत होता; व त्यासाठी ती नदीतील पायउताराची वाट आपल्या तोफेच्या माऱ्यांत सुरक्षित राहावी, म्हणून इंग्लिश सैन्याने ती पिकेट हिल ता. 14 नोव्हेंबर रोजी आपल्या ताब्यात घेतली व त्या टेकडीवर एक तोफ डागण्यात आली. हल्ली सर विठ्ठलदास ठाकरसी यांनी या येरवड्याच्या टेकडीवर जो एक सुंदर बंगला बांधलेला आहे व ज्याच्या जवळच दगडी पायऱ्यांचे एक महादेवाचे जुने देऊळ आहे, तेथेच कोठे तरी आसपास ही तोफ बहुतकरून डागण्यात आलेली असून येथून मुळा-मुठा नदीतील पायउताराने कोणी पेशव्यांकडील शिपाई अडथळा करण्याकरिता येऊ लागतील तर त्यांच्या विरुध्द हिचा बरोबर मारा होईल अशा रीतीने ही तोफ ठेवण्यात आलेली होती. व याच टेकडीवरून समोरच्या गारपिरावरील पेशव्यांच्या छावणीवरही नेमके गोळे जाऊन पडतील, अशी आणखीही एक तोफ येथे डागण्यात आलेली होती.

हल्लीच्या बंडगार्डनच्या पुलाजवळ मुळा-मुठा नदीला जो एक पायउतार होता, म्हणून सांगितले आहे, त्याच्याशिवाय त्याच्या वरच्या अंगाला संगमाजवळही आणखी एक त्या नदीला पायउतार होता. या दोन्ही पायउतारांच्या बाजूने सैन्याच्या दोन तुकड्यांनी नदी उतरून पुण्यातील सैन्यावर हल्ला करावयाचा, असा विचार ठरला होता व हा हल्ला ता. 14 नोव्हेंबर रोजी रात्री करण्याचे ठरले होते. परंतु येरवड्याच्या पायउतारावरून तोफा जाऊ शकत नाहीत, असे आढळून आल्यामुळे त्या रात्रीचा बेत रहित करण्यात आला; व ता. 15 नोव्हेंबर रोजी त्या पायउताराची वाट दुरुस्त करण्याचे काम सुरू करण्यात आले. परंतु त्या येरवड्याच्या पायउताराची वाट इंग्लिशांच्या पायोनियर पलटणीतील शिपाई दुरुस्त करीत आहेत व त्या वाटेने पुण्याकडे येण्याचा शत्रूचा विचार आहे, असे समजून आल्यांनतर त्या नदीत काम करणाऱ्या शिपायांना अडथळा करण्याकरिता पेशव्यांच्या सैन्यातील काही लोक ता. 16 नोव्हेंबर रोजी तेथे आले; व अरबांचे घोडेस्वार त्यांना हरकत करू लागले; व तिसरे प्रहरी त्यांच्या मदतीला पेशव्यांच्या सैन्यातील आणखीही बरेच लोक आले. पेशव्यांच्या या सैन्याने या वेळी चांगला जोर केला व कित्येक तासपर्यंत दोन्ही पक्षांच्या लोकांमध्ये बरीच चकमक झडली. पेशव्यांचे सैन्य नदीतून लढत-लढत येरवड्याच्या बाजूच्या

तीरापर्यंत येऊन पोहोचले व त्यांनी ही लढाई रात्री 11 वाजेपर्यंत चालविली होती. परंतु या सगळ्या पराक्रमाचा फारसा उपयोग न होता इंग्लिशांचे सैन्य अखेरीस येरवड्याच्या पायउताराने नदी उतरून अलीकडच्या तीराला येऊन पोहोचले. इंग्रजी सैन्याचा हा भाग लेफ्टनंट कर्नल मिलने याच्या हाताखाली देण्यात आला होता. या सैन्यात मुंबईची युरोपियन पलटण, रेसिडेंटच्या तैनातीतील लोक, आणि पहिल्या, सहाव्या आणि सातव्या नेटिव्ह पायदळ पलटणीतील एक-एक बॅटेलियन, याप्रमाणे निरनिराळ्या तुकड्या होत्या; व निरनिराळ्या जातींच्या मिळून त्यांच्यापाशी एकंदर दहा तोफा होत्या. हे सैन्य ता. 16 नोव्हेंबरच्या मध्यरात्रीच्या सुमाराला येरवड्याच्या पायउताराने नदी उतरून पलीकडे जाऊन पोहोचले व त्या नंतर लगेच 3 वाजता म्हणजे ता. 17 नोव्हेंबरच्या पहाटेस ब्रिगेडिअर जनरल स्मिथ यांच्या छावणीत जे सैन्य होते, ते संगमाजवळच्या पायउताराने दुसऱ्या बाजूने पुण्यावर हल्ला करण्याकरिता निघाले. या सैन्यामध्ये 65 वी पायदळाची पलटण व दुसरी, तिसरी आणि नववी रेजिमेंट यांच्यापैकी प्रत्येकाची एक-एक बॅटेलियन आणि घोड्यावरील तोफखाना, अशा तुकड्या होत्या.

अशा रीतीने ही दोन्ही सैन्ये निरनिराळ्या बाजूंनी 17 तारखेच्या पहाटेच्या प्रहरी पेशव्यांच्या सैन्यावर हल्ला करण्याकरिता निघाली. ब्रिगेडिअर जनरल स्मिथ याच्या हाताखालील सैन्य संगमावरून गारपिराकडे वळले व लेफ्टनंट कर्नल मिलने याच्या हाताखालचे सैन्य येरवडा येथे नदी उतरून घोरपडीकडे वळले व तेथून पुढे वानवडीच्या दिशेने काही वळण घेऊन नंतर ते समोर पश्चिमेकडे गारपिराच्या बाजूला वळले. अशा रीतीने ही दोन्ही सैन्ये उजाडण्याच्या सुमारास गारपिराजवळ आली. पण ती तेथे येऊन पाहातात, तो त्यांच्या दृष्टीला काय पडले ? पेशव्यांचे सगळे सैन्य तेथून आपला तळ उठवून रातोरात कूच करून निघून गेलेले आहे, असे त्यांना आढळून आले. गारपिराच्या छावणीमध्ये जे काही थोडेसे अरब लोक शिल्लक राहिलेले होते, त्यांना ताब्यात घेण्यात आले व पुढे त्याच दिवशी तिसरे प्रहरी पुण्यातील शनिवारवाड्यावर इंग्लिशांचे निशाण उभारण्याचा दु:खकारक प्रकार घडून आला.

या येरवड्याच्या लढाईचे बखरकारांनीही अशाच प्रकारचे वर्णन केलेले आहे. बखरकार लिहितात की, ''खडकीच्या लढाईनंतर पेशव्यांच्या सैन्याने काही एक न केल्यामुळे इंग्लिशांना जो अवकाश सापडला, त्या अवकाशात इंग्रज याने आपल्या पलटणाची तयारी केली. घोडनदीहून जनरल स्मिथ हा सरदार मोठे लढवाई दोन चार पलटणे दारुगोळ्याची सुध्दा तयारी करून पुण्यावर आला. इंग्रजांची लढाईची तयारी झाली. इकडे श्रीमंत दिवाळी होऊन बाहेर पडले. ते डेऱ्यास येऊन दाखल झाले. तेथे अवघी फौज जमा झाली. तोफखानाही तयार होऊन तेथे आला. अशी तयारी होऊन कार्तिक शु. अष्टमीस तिसरे प्रहरी लढाईस प्रारंभ झाला. तेव्हा इंग्रज येऊन येरवड्यावर तयार होऊन उभा राहिला. इकडे बापू गोखले फौजेची तयारी करून लढाईच्या उद्देशाने निघाले. ते येरवड्यावर गेले. तेथे गेल्यानंतर टेकडी येरवड्यानजीक आहे ती श्रीमंतांच्या फौजेने आटोपली. त्या टेकडीवर आरब, गोसावी चढले. असे होत असता दिवेलागणीच्या संधीत लढाई सुरू झाली. काही लढाई होत आहे. महाकाळ तोफ पुरंदरास होती, ती अगोदर पुण्यास आणली होती. तीच तोफ तोफखान्यातून ओढून लढाईस नेली.

आरब, गोसावी लढत होते. दारूगोळ्याचा व खाण्यापिण्याचा पुरवठा काही पाठीमागून जाहला नाही. इंग्रजांचे तोफेची मारगिरी मोठी होऊ लागली. त्या समयी रात्र दहाबारा घटका झाली. त्या वेळेस श्रीमंत (यांनी) स्वारी तयार करून, सगळा आपला अज्बाज आटोपून, दिव्याचे घाटाचा रस्ता धरिला. घाटात स्वारी गेली ते वेळेस हजारो मशाली लाविल्या. असे पळाले. हे बापू गोखले यांनी पाहून तेही त्याच रस्त्याने चालले. सारी फौज उधळली. तो उजेड इंग्रज याने पाहिला. तेव्हा त्याने लढाईचा लगट भारी केला. आरब, गोसावी लढत होते, त्यांजवळ दारुगोळा नाहीसा झाला. त्यात बहुतेक माणसे ठार झाली. आरब, गोसाव्यांनी पळ काढिला. टेकडी इंग्रजांनी सही केली आणि तेथून पुढे चाल केली.

श्रीमंत पळतात हे पाहून इंग्रजांची पलटणे पाठीमागे लागली. तो पहाटेचा समय व्हावयास आला. इंग्रज श्रीमंतांचे तळावर येऊन पोहोचला. येऊन पाहातो तो डेरे, राहुट्या रिकाम्या उभ्या आहेत.''

या येरवड्याच्या लढाईचे वर्णन कवि प्रभाकर याने आपल्या पोवाड्यामध्ये पुढील प्रमाणे केलेले आहे :-

फसले शके सत्राशे एकूणचाळीसांत रणभूमीस ।
ईश्वर संवत्सरात कार्तिक शुक्ल अष्टमीस ।।
प्रहर दिवसा रविवारी सर्व आले आरब गुरमाईस ।
खुप मोर्चा बांधून विनविती श्रीमंत स्वामीस ।।
(चाल) दारुगोळी पुरवावी आम्ही आज हटकून त्याशी लढू ।
गर्दीस मिळवून देऊन पलटणे क्षणांत डोंगर चढू ।
शिपाईगिरीची शर्थ करून समशेरी सोन्याने मढू ।।
(चाल) लाविले बापुसाहेबांनी तोंड जाऊनी ।
दीड प्रहर रात्र होताच श्रीमंत दम खाऊनी ।
गेली स्वारी मशाला हिलाल मग लावुनी ।।
(चाल प.) जलदी करून साहेबांनी लाविले निशाण पुणियाला ।
खेचून वाड्याबाहेर काढिले कदीम शिपायाला ।।

येथपर्यंत वर येरवड्याच्या लढाईच्या संबंधाने दोन्ही बाजूंच्या इतिहासकारांची वर्णने देण्यात आलेली आहेत. ह्यावरून असे दिसते की, खडकीच्या लढाईतल्याप्रमाणे या येरवड्याच्या लढाईमध्येही पेशव्यांच्या सैन्याचे नेतृत्व बापू गोखले यांच्याकडेच होते व या लढाईमध्येही बापू गोखले यांनी आपल्या शौर्याची आणि युध्दकौशल्याची शिकस्त करून सोडली. तरी पण त्यांच्या सभोवतालच्या परिस्थितीपुढे त्यांच्या पराक्रमाचे काही तेज पडू शकले नाही. खडकीची लढाई अश्विन वद्य एकादशीस रोजी झाली. आणि त्या नंतर येरवड्याची लढाई कार्तिक शुध्द अष्टमीस रविवार रोजी झाली. या दोन लढायांच्या दरम्यान जे बारा दिवस फुकट गेले, ते तसे गेले नसते, तर पुढील परिणाम खात्रीने इतका अनिष्ट झाला नसता. घोडनदीहून येणारी पलटणे पुण्याच्या सैन्याला येऊन मिळण्यापूर्वीच त्यांचा पराभव करून टाकावयाला पाहिजे होता. परंतु मध्यंतरी कपटी एल्फिन्स्टनसाहेब याने बाजीरावापाशी जे बोलणे खडकीच्या लढाईच्या सुरुवातीपासून सुरू केलेले होते, त्या बोलण्यावर बाजीरावसाहेबांची जास्त

भिस्त बसल्यामुळे त्यांच्या सैन्याकडून लढाईचा काहीच उद्योग झाला नाही. कोंडापूर येथे थोडेसे स्वार पाठवून इंग्लिशांच्या सैन्याला जो किरकोळ अडथळा करण्यात आला, त्याच्यापेक्षा जास्त सैन्य पाठवून तेथेच एखादी मोठी लढाई दिली असती, तर त्याचा जास्त उपयोग झाला असता. पुण्यात इतके घोडेस्वार, आरब आणि गोसावी नुसते रिकामे बसवून ठेवून करावयाचे होते काय ? पण तसे काही एक झाले नाही. तरी पण येरवड्याच्या टेकडीवरून इंग्रजांच्या तोफेचे गोळे गारपिराच्या छावणीवर येऊन पडू लागले, तेव्हा तरी निदान पेशव्यांचे सैन्य जागे झाले; व येरवड्याच्या बाजूने येणारा हल्ला परतविण्याकरिता ते सैन्य तिकडे चाल करून निघाले. नंतर येरवड्याच्या नदीमध्ये जी लढाई झाली, त्या लढाईत 'पेशव्यांच्या कडील लोक लढत-लढत पलीकडच्या काठापर्यंत जाऊन पोहोचले होते,' असे इंग्लिश इतिहासकारांनी म्हटले आहे. पण बखर आणि पोवाडा यातील वर दिलेल्या वर्णनावरून असे दिसते की, पेशव्यांचे शिपाई नुसते मुळा-मुठा नदीच्या पलीकडेच जाऊन पोहोचले होते, एवढेच नसून श्रीमंतांच्या फौजेतील आरब आणि गोसावी हे येरवड्याच्या टेकडीवरही चढून गेलेले होते. पण त्या सगळ्या मर्दुमकीचा अखेरीस काही उपयोग झाला नाही. पेशव्यांचे फौजेतील काही आरब आणि गोसावी टेकडी चढून वर गेले खरे; पण बाकीचे लोक काय करीत होते ? जे आरब आणि गोसावी लढत होते, त्यांच्या जवळच्या दारुगोळा नाहीसा झाला असता त्यांना आणखी दारूगोळ्याची कुमक-पाठीमागून व्हायला पाहिजे होती. पण ती करतो कोण ? तिकडे टेकडीवर काही लोक लढाई करून शत्रूला मारीत होते, तर इकडे पाठीमागे गारपिराच्या छावणीमधील बाकीचे लोक आपआपले बोजे बांधून पळून जाण्याची तयारी करीत होते ! महाकाळ तोफ पुरंदराहून पुण्यास आणली होती, ही गोष्ट खरी. पण ती नुसती तोफ काय करील ? तिच्यांत दारू आणि गोळे भरणारे दमदार गोलंदाज कोणी तरी पाहिजेत की नकोत ? माझा प्राण गेला तरी हरकत नाही, पण 'मी जिवंत आहे तोपर्यंत मी या तोफेपासून न हलता शत्रूचा निःपात होईपावेतो मी ही तोफ चालवीन', अशा दृढ निश्चयाचे गोलंदाज जेव्हा एखाद्या तोफेच्या पाठीमागे असतील, आणि एक मरण पावला तर त्याची जागा घेण्याला

जेव्हा अशा प्रकारचे दुसरे अनेक गोलंदाज तयार असतील, तेव्हाच त्या तोफेच्या हातून काही तरी काम होऊ शकते. एखाद्या निर्जीव तोफेचे नाव महाकाळ ठेवण्यात काही मुद्दा नाही. तोफ ही महाकाळ नव्हे, तर मनुष्याची छाती ही महाकाळ आहे ! ती महाकाळ छातीची माणसे मराठ्यांच्या मधून निघून गेलेली होती, आणि महाकाळ नावाची नुसती तोफ मात्र पाठीमागे राहिली होती. पण तीही महाकाळ तोफ कालवशात् आज कोणीकडे जाऊन पडलेली आहे, याचा कोणालाच पत्ता नाही. पूर्वी ज्या तोफा ओढण्यात येऊ लागल्या, म्हणजे धरणी थर थर कापत असे, आणि ज्या तोफांच्या तोंडातून धुराच्या लोटांमधून आगीसारखे गोळे बाहेर पडू लागले म्हणजे सगळे वातावरण हादरून जात असे, त्या तोफा छिन्नविच्छिन्न होऊन आपल्या समकालीन योद्ध्यांच्या बरोबर ठिकठिकाणी जमिनीत पुरून टाकलेल्या पाहून मनाला अतिशय वाईट वाटते. ज्या आपल्या गर्जनेने दशदिशा दणाणून सोडीत होत्या, त्यांच्यावर असा प्रसंग यावा, हे पाहून कोणाला वाईट वाटणार नाही ?

असो; अशा रीतीने खडकी आणि येरवडा या दोन ठिकाणच्या लढायांनी पेशव्यांच्या सारख्या विस्तीर्ण राज्याचा शेवट झाला. आपले राजधानीचे शहर न सोडता शत्रूशी आणखी नेटाने लढावे, ही कल्पना बाजीरावाच्या डोक्यात न येता तिकडे येरवड्याच्या टेकडीवर आपले आरब शिपाई विजयासाठी लढत असता इकडे बाजीराव साहेबांनी पुणे सोडून दिव्याच्या घाटाने सासवडाकडे जाण्याचा दुर्दैवाने निश्चय केला. बाजीरावसाहेब खडकीची लढाई झाल्याबरोबरच पुणे सोडून गेले, असे जे कित्येकांनी लिहिले आहे, ते बरोबर नाही. ''श्रीमंत दिवाळी होऊन बाहेर पडले ते डेऱ्यास येऊन दाखल झाले. तेथे अवघी फौज जमा जाहली. तोफखानाही तयार होऊन तेथे आला. अशी तयारी होऊन कार्तिक शु. अष्टमीस तिसरे प्रहरी, लढाईस प्रारंभ झाला.'' अशा प्रकारचे बखरीमध्ये जे वर्णन आहे, त्यावरून येरवड्याच्या लढाईपर्यंत पेशवे पुण्यात होते व कार्तिक शु. अष्टमीच्या रात्री ते दिव्याच्या घाटाने निघून गेले, हे उघड होत आहे. बाजीरावसाहेब निघून गेल्यानंतर बापू गोखले यांनाही दुसरा मार्ग उरला नाही. आणि तेही आपल्या धन्याच्या पाठोपाठ कूच करून निघाले. तरी पण या

कृत्याने बापू गोखल्यांच्या कीर्तीला कमीपणा आला, असे मुळीच झाले नाही. शिपाई या नात्याने त्यांची कीर्ती अजरामर होऊन राहिलेली आहे. 1857 सालच्या बंडातील नानासाहेब पेशव्यांचा सुप्रसिध्द सेनापती तात्या टोपे, यांच्या युध्दकौशल्याबद्दल ज्याप्रमाणे युरोपियन सेनापती देखील वाखाणणी करतात, त्याचप्रमाणे बापू गोखले यांच्याही युध्दकौशल्याची तारीफ युरोपियन इतिहासकारांकडून करण्यात येते. "Fifteen years in India" या पुस्तकाचा कर्ता हा खडकीच्या लढाईमध्ये इंग्लिशांचा एक ऑफिसर या नात्याने इंग्लिशांच्या बाजूने हजर होता. त्याने बापू गोखले यांच्याबद्दल सदर पुस्तकामध्ये फार प्रशंसापर उद्‌गार काढलेले आहेत:- ''बापू गोखले यांचा बांधा धिप्पाड असून त्यांचे नाक, डोळे सुरेख आणि पाणीदार असे होते आणि त्यांची शरीरकांती गौरवर्णाची होती. सर आर्थर वेलस्ली याच्या हाताखाली पेशव्यांचे जे सैन्य देण्यात आलेले होते, त्या सैन्यात बापू गोखले हे एक अधिकारी म्हणून होते. त्या वेळी इंग्लिशांच्या सैन्यातील शिस्त कशी असते आणि लढाईमध्ये ते कशा प्रकारच्या युक्त्या करीत असतात, हे सर्व बापू गोखले यांनी पाहिलेले होते. आणि शिवाय ते स्वत: फार शूर आणि अनुभवी होते. परंतु दुर्दैवाने त्यांच्या हाताखाली खडकीच्या लढाईच्या वेळी जे सैन्य होते, त्यात शिस्त नसून अव्यवस्था फार होती. तरी पण जनरल स्मिथ यांच्याशी लढाई देण्याच्या कामी त्यांनी जे शौर्य आणि कौशल्य दाखविले, ते खरोखर वर्णन करण्यासारखे आहे. आणि पुढे कधी, जेव्हा कवितादेवी त्यांच्या इतिहासाचे वर्णन करण्याला प्रवृत्त होईल, त्या वेळी आपल्या देशाच्या एकनिष्ठ सेवेबद्दल ती देवी त्यांच्या डोक्यावर आपला पुष्पमंडित मुकुट घातल्याशिवाय केव्हाही राहणार नाही !''

■ □ ■

3. कोरेगावची लढाई

येरवड्याच्या लढाईनंतर बाजीरावसाहेब आणि बापू गोखले हे पुरंदरच्या बाजूला आपल्या बरोबरच्या बऱ्याच मोठ्या सैन्यासह निघून गेले आणि त्यांच्या सैन्यापैकी काही भाग सिंहगडच्या बाजूकडे वळला. यांनी आपल्या बरोबर कूच करताना बऱ्याच तोफाही घेतलेल्या होत्या. 'कॅप्टन टर्नर' हे या सिंहगडकडील तुकडीचा पाठलाग करण्याकरिता निघाले. ते ता. 19 नोव्हेंबर रोजी संध्याकाळी सिंहगडच्या पायथ्याशी येऊन पोहोचले. त्यांनी सिंहगड येथील पेशव्यांच्या सैन्याचा पराभव करून त्यांच्यापाशी ज्या तोफा होत्या त्या हस्तगत करून घेतल्या. परंतु त्या तोफा पुण्यास परत आणणे शक्य नसल्यामुळे त्यांची नाके तोडून त्या तोफा तेथेच टाकण्यात आल्या; व कॅप्टन टर्नर यांच्या हाताखालचे सैन्य ता. 21 नोव्हेंबर रोजी पुण्यास परत आले. अशा रीतीने सिंहगडकडील या लहानशा तुकडीचा जरी ताबडतोब पाठलाग आणि पराभव करिता आला, तरी पेशव्यांच्या बरोबर जे मुख्य सैन्य पुरंदर किल्ल्याकडे निघून गेलेले होते, ते अद्यापि कायमच होते. त्या सैन्याचा ताबडतोब पाठलाग सुरू करणे ब्रिगेडिअर जनरल स्मिथ यांना शक्य नव्हते. म्हणून ता. 17 नोव्हेंबरच्या येरवड्याच्या लढाईपासून ता. 21 नोव्हेंबरपर्यंतचे मध्यंतरीचे दिवस जनरल स्मिथ यांना आपली तयारी करण्यामध्ये घालविणे भाग पडले. परंतु या मध्यंतरीच्या अवकाशामध्ये बाजीरावसाहेबांच्या सैन्याने पुण्यापासून बराच लांबचा पल्ला गाठला होता. पेशवे पुरंदरच्या बाजूने प्रथम निघाले, ते तेथून पुढे कूच करीत करीत साताऱ्याजवळ माहुली मुक्कामी येऊन पोहोचले. येथे एक हजार आरब आणि दोन हजार घोडेस्वार इतक्या सैन्यासह निपाणीचे अप्पासाहेब निपाणीकर हे बाजीरावसाहेबांच्या सैन्याला येऊन मिळाले. आपला पाठलाग करीत इंग्लिशांचे

सैन्य सालप्याच्या घाटाने येत आहे, असे समजून आल्यानंतर त्यांना अडथळा करण्याकरिता काही घोडेस्वार ठेवून बाजीरावसाहेब माहुलीहून निघून पुसेसावळी येथे ता. 27 नोव्हेंबर रोजी आले; व तेथे दोन दिवस मुक्काम करून ता. 29 नोव्हेंबर रोजी पहाटेस निपाणकर आणि पटवर्धन यांचेकडील पाच हजार घोडेस्वार आपल्याबरोबर घेऊन ते तेथून मिरजेकडे जाण्यास निघाले. त्या वेळी शत्रूला आपला पाठलाग पुढे करता येऊ नये आणि शत्रू मध्येच अडविला जावा, या उद्देशाने बापू गोखले, विंचुरकर आणि घोरपडे यांच्या हाताखाली पेशव्यांचे मुख्य लष्कर देण्यात आलेले होते. अशी मागची तरतूद करून पेशवे मिरजेकडे जाण्याकरीता निघाले. परंतु बापू गोखले शत्रूला अडवण्याकरीता आपल्या सैन्याशी ज्या डोंगरामध्ये दबा धरून बसले होते, त्या डोंगरांना वळसा घालून इंग्लिशांचे सैन्य ता. 2 डिसेंबर रोजी पुसेसावळी येथे येऊन पोहोचले. त्यामुळे बाजीरावसाहेबांना आपली दिशा बदलणे जरूर झाले. आत्तापर्यंत पुण्यापासून पुरंदर, माहुली, पुसेसावळी, मिरज या मार्गाने ते दक्षिणेकडे कूच करीत चाललेले होते. परंतु येथून त्यांनी आपली दिशा बदलली आणि उत्तरेकडे पंढरपूरच्या रोखाने त्यांनी आपला मोर्चा फिरवला. पुढे पेशव्यांचा मुक्काम पंढरपूर येथे असता इंग्लिशांची पलटणे ता. 8 डिसेंबर रोजी पंढरपूरच्या जवळ येऊन पोहोचली. पंढरपूरला येताना बापू गोखल्यांच्या सैन्याने इंग्रजी फौजेला फारच सतावून सोडिले; पण इतक्या त्रासातून आणि हालविपत्तीतून इंग्लिशांचे सैन्य पंढरपूरला येऊन पोहोचते आहे, तोच त्यांना अशी बातमी कळली की, बाजीरावसाहेब अहमदनगर जिल्ह्याकडे वळले असून त्यांचा मुक्काम पीरगाव येथे आहे. पण निरा आणि भीमा या नद्या ओलांडून इंग्लिशांचे सैन्य पीरगाव येथे येते, तो तेथील मुक्काम सोडून बाजीरावसाहेब नाशकाकडे निघून गेले. जलदी-जलदीने मुक्काम बदलून आपण कोणत्या दिशेने कोणीकडे जात आहोत याचा शत्रूला मागमूस लागू न देता बाजीरावसाहेबांनी शत्रूला झुकांड्या देण्याची जी ही पध्दत सुरू केली होती, त्यामुळे त्यांचा पाठलाग करणे इंग्लिश फौजेला फार कठीण पडू लागले म्हणून आता पीरगावाहून बाजीरावसाहेबांच्या पाठीमागे लागत नाशकाला जाण्याचे सोडून देऊन कंटाळून ब्रिगेडिअर जनरल स्मिथ यांनी

आपला मोर्चा शिरूरकडे वळविला. इतके दिवसपर्यंत जनरल स्मिथ हे आपल्या बरोबर मोठमोठ्या तोफा वगैरे सामान घेऊन फिरत होते. त्यामुळे त्यांना जलदीने पाठलाग करण्याला अडचण पडत होती; म्हणून शिरूर येथे तोफा वगैरे सामान ठेवून सड्या सैन्यानिशी स्मिथसाहेब आपल्या कामगिरीवर फिरून निघाले ते शिरूरहून बाजीरावाचा नाशिकाच्या दिशेने पाठलाग करण्याकरिता प्रवरेच्या काठी संगमनेर येथे येऊन पोहोचले. परंतु तेथे आल्यावर त्यांना असे कळले की, बाजीरावसाहेब हे नाशिककडे मुळीच न वळता मध्यंतरी त्रिंबकजी डेंगळ्यांच्या हाताखालील पायदळाची आणि त्यांची गाठ पडून ते संगमनेरवरून मधला ओझरचा घाट उतरून जुन्नरखेडच्या वाटेने पुण्याकडे फिरून निघून गेले आहेत. ही जी बातमी स्मिथसाहेबाला कळली होती, त्याप्रमाणे खरोखरच बाजीरावसाहेब ओझरचा घाट उतरून जुन्नरखेडच्या रस्त्याने ता. 30 डिसेंबर 1817 रोजी चाकण येथे येऊन पोहोचले होते. आणि तेथून आता पुणे फक्त आठ नऊ कोसच राहिले होते. त्यामुळे बाजीरावसाहेब आपल्या सगळ्या सैन्यासह फिरून पुण्यात येण्याला फारसा अवकाश राहिला होता, असे नाही. ता. 18 नोव्हेंबरपासून ता. 30 डिसेंबरपर्यंतच्या मधल्या सुमारे दीड महिन्याच्या अवकाशामध्ये पुरंदर, सालप्याचा घाट, माहुली, पुसेसावळी, मिरज, पंढरपूर, पीरगाव, संगमनेर, ओझर, जुन्नर, खेड आणि चाकण, या ठिकाणांवरून फिरता फिरता स्मिथसाहेबाला हुलकावण्या दाखवीत आणि झुकांड्या देत बाजीरावसाहेब फिरून पुण्याकडे परत आले, आणि ते फिरून पुणे शहर काबीज करण्याच्या अगदी बेतात होते, यावरून या हुलकावण्या दाखविण्यामध्ये त्यांनी जे कौशल्य प्रकट केले, त्याचे महत्त्व कोणाच्याही लक्षात येण्यासारखे आहे. पाठलाग करणाऱ्या आपल्या शत्रूला त्यांनी अगदी जेरीस आणले होते. इतक्या दीड महिन्याच्या अवकाशात सुमारे दहा बारा ठिकाणच्या मुक्कामात आणि एकंदर सुमारे 400 मैलांच्या प्रवासात स्मिथसाहेब एकदाही गाठू शकला नाही. इतके दिवस इतके मैलांचा पाठलाग करून त्यात एकदा सुध्दा यश प्राप्त होऊ नये, ही इंग्लिशांना अत्यंत नामुष्कीची गोष्ट आहे. पण त्या सगळ्याच्या पेक्षाही इंग्लिशांना जास्त नामुष्कीची गोष्ट ही आहे की, इंग्लिशांचे इतके सैन्य बाजीराव साहेबांच्या पाठीवर असताना

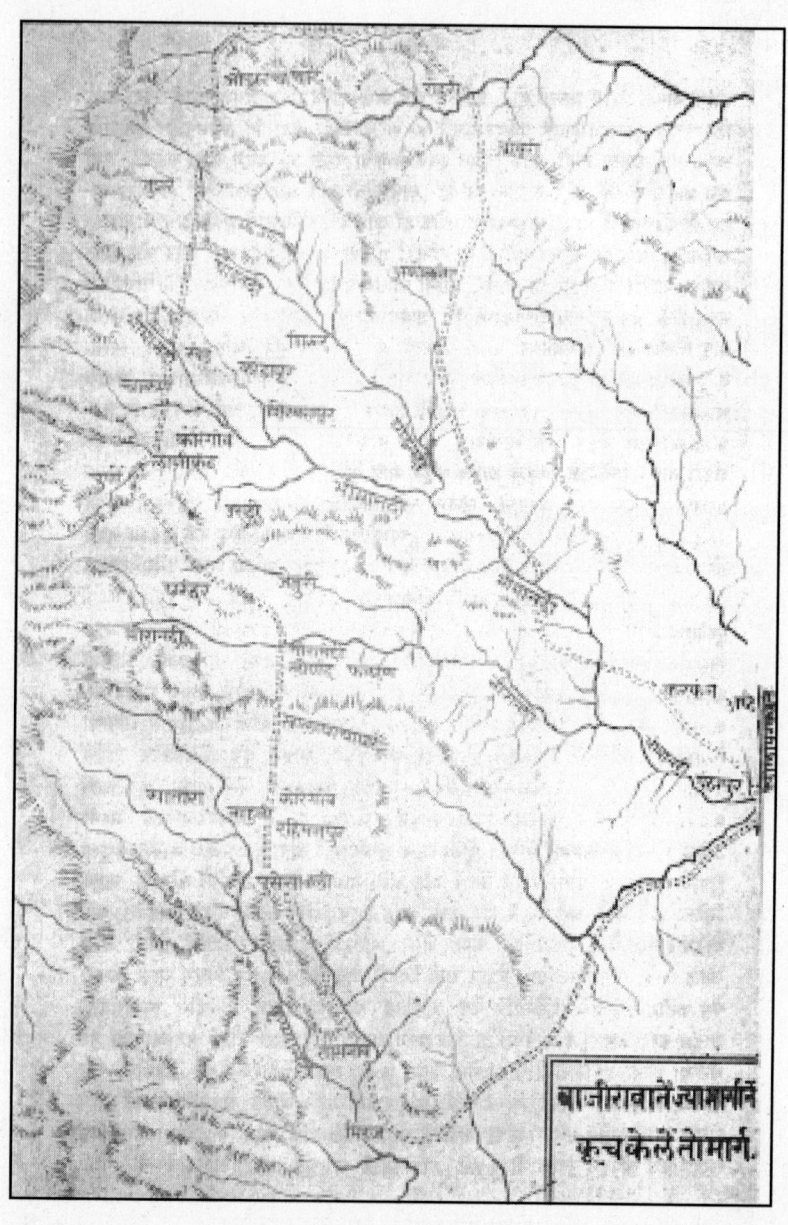

बाजीरावानेंज्यामार्गानें
कूचकेलेंतोमार्ग.

त्यांनी जर लष्करी धोरणाच्या दृष्टीने एखादी मुख्य गोष्ट करावयाला पाहिजे होती तर ती ही की, त्यांनी बाजीरावाला फिरून पुण्याकडे येऊ द्यावयाला नको होते. पण जी गोष्ट इंग्लिशांनी करू द्यावयाला नको होती, ती गोष्ट बाजीराव आणि बापू गोखले यांनी इंग्लिशांच्या पाठलाग करणाऱ्या सैन्याला खडे चारून आणि त्यांना न जुमानता हटकून घडवून आणिली, यात बाजीराव आणि बापू गोखले यांच्या लष्करी धोरणाचा आणि लष्करी दूरदृष्टीचा खात्रीने विजय झालेला होता, असे कोणाही निःपक्षपाती मनुष्याला कबूल करणे भाग आहे. दीड महिन्यात इंग्लिश सैन्य काहीएक करू शकले नाही; रानोमाळ फिरून उगीच थकून मात्र गेले; अखेरीस जड तोफा जलदीच्या पाठलागाला अडथळा करतात, म्हणून त्या तोफाही स्मिथसाहेबाने शिरूरला ठेवून पाहिल्या. तरी पण अखेरीस तो पेशव्यांच्या पुण्याकडील रोखाला प्रतिबंध करू शकला नाही तो नाहीच ! आणि पेशव्यांचे सैन्य मात्र दक्षिण, उत्तर, पूर्व, पश्चिम अशा निरनिराळ्या दिशांनी घिरट्या घालीत-घालीत आणि इंग्लिशांच्या सैन्याला चुकवीत चुकवीत नेमके पुण्याजवळच्या चाकणला येऊन पोहोचले ! या बाबतीत बाजीरावाने दाखविलेल्या कौशल्याबद्दल खुद्द इंग्लिशांनीही त्याची स्तुती केलेली आहे. बाजीरावांनी या प्रसंगी 'गनिमीकाव्याची' पध्दत स्वीकारली होती. पाठीमागून पाठलाग करीत येणाऱ्या शत्रूला फसविण्याकरिता आणि त्याला भलत्याच दिशेकडून वळवून देण्याकरिता बाजीरावसाहेब हे आपल्या सैन्यातील काही लोक पाठीमागे एका दिशेला ठेवून आपण पुढे निराळ्याच दिशेने दुसरीकडे कोठे तरी कूच करून जात असत. त्यांच्या सैन्यात या वेळी तोफा वगैरेंसारखे जड सामान फारसे नसून त्यांनी आपल्या भोवती बहुतेक घोडेस्वारांचाच भरणा ठेविला होता व त्यांच्या सैन्यात घोडेस्वारच असल्यामुळे लांब लांब मजल मारून शत्रूला झुकांड्या देण्याला त्यांना फारच सोईचे पडत असे. मागे जे सैन्य ठेविलेले असे, ते अमुक दिशेला जात आहे, असे पाहून बाजीरावसाहेबही त्याच दिशेने जात असले पाहिजेत, असे वाटून इंग्लिश सैन्य पुष्कळ वेळा फसत असे; आणि हे पाठलाग करणारे इंग्रजी सैन्य जवळ आले, म्हणजे पेशव्यांचे मुद्दाम मागे ठेवलेले लोक तेथून पळून निघून जात असत. पण पाठीमागे ठेविलेल्या

सैन्याने वेळ आल्यास कसे लढावयाचे हे काम बाजीरावाचे सरदार करीत असत; व आपल्या प्राणावर प्रसंग आला तरी हरकत नाही, पण आपल्या पुढे गेलेल्या धन्याच्या जिवाला धोका येता कामा नये, अशा प्रकारची सर्व तजवीज बापू गोखले, विचुरकर, घोरपडे, यांच्यासारखे सरदार मागे राहून मोठ्या प्रामाणिकपणाने आणि अत्यंत स्वामिनिष्ठेने करीत असत. आणि हे मागील संरक्षणाचे काम आपल्या स्वामिनिष्ठ सरदारांकडे सोपवून पुढील धोरण कसे ठरवायचे व पुढे कोठे जावयाचे या गोष्टी बाजीरावसाहेबांनी स्वत: आपल्याकडे घेतल्या होत्या. याबद्दलची व्यवस्था बाजीरावसाहेब कशी करीत असत, याविषयी ब्रिगेडिअर जनरल स्मिथ यांनी जनरल डोव्हटन यांना लिहिलेल्या एका पत्रामध्ये जे वर्णन केलेले आहे, ते फारच मनोरंजक आहे. ते लिहितात की, ''एखाद्या गावात बाजीरावसाहेबांचा मुक्काम पडला, म्हणजे ते तेथील पाटील वगैरे लोकांना बोलावून आणत असत. आणि जिकडे आपल्याला जावयाचे नाही, तिकडच्या रस्त्यांची व डोंगरातील आडवाटांची ते त्यांच्यापाशी मुद्दाम ऐसपैस चौकशी करीत असत; आणि त्यांना जावयाचे झाले म्हणजे अखेरीस ते निराळ्याच कोठल्यातरी रस्त्याने निघून जात असत. इंग्लिशांना फसवण्याकरिता ते आणखी एक युक्ती करीत असत, ती अशी की, आपल्या सैन्यातील लोक कूच करण्याकरिता निघाले, म्हणजे त्यांच्या निरनिराळ्या तुकड्या करून त्यांना निरनिराळ्या दिशांनी पाठविण्यात येत असे. या सगळ्या तुकड्यातील लोक अखेरीस जरी ठरलेल्या मुक्कामावर येऊन एकत्र जमावयाचे असत, तरी शत्रूला गोंधळात पाडण्याकरिता या युक्तीचा चांगला उपयोग होत असे. याशिवाय दुसरी एक गोष्ट अशी होती की, आज आता पुढचा मुक्काम कोठे व्हावयाचा आहे, हे खुद्द बाजीरावसाहेबांच्याशिवाय त्यांच्या सैन्यातील एकाही मनुष्यास कधी कळत नसे. ते निघाले की म्हणजे त्यांच्या पाठीमागून बाकीचे सैन्य निघत असे.अशा वेळी कूच करताना सैन्यातील व्यवस्था अशी असे की, बाजीरावसाहेबांचे सामानसुमान पुढे चालत असे; त्याच्या पाठीमागून हत्तीवर घातलेला खजिना चालविण्यात येत असे; आणि त्या हत्तीच्या संरक्षणाकरिता त्याच्या बाजूने कित्येक घोडेस्वार ठेविलेले असत; त्यांच्या पाठीमागून खुद्द श्रीमंतांची स्वारी

--

चालत असे; आणि त्यांच्या पाठीमागे निवडक खास पायदळातील काही लोक असत; आणि त्यांच्या पाठीमागे निपाणकर वगैरे सरदारांचे घोडेस्वार असत. आणि या सगळ्यांच्या पाठीमागे बाजीरावसाहेबांच्या पिछाडीचे संरक्षण करण्याकरिता बापू गोखले हे आपल्या सैन्यासह चालत असत. त्यांच्यावर पाठीमागून शत्रूच्या सैन्याने हल्ला केला असता पेशव्यांना दूरवर जाण्याइतका वेळ मिळेपर्यंत किरकोळ लढाई करून नंतर ते दुसऱ्याच कोणत्या तरी दिशेने निघून जात; व फिरून पेशव्यांच्या सैन्याला येऊन मिळत असत.'' ही जी गनिमी काव्याची पध्दत बाजीरावसाहेबांनी त्या वेळी स्वीकारली होती, त्याबद्दल एका इंग्रजी इतिहासकाराने पुढीलप्रमाणे वर्णन केले आहे :- Bajee Rao must be allowed to have shown considerable art in the style of warfair he adopted ...' ... He cannot be denied the praise of having exhibited much ingenuity and stratagem in his several dispositions of which their protracted success was a sufficient evidence.

वर वर्णन केलेल्या प्रकारच्या कौशल्याने आपला पाठलाग करणाऱ्या इंग्रज शत्रूंना फसवीत फसवीत बाजीरावसाहेब ता. ३० डिसेंबर रोजी पुण्यापासून आठ नऊ कोसांवर चाकण मुक्कामी येऊन दाखल झाले. ही बातमी पुण्यास कळताच पुण्यातील लोकांचा आनंद गगनात मावेनासा झाला. आपला राजा फिरून आपल्यामध्ये येणार आणि आपले गेलेले स्वातंत्र्य आपल्याला फिरून मिळणार, असा संभव दिसू लागल्याबरोबर पुण्यातील स्वामिभक्त लोकांची चित्तवृत्ती आनंदाने किती उचंबळून गेली असेल, याची कल्पनाही करता येणे शक्य नाही ! सर्व लोक बाजीरावाच्या भाग्याची आणि बापू गोखल्यांच्या शौर्याची वर्णने गाऊ लागले. फक्त आपल्या फंदफितुरीने, हरामखोरीने आणि विश्वासघाताने पेशव्यांचे राज्य बुडवून इंग्रजांना आपल्या घरात घेण्याला ज्यांनी मदत केली होती, अशा देशद्रोही लोकांचे मात्र धाबे दणाणून गेले व आता बाजीरावसाहेब परत पुण्याला आले, तर आपल्या पातकाबद्दल आपल्याला काय शासन होईल, याबद्दल त्यांना भीती वाटू लागली. त्याचप्रमाणे त्यावेळी

पुण्याच्या बंदोबस्ताचे काम कर्नल बर यांच्याकडे सोपविण्यात आलेले होते व त्यांच्यापाशी सैन्यही फारसे नव्हते. त्यामुळे तेही फार घाबरून गेले. पेशव्यांचा पाठलाग करणारे ब्रिगेडिअर जनरल स्मिथ हे हल्ली कोठे आहेत आणि पेशव्यांच्या सैन्याच्या पाठीमागे ते किती दूर अंतरावर राहिलेले आहेत, याबद्दल कर्नल बर यांना काही कल्पना येईना. आणि पेशवे उद्या चाकणहून पुण्यामध्ये आले, तर जनरल स्मिथ हे त्यांच्या पाठोपाठ त्यांच्यावर हल्ला करण्याकरिता येतील, किंवा पेशव्यांना अडथळा करण्याकरिता आपण दुसरी काही तजवीज केली पाहिजे, याबद्दल कर्नल बर यांना काही एक; निश्चय करिता येईना. म्हणून प्रसंग पडल्यास आपल्याला काही तरी मदत व्हावी, यासाठी शिरूर येथून नेटिव्ह पायदळाची एक पलटण कर्नल बर यांनी ताबडतोब बोलाविली. त्याप्रमाणे पहिल्या 'बॉंबे नेटिव्ह' इन्फन्ट्रीपैकी दुसरी बॅटालियन, दोन तोफा आणि अडीचशे घोडेस्वार, इतके सैन्य आपल्याबरोबर घेऊन कॅप्टन स्टॉटन हा ता. ३१ डिसेंबर १८१७ रोजी रात्री ८ वाजता शिरूरहून निघाला, आणि २७ मैलांची मजल मारून ता. १ जानेवारी १८१८ रोजी सकाळी १० वाजता तो कोरेगावच्या जवळील एका टेकडीवर येऊन पोहोचला. परंतु तेथे येऊन त्या टेकडीवर त्याने पाहिले, तो त्या टेकडीच्या खालच्या खोऱ्यात भीमा नदीच्या उजव्या किनाऱ्याच्या काठाने जिकडेतिकडे पेशव्यांचे प्रचंड सैन्य पसरलेले त्याला दिसले. तेव्हा इतक्या मोठ्या सैन्यापासून उघड्या मैदानावर आपला बचाव होणे शक्य नाही असे वाटून त्याने कोरेगावच्या तटबंदीच्या आत आपले सैन्य नेऊन ठेवण्याचा प्रयत्न सुरू केला. इकडे इंग्लिशांचे सैन्य गावात शिरत आहे असे पाहून त्याला तेथून हुसकून काढण्याकरिता पेशव्यांचे सैन्यही भीमानदी उतरून पलीकडे जाऊ लागले. या वेळी पेशव्यांचे सैन्य भीमानदीच्या उजव्या तीरावर असून इंग्लिश इतिहासकारांच्या अदमासाप्रमाणे त्या सैन्यात सुमारे वीस हजार घोडेस्वार आणि आठ हजार पायदळ इतके लोक होते. ह्यापैकी काही लोक भीमानदी उतरून इंग्लिशांना मागे हटविण्याकरिता कोरेगावात शिरले. या गावाला त्या वेळी तटबंदी फार चांगली आणि मजबूत अशी होती. या गावात ता. १ जानेवारी रोजी दुपारच्या वेळी दोन्ही बाजूंच्या लोकांची मिळून फारच गर्दी झाली. इंग्लिशांचे

पायदळ, घोडेस्वार, सामानसुमानाचे बैल आणि बाजारबुणगे लोक हे सगळे आधीच गावात शिरून राहिले होते व त्यांच्यावर हल्ला करण्याकरिता पेशव्यांचे लोकही दुसऱ्या बाजूने गावात शिरले. इंग्लिशांच्यापाशी दोन तोफा होत्या. त्या त्यांनी पहिल्याने भीमानदीच्या पात्रातील पायउताराच्या वाटेच्या रोखाने डागून ठेवल्या होत्या. पण त्यांचा फारसा उपयोग झाला नाही. म्हणून त्यांनी त्या गावच्या तटबंदीच्या आत आणून माऱ्याच्या जागी ठेवल्या. इंग्लिशांचे सैन्य साऱ्या रात्रभर चालून अगदी थकून गेलेले होते; व त्याला जी विश्रांती पाहिजे होती ती न मिळता त्याला एकदम शत्रूच्या सैन्याशी तोंड देणे भाग पडले. दुपारच्या उन्हामुळे त्यांना त्या वेळी अतिशय त्रास होत होता व ते लोक जरी तहानेने व्याकूळ झालेले होते, तरी पेशव्यांच्या माऱ्याच्या भीतीने भीमानदीच्या पाण्यावर जाणेही त्यांना त्या वेळी शक्य नव्हते. त्याचप्रमाणे त्या कोरेगावच्या लहानशा तटबंदीच्या आतमध्ये इंग्लिशांचे इतके सैन्य भरले होते की त्यांना आजूबाजूला फिरण्यालाही वाव मिळणे शक्य नव्हते. अशा स्थितीत त्यांच्या हातून तेथे लढण्याचे काम काय होणार ? आणि अशा अडचणीच्या जागेत सापडलेल्या या इंग्लिश सैन्यावर हल्ला करण्याकरिता एक-एक हजार आरबांची एक तुकडी, अशा एकंदर तीन तुकड्या चाल करून पुढे आल्या. त्या वेळी त्या लहानशा जागेत त्या उभय सैन्यामध्ये जे युध्द झाले, ते केवळ संगिनीचे आणि तरवारीचेच झाले. दुरून गोळी घालणे आणि लढाई करणे हे या ठिकाणी शक्यच नव्हते. इंग्लिशांच्या तोफांचा मारा मधून-मधून चाललेला होता, पण त्यांच्या त्या दोन तोफांपैकी एक तोफ पेशव्यांच्या लोकांनी हल्ला चढवून काबीज केली, आणि त्या तोफेवरील मुख्य अधिकारी, लेफ्टनंट चिशोल्म, याला ठार मारण्यात येऊन त्याच्या धडापासून त्याचे डोके कापून ते पेशव्यांकडे विजयाचे चिन्ह म्हणून पाठवून देण्यात आले. त्याचप्रमाणे इंग्लिशांच्या बाजूकडील लेफ्टनंट स्वानस्टन आणि लेफ्टनंट कोनेलन व असिस्टंट सर्जन बुइंगेट यांना जबर जखमा लागल्या; म्हणून गावात जी एका देवळाजवळची धर्मशाळा होती, त्या धर्मशाळेच्या इमारतीत त्या जखमी झालेल्या ऑफिसरांना नेऊन ठेवण्यात आले; पण काही वेळाने ती धर्मशाळाही पेशव्यांच्या लोकांनी हस्तगत करून

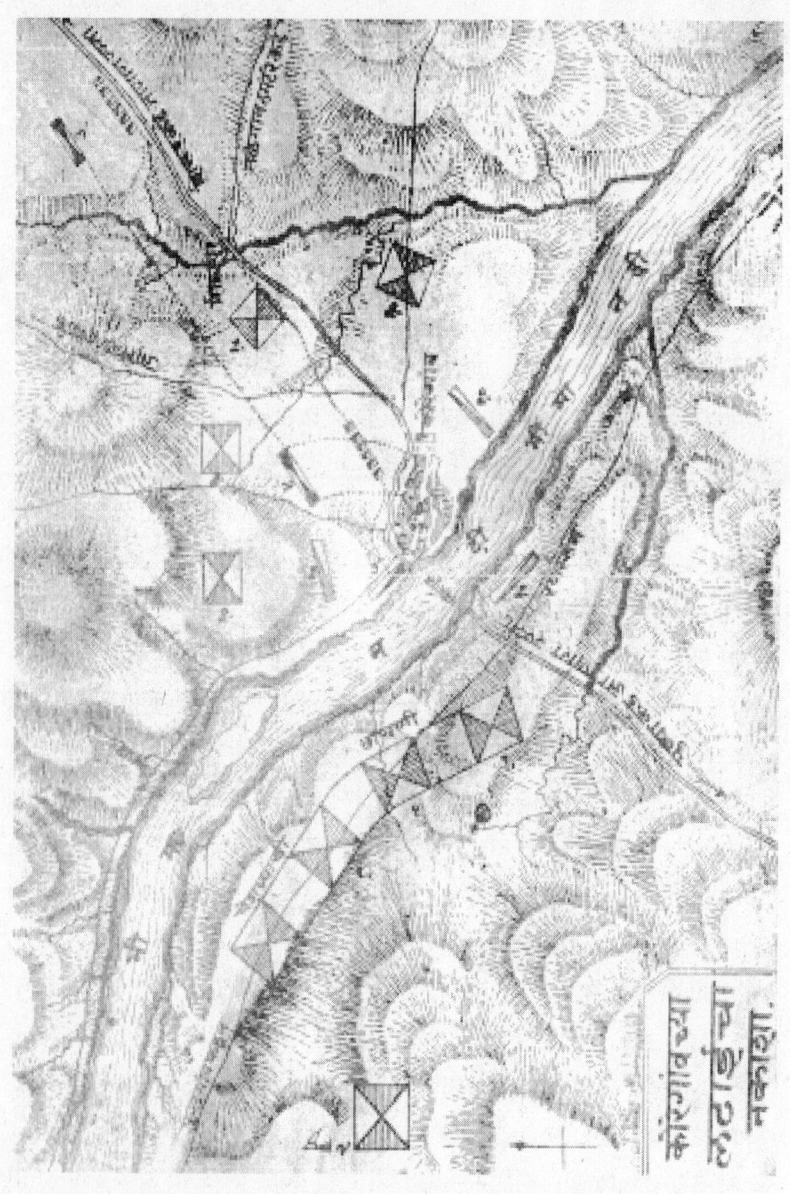

कोरेगांवच्या लढाईतील सैन्याच्या हालचालींचे वर्णन

(पुढील पानावर पहाणे)

मराठ्यांच्या लढायांचा इतिहास – ७६

कोरेगांवच्या लढाईतील सैन्याच्या हालचालींचे वर्णन

1 1 1 1 भीमेच्या उजव्या काठावरील पेशव्यांची छावणी

2 कोरेगांवच्या लढाईचे वेळी बाजीराव पेशवे व सातारचे राजे जेथे लढाई पहात होते ती जागा व जरीपटक्याचे निशाण.

3 शिरूरहून येणाऱ्या इंग्लिशांच्या सैन्याने पेशव्यांचे सैन्य जेथून पहिल्याने पाहिले ती जागा.

4 पेशव्यांचे घोडेस्वार भीमा नदी उतरून कोरेगांवकडे जाऊ लागले असता त्यांना अडविण्याकरीता इंग्लिश घोडेस्वार जेथे येऊन उभे राहिले ती जागा.

5 भीमा नदीच्या डाव्या काठावर इंग्लिशांची पलटण येऊन जेथून त्या पलटणीने पलीकडच्या काठावरील पेशव्यांच्या घोडोस्वारांवर आपल्या दोन तोफा चालू केल्या ती जागा.

6 आपल्या घोड्यांवरून उतरून इंग्लिशांच्या घोडेस्वारांनी कोरेगांवात जी जागा काबीज करून घेतली ती जागा.

7 जेथे इंग्लिशांचे सामानसुमान आणि बाजारबुणगे आश्रय घेऊन राहिले होते ती जागा.

8 9 गावात आणून लावलेल्या इंग्लिशांच्या तोफांची जागा.

10 10 10 कोरेगांवच्या समोवती वेढा घालून राहिलेले पेशव्यांचे पायदळ

10 10 10 आणि घोडेस्वार.

11 कोरेगांवावर ठिकठिकाणी आश्रय धरून राहिलेल्या इंग्लिश फौजेतील लोकांना त्या त्या ठिकाणांमधून हुसकून लावून पेशव्यांच्या आरबांनी आपल्या ताब्यात घेतलेली कोरेगावेची गढी.

12 इंग्लिशांचे जखमी झालेले ऑफिसर आणि शिपाई व त्यांची एक तोफ पेशव्यांच्या अरबांनी जेथे काबीज करून घेतली ती जागा.

--

घेतली आणि तेथे जखमी होऊन पडलेले असिस्टंट सर्जन मि. बुइंगेट यांना ठार करण्यात आले; व बाकीच्या ऑफिसरांवरही लवकरच तसाच प्रसंग येणार होता. पण कॅप्टन स्टॉटन् यांनी लगट करून ती धर्मशाळा फिरून आपल्या हस्तगत करून घेतली. या धर्मशाळेशिवाय गावामध्ये एक मजबूत गढी होती; ती आपल्या हस्तगत करून घ्यावी, ही गोष्ट इंग्लिशांच्या ध्यानात न आल्यामुळे ती तशीच मोकळी राहिलेली होती. ती पेशव्यांच्या लोकांनी आपल्या ताब्यात घेतल्यामुळे त्यांना ती एक सुरक्षितपणाची चांगलीच जागा मिळाली. तेथून व इतर ठिकाणांहून पेशव्यांच्या लोकांनी जेव्हा अतिशय नेट केला, तेव्हा इंग्लिशांचे सैन्य अगदी जेरीस आले; व पेशव्यांच्या सैन्याने आपल्या शौर्याची इतकी शिकस्त केली होती आणि विजयश्री इतकी निश्चित केली होती की, मराठा सैन्याच्यापुढे या नंतर टिकाव धरणे अशक्य आहे असे ठरवून इंग्लिश सैन्यातील युरोपियन लोक आणि नेटिव्ह लोक असे सर्वजण शरण येण्याला तयार झालेले होते ! परंतु त्या सैन्यातील कमांडिंग ऑफिसर, कॅप्टन स्टॉटन्, याला अद्यापि थोडीशी आशा होती; व म्हणून आपल्या लोकांनी आशा न सोडता असेच काही वेळ टिकाव धरून राहावे, असा त्याने आपल्या सैन्याला सल्ला दिला. त्यामुळे दोन्ही सैन्ये पुढे तशीच लढत राहिली; पण त्या अडचणीच्या जागेत इंग्लिशांच्या लोकांना ठिकठिकाणी कोंडून आणि अडकवून ठेवण्यापेक्षा दुसरे काही करता येणे पेशव्यांच्या सैन्याला शक्य नव्हते. यामुळे इतके कार्य करून आणि इंग्लिशांवर शरण येण्याइतकी पाळी आणून रात्री 9 वाजण्याच्या सुमारास पेशव्यांचे सैन्य आपल्या छावणीकडे येण्याकरिता परत निघाले. पेशव्यांचे सैन्य पलिकडच्या काठावर परत गेल्यानंतर रात्रीच्या काळोखात साऱ्या दिवसाच्या तहानलेल्या इंग्लिशांच्या त्या शिपायांना नदीचे पाणी प्यावयाला मिळाले ! कारण पेशव्यांच्या सैन्याने साऱ्या दिवसात त्यांना पाणीदेखील मिळू दिले नव्हते!

अशा रीतीने कॅप्टन स्टॉटन् यांच्या हाताखालील लोकांचा पूर्णपणे पराभव करून दुसरे दिवशी पेशव्यांचे सैन्य पुण्याकडे वळले. व त्या सैन्याचा तळ लोणीकंद येथे येऊन पडला. कोरेगाव येथे पेशव्यांच्या सैन्याला जो जय मिळाला

होता, त्याच्या योगाने त्या सैन्यातील शिपायांच्या मनात पुढील विजयाच्याही आशा उत्पन्न झालेल्या होत्या; व कॅप्टन स्टाँटन् हा आपले लोक त्या कोरेगावच्या अडचणीच्या तटबंदीतून काढून लोणीकंदच्या मोकळ्या मैदानावर घेऊन येईल, तर तेथे आपण त्याचा फिरून पुरा फन्ना उडवून टाकू, अशीही त्यांना खात्री वाटत होती. म्हणून त्याने लोणीकडे यावे, यासाठी त्याच्याकडे काही खोटे निरोप कित्येक हेरांच्या बरोबर पाठविण्यात आले होते, असे म्हणतात. पुण्याला कर्नल बर वगैरे जे युरोपियन अधिकारी आहेत, ते तुमच्या मदतीची वाट पाहात आहेत, आणि तुम्ही कोरेगावहून परत न जाता तसेच पुढे लोणीकंदवरून पुण्यास यावे, असा निरोप सांगण्याकरिता त्यांनी आम्हाला गुप्त हेर म्हणून पाठविलेले आहे, असे कॅप्टन स्टाँटन् यांना सांगण्यात येत होते. हे हेर पेशव्यांकडून खोटे पाठविले गेलेले असोत, किंवा घाबरून गेलेल्या पुण्याच्या इंग्लिशांकडून खरोखरीच पाठविले गेलेले असोत, परंतु पेशव्यांच्या सैन्याने कोरेगाव येथे इंग्लिशांचा पराभव करून कॅप्टन स्टाँटन् यांची इतकी दुर्दशा उडवून टाकली होती की, त्यांनी पुढे चाल करून पुण्याला येणे शक्यच नव्हते. आणि म्हणून स्वाभाविकपणेच त्यांनी शिरूर येथे परत जाण्याचा बेत ठरविला. कारण, या कोरेगावच्या आपल्या पराभवाच्या विपत्तीमध्ये आपल्याला कोणी मदतीला येईल, अशी त्यांना काही एक आशा दिसेना. पेशव्यांचे एवढे अवाढव्य सैन्य वाटेत लोणीकंद येथे तळ देऊन पडलेले असताना पुण्याहून कॅप्टन स्टाँटन् याच्या मदतीला येणे शक्यच नव्हते. बाकी येऊन जाऊन आशा काय ती ब्रिगेडिअर जनरल स्मिथ यांच्या हाताखालील सैन्याची. पण इकडे कोरेगावास इंग्लिशांच्या सैन्यावर इतका कहर गुजरत असताना ते सैन्य कोठे आहे याची कॅप्टन स्टाँटन् यांना काही एक बातमी नव्हती; मग त्या सैन्याच्या मदतीची गोष्ट तर लांबच राहिली. जनरल स्मिथ यांचे सैन्य संगमनेरहून पेशव्यांचा पाठलाग करीत जे निघाले, त्याला ओझरच्या घाटाच्या डोंगरातून त्रिंबकजी डेंगळ्याच्या रामोशांनी इतके सतावून सोडले होते की, त्या डोंगरातून येताना स्मिथसाहेबाचे बरेच दिवस मोडले; आणि कोरेगावच्या लढाईत इंग्लिशांचे सैन्य ता. 1 जानेवारी रोजी नामोहरम होऊन गेल्यानंतर मग दुसऱ्या दिवशी म्हणजे ता. 2

जानेवारी रोजी, स्मिथसाहेबाच्या हाताखालील फोर्थ डिव्हिजनचे लोक जेमतेम चाकण मुक्कामी येऊन पोहोचले. पण आता त्यांच्या येण्याचा कॅप्टन स्टॉटन् यांना काही उपयोगही नव्हता व ते आले आहेत हे त्यांना माहीतही नव्हते. अशा स्थितीत आपले जखमी झालेले लोक घेऊन आल्या वाटेने शिरूरला परत जाण्याशिवाय कॅप्टन स्टाँटन् यांना दुसरा मार्गच उरलेला नव्हता; व त्याप्रमाणे ते ता. 2 रोजी रात्री निघून शिरूरला परत गेले.

येणेप्रमाणे या कोरेगावच्या लढाईची हकिकत आहे. खडकीच्या लढाईत दोन्ही सैन्यांची बरोबरीची लढाई झाली, व येरवड्याच्या लढाईत येरवड्याच्या टेकडीवर जेथे इंग्लिशांच्या तोफा होत्या, त्या टेकडीवरही पेशव्यांचे सैन्य चढून गेले होते, हे पूर्वी सांगितलेच आहे; पण या कोरेगावच्या लढाईत तर पेशव्यांच्या सैन्याने इंग्लिश सैन्याचा पुराच पराभव करून टाकला ! इंग्लिशांच्या बाजूच्या सुमारे आठशे लोकांपैकी 275 लोक या लढाईत मारले गेले. यावरून पेशव्यांच्या सैन्याने मिळविलेल्या विजयाची कोणालाही योग्य कल्पना येण्यासारखी आहे. अशी जरी खरी वस्तुस्थिती आहे, तरी या कोरेगावच्या लढाईतही आमचाच जय झाला, असे इंग्लिश इतिहासकार लोकांना सांगण्याला यत्किंचित्ही कचरत नाहीत ! व कोरेगावच्या समोरच्या बाजूला भीमानदीच्या उजव्या काठावर आपल्या या जयाची निशाणी म्हणून ब्रिटिश सरकारने 1822 मध्ये एक जयस्तंभही उभारलेला असून त्याच्यावर ज्या अनेक गोष्टी लिहिलेल्या आहेत, त्यांमध्ये One of the proudest triumphs of the British Army in the East (म्हणजे, पूर्वेकडील देशात ब्रिटिश सैन्याला जे अनेक विजय मिळाले आहेत, त्यामध्ये अतिशय गर्व वहाण्यासारखा हा एक विजय आहे !) असेहि लिहिण्यांत आलेले आहे ! ब्रिटिश सैन्य इतक्या धडधडीत रीतीने येथे नामोहरम झालेले असताना देखील अतिशय गर्व वाहण्यासारखा हा विजय होता, असे म्हणून इंग्लिशांकडून जयस्तंभ उभारले जातात, यावरून पूर्वीचे खोटे इतिहास कसे बनविण्यात आलेले आहेत, याच्याबद्दलची कल्पना कोणालाही येण्यासारखी आहे !

■ □ ■

4. अष्ट्याची लढाई

ता. 1 जानेवारी 1818 रोजी कोरेगाव येथे इंग्लिशांच्या सैन्याचा पेशव्यांच्या लष्कराने पराभव केल्यानंतर 'श्रीमंतांच्या फौजेपेकी दहा पाच हजार फौज नारो विष्णु आपटे घेऊन वाघोलीपावेतो आले. तेव्हा पुण्यामध्ये इंग्रज यांची पळण्याची तयारी झाली' असे बखरकारांनी लिहिले आहे. वाघोली हे गाव पुण्यापासून फक्त दोन-तीन कोसांवरच आहे; आणि कोरेगावास इंग्लिशांवर विजय मिळविलेल्या मराठ्यांच्या फौजेपैकी दहापाच हजार फौज नारोपंत आपटे यांच्या हाताखाली पुण्याच्या रोखाने येत असलेली ऐकून पुण्यातील इंग्रज लोकांची गाळण उडावी आणि त्यांनी पळण्याची तयारी करावी, हे अगदी स्वाभाविक होते. परंतु पेशव्यांच्या काही फौजा जरी लोणीकंद आणि वाघोली येथपर्यंत येऊन पोहोचल्या होत्या, तरी पेशव्यांची मुख्य फौज कोरेगावहून राजेवाडीच्या मुक्कामाकडे गेली व तेथून पेशव्यांनी आपला मोर्चा साताऱ्याकडे वळविला. याच्यापूर्वी सातारच्या राजांना वासोट्याच्या किल्ल्यात अटकेत ठेवण्यात आलेले होते. पण पुढे त्यांना तेथून आणवून पेशव्यांनी आपल्याबरोबर घेतले होते व त्यांना आपल्या स्वारीत आपल्याबरोबर घेऊन पेशवे कूच करीत असत. साताऱ्याहून श्रीमंतांची स्वारी निघाली, ती कर्नाटकामध्ये शिरली व तेथून त्यांनी अनेक ठिकाणी प्रयाणे केली. या वेळी इंग्लिश सैन्याच्या निरनिराळ्या टोळ्या त्यांचा पाठलाग करीत होत्या; पण त्या सगळ्या पाठलागात इंग्लिशांना कोठेही म्हणण्यासारखे यश आले नाही. पेशव्यांच्या सैन्यापैकी काही सैन्य इंग्रजी लष्करापुढे दोन तीन कोसांवर असे; आणि काही सैन्य त्यांच्या लष्कराच्या पाठीमागे दोनतीन कोसांवर असे. अशा रीतीने पेशव्यांच्या दोन सैन्यांच्या कचाटीमध्ये बहुतेक वेळा इंग्लिशांचे सैन्य सापडलेले असे. त्यामुळे त्यांना

फारसे काही करता येत नसे. परंतु अशा रीतीने जरी पेशव्यांचे सैन्य बाजीरावसाहेबांचे संरक्षण करीत एका ठिकणाहून दुसऱ्या ठिकाणी कूच करीत असे, तरी त्यांनी अशा या निरर्थक प्रयत्नामध्ये तरी किती दिवस काढावयाचे ? त्यांना असल्या या भुरट्या लढायांचा अखेरीस अखेरीस कंटाळा येऊ लागला व एकदा इंग्रजाला कोठे तरी गाठून त्याच्याशी एखादी मोठी लढाई द्यावी, असे पेशव्यांच्या सर्व सरदारांना वाटू लागले. निपाणीजवळ ही लढाई द्यावी, असे एकदा त्यांनी ठरविले. पण ठरलेल्या वेळी त्या ठिकाणी सगळीकडच्या मराठी सैन्याची जमवाजमव झाली नाही, म्हणून निपाणीचा बेत रहित करण्यात आला. पुढे फेब्रुवारी महिन्यात सोलापूरनजीक कोठे तरी हा लढाईचा बेत जुळवून आणावा, असे ठरविण्यात आले. बापू गोखले यांच्या चरित्रात याबद्दलची हकिकत दिलेली आहे ती अशी की, ‘‘शेवटील प्रसंगी सर्व सरदारांचा बेत असा ठरला होता की, सोलापूर येथे इंग्रजांशी मोठी लढाई द्यावी. सरदारांस पळण्याचा फारच कंटाळा आला होता. त्या बेताप्रमाणे पानशांचा तोफखाना सोलापुरी रवाना झाला होता. पटवर्धनमंडळीही सोलापुरास आली होती. बापू गोखल्यांजवळच्या, गोसाव्यांच्या व अरबांच्या पलटणी सर्व तयार होऊन राहिल्या. ही लढाई झाली असती, तर इंग्रजांस कदाचित् तोंड मागे फिरविणे भाग पडले असते. कारण, या वेळी लढाईची सर्व तयारीच मोठी विलक्षण होऊन राहिली होती.’’ परंतु हा सोलापूरच्या लढाईचाही योग जुळून आला नाही. बाजीरावसाहेबांचा मुक्काम तेथून हालला आणि ता. 19 फेब्रुवारी 1818 या दिवशी संध्याकाळी त्यांचा मुक्काम पंढरपुराजवळील गोपाळाची अष्टी या गावी येऊन पडला. ब्रिगेडिअर जनरल स्मिथ यांच्या हाताखालील फोर्थ डिव्हिजनमधील लष्कर पेशव्यांचा पाठलाग करीत मागाहून येतच होते. ते ता. 20 फेब्रुवारी रोजी सकाळी पेशव्यांच्या सैन्यापासून दोनतीन कोसांच्या अंतरावर येऊन पोहोचले असता पेशव्यांच्या छावणीतील नगारे वाजत असलेले त्यांना ऐकू आले. व आता पेशव्यांचे सैन्य अगदी जवळ असले पाहिजे, असे जाणून जनरल स्मिथ याने लढाई करण्याचा निश्चय केला. बापू गोखल्यांच्या बातमीदारांनी इंग्रजांचे लष्कर अगदी जवळ येऊन ठेपले आहे, ही बातमी बापू गोखल्यांना सांगितली. पण ही बातमी कळते

आहे तोच इंग्लिशांच्या लष्करातील तोफांचे आवाजही पेशव्यांच्या सैन्यातील लोकांना ऐकू येऊ लागले. ''इंग्रज मागे वेळापुरास होते. तेथून ते रात्री अष्टीस पंधरा कोस दूर मुक्कामास येणार म्हणून बातमी होती. बापू गोखल्याचे गुप्त बातमीदार होते. त्यांनी इंग्रज वेळापूराहून निघाल्याचा मजकूर कळविला व दुसरे दिवशी सकाळी सहा घटका दिवसाचे सुमारास दोन स्वार बापू गोखले यांजकडे दौडत येऊन त्यांनी बातमी सांगितली की, इंग्रज नजीक आले आहेत.'' अशी या प्रसंगाबद्दलची हकिकत बापू गोखले यांच्या चरित्रामध्ये दिलेली आहे.

''शके 1739 माघ शु. चतुर्दशी रोजी रात्री सातारच्या राजाची मुले बरोबर घेऊन गोपाळाचे अष्टीवर श्रीमंत बाजीरावसाहेब मुक्कामाला आले होते. बापू गोखले व त्यांची स्त्री यमुनाबाई व सातारचे राजे व त्यांचे विठ्ठलपंत दिवाण हे बाजीरावसाहेबाबरोबर होते; आणि रामचंद्रपंत सुभेदार व काही स्वार मागे होते. पौर्णिमेच्या दिवशी प्रात:काळ होण्याच्या पूर्वी जेवणाचा बेत उरकून श्रीमंतांचा पुढे जाण्याचा विचार होता. पण ब्रिगेडिअर जनरल स्मिथ यांची जी टोळी चाल करून येत असल्याबद्दलची बातमी होती, त्या टोळीतील तोफेच्या आवाजांचा कानोसा दोन कोसांवरून ऐकू आला. तो ऐकून श्रीमंतांजवळ बापू गोखले गेले आणि म्हणाले की, आपण आजपर्यंत पळत आलो, परंतु आता पळू नये असे मनात आहे. बाजीरावसाहेबांनी गोखल्यांचा तिरस्कार केला, आणि म्हणाले की, लढाईची मसलत तुम्ही दिलीत आणि आता त्यामुळे आमच्या जेवण्याखाण्यास हरकत पडते. ते ऐकून बापूंस राग येऊन ते म्हणाले की, आपली जरी लढाईची संमती नसली, तरी मी लढाई देणार. इतके बोलून बापू आपल्या गोटात येऊन त्यांनी तयारी करण्याचा हुकूम दिला. अशा प्रकारची या प्रसंगाची हकिकत कै. शंकर तुकाराम शाळिग्राम यांनी तयार केलेल्या बापू गोखल्यांच्या चरित्रामध्ये दिलेली आहे व या हकिकतीमध्ये बाजीरावसाहेबांच्या वर्तनावर आक्षेप घेता येईल, असे काही उल्लेख आलेले आहेत. कै. शाळिग्राम यांनी आपल्या ह्या पुस्तकामध्ये बाजीरावसाहेबांच्या बद्दलच्या कित्येक निराधार आक्षेपांचे स्वत:च खंडन केले आहे, ही गोष्ट कोणालाही नाकबूल करता यावयाची नाही. पण बाजीरावसाहेबांच्या संबंधाने इंग्लिश लोकांनी आणि

लेखकांनी आणि त्यांना फितुर झालेल्या अशा आपल्याही कित्येक निमकहराम लोकांनी इतके खोटे आक्षेप पसरवून ठेविले आहेत की, त्यामुळे आपला बाजीराव हा आपल्या लोकांनाही एक अतिशय दुष्ट माणूस आहे, असे वाटू लागले होते.

इंग्लिश मुत्सद्यांची ही वहिवाटच आहे की, आपल्या शत्रूचे चित्र ते नेहमी अतिशय काळ्याकुट्ट रंगामध्ये काढीत असतात. आणि अशा रीतीने आपल्या शत्रूला प्रत्यक्ष शस्त्रांनी पराजित करण्याच्या आधी त्यांनी त्याला लोकमताच्या नैतिक दृष्टीने अगदी अध:पतनाला नेऊन पोचविलेले असते. हिंदुस्थानात बाजीराव हा 1817 पासून इंग्लिशांपाशी युध्द करण्याला उभा राहिला. त्याच्या पूर्वी काही वर्षे युरोपखंडामध्ये नेपोलियन हा इंग्लिशांना एक अतिशय प्रबळ शत्रू उत्पन्न झालेला होता. त्यांच्यासंबंधाने इंग्लिशांनी इंग्लंडमध्ये किती नालस्ती चालविली होती आणि त्याच्या विरुध्द त्यांनी किती खोट्या कंड्या उठवल्या होत्या आणि किती असभ्य लेख प्रसिध्द केले होते, याबद्दलची माहिती इंग्रजी इतिहास वाचणारांना सांगितली पाहिजे असे नाही. आणि तीच पध्दत इंग्लिशांनी हिंदुस्थानात अंमलात आणिली होती. सर आर्थर वेलस्ली यालाच पुढे ड्यूक ऑफ वेलिंग्टन हा किताब मिळाला. हे साहेब हिंदुस्थानात अधिकारावर असताना आपल्या प्रतिपक्षाची निराधार नालस्ती, अन्तर्द्रोह, वगैरे पाश्चात्त्य देशातील मॅकिआव्हेलियन मार्गाचा हे परिपूर्ण उपयोग करीत असत. व असे करण्यात काही नैतिक कमीपणा आहे असेही त्यांना वाटत नसे, असे त्यांच्याबद्दलचे मत कित्येक ग्रंथकारांनी स्पष्टपणे व्यक्त केलेले आहे. (Sir Arthur Wellesly, as the Duke of Wellington then was, advised his Coreligionists to practise treachery in their dealings with their ally the Peishwa. To raise traitors in the camp of the Peishwa was the policy that he urged his countrymen to adopt-Major B.D. Basu.) आणि अशा प्रवृत्तीच्या वरिष्ठ अधिकाऱ्याच्या हाताखाली एल्फिन्स्टन साहेबांसारखा रेसिडेन्ट पुण्याला मिळाल्यानंतर मग तर पुण्यामध्ये या खोडसाळपणाच्या बातम्यांना आणि फंदफितुरीला इतका ऊत आला, त्याबद्दल आश्चर्य वाटण्याचे काहीच

कारण नाही. The ministers of the Peishwa were to be bribed in order to betary their master. This was a counsel of perfection, which was out-machiavelling Machiavelli himself. (Major Basu.) हे जे वरून आलेले धोरण होते, ते सर बॅरी क्लोज हे पुण्याचे रेसिडेन्ट होते, तोपर्यंत अमलात येऊ शकले नाही. आणि तोपर्यंत बाजीराव हा एक वाईट राजा होऊही शकला नव्हता ! परंतु सर बॅरी क्लोज यांच्या पाठीमागून मि. एल्फिन्स्टन हे पुण्याचे रेसिडेंन्ट झाल्याबरोबर पुण्यातील सगळे गाडे बदलले. बाजीराव इतके दिवसपर्यंत जो एक साधारणपणे चांगला राजा होता, तो अतिशय बदमाष म्हणून पुण्यातील लोकांना दिसू लागला ! युरोपातील मॅकिओव्हेलीचे कुटिल राजनीतीचे मार्ग मि. एल्फिन्स्टन यांनी पुण्यात फार जारीने सुरू केले. इंग्रजी पैसा जिकडेतिकडे पेरण्यात आला; चाहड्या सांगणारे हरामखोर लोक स्वामिनिष्ठ लोकांमधूनही आढळून येऊ लागले; पेशव्यांकडच्या गुप्त बातम्या बेटावरच्या बंगल्यात कळू लागल्या; आणि बाजीरावाच्या दुर्गणांच्या राईचे पर्वत होऊ लागले ! The objects, for which the East India Compny used to appoint Residents at the Courts of Indian princess, were to foment intrigues and domestic dissensions and thus to pave the way for the ultimate absorption of those principalities. या वाक्यात मेजर बसू यांनी हे उघडपणे सांगितले आहे की, 'ईस्ट इंडिया कंपनी ही त्या वेळी इंडियन राजांच्या दरबारामध्ये आपले रेसिडेंन्ट ठेवीत असे;' त्यातील हेतूच हा होता की, त्या रेसिडेन्टांनी त्या त्या राजांच्या संस्थानातून गुप्त कारस्थाने सुरू करावीत, अन्त:कलह पेटवून द्यावेत आणि अशा रीतीने ती संस्थाने इंग्लिशांच्या घशात उतरण्याचा मार्ग सुलभ करून ठेवण्यात यावा ! आणि हा हेतू मि. एल्फिन्स्टन यांच्या हातून पुण्यातील कित्येक सद्गृहस्थांच्या मदतीने किती उत्कृष्ट रीतीने शेवटास गेला, हे महाराष्ट्रातील लोकांना सांगितले पाहिजे असे नाही. मि. एल्फिन्स्टन हे या कामात सर आर्थर वेलस्ली यांच्या हाताखाली खास शिक्षण घेऊन आधीपासूनच तयार झालेले होते. कारण, दुसऱ्या मराठा वॉरमध्ये सर आर्थर वेलस्ली यांच्या स्टाफवर मि. एल्फिन्स्टन हे

कित्येक दिवस काम करीत होते. व त्या प्रसंगाने वेलस्लीसाहेबांचे राजकारस्थानातील सगळे डावपेच त्यांना माहीत झालेले होते. या शाळेत त्यांनी हे प्रावीण्य संपादन केल्यानंतर मि. एल्फिन्स्टन यांची नागपूरच्या रेसिडेंन्टच्या जागी नेमणूक करण्यात आली होती. मि. एल्फिन्स्टन हे नागपूरचे रेसिडेन्ट असताना तेथील बातम्या काढण्याकरिता काय काय युक्त्या कराव्या याच्याबद्दल सर आर्थर वेलस्ली यांनी त्याना लिहिलेल्या एका पत्रातील पुढे दिलेला उतारा मराठी वाचकांना बोधप्रद झाल्यावाचून राहणार नाही.

I beg you will do whatever you think necessary to procure intelligence. If you think that Jye Kishen Ram will procure it for you or give it to you, promise to recommend him to the Governor-General, and write to His Excellency on the subject. हे उघडकीस आलेले एक उदाहरण आहे. पण उघडकीस न आलेली अशी असल्या प्रकारची इंग्रजी कारस्थानांची उदाहरणे आणखी किती तरी गुप्त असतील! 'असली कृष्णकारस्थानांची कामे नागपुरात करून-करून आपल्या स्वभावातील सगळा चांगुलपणा बिघडून गेला' असल्याची साक्ष खुद्द मि. एल्फिन्स्टन हेच आपल्या एका पत्रामध्ये पुढीलप्रमाणे देत आहेत. "Since I came to Nagpur, I have been dreadfully coarse and unfeeling. This I attribute it some measure to business, which forces and leads me to despise refined thought."

इतक्या सर्व पूर्व-संस्कारांनी कपटनीतीमध्ये सुशिक्षित झालेले मि. एल्फिन्स्टन हे जेव्हा पुण्याला रेसिडेंट म्हणून लागले, तेव्हा पूर्वीपासून आखलेली सर्व कारस्थाने फलद्रूप होऊ लागली. सर आर्थर वेलस्ली आणि मि. एल्फिन्स्टन या जोडीची ही कारस्थान-कुशलता लक्षात घेतली असता यांनी बाजीरावाच्या विरुध्द काय काय केले नसेल, याची बरोबर कल्पना येणे शक्य नाही. बाजीरावांच्या अंगात काही थोडेबहुत दुर्गुण नसतील, असे नाही. कारण सर्वगुणसंपन्न असा मनुष्य सापडणे सहसा कठीण असते. परंतु 'बाजीराव हा सर्व दुर्गुणांचा पुतळा होता', असे जे चित्र आज आपल्यामधील अनेक लोकांच्या डोळ्यांपुढे अजूनही

शिल्लक राहिलेले आहे, ते कपटी आणि कारस्थानी अशा इंग्लिशांनी काढलेले चित्र आहे, हे आपण विसरता कामा नये व असल्या खोट्या कंड्यांवर आणि निराधार दुर्गुणांवर विश्वास ठेवताना आपण फार सावधगिरीने वागले पाहिजे. ग्रँट डफ याने लिहिलेल्या आपल्या मराठ्यांच्या इतिहासामध्ये त्याने कित्येक धडधडीत खोट्या गोष्टी घातल्या आहेत. आणि आपला इतिहास लिहून झाल्यानंतर जुनी सगळी कागदपत्रे त्याने जाळून टाकली आहेत. हा इंग्लिशांच्या इतिहासदेवतेच्या सत्यपणाबद्दलचा पूर्व इतिहास आहे. तेव्हा असल्या इंग्लिश इतिहासकारांनी आपल्यासंबंधाने केलेल्या खोट्या विधानांवर आपण केव्हाही भरवसा ठेवता कामा नये. आपल्यातील कित्येक जुने कागदपत्र हल्ली नवीन उघडकीस येत आहेत. आणि त्यावरून पाहता बाजीरावाचे स्वभावचित्र इंग्लिशांनी रंगविलेल्या चित्रापेक्षा भिन्न असले पाहिजे, असे दिसून येते.

अष्ट्याच्या लढाईच्या दिवशी सकाळी जो प्रसंग घडून आल्याबद्दलची हकिकत कै. शाळिग्राम यांनी लिहिलेल्या बापू गोखल्यांच्या चरित्रातून वर दिलेली आहे, ती बाजीरावाची नालस्ती करणाऱ्या अशा इंग्लिशांनी पसरविलेल्या खोट्या कल्पनांनी कलुषित झालेल्या बातम्यांच्या आधारावर रचलेली असली पाहिजे, असे दिसते. हल्ली रा. गोविंद विनायक आपटे यांनी 'गोखले घराण्याचा इतिहास' म्हणून एक पुस्तक प्रसिध्द केले आहे; व त्यात बापू गोखल्यांच्या संबंधाची बरीच हकिकत समाविष्ट करण्यात आलेली आहे. त्यात या अष्ट्याच्या लढाईच्या याच प्रसंगसंबंधाने जुन्या विश्वसनीय अशा एका पाच्छापुरकरांच्या बखरीवरून त्यांनी जी हकिकत दिली आहे, ती शाळिग्राम यांच्या हकिकतीपेक्षा बाजीरावसाहेबांच्या स्वभावचित्राच्या बाबतीत बरीच भिन्न दिसते. ती हकिकत येणेप्रमाणे :-"श्रीमंतांनी पंढरपुराचा बंदोबस्त करून परांड्याच्या रोखे कूच केले व अष्टे गावाजवळ मुक्काम झाला. स्मिथ साहेब दोन-तीन दिवसात येणार ही बातमी कळताच श्रीमंतांनी रात्री कूच करावे असे गोखल्यांच्या विचाराने ठरले. पण अप्पासाहेब देसाई सरलष्कर यांनी दुसरे दिवशी पौर्णिमेचे स्नान व भोजन करून जाणेविषयी आग्रह केला, व त्या दिवशी छापा आल्यास आपण संभाळू अशी हमी दिली. हे ऐकून गोखले चिंताग्रस्त झाले. सरदार मंडळी

गोखल्यांचे तर ऐकत नव्हतीच, पण श्रीमंतांस बदसल्ला देत असत. अशी स्थिती असता लढाई संपल्यावर मागे काहीही होवो, असा विचार करून गोखले स्वस्थ होते. चतुर्दशीस दुपारी कूचनगारा होऊन फौज परांड्याच्या रोखे गेली. गोखलेही तयार झाले. सूर्योदयी श्रीमंत भोजनास बसले असता छापा आला. गोखल्यांनी सरलष्कर यांस बोलविणे पाठविले, व आपण श्रीमंतांकडे गेले व छापा आल्याचे कळविले. मध्यरात्री कूच करणेचा बेत निपाणीकर सरलष्करांच्या सल्ल्याने रहित केला. न जेवता जावे तर अधीर व बेसावध म्हणतील इत्यादी विचाराने श्रीमंत त्रस्त झाले. उत्तर देताना गोखले यांस कठोरपणे बोलले की, ''आपण शूर, सावध व कुशल हे जाणून तुमच्यावर आम्ही विश्वास ठेवून बेफिकीर असावे. तो आपण नेहमी निष्काळजीने वागून आयतेवेळी गडबड करावी.'' हे ऐकून गोखल्यांनी उत्तर केले की, ''दुसऱ्याचे ऐकून कालचा बेत बिघडविला व आमच्यावर आता रोष झाला. सेवकावर स्वामींची गैरमर्जी झाली असता त्याने लढाईत स्वामिकार्यी मरावे किंवा जय संपादून त्यास भेटावे हेच योग्य. तेव्हा आपण भोजन सावकाश करून निघावे; आपले चरणदर्शन पुनरपि होईल तर ठीकच, नाही तर हेच शेवटचे.'' असे बोलून नमस्कार केला व श्रीमारुतीचे स्मरण करीत निघाले. तो सरलष्कर ''फौज घेऊन येतो सांगा'' असे बोलून झाड्यास गेल्याचे कळले.''

वरील हकिकत देऊन रा. आपटे हे आपल्या पुस्तकात बाजीरावाच्या स्वभावसंबंधाने एकंदर हकिकतीचे पर्यालोचन करून असे म्हणतात की, ''शेवटचे बाजीराव पेशवे शूर नव्हते म्हणणे अगदी मूर्खपणाचे होईल. ते शूर होते; व भित्रे तर नव्हतेच. रणसंग्रामामधून निघून जाण्याबद्दल बापूंनी कित्येक वेळा श्रीमंतांची आर्जवे केली; परंतु ते न ऐकता श्रीमंत लढाईमध्ये बापूंच्या जवळ सारखे असत. बापूंचे म्हणणे 'दहांचा पोशिंदा असावा' म्हणून वेळोवेळी बापूसाहेब श्रीमंत बाजीरावसाहेब यांना लढाईतून दूर राहाण्याबद्दल आग्रह करीत होते.''
पाच्छापूरकरांच्या बखरीतील वर दिलेल्या लांबलचक उताऱ्यातील ''न जेवता जावे तर अधीर व बेसावध म्हणतील,'' हे बाजीरावाच्या विचाराचे द्योतक असे एक लहानसेच वाक्य आहे. पण या एका लहानशा वाक्यामध्येही

बाजीरावसाहेबांच्या व्यापक अंत:करणाचे एक सुंदर प्रतिबिंब पडलेले आपल्याला दिसत आहे. आणि जेवणासारख्या साध्या गोष्टीच्या बाबतीत देखील ज्यांच्या मनात इतके सूक्ष्म विचार घोळत होते, त्यांच्या एकंदर मनाची कल्पना यावरून येण्यासारखी आहे. असे असता व आपल्याला चांगले राजे लाभलेले असतानाही त्यांची स्वभावचित्रे इंग्लिश मुत्सद्द्यांनी स्वत:च्या राजकीय हेतूंसाठी जी काळीकुट्ट करून टाकलेली आहेत, तीच आपण खरी मानीत आहोत, ही मोठ्या खेदाची गोष्ट आहे. आपल्या राजांना वाईट ठरवायचे आणि त्यांच्या नोकरांना फितूर करावयाचे, हा गेल्या शतकातील इंग्लिश मुत्सद्यांचा एक धंदाच होऊन बसलेला होता व इंग्लिशांनी पसरलेल्या या मायावी जाळ्यामध्ये त्या वेळी आपल्यापैकी थोडेथोडके लोक सापडले होते, असे नाही. तरी पण त्यांमध्येही काही स्पृहणीय अपवाद सापडण्यासारखे नाहीत, असे नाही. पेशव्यांच्या सरदारांना फितूर करण्याचा इंग्लिशांनी जो सर्रास सपाटा चालविला होता, त्यात त्यांनी आपले जाळे खुद्द बापू गोखले यांच्यावरही मोठ्या युक्तीने टाकण्याला कमी केले नव्हते. ती सभ्यपणाची इंग्रजी युक्ती कशी होती, आणि त्या इंग्रजी अमिषाला न फसता बापू गोखले यांनी इंग्रजांना काय सणसणीत उत्तर दिले, याचे अतिशय चित्ताकर्षक असे चित्र वर निर्दिष्ट केलेल्या पाच्छापूरकरांच्या बखरीमध्ये पाहावयाला सापडते. त्याचे वर्णन सदर बखरीमध्ये आहे ते असे :- ‘‘कंपनी सरकारशी श्रीमंत बाजीरावसाहेबांनी तैनाती फौजेच्या पध्दतीप्रमाणे तह केला होता; पण कंपनीचे असह्य दडपण सहन करणे अशक्य झाल्यामुळे सरदारमंडळींचा सल्ला घेऊन लढाई देण्याचे ठरविले. त्या वेळी लिंगो भगवान नावाचा वकील बापू गोखल्यांचेकडे आला. त्याने इंग्रजांचे – ‘तुम्ही पेशव्यांचे नोकरीस लागला’ त्या वेळी आम्ही आपल्या संबंधी खातरजमा दिली होती, ही गोष्ट न विसरता आमची दोस्ती ओळखून हल्लीच्या प्रसंगी वागावे;’ – इत्यादि म्हणणे कळविले. या फितुरीच्या निरोपास बापूंचे उत्तर असे होते की, ‘तुम्ही खातरजमा दिली ही गोष्ट खरी; पण आज मी आपल्या म्हणण्याप्रमाणे वागल्यास आपणासंच बट्टा; व शिवाय मला हरामपणा येईल. नोकराने केव्हाही इमानाने वागले पाहिजे. आपण मला दौलत द्याल, पण स्वामिद्रोहाने लोकापवाद तर येईलच; शिवाय

नीतिदृष्ट्या अध:पात होऊन परमेश्वराजवळ मी गुन्हेगार ठरेन. स्वामिकार्यात प्राण गेल्यासही हरकत नाही, पण माझ्या हातून आपण म्हणता तसे होणे शक्य नाही.''

वर दिलेल्या सर्व हकिकतीवरून आपल्या प्रतिपक्षाची नालस्ती करण्याच्या कामात आणि आपल्या प्रतिपक्षाकडील लोकांमध्ये फितुरी उत्पन्न करण्याच्या कामात इंग्लिशांचे कसे प्रयत्न चाललेले होते, हे लक्षात येण्यासारखे आहे. पण या प्रयत्नांना न जुमानता बापू गोखले हे अष्ट्याच्या लढाईत मरण पावेपर्यंत आपल्या धन्यापाशी एकनिष्ठ राहिले. अष्ट्याच्या लढाईत त्यांचा अंत झाला, ही अतिशय वाईट गोष्ट झाली. कारण, त्यामुळे बाजीरावाच्या जवळ जे काही खरे लष्करी सामर्थ्य होते, ते तेव्हापासून नष्ट झाले व पुढे बाजीरावसाहेब हे फार दिवस टिकाव धरू शकले नाहीत. अष्ट्याच्या लढाईत बापू गोखले यांनी आपल्या युध्दकौशल्याची आणि शौर्याची शिकस्त केली. पण या गुणाचा दुर्दैवाने त्या लढाईत काही उपयोग झाला नाही. ता. 20 फेब्रुवारी 1818 रोजी सकाळी प्रहर दिवसाचे सुमारास अष्ट्याच्या लढाईला सुरुवात झाली. ब्रिगेडिअर जनरल स्मिथ ह्याच्या हाताखालील लष्कर शेजारच्या टेकडीवरून अष्ट्याच्या खोऱ्यामध्ये सकाळी प्रहर दिवसाच्या सुमाराला उतरू लागले होते. ते सैन्य अशा रीतीने कूच करून डोंगरावरून खाली उतरत असता बावीसाव्या ड्रगून पलटणीच्या दोन टोळ्या मध्यभागी चालल्या होत्या; त्याच्या उजव्या बाजूला मद्रासची सातवी नेटिव्ह घोडेस्वारांची पलटण आणि डाव्या हाताला दुसरी घोडेस्वारांची नेटिव्ह पलटण चाललेली होती; आणि या सैन्याच्या तीन रांगांच्या बाहेरच्या उजव्या बाजूला कॅप्टन पिअर्स आणि डाव्या बाजूला फ्रिथ यांच्या हाताखाली घोड्यावरील तोफखाना चालविण्यात आलेला होता. सैन्याच्या रांगा अशा क्रमाने कूच करीत जाऊन शत्रू जवळ आला म्हणजे प्रत्यक्ष लढाईला सोईस्कर अशी सैन्याची रचना बदलून मग शत्रूवर हल्ला करावयाचा. असा ब्रिगेडिअर जनरल स्मिथ याचा इरादा होता. ज्या टेकडीवरून अशा रीतीने इंग्लिशांचे सैन्य खाली उतरत होते, त्या टेकडीच्या पुढे खाली काही अंतरावर एक लहानशी नदी होती, व त्या नदीच्या पलिकडच्या काठावर पेशव्यांच्या सैन्याची छावणी होती.

ही छावणी जवळ येऊ लागली, त्या वेळी इंग्लिश सैन्यातील घोडेस्वारांची पलटणे कूच करण्याच्या वेळच्या आपल्या रांगा बदलून शत्रूला तोंड देण्याकरिता एका लांब रांगेमध्ये उभे राहाण्याच्या तयारीला लागली. पण या त्यांच्या रांगा पूर्ण तयार झाल्या नाहीत, आणि इंग्लिशांच्या घोडेस्वारांना लढाईच्या शिस्तीने उभे राहाण्याला फुरसत सुध्दा सापडू शकली नाही, इतक्यात बापू गोखले यांचा हल्ला इंग्लिशांच्या लाइनीवर येऊन पडला ! पूर्वी सांगितल्याप्रमाणे बापू गोखले यांनी श्रीमंतांचा निरोप घेतला; त्यांची सुरक्षितपणे रवानगी करून देण्याची तजवीज केली आणि आपण आपल्या हाताखालील लोकांनिशी ते शत्रूवर हल्ला करण्याकरिता तडक निघाले. पेशव्यांची छावणी आणि शत्रूचे सैन्य यांच्या दरम्यान एक लहानशी जी नदी होती, ती ओलांडून बापू गोखल्यांचे स्वार एकदम आणि अचानक रीतीने इंग्रजी सैन्याच्या सातव्या पलटणीची जी रांग बनविण्यात येत होती, तिच्यावर चाल करून आले. बापू गोखल्यांचा हा एकदम छापा आल्यामुळे त्या सातव्या घोडेस्वारांच्या पलटणीमध्ये फारच घोटाळा उडून गेला. बापू गोखल्यांचे स्वार शत्रूच्या लोकांवर आपल्या बंदुकी झाडीत तसेच पुढे चालले. बावीसावी ड्रगून्सची पलटण मध्यभागी आणि सातवी मद्रासची नेटिव्ह घोडेस्वारांची पलटण उजव्या बाजूला, अशा रीतीने मागून कूच करीत येताना या पलटणी चालल्या होत्या, हे पूर्वी सांगितले आहे. या दोन तुकड्यातील लोक सोबतच्या नकाशात दाखविलेल्या ठिकाणी आपली रांग बनवून उभे राहाण्याच्या उद्योगात होते. आणि या रांगेमध्ये मद्रासची सातवी पलटण उजव्या बाजूला आणि बावीसावी ड्रगून्सची पलटण डाव्या बाजूला अशा रीतीने या पलटणी आपल्या रांगा बनविण्यात गुंतलेल्या होत्या. अशा संधीत बापू गोखल्यांचे घोडेस्वार या ब्रिटिश लाइनीच्या समोर येऊन उभे राहिले; आणि त्या लाइनीच्या उजव्या बाजूला जी सातवी घोडेस्वारांची जी पलटण होती, तिला वळसा घालून बापू गोखले यांचे काही स्वार सदर लाइनीच्या डाव्या बाजूकडील बावीसाव्या ड्रगून पलटणीच्या पिछाडीवरही हल्ला करण्याकरिता पुढे सरसावले. अशा रीतीने पेशव्यांच्या सैन्याने शत्रूच्या बावीसाव्या ड्रगून पलटणीला आणि सातव्या मद्रासच्या पलटणीला चोहोंकडून व्यापून टाकले. या

अष्ट्यांच्या लढाईचा-
नकाशा.

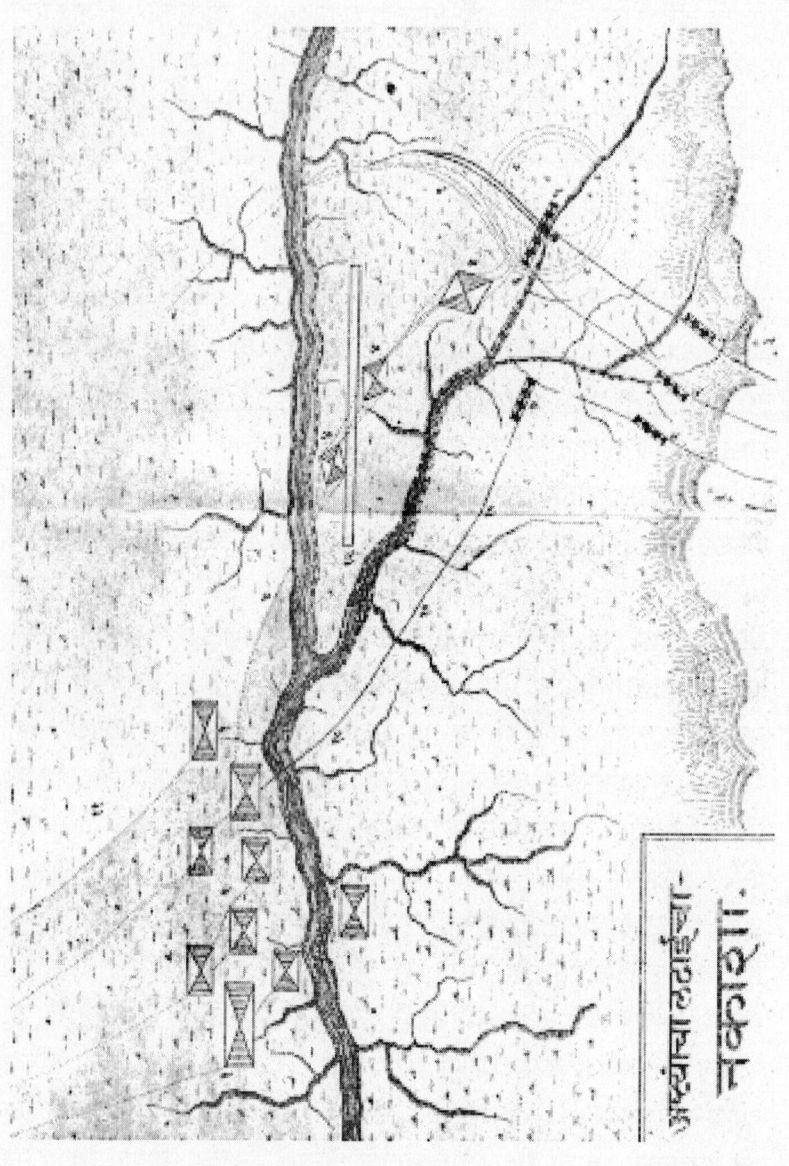

वेळी शत्रूचे सैन्य बापू गोखले यांनी आपल्या घोडेस्वारांच्या वर्तुळाकार कोटामध्ये चोहो बाजूंनी कसे वेष्टून आणि कोंडून टाकले होते, हे सोबतच्या लढाईच्या नकाशावरून कोणाच्याही लक्षात येण्यासारखे आहे. बापू गोखले यांचे जे युध्दकौशल्य होते, ते यातच होते. तेथील ब्रिटिश लष्कराच्या रांगेतील उजव्या बाजूला खुद्द ब्रिगेडिअर जनरल स्मिथ हा होता. आणि डाव्या बाजूला मेजर डॉवेस हा होता. असे असतानाही बापू गोखले हे आपल्या हाताखालील थोड्याश्या घोडेस्वारांच्या मदतीने या सगळ्या इंग्रजी मेजरांना आणि ब्रिगेडिअर जनरलांना चोहोंकडून हां-हां म्हणता गराडा घालू शकले आणि इंग्रजी फौजेच्या पुढून आणि मागून अशा दोन्हीही बाजूंनी बापू गोखल्यांनी शत्रूच्या सैन्यावर एकाच वेळी हल्ला करण्याला सुरुवात केली, ही लष्करी कौशल्याच्या दृष्टीने अत्यंत वाखाणण्यासारखी गोष्ट आहे. या लढाईत बापू गोखले यांनी दोन गोष्टींमध्ये आपले युध्दकौशल्य प्रदर्शित केले. त्यापैकी पहिली गोष्ट ही की, आपल्या सैन्याच्या रांगा व्यवस्थितपणे बनवू देण्याला त्यांनी शत्रूला अवकाश मिळू दिला नाही. आणि शत्रू अशा बिनतयारीच्या स्थितीमध्ये गोंधळून गेलेला असताना बापू गोखले यांनी शत्रूच्या सैन्याला चौफेर रोखून आणि वेढून टाकले, ही दुसरी गोष्ट होय.

लढाईमध्ये अखेरीस जय मिळणे किंवा पराजय होणे, ह्या गोष्टी दैवाधीन असतात. परंतु सेनापती आपले सैन्य शत्रूवर हल्ला करण्याकरिता केव्हा नेतो, कसे नेतो, आणि त्या सैन्याच्या मदतीने तो काय कर्तबगारी करतो, यावरच त्या सेनापतीचे गुणावगुण अवलंबून असतात. नेपोलियन हा एवढा मोठा योध्दा, पण त्याचाही वॉटरलूच्या लढाईमध्ये पराभव झाला. परंतु त्यामुळे शूर योध्दा आणि कुशल सेनापती या दृष्टीने त्याने जी अजरामर कीर्ती कमावून ठेविलेली आहे, तिच्यामध्ये यत्किंचितही कमतरपणा आलेला नाही; आणि बापू गोखले यांचीही तशीच गोष्ट आहे. बाजीरावसाहेबांवर अचानक छापा घालण्याकरिता वेळापूरहून इंग्लिशांचे सैन्य ताबडतोबीने कूच करून अष्ट्याला आले होते. अशा वेळी बाजीरावसाहेबांची आधीच पुढे दुसरीकडे रवानगी करून देऊन बापू गोखल्यांनी आपल्या धन्याच्या जिवाला धक्का लागू न देता त्यांच्यावरील

छाप्याचा प्रसंग अजिबात टाळला; आणि जे इंग्लिश लोक बाजीरावावर छापा घालण्याकरिता आलेले होते, त्यांनाच उलट बेसावध स्थितीत गाठून बापू गोखल्यांनी दिवसाढवळ्या त्यांच्यावरच छापा घातला; आणि त्यांना चोहोंकडून कोंडून टाकले. हा पराक्रम त्यांनी ज्या अष्ट्याच्या रणांगणावर करून दाखविला त्या रणांगणावर दैवाच्या दुर्निवारतेमुळे जरी ते मरण पावले असले; तरी त्यांची कीर्ती त्या ठिकाणी आणि महाराष्ट्रीयांच्या सर्व अंतःकरणामध्ये अद्यापिही जिवंत आहे ! बापू गोखले यांचा देह अष्ट्यास पतन पावला; पण त्यांच्या कीर्तीची ध्वजा त्या ठिकाणी कायमची उभारण्यात आलेली आहे ! आणि महाराष्ट्रीय लोकांच्या अंतःकरणामध्ये जोपर्यंत आपल्या मागील इतिहासाची स्मृति जागृत आहे, तोपर्यंत ती ध्वजा त्या ठिकाणी नेहमी फडकत राहील ! आपले राज्य गेल्यामुळे त्याच्याबरोबर आपल्यातील मोठ्या लोकांची किंमतही गेलेली आहे! बापू गोखले ! तुम्ही एखाद्या स्वतंत्र देशात जन्मास येऊन असे पराक्रम केले असते, तर तुमची किती थोरवी गाण्यात आली असती ! तुमच्याकरिता किती रणस्तंभ उभारण्यात आले असते ! त्या रणस्तंभावर किती लोकांनी येऊन तुमच्या पराक्रमाच्या स्मरणासाठी पुष्पहार अर्पण केले, भावी पिढीतील किती तरुणांनी तुमच्या त्या रणस्तंभाकडे पाहून 'मी या बापू गोखल्यांसारखा आपल्या देशाची सेवा करणारा सेनापती होईन' असे आपल्या मनाचे दृढनिश्चय केले असते ! आणि 'या बापू गोखल्यांच्या सारखा शूर आणि स्वामिनिष्ठ पुत्र माझ्या पोटी जन्मास यावा' अशी तुमच्या त्या रणस्तंभाकडे पाहून किती आयांनी आपल्या मनामध्ये प्रार्थना केल्या असत्या ! पण बापू गोखले ! हल्ली तुमची स्थिती काय आहे ! तुम्ही या हतभाग्य हिंदुस्थान देशात कशाला जन्माला आला? तुमचे नाव आदरयुक्त भावनेने असे किती लोकांना माहीत आहे ? पुण्यातील तुम्ही एवढे मोठे शूर आणि स्वामिनिष्ठ सरदार ! पण पुण्यात पेशव्यांच्या राज्याबद्दल ज्यांनी फारशी कधी काळजी घेतली नाही, त्यांचे राजवाडे, त्यांची इनामे आणि त्यांच्या जहागिरी मोठ्या ऐषआरामामध्ये नांदत असताना पुण्यात तुमचे काय उरले आहे ? पुण्यात तुमचा वाडा नाही, पुण्यात तुमचे इनाम नाही, किंवा पुण्यात तुम्हाला कोठे जहागीर नाही ! असा देवाच्या घरचा उलटा न्याय

आहे ! फार काय, ज्या अष्ट्याच्या लढाईत देशसेवेमध्ये आणि स्वामिकार्यासाठी तुम्ही मरण पावला, त्या अष्ट्याच्या रणमैदानावरील कोणता भूप्रदेश तुम्ही आपल्या पतनाने पवित्र केला आहे, हे देखील आज कोणाला माहीत नाही ! इतिहासाला ती जागा माहीत नाही ! अणि केवळ नोकरीच्या परीक्षेकरिता इतिहास घोकणाऱ्या लोकांना ती जागा कोठे आहे हे जाणण्याची पर्वा तरी काय म्हणून असावी ? ज्या पवित्र जागेवर रणदेवतेचे एखादे सुशोभित मंदिर बांधले जावयाला पाहिजे होते, त्या ठिकाणी त्या अष्ट्याच्या रानातील कोल्ही आणि कुत्री यांच्यासारखी अगदी क्षुद्र श्वापदे देखील त्या जागेची आपल्या देहधर्माने आज विटंबना करीत असतील ! पूर्वीच्या अशा गोष्टी सांगतात की, ज्या एखाद्या ठिकाणी जमिनीमध्ये महादेवाची स्वयंभू पिंडी असेल त्या पवित्र ठिकाणी एखादी गाय येऊन आपल्या स्तनातील दुग्धाचा स्राव करीत असते. त्याप्रमाणे वास्तविक पाहिले असता बापू गोखल्यांच्या देहपतनाची जागा ही अशा पवित्रतेची जागा आहे की, त्या ठिकाणचा पवित्रपणा पाहून तेथून जाणाऱ्या प्रत्येक गाईला पान्हा उत्पन्न होऊन तिने आपल्या दुग्धधारांनी त्या पवित्र स्थळाचे अभिसिंचन केले पाहिजे ! ते इतक्या ऐतिहासिक पवित्रतेचे स्थळ आहे की, आपल्या मनात स्वदेशाबद्दलचे प्रेम असणारा कोणीही अनभिज्ञ मनुष्य त्या स्थळावरून पाय देऊन चालला असता तेथे त्याला ठेच लागावी, किंवा त्याला तेथे एखादा धक्का बसावा. आणि ज्या जागेचे मी आपल्या अनभिज्ञतेमुळे उल्लंघन करून चाललो आहे, त्या जागेमध्ये काही तरी दैवी पवित्रता आहे, असा त्याच्या मनाला तेथे काही चमत्कार वाटावा ! आणि ती जागा इतक्या थोर योग्यतेची आहे की, आणि धारातीर्थ म्हणून जी क्षेत्रे पवित्रतेला प्राप्त झालेली आहेत त्या क्षेत्रापैकी हे क्षेत्र परमपावन आहे की, हिंदुस्थानाला आपण स्वतंत्र करू अशी ज्यांनी आपल्या मनामध्ये इच्छा धारण केली, परंतु ज्यांची ही इच्छा दुर्दैवाने पुरी होऊ दिली नाही, असे अतृप्त महत्त्वाकांक्षांचे सगळे दिवंगत झालेले आत्मे त्या ठिकाणी मध्यरात्री जमून आकाशातून आपल्या आगीसारख्या जळजळीत अशा सहस्रावधी अश्रुधारांनी ते त्या जागेवर समदुःखीपणाने अभिषेकाची आवर्तने करीत असले पाहिजेत !

बापू गोखले ! तुम्ही इंग्लिशांशी लढाई सुरू केली, त्या वेळी पुण्यातील बाकीच्या कित्येक निमकहराम लोकांना फितुर करण्यात आले, त्याचप्रमाणे तुम्हालाही फितुर करण्याला जेव्हा इंग्लिशांनी आपला लिंगो भगवान या नावाचा एक वकील तुमच्याकडे पाठवला, त्या वेळी तुम्ही त्याला स्वामिनिष्ठ अंत:करणाने जे सणसणीत उत्तर दिले, ते आज येथे कोणाला माहीत आहे ? बापू गोखले ! तसले ते फितुरीचे घाणेरडे आणि किळसवाणे निरोप घेऊन दुसऱ्यांना फितुर करण्याकरिता जाणारे इंग्लिशांच्या बाजूचे लिंगो भगवान आजही प्रत्येक उकिरड्या उकिरड्यागणिक किती तरी पडलेले आहेत; पण बापू, त्या निरोपांना तुमच्यासारखे उत्तर देणारा हिरा आज एकही कोठे राजांच्या मुकुटात सुध्दा सापडणे दुर्घट झालेले आहे ! असल्या बिनमोल उत्तराचे मोल एखाद्या स्वतंत्र देशामध्ये लाखो रुपयांहूनहि जास्त करण्यात आले असते ! एखाद्या स्वतंत्र देशात हे तुमचे उत्तर शाळातून विद्यार्थ्यांना शिकविण्यात आले असते ! आणि आईबापांनी आपल्या मुलांकडून ते दररोज पाठ म्हणवून घेतले असते ! पण हिंदुस्थानात हे तुमचे बाणेदार उत्तर असूनही ते आज कोणाला माहीत आहे? ही तुमच्या उत्तराची गोष्ट कोणी एखाद्याने येथील शाळेतील एखाद्या क्रमिक पुस्तकात घातली, तर त्या पुस्तकाची परवानगी रद्द करण्यात येईल ! आणि कोणी मुले चुकून तुमच्या या उत्तराची गोष्ट पाठ करू लागली, तर त्याचे आईबाप त्या आपल्या मुलांना म्हणतील की, ''बापू गोखले हा वेडा होता ! त्याचे ते वाईट उदाहरण आपल्याला कशाला पाहिजे ? आपल्या देशाच्या विरुध्द आपल्याला कोणी फितुर करावयाला आला, तर बाळांनो, आपण जरूर फितुर व्हावे आणि जरूर देशद्रोही बनावे, हे आपले कर्तव्यकर्म आहे ! फक्त या आपल्या देशद्रोहाबद्दल आपल्याला जास्तीत जास्त जितकी किंमत मिळवून घेता येईल, तितकी आपण स्वार्थसाधनासाठी मिळवून घ्यावी, म्हणजे झाले !'' बापू गोखले ! ज्या गुलामगिरीने ग्रस्त झालेल्या या देशामध्ये सद्‌गुणाचा आणि स्वामिनिष्ठेचा यत्किंचितही बोज राहिलेला नाही, त्या देशात अशी स्थिती असली, तर त्यात काही आश्चर्य आहे, असे नाही. आणि अशी ज्या देशामध्ये स्थिती आहे, त्या देशामध्ये "The muse of history will encircle his name with a laurel for fidelity and devotion in his country's cause," असे तुमच्या संबंधाने 'Fifteen Years in India' या पुस्तकामध्ये जरी कोणी परकीयांनी उद्गार काढलेले असले, तरी त्यांचा काय उपयोग ? कारण, येथील हिंदुस्थानाच्या खोट्या व नीरस इतिहासामध्ये काव्य देवता आधी आहे कोठे ? आणि ती कोठे चुकून वास्तव्य करीत असली, तरी देशद्रोह आणि विश्वासघात यांनी धनाढ्य आणि गुणाढ्य झालेल्या बदमाषांच्या गळ्याकरिता हार गुंफण्यातच ज्या काव्यदेवतेचा सगळा वेळ गुंतून गेलेला आहे, त्या काव्यदेवतेजवळ तुमच्या स्वामिनिष्ठेकरिता आणि स्वदेशसेवेकरिता हार गुंफण्याला फुले शिल्लाक तरी आहेत कोठे ? तरी पण बापू गोखले ! या दु:खकारक देखाव्याने तुम्ही हताश होऊन जाण्याचे कारण नाही. तुमच्या पाठीमागे जरी अशी स्थिती झालेली आहे, आणि तुमच्या पाठीमागे तुमच्या त्या एकनिष्ठेच्या सद्गुणांपैकी फारसे काही शिल्लक राहिलेले नाही, -फार काय, तुमचे प्रत्यक्ष औरस वंशज आज कोणी नसले, तरी तुमच्या त्या शुध्द आणि पवित्र, स्वामिनिष्ठ आणि स्वदेशनिष्ठ, अशा मन:प्रवृत्तीच्या संतती तुमच्या या देशात गुप्तपणे किती उत्पन्न झालेली आहे, याची तुम्हाला कल्पना नाही ! बापू! तुम्ही निपुत्रिक म्हणून तुमच्या आत्म्याला बिलकूल दु:ख व्हावयाला नको ! तुमचे नवीन वंशज पुष्कळ आहेत ! तुमच्या कल्पनांची बीजे ज्या ज्या क्षेत्रामध्ये पडलेली आहेत, तेथे तेथे तुमचे भविष्यकालीन पुत्र भावी अस्तित्वामध्ये जन्माला आलेले आहेत, हे तुमचा पवित्र आत्मा आपल्या दिव्य दृष्टीने जाणतच असला पाहिजे !

असो. बापू गोखले यांनी शत्रूच्या सैन्याला चोहो बाजूंनी कसे वेढून टाकले होते, हे वर सांगितलेच आहे. आपल्या सैन्यावर चोहोंकडून वेढले जाण्याचा हा दुर्धर प्रसंग आलेला पाहून मेजर डॉवेस याने उजव्या बाजूचे सैन्य मागे घेऊन डाव्या बाजूच्या आपल्या ड्रगून्सच्या सैन्याकडून शत्रूवर हल्ला करविला. या सैन्याचा जो हल्ला आला, त्याला तोंड देण्याकरिता बापू गोखले हे पुढे सरसावले, त्या वेळी इंग्लिश सैन्यातील लेफ्टनंट वॉरंड या नावाचा एक अधिकारी व बापू गोखले यांची गाठ पडली. तेव्हा बापूंनी त्यांच्या खांद्यावर

वार केला. त्याचप्रमाणे ब्रिगेडिअर जनरल स्मिथ हे उजव्या बाजूकडील सातव्या पलटणीतील घोडेस्वारांच्या बरोबर होते. त्यांनाही त्या गर्दीमध्ये त्यांच्या डोकीच्या पाठीमागच्या बाजूला तरवारीची एक जखम लागली. अशा रीतीने इंग्रज सैन्यामध्ये शिपाई लोकात गोंधळ उडून गेलेला असताना आणि त्यांच्या ऑफिसरांना जखमा लागत असताना खुद्द बापू गोखले यांनाही त्या लढाईच्या गर्दीमध्ये तीन पिस्तुलांच्या गोळ्या लागल्या आणि दोन तरवारीच्या जखमा झाल्या; आणि त्यामुळे ते घायाळ होऊन खाली पडले आणि तेथे त्यांचा अंत झाला.

वर सांगितलेल्या इंग्रजी लष्करापैकी ड्रगून्सची बाविसावी पलटण आणि सातवी नेटिव्ह घोडेस्वारांची पलटण या दोन पलटणी लढाईच्या माऱ्यात सापडल्या असता पूर्वी डाव्या बाजूकडून चालत असलेली जी दुसरी घोडेस्वाराची पलटण, ती या वेळी डाव्या हाताकडे काही अंतरावर जाऊन उभी राहिलेली होती. त्यांनी आपल्यातील एक टोळी आपल्या दुसऱ्या पलटणीच्या मदतीकरिता पाठविली. ती टोळी मागून येऊन पेशव्यांच्या सैन्यावर हल्ला करू लागली. इतक्यात आपले सेनापती बापू गोखले हे लढाईत मरण पावले, ही गोष्ट पेशव्यांच्या शिपायांना कळल्यानंतर त्यांच्याने रणांगणावर धीर धरवेना व ते सगळे सैन्य पळ काढू लागले. या वेळी मद्रासच्या दुसऱ्या घोडेस्वारांच्या पलटणीने त्यांचा काही अंतरापर्यंत पाठलाग केला व पेशव्यांचे सैन्य पळू लागल्यानंतर बाविसावी ड्रगून्सची पलटण आणि सातवी घोडेस्वारांची पलटण ह्या ज्या बापू गोखल्यांच्या हल्ल्यामुळे घाबरून गेल्या होत्या, त्यांनाही आता धैर्य चढले आणि त्याही पेशव्यांच्या सैन्याचा पाठलाग करू लागल्या. या लढाईत इंग्लिशांच्या जवळ जरी बऱ्याच तोफा होत्या, तरी घोडेस्वारांच्या सोयीसाठी आणि नदी ओलांडून जाण्याच्या अडचणीसाठी त्यांचा फारसा उपयोग करण्यात आला नाही. पेशव्यांच्या सैन्याचा सुमारे पाच मैलापर्यंत पाठलाग करण्यात आला. परंतु त्या पाठलागापासून तादृश फायदा होत नाही, असे दिसून आल्यामुळे पाठलाग करणारे वगैरे सर्व लोक माघारे येऊन अष्ट्याच्या नदीच्या काठी त्या दिवशी तळ देऊन राहिले. या लढाईत बारा हत्ती, सत्तावन उंट आणि बऱ्याचशा पालख्या पाठलाग करणाऱ्या लोकांच्या हाती लागल्या.

त्याचप्रमाणे या लढाईत पेशव्यांच्याकडील सुमारे दोनशे लोक मरण पावले असून इंग्लिशांकडील चौदा युरोपियन लोक आणि पाच नेटिव्ह घोडेस्वार मरण पावले, असे इंग्लिशांच्या तर्फेचे आकडे आहेत.

या लढाईत बापू गोखले आपल्याबरोबर अडीच हजार घोडेस्वार घेऊन इंग्लिशांवर हल्ला करण्याकरिता निघाले, असे इंग्रजी इतिहासकारांनी लिहिलेले आहे. परंतु मराठीत या लढाईबद्दलच्या ज्या हकिकती प्रसिध्द झालेल्या आहेत, त्यावरून बापू गोखले यांच्यापाशी इतके घोडेस्वार होते असे दिसत नाही. निपाणकर आप्पासाहेब सरलष्कर यांच्यापाशी पुष्कळ सैन्य होते व ते सैन्य घेऊन तुम्ही बापू गोखल्यांच्या मदतीला जावे असे खुद्द बाजीरावसाहेबांनीही त्यांना सांगितले होते. परंतु बाजीरावसाहेबांच्या आज्ञेप्रमाणे सरलष्कर बापू गोखल्यांच्या मदतीला मुळीच गेले नाहीत. बाजीरावसाहेबांची आज्ञा झाल्यानंतर ''फौज घेऊन येतो म्हणून सांगा, असे बोलून सरलष्कर झाड्यास गेले,'' असा मजकूर पाच्छापूरकर यांच्या बखरीत आढळतो व त्याच्यापुढे आप्पासाहेब निपाणकर यांच्याबद्दल त्याच बखरीमध्ये आणखी एक उल्लेख सापडतो, तो येणेप्रमाणे :- ''अशा प्रसंगी सरलष्कर निपाणकर यांनी आपला निभाव लागणार नाही, गोखल्यांनी परत फिरावे, इत्यादी बोलून आम्ही श्रीमंतांकडे जातो, असे म्हणून लढाई सोडून गेले.'' परंतु बापू गोखल्यांच्या चरित्रातील एका टीपेमध्ये मजकूर आहे, तो असा की, आप्पा देसाई निपाणकर यांचे चार हजार लोक आपल्या पाठीमागे रक्षणासाठी बापू गोखले यांनी ठेविले होते. शिवाय विंचूरकर आणि रामचंद्रराव सुभेदार यांच्याही फौजा घाट चढून विटेगावास गेल्या होत्या, असे चरित्रकारांनी लिहिले आहे. या सगळ्या लिहिण्यावरून बापू गोखले यांचेपाशी अडीच हजार घोडेस्वार इंग्रजी इतिहासकारांच्या लिहिण्याप्रमाणे असतील, हे शक्य दिसत नाही. सर्व निरनिराळ्या मराठी लेखकांनी बापूंच्या घोडेस्वारांचा जो आकडा दिला आहे, तो सगळ्यांचा एकच जमतो. ते लिहितात की, बापू गोखले आपल्याबरोबर फक्त पाचशे स्वार घेऊन निघाले. व पुढे तर त्यांच्या जवळ फक्त पन्नासच स्वार राहिले. पाच्छापूरकरांच्या बखरीतील या अष्ट्याच्या लढाईची हकिकत पुढीलप्रमाणे आहे :- ''पाचशे स्वार व घोरपडे,

मुधोळकर, शितोळे, पाच्छापूरकर, वगैरेसह गोखल्यांनी हल्ला केला. बंदुकीच्या व तमचेच्या फैरा झडल्या. अशा वेळी बापूसाहेब गोखले पन्नास खासे मंडळींसह मारीत चालले. पहिली तुकडी हटली. दुसरीने गोखले वगैरेस पोटी घेतलेले पाहून पहिल्या तुकडीचेही लोक आले. गोखले आदिकरून मंडळींनी ज्याहलीम तरवारी चालविल्या. पन्नास खाशांपैकी दहाबाराच फळी फोडून परत आली. व स्मिथ यांची गाठ पडून जखमा लागल्या, असे ऐकीव वर्तमान आहे. पण परत आलेल्या दहा बारा इसमांनी बापूसाहेबांस काही पाहिले नाही. बापूसाहेब गोखले यांचा अखेर कसा झाला ? याचा पत्ता नाही.''

अष्ट्याच्या लढाईतील बहुतेक सर्व महत्त्वाच्या गोष्टी येथपर्यंत सांगण्यात आल्या आहेत. आता फक्त एकच गोष्ट सांगावयाची राहिली आहे. आणि ती म्हटली म्हणजे सातारच्या महाराजांच्या संबंधाची होय. ही या वेळची सातारच्या महाराजांच्या संबंधाची हकिकत अनेक दृष्टीनी फार महत्त्वाची आणि मनोरंजक अशी आहे. सातारच्या महाराजांना वासोट्याच्या किल्ल्यांत ठेवण्यात आलेले होते आणि नारोपंत आपटे यांना पाठवून बाजीरावसाहेबांनी त्यांना माहुलीच्या मुक्कामी आपल्या सैन्यात आणवून घेतले, या गोष्टीचा उल्लेख पूर्वी करण्यात आलेला आहे. सातारच्या महाराजांना पेशव्यांच्या पक्षाकडून फोडून आपल्या पक्षाकडे वळवून घ्यावे, अशी इंग्लिशांची या वेळी इच्छा असणे स्वाभाविक होते व सातारच्या महाराजांच्या मार्फतीनेही काही मध्यस्थ मंडळींच्या द्वाराने पुण्याच्या एल्फिन्स्टनसाहेबांच्या दरबारात काही अंतःस्थ खटपटी चाललेल्या होत्या, याबद्दलची बातमी बाजीरावसाहेबांनाही असली पाहिजे. म्हणून या कारस्थानांना जास्त अवसर सापडू नये, या हेतूने बाजीरावसाहेबांनी सातारच्या महाराजांना आपल्याजवळ बाळगण्याचा निश्चय ठरविला असला पाहिजे, हे उघड आहे. इंग्लिशांशी लढाई करण्याचा बाजीरावसाहेबांचा पहिल्याने बेत ठरला, त्या वेळी त्यांनी शिंदे, होळकर, भोसले, वगैरे सगळ्यांना मदतीला बोलाविले होते. अशा स्थितीत आपले धनी सातारचे महाराज यांच्या मदतीचा आणि सान्निध्याचा फायदा आपल्याला मिळावा, असे बाजीरावसाहेबांना वाटणे, हे अगदी स्वाभाविक होते; व त्या हेतूप्रमाणे श्रीप्रतापसिंहमहाराज, श्रीआप्पासाहेब

महाराज आणि या उभयता बंधूंच्या मातोश्री, श्रीमाईसाहेब महाराज, या त्रिवर्गांना त्यांनी आपल्या छावणीमध्ये आणविले होते; इतकेच नव्हे, तर सातारच्या महाराजांनी आपले सरदार जमवून आणि आपले सैन्य उभारून या लढाईतील सर्व पुढाकार आपल्याकडे घ्यावा, आणि हिंदुपदपातशाहीचा अधिकार यापुढे त्यांनी चालवावा, अशीही सूचना पेशव्यांकडून त्यांना करण्यात आली होती. पण या सूचनेचा सातारच्या महाराजांनी स्वीकार करणे शक्य नव्हते. म्हणून त्यांना आपल्या छावणीमध्ये ठेवून घेऊन पेशव्यांनी इंग्रजांशी लढण्याचे काम पूर्ववत पुढे चालविले होते. पण सातारच्या महाराजांवर इंग्रजांचेही पेच दुसरीकडे चालले होते. आणि त्यात इंग्लिशांचे असे धोरण होते की, सातारचे छत्रपती हे हिंदुपदपादशाहीचे मूळचे मालक असल्यामुळे आणि छत्रपती व पेशवे यांच्यापुढे

राजा प्रतापसिंह महाराज

अष्ट्याची लढाई – १०१

मूळचीच तेढ असल्यामुळे सातारचे महाराज आपल्या पक्षाला मिळाले, तर पेशव्यांच्या मूळ मालकांच्या म्हणजे छत्रपतींच्या फायद्यासाठी आपण पेशव्यांपाशी ही लढाई चालवीत आहोत, असे दाखवून लोकांच्या डोळ्यांत आपल्याला धूळ टाकता येईल आणि महाराष्ट्रातील लोकांची सहानुभूती त्या योगाने आपल्या पक्षाकडे वळवून घेता येईल. सारांश इंग्लिश लोक आपल्या पक्षातील सातारच्या महाराजांना फोडतील, ती संधी त्यांना मिळू नये, म्हणून बाजीरावाने सातारच्या महाराजांना आपल्या जवळ ठेवून घेतले होते. पण हे स्वकीयांचे आणि परकीयांचे एकमेकांच्या विरुध्द चाललेले राजकारणातील डावपेच महाराजांच्या अल्पवयामुळे वगैरे त्यांच्या लक्षात येणे शक्य नव्हते. त्यांना आपण या कचाटीतून कसे सुटू एवढाच काय तो प्रश्न दिसत होता. पण आपली जन्मभूमी इंग्रजांच्या कचाटीतून आपण एकमेकांच्या एकोप्याने कशी सोडवू हा प्रश्न आपल्या डोळ्यापुढे ठेवण्याची आवश्यकता त्यावेळी तेथील मंडळापैकी फारच थोड्यांच्या डोळ्यांना दिसत

आप्पासाहेब महाराज

मराठ्यांच्या लढायांचा इतिहास – १०२

होती. सातारच्या महाराजांच्या पदरी त्यांच्या पिढीजाद नोकरीतील बळवंत मल्हार चिटणीस या नावांचे एक गृहस्थ होते. त्यांनी बाळाजीपंत नातू यांच्या मार्फतीने संधान बांधून सातारच्या महाराजांची सर्व हकिकत एल्फिन्स्टन साहेबांच्या कानावर घातली होती; व बोलण्यात अघळपघळ असलेल्या एल्फिन्स्टन साहेबांनीही उलट बळवंत मल्हार चिटणीस यांच्यापाशी सातारच्या महाराजांकरिता असे आश्वासन दिले होते की, पेशव्यांपासून आम्ही छत्रपतींचा सगळा प्रांत जिंकून घेतला, म्हणजे तो सगळाच्या सगळा प्रांत आम्ही छत्रपतींना देऊ ! आणि हे इंग्रजी आश्वासन बळवंत मल्हार चिटणीस आणि सातारचे महाराज या दोघांनाही दुर्दैवाने खरे वाटत होते ! पण याचा अनुभव पुढे बुभुक्षित झालेले चिटणीस आणि पदच्युत झालेले महाराज यांना लवकरच आला ! सातारच्या महाराजांच्या वतीने बाळाजीपंत नातूंच्या मार्फत चिटणीस हे एल्फिन्स्टन साहेबांपाशी काही तरी खलबते करीत असतात, ही गोष्ट बाजीरावसाहेबांच्या नजरेस आलेली होती व त्यासाठी चिटणीसांच्या घरात चिटणीस आणि बाळाजीपंत नातू हे या प्रकरणातील सातारच्या महाराजांच्या हक्कसंबंधाने काही कागदपत्रे पाहात बसले असता एकदा त्र्यंबकजी डेंगळे आपल्याबरोबर पंचवीस स्वार घेऊन चिटणीसांच्या घराकडे आला. पण आतील मंडळी मागच्या भिंतीवरून उड्या टाकून पळून गेली, म्हणून त्या वेळी त्र्यंबकजींच्या हातून त्यांचा बचाव झाला. पुढे सातारच्या महाराजांना आपल्याबरोबर घेऊन बाजीरावसाहेब निरनिराळ्या ठिकाणाहून फिरता फिरता सोलापूरकडे गेले असता मि. एल्फिन्स्टन आणि बाळाजीपंत नातू हे सातारला आले; त्यांनी तेथे एक दरबार भरविला व त्या दरबारात सातारच्या सरदारमंडळींना बोलावून त्यांना तेथे पोषाख देण्यात आले; आणि त्या दरबारामध्ये असेही जाहीर करण्यात आले की, सातारच्या महाराजांनी पेशव्यांची छावणी सोडून आमच्या इंग्रजी लष्करामध्ये येऊन मिळावे; आणि अशा रीतीने महाराज जर आमच्या सैन्याला मिळतील तर पेशव्यांना जिंकून पेशव्यांच्या ताब्यातील सगळा मुलूख आम्ही सातारच्या महाराजांना देऊ! हे ऐकल्यावर सातारचे सगळे सरदार हुरळून गेले ! आणि पेशव्यांचे सगळे राज्य इंग्लिश लोक आपल्या सातारच्या महाराजांना जिंकून देणार, असे त्यांना

खरोखरच वाटू लागले ! सातारचे फडणीस यांनी नरसू काकडे या नावाचा एक हेर ताबडतोब महाराजांन कडे सोलापूर मुक्कामी पाठविला. आणि नरसू काकड्याने हा फितुरीचा निरोप सातारच्या महाराजांना आणि त्यांच्या जवळ असलेल्या बळवंत मल्हार चिटणीसांना सांगितला. बाळाजीपंत नातूंच्या मार्फत बळवंत मल्हार चिटणीस यांनी फितुरीची सर्व तयारी आधी करून ठेवलेलीच होती व याप्रमाणे साताऱ्याहून नरसू काकडे याने येऊन फितुरीची बातमी सांगितल्या बरोबर चिटणीस यांनी ब्रिगेडिअर जनरल स्मिथ यांचा मुक्काम अकलूज येथे असताना त्यांच्याकडे असा निरोप पाठविला की, ह्याच्यापुढे तुम्ही बाजीरावाच्या सैन्यावर रात्रीचा केव्हाही छापा घालू नये. कारण, रात्रीच्या काळोखात तुम्ही एखादे वेळी छापा घातला, तर ते सातारचे महाराज लौकरच तुमच्या लष्करात येऊन स्वाधीन होण्याच्या विचारात आहेत, ते आणि त्यांचे लोक कोणते आहेत, हे तुम्हाला काळोखात समजणार नाही आणि त्यामुळे कदाचित् त्यानां काही दुखापत वगैरे होण्याचा संभव आहे ! म्हणून तुम्ही दिवसाच छापा घालावा ! अशा प्रकारचे चिटणीसांकडून इंग्लिशांकडे फितुरीचे निरोप राजरोसपणे जाऊ लागले. नंतर पुढे दोन तीन दिवसांनी पंढरपूरजवळ अष्टे वाळकी येथे बाजीरावसाहेबांचा मुक्काम असता स्मिथ साहेबांचेही सैन्य तेथे चालून आले. नंतर बापू गोखले आणि इंग्रज यांची लढाई होऊन पेशव्यांचे सैन्य पळत असता इंग्रजांनी त्यांचा पाठलाग सुरू केला. या पाठलागामुळे पेशव्यांच्या सैन्यात फारच गडबड उडून गेली. या गडबडीचा फायदा घेऊन पूर्वीच्या संकेताप्रमाणे बळवंत मल्हार चिटणीस यांच्या सूचनेवरून सातारचे महाराज हे रेंगाळत रेंगाळत मागे राहू लागले. त्या वेळी सातारच्या महाराजांच्या मंडळीने लौकर लौकर अपाल्या सैन्याबरोबर कूच करीत चलावे म्हणून घाई करण्याकरिता बाजीराव-साहेबांनी बळवंत रास्ते आणि शामराव रास्ते यांना महाराजांकडे पाठविले; तेव्हा चिटणीसांनी उत्तर दिले की, आमची घोडी जितक्या जलदीने चालू शकत आहेत, तितक्या जलदीने आम्ही मागून येतच आहोत ! रास्ते यांच्याशी चिटणीसांचे इतके बोलणे होत आहे, इतक्यात रास्ते वगैरे मंडळीवर इंग्रजांकडून घाला आला; व मंडळीची पांगापांग झाली.त्या संधीत बळवंत मल्हार चिटणीस यांनी

महाराजांना थोडा वेळ मागेच थांबण्याविषयी सुचविले; त्याप्रमाणे सातारकरांची सर्व मंडळी थांबली. इतक्यात मेजर डोव्हटन, शेख बहुद्दीन जमादार, वगैरे इंग्रजी घोडेस्वारांचा त्यांच्या भोवती गराडा पडणार असे दिसू लागले त्या वेळी महाराजांच्या मातोश्री माईसाहेब यांना अशी भीती वाटू लागली की, आता आपल्या अब्रूचे सरंक्षण होणे कठीण आहे, तेव्हा त्यांनी आपल्या मुलाला असे सांगितले की, माझी अवहेलना होण्यापेक्षा तू आपल्या तरवारीने माझा वध कर; आणि तू असे केलेस तरी तुला मातृवधाचे पातक लागणार नाही ! तेव्हा महाराजांनी आपल्या हातातील तरवार बाहेर काढली. परंतु भाऊसाहेबांनी त्यांना काही वेळ थांबण्याविषयी विनंती केली. इतक्यात बळवंत मल्हार चिटणीस हे आपल्या घोड्यावरून खाली उतरले आणि महाराजांची आज्ञा घेऊन ते इंग्लिशांच्या लोकांकडे गेले. आपण पळत गेलो तर आपल्यावर संशयाने कोणी गोळी घालील, म्हणून ते सावकाश चालले होते. नंतर ते बडे साहेबांच्या हत्तीजवळ गेले; आणि सातारचे महाराज येथे आहेत, तेव्हा तुम्ही गडबड थांबवा असे सांगितले. साहेबाची खात्री झाल्यावर साहेबाने आपल्या भोवती आपल्या सैन्याच्या खुणेकरिता तरवार फिरविली त्याचबरोबर गोळीबार थांबला. नंतर सातारचे महाराज जनरल स्मिथ यांच्या स्वाधीन झाले.

ही हकिकत मूळ बळवंत मल्हार चिटणीस यांनीच लिहिलेली आहे, तेव्हा यात त्यांनी आपल्या स्वत:च्या फितुरीबद्दल जो मजकूर स्वत:च लिहिला आहे, तो खोटा असणे शक्य नाही. या चिटणीसांच्या हकिकतीचे इंग्रजी भाषांतर करून ते डॉ. मिलने यांनी हिंदुस्थान सरकारकडे बळवंत मल्हार चिटणीस यांची काही तरी दाद लागावी म्हणून पाठविले होते. डॉ मिलने यांच्या त्या इंग्रजी भाषांतरावरून ही सातारच्या महाराजांबद्दलची वरील हकिकत येथे देण्यात आलेली आहे. तेव्हा त्यातील सत्यतेबद्दल संशय घेण्याचे कारण नाही. शिवाय ठाण्याचे सुप्रसिध्द इतिहाससंशोधक रा.रा. विनायक लक्ष्मण भावे, यांनी थोडे दिवसांपूर्वी 'मराठी दप्तर' (रुमाल 2) या नावाचे जे पुस्तक प्रसिध्द केले आहे, त्यात लेखांक 2– छत्रपतीची शके 1739 तील दिनचर्या टिपणी – या नावाचा एक लेख छापला आहे. त्यामध्येही बहुतेक अशाच प्रकारची हकिकत दिलेली आहे. यावरून

इंग्रजांनी सुरू केलेला फितुरीचा धंदा त्या वेळी किती जोरात आलेला होता आणि आपल्या लोकांचा स्वार्थसाधुपणा त्याला कसा बळी पडत होता, हे समजण्यासारखे आहे.

आता अष्ट्याच्या लढाईपैकी शेवटची एकच गोष्ट सांगावयाची राहिली आहे. आणि ती बापू गोखले यांच्या मृत शरीराच्या संबंधाची होय. या बाबतीत दोन निरनिराळी मते आहेत. एका हकिकतीप्रमाणे बापू गोखले यांचे प्रेत ओळखण्यात येऊन त्याला अग्नी देण्यात आला, असे आहे. परंतु दुसरी एक हकिकत आहे, ती अशी की, बापू गोखले यांचे शव कोणालाच सापडले नाही. यापैकी पहिल्या हकिकतीबद्दल श्री. भावे यांच्या दुसऱ्या रुमालातील दुसऱ्या लेखांकात पुढीलप्रमाणे मजकूर आढळतो :-

"नंतर बापू गोखले यांचा मुरदा डोलीत घालून आणला. तो ओळखण्यास कोणी पाठवावे म्हणोन जर्नेल यांनी निरोप पाठविला. त्याजवरून बळवंतराव चिटणीस यास पाठविले. ओळखून आले. फक्त अंगरखा अंगात मलमलीचा उरला होता. घोड्यांनी तुडविले. त्यानी पायीचे कातडे गेले होते. दोन जखमा लागल्या होत्या. पहिले जखमेचा डोळा उघडा होता त्याप्रमाणे पाहून आल्यावरी गोखले यांचे मुरद्याची डोली व आंताजीपंत हजरनीस नि ।। गोखले जखमी ऐशा दोन डोल्या महाराजांपाशी डेऱ्याजवळ पाठविल्या. महाराजांनी व सर्वत्रांनी पाहून ओळखल्या नंतर अग्नी देण्याचा हुकूम देविला. शोभने वगैरे मिळविता चार घटका रात्रीस वोढ्याचे कडेस नेऊन अग्नी दिल्ही."

परंतु बापू गोखले यांचे शव कोणालाच सापडले नाही, हे जे दुसरे मत आहे, ते विशेषत: पाच्छापूरकर यांच्या बखरीमध्ये जी हकिकत आधारभूत धरून रा. गोविंद विनायक आपटे यांनी गोखले घराण्याच्या इतिहासाच्या पुस्तकामध्ये या बाबतीत पुढीलप्रमाणे विचार प्रगट केले आहेत :-

सेनापती बापूसाहेब गोखले हे गोपाळ अष्ट्याच्या लढाईत कामास आले, ही गोष्ट इंग्रजी ग्रंथकार लिहितात, आणि अमुक अमुक शस्त्राने त्यांना आम्ही ताडन करून ठार केले वगैरे म्हणून, त्यांना ओळखून दहन करविले, असेही इंग्रजी ग्रंथात असल्याचे समजते. बापूसाहेब सदरहू लढाईत कामास आले, ही

गोष्ट निर्विवाद आहे. परंतु खऱ्या बापूंचे प्रेत सापडते, तर ते प्रेत त्या वेळच्या इंग्रजी लष्करी अधिकाऱ्याने बापूंच्या बायकोच्या स्वाधीन खास केले असते, आणि आमच्या धर्माप्रमाणे त्या वेळी बापूंची बायको यमुनाबाई सती गेल्या असत्या. बापूसाहेब यांचे कुटुंब यमुनाबाई ह्या त्या वेळी प्रत्यक्ष असताना जे बापूंचे प्रेत म्हणून इंग्रजी लष्करी लोकांनी ठरविले होते, ते सुध्दा खऱ्याखोट्याच्या निर्णयाकरिता यमुनाबाईंना दाखविल्याचा कोठे उल्लेख नाही, यावरून बापूसाहेब यांचे प्रेत खास सापडले नाही, हेच खरे !

■ □ ■

5. रायगड किल्ल्याची दोन स्थित्यंतरे

(सन 1674 आणि 1818)

तारीख 6 जून 1674 हा दिवस रायगडच्या किल्ल्यावर किती आनंदाचा होता ! महाराष्ट्रामध्ये स्वराज्यस्थापना करून शिवाजी महाराजांनी त्या दिवशी रायगडावर आपल्याला राज्याभिषेक करवून घेतला आणि रायगडच्या किल्ल्याच्या मुख्य दरवाज्यावर स्वातंत्र्याचे निशाण उभारले. पण त्या नंतर 144 वर्षांनी रायगडावर एके दिवशी सकाळी दुसऱ्या प्रकारचा दिवस उगवला ! तो दिवस म्हणजे महाराष्ट्रातील किल्ल्यांच्या इतिहासातील एक अतिशय दु:खकारक दिवस होय. पुण्यातून दुसरे बाजीराव पेशवे सन 1818 च्या नोव्हेंबर महिन्यामध्ये पुणे शहर सोडून बाहेर निघून गेले. त्या नंतर त्यांच्या पाठीमागे त्यांचे राज्य आपल्या हस्तगत करून घेण्याचे प्रयत्न सुरू झाले. त्या वेळची राज्याची बळकटी ही किल्ल्यांच्या बळकटीवर अवलंबून असे. पण ते बाजीरावाच्या राज्यातील किल्ले एका पाठीमागून एक हळूहळू इंग्लिशांच्या हस्तगत होऊ लागले. आणि सन 1818 च्या एप्रिल महिन्यामध्ये खुद्द रायगड किल्ल्यावरही तोच दुर्धर प्रसंग येऊन गुदरला. इंग्लिशांच्या तोफांच्या माऱ्यामध्ये बाकीचे किल्ले पडले तर पडोत; परंतु रायगडचा किल्ला हा अशा रीतीने हस्तगत होणे हे केव्हाही शक्य नाही, अशीच सर्वांची समजूत होती; आणि त्यामुळेच पुण्यात लढाईची गडबड सुरू होण्याच्या सुमारास श्रीमंत बाजीरावसाहेब यांच्या पत्नी वाराणशीबाई सुरक्षित राहाव्या, म्हणून त्यांना मुद्दाम रायगड किल्ल्याच्या हवाली करण्यात आलेले होते. परंतु सद्दीचा जोर संपला, म्हणजे अभेद्य किल्ल्यांच्या भिंतीतील अभेद्यपणाही नाहीसा होतो, असा अनुभव आल्याचे इतिहासामध्ये अनेक ठिकाणी आढळून येते; आणि तीच स्थिती रायगडच्या किल्ल्याची सन 1818 च्या एप्रिल-मे महिन्यामध्ये दुर्दैवाने झाली !

महाराष्ट्रातील बाकीचे किल्ले एकापाठीमागून एक शरण येत चाललेले पाहून रायगडावरही आपल्या तोफांचा प्रयोग करून पाहावा, असे इंग्लिश अधिकाऱ्यांनी ठरविले, व लेफ्टनंट कर्नल प्रॉथर याची त्या कामावर नेमणूक करण्यात आली. कर्नल पॉथर याच्या हाताखाली काही पलटणी आणि तोफखाना असे दोन प्रकारचे सैन्य देण्यात आलेले होते. या सैन्याचे प्रवासाच्या सोयीसाठी दोन विभाग करण्यात आले. तोफा वगैरे जाण्याला गाडीचा रस्ता पाहिजे, म्हणून बोरघाटाच्या रस्त्याने खोपवलीवरून तोफखान्याच्या तुकडीची रवानगी करून देण्यात आली. आणि शिपाई लोकांच्या पलटणी या लोणावळ्याकडील डोंगरातील पायवाटांनी जंबुसरच्या घाटाने खाली उतरल्या व घाटाच्या पायथ्याशी सिध्देश्वरपाली म्हणून जे गणपतीचे एक सुप्रसिध्द स्थान आहे, त्या ठिकाणी ता. 12 एप्रिल रोजी दोन निरनिराळ्या वाटांनी आलेल्या पायदळाची आणि तोफखान्याची एकत्र गाठ पडली. त्या नंतर पाली येथे दोन दिवस मुक्काम करून कर्नल प्रॉथर यांच्या हाताखाली रायगडच्या मोहिमेवर निघालेले हे सैन्य पालीहून निघाल्यानंतर वाटेत असलेले तळे आणि घोसाळे हे दोन किल्ले घेण्याकरिता तिकडे वळले. या सैन्याला वाटेत ठिकठिकाणी पेशव्यांच्या लोकांकडून अडथळा करण्यात येत होता, व तळ्याच्या किल्ल्याजवळ इंदापूर म्हणून जे एक लहानसे गाव आहे, तेथे या इंग्रजी सैन्याला बरीच आडकाठी करण्यात आली. कारण पुण्यात जरी या वेळी कित्येक बाळाजीपंत निघालेले होते, तरी महाराष्ट्रातील बाकीच्या ठिकाणी सगळीकडे सगळेच बाळाजीपंत अजून झालेले नव्हते. तरी पण दुर्दैवाच्यापुढे पेशव्यांच्या स्वामिनिष्ठ नोकरांचाही पाड लागेनासा झाला; आणि इंदापूर येथे जे पेशव्यांचे शिपाई इंग्लिशांचा रस्ता रोखून धरण्याचा प्रयत्न करीत होते, त्यांना माघार घ्यावी लागली. आणि त्यामुळे इंदापूरपासून रायगडच्या बाजूच्या पुढील रस्ता इंग्लिशांना मोकळा झाला. त्याचप्रमाणे तळे आणि घोसाळे या किल्ल्यांचाही मार्ग मोकळा होऊन ते दोन्ही किल्ले ता. 18 एप्रिल रोजी इंग्लिशांनी आपल्या ताब्यात घेतले. व त्या नंतर कर्नल प्रॉथर याच्या हाताखालील या इंग्रजी सैन्याच्या तुकड्या ता. 23 एप्रिल रोजी इंदापूरहून महाडास येऊन पोहोचल्या. आणि त्याच दिवशी रात्री रायगडच्या आसपासची

टेहळणी करण्याकरिता 2000 युरोपियन शिपाई आणि 200 नेटिव्ह शिपाई हाताखाली देऊन मेजर हॉल या नावाच्या एका ऑफिसरला रायगडकडे पाठविण्यात आले व बाकीचे सैन्य मागाहून महाडाकडून निघून ता. 25 एप्रिल रोजी रायगडच्या पायथ्याशी येऊन पोहोचले. मेजर हॉल हा जो आपल्या बरोबर 400 लोक घेऊन आधी रायगडच्या आसपासची टेहळणी करण्याकरिता एक दिवस पुढे आलेला होता, त्याला रायगडच्या पायथ्याशी असलेल्या पेट्याजवळ पेशव्यांच्या 300 लोकांनी अडविले. तेव्हा त्यांच्या दरम्यान बरीच मोठी चकमक उडाली व पेशव्यांच्या लोकांनी रायगडवरील हा हल्ला परतविण्याच्या कामी शिकस्तीचे प्रयत्न केले; परंतु त्यात त्यांना यश आले नाही. अखेरीस रायगडच्या पायथ्याजवळील पेटा इंग्लिशांनी काबीज केला. पुढे ता. 25 एप्रिल रोजी रायगडच्या पायथ्याशी इंग्लिशांचे सगळे सैन्य एकत्र जमा झाल्या नंतर त्या किल्ल्यावर कोणकोणत्या बाजूंनी कसकसे हल्ले करावयाचे, याबद्दलचे बेत ठरविण्यात आले. सगळेच सैन्य एकाच बाजूने नेऊन एकाच ठिकाणावर हल्ला करावयाचा, अशी इंग्रजी पध्दत नाही. त्यासाठी सैन्याचे निरनिराळे विभाग करण्यात आले; आणि निरनिराळ्या बाजूंनी तोफा डागून किल्ल्यावर सरबत्ती सुरू करण्याचे ठरले. कोणताही किल्ला जेरीस आणावयाचा म्हणजे त्याच्यावर एकाच वेळी सर्व बाजूंनी हल्ले व्हावयास पाहिजेत, हे जरूरच आहे. व त्याप्रमाणे कर्नल प्रॉथर याने आपल्या सैन्याची निरनिराळ्या ठिकाणी विभागणी केली होती. पण लष्करी कारणाशिवाय आणखीही एका कारणासाठी अशी व्यवस्था करणे जरूर होते. कारण इतके सगळे सैन्य त्या उन्हाळ्याच्या दिवसात रायगडच्या पायथ्याशी एकाच ठिकाणी ठेवण्यात आले असते, तर रायगडचा किल्ला हस्तगत करण्याचे बाजूलाच राहून ते सगळे सैन्य पाण्यावाचून तहानेने तडफडून मेले असते. निरनिराळ्या ठिकाणी सैन्याची वाटणी करण्यात आल्या नंतर रायगडच्या डोंगरावर तोफा चढविण्याचे काम सुरू करण्यात आले. पण हे काही हलके काम नव्हते. इतर किल्ल्यांची गोष्ट वेगळी, परंतु रायगड हा किल्ला उंचीला सगळ्यात जास्त आणि चढण्याला अतिशय अवघड. तेव्हा अशा डोंगरातून तोफा वर चढविण्याला इंग्लिशांना त्रास पडणे हे अगदी साहजिकच होते. तरी पण जेथून

किल्ल्यावर मारा करिता येईल, अशी आजूबाजूच्या डोंगराची काही टोके पाहून तेथे मोर्चा बांधण्यात आले व त्यांवर काही तोफा उभारण्यात आल्या. परंतु रायगडच्या किल्ल्याची रचनाच अशी काही विलक्षण आहे की, त्यामुळे जेथे तोफांचे गोळे जाऊन पडायला पाहिजेत, तेथे ते लागू होत नव्हते. शिवाय किल्ल्याला एका पाठीमागे एक आणि एकापेक्षा अधिक उंचीवर दुसरा असे पाचसात दरवाजे होते. इतके दरवाजे जेव्हा फुटतील, तेव्हा शत्रूचा आतील किल्ल्यामध्ये प्रवेश व्हावयाचा, अशी स्थिती असल्यामुळे इतर किल्ल्यांचा जसा पटापट पाडाव करिता आला, तसा हा किल्ला आपल्याला स्वाधीन करून घेणे शक्य नाही, असे तेथील इंग्रजी अधिकाऱ्यांना वाटू लागले होते व मुंबई सरकारलाही या गोष्टीची जाणीव होती. म्हणून गुजराथेतून नुकत्याच परत आलेल्या सदुसष्टाव्या पायदळ पलटणीमधील सहा कंपन्या कर्नल प्रॉथर याच्या मदतीला मुंबई सरकारकडून पाठविण्यात आल्या आणि मालवणच्या बाजूचे किल्ले सर करून घेण्याकरिता जी एकोणनव्वदावी पलटण गेली होती, तिच्यापैकीही आणखी एक तुकडी रायगडच्या सैन्याच्या मदतीला येऊन पोहोचली व आणखी काही मोठमोठ्या तोफाही मुंबईहून मदतीस यावयाच्या होत्या. इतकी गोष्ट होईपर्यंत मे महिन्याच्या चौथ्या तारखेपर्यंतचे मध्यंतरीचे इंग्लिशांचे हे आठ दहा दिवस निव्वळ तयारी करण्यामध्येच गेले व या मुदतीनंतर त्यांची साधारणपणे तयारी झाली. पण इतके दिवस देखील त्यांना तयारी करण्याला आपल्या लोकांकडून स्वस्थपणाने मिळू द्यावयाला नको होते. शत्रूची तयारी होऊन ते किल्ल्याच्या दरवाजाजवळ येतील किंवा किल्ल्यात येतील, तेव्हा आपण त्यांच्यावर हल्ला करू आणि त्यांचा समाचार घेऊ, अशा समजुतीने किल्ल्यातील लोकांनी आठदहा दिवसांच्या मुदतीमध्ये स्वस्थ बसणे बरोबर नव्हते. शत्रूचे सैन्य रायगडच्या पायथ्याशी येऊन तळ देऊन राहिले आहे, हे समजल्याबरोबर रायगडवरच्या तोफांनी त्यांना आपल्या दारूगोळ्याने भाजून काढायला पाहिजे होते व शत्रूचे लोक आजूबाजूच्या निरनिराळ्या डोंगरांच्या टोकांवर चढून तेथे आपल्या तोफा डागण्याकरिता मोर्चे बांधण्याचे काम करीत असता त्यांना तेथे येऊ द्यावयाचे नाही. त्यांनी तेथे बांधलेले मोर्चे उडवून टाकावयाचे, त्यांनी तेथे

डागलेल्या तोफा जायबंदी करावयाच्या. त्यांचे गोलंदाज मारून टाकावयाचे आणि त्यांचा दारूगोळा पेटवून द्यावयाचा, ही कामे किल्ल्यांवरील तोफांनी या वेळी करावयाला पाहिजे होती. किल्ल्यात जो इतका दारूगोळा साठवून ठेविलेला होता, तो कशासाठी ? किल्ल्यात ज्या इतक्या मोठमोठ्या तोफा ठेवण्यात आलेल्या होत्या, त्यांचा दुसरा काय उपयोग ? आणि किल्ल्यांच्या तटांच्या भिंतींना चौफेर मारा करता यावा म्हणून जी मोठमोठाली भोके किल्ला बांधणारांनी मुद्दाम ठेवून दिलेली होती, त्यांचा तरी दुसरा हेतू काय होता ? पण पडत्या काळामध्ये मूळच्या कर्त्या पुरुषांचे हेतू आणि उद्देश सगळे बाजूला राहतात; आणि जे दरवाजे शत्रूला अडविण्याकरिता म्हणून योजिलेले असतात, त्यातूनच घरभेदेपणा शत्रूला हळूच आत घेतो; आणि शेकडो हत्तींनी आपल्या गंडस्थळाच्या टकरा मारल्या, तरी ज्या अभेद्य दरवाजावरील लोखंडाच्या सुळक्यांनी हत्तींची गंडस्थळे फुटतील, पण जे दरवाचे फुटावयाचे नाहीत, असले अभेद्य किल्ल्यांचे अभेद्य दरवाजे फितुरीच्या, घरभेदेपणाच्या आणि हरामखोरपणाच्या नुसत्या स्पर्शाबरोबर शत्रूच्या प्रवेशाकरिता एकदम सताड उघडे होतात ! इंग्लिशांचे लोक आजूबाजूच्या डोंगरावरून मोर्चे बांधीत होते, त्या वेळी किल्ल्यावरच्या तोफांनी त्यांच्यावर आपला भडिमार केला नसेल, असे नाही. पण नुसत्या वरच्या तोफांनीच एकट्यांनी भडिमार करून काय व्हावयाचे आहे ! वरच्या तोफांच्या कामगिरीला किल्ल्याच्या खालच्या लोकांनीही मदत करावयाला पाहिजे; तरच काही तरी कार्य होणार. नाही तर किल्ल्यावरच्या लोकांनी तोफा सोडाव्या आणि खालच्या लोकांनी इनाम सोडावे, अशी स्थिती झाली, तर मग काय करावयाचे ! ज्या वेळी शत्रू आपल्या किल्ल्यावर चाल करून येईल, त्या वेळेला किल्ल्यावरचे लोक आणि किल्ल्याच्या खालचे लोक या दोघांच्या कचाटीमध्ये जर शत्रूचे सैन्य पकडले गेले, तरच त्याचा फडशा उडणे शक्य आहे. अशा वेळी किल्ल्यावरचे शिबंदीचे शिपाई वरून शत्रूवर तोफांचे गोळे सोडीत असता खालच्या आजूबाजूच्या गावातील स्वामिनिष्ठ लोकांनीही करावयाचे असे एक कर्तव्यकर्म असते. आणि ते असे की, आपला किल्ला आपल्यापासून घेण्याकरिता जो शत्रू आपल्यावर चाल करून आलेला असेल, त्याला आपण

अन्नपाणी, दाणावैरण वगैरे काही एक मिळू द्यावयाचे नाही; आणि अशा रीतीने त्याची चोहोबाजूंनी अडवणूक करून त्याला 'मी या अडचणीच्या मुलखात कोठून आलो !' असे करून सोडावयाचे. किल्ल्यावरच्या गरनाळांनी, बंदुकांनी आणि बाणांनी शत्रूचे जितके लोक मारता येतील, त्याच्यापेक्षा शत्रूचे जास्त लोक–इतकेच नव्हे, तर शत्रूचे सगळे सैन्यच्या सैन्य– आजूबाजूच्या गावच्या रहिवासी लोकांना या अडवणुकीच्या अगदी साध्या उपायाने सहज मारून टाकता येण्यासारखे असते. पण तसे करण्याला लोकांमध्ये स्वदेशनिष्ठा, स्वामिनिष्ठ, ऐक्यनिष्ठा वगैरे सद्गुण जरूर लागत असतात. नेपोलियनचे प्रचंड सैन्य रशियावर स्वारी करण्याकरिता रशियामध्ये शिरले; तेव्हा तेथील स्वदेशनिष्ठा लोकांनी काय केले ? शत्रूला अन्नपाणी आणि दाणावैरण मिळू नये; म्हणून त्यांनी आपली उभी शेते जाळली, पण शत्रूला वैरणगोटा त्यांनी मिळू दिला नाही ! त्याचप्रमाणे औरंगजेबाचे लक्षावधी सैन्य महाराष्ट्राचा उच्छेद करण्याकरिता महाराष्ट्रामध्ये उतरले असता आपल्याकडील धनाजी जाधव आणि संताजी घोरपडे यांनी त्या एवढ्या मोठ्या प्रचंड सैन्याला आपल्या हाताखालील थोड्याश्या लोकांनिशी कसे जेरीस आणले ? त्यांना अडचणीत नेऊन गनिमी काव्याने त्यांचा उच्छेद करण्यात आला. तो पूर्वीचा गनिमी कावा आजही आपल्यामध्ये उरलेला नाही, असे नाही. पण फक्त त्याची दिशा मात्र थोडीशी उलटी झालेली आहे. ज्या गनिमी काव्याचा प्रयोगाने आपण शत्रूला जिंकावे, त्या गनिमी काव्याचा प्रयोग हल्ली आपण एकमेकांवर करीत असून आपल्या फितुरीच्या आणि विश्वासघाताच्या गनिमी काव्याने आपण आपल्या देशाला गुलामगिरीच्या चिखलामध्ये कायमचे रोवून टाकण्याचे सत्कृत्य करीत आहोत! रायगडचा किल्ला घेण्याकरिता इंग्लिशांचे सैन्य रायगडच्या घेऱ्यामध्ये आले, त्या वेळेला आसपासच्या लोकांनी त्यांना जेरीस आणण्याला जे उपाय करावयाला पाहिजे होते, ते कोणी केले नाहीत. सगळे लोक उदास आणि कर्तव्यमूढ झालेले होते. दुसरी एक आपल्या लोकांची चुकीची समजूत झालेली असते, ती अशी की, रायगडावर इंग्लिशांचा हल्ला आला, तर अशासारख्या वेळी आपण काय करावयाचे ! आपण सामान्य लोक म्हणजे काही पगार देऊन लढण्याकरिता

ठेवलेले शिपाई नव्हे ! जे पगारी शिपाई असतील, ते वाटले तर लढतील आणि त्यांचा वाटले तर जय होईल किंवा पराजय होईल ! आपल्याला त्याच्याशी काय कर्तव्य आहे ! असली उदासीनपणाची जी आत्मघातकी वृत्ती आपल्यामध्ये बऱ्याच ठिकाणी दिसून येते, ती आपण आपल्या समाजामधून समूळ काढून टाकली पाहिजे. आपल्या देशाच्या स्वातंत्र्यावर घाला घालण्याकरिता कोणी शत्रू आला, तर अशा वेळी आपण सगळेजण हे देशाचे शिपाई आहोत आणि पगारी शिपायांपेक्षा आपण बिनपगारी लोक हे जास्त मोठ्या दर्जाचे आहोत अशी भावना आपल्या सर्वांच्या मनामध्ये दृढमूल झाली पाहिजे. आपल्या देशाच्या स्वातंत्र्यावर संकट आले, तर आपण सगळ्यांनी पटापट गोळा व्हावयाचे आणि आपल्यातीलच कोणी तरी प्रमुख करून त्याच्या हाताखाली आणि हुकूमाखाली व्यवस्थित रीतीने जे जरूर असेल ते कार्य करावयाचे, ही जी ग्रीक, स्पार्टन आणि रोमन लोकांमधील पध्दत त्या पध्दतीने वागण्याला आपण शिकले पाहिजे. पण सन 1818 मध्ये जेव्हा इंग्लिश लोक शिवाजीचा किल्ला घेण्याकरिता आले, तेव्हा शिवाजीचे नाव आणि शिवाजीची स्फूर्ती ही लोकांच्या अंत:करणातून मरण पावलेली होती; आणि जिकडे तिकडे बाळाजीपंती स्फूर्ती उत्पन्न होऊ लागली होती ! इंग्लिशांच्या सैन्याला रायगडच्या घेऱ्यात दाणगोटा मिळू देऊ नये, ही कल्पना कोणाच्या मनात आली असेल किंवा नसेल, त्याच्याबद्दल तर शंकाच आहे. पण उलट आपल्या धान्याधुन्याला आणि वैरणकाडीला जास्त भाव येत आहे, तर आपल्या शेजारच्या आधी आपण आपला माल इंग्लिशांच्या कॉमिसरीअॅट डिपार्टमेंटच्या ऑफिसमध्ये नेऊन विकला पाहिजे, अशीही कदाचित अहमहमिका त्या वेळी तेथील लोकांच्यामध्ये सुरू झाल्या असतील ! पण ते लोक इतक्यावर थांबते तरीही फारसे काही वाईट नव्हते. पण कित्येकांची फितुरी आणि हरामखोरी इतकी पुढे गेलेली होती की, जेथून गोळा टाकला असता नेमका किल्ल्यावर जाऊन पडेल, अशीही एक जागा रायनाक महार या नावाच्या एका इसमाने इंग्लिशांना दाखवून दिली. पण या विश्वासघाताच्या कृत्यासाठी त्या बिचाऱ्या अप्रबुध्द आणि दरिद्री मनुष्यालाच काय नावे ठेवावीत ! जेथे ब्राम्हणांच्या सारख्या सुप्रबुध्द आणि धनाढ्य

लोकांमध्येही बाळाजीपंती वळण दररोज अवशीपहाटे गिरविण्यात येऊ लागलेले आहे, तेथे त्या गरीब बिचाऱ्या रायनाक महाराला दोष कोणत्या तोंडाने द्यावयाचा! त्या बिचाऱ्याला आपले राज्य म्हणजे काय, आपला देश म्हणजे काय आणि त्या देशाचे स्वातंत्र्य म्हणजे काय, हे कोठून माहीत असणार! त्याचे टीचभर पोट हेच त्याचे हिंदुस्थानचे राज्य आणि हाच त्याचा हिंदुस्थान देश! त्या आपल्या टीचभर पोटाची खाच भरली, म्हणजे त्याच्या कल्पनेलाही अज्ञात अशा आपल्या देशाच्या स्वातंत्र्याची त्याने काय म्हणून फिकीर बाळगावी! तरी पण आपण हेही लक्षात ठेविले पाहिजे की, विश्वासूपणा आणि स्वामिनिष्ठा हा एक नैसर्गिक धर्म आहे. कुत्र्यासारखा बिनशिकलेला आणि बिनशिकणारा प्राणीदेखील कधी बेइमान होत नाही, हे पाहून तरी बेइमानी लोकांनी शिकण्याच्या कामात कुत्र्यांकडून धडे घ्यावे!

पण या वेळी रायगडच्या किल्ल्यावर हल्ला करणाऱ्या इंग्लिश लोकांना पाठीमागून शह देण्याकरिता कोणीच पुढे सरसावले नाहीत, असे नाही. पूर्वी वायरलेस टेलिग्राफीची साधनं जरी अस्तित्वात आलेली नव्हती, तरी एका किल्ल्यावरची बातमी आसपासच्या किल्ल्यावर कळविण्याचे काही मार्ग त्या वेळच्या लोकांनीही योजिलेले होते. आणि तोफांच्या आवाजांनी, किंवा मोठाले जाळ पेटवून किंवा इतर काही खुणांनी ते लोक आपल्या बातम्या दुसऱ्यांना कळविण्याचा कार्यभाग साधून घेत असत. अशा काही उपायांनी अगर जासुदांच्या निरोपांनी रायगडपासून काही थोड्या अंतरावर राहणारे रायगडचे दोन धाकटे भाऊ– कांगोरीचा किल्ला व प्रतापगडचा किल्ला–यांना आपल्या वडील भावावर गुदरलेल्या प्रसंगाची बातमी कळली; व ही बातमी कळताक्षणीच त्या दोन्ही किल्ल्यांवरचे मिळून काही लोक खाली उतरले; व रायगडवरचा किल्लेदार इंग्लिशांच्या सैन्यावर किल्ल्या वरून गोळे फेकीत असता, आपण पाठीमागून जाऊन त्या शत्रूच्या सैन्याला दोहोंकडच्या माऱ्यामध्ये गाठावे, असा त्यांचा विचार होता. आणि त्या उद्देशाने प्रतापगडच्या आणि कांगोरीच्या किल्ल्यांच्या पायथ्याशी सावित्री नदीच्या काठी पोलादपूर म्हणून जे एक गाव आहे, तेथे हे लोक जमा झाले. परंतु हे लोक पाठीमागून आपल्या सैन्यावर छापा घालण्याकरिता

येत आहेत, असे कळल्याबरोबर लेफ्टनंट क्रॉसबी हा त्या लोकांवर चालून गेला. विजयश्रीच्या लहरी पक्षपातामुळे मराठे शिपायांच्या त्या वेळच्या त्या प्रयत्नाला यश आले नाही.

ही गोष्ट घडून आल्यानंतर आणि रायगडच्या सभोवताली तोफा डागण्याचे काम पुरे झाल्यानंतर रायगडच्या किल्ल्यावर इंग्लिशांनी विशेष जोराने तोफांचा भडीमार करण्याला सुरुवात केली. मे महिन्याच्या 4/5 तारखेपासून लढाईला विशेष जोर येऊ लागलेला होता व किल्ल्यावरचे लोक मोठ्या शौर्याने आपल्या किल्ल्याच्या बचावाचे काम करीत होते. किल्ल्यामध्ये त्या वेळी श्रीमंत बाजीरावसाहेब पेशवे यांच्या पत्नी, वाराणशीबाई, या होत्या, हे पूर्वी सांगितलेलेच आहे. आणि त्यामुळे किल्ल्याचा बचाव करण्याची आपल्यावर किती मोठी जबाबदारी येऊन पडलेली आहे, याची तेथील किल्लेदाराला पूर्ण जाणीव उत्पन्न झालेली होती. हा किल्लेदार शेख अब्दुल या नावाचा एक अरबच असून त्याच्या हाताखाली अरब, सिंधी, मराठे, पठाण, गोसावी, वगैरे निरनिराळ्या जातीचे मिळून सुमारे 1000 शिपाई होते. आणि ते सर्वजण रात्रंदिवस एकसारखे लढून किल्ल्याच्या संरक्षणासाठी आपल्या प्रयत्नांची शिकस्त करीत होते. सर्वांच्या अंगात वीरश्रीचे वारे शिरलेले होते; आणि स्वदेशभक्ती व स्वामिनिष्ठा यांच्या योगाने त्यांच्या शरीरातील सामर्थ्य द्विगुणितपणाने वृध्दिंगत झालेले होते. हे स्वातंत्र्यदेवतेचे माहेरघर आहे, हा सगळ्या किल्ल्यांचा राजा आहे, हा शिवाजी महाराजांचा किल्ला आहे, हा रामदासांच्या भगव्या झेंड्यांचा आधारस्तंभ आहे, अशा प्रकारच्या उच्च भावनांनी प्रज्वलित झालेली त्या स्वातंत्र्याच्या योद्ध्याची अंत:करणे त्यांच्या मनगटामध्ये दैवी सामर्थ्याची प्रेरणा करीत होती. सगळ्या महाराष्ट्रातील एका अतिशय उंच अशा रणक्षेत्राच्या रंगभूमीवर आपण हे स्वातंत्र्याचे युध्द खेळत आहोत, या वेळी महाराष्ट्रातील सगळ्या लोकांचे डोळे आपल्याकडे खालून वर लागलेले असतील ! आणि आजपर्यंत आपल्या देशाच्या स्वातंत्र्याकरिता लढून किंवा धारातीर्थी देह ठेवून जे मुक्त झाले ते सगळे महाराष्ट्रवीरही क्षणभर या युध्ददर्शनाच्या कुतूहलासाठी तात्पुरते वायुमय देह धारण करून आकाशातून खाली आपल्याकडे पाहात असतील ! तेव्हा अशासमयी

आपण पूर्ण शौर्याने लढले पाहिजे, अशा भावनेने त्या सर्वांची मने उद्दीपित झालेली होती. शिपायांची धावपळ साऱ्या किल्ल्याभर चाललेली होती, आणि तोफेत भरलेला दारूगोळा पेटून उडला जाण्याला जो अवकाश लागत होता, तोही गोलंदाजांना सहन होत नव्हता, इतकी त्यांची उत्सुकता वाढलेली होती. आणि एक शिपाई जायबंदी झाला, तर त्याची जागा घेण्याला दुसरा शिपाई पुढे आला नाही, असा एक क्षणही त्या वेळी फुकट जात नव्हता. किल्ल्यावरील तोफांनी किल्ल्याच्या सभोवती इतका धूर पसरवून दिला होता की, ते जर चैत्र-वैशाखाचे दिवस नसते, तर हे इतके दाट धुकेच पडले आहे की काय असा कोणालाही भ्रम झाला असता. किल्ल्यावरचे सर्व शिपाई अशा रीतीने आपणच होऊन मोठ्या शौर्याने आणि उत्साहाने लढत होते. पण बाजीरावाच्या पत्नी, श्री. सौ. वाराणशीबाई, याही त्यांना प्रोत्साहन देत होत्या; आणि एखादी आई आपल्या मुलांचे कौतुक करते त्याप्रमाणे शिपायांच्या पराक्रमांना त्या वरचेवर शाबासकी देत होत्या. त्यामुळे वीररस आणि वात्सल्यरस यांच्या संमिश्रणाच्या योगाने त्या सर्व शिपायांची अंत:करणे एकाच वेळी कठोरही झाली होती आणि कोमलत्वही पावलेली होती.

इतक्या निस्सीम आणि निर्मळ अशा प्रकारच्या या प्रयत्नांना यश यावयाला पाहिजे होते ! पण ते येणार कसे ? हिंदुस्थान देशाच्या दुर्धर भवितव्यतेला आता कोठे सुरुवात होऊ लागलेली होती ! आणि त्यामुळे इंग्लिशांच्या बाजूकडील खालच्या जागेवरील मोर्च्यांवरून येणारे तोफेचे गोळे, जे अजून किल्ल्यांपर्यंत येऊ शकत नव्हते, तेही आता जास्त उंचावरच्या जागेवरून किल्ल्यात येऊन पडण्याला सुरुवात झाली. किल्ल्यावर इंग्रजी तोफांचा मारा लागू होण्यापूर्वी ले. कर्नल प्रॉथर यांनी बाजीरावसाहेबांच्या कुटुंबाकरिता म्हणून एक पासपोर्ट पाठविला. त्या पासपोर्टचा अर्थ असा की, तुम्ही किल्ल्यातून निघून बाहेर पडून दुसरीकडे जाऊ इच्छित असाल, तर तुम्हाला आम्ही सुरक्षितपणे जाऊ देतो ! असा हा परवाना देण्याबद्दलचा निरोप पाठविणे या एका गोष्टीमध्ये किती तरी अनेक इंग्रजी युक्त्या साठविलेल्या होत्या ! इंग्लिश लोक हे स्त्रियांबद्दल फार उदार असतात, आणि बाजीरावसाहेबांपाशी जरी ते दुसरीकडे लढत होते तरी त्यांच्या

स्त्रीच्या केसालाही धक्का न लागू देण्याची ते दक्षता बाळगीत होते, आणि या बाबतीत कित्येक रानटी मुसलमान सरदारांपेक्षा इंग्लिश अधिकाऱ्यांचे हे वर्तन किती तरी जास्त दाक्षिण्ययुक्त आहे असा फुकटचा लौकिक यात एक सहजगत्या अडाणी लोकांच्या दृष्टीने मिळून जातो ! पण असल्या कृत्रिम सौजन्याच्या निरोपाखाली किती तरी राजकीय डाव दडवून ठेवण्यात आलेले असतात ! हा इंग्लिशांच्या सौजन्याचा निरोप म्हणजे किल्ल्याच्या आतील लोकांमध्ये-बाजीरावसाहेबांच्या पत्नी व किल्लेदार यांच्या ऐक्याच्या दृष्टीमध्ये हळूहळू फूट पाडणारी ही एक लहानशी पाचरच होती ! असा सुरक्षिततेचा निरोप पोहोचल्यांनतर वाराणशीबाईंना वाटावे की, आपल्याला आयता पासपोर्ट मिळतो आहे, तर आपण या संकटामध्ये विनाकारण कशाला सापडावे ! आणि तो पासपोर्ट घेऊन वाराणशीबाई किल्ल्यातून सुरक्षितपणे निघून गेल्या, तर पाठीमागे किल्लेदार आणि त्याचे शिपाई यांना साहजिकपणेच असे वाटणार की, बाईसाहेब पासपोर्ट घेऊन निघून गेल्या, तर मग आता आम्हाला तरी पाठीमागे किल्ला लढवून काय करावयाचे आहे ! असे विचार उत्पन्न होऊन किल्ला आयताच घशामध्ये उतरावा, अशी या इंग्रजी पासपोर्टमध्ये झाकलेली युक्ती होती. दुसरे कोणीही असते, तर ते या साध्या युक्तीच्या आणि या इंग्रजी संभावितपणाच्या जाळ्यामध्ये सापडल्यावाचून खात्रीने राहिले नसते !

पण सुदैवाने वाराणशीबाई या तशा नव्हत्या. त्यांनी या मायावीपणाच्या पासपोर्टाच्या निरोपाला झिडकारून टाकले आणि त्या किल्लेदाराला म्हणाल्या, ‘‘मी असल्या या फसवेगिरीच्या मोहाला कधी बळी पडणार नाही ! मी तुमच्या संरक्षणाखाली इतके दिवस येथे राहिले; आणि आता मी तुम्हाला संकटात टाकून आपल्या देशाच्या शत्रूच्या संरक्षणाखाली जाईन, असे तुम्हाला वाटते ? तुम्ही माझ्या संरक्षणासाठी तुमचे जीवावर उदार झाला आहात ! अशा वेळी माझ्या जीवाच्या संरक्षणासाठी तुमचे जीव धोक्यात घालून मी कशी जाईन ? मनुष्यप्राण्याला इतके कृतघ्न कसे होता येईल ! किल्लेदार ! शेख अब्दुल ! मी आमच्या जीवाच्या बचावासाठी येथून एक पाऊलभर देखील हालणार नाही ! तिकडच्या जीवावर लढाईची दररोज हजारो संकटे कोसळत असताना मी

आपल्या या य:कश्चित जीवाच्या बचावासाठी त्यांच्या शत्रूच्या संरक्षणाखाली कशी जाईन ? किल्लेदार ! येथील माझ्या सहवासाने माझ्या पोटच्या मुलांप्रमाणे या तुमच्या सगळ्या शिपायांवर माझे मातृप्रेम जडलेले आहे. या माझ्या मुलाबाळांना टाकून मी कोठे जाऊ ! किल्लेदार ! ते काही नाही ! आपण सगळेजण या किल्ल्याच्या तटावर उभे राहून शत्रूला मारू किंवा मरू ! हा त्या शिवाजीमहाराजांचा किल्ला आहे ! या पवित्र किल्ल्याला आपल्या कमकुवतपणाने आपण कोणत्याही प्रकारचा कलंक लावता कामा नये !

एका अबलेच्या तोंडचे हे शब्द ऐकून कोणत्या शूर शिपायाच्या मनामध्ये रणसंग्रामाचा उत्साह उचंबळून येणार नाही ! पण काही वेळाने या सगळ्या उत्साहाचा फारसा काही उपयोग होईनासा झाला. शत्रूचे गोळे एकामागून एक किल्ल्यात येऊन पडू लागले व शत्रूचे लोक खालच्या जागेवरील तोफा जास्त उंचावरच्या जागेवर ओढून आणून तेथून गोलंदाजी करू लागले. आणि रायनाक महाराने दाखवून दिलेल्या जागेवर डागलेल्या तोफेचे गोळे तर अगदी नेमक्या-नेमक्या ठिकाणीच येऊन पडू लागले. फितुरीच्या गोळ्यांचा नेम सहसा कधी चुकत नाहीच ! ते नेहमी अचुकच मारा करतात ! या फितुरीच्या गोळ्यांनी किल्ल्यावरील एक एक इमारत हळूहळू जमीनदोस्त होऊ लागली. किल्ल्यावरची शिपाई लोकांची घरे पेटली. किल्ल्यावरच्या मशिदी आणि महादेवाची देवळे यातून धूर निघू लागले. किल्ल्याच्या बुरजांच्या भिंती धडाधड कोसळू लागल्या. किल्ल्यातील अनेक तळ्यांमधून आजूबाजूच्या दरडी कोसळून ती पाण्याच्या तळ्याऐवजी चिखलाची डबकी झाली. शिवाजीमहाराजांच्या वेळच्या ज्या काही जुन्या इमारतींच्या दगडी भिंती उभ्या होत्या, त्यांचेही दगड कोसळून पडू लागले. फार काय, खुद्द शिवाजीमहाराजांची जी समाधी होती, तीही कोसळून पडणाऱ्या दगडांच्या आणि विटांच्या ढिगाखाली दिसेनाशी झाली. शिवाजीमहाराजांच्या वेळचा जो एक वाडा होता, त्या वाड्याला आग लागून त्याच्या ज्वाळा आकाशात जाऊ लागल्या. किल्ल्यावर पिण्याला पाणी नाही, खाण्याला अन्न नाही, आणि राहाण्याला जागा नाही, अशी ही दुर्धर स्थिती उत्पन्न होत चालली होती, तरी इमानी मुसलमान किल्लेदार शेख अब्दुल आणि

त्याच्या हाताखालचे आरब आणि पठाण, मराठे आणि गोसावी, हे लढाईची शिकस्त करीतच होते व आपल्या चोहो बाजूंनी कोसळणाऱ्या इमारती, जळणारे राजवाडे, जळून गेलेल्या घरांच्या राखेचे ढीग आणि मेलेल्या शिपायांची प्रेते, यांच्यामध्ये शौर्याने आणि शांतवृत्तीने उभ्या राहून वाराणशीबाई ह्या आपल्या पुत्रवत् मानलेल्या त्या शिपायांना न हटता लढाई चालू ठेवण्याबद्दल एकसारख्या प्रोत्साहन देत होत्या. तरी पण आपल्या देशाचे दुर्दैव असे की, इतक्याही मानवी प्रयत्नांनी अखेरीस यश येण्याची काही चिन्हे दिसेनात ! त्या वेळी किल्ल्याच्या भिंतींना असे वाटू लागले की, आपण वर्षानुवर्ष येथे फुकट उभे राहून काय केले? तेव्हा आता तरी आपण आपल्या जन्माचे सार्थक करू या आणि आता आपल्याला कोसळावयाचे असेल, तर आतल्या बाजूला आपल्या लोकांच्या अंगावर न कोसळता बाहेरच्या बाजूला तरी आपल्या या देहाचा देशकार्यासाठी कडेलोट करू या ! आणि असे करताना त्यात आपल्याखाली आपण शत्रूच्या पाचपन्नास लोकांना चिरडून टाकले, तर तेवढे पुण्य आपल्याला लागेल ! किल्ल्याच्या पठारावर अनेक लहान मोठे दगड पसरलेले होते. त्यांनाही शिवाजीमहाराजांच्या त्या आवडत्या किल्ल्याची ही दशा झालेली पाहून रडू येऊ लागले ! आणि ते आपल्या आसपासच्या लोकांना असे म्हणू लागले की, 'अहो ! आम्हाला तरी कोणी येथून उचलून खाली शत्रूच्या अंगावर ढकलून द्या हो ! म्हणजे आम्ही तरी त्यांना चिरडून टाकू आणि त्यांच्या मार्गात आडवे होऊन त्यांना वर येऊ देणार नाही ! किल्ल्यात तेलाच्या कढया किती तरी साठवून ठेविलेल्या होत्या. त्या सगळ्या विस्तवातून क्रोधानेच संतप्त होऊन असे म्हणू लागल्या की, आम्ही आमच्यातील तापलेले तेल शत्रूच्या अंगावर ओतू, म्हणजे ते तेल तरी त्यांना भाजून काढील हो !'

अशा प्रकारची त्या किल्ल्यावरील सर्व सचेतन आणि अचेतन वस्तूंमध्ये रणसंग्रामाची एक प्रकारची अत्यंत तीव्रता उत्पन्न झालेली होती; आणि अजूनही प्रयत्न केले, तर यश येईल, अशी आशा वाटत होती. यासाठी एकीकडे परमेश्वराचे धावे करण्यात येत होते आणि दुसरीकडे शत्रूवर निरनिराळ्या प्रकारची शस्त्रास्त्रे फेकण्यात येत होती. अजूनही अगदीच निराशा झालेली होती, असे

नाही. कारण किल्ल्यातील बाकीच्या ठिकाणांवर जरी इंग्लिशांचे गोळे येऊन पडत होते, तरी किल्ल्यातील दारूचे कोठार हे अद्यापि सुरक्षित होते. त्याच्या जोरावर "आम्हाला खावयाला अन्न नसले, तरी हरकत नाही, पण आमच्यापाशी जोपर्यंत दारूगोळा आहे, तोपर्यंत आम्ही लढल्यावाचून राहाणार नाही," अशा प्रकारचे निर्वाणीचे आश्वासन किल्लेदार शेख अब्दुल हा वाराणशीबाईंना देत होता. पण हे त्याचे बोलणे ता. 6 मे रोजी तिसऱ्या प्रहरी चार वाजण्याचे सुमारास चाललेले असताना रायनाक महाराच्या फितुरीचा एक गोळा दारूगोळ्याच्या कोठारावर येऊन पडला ! आणि साऱ्या किल्लाभर एकच भडका उडून गेला !

दारूगोळ्याच्या कोठाराला आग लागल्यामुळे त्याचा धक्का इतका मोठा बसला की, तो सगळा रायगडचा डोंगर क्षणभर हदरून गेल्यासारखा वाटला; आणि त्याचा गडगडाट आकाशामध्ये इतक्या मोठ्याने दुमदुमून गेला की, स्वर्गस्थ आत्मेही त्याच्या योगाने दचकून जाऊन तिकडे पाहू लागले ! त्या वेळी एका बाजूला तान्हाजी मालुसरे आणि दुसऱ्या बाजूला बाजी देशपांडे व त्यांच्या मध्यभागी शिवाजीमहाराज, असे त्रिवर्ग नंदनवनामध्ये अमृतपान करीत बसलेले होते. त्यांनी खाली दृष्टी फेकली, तो आपल्या रायगडावरून आगीच्या ज्वाळा आणि धुराचे लोट रायगडावरची दु:खदायक बातमी आपल्याला सांगण्याकरिता आपल्याकडेच येत आहेत, असे त्यांना आढळून आले. त्याबरोबर आपल्यापुढील अमृताचे चषक बाजूला सारून ते तिघेही घाईघाईने वातावरणातून अदृश्यरुपाने बरेच खाली उतरले. आणि त्यांनी अश्रुपूर्ण नेत्रांनी रायगडच्या परिस्थितीचे सर्व बाजूंनी बारकाईने निरीक्षण केले. त्या वेळी एका टेकडीवर आपला एक देशबांधव रायगडावर आणखी गोळे कोठे फेकावे हे इंग्रजी गोलंदाजांना सांगत असलेला त्यांच्या दृष्टीस पडला ! आणि तो देखावा पाहून त्या तिघांचीही अंत:करणे त्या आगीच्या ज्वाळांपेक्षा त्या दिसलेल्या देखाव्यांनेच जास्त करपून गेली ! त्या वेळी त्या तिघांनीही एकदम दु:खाचे दीर्घ निश्वास टाकले; आणि तानाजी शिवाजीमहाराजांच्या मुखाकडे पाहून म्हणाला, "महाराज, घोरपडींच्या शेपटीला दोर बांधून आणि आपला जीव धोक्यात घालून आम्ही –नव्हे, नव्हे, आपल्या पायांच्या नोकरांनी कोंडाण्यासारखे किल्ले फुकट काबीज

केले !'' ''मलाही महाराज, असेच वाटते की, बाजी देशपांडेही त्याच वेळी डोळ्यातील अश्रू पुशीत पुशीत म्हणाला, '' आपल्या देशाच्या स्वातंत्र्याच्या संरक्षणासाठी पावनखिंडीतील रस्ता अडवून आणि आपल्या प्राणांचे बळी देऊन आम्ही आज अखेरीस काय साधिले !'' हे अशा प्रकारचे दोघांचे उद्गार ऐकून शिवाजीलाही अतिशय वाईट वाटले व तो दातओठ खात म्हणाला, ''या फितुरीसारखा देशाचा शत्रू दुसरा कोणी नाही ! आपल्या देशातून या फितुरीचा समूळ उच्छेद व्हावा म्हणून मी चंद्रराव मोऱ्यांना आधी मारून टाकले ! तरी पण आज त्यांच्या जागी दुसरे चंद्रराव मोरे उत्पन्न झाले असून ते फिरून आपला देश गुलामगिरीत घालण्याला मदत करीत आहेतच ! आणि आज हा माझा आवडता किल्ला जो जळत आहे, तो इंग्लिशांच्या तोफांनी जळत नसून, आपल्याच देशबांधवांच्या फितुरीने जळला जात आहे ! या किल्ल्यावरील ही माझी सगळी पूर्वपरिचित स्थळे उद्ध्वस्त झालेली पाहून माझ्या मनाला किती तरी खेद होत आहे ! पण माझे महाल आणि माझे राजवाडे नष्ट झाले, तर ते खुशाल होवोत; पण ज्या महादेवाची मी नित्य पूजा करीत असे आणि जो महादेव मला स्वातंत्र्याच्या स्फूर्त्या देत असे, त्या महादेवाचे देऊळही हे येथे छिन्नविच्छिन्न झालेले दिसत आहे ! हे महासाध्वी वाराणशीबाई, जेथे देवांनी आपल्या देवळांची ही स्थिती करून घेतली, तेथे आपण आपल्या नष्ट होणाऱ्या मानवी वैभवाबद्दल खेद करून काय होणार ! असो ! त्याच देवता जेव्हा आपल्या देशावर तुमच्या सारख्यांच्या सद्गुणांनी आणि सदाचरणांनी संतुष्ट होतील, त्या वेळी फिरून आपल्या देशाला हे सगळे पूर्वीचे वैभव लवकरच परत मिळेल ! असे म्हणून वातावरणातील त्या त्रिमूर्ती नाहीशा झाल्या. पण वाराणशीबाई यांना मात्र आपले कोणी तरी अत्यंत कोमल शब्दांनी सांत्वन करीत आहे, असा एक क्षणभर भास झाला !

असो. दारूच्या कोठाराला आग लागल्यानंतर किल्लेदाराच्या आशेचा शेवटचा तंतू तुटून गेला; आणि आता आपला याच्यापुढे निभाव लागणे शक्य नाही, अशी सर्वांची खात्री झाली. आणि संध्याकाळच्या काळोखाबरोबर किल्ल्यावर जिकडे तिकडे निराशेचाही काळोख पसरू लागला. जळणाऱ्या

राजवाड्यांच्या आणि इतर इमारतींच्या प्रकाशाने तो दोन्हीही प्रकारचा अंधकार कमी न होता उलट जास्तच भेसुर भासू लागला. किल्ल्यावरील लोकांची ती रात्र अशा रीतीने कशी तरी गेली; आणि दुसऱ्या दिवशीच्या प्रात:काळाने किल्ल्याच्या पायऱ्यांजवळच्या वाडीमध्ये उभय पक्षांकडील लोकांच्या दरम्यान तडजोडीचे बोलणे चाललेले पाहिले ! ता. 7 रोजी सकाळी आठ वाजता उभय पक्षांकडील लोक तहाच्या अटी ठरविण्याकरिता बसले. किल्ल्यावरील लोकांना विचार करण्याकरिता पाच तासांची मुदत देण्यात आली. परंतु किल्ल्यावरील लोकांचा काही विचार ठरेना; व सुचविलेल्या अटी कबूल करण्याचे त्यांनी नाकारले; तेव्हा ता. 7 रोजी तिसरे प्रहरी फिरून गोळीबाराला सुरुवात झाली, व तो गोळीबार ता. 8 च्या सकाळपर्यंत चालू होता. त्या नंतर उभय पक्षांमध्ये तहाचे बोलणे सुरू झाले. किल्लेदार , शेख अब्दुल, याने आपल्याला योग्य अटी मिळाव्यात, म्हणून पुष्कळ आढेवेढे घेतले; आणि अखेरीस ता. 9 रोजी तिसरे प्रहरापर्यंत वाटाघाटी होऊन एकदाचा उभय पक्षांमध्ये तह ठरला. किल्ल्यावर असलेल्या सर्व शिपाई लोकांनी आपली हत्यारे आणि आपली खाजगी मालमिळकत बरोबर घेऊन जाण्याला परवानगी असावी; किल्लेदार शेख अब्दुल याला आपल्या नोकरांसह आणि हत्यारांसह जाण्याला परवानगी असावी; वगैरे अटी ठरून किल्ला खाली करून देण्याचे मुक्रर झाले. त्याप्रमाणे ता. 10 मे रोजी तिसरे प्रहरच्या सुमारास ले. कर्नल प्रॉथर हा आपल्या लोकांसह किल्ल्यावर जाऊन त्याने किल्ला आपल्या ताब्यात घेतला; आणि बाजीरावसाहेबांच्या पत्नी, वाराणशीबाई, यांच्याबरोबर हत्ती, उंट व शंभर शिपाई असा लवाजमा देऊन त्यांची पुण्याला रवानगी करून देण्यात आली. इंग्लिशांनी किल्ला आपल्या ताब्यात घेतला, त्या वेळी त्या किल्ल्यावर एकही इमारत जळल्यावाचून धड राहिलेली नव्हती. फक्त धान्याचे एक कोठार मात्र काही एक खराबी न होता शिल्लक राहिले होते. या किल्ल्यावर इंग्लिशांना पाच लाख रुपये रोकड सापडले; अशी इंग्लिश इतिहासकारांनी कबूली दिलेली आहे.

सन 1818 तील मे महिन्याच्या 10 तारखेला रायगडच्या किल्ल्याची वर वर्णन केल्याप्रमाणे स्थिती झालेली होती. सन 1674 च्या जून महिन्याच्या

सहाव्या तारखेची रायगडची स्थिती कोणीकडे आणि या वेळची ही स्थिती कोणीकडे ! सन 1674 मध्ये शिवाजीचा नव्हे, महाराष्ट्राच्या स्वातंत्र्याचा- राज्याभिषेक रायगडावर झाला आणि सन 1818 मध्ये महाराष्ट्र स्वातंत्र्याच्या सिंहासनावरून पदच्युत होऊन त्याच्या हातापायात गुलामगिरीच्या बेड्या ठोकण्यात आल्या ! सन 1674 मध्ये रायगडावर स्वातंत्र्याचे निशाण चढविण्यात आले ! पण सन 1818 मध्ये त्याच रायगडावरील स्वातंत्र्याचे निशाण खाली उतरवण्यात येऊन इंग्रजांचा बावटा वर चढविण्यात आला ! 144 वर्षांच्या एवढ्याश्या अवधीमध्ये हे इतके फेरफार झाले ! रायगडच्या किल्ल्याची फक्त दीड शतकामध्ये अशा प्रकारची ही दोन स्थित्यंतरे झालेली पाहून 'दैवाची गती विचित्र आहे !' याच्याशिवाय कोणाच्या तोंडून दुसरे काय उद्गार बाहेर पडतील !

■ □ ■

6. महाराष्ट्रातील किल्ले

महाराष्ट्राच्या निरनिराळ्या भागांतून सह्याद्रीच्या निरनिराळ्या रांगा चोहोकडे पसरलेल्या असल्यामुळे महाराष्ट्राची भूमी ही किल्ल्यांच्या उत्पत्तीला नैसर्गिक रीतीनेच फार अनुकूल अशी आहे; व या कारणामुळे महाराष्ट्रामध्ये किल्ल्यांची जितकी संख्या आहे, तितकी ती इतर कोठे क्वचितच असेल. ह्या सह्याद्रिपर्वताच्या शिवाय महाराष्ट्राच्या रचनेमध्ये आणखी एक विशेष आहे, तो असा की, सह्याद्रिपर्वताची रांग उत्तरपासून दक्षिणेपर्यंत महारष्ट्राच्या पश्चिमेच्या अंगाला पसरलेली असून त्या सह्याद्रिपर्वताच्या पश्चिमेला थोडक्याच अंतरावर समुद्राचा किनारा लागून राहिलेला आहे; व सह्याद्रिपर्वतामधून निघालेल्या अनेक नद्यांच्या प्रमाणे त्याच पर्वताच्या उदरामधून जन्म पावलेले अनेक डोंगरही थेट समुद्रकिनाऱ्याला जाऊन मिळालेले आहेत. हे डोंगर जेथे समुद्राला जाऊन मिळाले आहेत, तेथे बहुतेक ठिकाणी निरनिराळ्या खाड्यांच्या तोंडाशी किल्ले बांधलेले असल्याचे आपल्याला आढळून येते. या दृष्टीने मुंबईपासून गोव्यापर्यंतच्या समुद्रकिनाऱ्याचे आपण निरीक्षण केले, तर या किनाऱ्याच्या काठच्या डोंगरावरून आणि क्वचित् ठिकाणी समुद्रामध्येही अनेक किल्ले असल्याचे आपल्याला दिसून येते. खांदेरीउंदेरी, अलिबागचा किल्ला, रेवदंड्याच्या खाडीच्या जवळील टेकडीवरील किल्ला, जंजिऱ्याचा किल्ला, बाणकोट, मंडणगड, अंजनवेल, जयगड, रत्नागिरी, देवगड, सुवर्णदुर्ग, इत्यादि समुद्रकाठचे किल्ले सुप्रसिध्द आहेत. हे किल्ले महाराष्ट्राचे समुद्राच्या बाजूकडून संरक्षण व्हावे म्हणून योजण्यात आलेले आहेत, व त्यांच्याशिवाय बाकीचे जे शेकडो किल्ले सह्याद्रीच्या डोक्यावर विराजमान होत असलेले साऱ्या महाराष्ट्रभर दिसून येतात, त्यांच्याकडून महाराष्ट्रातील अंत:प्रदेशाचे संरक्षण केले जावे, अशी ते किल्ले बांधणाराची अपेक्षा असली पाहिजे, असे दिसते.

हे जे अनेक किल्ले महाराष्ट्रभर पसरलेले दिसतात, ते आजकालचे बांधलेले आहेत असे नाही. हे किल्ले शिवाजीमहाराजांनी बांधले, अशी महाराष्ट्रामध्ये सामान्य समजूत आहे. पण ती बरोबर नाही. यांच्यापैकी बहुतेक किल्ले फार पुरातन काळामध्ये बांधले गेले असले पाहिजेत, असे त्यांच्या अंत:प्रमाणावरून दिसून येते. किल्ल्याला संस्कृतमध्ये 'दुर्ग' असा प्रतिशब्द आहे, हे सर्वांना माहीतच आहे. त्यावरून असे एक स्वाभाविकच अनुमान कोणाच्याही मनामध्ये उत्पन्न होते की, या सह्याद्रिपर्वतावरील ही अनेक दुर्गम स्थळे सृष्टिदेवतेने जेव्हा निर्माण केली असतील, तेव्हापासून प्रथमत: दुर्गाची कल्पना आणि मागाहून काही काळाने दुर्गाची प्रत्यक्ष रचना त्या त्या ठिकाणी अस्तित्वात आलेली असली पाहिजे. ज्यांचे इतिहास हल्ली लुप्त झालेले आहेत, अशी किती तरी राज्ये आपल्या या महाराष्ट्रामध्ये आतापर्यंत होऊन गेलेली असली पाहिजेत. आणि राज्ये म्हटली म्हणजे त्यांच्या संरक्षणासाठी त्यांच्याबरोबर किल्ल्यांची कल्पना आलीच. खुद्द वेदांमध्येही किल्ल्यांच्या कल्पनांचे उल्लेख आढळतात. परंतु त्याच्या नंतरच्या रामायण, महाभारत इत्यादी ग्रंथांमधून तर त्यांची आवश्यकता आणि त्यांची वर्णने सविस्तर रीतीने दिलेली आहेत. त्याचप्रमाणे कौटिल्याचे अर्थशास्त्र, कामंदकनीती, शुक्रनीती, वगैरेसारख्या राजकारणाविषयींच्या प्राचीन ग्रंथांमध्येही किल्ल्यांच्या महत्त्वाची वर्णने आपल्याला वाचावयाला मिळतात. या सगळ्या पुराव्यावरून पाहाता हे किल्ले किती जुने असले पाहिजेत, याची कल्पना येते. कित्येक किल्ल्यांवरून जुन्या छिन्नविच्छिन्न झालेल्या देवतांच्या मूर्ती किंवा पूर्वीच्या निरनिराळ्या तऱ्हेच्या नक्षीचे नमुने अद्यापिही कोठेकोठे पाहावयाला मिळतात. व त्यावरूनही या किल्ल्यांचा प्राचीनपणा प्रस्थापित होतो. बौध्दांच्या वेळच्या मूर्ती किंवा त्यांचे अवशेष काही ठिकाणी सापडतात; त्यावरून ते किल्ले बौध्दांच्या वेळचे असले पाहिजेत, हे उघड होते व पुष्कळ किल्ले पूर्वी महाराष्ट्रांत होऊन गेलेल्या कलचूरि, आंध्रभृत्य, शिलाहार, यादव, वगैरे घराण्यातील हिंदू राजांनीही बांधलेले असले पाहिजेत. त्या नंतर जेव्हा दक्षिणेत मुसलमानांच्या स्वाऱ्या होऊ लागल्या, तेव्हा त्यांनी डागडुजी केली, व त्यांनी आपल्या गरजेप्रमाणे काही नवीनही रचना केल्या. पूर्वीच्या काळी या

किल्ल्यांचा कोणी कसा उपयोग केला आणि त्यांच्यापासून कोणी किती फायदा करून घेतला, हे समजण्याला प्राचीन इतिहासाचे आज आपल्यापाशी काही साधन नाही. परंतु शिवाजीमहाराजांनी मात्र या किल्ल्यांपासून पूर्ण फायदा करून घेतला, हे महाराष्ट्राचा इतिहास आज आपल्याला प्रत्यक्ष सांगू शकत आहे व त्यामुळे शिवाजींच्या वेळेपासून या किल्ल्यांचे महत्त्व पेशवाईच्या अखेरपर्यंत पूर्णपणे कायमही टिकले होते.

लढाई करण्याच्या बाबतीतील शिवाजीमहाराजांची पहिली पध्दत आणि पेशव्यांची अखेरची पध्दत यांच्यामध्ये जरी काही अंतर पडलेले होते, तरी त्यामुळे पेशवाईच्या अखेरीसही या किल्ल्यांच्या महत्त्वाला कोणत्याही प्रकारचा कमीपणा आलेला नव्हता. बहुतेक नेहमी डोंगरांच्या दऱ्याखोऱ्यातील किल्ल्यांत राहावयाचे आणि शत्रूवर छापा घालून फिरून त्याच किल्ल्यात येऊन आश्रय घ्यावयाचा, ही पध्दत नवीन स्वराज्यसंस्थापना करणाऱ्या शिवाजीला आणि त्यांच्या मावळ्यांना आवश्यकच होती. परंतु शिवाजीमहाराजांच्या पुढील पिढीतील पेशवे हे शिवाजी महाराजांच्या वेळच्या डोंगरी आणि गनिमी काव्याच्या लढाईच्या फार पुढील परिस्थितीपर्यंत जाऊन पोहोचलेले होते. शिवाजीमहाराजांच्या वेळच्या प्रसिध्द लढाया पाहिल्या, तर तोरणा, राजगड, प्रतापगड,रांगणा, पुरंदर, सिंहगड, वगैरे किल्ल्यांच्या डोंगराळ मुलखातच त्या झालेल्या आहेत. पण त्यांच्या पुढील काळातील पेशव्यांच्या लढायांची रणक्षेत्रे डोंगराळ मुलखातून निघून मोकळ्या मैदानावर आलेली होती. उदगीरची लढाई, राक्षसभुवनची लढाई, पानिपतची लढाई, खर्ड्याची लढाई, वडगावची लढाई, वगैरे पेशव्यांच्या ज्या लढाया त्या त्या प्रगतीच्या निदर्शक आहेत. शिवाजीच्या वेळच्या सैन्याची संख्या आणि पेशव्यांच्या वेळच्या सैन्याची संख्या यांच्यामध्येही महदंतर पडलेले आपल्याला दिसून येते. शिवाजीच्या एकंदर सैन्याचा आकडा दहा-पाच हजारांच्यावर क्वचितच गेलेला असेल. परंतु पेशव्यांचे पानिपत येथील सैन्य लाखाच्याही वर गेलेले होते. अशा अनेक दृष्टींनी पाहता सतराव्या शतकाच्या अखेरची लढाईची पध्दत आणि अठराव्या शतकाच्या अखेरची लढाईची पध्दत यांच्यामध्ये जरी हळूहळू अंतर पडत चाललेले होते, तरीही पेशव्यांच्या वेळीसुध्दा

किल्ल्यांचे महत्व कमी झालेले होते असे नाही. पेशवाईच्या वेळचे राजे कोणीही प्रत्यक्ष किल्ल्यांमध्ये सदोदित राहात नसून सपाट मैदानावर लहान लहान भुईकोट किल्ले बांधून त्यात ते आपले राजवाडे उभारीत असत, हे जरी खरे असले, तरी खजिना ठेवणे, धान्य साठविणे, दारूगोळा तयार करणे, कैद्यांना कोंडून ठेवणे, वगैरे अनेक प्रकारच्या राजकीय कार्यासाठी या किल्ल्यांचा पेशवाईमध्येही उपयोग करण्यात येत असे व अशा दृष्टीने या किल्ल्याचे त्या वेळीही फार महत्त्व होते.

दुसऱ्या बाजीरावसाहेबांनी इ.स. 1817 मध्ये इंग्लिशांच्या जुलुमाला कंटाळून इंग्लिशांशी लढण्याचा जेव्हा निश्चय केला, तेव्हाच्या त्या वेळच्या वर्णनामध्ये आपल्याला असे आढळून येते की, बाजीरावसाहेबांनी लढाईची जी तयारी केली, त्यात त्यांनी महाराष्ट्रातील या अनेक किल्ल्यांच्या बंदोबस्ताकडेही विशेष लक्ष पोहोचविलेले होते. सर्व किल्ल्यांवर दारूगोळा, दाणागोटा, शिबंदीचे व इतर शिपाई, वगैरे बाबतीमध्ये त्यांनी तेथे कडेकोट बंदोबस्त करून ठेविलेला होता. पश्चिमेकडील समुद्रकिनाऱ्यावरील कुमठा, अचरे, मालवण, सुवर्णदुर्ग, मंडणगड, रामगड, पालगड, ताम्हनगड, रसाळगड, महिपतगड, लिंगाणा, भगवंतगड, देवगड, वगैरे ठिकाणांचा त्यांच्याकडून चांगला बंदोबस्त करण्यात आलेला होता. त्याचप्रमाणे पुण्यापासून कोकणच्या आसपासच्या बाजूचे लोहगड, विसापूर, तुंग, तिकोना, राजमाची, कडूरी, गंगा, नानोशी, पाली, भोरप, अवचितगड, रायगड, तळे, घोसाळे, कांगोरी, वगैरे ठिकाणचे जे किल्ले, त्यांच्या बंदोबस्ताकडेही त्यांनी पूर्ण लक्ष पोहोचविलेले होते. पुणे जिल्ह्याप्रमाणे सातारा जिल्ह्यामध्येही सह्याद्रीच्या रांगा जिकडेतिकडे पसरलेल्या असल्यामुळे सातारचा प्रांत हेही किल्ल्यांचे एक मोठे केंद्रस्थान आहे. या प्रांतात खुद्द सातारचा 'अजिंक्यतारा' हा सर्व किल्ल्यांचा राजा असून त्याच्याशिवाय, प्रतापगड, वासोटा, मसूर, वसंतगड, सदाशिवगड, मच्छिंद्रगड, इस्लामपूर, वाळवा, पांडवगड, कळमगड, कालिंजा, चंदनवंदन, विराटगड, कुंडलगड, असे अनेक किल्ले सातारच्या सर्व डोंगराळ मुलखातून आणि सपाटीवर पसरलेले आहेत. कर्नाटक हा प्रांत हल्ली भाषाभेदाने महाराष्ट्रापासून थोडासा निराळा पडत चाललेला आहे;

परंतु आपण हल्ली ज्या वेळेचे निरीक्षण करीत आहोत, त्या वेळी म्हणजे पेशवाईचे अखेरीस कर्नाटक प्रांत आणि महाराष्ट्र प्रांत या दोघांचा अगदी एकजीव झालेला होता. विजापूरच्या मुसलमानी बादशहाविरुध्द जेव्हा कर्नाटक आणि महाराष्ट्र या दोघांनाही झगडावे लागत होते, तेव्हापासूनच या दोन प्रांताचे विशेष सख्य जमलेले होते ; व बापू गोखले यांचे पूर्वज हे पूर्वीपासून धारवाडकडे राहात असल्यामुळे कर्नाटक आणि महाराष्ट्र यांच्यामधील तो स्नेहभाव जास्तच वृध्दिंगत झालेला होता. शिवाय रास्ते, पटवर्धन, वगैरे सरदारांच्या पराक्रमाने आणि सौजन्यानेही या दोन प्रांतांच्या एकीकरणामध्ये पुष्कळ भर पडलेली होती. अशा रीतीने महाराष्ट्राशी संलग्न झालेल्या या कर्नाटकामध्येही धारवाड, गदग, डुमल, हुबळी, मिसरी, कोटा, बदामी, बागलकोट, सोलापूर, बेळगाव, पाच्छापूर, गोकाक वगैरेसारखे अनेक किल्ले पेशव्यांच्या ताब्यात होते व मराठ्यांचे राज्य कायम राखण्याला तेही आपापल्या अंत:सामर्थ्याने साहाय्य करीत होते. यांच्याशिवाय पेशव्यांच्या ताब्यातील किल्ल्यांच्या खानेसुमारीमध्ये ज्यांचा अवश्य नामनिर्देश केला पाहिजे असे आणखी काही प्रमुख किल्ले म्हटले तर चांदबिबीच्या शौर्यासाठी प्रसिध्दीस आलेला अहमदनगर येथील भुईकोट किल्ला हा एक होय. त्याच्याशिवाय नाशिक जिल्ह्यातील सह्याद्रीच्या शिखरावर विराजमान असलेला जो त्रिंबकेश्वराचा किल्ला त्यालाही गाळून उपयोग नाही. नाशिक जिल्ह्यातील दुसरा महत्त्वाचा किल्ला म्हटला म्हणजे नारो शंकर यांनी पूर्वी बांधलेला आणि या वेळी राजेबहाद्दर यांच्या ताब्यात असलेला मालेगावचा किल्ला होय. हा किल्ला सपाटीवर असल्यामुळे तो आपल्या बुरुजांच्या उंचीने जरी त्रिंबकेश्वराच्या किल्ल्याच्या इतका उंच होऊ शकला नाही, तरी त्या किल्ल्याने आपल्या पराक्रमाने आपली उच्चता त्रिंबकेश्वराच्या किल्ल्याच्या उंचीपर्यंत नेऊन सोडलेली आहे, यात शंका नाही ! यानंतर तालनेर, राजदीर, अंमळनेर, अशीरगड, वगैरे तापीनदीच्या आसपासचे जे किल्ले, तेही त्या वेळी पेशव्यांच्या ताब्यात असून त्यांनीही त्या वेळच्या लढायांतून आपला पराक्रम गाजविलेला आहे.

हे वर सांगितलेले जे किल्ले ते त्या वेळचे मुख्य लढाऊ किल्ले होत. पण त्यांच्या शिवाय दुसरेही अनेक लहान लहान किल्ले त्यांच्या आसपास होते ; व

त्या किल्ल्यांवरही त्यांच्या मगदुराप्रमाणे थोडेबहुत लढवय्ये लोक होतेच. असे हे अनेक किल्ले दुसऱ्या बाजीरावसाहेबांनी लढाईच्या तयारीने सिध्द करून ठेविलेले होते व या सगळ्या किल्ल्यांची तयारी पुरी झाल्यानंतर त्यांनी पुण्याच्या जवळ खडकी येथे पहिल्याने इंग्रजांशी लढाईचे तोंड लावले. या खडकीच्या लढाईनंतर पुढे थोडक्याच दिवसांनी असे स्पष्ट दिसून येऊ लागले की, बाजीरावसाहेबांनी इंग्रजांशी सुरू केलेल्या लढाईमध्ये त्यांना यश येणे शक्य नाही. ही गोष्ट निश्चित झाल्यानंतर या वर सांगितलेल्या महाराष्ट्रातील शेकडो किल्ल्यांची परिस्थिती फार कठीण झाली. इतक्या सगळ्या शेपन्नास किल्ल्यांवर कोणी मोठमोठे सेनानायक नेमलेले असणे शक्य नव्हते. बापू गोखले, रास्ते, निपाणकर, वगैरे जे काही थोडेसे मुत्सद्दी आणि सेनापती बाजीरावसाहेबांच्यापाशी होते, ते त्यांच्याबरोबर फिरत असून इंग्रजांशी टक्कर देत होते. परंतु बापू गोखले यांच्या निधनानंतर सगळ्या सैन्याच्या धोरणाला आळा घालणारा असा कोणी सेनापती राहिला नाही. त्यामुळे सपाट मैदानावर बाजीरावाच्या पाठीमागून फिरणारे जे थोडेसे सैन्य राहिले होते, त्यालाही कोणी चांगलासा शास्ता उरला नाही; तर मग या निरनिराळ्या ठिकाणच्या किल्ल्यातून साऱ्या महाराष्ट्रभर जे मराठ्यांचे सैन्य पसरलेले होते, त्यांचे नियंत्रण करण्याला कोण असणार ?

साऱ्या महाराष्ट्रभर पसरलेले जे पन्नासपाऊणशे किल्ले सांगितलेले आहेत, ते सगळे मिळून महाराष्ट्रामध्ये एक मोठे सामर्थ्य होते. या किल्ल्यांच्या सामर्थ्याची मदत घेऊनच शिवाजीमहाराजांना आपली हिंदुपदपातशाही स्थापन करता आली होती व ते सामर्थ्य अद्यापिही त्यांच्यामध्ये कायम होते. आणि हे त्यांच्या अंगातील सामर्थ्य नाहीसे होण्याला काही कारणही झालेले नव्हते. माणसे वृध्द होतात; पण ते शिवाजीमहाराजांच्या वेळचे किल्ले या पेशवाईच्या वेळीही शिवाजीच्या वेळेप्रमाणेच आपल्या तारुण्याच्या ऐन भरामध्ये होते ; व त्या वेळी ते जसे शत्रूला प्रतिकार करण्याला उभे होते, तसेच ते या वेळीही होते ! अशा या किल्ल्यांच्या अंगातील सामर्थ्य नाहीसे होणार कशाने ? मनुष्य हा एक वेळ भिईल; पण दगडांनी आणि खडकांनी बनविलेल्या या किल्ल्यांच्या विस्तीर्ण छातीला भीती कशी ती माहीतच नव्हती ! ते आपल्या जागेपासून एक

पाऊलभरही मागे न हटता निर्भयपणाने शत्रूला तोंड देण्याकरिता सदैव उभे राहिलेले होते ! माणसे लढाई करिता करिता थकून जातील आणि कंटाळा येऊन विश्रांती घेण्याकरिता खाली बसतील किंवा आपल्या अंथरुणावर निजतील; पण हे किल्ले- हे देशाचे निस्सीम सेवक- हे कधीही न थकणारे आपल्या देशाचे शिपाई-हे शिवाजीमहाराजांच्या वेळेपासून आपल्या हिंदी साम्राज्याचे संरक्षण करण्याकरिता दक्षतेने एकसारखे उभे होते ! त्यांना या दीडशे दोनशे वर्षांच्या अवधीमध्ये विश्रांती कशी ती माहीत नव्हती ! रात्र असो किंवा दिवस असो, सदोदित पहाऱ्यावर उभे राहावे, आणि आपल्या चौफेर तटाच्या भिंतीमध्ये बंदुका आणि तोफा मारण्याकरिता ठेवलेली जी असंख्य छिद्रे त्या छिद्रांच्या डोळ्यांमधून चारी दिशांनी कोणीकडून कोणी शत्रू येत आहे की काय, याच्याविषयी सतत टेहळणी करीत असावे, अशी कामे या किल्ल्यांनी अव्याहतपणे सुरू ठेविलेली होती ! थंडी पडली तर पहारेवाला शिपाई पांघरूण घेतो आणि ऊन किंवा पाऊस लागू लागला असता तो एखाद्या निवाऱ्याच्या जागेचा आश्रय करतो; पण हे बिचारे पहारेकरी किल्ले शिवाजीच्या वेळेपासून पेशवाईच्या अमदानीपर्यंत थंडी असो, वारा असो, पाऊस असो किंवा ऊन असो, ते सगळे हाल सोसून आपल्या देशाच्या स्वातंत्र्याच्या संरक्षणासाठी नेहमी खडा पहारा करीत होते ! कोणी एकदा चोरटा शत्रू पाऊसपाण्याच्या वादळात किंवा मध्यरात्रीच्या काळोखात किल्ल्यावर दगाफटका करण्याकरिता आला, तर कदाचित् तेथील माणसांना झोपा लागल्या असतील; पण या किल्ल्यांचे दगड आणि दरवाजे यांना कधी झोपा लागलेल्या नव्हत्या ! आणि ते बिनचूकपणाने असल्या चोरट्या शत्रूंना प्रतिबंध करीत असत ! शिवाजीपासून बाजीरावापर्यंत आणि इ.स. 1674 पासून इ.स. 1818 पर्यंत या किल्ल्यांनी आपल्या आसमंतात् भागातील कित्येक पिसाळांना आणि बाळाजीपंतांना फितुरीचा निमकहरामपणा करताना पाहिले; पण या किल्ल्यांपैकी एकाही किल्ल्याने आपल्या धन्यापाशी कधी फितुरी किंवा विश्वासघात केलेला नाही ! अशा प्रकारच्या या प्रामाणिक किल्ल्यांना महाराष्ट्रामध्ये त्यांच्या प्रामाणिकपणाला अनुरूप अशी उच्च स्थाने ठिकठिकाणी जी देण्यात आली होती, ती अगदी योग्यच होती ! त्या आपल्या

उच्च स्थानांवरून आपल्या पायथ्याच्या प्रदेशामध्ये अत्यंत तुच्छ अशा स्वार्थासाठी विश्वासघात करणाऱ्या नराधमाकडे हे किल्ले अत्यंत तुच्छतेने आणि तिरस्काराने पाहात असत ! त्यांना असे वाटे की, या पिसाळलेल्या लोकांना परमेश्वराने सदसद्विवेकबुध्दी दिलेली असून तिचा हे लोक उपयोग करितात ? यांच्यापेक्षा आमचे हे निर्बुध्द दगडदेखील फार चांगले ! या बिचाऱ्या दगडांनी एकदा देखील कधी आपल्या गुप्त बातम्या शत्रूला सांगितल्या नाहीत ! व त्यांनी एकदा देखील कधी आपल्या धन्याशी बेइमान होऊन आपल्या शत्रूला आपल्या घरात घेण्याची मसलत केली नाही ! या फितुर होणाऱ्या नराधमांचा देशद्रोह पाहून कधी कधी त्या किल्ल्यांना इतका संताप येत असे की, ज्यांच्या डोक्यात असले फंदफितुरीचे विचार घोळत असतात, त्यांच्या त्या डोक्यावर आपल्या जवळपासचा एखादा धोंडा फिरकावून त्यांच्या त्या देशद्रोही डोक्याचे राई राई एवढे तुकडे करून टाकावेत ! त्या किल्ल्यांनी असे केले असते, तर खरोखर या पिसाळलेल्या जातीतील लोकांच्या हातून आपली राज्ये दुसऱ्याच्या घरात घातली गेलेली पाहाण्याचा प्रसंग आपल्यावर आज खास आला नसता !

हे सगळे किल्ले बाह्य दृष्टीने पाहिले असता एकमेकांपासून तुटक आणि अलग होते, असे कोणालाही वाटण्याचा संभव आहे. पण हे चूक आहे. अंतर्मुख दृष्टीने पाहाणाराला यांच्यामध्ये किती निकट संबंध होता, हे तेव्हाच दिसून येते. या सगळ्या किल्ल्यांचा मिळून एक मोठा थोरला संघ होता. आणि महाराष्ट्रातील सर्व लहानमोठे किल्ले हे या संघाचे सभासद होते. आपण बाह्यत: दूर दूर असलो, तरी आपल्याला एकमेकांना नित्य पाहाता यावे, म्हणून प्रत्येकाने आपापली ठिकाणे अतिशय उंचावर ठेविलेली होती. त्यामुळे त्यांच्या रोज गाठी पडत असत ! रामदासांचे भगव्या झेंड्याचे धार्मिक निशाण आणि श्रीमंतांचे जरीपटक्यांचे राजकीय निशाण, ही दोन्ही स्वातंत्र्याची निदर्शक अशी निशाणे प्रत्येक ठिकाणी फडकत असलेली पाहून सर्व किल्ल्यांच्या पोटात आनंदाच्या ऊर्मी उसळत असत ! प्रत्येक किल्ल्यावर दररोज सकाळ-संध्याकाळ स्वातंत्र्याची रणवाद्ये वाजू लागून तेथील नौबतींच्या आणि सनयांच्या शब्दाने सर्व महाराष्ट्राच्या दशदिशा दुमदुमून गेलेल्या पाहून आपल्या स्वातंत्र्यसुखापासून होणारा आनंद या

किल्ल्यांच्या पोटात मावत नसे ! या सर्व किल्ल्यांचा मिळून जो एक संघ होता, त्या संघाच्या सभा नेहमी भरत असत ! व त्या सभांतून महाराष्ट्रातील सर्व किल्ले हजर असत. या किल्ल्यांच्या संघाची सभा भरण्याची वेळ मध्यरात्रीची असे. आणि त्यांची जागा आकाशमंडळातील विस्तीर्ण मैदान ही असे ! चंद्र आणि तारे यांच्याकडे त्या संघाच्या सभेतील रोषणाईचे काम देण्यात येत असे ः आणि सभेतील सभासदांना उष्णतेपासून त्रास होऊ नये म्हणून प्रत्यक्ष वायू हा तेथे पंखे ओढण्याचे काम करीत असे. अशा व्यवस्थेमध्ये या महाराष्ट्रातील किल्ल्यांच्या संघाची सभा भरली असता त्या सभेमध्ये काय भाषणे होत असत ? रायगडचा किल्ला हा त्या किल्ल्यांच्या संघाचा कायमचा अध्यक्ष होता ! तो अध्यक्ष स्थानापन्न झाल्यानंतर तेथे जी भाषणे होत, ती फक्त एक वीररसाचीच असत. प्रत्येक किल्ल्याचा तट हा आपण सहन केलेल्या तोफेच्या गोळ्यांच्या जखमा आपल्या श्रोतृवृंदापुढे दाखवीत असे ; आणि कोणत्याही उत्कृष्ट मानवी वक्त्यापेक्षा तो त्या योगाने आपल्या श्रोत्यांच्या मनावर जास्त परिणाम उत्पन्न करीत असे! कोणताही किल्ला बोलावयाला उठला, तरी त्याच्या सगळ्या बोलण्यातील सार एकच असे ; आणि ते हे की, आपल्याला कितीही संकटे सोसावी लागली, तरी ती सगळी मुकाट्याने सहन करून आपण अखेरपर्यंत आपल्या देशाच्या स्वातंत्र्याकरिता लढत उभे राहिले पाहिजे ! ''आता हा लढण्याचा कार्यक्रम अयशस्वी झालेला आहे; तेव्हा आता आपण सगळेजण शत्रूला शरण जाण्याचा कार्यक्रम स्वीकारू या !'' अशा प्रकारचा अभद्रपणाचा एकही शब्द तेथे कोणाच्या तोंडून कधी निघत नव्हता. लढण्याला किंवा शत्रूशी तोंड देण्याला थकला असा एकही किल्ला त्या संघामध्ये नव्हता. ते किल्ले म्हणत असत की, मनुष्याने आमचे दरवाजे उघडून शत्रूला आत घेतले, तर तेथे आमचा नाईलाज आहे ! पण आम्ही आपण होऊन आपले दरवाजे कोणत्याही परशत्रूंच्या प्रवेशाकरिता प्राण गेला तरी उघडणार नाही व आम्ही कधी कोणाला शरण जाणार नाही ! त्या सर्व किल्ल्यांनी आपले सर्व प्राचीन इतिहास प्रत्यक्ष पाहिलेले होते ! व परकीय लोकांनी लिहिलेल्या खोट्या इतिहासाकडे ते कधी ढुंकूनही पाहात नसत. अशी स्थिती असल्यामुळे त्या सर्व किल्ल्यांच्या संघाने

बाजीरावसाहेबांच्या वेळी असा निश्चय ठरविला होता की, आपले धनी बाजीरावसाहेब यांनी इंग्लिशांच्यापाशी हल्ली लढाई करण्याला सुरुवात केली आहे; अशा वेळी आपण सर्वांनी इमानेइतबारे त्यांच्या बाजूने लढले पाहिजे !

असा निश्चय करून महाराष्ट्रातील सर्व किल्ले इंग्लिशांशी लढाई करण्याला तयार होऊन उभे राहिलेले होते व या सर्व किल्ल्यांचे मिळून सामर्थ्य इतके मोठे होते की, त्यांनी कोणतेही डळमळणारे राज्य सावरून धरले असते. परंतु महाराष्ट्राचे दैव या वेळी उलटे फिरलेले होते, त्यामुळे सत्याला आणि न्यायालाही अपयशाने तोंड खाली घालावे लागले; आणि लबाडी व फितुरी या राजरोसपणाने आणि उजळ माथ्याने चारचौघात फिरू लागल्या. पिसाळलेले लोक प्रतिष्ठित बनले व सत्यनिष्ठ आणि स्वामिनिष्ठ लोक अन्नाला महाग झाले ! जेथे राज्याचे इनामी नोकर विश्वासघात करण्याला प्रवृत्त होऊ लागले, तेथे दगडांनी आणि विटांनी बांधलेल्या बिचाऱ्या किल्ल्यांचा काय पाड लागणार ? बाजीरावसाहेबांचे दोन चार लढायांतून पराभव झाले आणि बापू गोखल्यांसारखे सेनापती इहलोक सोडून परलोकाला गेले, तेव्हा या महाराष्ट्रातील किल्ल्यांना फारच दैन्यावस्था प्राप्त झाली. प्रत्येक किल्ल्यावर पूर्वी सांगितल्याप्रमाणे बराच दारूगोळा साठवून ठेवण्यात आलेला होता व अरब, गोसावी, पठाण, वगैरे अनेक जातीचे बरेचसे शिपाई लोक बहुतेक किल्ल्यांवर सरंक्षणाकरिता हजर होते. लहान किंवा मध्यम प्रतीचे किल्ले असले, तरी त्या किल्ल्यांवर निदान चारपाचशेपर्यंत फौज असे व कित्येक मोठमोठ्या किल्ल्यांवर तर हजाराच्या पेक्षाही जास्त लष्कर ठेविलेले होते, या सगळ्यांची एकंदर बेरीज केली, तर ती निदान 15-20 हजार तरी होईल, असा ठोकळ मनाने अंदाज दिसतो. इतकी मोठी फौज या किल्ल्यातून गुंतलेली होती, आणि शिवाय बाजीरावसाहेबांनी पहिल्याने लढाई सुरू केली, त्या वेळी खडकीच्या मैदानावर बापू गोखल्यांच्या निशाणाखाली 25-30 हजार फौज उभी होती, अशी इंग्रजी इतिहासकारांची वर्णने आहेत. यावरून बाजीरावसाहेबांनी इंग्लिशांशी लढण्याकरिता किती मोठी तयारी केलेली होती, याची कल्पना येण्यासारखी आहे. इतक्या मोठ्या फौजेने शिवाजीसारख्या सेनापतीला सर्व हिंदुस्थानही परत पादाक्रांत करता आले असते. परंतु दैव

अनुकूल नसल्यामुळे बापू गोखल्यांसारख्या सेनापतीचेही पराक्रम फुकट गेले आणि विंचूरकरांसारख्या स्वामिनिष्ठ सरदारांची स्वामिभक्ती फलप्रद झाली नाही! आणि बाळाजीपंती वळणाच्या पिसाळलेल्या लोकांचे झेंडे जिकडेतिकडे फडकू लागले; आणि देशात फैलावलेल्या या फितुरीमुळे रणांगणातील सैन्याचे काही एक चालेनासे होऊन ती सगळी सैन्ये देशोधडीला लागली ! किल्ल्यातून निरनिराळ्या ठिकाणी असलेल्या फौजा मात्र आपापल्या जागी कायम होत्या; पण त्यांना फारसे काही करता येत नव्हते. त्या फौजांना खेळविणारा आणि त्यांच्या हालचाली करून शत्रूला लढाई देणारा असा कोणीही पुरुष पाठीमागे न उरल्यामुळे ज्या किल्ल्यातील फौज त्या किल्ल्यात कुजून पडलेली होती. प्रत्येक किल्ल्यावरील किल्लेदार हा मोठा इनामी नोकर होता. परंतु सगळ्या किल्ल्यांच्या सैन्याला एकत्र करून त्यांच्यापासून काही देशकार्य करावे, इतक्या जोमाचा मनुष्य त्यांच्यामध्ये कोणीही नव्हता. शिवाय त्यांनी कसे वागावे किंवा काय हालचाली कराव्या, याचे धोरण दाखविणारा कोणी मुत्सद्दी पुण्याच्या दरबारामध्येही राहिलेला नव्हता. कारण, बाजीरावाने पुणे सोडल्यापासून पुण्याचा दरबारच पुण्यास उरलेला नव्हता. अशा स्थितीत आपण आपल्या किल्ल्याचा बचाव करून राहावयाचे, याच्यापेक्षा या किल्ल्याच्या पुढे त्या वेळी दुसरे काही धोरण शक्यच नव्हते.

परंतु अशा कारणामुळे हे किल्ले जरी काही करू शकत नव्हते, तरी त्यांच्याबद्दल इंग्लिशांना मात्र फार भीती वाटत होती. सपाट मैदानावरील मुलखातून इंग्लिशांनी पेशव्यांच्या फौजांचा जरी पराभव केलेला होता, तरी त्यांची विजयश्री अद्यापि निष्कंटक झालेली होती, असे मात्र नाही. महाराष्ट्रातील इतके सुमारे पन्नास पाउणशे प्रचंड किल्ले दारूगोळ्यांनी आणि फौजेच्या शिपायांनी भरलेले असे सह्याद्रीच्या सर्व दऱ्याखोऱ्यांतून पसरलेले असताना आणि ते आपल्या त्या उच्च स्थानावरून आपण फितुरीने मिळविलेल्या विजयाकडे क्रोधाने आणि आवेशाने टवकारून पाहात असताना कोणत्या शत्रूला आपला विजय चिरस्थायी झालेला आहे असे वाटेल ? इंग्लिशांना या दऱ्याखोऱ्यातून असलेल्या किल्ल्यांची फार भीती वाटत होती. दारूने भरलेले हे महाराष्ट्रातील

सुरुंग आपण महाराष्ट्राच्या भूमीवर विजयश्रीच्या मदतीने चालत असताना आपल्याला मधेच कोठे तरी धाडकन् उडवून देतील की काय, अशी त्यांना पदोपदी धास्ती वाटत होती ! स्वातंत्र्याच्या आभिमानाचे पहिले जिवंत झरे या किल्ल्यांच्या डोंगरातून जे वाहू लागलेले आहेत, त्यांचे लोंढे या उंच उंच डोंगरावरून खाली आपल्या अंगावर कदाचित् कोसळून येतील आपण इंग्रज लोक येथे आलो होतो का नव्हतो इतक्या रीतीने आपल्याला ते येथून साफ खणून काढून समुद्रात नेऊन घालतील, अशी या किल्ल्यांबद्दल इंग्लिशांना पोटातून दहशत वाटत होती ! या किल्ल्यांच्या डोंगरावरून वाढणाऱ्या स्वातंत्र्यप्रेमी शेतकऱ्यांच्या अंतःकरणातील स्वाभिमानाच्या ज्योतीने जिकडे तिकडे साऱ्या महाराष्ट्रभर एकदम वणवे पेटून त्या वणव्याच्या आगीमध्ये आपण आणि आपले खोटेनाटे प्रयत्न आणि आपण फंदफितुरीने आपल्याजवळ जमविलेले लोक या सगळ्यांचीच एखादे दिवशी होळी होऊन जाईल की काय, अशी या महाराष्ट्रातील डोंगरी किल्ल्यांबद्दल इंग्लिशांना त्या वेळी जरब वाटत असली, तर त्यात काही आश्चर्य आहे असे नाही. आणि म्हणूनच मैदानावरील पेशव्यांच्या फौजांचे पराभव करून झाल्यानंतर इंग्लिशांनी आपले लक्ष हे महाराष्ट्रातील किल्ले हस्तगत करून घेण्याकडे वळविले.

या कामाकरिता इंग्लिशांनी आपल्या फौजेच्या निरनिराळ्या टोळ्या बनविलेल्या होत्या. त्यापैकी ब्रिगेडिअर जनरल सर टॉमस मन्रो, ब्रिगेडिअर जनरल स्मिथ, कॅप्टन प्रिझलर, कॅप्टन प्रॉथर, यांच्या हाताखालील टोळ्या प्रमुख होत्या व या निरनिराळ्या टोळ्या कोकण प्रांत, पुणे प्रांत, सातारा प्रांत, कर्नाटक, खानदेश, वगैरे ठिकाणी पसरून त्यांनी इ.स. 1818 च्या जानेवारीपासून तो पावसाळा सुरू होइपर्यंतच्या पहिल्या पाच सहा महिन्यांमध्ये बहुतेक किल्ले हस्तगत केले. तरी पण या किल्ल्यांपैकी सिंहगड, पुरंदर, वासोटा, बदामी , बेळगाव, सोलापूर, त्रिंबक, मालेगाव, तारनेर, वगैरे ठिकाणी इंग्लिशांच्या सैन्याला बरेच कुचमावे लागले व बाकीच्या किल्ल्यांनीही लढाई देऊन जास्त वेळ टिकाव धरला असता. परंतु त्याचा पुढे काही उपयोग नव्हता. किल्ल्यांच्या बाहेर पेशव्यांच्या फौजेचा जोर असता, तर किल्ल्यांच्या आतील फौजांनी

टिकाव धरण्यात काही तरी मतलब होता; पण बाहेरचे आपले पेशव्यांचे राज्य गेलेले आहे, ही दुःखकारक बातमी सर्व किल्ल्यांना समजलेली होती. त्या दुःखामुळे त्या किल्ल्यांच्या डोळ्यातून निघणारे अश्रू त्या डोंगरावरील झऱ्यांच्या रूपाने खाली सदोदित वहात राहिलेले होते. अशा स्थितीत स्वाभाविक रीतीनेच त्यांना असे वाटू लागले होते की, आता आपण पुष्कळ टिकाव धरला, तरी त्याचा पुढे काही उपयोग आहे ! पण इतकी जरी निराशेची स्थिती प्राप्त झालेली होती, तरी ही गोष्ट महाराष्ट्राला भूषणास्पद आहे की, अशाही वेळी महाराष्ट्रातील प्रत्येक किंवा इंग्लिशांच्या फौजेपाशी आपल्या पराक्रमाची पराकाष्ठा होईपर्यंत लढला ! व महाराष्ट्रातील कित्येक सुप्रबुध्द लोक अधमपणाने जरी फितुरीची कामे करीत होते, तरी महाराष्ट्रातील या शेकडो किल्ल्यांपैकी एकही किल्ला इंग्लिशांना फितुर होऊन वश झाला नाही ! या किल्ल्यांवरील किल्लेदारांपैकी बरेच किल्लेदार अरब होते. पण ते मुसलमानी धर्माचे असूनही त्यांनी आपल्या हिंदू राजांशी बेइमानी करून आपल्या हातातील किल्ले इंग्लिशांच्या हवाली केले, असे एकही उदाहरण या किल्ल्यांच्या इतिहासात सापडत नाही. हे या अरब किल्लेदारांच्या प्रामाणिकपणाला किती तरी भूषणास्पद आहे ! कित्येक किल्लेदार आणि त्यांच्या हाताखालील शिपाई आपल्या प्राणाला मुकले, पण त्यांनी आपल्या हातातील किल्ले -ते जिवंत असेपर्यंत-इंग्लिशांच्या हातात जाऊ दिले नाहीत ! बाहेरून पेशव्यांच्या दुसऱ्या सैन्याचा जोर असता, तर या किल्ल्यांवरील लोकांनी खात्रीने आणखी जास्त दिवसही टिकाव धरला असता; व बाहेरचे सैन्य आणि किल्ल्याच्या आतील सैन्य या दोघांनी मिळून मध्यंतरी गाठलेल्या इंग्लिशांच्या सैन्याला खात्रीने ठेचून काढले असते ! पण अशी ही लष्करी लढाईची टाळी दोन हातांनी मिळूनच जी वाजावयाची असते, ती एका हाताने जर वाजू शकली नाही, तर त्यात किल्ल्यावरील लोकांचा काही दोष आहे, असे म्हणता यावयाचे नाही. सारांश, महाराष्ट्रातील सर्व किल्ले या वेळी आपल्या सामर्थ्याची शिकस्त करून इमानेइतबारे लढले. या किल्ल्यांपैकी प्रत्येक किल्ल्याचा वेढा हे एकेका ऐतिहासिक कादंबरीचे एकेक उत्कृष्ट आणि अत्यंत स्फूर्तिदायक असे कथानक होण्याच्या योग्यतेचे आहे; इतका पराक्रम,

इतकी स्वामिनिष्ठा आणि इतकी स्वदेशभक्ती या किल्ल्यांवरील शिपायांनी आणि सरदारांनी दाखविली असली पाहिजे. परंतु त्या निरनिराळ्या प्रसंगांच्या भीषण आणि लोमहर्षण अशा वर्णनांच्या बखरी आपल्या जुन्या लोकांपैकी कोणी लिहून ठेवलेल्या नसल्यामुळे प्रत्यक्षाची उणीव अशा ठिकाणी कल्पनेने भरून काढावी लागेल, हे अगदी निर्विवाद आहे. तरी पण एकंदर परिस्थिती पाहिली, तर प्रत्येक डोंगराच्या शिखरावरील किल्ल्यावर स्वामिनिष्ठेचे आणि स्वदेशभक्तीचे अत्युच्च सद्गुण आपल्या आर्यभूमीच्या स्वातंत्र्याकरिता त्या वेळी पराकाष्ठेच्या खस्ता खात होते, याबद्दल बिलकूल शंका नाही. याबद्दलची काही प्रत्यक्ष प्रत्यंतरे परकीयांनी लिहिलेल्या इतिहासामध्येही आपल्याला पाहावयाला सापडतात.

अशा प्रसंगाच्या पहिल्या उदाहरणाकरिता आपण पुण्याजवळच्या सिंहगड किल्ल्याकडे वळू. तानाजी मालुसरे यांनी आपल्या पराक्रमाने या किल्ल्याचे नाव महाराष्ट्रातील प्रत्येक मनुष्याच्या अंत:करणामध्ये अविस्मरणीय करून ठेविलेले आहे. पेशव्यांचे राज्य पुण्यातून नष्ट झाल्यानंतर इंग्लिशांच्या सैन्याची पहिली धाड या किल्ल्यावर येऊन पडली, आणि इ.स. 1818 च्या फेब्रुवारी महिन्याच्या विसाव्या तारखेला इंग्लिशांच्या फौजेचा तळ सिंहगड किल्ल्याच्या पायथ्याशी येऊन पडला. हे सैन्य शिरवळ, शिवापूरच्या बाजूने येऊन त्याने सिंहगडच्या पायथ्याच्या एकेक बाजूने हळूहळू आक्रमण केले, व पूर्वेच्या आणि उत्तरेच्या बाजूने त्या सैन्याने आपल्या तोफा डागण्याला ता. 21 पासून सुरुवात केली. त्याच दिवशीच्या संध्याकाळपासून किल्ल्यावर हॉविट्झर तोफांचे गोळे फेकण्याला सुरुवात करण्यात आली. दोन तीन दिवस दोन्ही तिन्ही बाजूंनी तोफा सुरू होत्या. पण किल्ल्याला वेढा घालणाऱ्या सैन्याच्या हातून फारसा काही परिणाम झाला नाही. पुढे ता. 24 रोजी या वेढा घालणाऱ्या सैन्याच्या मदतीला कॅप्टन डेव्हिस हा आपल्या हाताखाली निजामाच्या लष्करापैकी अठराशे घोडेस्वार घेऊन आला. मुंबईच्या नेटिव्ह इन्फंट्रीच्या दुसऱ्या बॅटोलिअनपैकी बरेच मोठे लष्कर पूर्वी सिंहगडासमोर तळ देऊन राहिले होते व त्याला कॅप्टन डेव्हिस याच्या हाताखालील हे 1800 लोक नवीन येऊन

मिळाले. अशा रीतीने सुमारे तीन साडेतीन हजार सैन्याचा गराडा सिंहगडच्या भोवती येऊन पडला. व पूर्व, उत्तर आणि पश्चिम, अशा तिन्ही बाजूंनी बांधलेल्या मोर्च्यांवरील बॅटरीजमधून तोफांचा मारा सुरू करण्यात आला. बाहेरच्या बाजूने जी ही इतकी कडेकोट तयारी झाली होती, त्या मानाने किल्ल्याच्या आतमध्ये फारशी मोठी फौज होती असे नाही. किल्ल्यात सरासरीने 1200 लोक होते. तरी पण त्यांनी या तीन साडेतीन हजार सैन्याच्या विरुध्द मोठ्या नेटाने लढाई चालविली होती. ता. 25 फेब्रुवारी रोजी आणखी काही नवे मोर्चे बांधण्यात येऊन तेथून ट्वेल्व्ह पौंडरच्या दोन आणि सिक्स पौंडरच्या दोन अशा चार तोफांची एक नवीन बॅटरी एक हजार यार्डाच्या अंतरावरून सुरू करण्यात आली. पण तेवढ्यानेही काही दाद लागेना. तेव्हा एटीन पौंडरच्या दोन दोन तोफांच्या अशा आणखी दोन बॅटरीज ता. 28 फेब्रुवारी रोजी किल्ल्याच्या मुख्य दरवाजाच्या रोखाने चालू करण्यात आल्या. इतकी खटपट करण्यात आली, तरी किल्ला स्वाधीन होण्याचा काही रंग दिसेना. तारीख 21 फेब्रुवारीपासून त्या महिन्याच्या अखेरीपर्यंत सुमारे एक आठवडाभर किल्ल्यावर रात्रंदिवस एकसारखा तोफांचा भडिमार चाललेला होता. इतक्या अवधीत किल्ल्याच्या तटावर सुमारे चार हजारपर्यंत निरनिराळ्या प्रकारचे तोफांचे गोळे टाकण्यात आले असतील. अशा स्थितीत किल्ल्यातील लोकांची काय अवस्था झाली असेल, याची कल्पना करणेही कठीण आहे. आतील लोक फक्त काय ते हजारबाराशे; आणि त्यांना बाहेरून कोणी सोडविण्याकरिता येईल, अशी मुळीच आशा उरलेली नव्हती ! शिवाय, पुण्यातील पेशवाईचे राज्य लयाला गेलेलेही त्यांना माहीत झाले होते ! त्यामुळे ते कितीही शौर्याने लढले, तरी त्या शौर्याचे चीज करणारे आणि त्यांच्या बहाद्दरीबद्दल त्यांना बक्षीस देणारे पुण्यात कोणीही धनी उरलेले नव्हते ! अशा स्थितीत केवळ स्वदेशभक्ती, स्वातंत्र्याचे प्रेम आणि पराक्रमाची नैसर्गिक हौस, एवढ्याच कारणासाठी ते किल्ल्यातील शिपाई आपली शिरे आपल्या हातात घेऊन आपल्या शत्रूपाशी निकराने लढत होते. आपल्या पायाखाली असलेली आपली जन्मभूमी आणि आपल्या मस्तकावर असलेला सत्याचा वाली परमेश्वर या दोघांच्यात फक्त प्रोत्साहनाने ते शिपाई आपल्या

सिंहगड किल्ल्याचा कल्याण दरवाजा

क्षात्रवृत्तीला स्मरून लढत होते. पण आपल्या भोवती तीन-चार हजार शत्रूंचा गराडा पडलेला आणि त्यांच्या तोफांचा आपल्यावर रात्रंदिवस भडिमार चाललेला, अशा स्थितीत ते बिचारे पेशव्यांचे शिपाई प्रामाणिक असले आणि पराक्रमी असले, तरी किती दिवस कंठणार ? इतक्या विपत्तीमध्येही त्यांचा धीर यत्किंचितही खचला नव्हता. शिवाजीमहाराजांचे पराक्रम त्यांना त्यांच्या डोळ्यापुढे दिसत होते ! आणि तानाजी मालुसरे यांचा प्रत्यक्ष आत्मा त्यांच्यामध्ये मिसळून त्यांच्याबरोबर लढत होता ! प्रत्येक हताश होणाऱ्या शिपायांच्या अंत:करणामध्ये तो आशा उत्पन्न करीत होता आणि प्रत्येक रिकाम्या पडलेल्या तोफेमध्ये तो दारूगोळा भरून तिला सरबत्ती देत होता ! सिंहगडच्या किल्ल्यावरील अरब आणि गोसावी हे शत्रूवर मारा करण्याकरिता कोणती जागा सोइस्कर आहे हे ठरविण्यासाठी ज्या ज्या कड्यावरून खाली पाहात, त्या त्या प्रत्येक कड्यावरून घोरपडीच्या शेपटीला दोरी बांधून एक एक तानाजी आपल्या मदतीला वर चढून येत आहे, असे त्यांना जेथे तेथे दिसू लागले ! ते किल्ल्याच्या तटावर जेथे जेथे उभे राहून वरून खाली शत्रूवर आपल्या तोफांचा मारा चालवीत होते, तेथे तेथे आपल्या बाजूला प्रत्यक्ष तानाजी मालुसरे उभे आहेत, असा त्यांना भास होई! अशा श्रध्देने आणि अशा पराक्रमाने किल्ल्यावरील लोकांनी सुमारे नऊ-दहा दिवसपर्यंत तो किल्ला लढविला. पुढे तारीख 1 मार्च रोजी लढाई संपली. आणि इंग्लिशांनी त्या दिवशी किल्ला आपल्या ताब्यात घेतला. या वेळी किल्ल्यामध्ये सुमारे चारशे अरब आणि सातशे गोसावी शिल्लक राहिलेले होते. ते आपआपली हत्यारे घेऊन बाहेर पडले. आणि सिंहगडचा किल्ला इंग्लिशांनी आपल्या ताब्यात घेतला.

अशा रीतीने सिंहगडचा किल्ला हस्तगत झाल्यानंतर इंग्लिशांचे सैन्य पुरंदरच्या किल्ल्याकडे वळले. पुरंदर किल्ल्याच्या उत्तरेच्या आणि दक्षिणेच्या अशा दोन बाजूंनी सैन्याच्या दोन तुकड्या आधी पुढे पाठविण्यात आल्या होत्या; व इंग्लिशांचे मुख्य सैन्य जेजुरीच्या बाजूने पुरंदर किल्ल्याच्या उत्तरेच्या अंगाला तारीख 11 मार्च सन 1818 रोजी येऊन पोहोचले. तेथून पुरंदर आणि वजीरगड हे किल्ले अगदी जवळ होते. परंतु त्या किल्ल्यावर हल्ला करावयाला जाणाऱ्या

शिपायांना सासवड येथेच प्रथम अडथळा करण्यात आला. सासवड येथील वाड्यामध्ये सिंधी, हिंदुस्थानी, अरब अशा निरनिराळ्या जातीचे मिसळून सुमारे दोनशे लोक होते. त्यांनी सासवड येथील पेशव्यांच्या मजबूत वाड्याचा आश्रय करून इंग्लिशांच्या सैन्यावर गोळीबार सुरू केला. हा इतिहासप्रसिध्द वाडा इतका मजबूत आहे की, तो एक लहानसा किल्लाच आहे असे म्हटले, तर त्यात यत्किंचित्‌ही अतिशयोक्ती होणार नाही. या वाड्यातील तोफांचा मारा बंद पडल्याशिवाय इंग्लिशांना पुढे जाणे शक्य नव्हते. त्यामुळे इंग्लिशांनी त्या वाड्याच्या दगडी भिंतीवर पहिल्याने सिक्सपौंडर तोफा सुरू केल्या. परंतु त्या वाड्याच्या भिंती इतक्या मजबूत आहेत की, त्या तोफांचा त्यांच्यावर काही एक परिणाम झाला नाही. तेव्हा एटीन पौंडर्सच्या तोफा आणवून त्या राजवाड्याच्या भिंतीवर भडीमार सुरू करण्यात आला. त्या तोफांचाही वाड्याच्या भिंतीवर फारसा परिणाम झाला असे नाही. परंतु एका लहानशा वाड्यात कोंडल्या गेलेल्या थोड्याशा शिपायांनी तेथे फार दिवस टिकाव धरून राहाणे शक्य नव्हतें. तरी पण त्या थोड्याशा शिपायांनीही इंग्लिशांच्या सैन्याला सासवडच्या जवळ एक दोन दिवसपर्यंत रोखून धरले होते. पुढे तारीख 14 मार्च रोजी वजीरगडच्या किल्ल्यावर तोफांची बॅटरी सुरू करून तारीख 15 मार्च रोजी इंग्लिशांनी वजीरगडचा किल्ला काबीज केला.आणि वजीरगडचा किल्ला शत्रूंच्या हातात गेल्यावर तेथून पुरंदरच्या किल्ल्यावर नेमका तोफेचा मारा होऊ शकत असल्यामुळे पुरंदरचा किल्ला पेशव्यांच्या शिपायांनी आपल्या ताब्यामध्ये ठेवणे अगदी अशक्यच होते. त्यामुळे तारीख 16 मार्च रोजी पुरंदरचा किल्लाही इंग्लिशांच्या ताब्यात गेला.

सिंहगड आणि पुरंदर यांच्यासारख्या मोठ्या किल्ल्यांची ही अवस्था झालेली कळल्यानंतर आजूबाजूच्या लहान लहान किल्ल्यांनी टिकाव धरणे शक्यच नव्हते. ता. 16 मार्च रोजी पुरंदरचा किल्ला हस्तगत झाल्यानंतर मेजर थॅचर हा अपाल्या हाताखाली काही थोडेसे सैन्य घेऊन खंबाटकीच्या घाटाने वाईकडे जाण्याकरिता निघाला असता त्याने तारीख 24 मार्च रोजी पांडवगडचा किल्ला पाडाव करून घेतला. त्याचप्रमाणे तेथून जवळच कमलगड आणि

कालिंजा हे दोन किल्ले होते, तेही पुढील एकदोन दिवसांत काबीज करण्यात आले. त्याच सुमाराला चंदनवंदन, विराटगड, कुंडलगड, वगैरे किल्लेही मार्च महिन्याच्या अखेरीपर्यंत इंग्लिशांनी आपल्या ताब्यात घेतले. एखाद्या इमारतीच्या पायाचा मुख्य दगड ढासळला, म्हणजे ती सगळी इमारत जशी कोसळते, तशी या किल्ल्यांची स्थिती झाली. आणि त्यामुळेच फेब्रुवारीचा अर्धा महिना आणि मार्चचा सगळा महिना अशा फक्त दीड महिन्याच्या अवकाशामध्ये हे सुमारे नऊ-दहा किल्ले इंग्लिशांच्या एकदम हातामध्ये आले.

पण ही वर वर्णन केलेली स्थिती पांडवगड आणि विराटगड यांच्यासारख्या लहान लहान किल्यांचीच त्या वेळी झालेली होती, असे नाही. सातारच्या किल्ल्यासारखे मोठेमोठे किल्लेही अशाचसारख्या अवस्थेला येऊन पोहोचलेले होते. सातारा हे मराठ्यांच्या राजधानीचे शहर. सातारचा किल्ला हाही इतिहासप्रसिध्द अशा किल्ल्यांपैकी एक किल्ला होय. पण त्या किल्ल्याची तरी या वेळी काय दशा झाली ? ब्रिगेडियर जनरल प्रिझलर यांच्या हाताखालील सैन्य तारीख 8 फेब्रुवारी सन 1818 चे सुमारास साताऱ्याजवळील कोरेगाव मुक्कामी एकत्र झाली; व तेथून कूच करून निघाल्यानंतर त्या दोन्ही सैन्यांचा तळ साताऱ्यापासून सुमारे दीड कोसावर तारीख 10 फेब्रुवारी रोजी येऊन पडला. व लगेच सातारच्या किल्ल्यावर तोफ सुरू करण्यात आली. या वेळी सातारच्या किल्ल्यात इंग्लिशांना लढाई देण्यासारखी सामग्रीची तयारी नव्हती असे नाही. किल्ल्यावर चारपाचशे शिपाई होते. इंग्लिशांच्या तोफांवर उलट मारा करण्याला योग्य अशा किल्ल्यावर सुमारे पंचवीस मोठमोठ्या तोफा होत्या. पण नुसत्या तोफा आणि नुसत्या किल्ल्यांच्या बळकट भिंती या शत्रूला आपल्यापासून दूर राखण्याला केव्हाही समर्थ होऊ शकत नाहीत. त्यांच्या पाठीमागे प्रामाणिक आणि प्राण गेला तरी आपल्या देशाचे स्वातंत्र्य जाऊ द्यावयाचे नाही अशा दृढ निश्चयाच्या माणसांचे पाठबळ लागत असते. पण त्यांची तर या वेळी सातारच्या मुत्सद्द्यांमध्ये फारच मोठी उणीव होती. सातारचे प्रमुख राजकारणी लोक या वेळी बाळाजीपंत नातूंच्या एल्फिन्स्टनसाहेबांच्या कानांशी लागण्यात आणि त्यांच्या खोट्या भूलथापांवर विश्वास ठेवण्यात दंग होऊन गेलेले होते ! अशा स्थितीत सातारचा

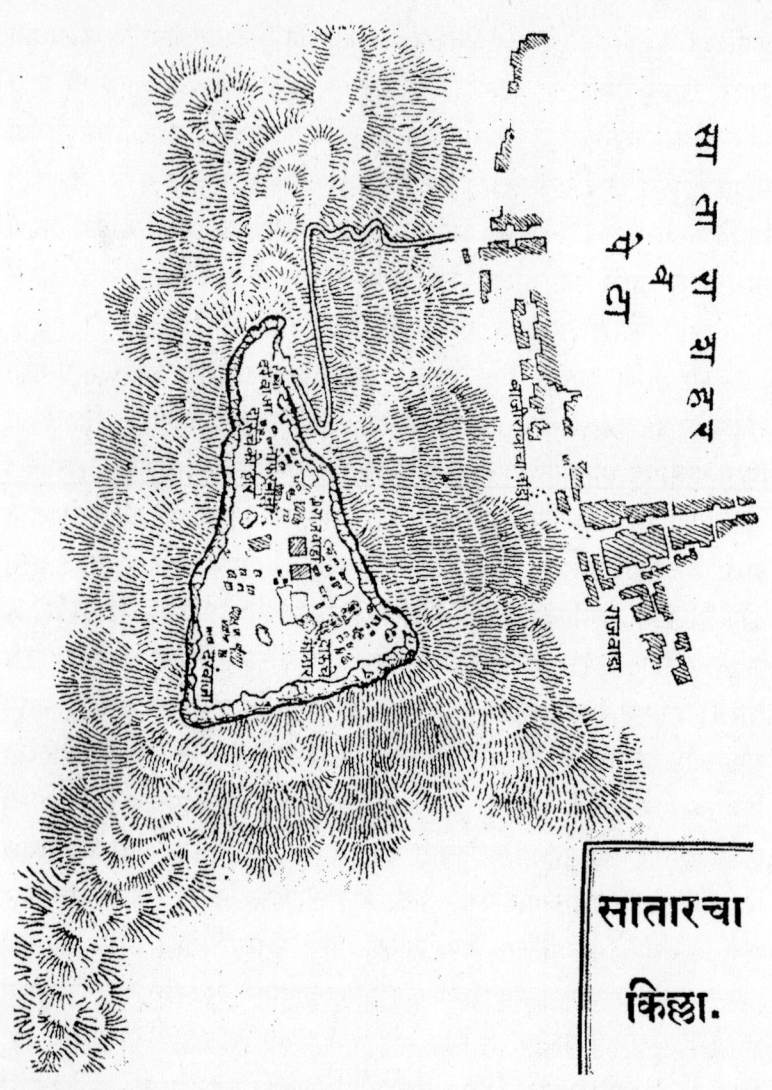

सातारचा किल्ला.

किल्ला कोणाच्या जोरावर लढविला जाणार ! आणि अशा स्थितीत सातारचा "अजिंक्य तारा" जर जिंकला गेला, तर त्यात आश्चर्य ते काय ? तारीख 10 फेब्रुवारी इ.स. 1818 रोजी सकाळी त्या किल्ल्यावर इंग्लिशांच्या तोफा चालू झाल्या आणि त्याच दिवशी संध्याकाळी सातारचा किल्ला इंग्लिशांच्या चरणी

शरणागत आला. ज्या किल्ल्यातील आणि ज्या किल्ल्याच्या छायेखाली राजधानीतील राजकारण इंग्लिशांना फितूर झालेल्या हेरांनी आणि निमकहराम लोकांनी आधीच पोखरून ठेवलेले होते, त्या किल्ल्याच्या भिंतीवर इंग्लिशांनी आपला दारूगोळा तरी विनाकारण कशाला फुकट दवडावयाला पाहिजे होता ? आणि त्या किल्ल्याने इंग्लिशांच्या स्वाधीन होण्याला आठ चार तासांचा तरी विलंब कशाला करावयाला पाहिजे होता ? इंग्लिशांनी सातारचा किल्ला तारीख 10 फेब्रुवारी रोजी घेतला आणि तारीख 11 फेब्रुवारी रोजी त्यांनी त्या किल्ल्यावर सातारच्या राजाचे निशाण उभारले. जे इंग्लिश लोक पेशव्यांच्या शनवारवाड्यावर आपले स्वत:चे निशाण उभारतात, त्याच इंग्लिशांनी सातारच्या किल्ल्यावर त्या वेळेपुरते सातारच्या महाराजांचे निशाण का उभारले, हे फितुरीबद्दल मागाहून पश्चात्ताप पावलेल्या आपल्या लोकांना आता सांगण्याची काही गरज आहे, असे नाही. इंग्लिशांनी सातारच्या किल्ल्यावर तारीख 11 फेब्रुवारी 1818 रोजी जे निशाण उभारले, ते सातारच्या महाराजांच्या स्वामित्वाचे द्योतक असे निशाण होते, हे पुढील इतिहासाने हिंदुस्थानातील लोकांनी सिध्द करून दाखविले आहे!

सातारच्या किल्ल्याची जरी तेथील फितुरीमुळे अशी दैन्यावस्था झाली होती, तरी बाकीच्या किल्ल्यांच्या भिंतीतील दगड इग्लिशांना असे फितुर गेलेले नव्हते. आणि त्यामुळे स्वामिनिष्ठेच्या सिमेंटाने एकमेकांपाशी चिकटून राहिलेल्या बाकीच्या किल्ल्यातील बारीक बारीक विटाही इंग्लिशांच्या तोफांना दाद देत नव्हत्या.राजकीय महत्त्वाने सातारच्या किल्ल्याइतका नव्हे, पण स्वामिनिष्ठेच्या मजबुतीने सातारच्या किल्ल्याहूनही अधिक श्रेष्ठ असा साताऱ्यापासून काही थोड्या अंतरावर कोकणच्या बाजूला तोंड वळवून समुद्राचे कौतुक पाहात राहाणारा ‘वासोटा’ या नावाचा एक किल्ला आहे. शिवाजीने हा किल्ला हस्तगत करून त्याला ‘वज्रगड’ असे नाव दिले होते. शिवाय ताई तेलीण आणि बापू गोखले या दोघांनीही आपापल्या परीने आपल्या पराक्रमाने या किल्ल्याच्या भिंती महाराष्ट्रातील लोकांच्या अंत:करणामध्ये इतक्या बळकट बांधून ठेवलेल्या आहेत की, कोणत्याही इंग्लिशांच्या खोट्या इतिहासाच्या तोफा त्या भिंतींना तेथून पाडू शकणार नाहीत. सृष्टिदेवता सह्याद्रीच्या उंच शिखरावर जोपर्यंत

वासोट्याच्या किल्ल्याचे बुरूज धारण करीत राहील, तोपर्यंत त्याची स्मृती महाराष्ट्रीयांच्या अंत:करणातून केव्हाही नाहीशी होणार नाही ! हा वासोट्याचा किल्ला फार उंच आहे; आणि काही एक दोन वाटांखेरीज त्या किल्ल्यावर चढून जाण्याला दुसरीकडून कोठूनही वाट नाही; इतके या किल्ल्याच्या चारी बाजूंनी भयंकर कडे तुटलेले आहेत, गरीब शेतकऱ्यांच्या निरुपद्रवी स्वतंत्रतेला शांततेने राहाता यावे अशासाठी प्रत्यक्ष सृष्टिदेवतेनेच आपल्या स्वातंत्र्यरूपी प्रियकन्येकरिता हे एक माहेरघर बांधून दिलेले असले पाहिजे. असे हे स्थळ पाहिले असता कोणालाही वाटल्यावाचून राहाणार नाही. पण अशा ठिकाणांवरही जुलमी राजांच्या धाडी येऊन पडतात, हे पाहून आता मी आपल्या या प्रिय स्वतंत्रतेला ठेवू तरी कोणत्या सुरक्षित ठिकाणी, अशी काळजी ज्या सृष्टिदेवतेला खात्रीने क्षणोक्षणी उत्पन्न होत असेल ! असा हा वासोट्याचा किल्ला घेण्याकरिता इंग्लिशांची एक टोळी साताऱ्याहून तारीख 29 मार्च इ.स. 1818 रोजी निघाली. आणि त्या किल्ल्याच्या पायथ्याशी किल्ल्यापासून सुमारे तीन चार कोसांच्या अंतरावर असलेल्या तांबे या गावी या टोळीने ता. 30 मार्च रोजी मुक्काम केला. तेथून कर्नल ह्यूएट्र यांच्या हाताखाली काही लोक तारीख 31 मार्च रोजी पुढे पाठविण्यात आले. कर्नल ह्यूएट्र हे त्याच दिवशी तिसरे प्रहरी किल्ल्यापासून एक दोन कोसांच्या अंतरावर असलेल्या इंदोली या गावी येऊन पोहोचले व त्यांनी तेथून काही अंतरावर आपल्या शिपायांचे एक नाके बसविले. आणि बाकीचे लोक फिरून तांबे येथील छावणीमध्ये परत आले. नंतर तारीख 1 एप्रिल रोजी किल्ल्याला वेढा घालण्याचे काम सुरू झाले व निरनिराळ्या ठिकाणी फौजेची नाकी बसविण्यात आली. वेढा घालणाऱ्या फौजेचा तळ एकंदर तीन ठिकाणी पडले. एक तळ जुना वासोटा येथे होता. दुसरा तळ किल्ल्याच्या दरवाज्यासमोर असून तेथून किल्ल्याचे अंतर सुमारे सहा-सातशे यार्ड इतकेच होते. आणि तिसरा तळ दुसऱ्याच्या उजव्या बाजूला असून तेथून किल्ल्याच्या भिंती फक्त सुमारे चारशे यार्डच दूर होत्या. अशा रीतीने किल्ल्याच्या तीन बाजूंनी वेढा घातल्यानंतर त्याच्यापुढे तोफा वगैरे चढविण्याकरिता रस्ता दुरुस्त करण्याचे काम सुरू करण्यात आले. सातारच्या महाराजांच्या हत्तींकडून

तोफा ओढवून तळच्या छावणीमध्ये आणल्यानंतर त्या माणसांकडून डोंगरावर चढविण्यात येऊ लागल्या. अशा रीतीने मोर्चे बांधून डोंगरावर तोफा चढवून झाल्यानंतर तारीख 5 एप्रिल रोजी जुन्या वासोट्याच्या छावणीच्या जवळील बॅटरीमधून किल्ल्यावर इंग्लिशांच्या तोफांचे गोळे जाऊन पडू लागले. खुद्द साताराचे महाराज यांना पूर्वी काही दिवस याच किल्ल्यावर ठेवण्यात आलेले होते. त्यांना तेथून काढून बाजीरावसाहेबांनी नंतर आपल्या स्वारीबरोबर घेतले होते; परंतु सातारच्या महाराजांनी इंग्लिशांबरोबर आतून गुप्त कारस्थाने चाललेली असल्यामुळे अष्ट्याच्या लढाईनंतर बळवंतराव चिटणीस यांच्या फितुरीने सातारचे महाराज ब्रिगेडियर जनरल स्मिथ यांच्या स्वाधीन झाले. बापू गोखल्यांसारख्या नररत्नाचा प्राण गेल्याबद्दल ज्यांना वाईट वाटले नाही, पण आपला प्राण शरणागतीने बचावल्याबद्दल ज्यांना आनंद वाटला, आणि अष्ट्याच्या लढाईत मराठ्यांचा पराभव होऊन त्या जुन्या हिंदुपदपतशाहीची आता यत्किंचित्‌ही आशा उरली नाही याबद्दल ज्यांना वाईट वाटले नाही, पण फितुरीने संपादन केलेल्या आपल्या स्वतःच्या अल्पकालीन राज्यप्राप्तीची भ्रामक आशा दिसू लागल्यामुळे ज्यांना क्षणैक आनंद वाटू लागला होता, त्या सातारच्या महाराजांच्या कुटुंबातील काही माणसे अद्यापि या वासोट्याच्या किल्ल्यावर अटकेत होती. ती माणसे आता वासोट्याचा किल्ला इंग्लिशांनी हस्तगत केला म्हणजे आपल्याला भेटतील, म्हणून त्यांचे स्वागत करण्याकरिता खुद्द सातारचे महाराजही किल्ल्याच्या पायथ्याशी इंग्रजांच्या छावणीत येऊन दाखल झाले होते. यामुळे या वासोट्याच्या वेढ्याला एक प्रकारचे महत्त्व आलेले होते. पण याशिवाय आणखीही एका कारणासाठी इंग्लिशांच्या दृष्टीने या वेढ्याचे महत्त्व फार मोठे गणले जात होते. बाजीरावसाहेबांनी खडकीस इंग्लिशांच्या विरुध्द लढाई सुरू केली, त्या वेळी आपल्या हाताखाली मद्रास नेटिव्ह घोडेस्वारांच्या पलटणीपैकी काही लोक घेऊन कॉर्नेट हंटर आणि कॉर्नेट मॉरिसन या नावांचे दोन इंग्लिश ऑफिसर्स इंग्लिशांना मदत करण्याकरिता खडकीकडे चालले होते. त्यांना पेशव्यांच्या सैन्याने पुण्यापासून सात आठ कोसांच्या अंतरावर असलेल्या उरळीच्या मुक्कामावर गाठले व तेथे त्यांचा पराभव करून त्या दोन इंग्लिश ऑफिसरांना त्यांनी कैद

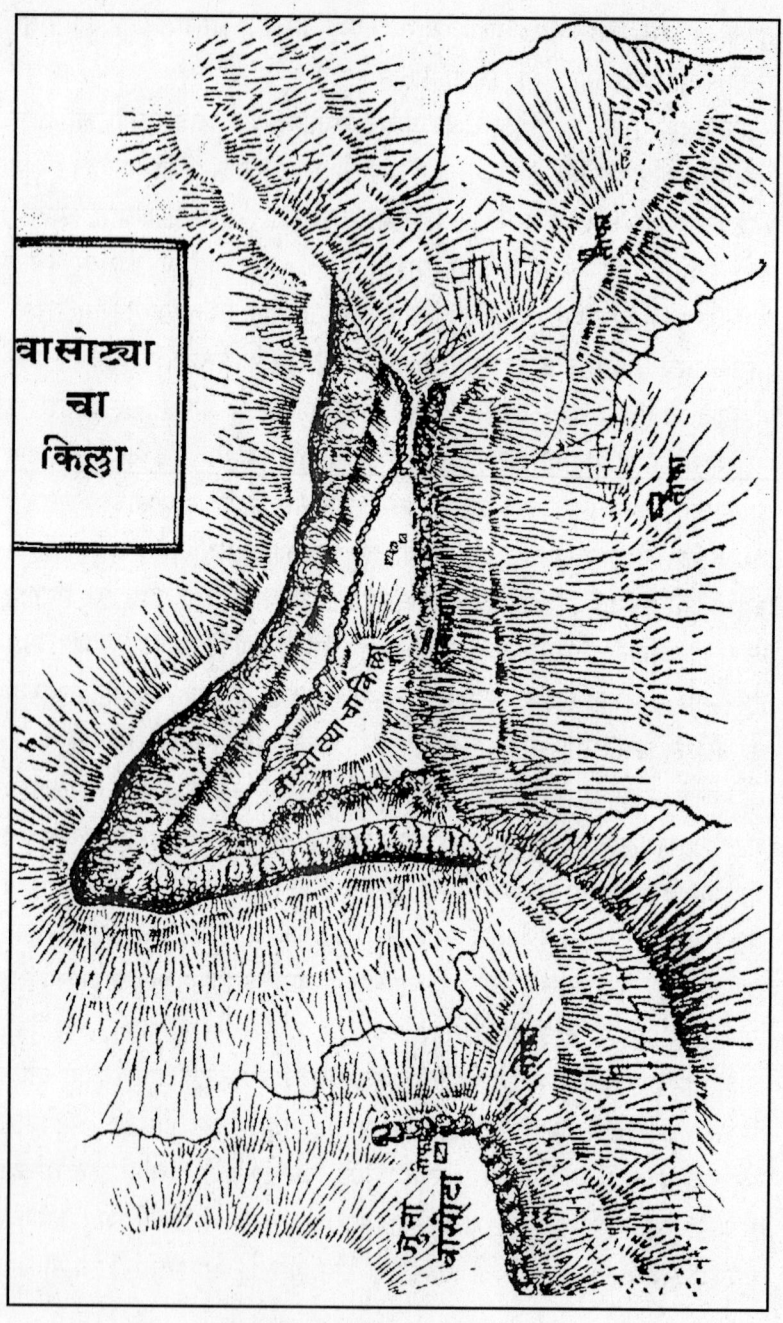

वासोट्या
चा
किल्ला

केले. हे कैदी प्रथमत: कंगोरीच्या किल्ल्यात अटकेत ठेवण्यात आले होते. पण सुमारे दोन महिन्यांनंतर त्यांना तेथून काढून त्या वासोट्याच्या किल्ल्यात कोंडून ठेवण्यात आलेले होते. व हे युरोपियन कैदी वासोट्याच्या किल्ल्यात कोंडलेले असल्यामुळेही या किल्ल्याच्या वेढ्याला विशेष महत्त्व आलेले होते. इतक्या महत्त्वाच्या या किल्ल्याला वेढा घालण्याचे काम ता. 31 मार्चपासून ता. 6 एप्रिलपर्यंत सुमारे एक आठवडाभर चाललेले होते. वर सांगितल्याप्रमाणे निरनिराळ्या ठिकाणी मोर्चे बांधून बॅटरीज् चालू करण्यात आल्या होत्या. ही सगळी तयारी होऊन गडावर हल्ला सुरू होण्यापूर्वी तेथील किल्लेदाराकडे इंग्लिशांकडून किल्ला स्वाधीन करण्याविषयीचा एक निरोप पाठविण्यात आला होता. पण हा निरोप धुडकावून लावून किल्ला लढविणे हेच आपले कर्तव्यकर्म आहे, असे त्या पाणीदार आणि प्रामाणिक किल्लेदाराने ठरविले. वास्तविक पाहिले असता त्या किल्लेदाराला या वेळी जयाची काय आशा होती ? पेशव्यांची सगळी सैन्ये उधळून गेलेली; खुद्द धनी पेशवे जाग्यावर नाहीत; बापू गोखल्यांसारखे सरदार मरण पावलेले; आसपासचे बहुतेक मोठमोठे लोक फितुर झालेले; कोठे प्रामाणिकपणाची स्वामिनिष्ठा उरलेली असली, तर तिला देशोधडीला लागण्याचे शासन मिळत आहे; आपल्या सभोवतालचे किल्ले एकामागून एक इंग्लिशांच्या स्वाधीन होत आहेत; अशी चोहोकडची निराशाजनक परिस्थिती स्पष्ट दिसत असताना त्या वासोट्याच्या किल्लेदाराला आशा करण्याला कोणती जागा होती ? आणि इंग्लिशांकडून निरोप आल्याबरोबर त्याने किल्ला इंग्लिशांच्या हवाली केला असता, तर त्यात त्याचा काय गुन्हा झाला असता ? अशा स्थितीमध्ये कोणीही पोटभरू आणि स्वार्थसाधू अशा क्षुद्र वृत्तीच्या मनुष्याने मुकाट्याने किल्ला स्वाधीन करून इंग्लिशांपासून बक्षीस मिळवून आपल्या बायकामुलांची धन केली असती ! पण संकटमय आणि निराशापूर्ण अशा परिस्थितीमध्येही आपल्या स्वामिनिष्ठेला आणि आपल्या क्षात्रवृत्तीला जागावयाचे आणि फलाची आशा नसतानाही आपले कर्तव्यकर्म करावयाचे, अशी उदात्त वृत्ती महाराष्ट्रामध्ये त्या वेळी किती तरी लोकांच्या अंगामध्ये होती ! आणि म्हणूनच मराठ्यांचे राज्य चाललेले होते. अशा प्रकारच्या उत्कृष्ट आणि अद्वितीय

गुणांनी युक्त असा जो तो वासोट्याचा किल्लेदार, त्या बिचाऱ्याचे नावही आज कोणाला ठाऊक नाही. ज्यांनी विश्वासघात केले, त्यांच्या राजवाड्यांचे कळस आकाशाचे चुंबन घेण्याकरिता एकावर एक मजले चढत आहेत ! आणि वासोट्याच्या किल्लेदारासारख्या ज्या लोकांनी आपले स्वत्व सोडले नाही; त्यांची नावेही आज कोणाला माहीत नाहीत ! तरी पण त्यांची नावे माहीत नसली तरी, त्यांच्या या सद्गुणांची नुसती वर्णने वाचली असताही कोणाच्याही डोळ्यांतून पाणी आल्यावाचून राहाणार नाही ! धन्य ते प्रामाणिक लोक, की ज्यांच्या एकनिष्ठतेच्या स्मृतीने अद्यापिही महाराष्ट्रातील लोकांची अंत:करणे द्रवून जातात ! जो हा वासोट्याचा किल्लेदार आपल्या बायकामुलांच्या दैन्यावस्थेला न स्मरता केवळ आपल्या स्वामिभक्तीचेच स्मरण लक्षात बाळगून किल्ला लढविण्याला तयार झाला, तो जातीने मराठा होता, किंवा मुसलमान होता, किंवा कोण होता, हे आज कोणाला काही एक माहीत नाही. (त्याचे नाव भास्करापंत होते, असा एके ठिकाणी एक उल्लेख आढळतो.) तरी पण त्याच्या त्या स्वामिनिष्ठेच्या सद्गुणाच्या चरणी सर्व महाराष्ट्राचे सहस्त्रश: साष्टांग प्रणिपात समर्पणीय आहेत, यात शंका नाही ! त्या किल्लेदाराने किल्ला लढविण्याचा निश्चय केला. किल्ल्यावरून त्याने खालील इंग्लिशांच्या सैन्यावर तोफांची आणि जेजालांची सरबत्ती सुरू केली. इंग्लिशांचे सैन्य किल्ल्याच्या पायथ्याभोवती चार पाच दिवस एकसारखे कुचमत होते. पण त्याचा अजून जम बसला नव्हता. अखेरीस जुन्या वासोट्याच्या गावाजवळ त्यांनी जी बॅटरी चालू केली होती, तिचे गोळे किल्ल्यावर जाऊन पडू लागले व त्याच्या योगाने किल्ल्यावरील एका मोठ्या इमारतीला ता. 5 एप्रिल रोजी आग लागली. ती सगळी इमारत खाक होऊन किल्ल्यावर बरेच नुकसान झाले. तरी पण किल्लेदार लढाई थांबविणार असल्याची काही चिन्हे दिसेत ना. म्हणून ता. 6 एप्रिल रोजी फिरून इंग्लिशांच्या तोफा सुरू झाल्या. किल्ल्याच्या भिंतीत जेथे काही मोडतोड होई, तेथे दुरुस्ती करून किल्ल्यावरचे लोक फिरून उमेदीने लढतच होते. आणि त्यामुळे किल्ला लवकर स्वाधीन होणे शक्य नाही, असे वाटल्यावरून आणखी तोफा आणण्याची इंग्लिशांनी तयारी चालविली होती. परंतु चालू असलेल्या तोफांच्या गोळ्यांनी

किल्ल्यावर बरीच उद्ध्वस्तता चालविली होती; व त्यामुळे त्यानंतर किल्ला लढविणे शक्य नव्हते. म्हणून ता. 7 एप्रिल रोजी लढाई थांबविण्यात येऊन इंग्लिशांनी तो किल्ला आपल्या हस्तगत करून घेतला.

वासोट्याचा किल्ला अशा रीतीने हस्तगत झाल्यानंतर या सैन्याने सातारा जिल्ह्यातील मसूर, वसंतगड, सदाशिवगड, मच्छिंद्रगड, बत्तीस शिराळे, इस्लामपूर, वाळवे, वगैरे ठिकाणचे लहान मोठे किल्ले काबीज करून घेतले. हे किल्ले इकडे काबीज केले जात असताना पुण्याच्या जवळील लोहगड, विसापूर, तुंग, तिकोना, राजमाची, वगैरे किल्ले घेण्यामध्ये कर्नल प्रॉथर हे गुंतलेले होते. हे घाटावरील किल्ले काबीज करून झाल्यानंतर कर्नल प्रॉथर हे कोकणातील भोरप, पाली, अवचितगड, सोनगड, वगैरे किल्ले काबीज करून घेण्याकरिता कोकणात उतरले व त्यांनी तिकडील बहुतेक किल्ले हस्तगत केले.

अशा रीतीने पुणे, सातारा, कोकण या प्रांतातून पेशव्यांचे किल्ले पाडाव करून घेण्याचे काम एकीकडे चालले असता दुसरीकडे कर्नाटकामध्ये ब्रिगेडिअर जनरल सर टॉमस मन्रो हे तिकडील किल्ले हस्तगत करून घेण्यात गुंतलेले होते. कर्नाटकातील किल्ल्यांपैकी गदग, डुमल, हुबळी, मिसरी कोटा, बागलकोट, पाच्छापूर, गोकाक, या किल्ल्यांनी इंग्लिशांपाशी लढाई दिली. परंतु त्यांच्याने फार दिवस टिकाव धरवला नाही. कर्नाटकातील बदामीचा किल्ला हा एक प्रख्यात किल्ला असून तो फार मजबूतही आहे. डोंगरावरील अवघड जागेत मुख्य किल्ल्याची तटबंदी असून त्याच्या पायथ्याशी 'बदामी' हे गाव वसलेला आहे. व त्या गावाच्याही सभोवती फार मजबूत असा त्या वेळी एक कोट होता. त्यातील वस्तीला पेटा असे म्हणत असत. हा पेटा हस्तगत झाल्यावाचून त्याच्यावरील डोंगरातील बदामीचा किल्ला हस्तगत करणे शक्य नव्हते. म्हणून ब्रिगेडिअर जनरल मन्रो यांनी या पेट्याच्या भिंतीवर प्रथमतः हल्ला चढविण्याचे ठरविले. पण ही गोष्ट फारशी सोपी नव्हती. हा पेटा घेण्यालाही सर टॉमस मन्रो यांना दोन तीन दिवस रखडावे लागले. अखेरीस ता. 18 फेब्रुवारी 1818 रोजी इंग्लिशांच्या सैन्याचा बदामीच्या पेट्यामध्ये प्रवेश झाला. त्यामुळे मग त्यांना बदामीचा किल्ला हस्तगत करण्याला फारसे प्रयास पडले नाहीत. अशा रीतीने

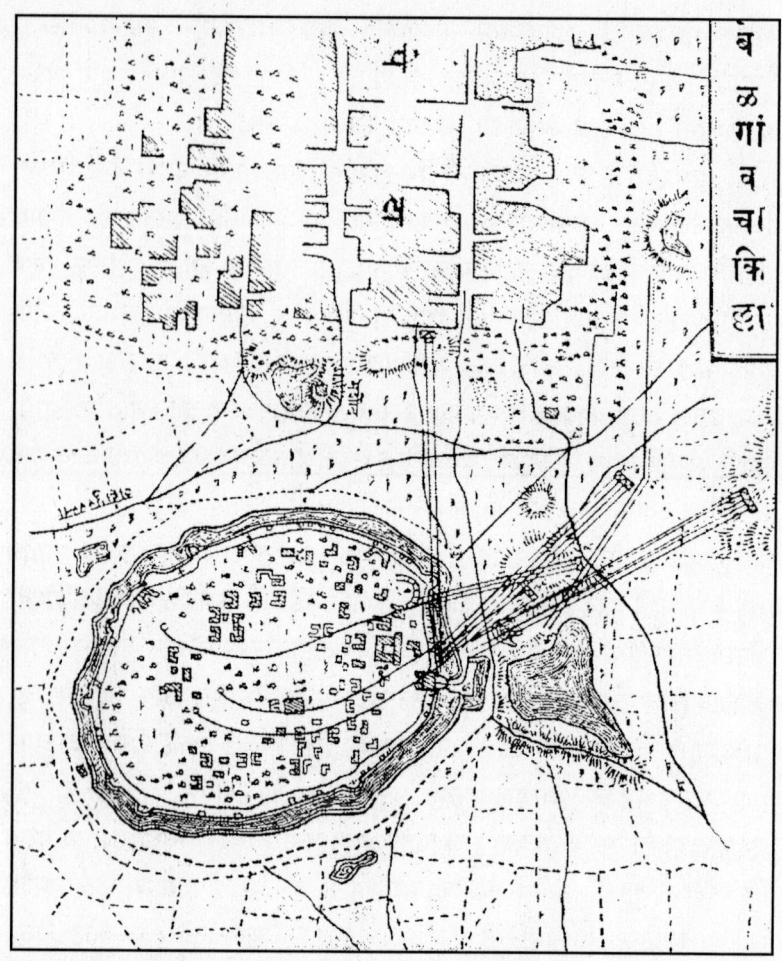

कर्नाटकात प्रत्येक किल्ल्यावर इंग्लिशांना थोडथोडा अडथळा होत होता. परंतु त्यांना सर्वांत मोठा अडथळा बेळगावच्या किल्ल्याने केला. या बेळगावच्या किल्ल्याच्या समोर ब्रिगेडिअर जनरल मन्रो यांच्या सैन्याचा तळ ता. 20 मार्च 1818 रोजी येऊन पडला. हा किल्ला फार चांगल्या स्थितीमध्ये होता. हा जरी सपाट मैदानावर आहे, तरी त्याच्या बांधकामाची मजबुती इतकी चांगली होती की, हा किल्ला सर करण्याला इंग्लिशांना फारच पंचाईत पडली. किल्ल्याच्या सभोवती चोहोबाजूंनी पाणी भरलेला खोल खंदक असून तटाच्या भिंती उंच

आणि मजबूत होत्या व किल्ल्यामध्ये दारूगोळा भरपूर असून आतील शिपायांची संख्या सुमारे सोळाशेच्या वर होती. या किल्ल्याचा मुख्य दरवाजा उत्तरेच्या बाजूला होता. दक्षिणेच्या बाजूला दुसरा एक जुना दरवाजा होता. त्याचप्रमाणे किल्ल्यात एक देऊळ व एक मशिद असून किल्ल्याच्या मुख्य दरवाजाच्या आत काही अंतरावर किल्लेदाराचा राहाण्याचा वाडा होता. किल्ल्याच्या वायव्येच्या कोपऱ्यावर एक मोठा थोरला निशाण उभारण्याचा बुरूज होता. किल्ल्याच्या पश्चिमेच्या बाजूला बेळगाव शहरचा विस्तीर्ण पेटा होता.या किल्ल्यावर हल्ला करण्याकरिता किल्ल्याच्या उत्तर दरवाज्याच्या समोर असलेल्या एका मशिदीजवळ इंग्लिशांच्या पायोनिअर कंपनीने तीन ट्वेल्व्ह पौंडरच्या तोफांची एक बॅटरी उभी केली. या बॅटरीपासून किल्ल्याचे अंतर सुमारे ८०० यार्ड होते. या अंतरावरून ता. 21 मार्च रोजी किल्ल्यावर गोळे टाकण्याला सुरुवात झाली. त्याचप्रमाणे किल्ल्याच्या वायव्य दिशेकडून बेळगावच्या पेट्याच्या बाजूने दोन तोफांची दुसरी एक बॅटरी ता. 22 मार्च रोजी रात्री सुरू करण्यात आली. याशिवाय आणखीही कित्येक निरनिराळ्या ठिकाणाहून मोर्चे बांधून किल्ल्याच्या दरवाजावर तोफा सुरू करण्यात आलेल्या होत्या. या तोफांच्या सरंक्षणाखाली किल्ल्याच्या जवळ जवळ जाण्याकरिता दररोज थोड्याथोड्या प्रमाणाने एक खंदक खणण्यात येत होता. दररोज सुमारे शंभरसव्वाशे यार्ड जमीन खोदून त्यातून किल्ल्याच्या जवळ जाण्याकरिता ही वाट तयार करण्यात येत होती. हे खंदक खोदण्याचे काम ता. 24 मार्चपासून सुमारे ता. 1 एप्रिलपर्यंत चाललेले होते व या अवधीत हा खंदक सुमारे ८०० शे यार्ड लांबपर्यंत खोदण्यात आला होता. या खंदकातून किल्ल्याच्या बऱ्याच जवळच्या अंतरापर्यंत वाट होईतोपर्यंत आजूबाजूच्या मोर्च्यांवरून इंग्लिशांच्या तोफा किल्ल्यावर चालूच होत्या. पण किल्ल्याने काही दाद दिली नाही. किल्ल्यामध्ये निशाण उभे करण्याचा म्हणून जो एक मोठा बुरूज होता, त्या बुरुजावरून किल्ल्यातील लोकांनी एक तोफ चालू करून बाहेरच्या बॅटरीवर मारा चालविला; व तटाच्या भिंतीवर आणखीही काही तोफा डागून जो खंदक खणला जात होता त्याच्यावर किल्ल्यातून काही गोळे टाकण्यात आले. तरी पण खंदकाचे काम दिवसात लपून छपून आणि रात्री

रात्रीच्या काळोखात हळूहळू चालले होते. अशा रीतीने ता. 21 पासून ता. 31 मार्च पर्यंत दोन्ही बाजूंनी लढाई चाललेली होती. पण इंग्लिशांच्या तोफखान्याच्या इतक्या दहा दिवसांत बेळगावच्या किल्ल्यावर म्हणण्यासारखा काहीच परिणाम झालेला नव्हता. मराठ्यांचे शिपाई अशा रीतीने किल्ल्याचे संरक्षण करीत होते, हे त्यांना फार भूषणास्पद आहे. व त्यांच्या श्रमाला दैव अनुकूल होत आहे, असाही एकदा एक सुप्रसंग घडून आला. किल्ल्याच्या उत्तर दरवाजासमोर असलेल्या मशिदीजवळील बॅटरीमधून इंग्लिश लोक गोळे टाकीत असता त्या बॅटरीमधील ट्वेल्व्ह पौंडरच्या तोफा बंद पाडण्याकरिता किल्ल्यातील लोकही त्या बॅटरीवर आणि त्या मशिदीच्या आसपास आपले गोळे फेकीत होते. ते गोळे नेमके जाऊन पडून सुदैवाने इंग्लिशांच्या दारूच्या कोठाराला आग लागली; व त्या मशिदीजवळील बॅटरीमध्ये आगीचा एकच भडका उडून गेला. तेव्हा ही संधी फार चांगली आहे, असे पाहून किल्ल्यातील शिपाई एकदम मोठ्या शौर्याने बाहेर पडले व हल्ला करणाऱ्या इंग्लिशांच्या त्या सैन्यावर चाल करून गेले. इंग्लिशांच्या दारूगोळ्याला आपल्या तोफांच्या माऱ्याने आग लावून त्या गोंधळात ते इंग्लिश लोक असताना त्यांच्यावर अचानक रीतीने येऊन छापा घालणे हे युध्दकौशल्याच्या दृष्टीने फारच धाडसाचे आणि पराक्रमाचे कृत्य होते. दारूगोळ्याला आग लागलेली; सगळे इंग्लिश गोलंदाज गोंधळून गेलेले; व त्यातच त्यांच्यावर किल्ल्यातील लोकांकडून गोळीबाराचा भडिमार चाललेला; अशा स्थितीमध्ये किल्ल्यातील काही लष्कर आपल्यावर छापा घालण्याकरिता येत आहे, हे पाहून इंग्लिशांची बरीच त्रेधा उडाली असली पाहिजे, यात शंका नाही. या वेळी या बाहेर गेलेल्या शिपायांनी काय केले, याच्याबद्दल आपल्या लोकांनी लिहिलेली वर्णने उपलब्ध असती, तर त्यात खरोखर पुष्कळ मनोरंजन आणि पुष्कळ उत्साहदायक माहिती आपल्याला वाचावयाला मिळाली असती. पण या शिपायांनी इंग्लिशांच्या लष्करात बरीच गडबड उडवून सोडली असली पाहिजे, यात शंका नाही. कारण त्या दिवशी पुढे इंग्लिशांकडून हल्ल्याचे फारसे काही काम झाले नाही ! ता. 31 मार्च व ता. 1 एप्रिल हे दोन्ही दिवस त्यांना आपल्या तोफांची दुरुस्ती करण्यात व इतर व्यवस्था लावण्यातच घालविणे

भाग पडले. परंतु या अवधीत इंग्लिशांनी खणलेला खंदक मात्र बराच जवळ येऊन पोहोचलेला होता. व तेथून त्यांनी ता. 3 एप्रिलपासून दुसरी एक बॅटरी किल्ल्यावर सुरू केली. परंतु किल्ल्यातील लोकांनी या बॅटरीचेही फारसे चालू दिले नाही. तरी पण खंदकातून इंग्लिशांच्या तोफा हळूहळू पुढे सरकत चाललेल्या होत्या. ता. 7 एप्रिल रोजी किल्ल्याच्या भिंतीपासून सुमारे 150 यार्डाच्या अंतरावर इंग्लिशांनी एक ट्वेल्व्ह पौंडर तोफ आणून चालू केली. पण या तोफेतून 15-20 गोळे उडवून झाले नाहीत.तोच ही तोफ फुटून गेली. त्यामुळे इंग्लिशांच्या फौजेत फिरून गोंधळ उडून गेला. तेव्हा ता. 8 एप्रिल रोजी ती फुटलेली तोफ टाकून देऊन किल्ल्याच्या दरवाजासमोर दुसऱ्या दोन तोफा आणण्यात आल्या. त्या ता. 9 रोजी सुरू झाल्या. इतक्या तोफांचा भडिमार किल्ल्यावर सारखा सुरू असल्यामुळे किल्ल्यातील तटाचा एकेक भाग पडत चालला होता. तरीही एप्रिलच्या 10 तारखेपर्यंत किल्ल्यातील लोक चढतच होते आणि किल्ल्याचा बचाव करण्याकरिता आपल्या प्रयत्नांची शिकस्त करीत होते. परंतु याच्यापुढे किल्ला ताब्यात ठेवणे शक्य नव्हते. त्यामुळे अखेरीस ता. 12 एप्रिल रोजी बेळगावचा किल्ला इंग्लिशांच्या स्वाधीन झाला. ता. 21 मार्च 1818 पासून ता. 12 एप्रिलपर्यंत सुमारे बावीस दिवस हा बेळगावचा किल्ला लढला. भुईकोट किल्ला असूनही इतके दिवसपर्यंत ज्याने टिकाव धरला, असे महाराष्ट्रातील किल्ल्यांच्या यादीमध्ये मालेगावच्या किल्ल्याखेरीज दुसरे उदाहरण नाही. या चिकाटीबद्दल आणि पराक्रमाबद्दल बेळगावचा किल्ला, तेथील इमानी किल्लेदार आणि त्याच्या हातातील शूर शिपाई, यांची स्मृती महाराष्ट्राच्या अंत:करणात सदोदित कायम राहील, यात शंका नाही.

ब्रिगेडिअर जनरल मन्रो यांच्या हाताखालील सैन्य बेळगाव वगैरे ठिकाणचे कर्नाटकातील किल्ले सर करून मोकळे झाल्यानंतर वासोट्याच्या किल्ल्यावरून परत फिरलेले ब्रिगेडिअर जनरल प्रिझलर यांच्या हाताखालील सैन्य ही दोन्ही सैन्ये एकत्र झाली. त्या संयुक्त सैन्याने आपला मोर्चा सोलापूरकडे वळविला. या वेळी पेशव्यांच्या सैन्यातील पायदळ आणि तोफखाना ही सोलापूरच्या किल्ल्याच्या आश्रयाला येऊन राहिली होती. सोलापूरचा किल्ला हा बेळगावच्या

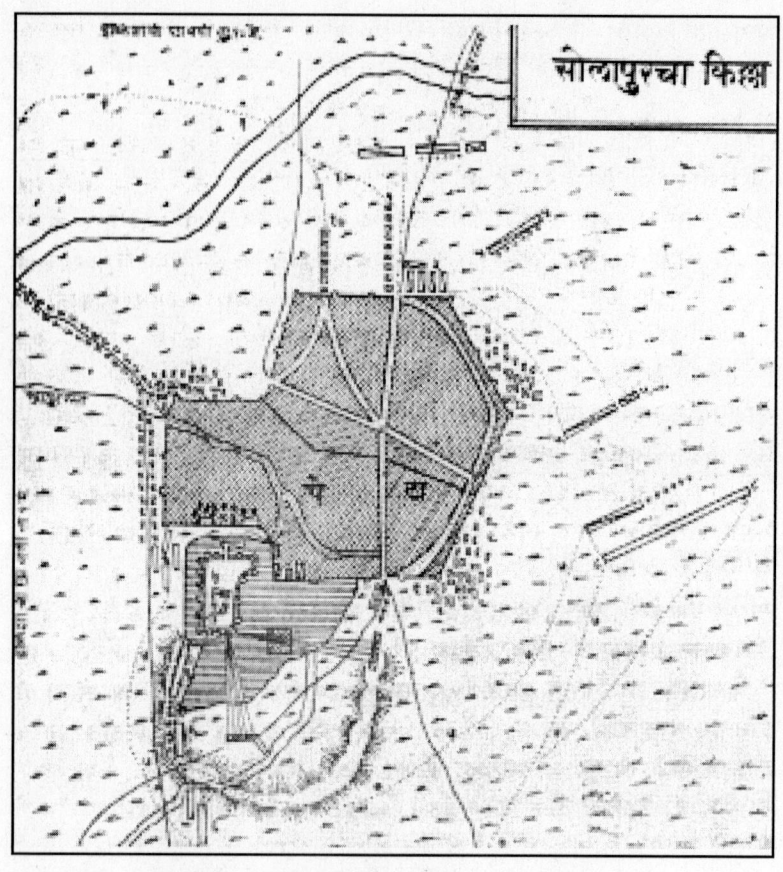

1 1 1 1 1 हल्ला करण्याकरिता येणाऱ्या इंग्लिश पलटणींचा मार्ग.

2 2   रिझर्व्ह फौजेची पहिली जागा.

3   रिझर्व्ह फौजेची दुसरी जागा.

4 4   जेथे तोफखाना उभा केला होता ती जागा.

5 5   रिझर्व्हमधील सैन्याने केलेला हल्ला.

6 6 6 6 किल्ल्याच्या तटाखाली उभे असलेले पेशव्यांचे सैन्य.

7 7 7   इंग्लिशांच्या रिझर्व्ह सैन्यावर हल्ला करण्याकरिता चाललेले मराठ्याचे लष्कर.

8 8   इंग्लिशांच्या रिझर्व्ह सैन्यावर सरदार गणपतराव पानसे यांनी जेथून तोफांचा मारा केला, ती जागा.

किल्ल्याप्रमाणेच एक भुईकोट किल्ला आहे. याच्या पूर्वेच्या आणि उत्तरेच्या बाजूला सोलापूर शहराचा पेटा वसलेला असून दक्षिणेच्या बाजूला एक मोठा तलाव आहे. किल्ल्याच्या भोवती पूर्वी मोठा खंदक असून त्यात पाणीही भरलेले असे. किल्ल्याच्या भिंती उंच आणि मजबूत असून त्याच्या सभोवार पेटा आणि तळे यांचे संरक्षण असल्यामुळे त्या किल्ल्याचे सामर्थ्य बरेच वाढलेले होते. या किल्ल्यामध्ये संरक्षणाकरिता ठेवलेले नेहमीचे एक हजार शिपाई होते. परंतु त्यांच्याशिवाय या किल्ल्याच्या आश्रयाला त्या वेळी पेशव्यांचे दुसरे एक मोठे सैन्य येऊन राहिले होते. या सैन्यात सुमारे 5।। हजार पायदळ असून त्यात बाराशे अरब होते. शिवाय आठशे-नऊशे घोडेस्वार असून या सैन्याबरोबर 14 तोफा होत्या. या तोफखान्यावरून सरदार गणपतराव पानसे हे मुख्य होते. डी. पिन्टो या नावाचा एक पोर्तुगीज ऑफिसर पायदळावरील मुख्य होता. हा डी. पिन्टो बहुतकरून खडकीच्या लढाईत मारला गेला असल्यास हा डी. पिन्टो निराळा असला पाहिजे, किंवा तो खडकीच्या लढाईत मारला तरी गेला नसला पाहिजे. असो येणेप्रमाणे पेशव्यांचेकडील सुमारे पाच सहा हजार सैन्य या वेळी किल्ल्यात आणि किल्ल्याच्या बाहेरी एकत्र जमा झालेले होते. इंग्लिशांच्या बाजूला दोन ब्रिगेडिअर जनरलांच्या हाताखालील सैन्ये एकत्र झाली असल्यामुळे त्यांच्याही सैन्याची संख्या काही कमी होती असे नाही. अशी ही दोन सैन्ये एकत्र सोलापूरच्या जवळ जमा झाल्यानंतर ता. 9 मे रोजी ब्रिगेडिअर जनरल टॉमस मन्रो यांनी शत्रूच्या जागेची एकंदर टेहळणी केली. आणि ता. 10 मे रोजी पहाटेस किल्ल्यावर चढाई करून जाण्याला सुरुवात केली. लढाईला प्रत्यक्ष सुरुवात होण्याच्या पूर्वी चैनसिंग या नावाचा एक सुभेदार इंग्लिशांकडील तहाच्या अटींचा निरोप घेऊन पेशव्यांच्या सैन्याकडे गेला होता. परंतु त्याच्या तहाच्या अटी ऐकून न घेता पेशव्यांच्या सैन्यातील अरबांनी किल्ल्याच्या भिंतीखाली त्या सुभेदाराला ठार मारून टाकले. आपल्या देशाच्या स्वातंत्र्यावर प्राणसंकट प्राप्त झाले असता त्या स्वातंत्र्याकरिता प्राणावर उदार होऊन लढणे हे ज्यांचे कर्तव्यकर्म, अशा सुभेदारांनी दुसऱ्याचे निरोप घेऊन आपल्या देशातील लोकांना फोडण्याकरिता उद्युक्त व्हावे, अशा प्रकारची

हिंदुस्थानच्या इतिहासामध्ये ठिकठिकाणी जी अनेक उदाहरणे आढळतात, ते या देशाच्या इतिहासावर एक मोठा कलंक आहे. अशा प्रकारची काळिमा आपल्या देशाच्या दिव्य तेजाला आपल्या हातून यापुढे तरी लागू नये, अशी प्रत्येकाने काळजी घेणे अवश्य आहे. असो ता. 10 मे रोजी पहाटे 3 वाजता इंग्लिशांचे सैन्य किल्ल्यावर हल्ला करण्याकरिता निघाले. इंग्लिशांची जी मुख्य छावणी होती, तिच्या संरक्षणाकरिता काही लोक मागे राहून बाकी सर्व लढाईला निघाले. या सैन्याचे दोन विभाग करण्यात आले होते. त्यांपैकी कर्नल ह्यूएट, ले. न्यूऑल आणि मेजर जाइल्स यांच्या हाताखालील सैन्याने शहरच्या पेट्यांच्या भिंतींना शिड्या लावून वर चढावे व पेटा हस्तगत करावा, असे ठरले होते. ब्रिगेडिअर जनरल प्रिझलर यांच्या हाताखालील बाकीचे सैन्य रिझर्व म्हणून ठेवण्यात आलेले होते. या योजनेप्रमाणे शिड्या लावून इंग्रजांचे काही शिपाई शहराच्या तटाच्या भिंतीवर चढले व तेथून आत शिरून त्यांनी शहराचे दरवाजे उघडले व नंतर बाकीचे सर्व सैन्य त्या दरवाजाने आत घुसले. अशा रीतीने सर्व पेटा काबीज करून इंग्लिशांचे शिपाई खुद्द किल्ल्याच्या जवळ येऊन पोहोचले. सोलापूर शहराचा पेटा अशा रीतीने हस्तगत केला जात असता किल्ल्याच्या दक्षिणेच्या बाजूच्या तोफांच्या संरक्षणाखाली पेशव्यांचे जे सैन्य गणपतराव पानसे यांच्या हाताखाली छावणी देऊन राहिले होते, ते सैन्य इंग्लिशांवर उलट दिशेने हल्ला करण्याकरिता बाहेर पडले. इंग्लिशांचे बहुतेक लोक पेट्यांमध्ये गुंतलेले होते. पेट्याच्या उत्तरच्या बाजूला टॉमस मन्रो यांच्या हाताखाली जे रिझर्व सैन्य होते, त्यात थोडे लोक होते, हे पाहून सरदार पानसे हे त्या सैन्यावर हल्ला करण्याकरिता आपल्या फौजा आणि तोफा घेऊन निघाले. आपल्यावर हा हल्ला येत आहे व आपल्यापाशी पुरेसे लोक नाही, हे पाहून ब्रिगेडिअर जनरल मन्रो हा फार घाबरून गेला व त्याने आपले रिझर्व्ह सैन्य जेथे उभे होते तेथून हलवून ते पेट्याच्या भिंतीच्या आश्रयाखाली आणून उभे केले. इकडे पेशव्यांचे लष्कर आणि तोफा दौड करीत किल्ल्याच्या बाजूने निघाल्या त्या इंग्लिशांच्या रिझर्व्ह सैन्याच्या समोर येऊन हल्ला करू लागल्या. पानशांच्या तोफांची सरबत्ती इंग्लिशांच्या सैन्यावर सुरू झाली. तेव्हा मन्रो साहेबांची फारच धांदल उडून गेली

व त्यांनी पेट्यातील लोकांना मदतीकरिता बाहेर बोलाविले. ती मदत येईपर्यंत पेशव्यांच्या फौजांनी इंग्लिशांच्या सैन्याचा बराच नाश केला; व लढाईचे पारडे पेशव्यांच्या बाजूकडे फिरेल, असा पुष्कळ संभव दिसू लागला. परंतु दैव अनुकूल नसले, म्हणजे मनुष्याचे सामर्थ्य काहीएक चालत नाही ! पानशांच्या तोफखान्यातून तोफांचा भडिमार चालला असताना त्यातील एक तोफ फुटली आणि त्यामुळे पेशव्यांच्या सैन्यात थोडा गोंधळ उत्पन्न झाला. पण दुर्दैव संकटे आणू लागले, म्हणजे ते ती एकेकटी आणीत नाही. पानशांच्या तोफखान्यातील एक तोफ फुटून थोडा गोंधळ उत्पन्न होत आहे न होत आहे, तोच इंग्लिशांकडील तोफेचा गोळा लागून खुद्द गणपतराव पानसे आणि त्यांच्या हाताखालील दुसरे एक अधिकारी असे दोघे एकदम रणांगणावर पतन पावले. ही संकटे पेशव्यांच्या सैन्यावर अचानक रीतीने कोसळली, तरीही त्यांनी काही वेळ लढाई चालू ठेविली होती. परंतु इंग्लिशांना जास्त कुमक येऊन मिळाल्यानंतर त्यांना मागे हटावे लागले त्या वेळी या पेशव्यांच्या सैन्यातील माघारे फिरलेले लोक शहरामध्ये शिरले व तेथील काही जागा त्यांनी आपल्या ताब्यात घेतल्या. किल्ल्यावरून जो तोफांचा मारा शहरातील इंग्लिशांच्या सैन्यावर होत होता, त्यामुळे इंग्लिशांनी काबीज केलेल्या जागा आपल्या ताब्यात ठेवणे त्यांना अशक्य झाले होते, तरी पण ही स्थिती फार वेळ टिकली नाही. आणि अखेरीस ता. 10 मे रोजी सोलापूरचा किल्ला इंग्लिशांनी काबीज करून घेतला.

याप्रमाणे सोलापूर, बेळगाव, बगैरे, ठिकाणचे किल्ले पाडाव करून घेण्याचे काम एकीकडे चाललेले असताना दुसरीकडे नाशिक, खानदेश, वगैरे प्रांतातील किल्ल्यांचा ताबा घेण्याकरिता लेफ्टनंट कर्नल मॅकडावेल हे प्रयत्न करीत होते. हे आपल्या हाताखालील पलटणे घेऊन औरंगाबाद, जालना, वगैरेच्या मार्गाने इ.स. 1818 च्या एप्रिल महिन्याच्या सुमाराला नाशिक जिल्ह्यातील चांदवड मुक्कामाजवळ आले. इथे 'राजदीर' आणि 'इंदेराय' असे दोन मोठे प्रचंड किल्ले आहेत. चांदवडचा किल्ला ता. 10 एप्रिल रोजी स्वाधीन झाला. पण हे किल्ले बळकट असल्यामुळे ते इंग्लिशांच्या स्वाधीन होईनात. म्हणून ले.क. मॅक्डोवेल यांनी पहिल्याने राजदीरच्या किल्ल्यावर चढाई करून जाण्याचे ठरविले. राजदीरचा

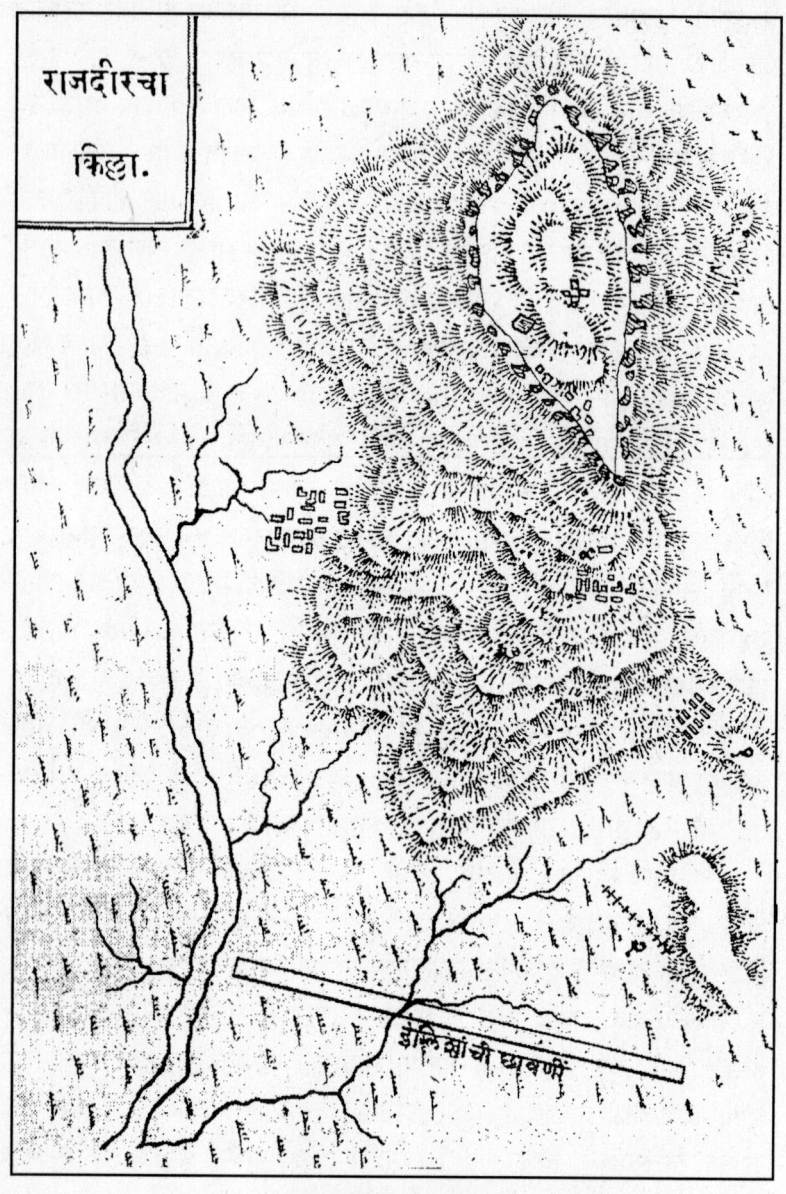

राजदीरचा किल्ला

1 2 3 4 येथे इंग्लिशांनी तोफा डागल्या होत्या त्या जागा.

मराठ्यांच्या लढायांचा इतिहास – १६०

किल्ला उंच डोंगरावर असल्यामुळे तो नैसर्गिकरीत्याच अजिंक्य आहे. आणि एक पाऊल वाटेच्या खिंडीशिवाय त्याच्यावर जाण्याला दुसरा कोणताही मार्ग नाही. ही एकच वाट आहे. ती खडकातून खोदून तयार केलेली असल्यामुळे व ती वाट लोखंडी मजबूत दरवाजांनी बंद करता येण्यासारखी असल्यामुळे परशत्रूला किल्ल्यावर जाणे अगदी दुरापास्त आहे. या किल्ल्यावर पाण्याचा पुरवठा पुष्कळ असून शिवाय अन्नसामग्रीही एक वर्षपर्यंत पुरेल इतकी तेथे साठवून ठेवण्यात आलेली होती. शिवाय किल्ल्यावर मोकळे दगड इतके पसरलेले आहेत की, खालून वर येणाऱ्या शत्रूला दारूगोळ्याशिवाय नुसत्या दगडांनी चेचून काढावयाचे म्हटले, तरीही ते पुरण्यासारखे आहेत. शिवाय किल्ल्यावर येण्याला आडवे तिडवे रस्ते मुद्दाम केलेले असून त्या प्रत्येक रस्त्यावर वरून बंदुकीचा मारा करता येईल, अशी ठिकठिकाणी खडकात भोके खोदून ठेविली आहेत. किल्ला अशा प्रकारचा मजबूत आणि किल्ल्यावरील अरब पहारेकरी अत्यंत प्रामाणिक अशी स्थिती असल्यावर राजदीरसारखा किल्ला गोडीगुलाबीने किंवा भुलथापांनी इंग्लिशांच्या स्वाधीन होणे शक्यच नव्हते. किल्लेदाराने मुकाट्याने स्वाधीन व्हावे, म्हणून इंग्लिशांकडून एक सामोपचाराचा निरोप पाठविण्यात आला होता. परंतु किल्ल्यावरील अरबांकडून या निरोपाचा अत्यंत तुच्छतेने तिरस्कार करण्यात आला. लगेच किल्ल्यावरून बंदुका आणि जेजाला यांचा शत्रूंवर भडिमार सुरू झाला. तेव्हा युक्तीचा उपयोग न होता लढाईचाच उपाय योजिला पाहिजे, हे निश्चित झाल्यानंतर इंग्लिशांनी निरनिराळ्या ठिकाणी मोर्चे बांधण्याला सुरुवात केली. ता. 11 एप्रिल रोजी संध्याकाळी त्यांनी आपले एक चौकीचे नाके प्रस्थापित केले. त्याच्यापुढील डोंगरामध्ये आपली नाकी बसविता यावी, म्हणून ता. 12 एप्रिल रोजी सकाळी तोफा चालू करून त्यांच्या आश्रयाखाली बाकीची नाकी बसविण्याला त्यांनी सुरुवात केली. किल्ल्याच्या बाहेरील एका टोकावर किल्ल्यातील काही लोक येऊन तेथून ते शत्रूवर मारा करीत होते. पण या नाक्यावर हल्ला करून ती जागा काबीज करण्यात आली. तेव्हा पेशव्यांचे सर्व शिपाई किल्ल्यात जाऊन तेथून गोळीबार करू लागले. तरी पण इंग्लिशांची, पुढील टेकडी चढून जाण्याची तयारी चाललेलीच होती. त्या

ठिकाणी तोफ चढवून नेणे अशक्य असल्यामुळे तोफेचे भाग निरनिराळे करून ते वर नेऊन तेथे ती तोफ रात्री नऊ वाजता फिरून जोडण्यात आली. ही तोफ चालू झाल्यानंतर तिचे गोळे किल्ल्यात जाऊन पडू लागले व त्याच्या योगाने किल्ल्यावरील दारूच्या कोठाराला आग लागली. त्या वेळी तेथे राहाणे अशक्य झाल्यामुळे किल्ल्यातील शिपाई किल्ला सोडून बाहेर पडले व इंग्लिशांचे लोक त्यांना अडवण्याचा प्रयत्न करीत असता, त्याला न जुमानता ते रात्रीच्या काळोखातून इंग्लिशांच्या आटोक्याच्या पलीकडे सुरक्षितपणे निघून गेले.

या नंतर ता. 22 एप्रिल रोजी इंग्लिशांच्या सैन्याने त्रिंबकेश्वरच्या किल्ल्याला वेढा घातला. या किल्ल्यावर सुमारे साडेपाचशे शिपायी व 25 तोफा होत्या. किल्ल्याच्या सभोवतालच्या जागांची साऱ्या दिवसभर टेहळणी करून झाल्यानंतर किल्ल्याच्या दक्षिण दरवाज्याच्या समोर ता. 22 एप्रिल रोजी एक नाके बसविण्यात आले. त्याचप्रमाणे वायव्येच्या बाजूचा जो दरवाजा होता, त्यावरही गोळा लागू होईल अशा काही बॅटरीज् रातोरात तयार करण्यात आल्या; व ता. 24 एप्रिल रोजी किल्ल्यावर तोफा सुरू करण्यात आल्या. त्याचप्रमाणे त्रिंबक या गावच्या वर डोंगरात एक लहानसे खेडे होते, तेथेही आपले एक नाके बसविण्याचा इंग्लिशांनी प्रयत्न केला. परंतु त्या जागेवर किल्ल्यातून फार जोराचा मारा करण्यात आल्यामुळे ते नाके सोडून इंग्लिशांना खाली परत यावे लागले. तरी पण ता. 24 रोजी साऱ्या रात्रभर किल्ल्यावर खालून तोफांचा भडिमार चालू असल्यामुळे ता. 25 एप्रिलच्या पुढे पेशव्यांच्या शिपायांना तो किल्ला आपल्या ताब्यात ठेवणे शक्य झाले नाही.

या नंतर नाशिक जिल्ह्यातील जो किल्ला इंग्लिशांच्यापायापाशी अतिशय नेटाने लढला, तो किल्ला मालेगावचा होय. या किल्ल्याच्या समोर लेफ्टनंट कर्नल मॅक्डॉवेल यांनी ता. 16 मे इ.स. 1818 रोजी आपला तळ दिला. बेळगाव आणि सोलापूर येथील किल्ल्यांप्रमाणेच हा किल्लाही भुईकोट किल्ला आहे. परंतु उंच आणि अगम्य अशा डोंगराच्या शिखरावर असणारे जे राजदीर, वासोटा वगैरे किल्ले, त्यांच्या सारखीच बळकटी हा भुईकोट किल्ला असून याच्यामध्ये आणण्यात आलेली होती. या किल्ल्याला एकाच्या आत एक अशा

दोन दोन भिंती असून त्याच्या सभोवती त्या वेळी पाण्याने भरलेला असा एक खोल खंदक असे. या खंदकाची खोली पंचवीस तीस फूट असून त्याची रुंदी 16 फूट पर्यंत होती. हा किल्ला मोसम आणि गिरणा या दोन नद्यांच्या काठी असून त्याच नद्यांचे पाणी या किल्ल्याच्या खंदकातून खेळविण्यात आलेले होते. हा किल्ला किती मजबूत असेल याच्याबद्दल बाहेरून शत्रूला कल्पना येणे शक्य नव्हते. इंग्लिश सैन्यातील एका युरोपियन इंजिनिअराची या किल्ल्याने या वेढ्याचे वेळी चांगलीच फसगत केली. पुष्कळ दिवस कुंचबून अखेरीस एका ठिकाणी किल्ल्याची भिंत पडलेली पाहून तेथून किल्ल्यात प्रवेश करण्याकरिता इंजीनिअर ले. नॅटिस हा आपल्या बरोबर काही लोक घेऊन त्या पडलेल्या भिंतीवर चालून गेला. परंतु तो तेथे जाऊन पाहातो, तो त्या पडलेल्या भिंतीच्या आत किल्ल्याची दुसरी एक मोठी भिंत त्याच्या नजरेस पडली. त्या उंच भिंतीवरून त्याच्यावर आणि त्याच्या पाठीमागून येणाऱ्या इंग्लिश शिपायांवर अरबांकडून गोळीबारांचा वर्षाव चाललेला होता. त्या पडलेल्या भिंतीवरून आतल्या बाजूला खाली उतरण्याकरिता शिड्या टाकण्यात आल्या; परंतु त्या कोठे गडप झाल्या, याचा कोणालाही पत्ता लागला नाही. आणि त्यामुळे त्या भिंतीवरून केलेला हल्ला इंग्लिशांना माघारा घेणे भाग पडले. या बाहेरच्या भिंतीच्या आतील भिंती साठ साठ फूट उंचीच्या होत्या. त्यांच्या आत दारूगोळा, अन्नसामग्री, वगैरे सामानही पुष्कळ भरलेले होते. या किल्ल्याचे रक्षण करण्याला फक्त तीनशेच अरब लोक काय ते किल्ल्याच्या आतमध्ये होते. व त्या मानाने पाहिले असता वेढा घालणाऱ्या इंग्लिशांचे बाहेरचे सैन्य कितीतरी मोठे होते. वेढ्याच्या सुरुवातीलाच लेफ्टनंट कर्नल मॅकडॉवेल यांच्या हाताखाली सुमारे तेराशे लोक होते. शिवाय पाठीमागून त्यांना वेळोवेळी येऊन मिळालेल्या मदतीतील लोकांची संख्या अडीच हजारापासून तीन हजारापर्यंत होईल. इतक्या तीन हजार सैन्याविरुध्द सुमारे साडेतीनशे अरब लोक सुमारे एक महिनाभर टिकाव धरून राहिले, ही किती तरी आश्चर्य करण्यासारखी गोष्ट आहे ! ले. क. मॅकडॉवेल यांनी ता. 16 मे 1818 रोजी मालेगावच्या वेढ्याला सुरुवात केली. आणि तेथपासून 13 जून पर्यंत ते तो किल्ला घेण्याला आपल्या जवळच्या 3000

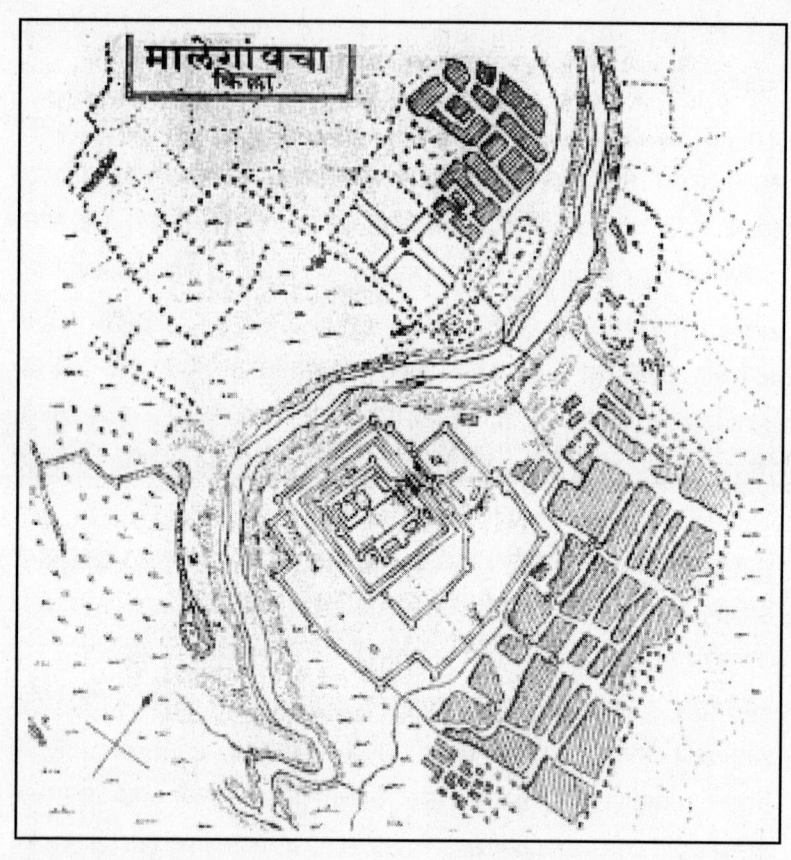

लोकांनिशी रात्रंदिवस धडपडत होते; तेव्हा तो किल्ला इंग्लिशांच्या हाती लागला. पण इतके करूनही तो किल्ला इंग्लिशांनी केवळ आपल्या प्रामाणिकपणाच्या पराक्रमानेच सर केला किंवा काय, याबद्दल शंकाच आहे. हा किल्ला आपल्या ताब्यात यावा, म्हणून त्या वेळच्या इंग्लिशांनी कोणाकडून काय काय फितुरीची आणि विश्वासघाताची कामे करविली, याबद्दल मालेगावचे वृध्द लोक अद्यापिही कित्येक दंतकथा सांगतात. किल्ल्यातील दारूची कोठारे कोठे आहेत, ती नेमकी जागा इंग्लिशांना पाहिजे होती. तेव्हा असे सांगतात की, किल्ल्यात हजामती करण्याकरिता कोणी एक न्हावी दररोज जात असे, त्याला फितुर करण्यात आलेले होते. त्याने किल्ल्यात जाऊन आपले हजामतीचे फडके एका विशिष्ट

ठिकाणी झाडले. ती खूण पूर्वसंकेताप्रमाणे पाहून त्या ठिकाणी नेमके गोळे टाकण्यात आले आणि त्यामुळे दारूच्या कोठारांनी पेट घेतल्याकारणाने पुढे किल्ला लढविणे अशक्य झाले. ही गोष्ट असली, तरी त्या साडेतीनशे अरबांनी तीन हजार सैन्याच्या विरुध्द हा किल्ला एक महिनाभर लढविला, ते अरब खरोखर स्तुतीला पात्र आहेत. हे अरब कोण होते ? एक शतकाच्या पूर्वीच्या हिंदुस्थानच्या इतिहासामध्ये 'अरब शिपायी हे प्रामाणिक आणि पराक्रमी शिपायी' असाच त्यांचा लौकिक होता. अद्यापिही कित्येक नेटिव्ह संस्थानातून महत्त्वाच्या जागी अरबांचे पहारे असल्याचे आपण ऐकतो. या अरब लोकांच्या विश्वासूपणाबद्दल आपण त्यांचे किती तरी उतराई झाले पाहिजे ! त्यांचा देश कोण ? त्यांचा धर्म कोण ? त्यांचा देश अरबस्थान ! त्यांचा देश हिंदुस्थान नव्हे! तसेच त्यांचा धर्म म्हटला म्हणजे महंमदी धर्म होय ! ते काही हिंदुधर्माचे नव्हते ! तरीसुध्दा ते हिंदुस्थानातील आपल्या धन्याच्या राज्याच्या संरक्षणासाठी इतक्या एकनिष्ठेने आणि इतक्या बिनदगलबाजपणाने लढत होते, हे पाहून त्यांच्या कृतज्ञतेबद्दल धन्यता वाटते; आणि त्यांचा प्रामाणिकपणा पाहून त्यांच्या सत्यप्रेमाने आपले अंतःकरण उचंबळून येते आणि आपले नेत्र अश्रूंनी आर्द्र होतात ! हिंदुस्थानातील लोकांनी–हिंदु धर्मातील लोकांनी–हिंदुधर्मातील कित्येक ब्राम्हण लोकांनीही– आपलीच राज्ये-आपल्याच हाताने बुडविण्याला उद्युक्त व्हावे आणि त्या राज्याचे संरक्षण करण्याकरिता अरबस्थानातील, मुसलमानी धर्माच्या आणि दहापाच रुपयांच्या पगारावर आपले पोट भरण्यात संतोष मानून राहाणाऱ्या, या अरब शिपायांनी आपले प्राण देण्याला तयार व्हावे, हा विचित्र देखावा पाहून कोणाचे अंतःकरण फाटून जाणार नाही ! हे जे किल्ल्याच्या संरक्षणासाठी एकनिष्ठेने लढले, ते आज कोठे आहेत ? इंग्लिशांच्या निर्दय तोफांनी आणि निष्ठुर तरवारींनी त्यांचा त्या वेळी पूर्णपणे निर्वंश केला नसेल, आणि इंग्लिशांच्या तोफा आणि तरवारी यांच्या पेक्षाही जास्त निष्ठुर अशा इंग्लिशांच्या त्या वेळच्या शांततेच्या तडाक्यामधून जर त्यांचे वंशज कोणी आजपर्यंत टिकले असतील, तर त्यांच्यामध्येही त्या पूर्वीच्या इमानीपणाचे काही तरी अंश अद्यापिही खात्रीने शिल्लक असतील !

ता. 16 मे रोजी लेफ्टनंट कर्नल मॅक्डोवेल यांची छावणी मालेगावच्या किल्ल्याच्या दक्षिणेच्या बाजूला पडली. पण तेथून ती छावणी बदलून ता. 17 रोजी किल्ल्याच्या पायऱ्या जवळून किल्ल्याला वळसा घालून जाणारी जी मोसम नदी, त्या नदीच्या उजव्या बाजूच्या किनाऱ्यावर ती छावणी नेण्यात आली. त्या वेळी मे महिना असल्यामुळे नदीला पाणी फार नव्हते. परंतु जून महिन्यात पावसाळा सुरू झाला तरी वेढा लवकर आटपण्याचे चिन्ह दिसेना.

म्हणून नदीला पावसाचे पाणी येईल व कदाचित् वाट बंद होईल, म्हणून ही छावणी नंतर नदीच्या पलीकडे शहराच्या बाजूला नेण्यात आली होती. परंतु ता. 17 रोजी नदीच्या उजव्या किनाऱ्यावर छावणी आणल्यानंतर तेथून किल्ल्यावर मारा करण्याकरिता निरनिराळ्या ठिकाणी मोर्चे बांधण्यात आले. तेथे तोफा डागून गोळीबार सुरू करण्यात आला. किल्ल्याच्या पश्चिमेच्या अंगाला नदीच्या पलीकडे काही झाडी होती, तिच्या आश्रयाने एक बॅटरी चालू करून तेथून हळूहळू अखेरीस नदीच्या पात्राला समांतर असा एक खंदक तयार करण्यात आला होता. याच वेळी इंग्लिशांना दररोज निरनिराळ्या ठिकाणांहून नवीन नवीन सैन्याची कुमक

एक हत्यारबंद अरब शिपाई

येऊन मिळत होती. परंतु किल्ल्याच्या आत कोंडून पडलेल्या अरबांना मात्र परमेश्वराच्या कृपादृष्टीशिवाय दुसरीकडून दुसऱ्या कोणाचीही मदत येणे शक्य नव्हते. तरी पण ते धैर्याने लढत होते. ता. 16 मेपासून ता. 29 मेपर्यंत चोहोकडे मोर्चे बांधणे, खंदक खणणे, भिंतीवर तोफांचा भडिमार करणे, वगैरे पूर्वतयारीची कामे तेरा चौदा दिवसापर्यंत चाललेली होती. इतक्या दिवसांच्या तयारीनंतर आणि दीड हजार नवीन सैन्याच्या कुमकेनंतर इंग्लिशांनी ता. 29 मे च्या पहाटेस मालेगावच्या किल्ल्यावर आणि शहरावर हल्ला करण्याचा बेत केला. पण त्यातही त्यांना यश न येता अखेरीस पूर्वी सांगितल्याप्रमाणे ले. नॅटिस वगैरे काही ऑफिसर मरण पावून इंग्लिशांना शेवटी माघारच घ्यावी लागली ! मालेगावचा किल्ला आणि त्यातील ते शूर अरब हे दोन आठवड्याच्या इंग्रजी तयारीने केलेल्या हल्ल्यानंतरही पूर्वीच्या इतकेच अजिंक्यपणामध्ये कायम राहिले! या हल्ल्याच्या वेळी किल्ल्याच्या भोवतालचा खोल खंदक भरून काढण्याकरिता हल्ला करणाऱ्या लोकांनी आपल्याबरोबर गवताचे मोठमोठे भारेही घेतले होते. पण कोणत्याच युक्तीचा काही एक उपयोग न होऊन अखेरीस इंग्लिशांना त्या दिवशी माघारच खावी लागली !

नदीच्या उजव्या बाजूकडून काही उपयोग होत नाही, असे दिसून आल्यानंतर जून महिन्याच्या पहिल्या तारखेला इंग्लिशांची छावणी फिरून नदीच्या पलीकडे गावाच्या बाजूला नेण्यात आली आणि ता. 5 जून रोजी मालेगावच्या पेठ्याच्या बाजूने दोन हॉविट्झर तोफांचा मारा किल्ल्यावर नवीन सुरू करण्यात आला. परंतु या तोफांच्या माऱ्याला किल्ल्याच्या भिंती मुळीच दाद देत नव्हत्या. त्यासाठी अहमदनगर येथून नवीन तोफा मागविण्यात आल्या होत्या; त्याप्रमाणे नगरच्या सुमारे बारा तोफा ता. 10 जून रोजी मालेगावात येऊन पोहोचल्या. त्या तोफांचा मारा दुसऱ्या दिवशी सकाळी किल्ल्यावर सुरू करण्यात आला त्या वेळी सकाळी 11 वाजण्याचे सुमारास किल्ल्यातील दारूच्या दोन कोठारांना आग लागली. व त्या धक्क्यामुळे किल्ल्याची बाहेरची भिंत काही ठिकाणी कोसळून पडली. त्या नंतरही ज्या काही भिंती उभ्या होत्या त्या जमीनदोस्त करण्याकरिता त्यांच्यावर दोन निरनिराळ्या ठिकाणांहून दोन दोन एटीन पौंडर

तालनेर किल्ल्याचा समोरच्या बाजूने दिसणारा देखावा

मराठ्यांच्या लढायांचा इतिहास – १६८

तोफा चालू करण्यात आल्या व त्यामुळे त्या भिंती पडून अखेरीस ता. 13 जून रोजी मालेगावचा किल्ला इंग्लिशांच्या स्वाधीन झाला.

आता फक्त एकाच किल्ल्याची हकिकत वर्णन करावयाची राहिलेली आहे, आणि ती खानदेशातील तापी नदीच्या काठच्या तालनेर येथील किल्ल्याच्या संबंधाची होय. हा किल्ला तापी नदीच्या काठावर असून याची पश्चिमेची बाजू तापीनदीच्या प्रवाहामुळे शत्रूला अगम्य झाली आहे. बाकीच्या तीन बाजूंनी डोंगराचे कडे तुटलेले असल्यामुळे तिकडूनही याला वर जाण्याला मार्ग नाही. या किल्ल्याच्या ईशान्य बाजूकडे तालनेर हा गाव वसलेला असून तेथून बऱ्याच वाकड्या वाकड्या वळणांनी किल्ल्यावर जाण्याला फक्त एकच काय ती अरुंद आणि कठीण अशी वाट आहे. ही वाट किल्ल्याच्या पूर्वबाजूकडून वर जाते. व तेथे किल्ल्याच्या आत प्रवेश करण्याला मुख्य दरवाजा आहे. पण या किल्ल्याची रचना अशी काही चमत्कारिक आहे की, येथे एकाच्या आत दुसरा असे एकमेकांच्या पाठीमागे नागमोडीच्या वळणांनी बांधलेले असे पाच दरवाजे आहेत. पहिल्या दरवाजातून शत्रू आत आला, तर त्याच्यावर आतील दुसऱ्या दरवाजाच्या तटावरून मारा करिता यावा अशा सोयी केलेल्या आहेत. या किल्ल्याची भिंत सुमारे साठ फूट उंच असून या किल्ल्यातील सगळ्या तोफांचा मारा बहुतेक पूर्वेच्याच बाजूला आहे. कारण पश्चिमेच्या बाजूला तापीनदीचे खोल पात्र व उत्तर आणि दक्षिण या दिशांनी तुटलेले कडे, या कारणांमुळे या तीन बाजूंचे संरक्षण प्रत्यक्ष सृष्टिदेवताच आपल्या अजिंक्य तोफांनी करीत आहे, असे म्हणण्यास हरकत नाही. अशा रीतीने संरक्षित केल्या गेलेल्या या किल्ल्यावर अरबांचे सैन्य दोनशेतीनशेपेक्षा फारसे जास्त नव्हते. तरी पण या थोड्याशा लोकांनीही आपले प्रत्यक्ष प्राण जाईपर्यंत किल्ला लढविण्यामध्ये जे शौर्य दाखविले, ते खरोखर फार प्रशंसनीय आहे. माळव्यातील महिदपूरची लढाई संपल्यानंतर नर्मदा उतरून सर टॉमस हिस्लाप हे सातपुड्यातून छिंदव्याच्या घाटाने आपले सैन्य घेऊन दक्षिणेत येण्याकरिता खाली उतरत असता ता. 27 फेब्रुवारी इ.स. 1818 रोजी सकाळी त्यांच्या सैन्यातील आघाडीचे लोक तालनेर किल्ल्याचे टापूत येऊन पोहोचले. हा लहानसा किल्ला आहे, तेव्हा येथे कोणी आपल्याला

1 1 1 1   किल्ल्यावर हल्ला करणारे सैन्य आणि तोफा ज्या मार्गाने आणल्या
गेल्या तो मार्ग.

2 3 4 5   ज्या निरनिराळ्या ठिकाणी तोफा चढविण्यात आल्या होत्या, ती
ठिकाणे.

6 6   ज्या मार्गाने किल्ल्याच्या दरवाजासमोर तोफा आणि सैन्य आणण्यात
आले तो मार्ग.

7   किल्ल्यावर हल्ला करण्याकरिता आलेले सैन्य जेथे थांबून राहिले
होते, ती जागा.

प्रतिबंध करील, ही इंग्लिशांना कल्पनाही नव्हती. परंतु शत्रूचे लोक आपल्या किल्ल्याच्या खालून जात आहेत असे दिसून आल्याबरोबर किल्ल्यावरील लोकांनी त्यांच्यावर गोळीबार करण्याला सुरुवात केली. सर टॉमस हिस्लाप यांचे जे हेर पुढे बातमी काढण्याकरिता चाललेले होते, त्यांनी ही बातमी आपल्या जनरलला सांगितली. तेव्हा आपल्यापाशी फार मोठे सैन्य आहे व तालनेरपेक्षा फार मोठाले किल्लेही पटापट आमच्या स्वाधीन आले आहेत, तेव्हा तुम्ही आम्हाला शरण यावे, अशा अर्थाचा निरोप तालनेरच्या किल्लेदाराकडे सर टॉमस हिस्लाप यांच्याकडून पाठविण्यात आला; पण महाराष्ट्रातील किल्ल्यांच्या कर्तबगारीच्या परंपरेला साजेल असाच शौर्याचा निरोप तालनेरच्या किल्लेदाराने आपल्या तोफखान्यातील गोळ्यांच्या हाती इंग्लिशांकडे परत पाठविला ! तेव्हा पुढे कूच करीत चाललेले आपले सैन्य माघारे बोलावून सर टॉमस हिस्लाप यांनी किल्ल्याच्या पाठीमागे पश्चिमेच्या अंगाला काही अंतरावर तापी नदीच्या काठी आपल्या सैन्याचा तळ दिला; व तेथून किल्ल्याची टेहळणी करण्याकरिता लोक पाठविण्यात आले. तालनेरचा किल्ला आणि तालनेर गाव यांच्या दरम्यान आणि बाजूने खोलखोल दऱ्या आहेत व त्यातूनच वळणावळणांनी गावात आणि किल्ल्यांवर जाण्याची वाट आहे. त्या वाटेने दोन हाविट्झर तोफा आणि दहा सिक्स पौंडर तोफा आणून त्या गावातील घरांच्या आश्रयाने उभ्या करून तेथून प्रथमत: किल्ल्याच्या ईशान्येकडील बुरुजावर सुमारे 300 यार्ड अंतरावरून मारा करण्याला सुरुवात करण्यात आली. परंतु या तोफांच्या माऱ्याने किल्ल्यावर फारसा काही परिणाम होईना. उलट किल्ल्यावरून ज्या तोड्याच्या बंदुका झाडण्यात येत होत्या, त्यांच्या योगाने इंग्लिशांचे लोक मरत चालले होते. तेव्हा फिरून एकंदर जागेची पाहाणी करण्यात आली. त्यात असे दिसून आले की, किल्ल्याचा पहिला दरवाजा नादुरुस्त स्थितीत असून त्याच्या समोर तोफा डागण्यासारखी डोंगरावर जागा आहे. हे समजून आल्यावर तेथे तोफा नेण्यात आल्या. या तोफांनी वाट करून दिल्यांनतर आत प्रवेश करण्याकरिता सैन्याची एक तुकडीही दरवाजाजवळ नेऊन ठेवण्यात आली. ही तयारी झाल्यानंतर किल्ल्यातील लोकांनी बिनशर्त स्वाधीन व्हावे म्हणून फिरून त्यांच्याकडे निरोप

पाठविण्यात आला. पण हा निरोपही त्या मानी शिपायांना मान्य झाला नाही. या वेळी संध्याकाळ होत चालली होती; आणि काळोख पडला म्हणजे नदीच्या बाजूने हे किल्ल्यातील लोक येथून पळ काढून निघून जातील, असा इंग्लिशांचा तर्क होता, म्हणून त्यांना अडकविण्यासाठी तापी नदीच्या काठावर इंग्लिशांनी घोडेस्वारांची एक पलटण उभी करून ठेवली होती ! परंतु ती पलटण वाट पाहात तशीच अखेरपर्यंत उभी राहिली ! कारण त्यांच्याकडे किल्ल्यावरील कोणीही लोक गेले नाहीत. किल्ल्यावरील लोक पळून जातील, ही इंग्लिशांची कल्पनाच मुळी चुकीची होती. तालनेरच्या किल्ल्यावरील शिपायी हे पळून जाणारे लोक नव्हते. आपला प्राण गेला तरी हरकत नाही, पण आपल्या धन्याच्या इमानाला जागून आपण ह्या किल्ल्याचे शेवटपर्यंत संरक्षण करू, अशा एकनिष्ठेने आणि दृढ निश्चयाने ते शिपाई लढाईला उद्युक्त झाले होते. इंग्लिशांचे लोक पूर्वेकडील दरवाजासमोर मोर्चे बांधून दरवाजाच्या जवळ आले, तेव्हा हा पहिला बाहेरचा दरवाजा नादुरुस्त असल्यामुळे तो बंद केलेला नसून अर्धवट उघड्या अवस्थेमध्येच आहे, असे आढळून आले. तेव्हा ले. क. मॅकग्रेगर, मरे वगैरे कित्येक युरोपियन ऑफिसर त्या दरवाजातून आत गेले. त्यानंतर एका पाठीमागून एक आतील दरवाजे त्यांनी पाहिले, तेव्हा त्यापैकी काही दरवाजे नादुरुस्त स्थितीत असून तेथेही हरकत करण्याला कोणी नाही, असे त्यांना आढळून आले. त्यामुळे पहिल्या दरवाजानंतर ते दुसऱ्या, तिसऱ्या आणि चवथ्याही दरवाजातून आत गेले. पण त्याच्या पुढील पाचव्या दरवाजामध्ये मात्र अशी स्थिती नव्हती. तो दरवाजा मजबूत आणि चांगल्या दुरुस्त स्थितीमध्ये असून तो बंदही केलेला होता. आणि त्या दरवाजातील धाकटा दिंडी दरवाजा मात्र काय तो उघडा होता. त्या दिंडी दरवाज्यामधून दोन्ही पक्षांच्या दरम्यान अटींच्या बद्दल वाटाघाट सुरू झाली. पण ही वाटाघाट जोपर्यंत निश्चित ठरलेली नव्हती, तोपर्यंत त्या उघड्या दिंडीचा फायदा घेऊन इंग्लिशांच्या कोणत्याही ऑफिसरने आत जाणे हे न्यायाचे किंवा विश्वासाचे नव्हते. पण अशी स्थिती असतानाही कर्नल मरे, मेजर गॉर्डन आणि दुसरे तीन चार इंग्लिश लोक विश्वासघाताने त्या दिंडीतून आत घुसले. व त्यांच्यामागून आणखीही लोक

आत येण्याचा प्रयत्न करू लागले. एकीकडे तहाचे बोलणे चालले असता दुसरीकडे इंग्लिश लोक अशा प्रकारचे विश्वासघाताचे वर्तन करून किल्ल्यात शिरत आहेत हे पाहून किल्लेदार आणि त्याच्या हाताखालील अरब लोक यांना अतिशय त्वेष आला व त्यांनी त्या गोऱ्या लोकांवर तेथल्या तेथे हल्ला करून त्यांना कापून काढले. जास्त लोक आत येऊ नयेत, म्हणून दिंडी दरवाजा लावण्याचा ते प्रयत्न करू लागले. इतक्यात बाहेरच्या एका गोऱ्या शिपायाने आपली बंदूक त्या दिंडी दरवाजामध्ये आडवी घातल्यामुळे तो दरवाजा लागेना. अशा स्थितीत ले. क. मॅकिन्टॉश् आणि कॅप्टन मॅक्क्रेथ यांनी तो दिंडी दरवाजा फिरून उघडला. आणि नंतर त्या दरवाजातून काही वेळ गोळीबार करून मग इंग्लिशांचे शिपायी किल्ल्यात शिरले; व त्यांनी तो किल्ला हस्तगत करून घेतला. या वेळच्या लढाईत इंग्लिशांचे एकंदर पंचवीस लोक मारले गेले त्यात इंग्लिश ऑफिसर्स होते. अशा रीतीने विश्वासघाताने किल्ल्यात प्रवेश करून घेतल्यानंतर इंग्लिशांना भूतदयेची बिलकूल आठवण झालेली दिसली नाही. किल्ल्यात असलेले दोन अडीचशे लोक इंग्लिशांशी लढता लढता मारले गेले असले पाहिजेत, असे दिसते. आणि किल्ल्यातील जो मुख्य किल्लेदार इंग्लिशांच्या हाती जिवंत सापडला, त्याला त्यांनी त्या किल्ल्याच्या बुरुजावर त्याच दिवशी संध्याकाळी फासावर चढवून आपली भूतदया इतिहासात नमूद करण्याकरिता जाहीर करून दिली. अशा रीतीने विश्वासघाताने इंग्लिशांनी या किल्ल्याची मालकी मिळविली. पण या तालनेरच्या किल्ल्यातील जे इमानी शिपायी आपल्या धन्याच्या विश्वासाला जागले आणि आपल्या देशाच्या स्वातंत्र्यासाठी प्राण जाईपर्यंत विश्वासाने लढले, त्यांच्या या विश्वासाची किंमत इंग्लिशांनी विश्वासघाताने मिळविलेल्या राज्यांच्यापेक्षा परमेश्वराच्या घरी किती तरी पटीने जास्त आहे ! इंग्लिशांनी या तालनेरच्या बाबतीत विश्वासघात केला आणि तेथील किल्लेदाराला विनाकारण फासावर चढविले, या त्यांच्या अन्यायी वर्तनाबद्दल खुद्द कित्येक इंग्लिश ग्रंथकारांनीही त्यांना दूषण दिले आहे. अशा रीतीने लढाईच्या नियमांविरुध्द अधमपणाने फासावर चढविलेल्या त्या तालनेरच्या किल्लेदाराचा आत्मा अद्यापिही आपल्या सूडासाठी बिचारा ओरडत राहिला

असला पाहिजे !

महाराष्ट्रातील किल्ल्यांचा हा शेवटचा इतिहास अशा प्रकारचा आहे. हल्ली
विमाने निघाल्यापासून आणि जमिनीवरील जागा कितीही उंच असली तरी
तिच्यावर आकाशातून बाँब फेकण्याची नवीन सोय सुरू झाल्यापासून
हिंदुस्थानातील काय, पण सर्व जगातीलही किल्ले निरुपयोगी झालेले आहेत.
तेव्हा अशा स्थितीत महाराष्ट्रातील हे किल्ले उद्ध्वस्त होऊन गेल्याबद्दल भावी
लढायांच्या दृष्टीने वाईट वाटण्याचे फारसे काही कारण नाही, हे खरे आहे. तरी
पण या किल्ल्यांवरील मागच्या लढायांची आठवण झाली आणि त्या वेळच्या
प्रसंगांची वर्णने आपण वाचू लागलो, म्हणजे आपले अंत:करण गहिवरून येते,
कंठ दाटतो, अंगावर रोमांच उभे राहातात आणि डोळ्यांतून अश्रुधारा वाहू
लागतात. हे किल्ले म्हणजे आपल्या देशाच्या स्वातंत्र्यमंदिरांची इमारत सावरून
धरणारे आधारस्तंभच होत. त्यांची आज अशी दशा झालेली पाहून कोणाला
वाईट वाटणार नाही ? त्यांचे दरवाजे मोडलेले, त्यांचे बुरुज कोसळलेले,
त्यांच्या भिंतींना भगदाडे पडलेली, त्यांच्यावरील राजवाडे जळालेले, त्यांच्यावरील
मशिदी मोडलेल्या, तेथील देवळातील देव नाहीसे झालेले, त्यांच्यावरील तोफा
फुटून मातीत गाडलेल्या अशी त्या किल्ल्यांची दैन्यावस्था पाहून कोणाचे
अंत:करण फाटून जाणार नाही ? जेथे सोन्यांनी मढवलेले हत्ती झुलत होते, तेथे
आज धनगरांची गुरे चरत आहेत ! जेथे राजांची सिंहासने होती, तेथे हल्ली
सरपटणारे साप आपली वारुळे बांधून निर्भयपणाने फिरत आहेत ! ज्या मुख्य
दरवाजावरील उंच बुरुजावर स्वातंत्र्याची निशाणे उभारली जावयाची, त्या
बुरुजांवर हल्ली गिधाडे घिरट्या घालीत आहेत ! ज्या नगारखान्यातून स्वातंत्र्याचे
डिंडिम सर्व देशभर दुमदुमले जावयाचे, त्या नगारखोल्यातून हल्ली घुबडे भरदिवसा
घुमत बसलेली आहेत ! असले हे देखावे पाहाण्याचे हल्लीच्या हिंदुस्थानातील
तरुण पिढीच्या कपाळी यावे, ही किती दुर्दैवाची गोष्ट आहे ! आपल्याला जरी
वाईट दिवस आले असले, तरी आपले पुत्रपौत्र पुढे आपले पांग फेडतील, ही
मृत पूर्वजांना जशी आशा असते, तशी आशा धरून हे जुने किल्ले नवीन
पिढीतील तरुणांकडे मोठ्या उत्सुकतेने पाहात असतील ! व या तरुणांच्या

अंगात एखादे वेळी उत्साह उत्पन्न होऊन त्या उत्साहाने ते सैरावैरा धावू लागले, म्हणजे आपल्याला पारतंत्र्यातून सोडविण्याकरिता हे आपल्याकडेच धावून येत असले पाहिजेत, असे त्या किल्ल्यांना वाटत असेल ! पण हे नवीन तरुण वास्तविक आपल्याकडे येत नसून यांची सगळी धाव दुसऱ्यांच्या नोकरीतील बालेकिल्ल्यांकडेच वळविण्यात येत आहे, हे त्या जुन्या किल्ल्यांनी पाहिल्यावर त्यांची किती निराशा होत असेल ! अशा भावी काळच्या निराशेमध्ये त्यांना हल्ली कसलेच सुख उरलेले नाही ! आपण पारतंत्र्याच्या दुःखामध्ये सगळे सण मोठ्या आनंदाने साजरे करतो व क्षणभर आपले दुःख विसरतो; पण त्या बिचाऱ्यांना तेही सौख्य नाही. वर्षप्रतिपदेचा नवीन वर्षारंभ आला, तरी त्या किल्ल्यांवर गुढ्या उभारल्या जात नाहीत ! त्यांचे स्वातंत्र्य गेल्यापासून किती तरी विजयादशम्या आल्या आणि गेल्या ! पण त्यांच्या सदरेमध्ये त्यानिमित्त कधी दरबार भरलेले नाहीत किंवा सोने लुटण्याचे समारंभ झाले नाहीत ! आणि त्यांच्या स्वातंत्र्याची होळी झाल्यापासून त्या किल्ल्यावर शिमग्याचा सणही कधी साजरा करण्यात आला नाही ! अशी या किल्ल्यांची हल्ली दुर्दशा होऊन गेलेली आहे. ही दुर्दशा पाहून त्या त्या किल्ल्यांच्या आसपासचे लोक मोठ्या खिन्नावस्थेमध्ये आपले दिवस कंठीत आहेत ! पूर्वी या किल्ल्यावर आम्ही जात होतो, या किल्ल्यावरून आम्ही तोफा उडविलेल्या आहेत, या किल्ल्यावर झालेले दरबार आम्ही पाहिलेले आहेत, अशा पूर्वीच्या खऱ्या गोष्टी सांगणारे, त्या त्या किल्ल्यांच्या पायथ्याशी असलेले जुन्या पिढीतील वृध्द लोकही आज उरलेले नाहीत. खोट्या इतिहासातून या किल्ल्यांच्या खऱ्या हकिकती वाचावयाला मिळणे तर दुरापास्तच झालेले आहे. तरी पण अशा स्थितीमध्येही या जुन्या किल्ल्यांची नवीन पिढीतील लोकांनी हरहमेशा दर्शने घेणे अत्यंत आवश्यक आहे. हे किल्ले म्हणजे आपली अत्यंत पवित्र अशी तीर्थे आहेत ! ज्या या धारतीर्थींच्या ठिकाणी हजारो शूर आणि इमानी लोकांनी आपल्या देशाच्या स्वातंत्र्यासाठी आपले प्राण खर्ची घातले, तेथे आपण गेलो असता, तेथे आपल्याला ते पूर्वीच्या काळचे सर्व शूर लोक प्रत्यक्ष भेटतात व ते आपले सगळे हद्गत आपल्याला सांगतात ! ते तेथे आपल्याला प्रत्यक्ष भेटतात; आणि

समरांगणांमध्ये मरण पावल्यामुळे ते जरी मुक्त झालेले असले, तरीही अद्यापि त्यांच्या अंत:करणामध्ये त्यांना कशासाठी वाईट वाटत आहे आणि त्यांच्या डोळ्यांमध्ये अद्यापि कशासाठी अश्रुबिंदू उत्पन्न होत आहेत, हे तेथे दुसरे कोणी ऐकावयाला नसल्यामुळे आपले मन मोकळे करून आपल्याला सांगतात ! आपले अंत:करण आपल्या देशाच्या पूर्वकालीन स्वातंत्र्यसंबंधाने तल्लीन झालेले पाहून ज्या जुन्या किल्ल्यांवरील दगडांनाही मोह उत्पन्न होतो आणि त्यांच्यापैकी प्रत्येक दगड आपल्या जुन्या इतिहासातील काही तरी नवीन गोष्ट आपल्याला सांगू लागतो ! येथे अमका सरदार बसला होता, तेथे तमक्या मुत्सद्द्याने अशी अशी मसलत केली, या जागेवरून अमक्या किल्लेदाराने तोफ उडविली आणि त्या ठिकाणी तमका शिपाई जखमांतून वाहणाऱ्या रक्ताने माखला असतानाही शत्रूवर गोळ्या झाडीतच होता, अशा प्रकारची किती तरी रोमहर्षक अशी कथानके या किल्ल्यांवरील हे प्राचीन रहिवाशी आणि प्रामाणिक रखवालदार आपल्याला सांगत सुटतात ! हे सगळे किल्ले म्हणजे आपल्या पूर्वीच्या स्वातंत्र्याची एक स्मशानभूमीच होय ! या निरनिराळ्या स्मशानभूमींमधून जुन्या स्वतंत्रतेची हाडे आणि कपाळाच्या कवट्या जिकडे तिकडे पसरलेल्या आपल्याला दिसतात! पण या हाडांमध्ये आणि कपाळाच्या कवट्यांमध्ये किती तरी जादू भरलेली आहे ! त्यात भरलेली जादू जाणणारे जादूगार जेव्हा निघतील, तेव्हा त्या जादूच्या कांडीने ते हिंदुस्थानातील किती तरी गोष्टींचे स्वरूप ताबडतोब बदलून टाकू शकतील !

■ □ ■

7. असईची लढाई

असईची लढाई ही हिंदुस्थानच्या इतिहासातील एक महत्त्वाची लढाई आहे. हिंदुस्थानच्या इतिहासातील ही एक महत्त्वाची लढाई आहे, असे असईच्या लढाईबद्दल विधान केले, म्हणजे त्या लढाईने हिंदुस्थानचे स्वातंत्र्य मिळविले किंवा राखले, असा याचा अर्थ नव्हे. हिंदुस्थानचे स्वातंत्र्य मिळविणाऱ्या असईच्या लढाया अजून व्हावयाच्या आहेत ! पण इ. स. 1803 या सालात जी असईची लढाई झाली, ती ब्रिटिश इंडियाच्या इतिहासामध्ये फार महत्त्वाची आहे. कारण, प्लासीच्या लढाईने जसा बंगाल प्रांत इंग्लिशांना मिळाला, त्या प्रमाणे मराठ्यांचे राज्य हे इंग्लिशांनी आपल्या घशात घातले, त्याला या असईच्या लढाईपासून सुरुवात झाली. असे म्हणण्यास हरकत नाही. आपल्या बाजूने पाहिले असता अष्ट्याच्या लढाईत बापू गोखले यांनी जसे युध्दकौशल्य दाखविले, तसे युध्दकौशल्य या लढाईमध्ये मराठे सरदारांनी फारसे दाखविलेले नाही. परंतु प्लासीच्या लढाईप्रमाणे या असईच्या लढाईच्या बाबतीमध्ये इंग्लिशांकडून कपटकौशल्य मात्र पूर्णपणे दाखविण्यात आले, असे इतिहासावरून दिसून येण्यासारखे आहे. आणि प्लासीच्या लढाईची वेळची कृष्णकारस्थाने जुळवून आणण्यात जसे क्लाइव्हसाहेब अग्रगण्य होते, त्याप्रमाणे असईची लढाई जेव्हा झाली, त्या वेळच्या सुमाराची सर्व कृष्णकारस्थाने जुळवून आणण्याच्या कपटनीतीतील अग्रपूजेचा मान मार्क्विस वेलस्ली यांच्याकडे सर्व इंग्रजी इतिहासकारांनी एकमताने दिलेला आहे ! पूर्वीच्या हिंदुस्थानच्या इतिहासातील इंग्लिशांच्या लढायातील विजय हे लढायांच्या रणक्षेत्रांवर फारच थोडे मिळविले जात असत; तर त्या रणक्षेत्रांच्या पाठीमागे कोठे तरी इंग्रजांच्या कृष्णकारस्थानाने भावी विजयाची आगाऊ तजवीज करून ठेविलेली असे !

आणि तशी व्यवस्था प्लासीच्या लढाईप्रमाणे या असईच्या लढाईमध्ये मार्क्विस वेलस्ली यांनी करून ठेविली होती. मार्क्विस वेलस्ली हे या वेळी हिंदुस्थानच्या गव्हर्नर जनरलच्या जागेवर होते; व सर आर्थर वेलस्ली हे त्यांचे एक भाऊ असून त्यांच्याकडे दक्षिणेतील सैन्याचे अधिपत्य होते. अशा या दोन भावांनी मिळून असईची लढाई जिंकली. सर आर्थर वेलस्ली असईच्या लढाईतील मुख्य सेनानायक होते, म्हणून त्यांनी असईची लढाई जिंकली, असे एका अर्थी म्हटले पाहिजे; पण खरे पाहिले असता त्यांचे वडील बंधू, मार्क्विस वेलस्ली यांनी आपल्या कारस्थानांनी असईची लढाई 1803 सालातील सप्टेंबर महिन्याच्या

नेपोलियन बोनापार्ट

मराठ्यांच्या लढायांचा इतिहास – १७८

आधीच बहुतेक जिंकून ठेविली होती ! या वेळी इंग्लिशांनी मराठी राज्याचा बीमोड करण्याकरिता काय काय गुप्त कारस्थाने चालविली होती, हे पाहाण्याच्या दृष्टीने असईच्या लढाईतील इतिहास फार बोधप्रद आहे; आणि म्हणून आता आपण तिकडेच वळू.

अठराव्या शतकाच्या अखेरीस मार्क्विस वेलस्ली हा जेव्हा गव्हर्नर जनरल होऊन हिंदुस्थानात आला, त्या वेळी हिंदुस्थानाचे स्वातंत्र्य आणि हिंदुस्थानचे हरएक राजकीय धोरण यांची स्थिती फारशी वाईट होती, असे नाही; तर उलट, ती बरीच समाधानकारक होती, असे म्हणण्यासही काही हरकत नाही. आणि ती स्थिती तशीच कायम टिकली असती, तर ती हिंदुस्थानातील इंग्लिशांच्या राज्यविस्ताराला पुष्कळच अपायकारक झाली असती, याबद्दल शंका नाही. हल्ली इंग्लिशांचे हिंदुस्थानात जसे एकछत्री राज्य झालेले आहे आणि हिंदुस्थानातील उर्वीतल हे इंग्लिशांना जसे निर्वीर होऊन गेलेले आहे, तशी इ. स. 1798/1799 सालात हिंदुस्थानची स्थिती नव्हती. त्या वेळी हिंदुस्थानात फ्रेंचांची सत्ता बरीच मोठी होती य या हिंदुस्थानातील फ्रेंचांच्या सत्तेला हिंदुस्थानातील त्या वेळचे इंग्लिश लोक फार वचकत असत. परंतु इंग्लिशांनी हिंदुस्थानात फ्रेंचांबद्दल जी इतकी भीती वाटत होती, तिचे मुख्य कारण युरोपखंडामध्ये होते. युरोपखंडातील फ्रान्स देशामध्ये या वेळी एक मोठी थोरली राज्यक्रांती होऊन फ्रान्सच्या राजाला फाशी देण्यात आलेली होती व त्या फ्रान्समधील राज्यक्रांतीच्या ज्वाळा सर्व युरोपखंडभर पसरत चालल्या होत्या; आणि निरनिराळ्या युरोपियन देशांतून अस्तित्वात असलेली जुनी राजघराणी उलथून टाकून त्यांच्या जागी त्या त्या देशातील क्रांतिकारक लोक लोकसत्ताक राज्यपध्दतीची नवीन राज्ये स्थापन करीत होते. फ्रान्सच्या राज्यक्रांतीच्या या ज्वाळा युरोपातील इतर देशांप्रमाणे आपल्यालाही भाजून काढतात की काय, अशी त्या वेळी इंग्लिशांना फार धास्ती पडलेली होती. याच फ्रेंच रेव्होल्युशनच्या धामधुमीमधून फ्रान्समध्ये नेपोलियन बोनापार्ट या नावाचा जो एक नवीन आणि अद्वितीय योध्दा उत्पन्न झालेला होता, त्याच्या पराक्रमाच्या आणि विजयाच्या धास्तीमुळे तर इंग्लिशांच्या तोंडचे पाणीच पळून गेलेले होते. खुद्द इंग्लंडवरही स्वारी करण्याचा त्याचा

विचार होता, व त्याशिवाय हिंदुस्थानात जाऊन तेथेही इंग्लिशांचा बीमोड करावा आणि इंग्लिशांना तेथून हाकलून देऊन अलेक्झँडरप्रमाणे आपण चोहोकडे दिग्विजय करावा, अशी त्याची महत्त्वाकांक्षा होती. त्या उद्देशाने फ्रान्सच्या किनाऱ्यावरील टूलोनच्या बंदरामध्ये इंग्लंडवर स्वारी करण्याकरिता त्याने एक मोठे आरमार जमविले. त्या वेळी तर या शूर इंग्लिशांची अगदी पाचावरच धारण बसून गेली होती ! पण त्या वेळी इंग्लंडवर चाल करून न जाता नेपोलियनने आपल्या आरमाराचा मोर्चा इजिप्तकडे वळविला. तेव्हा इंग्लंडमधील लोकांचा जीव थोडासा खाली पडला. पण नेपोलियन हा इजिप्तमधून हिंदुस्थानाकडे जाणार, असे जेव्हा इंग्लिशांना दिसू लागले. तेव्हा तिकडूनही फिरून त्यांची पाचावर धारण बसली. आणि हिंदुस्थानात व्यापाऱ्याच्या मिषाने बंगाल, मद्रास, वगैरे ठिकाणी जे काही थोडेसे मुलूख आपण मिळविले आहेत, ते तरी आता या नेपोलियनच्या पराक्रमाच्या तुफानापुढे कायम टिकतात किंवा नाहीत, अशी इंग्लिशांना शंका वाटू लागली.

मुसलमानांचा संघ

आणि या वेळी इंग्लिशांना ही जी भीती वाटू लागली होती, ती अगदी सकारण होती. कारण, त्या वेळेपर्यंत हिंदुस्थानात इंग्लिशांनी जे काही मुलूख मिळविले होते, ते फारसे मोठे होते, असे नाही. फार न वाढलेल्या झाडाप्रमाणे त्यांना तेथून उपटून टाकणे फारसे कठीण होते, असेही नाही. आणि शिवाय ते थोडेसे मुलूख काबीज करून घेण्यामध्ये देखील आपल्या कर्तबगारीपेक्षा आपल्या कपटकारस्थानांचा त्यांनी जो जास्त उपयोग ठिकठिकाणी केलेला होता, त्या योगाने तर हिंदुस्थानातील लोकांची मने त्या वेळच्या इंग्लिशांच्या विरुध्द फारच प्रक्षुब्ध होऊन गेलेली होती व त्यामुळे त्यांना हिंदुस्थानातून हाकलून लावण्याकरिता त्या वेळच्या इंडियन राजांचे आतून पुष्कळच मोठमोठाले गुप्त कट चाललेले होते. या कटात म्हैसूरचा टिपू सुलतान हा प्रमुख होता. त्याशिवाय कर्नाटकचा नबाब, हैदराबादचा निजाम, अयोध्येचा नबाब, वगैरे अनेक मुसलमान राजांना इंग्लिशांनी आपल्या लबाडीने आणि लोभीपणाने निरनिराळ्या प्रसंगी दुखविलेले असल्यामुळे हे सगळे मुसलमान राजे इंग्लिशांच्या विरुध्द मनातून

टिपू सुलतान

जळतच होते. या सगळ्या मुसलमान राजांशी टिपूसुलतानाने संगनमत करून मुसलमान लोकांचा एक मोठा बलाढ्य संघ बनविला व इंग्लिशांना हिंदुस्थानातून हाकलून लावण्याच्या उद्देशाने त्या सगळ्यांनी आपले गुप्त प्रयत्न चालू केले. या प्रयत्नात सामील होण्याकरिता अफगाणिस्थानचा अमीर, झमानशहा, यालाही विनंती करण्यात आली; व त्याप्रमाणे झमानशहाने इंग्लिशांच्या विरुध्द लढण्याकरिता येण्याचे कबूलही केले होते. इतके हे एशियातील चार पाच बलाढ्य मुसलमान राजे एकत्र झाले असता, त्यांच्या संयुक्त फौजांकडून इंग्लिश लोक हिंदुस्थानातून बाहेर हाकलून दिले जाणे अशक्य होते, असे नाही. तरी पण या प्रयत्नात येण्याच्या यशाची खात्री जास्त दृढ करण्याकरिता टिपू सुलतान याने नेपोलियन बोनापार्ट यालाही हिंदुस्थानात येण्याविषयी लिहिले होते; व ईजिप्तमधून पुढे हिंदुस्थानात येण्याचा नेपोलियनचाही विचार ठरलेला होता.

मराठा कॉन्फिडरसी

इंग्लिशांना हिंदुस्थानातून हाकलून देण्याकरिता मुसलमान राजांनी नेपोलियन बोनापार्टच्या मदतीने केलेला हा कट आपला उद्दिष्ट हेतू सफल करण्याला पूर्णपणे समर्थ होता. तरी पण त्या वेळी एवढे हे मुसलमान लोकच फक्त इंग्लिशांचे शत्रू होते, असे नाही. वर सांगितलेल्या मुसलमानांच्या संघाप्रमाणेच मराठे लोकांचाही एक मोठा संघ अस्तित्वात आलेला होता व त्या मराठ्यांच्या संघालाही इंग्लिशांची हिंदुस्थानातील राजकीय सत्ता कोणत्याही प्रकारे संमत

नसून इंग्लिशांना येथून घालवून लावावे आणि आपले स्वतंत्रतेचे साम्राज्य सर्व हिंदुस्थानावर पसरवावे, अशी या संघाची महत्त्वाकांक्षा होती ! पुण्याचे पेशवे हे या संघातील मुख्य असून शिंदे, होळकर, गायकवाड, भोसले वगैरे अनेक राजांच्या आणि सरदारांच्या मदतीने त्यांनी हा आपला संघ सवाई माधवरावांच्या कारकिर्दीमध्ये नाना फडणविसांच्या नेतृत्वाखाली यशस्वितेच्या अत्यंत उज्ज्वल शिखराला नेऊन पोहोचविलेला होता. याच मराठ्यांच्या संघाला 'मराठा कॉन्फिडरसी' असे इंग्लिश इतिहासकारांकडून संबोधण्यात येत असते.

इंग्रजी उंटांचे पिल्लू पहिल्याने हिंदुस्थानच्या घरात कोणी घेतले ?

एक मुसलमानांचा आणि दुसरा मराठ्यांचा असे हे दोन संघ या वेळी हिंदुस्थानात फार प्रबळ होते. इंग्लिशांचे येथे वर्चस्व राहू द्यावयाचे नाही, हा एकच हेतू या दोघांच्याही मनामध्ये जागृत होता. या वेळी हिंदू आणि मुसलमान या दोन्हीही जातीचे राजे इंग्लिशांना हिंदुस्थानातून बाहेर घालविण्याकरिता एकत्र होत होते, असे आपण येथे पाहातो; पण इंग्लिशांना हिंदुस्थानात पहिल्याने या दोघांपैकी कोणी घेतले या प्रश्नाचा आपण विचार करू लागलो, तर इतिहासात त्या प्रश्नाचे आपल्याला काय बरे उत्तर मिळते ? इंग्लिशांना हिंदुस्थानात व्यापार करण्याची पहिली सनद मुसलमान बादशहाकडून मिळाली. कर्नाटकच्या आणि हेदराबादच्या गादीच्या भांडणात ज्या एका बाजूने इंग्लिशांना आपल्या मदतीला घेतले, त्या बाजूचे लोक हे मुसलमानच होते. त्याचप्रमाणे बंगाल्यात ज्यांनी इंग्लिशांचे पाय आणून रोविले, तेही मीरजाफर, मीरकासीम, वगैरे लोक मुसलमानच होते. शिवाय उत्तर हिंदुस्थानातील वॉरन हेस्टिंग्ज याच्या अन्यायांना आणि अत्याचारांना ज्या अयोध्येच्या नबाबांच्या पैशाची भरपूर मदत झाली, ते अयोध्येचे नबाबही मुसलमानच होते. सारांश, पूर्वीच्या इतिहासातील या काही ठळक ठळक गोष्टी पाहिल्या, तर ते लहानपणी लहानसे गोजिरवाणे दिसणारे इंग्रजी उंटाचे पिल्लू हिंदुस्थानच्या घरात येण्याला पहिल्याने मुसलमान लोकच कारणीभूत झाले, असे दिसते. उलट मराठ्यांच्या हातून या बाबतीत अशी चूक झाल्याचे उदाहरण पूर्वीच्या इतिहासात कोठेही दिसून येत नाही. शिवाजी हा हिंदुस्थानच्या अलीकडच्या इतिहासातील स्वतंत्रतेच्या कल्पनेचा आद्यप्रवर्तक

होय. त्याच्या हातून आपल्या देशाच्या प्रस्तुतच्या किंवा भावी स्वतंत्रतेला विघातक अशी चूक होण्याचा संभवच नव्हता. त्याच्या हातून चुका झाल्या असतील, तर त्या उलट दिशेच्या चुका झालेल्या आहेत. बंगाल्यातील मुसलमानी नबाब हुगळी नदीच्या काठी इंग्रजांना वखारी बांधण्याकरिता कौलाने जागा देण्यामध्ये गुंतलेले होते, त्या वेळच्यां सुमाराला महाराष्ट्रातील शिवाजी महाराज हे सुरतच्या समुद्रकाठच्या इंग्लिशांच्या वखारी लुटण्यामध्ये गुंतलेले होते ! या तुलनेवरून त्या वेळी इंग्लिशांच्या बाबतीत मराठे लोकांचे धोरण काय होते ! हे कोणाच्याही लक्षात येण्यासारखे आहे. आणि आपल्या देशाच्या स्वातंत्र्याच्या बाबतीत परकीय लोकांच्या संबंधाने शिवाजीमहाराजांनी जे हे धोरण घालून दिलेले होते, ते धोरण नाना फडणवीस यांनी इ.स. 1800 पर्यंत बिनचूक चालविले होते. आणि नाना फडणवीस जिवंत होते, तोपर्यंत मराठे लोकांच्या स्वातंत्र्यामध्ये आणि साम्राज्यामध्ये आपला रतिभरही प्रवेश होऊ शकणार नाही, अशी इंग्लिश मुत्सद्यांचीही पक्की खात्री होऊन चुकलेली होती. हिंदुस्थानच्या स्वातंत्र्याच्या किल्ल्याचे संरक्षण करण्याची जबाबदारी हल्लीच्याप्रमाणे त्या वेळीही हिंदू राजे आणि मुसलमान राजे या दोघांच्याही दक्षतेवरच अवलंबून होती. त्यापैकी शिवाजी महाराजांच्या वेळेपासून तो तहत नाना फडणवीसांच्या वेळेपर्यंत या स्वतंत्रतेच्या किल्ल्याच्या मराठ्यांच्या बाजूचा कडेकोट बंदोबस्त कसा कायम टिकविण्यात आलेला होता, हे वर दाखविण्यात आलेलेच आहे. परंतु या स्वतंत्रतेच्या किल्ल्याच्या तटाची जी दुसरी बाजू मुसलमानांच्या संरक्षणाखाली होती, त्या आपल्या बाजूचे एकेक लहान लहान दरवाजे उघडून मुसलमानांनी इंग्लिशांना आपल्या तटाच्या भिंतीच्या आत घेतले होते. पण जहागीर बादशहा, सुराजउद्दबला, मीरजाफर, मीरकासीम, सलाबतजंग, चंदासाहेब, आसफउद्दौला, वगैरे पूर्वीच्या मुसलमान लोकांनी केलेल्या राजकारणातील या ढोबळ चुका टिपू सुलतान याच्या लक्षात आल्या. इंग्लिश लोकांना आपल्या पूर्वीच्या काही लोकांनी आपल्या घरात घेतले, ही त्यांची चूक लक्षात येऊन इंग्लिशांना आता हिंदुस्थानातून बाहेर घालवून लावल्याशिवाय आपल्याला तरणोपायाचा दुसरा खरा मार्ग नाही, हा टिपू सुलतानाच्या मनाचा दृढनिश्चय झाला, व त्याकरिता

त्याने वर सांगितल्याप्रमाणे त्या वेळच्या विद्यमान मुसलमान राजांचा एक मोठा गुप्त कट बनविला.

दैवाची अनुकूलता आणि कपटाची कारस्थाने

मार्क्किस वेलस्ली हा हिंदुस्थानात गव्हर्नर जनरल होऊन आला, त्या वेळी युरोपखंडात आणि हिंदुस्थानात अशी चोहोंकडेही वर वर्णन केल्याप्रमाणे बिकट परिस्थिती होती. परंतु बाकी सगळ्या शत्रूंना गोंजारून एकेका शत्रूला मारावयाचे, ही जी कपटी राजकारणातील कणीकनीती, तिचा अवलंब करून इंग्लिशांनी आपल्या सभोवतालच्या अडचणीतून आपला मार्ग काढण्याला सुरुवात केली. झमानशहा लाहोरपर्यंत येऊन लाहोरपासूनच तो काबुलाकडे परत वळला. आणि नेपोलियन बोनापार्ट इजिप्तच्या पुढे हिंदुस्थानकडे येऊ शकलाच नाही ! तेव्हा इंग्लिशांनी मराठ्यांच्या आणि निजामाच्या फौजांची कुमक घेऊन टिपू सुलतानाचे श्रीरंगपट्टणचे राज्य काबीज करून घेतले. टिपूला मारल्यानंतर प्रामाणिक इंग्लिश लोक निजामावर उठले ! व त्यांच्याशी काही तरी कुरापत काढून त्यांनी निजामाला हतवीर्य केले. निजामाच्या पदरी बरेच फ्रेंच सैन्य होते. ते सगळे फ्रेंच सैन्य निजामाच्या नोकरीतून घालवून देऊन इंग्लिशांनी आपल्या तैनाती पध्दतीची फौज निजामाच्या गळ्यात अडकवून दिली; व त्या फौजेच्या खर्चाकरिता म्हणून निजामाच्या बराचसा प्रांत आपल्या तैनातीकडे तोडून घेतला. अशा रीतीने दक्षिण हिंदुस्थानातील 'म्हैसूर' आणि 'निजाम हैद्राबाद' ही दोन मोठी मुसलमानी राज्ये आपल्या कह्यात आणल्यानंतर इंग्लंडातून हिंदुस्थानच्या क्षितिजावर उदय पावलेल्या मार्क्किस वेलस्ली या शनैश्चरांची दृष्टी मराठी कॉन्फिडरसीचा नायनाट करण्याकडे वळली. मार्क्किस वेलस्ली हा हिंदुस्थानात आला, त्या वेळी हिंदुस्थानमधून फ्रेंच लोकांची हाकालपट्टी करून इंग्लिशांचे राज्य होईल तितके वाढवावयाचे, हा मुख्य हेतू त्याने आपल्या डोळ्यांपुढे ठेविला होता. व त्याकरिता मराठ्यांच्या एकजुटीच्या संघामध्ये कसे तरी करून आपले बोट शिरकवून घेऊन त्यांच्यामध्ये फाटाफूट उत्पन्न करावी, यासाठी तो टपूनच बसलेला होता. ज्या संधीचा तो अशा हेतूने वाट पाहात होता, ती संधी नाना फडणवीसांच्या मृत्युनंतर त्याला लवकरच मिळाली. विठोजी होळकर हा

बाजीरावाच्या विरुध्द एका दंग्यात सामील होता, म्हणून बाजीरावाने त्याला बंडखोर म्हणून हत्तीच्या पायाखाली ठार मारविले. तेव्हा आपल्या भावाचा अशा रीतीने वध करण्यात आला, हे पाहून यशवंतराव होळकर याला अतिशय राग आला; व त्याने येऊन पुणे लुटले. तेव्हा बाजीरावसाहेब हे पुणे सोडून सिंहगडास गेले, आणि यशवंतराव होळकर हा पुण्यास शिरजोर होऊन बसला. अशा स्थितीत आपण पुण्यास परत यावे, तर आपल्या भावाचा सूड उगविण्याकरिता यशवंतराव होळकर कदाचित आपल्यालाही एखाद्या हत्तीच्या पायाखाली देऊन ठार मारील, अशी बाजीरावसाहेबांना भीती वाटत होती. त्यामुळे ते पुण्यास न येता सिंहगडाहून महाडास गेले व तेथून बाणकोटच्या रस्त्याने एका इंग्लिश गलबतात बसून ते वसईस गेले. इकडे अशा रीतीने पुण्याची गादी उघडी पडलेली पाहून यशवंतराव होळकर याने राघोबादादाचा दत्तक मुलगा अमृतराव यास पेशव्यांच्या गादीवर बसविले. यशवंतराव होळकराने पेशवाईच्या गादीची जरी अशा रीतीने विल्हेवाट लावून टाकली, तरी ती गादी आपल्या हक्काची आहे आणि ती आपली आपल्याला मिळाली पाहिजे, ही इच्छा बाजीरावाच्या मनात होतीच.

वसईचा तह

पुण्याच्या दरबारात हा घोटाळा इंग्लिश लोक लक्षपूर्वक रीतीने पाहात होते. आपण ज्या संधीची वाट पाहात होतो, ती संधी आपल्याला या वेळी अनासायाने मिळत आहे, असे पाहून त्यांना मनातल्या मनात मोठे समाधान वाटत होते. त्यासाठी इंग्लिशांची पाताळयंत्रे बाजीरावसाहेबांच्या सभोवती चालूच होती. अखेरीस सरदार रास्ते, कर्नल बॅरी क्लोझ, वगैरे मध्यस्थ मंडळींच्या मार्फतीने बाजीरावसाहेब ता. 16 डिसेंबर 1802 रोजी वसई येथे येऊन पोहोचल्यानंतर पंधरा दिवसांच्या अवधीतच ता. 31 डिसेंबर 1802 रोजी वसई येथे बाजीरावसाहेब आणि इंग्लिश यांच्या दरम्यान वसईचा तह झाला. या तहाने हिंदुस्थानच्या स्वातंत्र्यमंदिरावर पहिला जळजळीत निखारा ठेविला, असे म्हणण्यास हरकत नाही. बाजीरावसाहेब वसईस ज्या वाड्यात जाऊन राहिले होते आणि त्या वाड्यातील दिवाणखान्यात त्यांनी या तहनाम्यावर सही केली, तो वाडा

व त्यातील तो दिवाणखाना हल्लीही जिज्ञासु प्रेक्षकांना पाहावयाला मिळण्यासारखा आहे. पण तो पाहून स्वातंत्र्यप्रिय आणि स्वदेशनिष्ठ अशा अंत:करणांना काय वाटेल ? येथे आपल्या स्वातंत्र्याचा गड ढासळला ! येथे आपले स्वराज्य समुद्रात बुडाले ! येथे आपली सत्ता लयाला गेली ! येथे आपले राजकीय स्वत्व नाहीसे होऊन आपण दुसऱ्याचे गुलाम बनलो ! येथे आपल्या पायात पारतंत्र्याच्या शृंखला ठोकण्यात आल्या ! येथे एका कोऱ्या कागदावरील काळ्या शाईने आपल्या पुढच्या स्वातंत्र्याच्या सगळ्या लढाया आपण आधीच हरवून बसलो! येथे आपल्या देशातील भावी शूर योद्ध्यांचे शौर्य आपण निष्फळ करून टाकिले! येथे आपण आपल्या हातातील हत्यारे खाली ठेवली आणि आपल्या हातात गुलामगिरीच्या बेड्या घालून घेण्याला सुरुवात केली ! येथे आपण हिंदुस्थानातील सर्व राज्यांची सिंहासने दुसऱ्यांनी त्यांच्यावर बसण्याकरिता खाली करून दिली! येथे भविष्य काळात पुढे कैक वर्षेपर्यंत आपल्या पोटी जन्मास येणाऱ्या पुत्रपौत्राच्या कपाळी–ब्रह्मदेवाने त्यांचे ब्रह्लिखित लिहून ठेवण्याच्या आधी– " तुम्ही गुलाम म्हणून जन्माला येणारा आहा !" असे काळ्याकुट्ट अक्षरांनी आपण लिहून ठेविले ! अशा प्रकारचे अदर्शनीय दृश्य त्या ठिकाणी अपाल्या डोळ्यासमोर उभे राहिले, तर अशा स्थितीत आपली काय बरे अवस्था होईल ?

होळकरला गोंजारण्याची इंग्रजी युक्ती !

ह्या वसईच्या तहामुळेच लढाईला पहिले कारण उपस्थित झाले. पुण्याच्या दरबारात नाना फडणवीस जिवंत असतानाही महादजी शिंद्यांचे प्राबल्य फार वाढलेले होते. नाना आणि महादजी हे दोघे मृत्यू पावल्यानंतरही महादजीचा दत्तकपुत्र, दौलतराव शिंदे, याने पुण्याच्या दरबारातील ते पूर्वीचे वर्चस्व पुढेही पूर्ववत् कायम टिकविले होते, व त्यामुळे पुण्याचा सर्व कारभार दौलतराव शिंदे यांच्याच तंत्राने चालत होता; व बाजीरावसाहेब हेही दौलतरावच्याच साहाय्यावर पुष्कळ अंशी अवलंबून होते. परंतु यशवंतराव होळकर याने उत्तर हिंदुस्थानातील शिंद्यांच्या मुलखामध्ये काही लुटालूट सुरू केली, तेव्हा त्यांच्या बंदोबस्ताकरिता इ. स. 1802 साली दौलतराव शिंदे उत्तर हिंदुस्थानात गेला. अशा युक्तीने दौलतराव शिंद्याला पुण्यातून काढून लाविल्यावर आपला भाऊ विठोजी याचा

सूड घेण्याच्या निमित्ताने यशवंतराव होळकर पुण्यावर चाल करून आला. तेव्हा बाजीरावसाहेब घाबरले आणि दौलतराव शिंदे हा उज्जनीस होता, तेथून त्याने आपल्या मदतीकरिता ताबडतोब यावे, म्हणून त्याला पत्रे लिहिली. परंतु दौलतराव स्वत: येऊ शकत नसल्यामुळे त्याने सदाशिवभाऊच्या बरोबर काही सैन्य दक्षिणेत पाठविले. त्या सैन्याची आणि होळकराच्या सैन्याची ता. 29 ऑक्टोबर 1802 रोजी पुण्याजवळील हडपसरच्या मैदानात एक लढाई होऊन त्यात शिद्यांचा पराजय झाला. या लढाईच्या पूर्वीपासूनच पुण्याच्या दरबारातील इंग्लिशांचा रेसिडेंट, कर्नल बॅरी क्लोज, याने पेशव्यानी इंग्रजांच्या तैनाती पध्दतीचा निजामाप्रमाणे स्वीकार करावा म्हणून बोलणे लाविलेले होते. परंतु

दौलतराव शिंदे

असईची लढाई – १८७

बाजीरावसाहेबांना दौलतराव शिंद्यांच्या संरक्षणाचा पुष्कळ आधार वाटत असल्यामुळे त्यांनी इतके दिवसपर्यंत इंग्लिश वकिलाच्या या बोलण्याकडे फारसे लक्ष दिलेले नसावे; परंतु वर सांगितल्याप्रमाणे इ. स. 1802 च्या ऑक्टोबर महिन्यामध्ये शिंद्यांच्या सैन्याचा पराभव झालेला पाहून कर्नल बॅरी क्लोज याने ही संधी बरी आहे, असे म्हणून आपले तैनाती पध्दतीचे म्हणणे पेशव्यांच्या पुढे त्या वेळी जोराने मांडले असावे, आणि शिंद्यांच्या पराभवामुळे चोहोंकडून निरुपाय झाल्याकारणाने बाजीरावसाहेबही त्या गोष्टीला रुकार देण्याला तयार झाले असतील. आणि त्यामुळे हा शिंद्यांच्या सैन्याचा पराभव झाल्याबरोबर आपण इंग्लिशांची तैनाती फौज आपल्या संरक्षणाकरिता आपल्या मुलखात ठेवून घेण्याला तयार आहोत, असे बाजीरावसाहेबायकडून एक पत्र इंग्लिशांना लिहून मिळाले. आपल्या संरक्षणाकरिता इंग्रजांची तैनाती फौज आपल्या मुलखात ठेवण्याची बाजीरावसाहेबांची संमती जरी ऑक्टोबरच्या अखेरीस इंग्लिशांनी मिळवून घेतली होती, तरी त्या वेळी जेव्हा बाजीरावसाहेबांना होळकराच्या विरुध्द संरक्षणाची जरूर होती, तेव्हा ते संरक्षण देण्याला इंग्लिश पुढे आले नाहीत. इंग्लिशांचे संरक्षण स्वीकारण्याला बाजीराव तयार झाले असतानाही त्या बाजीरावसाहेबांचे पुणे यशवंतराव होळकर, कर्नल बॅरी क्लोज या ब्रिटिश रेसिडेंटच्या डोळ्यादेखत, खुशाल लुटीत होता; इतकेच नव्हे, तर त्या वेळच्या त्या भयंकर परिस्थितीमुळे बाजीरावसाहेबांना खुद्द पुणे शहर सोडून बाहेर निघून जावे लागले, तरी इंग्लिशांचे संरक्षण बाजीरावसाहेबांच्या बचावाकरिता पुढे सरसावून आल्याचे कोठेही दिसले नाही ! बाजीरावसाहेबांनी जर इंग्लिशांचे संरक्षण या वेळी स्वीकारलेले होते, तर या संकटाच्या समयी इंग्लिशांनी त्यांचे संरक्षण करावयाला नको होते काय ? पण ते संरक्षण त्यांनी काय केले ? तर त्याचे उत्तर इंग्लिशांनी बाजीरावाचे काही एक संरक्षण केले नाही, असेच त्या वेळच्या इतिहासावरून मिळते. पण इंग्लिशांना बाजीरावाचे संरक्षण खरोखर करावयाचे होते कधी ? तो उत्तरोत्तर जास्त जास्त संकटामध्येच सापडत जावा, म्हणजे आपले बोट त्या त्या मानाने जास्त शिरकत जाईल, हीच इंग्लिशांची या वेळी मनातील इच्छा असली पाहिजे, असे त्यांच्या वर्तनावरून स्पष्ट दिसते.

ज्या कर्नल बॅरी क्लोज यांनी बाजीरावसाहेबापासून तैनाती फौजेच्या संरक्षणाची संमती मिळवून घेतली, त्या कर्नल बॅरी क्लोज यांनी बाजीरावसाहेबांचे होळकरांपासून संरक्षण करावयाला पाहिजे होते. पण तसे त्यांनी काही एक केले नाही ! मग ते त्या वेळी काय करीत होते ? आणि बाजीरावसाहेब पुण्याहून सिंहगडास महाडास जात असता कर्नल बॅरी क्लोज हे कोठे राहिले होते ? तर ते पुण्यास होळकराच्याच छावणीमध्ये स्वस्थ राहिले होते. वास्तविक पाहिले असता ते काही होळकराचे वकील नव्हते. आणि यशवंतराव होळकराने इंग्रजांचे मित्र पेशवे यांच्या विरुध्द इतके अन्याय केले असतानाही इंग्लिशांचे वकील, क्लोज, हे त्याच्या छावणीमध्ये राहिले होते; आणि त्यांची काही एक कानउघाडणी न करिता ते त्यांच्याशी मित्रत्वाने वागत होते ! बरे, या वेळी इंग्लिशांनी होळकरांचे काही पारिपत्य केले नाही तर नाही; पण पुढे इ. स. 1803 च्या एप्रिल महिन्यात सर आर्थर वेलस्ली हे आपल्याबरोबर मोठे लष्कर घेऊन पुण्यात आले आणि ता. 6 मे रोजी त्यांनी बाजीराव साहेबांना पुण्याच्या गादीवर बसविले; तेव्हा त्या नंतर तरी त्यांनी होळकराच्या पारिपत्याकरिता काही तजवीज करायला नको होती काय ? पण त्यांनी तसे काही एक केले नाही. आणि उलट असई, आरगाव, वगैरे ठिकणच्या लढाया होऊन दौलतराव शिंदे जिंकला जाईपर्यंत इंग्लिशांनी होळकरांशी आपले सख्यच कायम ठेविले होते. यावरून इंग्लिशांच्या वर्तवणुकीतील त्यांचा हेतू स्पष्ट दिसत आहे. हिंदुस्थानातील सर्व राजे एकत्र झाले असते, तर त्यांच्याशी लढण्याची इंग्लिशांच्या अंगामध्ये हिंमत नव्हती. तेव्हा त्यांनी एकाला गोंजारून दुसऱ्याला मारण्याचा कसा उपक्रम सुरू केला होता, ते पूर्वीच सांगितलेच आहे. निजाम आणि पेशवे यांच्या साहाय्याने त्यांनी टिपूला मारले. पुढे पेशव्यांच्या लढायांमुळे जेरीस आलेल्या त्या निजामाला त्यांनी आपल्या तैनाती फौजेच्या संरक्षणाखाली ओढून घेतले. नंतर म्हैसूरची फौज आणि निजामाची फौज आपल्याबरोबर घेऊन सर आर्थर वेलस्ली यांनी पुण्यास येऊन वसईच्या तहाप्रमाणे तैनाती फौजेची पध्दत पेशव्यांच्या डोक्यावर लादली. त्याच सुमाराला बडोद्याचे गायकवाड यांच्याकडूनही त्यांनी या पध्दतीचा स्वीकार करविला. त्या नंतर आता शिंदे, होळकर आणि भोसले,

हे तिघेच काय ते मराठा कॉन्फिडरसीपैकी मुख्य असे राजे इंग्लिशांच्या तैनाती फौजेच्या जाळ्यात सापडावयाचे राहिलेले होते. अशा स्थितीत या तिघांच्याही विरुध्द एकदम युध्द पुकारणे इंग्लिशांच्या कारस्थानीपणाला केव्हाही सोईचे झाले नसते. त्यामुळे होळकराच्या हातून या वेळी जरी पेशव्यांच्या विरुध्द कित्येक गुन्हे घडलेले होते, तरी इंग्लिशांनी तिकडे दुर्लक्ष केले; आणि होळकरांशी सलोखा कायम ठेवून त्यांनी शिंदे आणि भोसले यांचा आधी पराभव करण्याची योजना चालविली. पण यावरून असे कोणी समजू नये की, ज्या यशवंतराव होळकरांपाशी इंग्लिशांनी 1802 आणि 1803 या सालात इतका सलोखा दाखविला होता, त्या यशवंतराव होळकरापाशी इंग्लिशांनी तो आपला सलोखा कायम ठेविला ! दौलतराव शिंदे आणि रघोजी भोसले यांचा पाडाव झाल्यानंतर 1804 सालामध्ये यशवंतराव होळकर यांचीही पाळी इंग्लिशांच्या कारस्थानच्या क्रमाप्रमाणे येऊन पोहोचली ! परंतु तोपर्यंत इंग्लिशांनी होळकराची खुशामत करण्याचेच धोरण कपटाने चालू ठेविलेले होते.

शूर इंग्लिशांच्या मनात फ्रेंचांची भीती

शिवाय यशवंतराव होळकर आणि दौलतराव शिंदे या दोघांनाही जरी इंग्लिशांच्या मनातून केव्हा तरी चिरडूनच टाकावयाचे होते, तरी त्यात इंग्लिश कारस्थानाने दौलतराव शिंद्यांचाच बळी पहिल्याने घेण्याचे का ठरविले, याला एक विशेष कारण होते. आणि ते कारण असे की, यशवंतराव होळकरांपेक्षा दौलतराव शिंदे हा इंग्लिशांच्या हिंदुस्थानातील महत्त्वाकांक्षेच्या आड त्या वेळी जास्त येत होता. कारण, त्याच्या पदरी फ्रेंच अधिकाऱ्यांचा भरणा जास्त होता. तशी फ्रेंचांबद्दलची भीती यशवंतराव होळकरापासून इंग्लिशांना नव्हती. म्हणून त्याचा नंबर दुसरा लावण्यात आला; आणि शिंद्याला इंग्रजांच्या भक्ष्यस्थानामध्ये अग्रेसरत्व प्राप्त झाले. महादजी शिंद्यांच्या वेळी डी. बॉयन या नावाच्या एका फ्रेंच अधिकऱ्याच्या हाताखाली शिंद्यांच्या फौजा युरोपियन धर्तीवर तयार करण्यात आल्या होत्या. त्यामुळेच त्या वेळच्या राजकारस्थानामध्ये महादजीला इतके महत्त्व प्राप्त झालेले होते. ही गोष्ट लक्षात घेऊन महादजीच्या पाठीमागे दौलतराव शिंद्यानेही आपल्या सैन्यामध्ये तीच शिक्षणाची पध्दत ठेविली होती. डी. बॉयन

यांच्या मरणानंतर एम्. पेरन या फ्रेंच लष्करी अधिकाऱ्याच्या हाताखाली दौलतराव शिंद्याने आपले लष्कर दिलेले होते. त्या लष्कराच्या खर्चाकरिता गंगा आणि यमुना यांच्या दुआबामधील मोठा प्रांतही शिंद्याने एम्. परेन याजकडे तोडून दिला होता. एम् परेन यानेही आपल्या हाताखाली दुसरे फ्रेंच अधिकारी ठेवून शिंद्यांच्या लष्कराची फार उत्कृष्ट तयारी केली होती. युरोपातल्याप्रमाणे शिंद्यांच्या लष्करात नवीन तऱ्हेच्या तोफा ओतण्यात येऊ लागल्या होत्या. युरोपातल्यासारखा दारूगोळा तयार करण्याचे कारखाने शिंद्यांच्या छावणीत एम् परेन याने सुरू केले होते. आणि युरोपियन कवायतीची पध्दतही शिंद्यांच्या सैन्यात चालू करण्यात आलेली होती. त्यामुळे पायदळ, घोडेस्वार आणि तोफखाना मिळून शिंद्यांचे कवायती सैन्य एकंदर सुमारे पन्नास हजाराच्या वर जय्यत तयार झाले होते. ही फ्रेंचांनी केलेली बाह्य अंगांची तयारी होती. पण आतल्या हातातील सैनिकांचे अंतरंगही बदलून टाकण्याचे या फ्रंच सेनापतीचे प्रयत्न हिंदुस्थानात चालू झालेले होते व ही त्यांची तयारी टिपू सुलतान, निजाम, शिंदे वगैरे सर्व राजांच्या लष्करातून चाललेली होती. आणि फ्रान्समध्ये झालेल्या राज्यक्रांतीचे प्रतिबिंब थोड्याबहुत प्रमाणाने या फ्रेंच अधिकाऱ्याच्या द्वाराने हिंदुस्थानातही पडू लागले होते. फ्रान्समधल्याप्रमाणे टिपूच्या राज्यामध्ये तेथील फ्रेंच अम्मलदाराने एक जॅकोबिन लोकांचा क्लब स्थापन केला होता. तेथून फकीर, व्यापारी किंवा शिपाई यांच्या मिषाने हिंदुस्थानभर निरनिराळे लोक पाठवून या गुप्त हेरांच्या मार्फतीने सर्व हिंदुस्थानात इंग्लिशांच्या विरुध्द राज्यक्रांतीचे कट प्रस्थापित करून इंग्लिशांना हिंदुस्थानातून हाकलून द्यावयाचे, अशाबद्दलचे त्यांचे प्रयत्न मोठ्या जारीने चालले होते. निजामाच्या पदरी मि. रेमंड या नावाचा एक फ्रेंच सेनापती होता; व त्याचेही असेच प्रयत्न चाललेले असले पाहिजेत, अशी इंग्लिशांना शंका होती. म्हणून टिपू आणि निजाम यांच्या राज्यांमधून फ्रेंच लोकांचे उच्चाटन इंग्लिशांनी आधी केले. आणि नंतर मग त्यांच्या संक्रांतीची दृष्टी शिंद्यांच्या सैन्यातील फ्रेंच लोकांकडे वळली.

दिल्लीचा बादशहा, शहाआलम, हा त्या वेळी आंधळा झाला होता. व तो शिंद्यांचे ताब्यात होता. आणि शिंद्यांचे मार्फतीने त्यावरच देखरेख ठेवण्याचे

काम शिंद्यांचा फ्रेंच सेनापती, एम. परेन यांच्याकडे आलेले होते. म्हणजे सारांश, हिंदुस्थानचा मुख्य मुसलमान बादशहा शहाआलम हा, एम् परेन याच्याच मुठीत होता, असे म्हणण्यास हरकत नाही. इतकी ही मोठी सत्ता दौलतराव शिंद्यांच्या मार्फतीने फ्रेंचांच्या हातात होती, ही गोष्ट इंग्लिशांना पाहावेना. त्यांना नेपोलियनची शेवटपर्यंत भीती वाटत होती. हिंदुस्थानकडे यावयाला निघालेला नेपोलियन एकदा जरी इजिप्तमधून माघारा गेला होता, तरी ऑस्टरलिट्झच्या लढाईनंतर आणि मॉस्कोहून परत आल्यांनतरही आपण फिरून हिंदुस्थानात जावे, असे विचार त्याच्या डोक्यात मधून मधून येत असत. त्यामुळे हिंदुस्थानात फ्रेंचांची सत्ता आपण काही उरू दिली आणि त्यातच जर नेपोलियन हिंदुस्थानात आला, तर मग आपली काही धडगत लागणार नाही, अशी इंग्लिशांना नेहमी धास्ती वाटत होती. आणि त्यामुळे मार्क्किस वेलस्ली यांनी फ्रेंचांना हिंदुस्थानातून घालवून टाकण्याकरिता या वेळी अनेक कारस्थाने रचली. प्रथमत: शिंद्यांनी लढाई सुरू करून त्यांनी ती कारस्थाने यशस्वी रीतीने शेवटास नेली.

हिंदुस्थानातील त्या वेळचे मुख्य मॉकिआव्हेली

ही वर सांगितलेली कारस्थाने या वेळी असईच्या लढाईच्या पूर्वीपासून मार्क्किस वेलस्ली हे कशा रीतीने रचीत होते, हे आपण पुढे लवकरच पाहू. परंतु इंग्लिश लोक अशा रीतीने आपल्या विरुध्द गुप्त कारस्थाने रचीत असताना मराठा कॉन्फिडरसीमधील मुख्य राजे जे शिंदे आणि होळकर यांचे वर्तन या वेळी कसे असावयाला पाहिजे होते ? मराठा कॉन्फिडरसीमधील सर्व लहानमोठ्या राजांनी या वेळी एकत्र होऊन आपल्या देशाच्या स्वातंत्र्याचे संरक्षण करावयाला पाहिजे होते. पण दुर्दैवाने तसे काहीच झाले नाही. पेशवे आणि गायकवाड या दोघांना इंग्लिशांनी आधीच आपल्या ताटाखालची मांजरे करून ठेविले होते. आणि आता होळकर, शिंदे आणि भोसले, हेच काय ते तिघे शिल्लक राहिले होते. पण ते तिघेही एकत्र होऊन इंग्लिशांच्या विरुध्द लढले, तरी त्या वेळी मराठा कॉन्फिडरसी काही दिवस तरी टिकली असती. परंतु शिंदे आणि भोसले यांच्या लढाईच्या मसलतीमध्ये होळकर त्या वेळी सामील होईना. इंग्लिश लोक होळकरांशी या वेळी बाह्यत्कारी सख्य दाखवीत होते; आणि त्यामुळे फसून

जाऊन तो इंग्लिशांचा हेतू शेवटास नेण्याला नकळत त्यांना मदत करीत होता! इ.स. 1803 च्या जुलै महिन्याच्या 16 व्या तारखेला सर आर्थर वेलस्ली यांनी यशवंतराव होळकर यांना पुढीलप्रमाणे एक पत्र लिहिले होते. ते असे की :- Much time has elapsed sinse I have had the pleasure of hearing from you, although I am anxious to cultivate the good understanding which has subsisted between the Honourable Company's Government and you." अशा प्रकारची फसवणुकीची पत्रे लिहून इंग्लिश मुत्सद्दी होळकरांच्या मनात खोट्या आशा उत्पन्न करीत होते. त्यामुळे यशवंतराव होळकर हा फसला जात होता. ह्या वेळी होळकराने शिंदे आणि भोसले यांच्या पक्षाला जाऊन मिळणे हे आपल्या देशाच्या स्वातंत्र्याच्या दृष्टीने त्यांचे कर्तव्यकर्म होते. पण ते त्याने केले नाही. इंग्लिश लोक आपल्याला कसे फसवीत असतात आणि आपल्यातील एका पक्षाला फोडून दुसऱ्या पक्षाला कसे कमकुवत करीत असतात याचे हे एक चांगले उदाहरण आहे. हे मागचे उदाहरण पाहून तरी नवीन फसणाऱ्या लोकांचे डोळे उघडणे जरूर आहे. पण अजून तसे होत नाही, ही मोठ्या खेदाची गोष्ट आहे. अजूनही आपल्यातील होळकर इंग्लिशांच्या युक्त्यांनी फसत आहेत ! आणि त्यामुळे अजूनही आपल्या असई आणि आरगावच्या लढाया आपल्याविरुध्द इंग्लिशांकडून जिंकल्या जात आहेत !

मराठ्यांच्या संघामध्ये शिंदे, होळकर आणि भोसले हे जे तीन प्रमुख राजे या वेळी शिल्लक राहिले होते, त्यांपैकी फ्रेंचांच्या आश्रयामुळे दौलतराव शिंद्यावर इंग्लिशांचा कसा रोष होता, आणि यशवंतराव होळकर याने त्याला मिळू नये म्हणून इंग्लिशांच्या कशा खटपटी चालल्या होत्या, हे येथपर्यंत सांगण्यात आले आहे. आता याच्यापुढे प्रत्यक्ष असईच्या लढाईचे वर्णन देण्यापूर्वी त्या लढाईमध्ये शिंद्याला जय मिळू नये, म्हणून शिंद्यांच्या सभोवती फितुरीचे जाळे इंग्लिशांकडून कसे पसरविले जात होते, हे आपण आधी पाहू. ही फितुरी करविण्यातील मुख्य मॅकिआव्हेलीचे काम त्या वेळचे हिंदुस्थानचे गव्हर्नर जनरल, मार्क्विस वेलस्ली ऊर्फ लॉर्ड वेलस्ली, यांनी खुद्द आपल्याकडे घेतलेले होते. आपल्या सल्ल्याप्रमाणे

रघोजीराव भोसले

आपली कृष्णकारस्थाने जुळवून आणण्याकरिता यांनी आपल्या हाताखाली दुसरे दोन कपटनिष्णात असे छोटे मॅकिआव्हेली मदतनीस घेतलेले होते. त्यांपैकी पहिले मदतनीस म्हटले म्हणजे या गव्हर्नर जनरलांचे खुद्द धाकटे बंधू सर आर्थर वेलस्ली, हे होत. पुढे नेपोलियनच्या विरुध्द 'वॉटर्लूच्या' लढाईमध्ये इ.स. 1815 साली जय मिळविण्याचा ज्यांना दैवाने मान मिळवून दिला आणि जे पुढे इंग्लंडच्या इतिहासात लॉर्ड वेलिंग्टन म्हणून प्रख्यातीस आले, तेच हे मूळचे सर

आर्थर वेलस्ली होत. यांनी युरोपखंडातील पेनिनशुलर वॉरमध्ये आणि वॉटर्लूच्या लढाईमध्ये जे दिग्विजय मिळविले, त्याची पूर्व चिन्हे त्यांच्या हिंदुस्थानातील लष्करी आयुष्यक्रमामध्ये जरी कोठे फारशी दिसून आली नाहीत, तरी फ्रान्समध्ये नेपोलियनच्या विरुध्द त्यांनी जी कित्येक कपटकारस्थाने रचली, त्या सद्गुणांचे अंकुर मात्र त्यांच्या हिंदुस्थानातील कारस्थानांध्ये पूर्णपणे दिसून येत होते. लॉर्ड वेलस्ली यांची दक्षिण महाराष्ट्रातील बहुतेक कारस्थाने यांच्याच कपटकौशल्यामुळे निर्विघ्नपणे तडीस गेली. आणि लॉर्ड वेलस्ली यांनी उत्तर हिंदुस्थानामध्ये शिंद्यांच्या विरुद्ध जे अनेक गुप्त कट उभारले होते, ते व्यवस्थित रीतीने पार पाडण्याचे कामी लॉर्ड लेक यांचेकडून त्यांना पूर्ण मदत झाली.लॉर्ड लेक हे त्या वेळी हिंदुस्थानचे कमांडर-इन्-चीफ होते. वरील दोन्हीही वेलस्ली बंधूंच्याप्रमाणे लॉर्ड लेक यांचाही जन्म आयर्लंडमध्ये झालेला होता. परंतु हे जरी जन्माने आयरिश होते, तरी आपल्या जन्मभूमीबद्दल यांच्या मनामध्ये फारच थोडे प्रेम वसत होते. उलट सर वुइल्यम पिट यांच्या प्रधानिकाच्या वेळी आपल्या जन्मभूमीच्या पायात इंग्लंडच्या गुलामगिरीच्या शृंखलांचे दुवे जास्त घट्ट करून बसविण्याच्या कामीच यांनी इंग्लंडला मदत केलेली होती ! लॉर्ड लेक यांना हिंदुस्थानातील कमांडर-इन्-चीफची जागा देण्यात आली होती; पण त्यावरून त्यांनी आयर्लंडमध्ये काही पराक्रमाची कामे केली होती, किंवा त्यांनी तिकडे शौर्याने काही लढाया जिंकल्या होत्या, म्हणून त्यांना ही जागा मिळाली, असे मुळीच नाही. उलट 1798 साली आयर्लंडच्या विरुध्द जे एक मोठे बंड झाले होते, त्या बंडातील कॅसलवारच्या लढाईमध्ये लॉर्ड लेक यांच्या हाताखाली 6000 सहा हजार सैन्य असून त्यांनी त्या वेळी कोणता पराक्रम केला, तर या सहा हजार सैन्यानिशी हे बंडवाल्यांच्या पुढून पळ काढून निघून गेले. त्यामुळे त्या लढाईला "Race of Castlebar" म्हणजे 'कॅसलबारची पळण्याची शर्यत' असे उपहासात्मक नाव पडलेले आहे ! लॉर्ड लेक यांचे आयर्लंडमधील शौर्याचे नमुने जरी अशा प्रकारचे होते, तरी सर वुइल्यम पिट आणि लॉर्ड कॅसलरीग यांच्या सांगण्यावरून त्यांनी आपल्या आयरिश देशबांधवांच्या अनन्वित छळ केला, ही यांची कामगिरी काही लहान सहान नव्हती. असल्या प्रकारच्या या

कामगिरीबद्दल मि. स्टेड या नि:पक्षपाती लेखकांनी लॉर्ड लेक यांना जरी स्पष्ट शब्दांमध्ये Truculent ruffian असे म्हटले आहे, तरी पण सर वुइल्यम पिट यांनी त्यांना हिंदुस्थानातील मुख्य सेनापतीच्या जागेवर नेमले ! सारांश, लॉर्ड लेक हे स्वत:च कृष्णकारस्थानामध्ये अत्यंत निपुण होते; आणि त्यात लॉर्ड वेलस्ली यांच्याकडून त्यांना प्रोत्साहन मिळाल्यावर मग तर विचारायलाच नको होते ! लॉर्ड वेलस्ली यांनी सर आर्थर वेलस्ली आणि लॉर्ड लेक या दोघांच्या हातून या प्रसंगी जी गुप्त कारस्थाने करविली ती इतकी घाणेरडी आहेत की, ती वाचून कोणालाही इंग्लिशांच्या या वर्तनाबद्दल किळस आल्यावाचून केव्हाही राहाणार नाही. सामान्य आणि भोळसर वाचकांना बाहेरून वाटते की, इंग्लिशांनी दौलतराव शिंदे आणि रघोजी भोसले यांच्याविरुध्द असईच्या लढाईत जय मिळविला; पण त्या जयाच्या खाली आणि त्या जयाच्या पूर्वी त्या वेळच्या त्या इंग्लिश अधिकाऱ्यांनी कपटाची, अन्यायाची आणि विश्वासघाताची काय काय कृत्ये केलेली होती, त्याच्याबद्दल कोणाला काही कल्पना तरी आहे काय! या कपटाची कपाटे उघडून त्यातील एकेक अमूल्य प्रदर्शनीय वस्तू आपण निरखून पाहू लागलो, म्हणजे या मानवी नरकाच्या पापमय आणि किळसवाण्या वातावरणामधून आपण केव्हा बाहेर पडू असे मनुष्याला होऊन जाते !

पेशव्यांच्या दरबारात इंग्लिशांनी चालविलेल्या फितुरीचा पुरावा

(1) इंग्लिशांनी ज्या बाजीरावसाहेबांना वसईच्या तहाने आपल्या संरक्षणाखाली घेऊन वसईहून आणवून पुण्याच्या गादीवर बसविण्याचा बहाणा केला, त्यांच्याशी तरी त्यांनी या वेळी इमानाने वागावयाला पाहिजे होते. पण इंग्लिश लोक त्याप्रमाणे वागत होते काय ? इ. स. 1803 साली बाजीराव पेशव्यांच्या सभोवती जे कोणी प्रधान म्हणून वावरत होते, त्यांना भरपूर पैसे द्यावे आणि त्यांच्याकडून पेशव्यांच्याकडील बातम्या काढाव्या, अशा प्रकारचा सल्ला पुण्याच्या दरबारातील इंग्लिशांचा वकील, कर्नल बॅरी क्लोज, याला देण्यात येत होता, हे सर आर्थर वेलस्ली यांनी मेजर शॉ यांस ता. 24 ऑगस्ट 1803 रोजी लिहिलेल्या पुढील पत्रावरून स्पष्ट होत आहे.

"You will have observed from my letters to Colonel Close,

that I have urged him to lay the ministers in order to have accurate information of what passess."

त्याचप्रमाणे असईच्या लढाईनंतर ता. 28 सप्टेंबर 1803 रोजी असईच्या छावणीमधून ज. वेलस्ली यांनी पुण्याचे रेसिडेंट, क. क्लोज, यांना जे पत्र लिहिले आहे, त्यातही पेशव्यांच्या सभोवतालच्या प्रधान मंडळींना इंग्रजांचा मुबलक पैसा चारण्यात येत असल्याचा उल्लेख आहे. तो असा :-

"Lord Wellesly has taken up the question of paying the Peshwa's ministers upon a great scale.

The Peshwa has no ministers. He is everything himself and everything is little. In my opinion, therefore, we ought to pay those who are supposed to be and are called his ministers to have intelligence of what passes in the Peshwa's secret councils."

पेशव्यांच्या दरबारात हे जे कोणी त्या वेळी प्रधान म्हणून मोडत होते, त्यांनी आपल्या राजाच्या विरुध्द फितुरी करण्याकरिता हे पैसे गुप्तपणाने घेतले असतील; पण ते त्यांचे गुप्त कर्म वर दिलेल्या इंग्लिशांच्या पत्रांनी चव्हाट्यावर आणले आहे ! असे निमकहराम प्रधान ज्या देशात उत्पन्न होऊ लागले, त्या देशातील राजांना त्यांच्या लढायातून जय कोठून मिळणार ? असले हे विश्वासघातकी लोक भावी लढायातील पराभव हिंदुस्थानावर आपल्या पातकांनी बळेच ओढून आणीत होते, असे मानले, तर त्यात काही अन्यथा होणार आहे काय ?

होळकरांशी फितुरीपुरती गोडीगुलाबी

(2) असईच्या लढाईच्या वेळी होळकराने शिंदे व भोसले यांना मिळू नये आणि वसईच्या तहनाम्याच्या बाबतीत होळकराने इंग्लिशांच्या विरुध्द उठू नये, या हेतूने यशवंतराव होळकराला फोडण्याचे इंग्लिशांचे सभ्यपणाचे प्रयत्न कसे चाललेले होते, हे ज. वेलस्ली यांनी इ. स. 1803 च्या जुलै महिन्यामध्ये होळकराला लिहिलेल्या पुढील पत्रावरून दिसून येते.

"I now send you a copy of the treaty concluded at Basseib between the Honourable Company and Rao Pundit Pradhan; from the general defensive tenor of which you will observe that the peace and security of India are provided for."

" That being the case, whatever others may do, I have little doubt but that you will conduct yourself in the manner which your own interests will dictate, and that you will continue in peace which the company.

I send this letter in chage of Nawaz Khan, a respectable officer, who enjoys my confidence and who will explain anything, you desire to know respecting my wishes."

या पत्रात होळकराने आपल्या स्वत:च्या हिताकडे लक्ष देऊन कंपनीशी सलोख्याने राहावे, असा सर आर्थर वेलस्ली यांनी यशवंतराव होळकर यांना उपदेश केलेला आहे. पण त्यांनी तसा उपदेश करणे हे त्यांच्या सोईचे असले, तरी फक्त आपल्या स्वत:च्या हिताकडे पाहून आपल्या देशाच्या आणि आपल्या देशबांधवांच्या हिताकडे दुर्लक्ष करणे हे या वेळी यशवंतराव होळकर यांना उचित होते काय ? दौलतराव शिंदे आणि रघोजी भोसले यांची सैन्ये असईच्या रणांगणावर स्वदेशासाठी आपले प्राण देत असता यशवंतराव होळकराने इंग्लिशांच्या भुलथापांना फसून स्वस्थ बसावे, आपल्या आत्मघातकी वर्तनांनीच आजपर्यंत आपण आपला देश बुडविला आणि इंग्लिशांची धन करून दिली. आपल्यातील असले हे यशवंतराव होळकर कधी नाहीसे होतील, तो सुदिन होय ! इंग्लिशांनी पसरलेल्या या कपटाच्या जाळ्यामध्ये यशवंतराव होळकर हा एखाद्या माशाप्रमाणे सुदैवाने सापडला, हे इंग्लिशांच्या दृष्टीने अखेरीस ठीकच झाले. पण यशवंतराव होळकरसारखा शूर आणि धूर्त मनुष्य आपल्याला फितेल आणि मराठ्यांपासून फुटेल, अशी इंग्लिशांना भीती वाटत होती. आणि म्हणून तसा प्रसंग आलाच, तर होळकराच्या विरुध्द त्यांनी दुसरी एक युक्ती योजून ठेविलेली होती.

अमीरखानच्या संबंधीचा इंग्लिशांचा डाव

(3) होळकराच्या पदरी अमीरखान या नावाचा एक पठाण सरदार होता. त्याला होळकराच्या पक्षातून प्रसंग पडल्यास फोडण्याकरिता इंग्लिशांनी एक खोटीच हूल उठवून एक बनावट युक्ती योजून ठेविलेली होती. होळकराचा सरदार अमीरखान याला हैद्राबादचा निजाम आपल्या पदरी राहाण्याकरिता बोलावीत आहे व निजाम आणि अमीरखान यांच्या दरम्यान त्याबद्दल वाटाघाट चाललेली आहे, अशी ती हूल होती. वास्तविक निजामाला अमीरखानच्या मदतीची जरूरही नव्हती व अमीरखानला त्याबद्दल निजामाने कधी प्रत्यक्ष विचारलेही नव्हते; पण मध्येच कोणाकडून तरी इंग्लिशांनी याबद्दलचा एक पत्रव्यवहार सुरू करविलेला होता, व आपण दौलतराव शिंद्याला जाऊन मिळालो, तर अमीरखान हा आपला सरदार आपल्यापसून फुटून निजामाला, म्हणजे अप्रत्यक्षपणे इंग्लिशांनाच जाऊन मिळेल, अशी भीती होळकराच्या मनावर राहावी, याचसाठी ही खोटी हूल उठविण्यात आलेली असावी, असे सर आर्थर वेलस्ली यांनी ता. 28 एप्रिल 1803 रोजी ज. स्टुअर्ट यांना लिहिलेल्या पत्रातील पुढील मजकुरावरून स्पष्टपणे दिसून येते.

Mir Khan, Holkar's Sirdar, in command of his largest detachment, still keeps open his negotiation with the Nizam to enter his Highness's Service. On the 2nd of May, therefore, we shall be in greater strength than ever at Poona, and have attained one great object of expendition; and if Holkar should not be weakened by the defection of Mir Khan, at least his confidence in that chief must be shaken.

अमीरखान हा आतून इंग्लिशांना फितुर असला पाहिजे, असा संशय घेण्याला त्या वेळीही पुष्कळ जागा होती; व होळकर जर त्या वेळी शिंद्याला जाऊन मिळाला असता, तर अमीरखानला होळकराच्या लष्करातून फोडून निजामाच्या लष्कराला मिळण्याच्या मिषाने इंग्लिशांनी त्याला आपल्या बाजूकडे ओढून घेतले असते, यात बिलकूल शंका नाही. अमीरखान हा होळकराला केव्हा दगा देईल, याचा काही एक

नेम नव्हता. अखेरीस हे भविष्य पुढील महिदपूरच्या लढाईमध्ये खरे ठरले. होळकराने महिदपुरास क्षिप्रा नदीच्या काठी इंग्लिशांनी लढण्याची तयारी केली आणि आयत्या वेळी अमीरखानाने आपली फौज होळकराच्या पक्षाकडून काढून घेतली ! आणि अशा रीतीने फितुरीमुळे होळकराचा पराभव होऊन महिदपूरला विजय मिळाल्याबद्दल इंग्लिशांना फुकटच्या कीर्तीचा लाभ मिळाला !

शिंद्याच्या युरोपियन नोकरात इंग्लिशांची फितुरी

(4) येथपर्यंत पेशवे आणि होळकर यांच्या बाबतीत या असईच्या लढाईच्या वेळी इंग्लिशांनी काय काय फितुरीची कामे चालविली होती, हे सांगून झाल्यानंतर आता प्रत्यक्ष शिंद्यांच्या बाबतीत इंग्लिशांनी काय काय काळोखातील काळीकुट्ट कृत्ये करविण्याची योजना चालविली होती, हे पाहण्याकडे वळू. शिंद्याच्या लष्करामध्ये जे युरोपियन ऑफिसर्स शिंद्यांच्या नोकरीला होते, त्यांना फोडण्याचा इंग्लिशांकडून प्रयत्न चाललेला होता; व त्या कामी लागतील तितके पैसे खर्च करण्याला ते तयार असून गुप्त हेरांच्या मार्फतीने निरनिराळ्या सरदारांच्या मध्ये कलह लावून द्यावयाचे, असेही त्यांचे त्या वेळी बेत चाललेले होते, ही गोष्ट ता. 27 जून 1803 रोजी गव्हर्नर जनरल, मार्क्विस वेलस्ली, यांनी आपले बंधू सर आर्थर वेलस्ली, यांना जे एक अतिशय खाजगी (ïïं ïशलीशीं) असे पत्र लिहिले होते, त्यातील पुढील उताऱ्यावरून स्पष्टपणे दिसून येते.

In the event of hostilities you will take proper measures for withdrawing the European officers from the service of Scindia. Holkar, and of every other chief, oppose to you. You are at liberty to incur any expense requisite for this service and to employ such emissaries as may appear most serviccable ... In the event of hostilities, I propose to dispatch proper emissaries to Gohad, and to Rajput chiefs. You will also employ every endevour to excite those powers against Scindia. You will consider what steps may be taken to excite Cashee Rao Holkar against Jeshwunt Rao.

शिंद्याच्या लष्करातील फ्रेंच व इतर युरोपियन अधिकाऱ्यांना फोडण्याची कल्पना लॉर्ड वेलस्ली यांच्या डोक्यात पुष्कळ दिवसापासून होती. ती त्यांनी त्या वेळी मोठ्या युक्तीने अमलात आणिली. त्यांनी या वेळी एक जाहीरनामा प्रसिध्द करून असे जाहीर केले की, शिंद्याच्या लष्करामधील जे युरोपियन लोक तेथील नोकरी सोडून आमच्याकडे येतील, त्यांना आम्ही मोठमोठी बक्षिसे देऊ. (Then Marquees Wellesely issued a proclamation holding out pencuniary rewards to all European mercenaries to desert the service of Scindia.) व त्याप्रमाणे पुष्कळ फ्रेंच अधिकारी शिंद्याची नोकरी सोडून इंग्लिशांना येऊन मिळाले. इ. स. 1817 मध्ये पुढे जी खडकीची लढाई झाली, त्या लढाईची पूर्व तयारी दुसऱ्या बाजीराव साहेबांनी चालविली असता त्या प्रसंगी बाजीरावसाहेब इंग्रजांच्या हाताखालील पुण्याच्या नेटिव्ह पलटणीमधून फितुर उत्पन्न करीत होते, असा त्यांच्यावर इंग्रजी इतिहासकारांनी एक आरोप केलेला आहे. पण हा आरोप करताना आपले लोक असईच्या लढाईच्या वेळी काय काय कुकर्मे करीत होते, याची आठवण बहुतकरून ते विसरले असावेत!

पण लॉर्ड वेलस्ली हे शिंद्याच्या लष्करातील फ्रेंच अधिकाऱ्यांनाच फक्त फितुर करून थांबले, असे नसून शिंद्याच्या राज्यातील जे मराठे सरदार आणि दरकदार होते, त्यांनाही फितविण्याचा त्यांनी प्रयत्न चालविला होता, हे मार्क्विस वेलस्ली यांनी ता. 30 जुलै 1803 रोजी ज. लेक यांना लिहिलेल्या एका गुप्त पत्रातील पुढील उताऱ्यांवरून सहज लक्षात येण्यासारखे आहे.

I authorise Excellency to give to all Tributaries or other, renouncing their allegiance to Scindia and acting sincerely in our favour, the most positive assurances of effectual protection in the name of the Company.

इतकेच नव्हे, तर दौलतराव शिंद्याच्या मुलखातील जे कोणी सरदार आणि जहागिरदार अशा रीतीने फितुर होऊन इंग्लिशांना मदत करतील आणि आपल्या गावातून शिंद्याचे लष्कर घालवून लावण्याला मदत करतील, त्यांना लागणारे पैसे पुरविण्याकरिता उत्तर हिंदुस्थानातील अलाहबाद, कानपूर, इटावा, वगैरे

ठिकाणच्या कलेक्टरांना पत्रे पाठविण्यात आली होती; व अशा लोकांकडून आलेल्या चेकचे पैसे ताबडतोब वटवून घ्यावे, असे त्यांना हुकूम सोडण्यात आले होते !

या वेळी इंग्लिशांचा दुसराही एक क्रम असा होता की, जो कोणी शिंद्याच्या मुलखातील इसम शिंद्याच्या विरुध्द आहे, अशी त्यांना बातमी लागे. त्यांच्याकडे जाऊन हे त्याला फितवीत असत आणि पैशाची लाच देऊन ते त्याला शिंद्याच्या विरुध्द उठवीत असत. याचे उदाहरण अंतर्वेदीमध्ये गुजर या जातीचे कोणी लोक राहात होते, त्यांच्या बाबतीत चांगले दिसून येते. साहारापूरच्या जवळ हे लोक राहात होते, त्यांच्या बाबतीत चांगले दिसून येते. साहराणपूरच्या जवळ हे लोक रहात असून त्यांचे शिंद्याशी वैमनस्य आलेले होते. ही बातमी कळताच लॉर्ड वेलस्ली हे त्यांना फोडण्याकरिता आणि शिंद्याच्या विरुध्द त्यांना उठविण्याकरिता ता. 30 जुलै 1803 च्या एका गुप्त पत्राने पुढीलप्रमाणे त्यांच्या बाबतीत कारस्थान करण्याविषयी लॉर्ड लेक यांना लिहितात.

Your Excellancy's prudence will dictate the expendiency of employing the most efficatious measures for the purpose of concililating the Goojurs and including them to unite with the British Government for the overthrow of Scindia's power in the Dooab.

शहाआलमच्या गळ्याभोवती इंग्लिशांचा विषारी विळखा

(5) शिंद्याचे सामर्थ्य चोहोकडून कमी करण्याकरिता इंग्लिशांनी कसे प्रयत्न चालविले होते, याची कल्पना वर दिलेल्या त्यांच्या कारस्थानांच्या वर्णनावरून लक्षात येण्यासारखी आहे. असई, आरगाव, लासवारी, वगैरे ठिकाणच्या लढायांतून शिंद्याची फौज लढविण्याकरिता उभी राहण्यापूर्वीच त्या फौजेचे हातपाय इंग्लिशांनी आपल्या कपटांनी आणि कारस्थानांनी कसे तोडून ठेविले होते, हे यावरून दिसून येते. फितुरीने आगाऊ इतकी तयारी झालेली असल्यानंतर प्रत्यक्ष रणांगणावर एखाद्या सैन्याच्या विरुध्द जय मिळविणे फारसे कठीण नाही, हे उघड आहे. पण इंग्लिशांनी या आपल्या फंदफितुरीने जरी

शिंद्याच्या सैन्याचे हातपाय तोडून ठेविले होते, तरी अद्यापि शिंद्याच्या मुख्य मर्मस्थानी घाव घालण्याचे काम शिल्लक राहिलेले होते, व तेही इंग्लिशांनी सुरू केले. महादजी शिंद्यांचे वेळेपासून दिल्लीचा आंधळा झालेला बादशहा, शहाआलम हा शिंद्याच्या ताब्यात होता; व त्याची सर्व रीतीने नीट व्यवस्था लावण्याचे आणि बरदास्त राखण्याचे काम शिंद्याने आपला फ्रेंच सेनापती, एम्. पेरन, याच्याकडे सोपविले होते. आणि ते काम एम्. पेरन हाही मोठ्या दक्षतेने बजावीत होता. पण जुन्या इतिहासप्रसिध्द मोगल घराण्यातील हिंदुस्थानचा 'बाहशहा शहाआलम', हा शिंद्याच्या ताब्यात आहे, या गोष्टीचे इंग्लिशांना मोठे वैषम्य वाटत होते; व कसे तरी करून त्याला शिंद्याच्या हातून काढून आपल्या

शहाआलम

असईची लढाई – २०३

ताब्यामध्ये घ्यावे, अशी इंग्लिशांची इच्छा होती. त्यासाठी त्यांनी आपली कारस्थाने सुरू केली. लॉर्ड वेलस्ली यांनी शहाआलम याजकडे पाठविण्याकरिता एक पत्र तयार केले; त्यातील गोषवारा पुढीलप्रमाणे होता :-

"बादशहाच्या संबंधाने ब्रिटिश सरकारच्या मनामध्ये किती आदर आणि किती प्रेम वसत आहे, हे बादशहा शहाआलम यांना माहीतच आहे. शिंद्याच्या संरक्षणाखाली राहाण्याचे आपण कबूल केले, तेव्हापासून आपल्याला जी दु:खे आणि जे अपमान सोसावे लागत आहेत, त्याबद्दल कंपनी सरकारला नेहमी वाईट वाटत आहे. परंतु शिंदे सरकारचा अन्याय, आधाशीपणा आणि अमानुषपणा, यांच्या जुलमी जाचातून आपल्याला सोडविण्याकरिता ब्रिटिश सरकारने मधे पडावे, या कार्याला अद्यापपर्यंत सोईची अशी संधीच कधी सापडली नाही, याबद्दल आम्हाला वाईट वाटते. परंतु आपण ब्रिटिश सरकारच्या संरक्षणाखाली येण्याला हल्लीची संधी फार चांगली आलेली आहे. आणि आपल्या राजघराण्याच्या सेवेच्या कामी मला जर माझ्या प्रेमाचा आणि आदराचा काही उपयोग करून देता आला, तर मी त्या योगाने आपल्याला धन्य समजेन ! तेव्हा ब्रिटिश सरकार आपल्या संरक्षणाखाली आपल्याला जो आश्रय देण्याला उत्सुक आहे, त्याचा आपण स्वीकार केला, तर आपला मानमरातब ब्रिटिश सरकारकडून फार उत्तम रीतीने ठेविला जाईल, आणि आपल्या खर्चाबाबतचीही उत्तम व्यवस्था करण्यात येईल."

अशा मजकुराचे हे एक पत्र तयार करून लॉर्ड वेलस्ली यांनी ते पत्र लगेच दिल्लीच्या बादशहाकडे परभारे न पाठविता, ते त्यांनी ज. लेक यांच्याकडे पाठविले. व त्या पत्रासंबंधाने त्यांनी ता. 27 जुलै 1803 रोजी ज. लेक यांना असे लिहिले की, "हे माझे पत्र अतिशय गुप्त रीतीने आणि अतिशय काळजीपूर्वकपणाने तुम्ही बादशहाकडे पाठविण्याची तजवीज करावी. हे पत्र कोणा तरी खात्रीच्या मनुष्याबरोबर पाठविले पाहिजे. असा आपल्या विश्वासातील व ही बातमी न फोडणारा असा खात्रीचा मनुष्य तुम्ही कोण शोधून काढाल ? आपल्या रेसिडेंटचा एजंट म्हणून सय्यद रेझाखान हा इसम दिल्लीस दौलतराव शिंदे यांच्याकडे जाऊन राहिलेला आहे. तो आपल्या बाजूचा असल्यामुळे

त्याच्यावर विश्वास ठेवण्याला हरकत नाही. तेव्हा तुम्हाला जर त्याची खात्री वाटत असेल, तर त्याच्या द्वाराने हे पत्र गुप्त रीतीने शहाआलमकडे तुम्ही पाठवावे, व दिल्लीकडे ज्या ज्या काही गोष्टी घडून येतील, त्या त्या बद्दलची अगदी बरोबर हकिकत नियमितपणाने लिहून कळविण्याविषयी तुम्ही सय्यद रेझाखान यास सांगावे. बादशहा आपल्या संरक्षणाखाली येण्याला तयार झाला असता त्याच्याशी करारमदार काय करावयाचे, याच्याबद्दल आपण मागाहून विचार करू. कारण हे करारमदार अगोदर पुरे करून घेतल्याशिवायही दिल्लीचा बादशहा आपल्या संरक्षणाखाली येण्याला कबूल होईल, असा माझा अदमास आहे.

दिल्लीच्या बादशहाच्या दु:स्थितीबद्दल, इंग्लिशांच्या पोटात करुणेच्या आणि कळवळ्याच्या एकावर एक कशा कळा या वेळी उठू लागल्या होत्या, हे कपटाने आणि कारस्थानाने भरलेल्या वरील पत्रावरून लक्षात येण्यासारखे आहे. पुढे दिल्लीच्या लढाईनंतर ता. 16 सप्टेंबर 1803 रोजी लॉर्ड लेक यांनी जेव्हा दिल्लीमध्ये प्रवेश केला, तेव्हा स्वाभाविकपणेच शहाआलम बादशहा शिंद्याच्या ताब्यातून इंग्लिशांच्या ताब्यात गेला. तोपर्यंत इंग्लिशांच्या भुलथापांना फसून शहाआलम बादशहा शिंद्याच्या लष्करात फोडाफोडी करून इंग्लिशांना दिल्लीच्या लढाईत जय मिळवून देण्याच्या कामात गुंतलेला होता ! पण या स्वदेशद्रोहाच्या पातकाबद्दलचे प्रायश्चित्त शहाआलमच्या वंशजांना पुढे भोगावे लागले ! आणि शिंद्याच्या विरुध्द इंग्लिशांना मदत केली, म्हणजे हे प्रामाणिक इंग्लिश लोक आपली हिंदुस्थानची बादशाही फिरून आपल्याला देतील, अशी शहाआलम बादशहाला खोटी आशा वाटत होती. पण इंग्लिशांच्या बाबतीत या खोट्या आशेने कोण कोण फसविले गेलेले नाहीत ? म्हैसूरच्या मूळच्या राजांना असेच वाटत होते की, आपण टिपूच्या विरुध्द इंग्लिशांना मदत केली, म्हणजे हे इंग्लिश लोक आपल्याला आपले राज्य प्रामाणिकपणाने परत देतील ! पण त्यांना अखेरीस काय मिळाले ? त्यांच्या पाठीमागून हा शहाआलम बादशहा तशाच रीतीने फसून आणि इंग्लिशांवर विश्वासून दौलतराव शिंद्याच्या आणि स्वत:च्या राज्यमंदिरावर निखारा ठेवण्याला उद्युक्त झाला ! इतकी मागची

उदाहरणे होती, तरी आपल्या हिंदुस्थानातील पुढील राजे फसावयाचे थांबले नाहीत ! बाजीराव साहेबांच्या बाबतीत सातारच्या महाराजांचेही या शहाआलमच्या सारखेच वर्तन झाले ! सातारच्या महारांजां जवळ बळवंत मल्हार चिटणीस या नावाचे त्यांचे जे एक बाळाजीपंती वळणाचे सल्लागार होते, त्यांनी त्यांना असे भासवून दिले होते की, तुम्ही पेशव्यांच्या विरुध्द फितुरी करून इंग्लिशांना मिळाला, म्हणजे इंग्लिश लोक तुमची हिंदुपदपादशाही तुम्हाला परत देतील ! त्याप्रमाणे सातारच्या प्रामाणिक महाराजांनी प्रामाणिकपणाने अष्ट्याच्या लढाईमध्ये विश्वासघात करून पेशव्यांना सोडून ते इंग्लिशांच्या छावणीत जाऊन मिळाले! पण त्यांची कडू फळे भोगावयाला त्यांना एका पिढीपेक्षा जास्त दिवसपर्यंत थांबावे लागले नाही ! आणि शहाआलमच्या वंशजांचीही तीच अवस्था झाली! इ. स. 1848 मध्ये राजा राममोहानराय यांना आपल्या तर्फे विलायतेस पाठवून शहाआलमचे वंशज आपल्याजवळचे करारमदारचे कागदपत्र पुढे करून जेव्हा आपल्या उत्पन्नाच्या पैशाकरिता ईस्ट इंडिया कंपनीशी भांडू लागले, त्या वेळी त्यांना कंपनीकडून काय उत्तर मिळाले ? दिल्लीच्या लढाईनंतर लॉर्ड लेक यांनी ता. 2 डिसेंबर 1803 रोजी एक करारनामा लिहून दिलेला असल्याचे बादशहाचे तर्फेने सांगण्यात आले. परंतु त्यावर कंपनीतर्फे असा जबाब देण्यात आला की, हा करारनामा हिंदुस्थानसरकारच्या कागदपत्रांमध्ये कोठेही आढळून येत नाही ! आणि त्याचे कारण असे सांगण्यात आले की, असा करारनामा कधी पुरा करण्यात आला असेल, हे शक्यच दिसत नाही. कारण, ता. 23 मे 1805 रोजी मार्किस वेलस्ली यांना पाठविलेल्या एका खलित्यामध्ये असे स्पष्टपणे लिहिलेले आहे की, दिल्लीच्या बादशहापाशी कोणताही लेखी करार करण्यात येऊ नये ! (That no written agreement should be entered into with the King of Delhi !) या हकिकतीवरून सय्यद रेझाखान, ज. लेक आणि मार्किस वेलस्ली, या सगळ्यांनी मिळून शहाआलमला शिंद्यांच्या विरुध्द आपल्या गरजेपुरते कसे उठविले आणि अखेरीस त्याच्या हातात दिलेल्या एका पोकळ करारनाम्याने त्याच्या तोंडाला त्यांनी कशा रीतीने अखेरीस कशी पाने पुसली, हे दिसून येण्यासारखे आहे. आजपर्यंत असल्या युक्त्यांनी शेकडो उमीचंद फसले

गेले असतील ! तरी पण फिरून नवीन फसवून घेण्याची वेळ आली की, इंग्लिशांना फिरून नवीन उमीचंद भेटतातच ! हे त्यांचे मोठे भाग्य, पण हिंदुस्थानचे मोठे दुर्भाग्य आहे ! हे हिंदुस्थान देशा ! असे किती उमीचंद फसले, म्हणजे तुझे डोळे उघडणार आहेत ? गोपीचंदाचे तीन पुतळे खाक झाल्यानंतर मत्स्येंद्रनाथाचाही राग नाहीसा झाला ! पण हिंदुस्थानातील शेकडो उमीचंद फसले, तरी हिंदुस्थानातील फितुरी अजून संपत नाही, ही किती खेदाची गोष्ट आहे !

बेगम समरूची दोन पलटणे इंग्लिशांनी फितुरीने फोडली !

(6) शहाआलमच्या नंतर इंग्लिशांनी आपल्या कपटकारस्थानाच्या जाळ्यामध्ये जे एक नवीन बिचारे सावज गाठले, त्याचे नाव बेगम समरू असे आहे. या बाईचे मूळचे नाव झेबुन्निसा बेगम असे आहे. ही मूळची मुसलमान जातीची असून तिने पुढे एका युरोपिअन इसमाशी लग्न लावून ख्रिस्ती धर्म

बेगम समरू

स्वीकारला होता. हा युरोपिअन इसम वर्णाने थोडा काळसर असल्यामुळे त्याच्याबरोबरीचे दुसरे फ्रेंच लोक त्याला Sombre (काळसर) अशा नावाने हाक मारीत असत. त्या. 'साँबर' या मूळ शब्दाचा अपभ्रंश होता होता तो 'समरू' या नावापर्यंत येऊन पोहोचला. तो सरदार मरण पावल्यानंतर त्याची बायको झेबुन्निसा ही आपल्या नवऱ्याचे सरदारकीचे काम पुढे चालवीत होती. त्यामुळे तिला 'बेगम समरू' असे म्हणण्यात येत असे. ती शूर होती व सुंदरही होती. ती घोड्यावर बसण्यात चांगली पटाईत असून तिने आपल्या हाताखालील सैन्याच्या काही पलटणीही करून ठेविल्या होत्या. दिल्लीजवळील सालढाणा या शिंद्याच्या मुलखात तिला जहागीर होती. त्यामुळे तिच्या पलटणींपैकी काही पलटणी शिंद्यांच्या सैन्यामध्ये असत. शिंद्यांच्या लष्करातील बाकीच्या सरदारांना आणि जहागिरदारांना फोडण्याबद्दल इंग्रजांकडून प्रयत्न करण्यात येत असल्याविषयीचा उल्लेख पूर्वी करण्यात आलेला आहे. त्याच धोरणाला अनुसरून इंग्लिशांनी या बेगम समरूलाही फितुर करण्याचे प्रयत्न चालविले होते. त्या प्रयत्नात त्यांना यश येत चालले असल्यामुळे मार्क्विस वेलस्ली यांनी ता. 28 जुलै 1803 रोजी ज. लेक यांना लिहिलेल्या आपल्या गुप्त पत्रामध्ये असे कळविले की, "ब्रिठिश सरकारचा स्नेह संपादन करण्याविषयी आणि त्यांच्या संरक्षणाचा फायदा मिळविण्याविषयी बेगम समरू हिची खरोखरच उत्सुकता आहे, असे सिध्द करून दाखविण्याकरिता पुरावा म्हणून तिच्याकडून तुम्ही असे कबूल करवून घ्यावे की, दौलतराव शिंदे यांच्या लष्करामध्ये हल्ली तिच्या ज्या पलटणी आहेत, त्या तिने माघाऱ्या बोलवाव्या; आणि अंतर्वेदीमधील दुसरे सरदार आणि जमीनदार यांच्यावर तिचे जे वजन असेल, ते सगळे खर्च करून ब्रिटिश सरकारच्या छत्राखाली त्यांनी येण्याविषयी तिने त्यांची मने वळवावीत!" (She should be required to recall her battalions now serving in the army of Dowlut Rao Scindhia and to employ whatever influence she may possess over the Zemindars and chieftaing in the Dooab, to include them to place themselves under the aythority of the British Government.) मार्क्विस वेलस्ली यांच्या या

सूचनेप्रमाणे आणि फितुरीप्रमाणे बेगम समरू हिची दोन पलटणे असईच्या लढाईत ऐन वेळी निघून गेली होती, असा संशय घेण्याला आधारही आहे. अशी पलटणेच्या पलटणे ज्या ठिकाणी फितुर करण्यात येत होती, आणि ऐन वेळी रणांगणावरून नाहीशी होत होती, त्या ठिकाणी असईच्या रणांगणावर शिंद्याचा पराभव झाला आणि इंग्लिशांचा विजय झाला, तर यात मराठी सैन्याचा बेहिम्मतपणा दिसून येत नसून इंग्लिशांचा कावेबाजपणाच मात्र पूर्णपणे निदर्शनास येतो !

गोहदच्या राण्याला इंग्लिशांनी दिलेली लाच

(7) शिंद्यांच्या विरुध्द फंदफितुरी उत्पन्न करण्याचा इंग्लिशांचा मार्ग अगदी सोपा आणि सरळ असून तो ठराविक पध्दतीचा होता. शिंद्याच्या विरुध्द त्याच्या मुलखातील राजे, सरदार, जहागीरदार कोण कोण आहेत, ही बातमी गुप्त हेरांकडून पहिल्याने काढावयाची आणि नंतर मग त्याच्या विरुध्द असलेल्या त्या त्या लोकांकडे शिंद्याच्या विरध्द कारस्थाने सुरू करावयाची आणि भरपूर आश्वासने व मुबलक पैसे यांची लालूच दाखवून त्यांना शिंद्यांच्या विरुध्द उठवावयाचे, हा सगळ्या फितुरीतील इंग्रजांचा ठराविक कार्यक्रम होता. याच कार्यक्रमाच्या अनुरोधाने गोहदच्या राजाला इंग्लिशांनी शिंद्यांच्या विरुध्द उठविण्याचा प्रयत्न सुरू केला. गोहदच्या राजाच्या अंमलाखाली पुष्कळ जाट लोक होते; व त्याचा मुलूख यमुना नदीच्या काठी होता. या गोहदच्या राजाला दौलतराव शिंद्याने जिंकून तेथे आपला अंमल बसविलेला होता. व शिंद्याचे काही लष्करही त्याच्या मुलखामध्ये होते. हे लष्कर गोहदच्या राजाने आपल्या मुलखातून काढून टाकावे, आपल्या मुलखातील जाट लोकांना त्याने शिंद्यांच्या विरुध्द उठवावे, आणि अंतर्वेदीमध्ये इंग्लिशांचे राज्य स्थापित करण्याला मदत करावी, अशा कल्पना गोहदच्या राजापुढे इंग्लिशांकडून मांडण्यात आल्या. व या कामी राजाला लागतील ते पैसे देण्याचेही इंग्लिशांनी कबूल केले. या गोष्टी इंडिया गव्हर्मेंटचे सेक्रेटरी, मि. एडमंडस्टन, यांनी मि. मर्सर यांना तारीख 22 जुलै 1803 रोजी लिहिलेल्या गुप्त (Most Secret) पत्रातील पुढील मजकुरावरून स्पष्ट होत आहेत :-

If, upon more minute and local information of the state of the Ranah's circumstances and of the influence which he may possess amongst the Jaut tribes, you should be of opinion that he in inclined to co-operate with the British forces in the expulsion of the troops of Dowlut Rao Scindia from the country of Gohad and that an advance of money from the British Government might enable him to give useful support to the military operations of the British forces in that country, His Excellency directs me to authorize you to grant him such advance as you may deem immediately necessary for the purpose of enabling him to collect his adherents which is not to exceed the amount of Rupees, 100,000 without receiving the further authority of His Excellency in Council."

गोहदच्या राण्याला फोडण्याकरिता त्याच्या खर्चाच्या नावाखाली म्हणून इंग्लिश लोक त्याला प्रथमत: एक लाख रुपये लाच देण्याला तयार झाले होते, ही गोष्ट या पत्रावरून स्पष्ट होते. असईच्या लढाईत इंग्लिशांनी शिंद्याचा पराजय केला, एवढे मात्र शाळेतल्या मुलांना हिंदुस्थानचा इतिहास शिकवितेवेळी शिकविण्यात येते. पण त्याच्या आधी इंग्लिशांनी त्यासाठी काय काय नीचपणाची कारस्थाने केली होती, हे कोण सांगतो ? आणि हे कोणाला माहीत आहे ?

बुंदेलखंडातील हिंमतबहाद्दर आणि फितुरीच्या कामात त्याने दाखविलेली हिंमतबहादुरी !

(८) लॉर्ड वेलस्ली यांनी या वेळी बुंदेलखंडाचे राज्य आपल्या ताब्यात आणण्याकरिता आणि बुंदेलखंडचा शिंद्याच्या विरुध्द उपयोग करण्याकरिता तेथेही फितुरी करण्याचा प्रयत्न चालविला होता. हिंदुस्थानच्या दुर्दैवाने तेथेही हिंमतबहाद्दर ह्या नावाचा एक अधम आणि विश्वासघातकी सरदार इंग्लिशांना फितुर होणारा असा निघाला ! अशासारख्या लोकांची हिंमत आणि बहाद्दुरी ही आपल्या जन्मभूमीच्या स्वातंत्र्याच्या संरक्षणाच्या कामी उपयोगी न पडता

आपला बुंदेलखंडाचा मुलूख इंग्लिशांच्या घशात घालण्याकरिता यांची हिंमत आणि यांची बहाद्दुरी इतकी उतावीळ व्हावी, हे पाहून कोणालाही खेद वाटल्यावाचून राहणार नाही. मि. एडमंडस्टन यांच्या ज्या अतिशय गुप्त (चौं ीशलीर्शीं) पत्राचा वर उल्लेख केला आहे, त्याच पत्रामध्ये बुंदेलखंडातील याच्या विश्वासघाताबद्दल पुढीलप्रमाणे पुरावा आढळतो.

During the progress of the negotiation, you will enable to ascertasn, more precisely than has hitherto been done, the means which Himmut Bahadur may possess of effectually supporting the interests of the British Government in the province, and will accordingly be ebable to submit to His Excellency the claims which he may possess to a recompense from the Government for his co-operation.

तेव्हा देखील हिंमतबहाद्दरसारख्या फितुरी लोकांचे कोऑपरेशन मिळविण्याकरिता इंग्लिश लोक कसे धडपडत होते आणि त्यांना चोरटेपणाने लाचांचे पैसे कसे चारीत होते हे येथे कोणाच्याही चांगले लक्ष्यात येण्यासारखे आहे. आपल्या देशाच्या आणि आपल्या देशबांधवांच्या विरुध्द फितुरी करणाऱ्या लोकांची ही यादी जरी बरीच लांबत चाललेली आहे, तरी त्यांची नावे अद्यापि संपत आलेली नाहीत, ही मोठ्या खेदाची गोष्ट आहे ! कार्थेजच्या इतिहासामध्ये असे एक उदाहरण आहे की, तेथील काही लोकांनी आपल्या देशाच्या विरुध्द फितुरी करून आपल्या देशाच्या शत्रूला मदत केली होती. हिंदुस्थानातल्याप्रमाणे त्या देशात त्या वेळी फितुरी करणारे निमकहराम लोक फार निघत नव्हते. त्यांची संख्या फक्त सातच होती. त्यांची नावे बाहेर फुटल्याबरोबर त्यांना पकडून आणण्यात आले आणि हे निमकहराम लोक कोण आहेत आणि आपल्या देशाच्या विरुध्द असा निमकहरामपणा केला तर त्यांना काय शासन देणे योग्य आहे हे सर्व लोकांना कळविण्याकरिता एका सार्वजनिक ठिकाणी सात खांबांवर या सात स्वदेशद्रोही लोकांच्या अंगाला खिळे ठोकून उभे करून ठेवण्यात आले होते. त्यांना पाहण्याकरिता देशातील सर्व अबालवृध्द लोक येऊ लागले;

आणि ''या अधमांनी आपल्या देशांशी निमकहरामपणा केला ! यांनी आपली जन्मभूमी आपल्या शत्रूला विकण्याचा प्रयत्न केला !'' असे म्हणून ते सगळे येणारेजाणारे लोक त्यांच्या तोंडावर थुंकू लागले; आणि कित्येकांनी आपल्या भाल्यांची टोके त्यांच्या शरीरात खुपसली आणि कित्येकांनी दगड मारून त्यांना जर्जर केले ! पूर्वी जेव्हा अथेन्स, स्पार्टा, कार्थेज, वगैरे सारखी लहानसहान स्वतंत्र आणि स्वाभिमानी संस्थाने असत, त्या वेळी आपल्या संस्थानच्या स्वातंत्र्याच्या बाबतीत जे कोणी फितुरी करतील, त्यांना अशा प्रकारची शासने होत असत. पण ते दिवस हिंदुस्थानच्या इतिहासातून आजकाल पार निघून गेलेले आहेत. उलट येथील परिस्थिती याच्याहून अगदी विपरीत होऊन गेलेली आहे. सतीच्या घरी बत्तीही मिळण्याची मारामार असून शिंदळीच्या घरी हत्ती झुलत आहेत, अशी अलीकडे येथे स्थिती झालेली आहे ! व हरामखोरपणाची किंमत अलीकडच्या बाजारात इतकी मोठी वाढलेली आहे की, जो आपल्या देशाच्या विरुध्द फितुरी करील, त्याला शासन होण्याची गोष्ट तर लांबच राहिली, पण अलीकडे जे कित्येक थोर, कर्ते, श्रीमंत, शहाणे, मुत्सद्दी आणि लोकहितप्रवर्तक म्हणून पदव्यांनी आणि मानमरातबांनी सर्व लोकांपेक्षा जास्त वैभवाला चढविले गेलेले दिसत असतील, त्यांच्या श्रीमंतीच्या आणि मोठेपणाच्या मुळाशी फितुरीचे, स्वदेशद्रोहाचे आणि विश्वासघाताचे काही तरी घाणेरडे खत घातलेले असले पाहिजे, असे बिनचूक अनुमान काढण्याला फारशी हरकत पडणार नाही ! इतकी हल्ली स्वदेशभक्ती आणि स्वदेशद्रोह यांच्या दरम्यानच्या जागांची अदलाबदल झालेली आहे ! तरी पण आपला देश आपल्याला ऊर्जितावस्थेला आणावयाचा असेल, तर आपल्या देशातील हा फितुरीचा चोरटा व्यापार आपण बंद पडला पाहिजे. हत्यारांचा चोरटा व्यापार, अफूची चोरटी देवघेव, कोकेनचा चोरीचा माल, हे सगळे चोरीचे धंदे ब्रिटिश सरकारच्या राज्यात कधीही बंद करता यावयाचे नाही. त्यांची लढाऊ क्रूझरे हिंदुस्थानच्या किनाऱ्यावर टेहळणी करीत रात्रंदिवस फिरत राहतील. आणि त्यांचे 'क्रिमिनल इन्व्हेस्टिगेशन' डिपार्टमेंटचे सगळे गुप्त हेर डोळ्यांत तेल घालून देशाच्या अंतर्व्यवस्थेतील बाकीचे सर्व गुन्हे पकडीत बसतील; पण हिंदुस्थान देशाच्या

विरुध्द हिंदुस्थानातील लोकांनी केलेले फितुरीचे गुन्हे पकडणे हे सगळ्या ब्रिटिश डिटेक्टिव्ह डिपार्टमेंटच्या कौशल्याच्या पलिकडचे काम आहे ! ते काम फक्त आपले आपल्यालाच करता येण्यासारखे आहे, आणि ते आपले आपणच केले पाहिजे. या धंद्यातील चोर आपणच हुडकून काढले पाहिजेत. आणि त्यांना पकडून लोकनिंदेच्या न्यायासनासमोर आपणच उभे केले पाहिजे. हे लोक कसे ओळखावे, हे लोक कसला पोशाख करतात, हे लोक कोठे राहातात, हे लोक कसले भाषा बोलतात, हे लोक कसे फितुर होतात, आणि आपल्या देशाच्या विरुध्द काय काय कामे करून आपल्या देशाचे स्वातंत्र्य सभ्य आणि गोंडस अशा काही दिखाऊ सद्‌गुणांच्या नावाखाली अशक्य करून सोडतात, याच्याबद्दल प्रत्यक्ष वर्णने देणे किंवा त्यांच्या साक्षात् खुणा सांगणे हे फार कठीण आहे. तू फितुर झालेला आहेस, असे म्हणून कोणाचाही प्रत्यक्ष हात धरणे या काळात शक्य नाही. कारण या फितुरीच्या धंद्यातील हे चोर प्रत्यक्ष चोरी करीत असताना सापडणे फार कठीण आहे. तेव्हा जेथे प्रत्यक्ष प्रमाण काम करू शकत नाही, तेथे आपण अनुमानाच्या दुर्बिणीतूनच हे दुरून चमकणारे देदिप्यमान फितुरी तारे ओळखिले पाहिजेत. आणि अशी अनुमाने करण्याला अगदी सोपे साधन म्हटले, म्हणजे ते हेच होय की, या फितुरी लोकांनी पूर्वीच्या इतिहासात जशा फितुऱ्या केल्या असतील, तशाच ते हल्लीच्याही इतिहासात करीत असले पाहिजेत! आणि म्हणूनच या दृष्टीने पूर्वीच्या फितुरी लोकांचे इतिहास हल्लीच्या काळी आपल्याला किती उपयोगाचे आणि महत्त्वाचे आहेत, हे कोणाच्याही लक्षात येण्यासारखे आहे. आणि म्हणूनच मार्क्विस वेलस्ली यांनी दौलतराव शिंदे यांच्या भोवताली कसे फितुरी लोक निर्माण केले होते, याचे आम्ही येथे इतक्या विस्ताराने वर्णन करीत आहोत. मार्क्विस वेलस्ली आणि दौलतराव शिंदे ही प्रस्तुतच्या कथानकातील नावे काढून त्यांच्या जागी मागील, चालू किंवा पुढील राजकारणाच्या नाटकातील निरनिराळ्या पात्रांची नावे घातली, म्हणजे ते गुप्त फितुरीचे नाटक कसे चाललेले असेल, याचे प्रत्यक्ष चित्र कोणालाही आपल्या दृष्टिसमोर उभे करता येण्यासारखे आहे !

इंग्लिशांना फितुर होणारे वेडबंबुखान !

(9) अशा या फितुरीच्या नाटकात माक्विस वेलस्ली यांच्या हाती बुंदेलखंडातील हिम्मतबहाद्दरांच्या पाठीमागून जे एक नवीन पात्र लागले, त्यांचे नाव 'बंबुखान' असे होते ! हा बंबुखान दौलतराव शिंदे याचा अतिशय द्वेष करीत असे; त्यामुळे माक्विस वेलस्ली आणि बंबुखान यांचे नाते जमले, हे साहाजिकच झाले. गुलाम महमदखान या नावाचा एक रोहिला सरदार शिंद्याच्या पदरी उत्तरहिंदुस्थानात होता; व त्याला शिंद्याने या वेळी काही पत्रे लिहिली होती. त्या पत्राच्या या बंबुखानाने चोरून नकला करून घेतल्या; व त्या नकला सुरादाबादचे कलेक्टर, मि. लिस्टर, यांच्याकडे त्याने पाठविल्या; व अशा रीतीने पुढे त्या नकला माक्विस वेलस्ली यांच्यापर्यंत जाऊन पोहोचल्या ! ही मूळ अस्सल पत्रे नसून त्या निव्वळ नकला होत्या, ही गोष्ट तर स्पष्टच आहे. पण त्या नकला खऱ्या होत्या, असे क्षणभर मानले, तरी दौलतराव शिंद्याने आपला सरदार गुलाम महमदखान याला त्यात काय लिहिले होते ? शिंद्याने आपले सैन्य तयारीत ठेवण्याविषयी त्यात लिहिले असले, तर त्यात काय गुन्हा झाला ? इंग्लिशांनी तेवढी बऱ्यावाईट आणि खऱ्याखोट्या रीतीने आपली तयारी करावी आणि दौलतराव शिंद्याने मात्र स्वस्थ बसावे, हा कोठला न्याय! तरी पण दौलतराव शिंद्याच्या पत्रांच्या नकला मुद्दाम करून त्या इतक्या अगत्याने लिस्टर साहेबाकडे पाठविणारा एखादा बंबुखान-नव्हे एखादा वेडबंबुखान- भेटला, तर असल्या सत्यनिष्ठ आणि स्वामिनिष्ठ अशा मौल्यवान सद्‌गृहस्थाचा अव्हेर इंग्लिशांनी कसा करावयाचा ? लागलीच मार्क्विस वेलस्ली यांनी 22 ऑगस्ट 1803 रोजी लेक यांना एक गुप्त पत्र लिहून या बंबुखानबद्दलची हकिकत कळविली, व आणखी असे लिहिले की, सार्वजनिक हिताकरिता असले लोक आपल्या संग्रही असणे जरूर आहे ! (It will be obvious to your Excellency that the public service may be essentially promoted by securing the attachment and exertions of Bumboo Khan in the present crisis of our affairs.) शिवाय बंबुखान हा गुलाम महमंदखान याला पकडून आपल्या हातात देत असेल, किंवा गुलाम महमंदखान

हा आपल्या हाताखालील फौजेनिशी ज. पेरन याच्या सैन्याला जाऊन मिळण्याच्या विचारात जो आहे, त्याला काही युक्तीने बंबुखान हा जर प्रतिबंध करू शकत असेल, तर तुम्हाला योग्य वाटेल ते बक्षीस तुम्ही त्याला देऊ करावे ! (If your Excellency should be of opinion that the offer of a pencuniary reward is calculated to stimulate the exertions of Bumboo Khan for the accomplishment of either of those purposes, your Excellency is at liberty to convey to him the offer of such a reward to any extent which to him the offer of such a reward to any extent which your Excellency may deem proper.) दुसऱ्यांच्या पत्रांच्या चोरून खऱ्याखोट्या नकला कराव्या, त्या कलेक्टरकडे पाठवाव्या, व आपल्या देशातील लोकांना पकडून इंग्लिशांचे ताब्यात द्यावे, असली देशद्रोहाची कामे करावी, आणि इंग्लिशांपासून आपले पोट जाळण्याकरिता बक्षिसे मिळवावी, अशी त्या वेळची स्थिती होती ! आणि असली विश्वासघाताची आणि हरामखोरीची कामे करण्याकरिता बंबुखानसारखे वेडबंबुखान पुढे येत असत, ही हिंदुस्थान देशाला अत्यंत लाजिरवाणी गोष्ट आहे ! हे आर्यावर्ता, तुझ्यामध्ये जोपर्यंत असले स्वदेशद्रोही आणि विश्वासघातकी लोक आहेत, तोपर्यंत तू स्वातंत्र्याची आशा कशाला धरावीस !

शीख लोकांना इंग्लिशांनी दिलेली फितुरीची शिकवण

(10) दौलतराव शिंद्याचे राज्य उत्तरेकडे आणि वायव्येकडे त्या वेळी इतके पसरले होते की, ते जवळ जवळ शीख लोकांचा राजा रणजिसिंग याच्या सरहद्दीपर्यंत जाऊन भिडलेले होते. तेव्हा रणजितसिंगाची आणि त्याच्या शीख लोकांची कदाचित् दौलतराव शिंद्याला मदत मिळेल, म्हणून त्याच्याकडेही मार्क्विस वेलस्ली यांनी संधान बांधण्याला सुरुवात केली. दौलतराव शिंद्याचे पदरी इंग्लिशांचा जो रेसिडेंट होता, त्याच्या मार्फतीने पूर्वी एक एजन्ट शीख लोकांकडे पाठविण्यात आलेला होता. त्याच्याच बरोबर फिरून शीख लोकांकडे वेळ प्रसंग पडेल त्याप्रमाणे पाठविण्याकरिता मार्क्विस वेलस्ली यांनी ज. लेक यांच्याकडे काही पत्रे तयार करून धाडली होती. शीख लोकांनी इंग्लिशांना

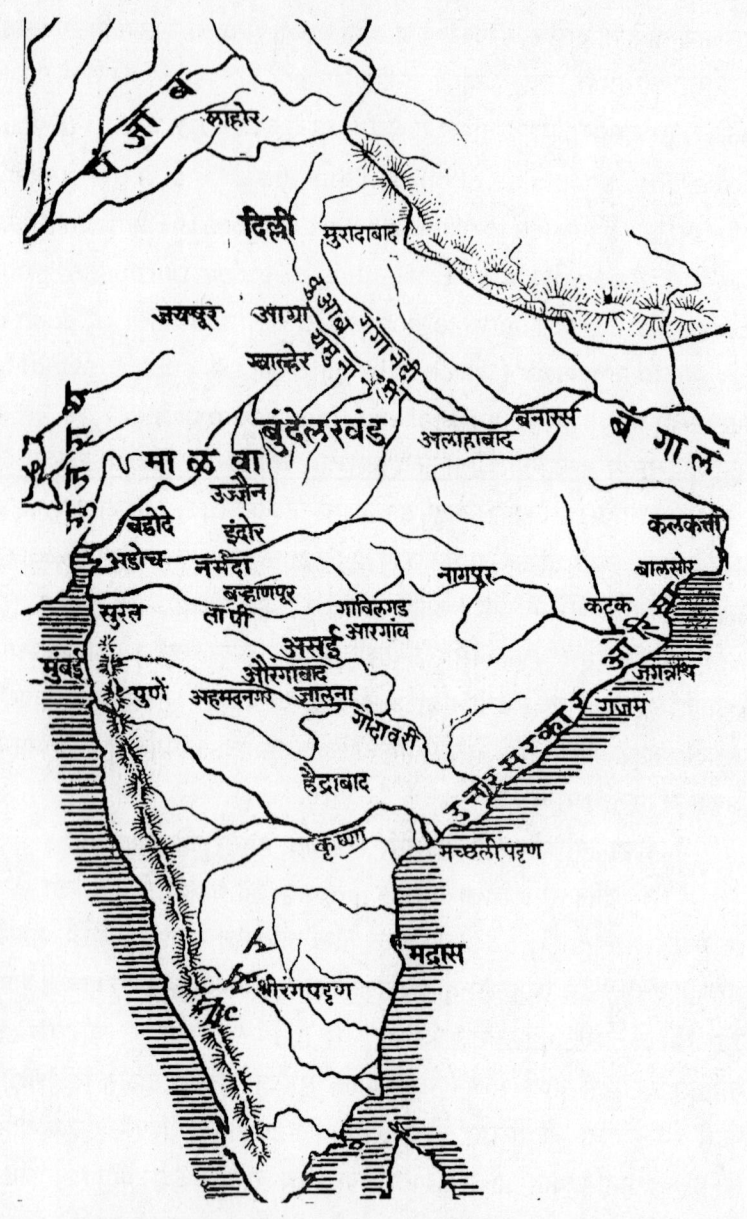

असईच्या लढाईच्या वेळची परिस्थिती दाखविणारा हिंदुस्थानचा नकाशा

मदत करावी, निदान त्यांनी मराठ्यांना तरी मदत करू नये, आणि त्यांनी इतके कार्य केले तर त्यांना ब्रिटिश संरक्षणाखाली घेण्यात येईल आणि त्यांच्याकडून खंडणी घेण्यात येणार नाही, अशा अटी त्या पत्रातून सुचविलेल्या होत्या. दुसरे काही झाले नाही, तर निदान शीख लोकांनी त्या वेळी तटस्थ राहावे, अशीही त्यांना विनंती करण्यात आली होती. त्याप्रमाणे शीख लोक तटस्थ राहिले. पण शीख लोक त्या वेळी तटस्थ राहिले म्हणून इंग्रजी वाघांच्या जबड्यातून पुढे त्यांची राज्ये बचावली, असे मात्र झाले नाही ! सर्वांना एकच अनुभव ! आणि या फितुरीच्या पातकाबद्दल सर्वांना एकच प्रायश्चित्त ! पण ही गोष्ट इतकी ढळढळीत असूनही ती त्या वेळी कोणाला दिसली नाही आणि अजूनही ती कोणाला दिसत नाही ! हे आश्चर्य नव्हे काय ?

भडोचकडील भिल्ल लोकातही फितुरीची साथ

(11) शिंद्यांना चोहोंकडून वेढता यावे म्हणून इंग्लिशांनी या वेळी आपल्या बाजूने आपल्या कारस्थानाची अगदी कमाल करून सोडली होती. हिंदुस्थानच्या पश्चिम किनाऱ्याच्या बाजूला गुजराथेमध्ये भडोच वगैरे जे काही प्रांत शिंद्यांच्या ताब्यात होते, तिकडून त्याला मदत मिळू नये, आणि तेथेही त्याला स्वस्थता राखता येऊ नये, यासाठी गुजराथमध्ये इंग्लिशांकडून एक सैन्य पाठविण्यात आले होते, त्या सैन्याला मदत करण्याला बडोद्याचे गायकवाड फारसे खुषी नव्हते; तरी पण त्यांच्या इच्छेविरुध्दही इंग्लिशांनी आपल्या सैन्याचा त्यांच्या राज्यात तळ देऊन भडोचकडील मुलूख तेथील भिल्ल लोकांना फितुर करून काबीज केला.

त्याचप्रमाणे शिंदे आणि भोसले हे एकत्र होऊन इंग्लिशांच्या विरुध्द लढणार असा संभव दिसत असल्यामुळे शिंदेच्याप्रमाणे भोसल्याचेही हातपाय तोडण्याच्या कामाकडे इंग्लिशांनी पूर्ण लक्ष दिले होते. भोसल्यांच्या सरहद्दीवरील पूर्वेकडील बरेच प्रांत इंग्लिशांनी आपल्याकडे या वेळी जिंकून घेतले. बेलसोर, कटक, ओरिसा, हे प्रांत इंग्लिशांनी युक्ति-प्रयुक्तीने आणि कारस्थानाने काबीज करून घेतल्यामुळे भोसल्यांच्या सामर्थ्यावर या गोष्टीचा त्या वेळी पुष्कळ परिणाम झालेला होता.

वर दिलेली हकिकत लक्षात घेऊन आपण हिंदुस्थानच्या नकाशाकडे पाहिले, तर इंग्लिशांनी शिंदे आणि भोसले यांना अंत:स्थ रीतीनेच फक्त चोहो बाजूंनी ग्रासले होते, असे नसून बाह्य दृष्टीनेही त्यांनी शिंदे आणि भोसले यांना चारी बाजूंनी वेढून टाकिले होते. दक्षिणेच्या बाजूला पुणे, म्हैसूर आणि हैदराबाद ही संस्थाने इंग्लिशांच्या सत्तेखाली आलेली असल्यामुळे दक्षिणेची बाजू पूर्णपणे बंद झालेली होती. त्याचप्रमाणे ओरिसा, कटक, बलसोर, वगैरे ठिकाणे नवीन घेतलेली असल्यामुळे आणि बंगालचा मुलूख तर पूर्वीच इंग्लिशांकडे असल्यामुळे पूर्वेच्या भिंतीलाही कोठे फट राहिलेली नव्हती. त्या नंतर उत्तरेकडे आपण पाहू लागलो, तर गंगा आणि यमुना यांच्यामधील अंतर्वेदी, बुंदेलखंड, शीख लोकांची संस्थाने, होळकराचा मुलूख वगैरेही सगळे उत्तरेकडील प्रांत इंग्लिशांनी आपल्या कारस्थानाच्या मंत्राने भारून टाकलेले होते. आणि पश्चिमेकडे गायकवाडचा मुलूख, सुरत, भडोच, वगैरे ठिकाणेही व्यापली गेलेली असल्यामुळे तिकडूनही आशेचा किरण येण्याला जागा नव्हती. अशा रीतीने शिंदे आणि भोसले हे या वेळी चारी दिशांनी कोंडले गेलेले होते !

येथपर्यंत वर दिलेल्या इंग्रजी फितुरीच्या अकरा उदाहरणांच्या स्वरूपाने इंग्रज लोकांनी आपल्या स्वयंभू कपटदेवतेच्या पिठीवर या अकरा विश्वासघातांची जी एकादष्णी चालविली होती, तिच्या आवर्तनापासून त्यांना कधी फलप्राप्ति झाली, हे पुढे लवकरच दिसून येईल.

असईच्या लढाईच्या पूर्वी इंग्लिशांनी करून ठेवलेल्या फितुरीची वर्णने जी वर सांगितली आहेत, ती तेवढीच आहेत म्हणून ती तेथे संपविण्यात आली, असे कोणी समजण्याचे कारण नाही ! इंग्लिश मुत्सद्द्यांची डोकी हिंदुस्थानात फितुरी उत्पन्न करण्याच्या बाबतीत इतकी सुपीक आहेत की, त्यांच्या फितुरीपैकी ज्या उघडकीस आलेल्या आहेत, त्यांचेही वर्णन इतक्या थोडक्यात संपणे शक्य नाही ! येथपर्यंत जी फितुरीची उदाहरणे देण्यात आलेली आहेत, ती अगदी ठळक आणि सामान्य स्वरूपाची म्हणून निवडून देण्यात आहेत, परंतु किरकोळ आणि वैयक्तिक स्वरूपाची अशी या वेळची अजूनही कित्येक उदाहरणे शिल्लक आहेत. आणि त्यांचा परिस्फोट या कथानकात पुढे योग्य त्या ठिकाणी योग्य

अशा निंदाव्यंजक शब्दांनी यथास्थित रीतीने करण्यात येईल. आपल्या देशाचे जुने इतिहास हे सगळ्यांनाच माहीत आहेत. ते जुने इतिहास आज फिरून वाचावयाचे असतील, तर त्यातून आपल्याला नवीन काही शिकता आले, तरच ते वाचण्यापासून काही फायदा; नाही तर असईच्या लढाईत इंग्लिशांचा जय झाला, हे शाळेतून शिकून बाहेर पडलेल्या प्रत्येक मुलाने घोकलेलेच आहे ! पण त्या लढाईत आपल्या लोकांचे काय चुकले आणि इंग्लिशांनी काय काय अंतःस्थ कारस्थाने केल्यामुळे त्यांना जय मिळाला, या गोष्टीचे बारकाईने अध्ययन करून जुन्या इतिहासावरून आपल्या भावी इतिहासावर सुयशस्कर असे परिणाम घडवून आणण्याकरिता आपण हे इतिहास नव्या आणि निराळ्या दृष्टीने वाचले पाहिजेत.

इंग्लिशांनी वसईस बाजीरावाच्यापाशी वसईचा जो तह केला, त्याचा उल्लेख पूर्वी करण्यात आलेला आहे. तहांनी वास्तविक पाहिले असता लढाया मिटविल्या पाहिजेत; पण वसईचा दुर्दैवी तह असा होता की, त्याने लढाया मिटविण्याच्या ऐवजी उलट जास्तच लढाया पेटविल्या ! त्या तहाच्या योगाने फक्त असईचीच लढाई उत्पन्न केली, असे नसून असई, आरगाव, अलीगढ, दिल्ली, लासावरी, दीग, भरतपूर, वगैरे अनेक ठिकाणी या वसईच्या तहाने लढाईच्या ज्वाळा भडकवून दिल्या ! हा वसईचा तह इ. स. 1802 च्या अखेरीस झाला खरा; परंतु त्याने पेटविलेली आग पुढे दोन तीन वर्षेपर्यंत एकसारखी जळत होती ! तसेच हा वसईचा तह वसईसारख्या समुद्रकाठच्या एका लहानशा गावात झाला खरा; पण त्याच्यामुळे उत्पन्न झालेल्या धरणीकंपाचे धक्के हिंदुस्थानच्या बहुतेक भागातून बसल्यावाचून राहिले नाहीत ! या वसईच्या तहाच्या सुरुंगाने मराठा कॉन्फिडरसीची भव्य इमारत कोसळून पडली; आणि त्याच पायावर इंग्लिशांनी आपल्या राज्याची इमारत उभारण्याला सुरुवात केली! इतक्या या सगळ्या अनिष्ट गोष्टींचे खापर जरी वसईच्या तहाच्या डोक्यावर फोडणे जरूर आहे, तरी हा बिचारा वसईचा तह केवळ निमित्ताला कारण झाला, असेही म्हणण्यास हरकत नाही. कारण, वसईच्या तहाच्या पूर्वीपासून इंग्लिशांनी आपले हे सगळे डाव रचून ठेविलेले होते; व ते केवळ

असईची लढाई – २१९

कोणत्या तरी एखाद्या योग्य संधीची वाट पाहात बसलेले होते. टिपू आणि निजाम या दोघांची राजसत्ता आपल्या हाताखाली घालून झाल्यानंतर इंग्लिशांच्या राज्यतृष्णेची वक्र आणि वखवखलेली दृष्टी मराठ्यांच्या साम्राज्याकडे वळलेली होती. परंतु नाना फडणवीस जिवंत होते, तोपर्यंत त्यांचे काही चालले नाही. परंतु नानांच्या मृत्युनंतर एकोणिसाव्या शतकाच्या सुरुवातीपासून इंग्लिशांना पाहिजे होती तशी परिस्थिती पुण्याच्या दरबारामध्ये उत्पन्न होऊ लागली. त्यामुळे इंग्लिशांना पेशव्यांच्या कारभारात हात घालण्याला संधी सापडली. वसईचा तह झाल्यावर बाजीरावसाहेबांना फिरून पुण्याच्या गादीवर आणून बसवावयाचे या निमित्ताने इंग्लिशांनी आपल्या मोठमोठ्या फौजा मराठ्यांच्या राज्यात आणण्याला सुरुवात केली. निजामाच्या सरहद्दीवर कर्नल स्टव्हिनसन याच्या हाताखाली मार्किस वेलस्ली याच्या हुकमावरून एक मोठे लष्कर जय्यत तयार करून ठेवण्यात आलेले होते; व म्हैसूरच्या सरहद्दीवर हरिहर या ठिकाणी खुद्द जनरल वेलस्ली यांच्या हाताखाली जमा झालेले इंग्लिश सैन्य आपल्याला पुण्याला जाण्याला केव्हा हुकूम मिळतो, याची वाट पाहात बसलेले होते. त्याप्रमाणे अखेरीस पेशव्याला पुण्याच्या गादीवर बसविण्याचे निमित्त उत्पन्न झाल्याबरोबर या दोन्ही सैन्यांना पुण्याकडे चाल करून येण्याचे हुकूम सुटले. त्याप्रमाणे हैद्राबादेहून निघालेले कर्नल स्टीव्हनसन यांच्या हाताखालील सैन्य आणि हरिहरनहून निघालेले जनरल वेलस्ली यांच्या हाताखालील सैन्य या दोन सैन्यांची गाठ ता. 15 एप्रिल 1803 रोजी सोलापूर जिल्ह्यातील अकलूज ह्या ठिकाणी पडली. नंतर ती दोन्ही सैन्ये काही दिवसांनी पुण्यात येऊन पोहोचली; व त्यांनी मे महिन्यामध्ये बाजीरावाला गादीवर बसविण्याचा देखावा करून दाखविला.

ही एवढी मोठी परकीय सैन्ये पेशव्यांनी आपल्या राज्यात येऊ दिली, ही मोठी चूक केली. बाजीरावाला गादीवर बसविण्याकरिता एवढ्या मोठ्या प्रचंड सैन्याची मुळीच आवश्यकता नव्हती. बाजीरावसाहेब पुण्यातील आपल्या स्वतःच्या गादीवर बसण्याकरता आले, तर त्यांना अडविण्याकरता कोण पुढे येणार होते ? दौलतराव शिंदे हा तर पूर्वीच उत्तर हिंदुस्थानात निघून गेलेला

होता. आणि इंग्लिश लोक बाजीरावाला पुण्याच्या गादीवर बसविण्याकरिता घेऊन येत आहेत, ही बातमी ऐकल्याबरोबर यशवंतराव होळकर हाही पुण्यातून निघून चांदोरच्या मुक्कामाकडे चालता झाला होता. त्याचप्रमाणे यशवंतराव होळकर यांनी तात्पुरते पेशव्यांच्या गादीवर बसविलेले अमृतराव यांचाही बाजीरावाला विरोध करण्याचा विचार नसून तेही यशवंतराव होळकराच्या पाठोपाठच जुन्नरला निघून गेले होते. अमृतराव पेशवे हे पुणे शहर जाळून टाकणार आहेत, अशी एक या वेळी बातमी उठविण्यात आलेली होती. पण ही बातमी अगदी खोटी होती. व इंग्लिशांना फितुर झालेल्या कोणा तरी लोकांकडून ही बातमी मुद्दाम उठविण्यात आलेली असली पाहिजे, कारण अमृतराव हे काय म्हणून पुणे जाळतील ? ते या पेशवाईच्या पदासाठी केव्हाच फारसे उत्सुक नव्हते. व त्यांना जर पुणे जाळावयाचेच होते, तर मग त्यांनी ते का जाळले नाही ? अमृतराव पुणे जाळणार, ही अशा रीतीने उठविलेली खोटी बातमी पुण्याचे रेसिडेंट, कर्नल क्लोज, यांनी ज. वेलस्ली यांना कळविली. व त्याने ताबडतोब पुण्याला यावे यासाठी त्यांना त्याने हे एक निमित्त उत्पन्न करून दिले. याच्याशिवाय या बातमीमध्ये दुसरे काहीच तथ्य नव्हते. आणि अखेरीस दरकूच दरमजल करीत ज. वेलस्ली हे ता. 20 एप्रिल रोजी जेव्हा पुण्यात येऊन पोहोचले, तेव्हा पुण्यात कोठेही आग लागलेली नव्हती ! किंवा कोणतेही वाडे सत्वर येऊन विझविण्याचे काम ज. वेलस्ली यांना करावे लागले नाही ! पण इंग्लिशांना पुण्यात येण्याला तडकाफडकीचे काही तरी एक जे निमित्त पाहिजे होते, ते मात्र या आगीच्या सबबीने त्यांना मिळाले ! या निमित्ताने इंग्लिशांचे सैन्य पुण्यात घुसले ! पुण्याला बाजीरावाला गादीवर बसविण्याकरिता किती सैन्याची जरूरी आहे, हे बाजीरावसाहेबांनी वसईस अंदाजाने ठरवून तितकेच सैन्य इंग्लिशांनी पुण्यात आणावे, अशी अट त्यांनी घालावयास पाहिजे होती. परंतु अशोकवनातील एका पडलेल्या फळाची आज्ञा मिळाल्याबरोबर मारुतीने जशी लंका हालवून सोडली, त्याप्रमाणे बाजीरावसाहेबांना गादीवर बसविण्याकरिता पुण्यात जरूरीपुरते काही थोडेसे सैन्य आणण्याची संधी मिळाल्याबरोबर त्या निमित्ताच्या पांघरुणाखाली इंग्लिशांनी निजामच्या आणि म्हैसूरच्या मुलखातील आपले

बहुतेक सारे लष्कर पुण्यात आणून भरले. पण इतक्या मोठ्या सैन्याची बाजीरावाला गादीवर बसविण्याची पुण्याच्या मुलखात आवश्यकता होती कोणती ? सारांश, पेशव्यांना गादीवर बससविण्याचे हे बाह्यात्कारी ढोंग दाखवून खरोखर मराठा कॉन्फिडरसीची जूट मोडून टाकावयाची, हाच इतके सैन्य आणण्यात इंग्लिशांचा हेतू होता, हे उघड होत आहे.

ज. वेलस्ली हे हरिहरहून पुण्यास येण्याकरिता निघाले, त्या वेळी पेशव्यांच्या मुलखातून जाताना कदाचित् कोणी आपल्याला अडथळा करतील, अशी त्यांना भीती वाटत होती. व त्यासाठी त्यांनी काही युक्त्याही योजिलेल्या होत्या. ज. वेलस्ली यांच्या हाताखालील सैन्य जवळजवळ अकरा हजार होते. हैद्राबादेहून क. स्टीव्हनसन यांच्या हाताखालील निघालेले सैन्य सुमारे आठ हजार होते. व त्याशिवाय क. स्टीव्हनसन यांच्या सैन्याबरोबर निजामाचे सहा हजार पायदळ आणि नऊ हजार घोडेस्वार इतके सैन्य होते. असे मि. थॉर्न यांचे आकडे आहेत. या आकड्यांप्रमाणे हे सगळे मिळून एकंदर सैन्य चवतीस हजार होते. ज्या पुण्यात शिंदे नव्हते, होळकर नव्हते, अमृतराव नव्हते, किंवा त्यांनी लावलेली आगही नव्हती, त्या पुण्यात स्वतःच्या वंशपरंपरेच्या बाजीरावाच्या मालकीच्या गादीवर त्याला नेऊन बसविण्याकरिता 34,000 सैन्य लागते काय? तेव्हा ह्या इतक्या प्रचंड सैन्याचा हेतू वर सांगितल्याप्रमाणे उघडच होता. आणि हे इतके मोठे सैन्य हैद्राबादेहून आणि हरिहराहून पुण्याला येईपर्यंत त्याला कोणी अडथळा केला नाही, यावरूनही अडथळा करण्याची कोणाला फारशी बुध्दी नव्हती; व इतक्या मोठ्या सैन्याला अडथळा करण्याला पुढे आले, तर त्यांचे पारिपत्य करण्याविषयी ज. वेलस्ली यांना वरून हुकूम मिळालेले होते. पण महाराष्ट्रामध्ये असा प्रसंग येतो आहे कशाला ? दक्षिण महाराष्ट्रातील पटवर्धन वगैरे काही सरदार या वेळी इंग्लिशांना आपल्या घरात घेण्याला इतके उत्सुक झालेले होते की, त्यांच्याकडून इंग्लिशांना विरोध होणे शक्यच नव्हते. पहिल्याने बाजीरावाने इतके मोठे सैन्य पुण्यास येऊन द्यावयाचे नव्हते. पण बाजीराव चुकला असला, तर त्याच्या सरदारांपैकी तरी कोणी असा विचार करावयाला पाहिजे होता की, हे आपल्या नाकापेक्षा जड होणारे मोती- हे इंग्रजांचे चवतीस हजार - सैन्य

आपल्या मुलखात येते आहे कशाला ? आणि यांचा आपण इतका आदरसत्कार करतो आहो कशासाठी ! पण हा सुविचार आपत्काली कोणाला सुचणार ? जे पुढे आपले राज्य आपल्यापासून हिरावून घेणार, त्यांना आपल्या पूर्वजांनी मोठ्या इतमामाने पुण्यामध्ये आणले ! राजे आणि त्यांचे सरदार अशा रीतीने मूर्खपणाने आणि फितुरीने आधी आपल्या अकला आणि मागाहून आपले स्वातंत्र्य घालविण्याला उद्युक्त होत असता महाराष्ट्रातील निदान सामान्य लोकांनी तरी या गोष्टीचा काही विचार करावयाला पाहिजे होता; पण तसेही काही झाले नाही.

या प्रसंगासंबधाने आणि या इंग्रजी लष्करासंबंधाने एका इतिहासकाराने पुढीलप्रमाणे उद्गार काढले आहेत. "At every step they were welcomed as delivers; and nearly all the chiefs on the line of the route joined their forces to the British army and advanced with it to Poonah." या वाक्यात असे म्हटले आहे की, इंग्लिशांचे हे सैन्य आपली मुक्तता करण्याकरिता येत आहे असे मानून ठिकठिकाणच्या लोकांनी त्यांचे स्वागत केले ! हे इंग्रजी सैन्य महाराष्ट्रातील लोकांची मुक्तता करण्याकरिता येत होते खरेच ! पण ते सैन्य महाराष्ट्रातील लोकांची कशापासून मुक्तता करण्याकरिता येत होते ? महाराष्ट्रातील लोक त्या वेळेपर्यंत स्वराज्याच्या आणि स्वातंत्र्याच्या दुःखात सापडलेले होते; त्या स्वराज्याच्या आणि स्वातंत्र्याच्या दुःखापासून त्यांना सोडविण्याकरिता हे इंग्रजी सैन्य येत होते, असा याचा अर्थ असेल, तर तो मात्र अक्षरशः खरा आहे ! जे सैन्य आपल्या देशाचे स्वातंत्र्य नाहीसे करून टाकण्याकरिता येत होते, त्या सैन्याचे महाराष्ट्रातील लोकांनी आणि महाराष्ट्रातील सरदारांनी आगतस्वागत करावे, याच्यापेक्षा महाराष्ट्राचा आणखी अधःपात तो काय व्हावयाचा राहिला होता ?

शिवाय हे सैन्य येऊन काय करणार होते ? तर बाजीरावाला गादीवर बसविणार होते ! शिवाजीमहाराजांच्या पराक्रमापासून तो नानाफडणवीसांच्या बुध्दिमत्तेपर्यंत ज्या मराठ्यांनी शेकडो राजांना पदच्युत केले आणि शेकडो राजांना त्यांच्या तक्तांवर फिरून बसविले- फार काय, ज्यांनी दिल्लीचेही तक्त

फोडले आणि ज्यांनी त्याच दिल्लीच्या तक्तावर मोगल बादशहांना बसविले,– त्या मराठ्यांच्या राजाला गादीवर बसविण्याकरिता त्या मराठ्यांच्या मुलखातून या इंग्रजी सैन्याने लोकांचे आगतस्वागत स्वीकारीत हरिहरपासून पुण्यापर्यंत पटवर्धनांच्यासारख्या मुलखातून अप्रतिहतपणे यावे, याच्यासारखी मराठे लोकांना दुसरी काळिमा कोणती होती ! बाजीरावसाहेबांनी जर आपल्या पूर्वजांच्या पूर्वपीठिकेचे आणि पूर्वपराक्रमांचे थोडेसे तरी स्मरण केले असते, तर ''मला गादी मिळाली नाही तरी हरकत नाही, पण या परकीय सैन्याच्या मदतीने मिळणाऱ्या गादीवर मी बसावे, ही गोष्ट माझ्या हातून कधीही घडणार नाही !'' असेच उद्गार त्यांच्या तोंडून निघाले असते ! बाजीरावसाहेबांनी हे लक्षात आणावयाला पाहिजे होते की, इंग्रजांना पुण्यात पाय टाकू द्यावयाचा नाही, हा तर आपल्या पूर्वीच्या मुत्सद्द्यांचा बाणा ! व त्यासाठी तर नानाफडणवीस, महादजी शिंदे, हरीपंत तात्या फडके आणि दुसरे शेकडो मराठे सरदार वडगावच्या लढाईत, इंग्लिशांना अडकवून धरण्याकरिता पुढे सरसावले ! असे नसते, तर बोरघाटामध्ये जे शेकडो शूर मराठे शिपाई ठिकठिकाणी लढले आणि प्रत्येक डोंगरातील वाट अडवीत असताना मरण पावले, त्यांनी आपले प्राण कशाला खर्ची घातले असते ? त्या वडगावच्या लढाईच्या वेळी घाटातून आणि डोंगरातून ठिकठिकाणी मरून पडलेल्या आपल्या जातभाईंच्या आणि आपल्या देशबांधवांच्या छातीवर पाय देऊन आणि त्यांची पवित्र हाडे परकीयांच्या घोड्यांच्या टापाखाली तुडवून बाजीरावसाहेब परदेशी पलटणांच्या संरक्षणाखाली जेव्हा पुण्यास येत होते, त्या वेळी तो असह्य देखावा पाहून त्या वडगावच्या लढाईत मरून पडलेल्या लोकांना काय वाटले असेल ! त्या मृत वीरांचे आत्मे रडले असतील, ओरडले असतील, किंचाळले असतील, हळहळले असतील, आणि त्यांचे हात–मरणानंतर गळून पडलेल्या आपल्या त्या तरवारी कोठे आहेत म्हणून शोधू लागले असतील !

अशा रीतीने पुण्यात येऊन पोहोचलेल्या बाजीरावसाहेबांना त्या दिवशी इंग्रजांनी पुण्याच्या गादीवर बसविले, त्या दिवशी पुण्याच्या लोकांना मोठा आनंद झाला, म्हणून इंग्लिश इतिहासकारांनी वर्णने केलेली आहेत. पण

पुण्यातील लोकांना या देखाव्याने खरोखरच आनंद झाला असेल काय ? इंग्रजांना फितुर झालेले काही लोक आणि केवळ स्वार्थदृष्टीचे काही तोंडपुजे लोक यांना कदाचित् या गुलामगिरीच्या मंगलाभिषेकाचा देखावा पाहून आनंद वाटला असेल, पण या थोड्याशा लोकाव्यतिरिक्त दुसऱ्या कोणाला आनंद वाटला असेल हे शक्य दिसत नाही. त्या दिवशी सलामीच्या ज्या तोफा उडवावयाच्या होत्या, त्यांच्या तोंडात बळेच कोणी दारू कोंबल्यामुळे त्यांनी मोठाल्या, पण फुसक्या, गर्जना केल्यासारखे दिसले असेल. पण आपल्या देशाच्या शत्रूंची दाणादाण करून देण्याकरिता ज्या तोफांचा जन्म आणि आपल्या शत्रूंची आपण छाती फोडून टाकू अशी त्या तोफांची महत्त्वाकांक्षा, त्या मराठ्यांच्या तोफांनी इंग्लिशांच्या मदतीने बाजीरावाला मिळालेल्या गादीबद्दल जेव्हा बळजबरीने आनंद व्यक्त करावयाला लावण्यात आला असेल, तेव्हा त्यांचे सर्वांग स्वदेशभक्तीच्या संतापाने संतप्त होऊन गेले असले पाहिजे ! बाजीरावसाहेबांना गादीवर बसविण्यात आले, त्या दिवशी पुण्यातील काही देशद्रोही लोकांना आनंद झाला असेल; पण त्या दिवशी पुण्यातील बाकीच्या लोकांना दुश्चिन्हे काय काय झाली असतील, याचे कोणी वर्णन केलेले आहे काय ? त्या दिवशी किती तरी लोकांना अपशकुन झाले असतील ! त्या दिवशी चंद्राला खळे पडलेले किती तरी लोकांनी पाहिले असेल ! त्या दिवशी किती तरी भयंकर कुयोग असलेले ज्योतिषांना आपापल्या पंचांगातून दिसले असतील! आणि त्या दिवशी किती तरी अशुभ ग्रहांच्या युती आकाशातून झाल्या असतील! कोणी उल्कापात झालेले पाहिले असतील, कोणी भालूंचे भेसूर शब्द ऐकले असतील, कोणी घोड्यांच्या डोळ्यांतून गळालेले अश्रू पाहिले असतील, आणि कोणी निरनिराळ्या ठिकाणच्या देवळातील देवतांना घाम सुटलेले पुसले असतील! कोणाच्या निशाणांच्या काठ्या मोडल्या असतील; आणि कोणाच्या पालखीचे दांडे दुभंग झाले असतील ! कोणाला दिवसास भयंकर दुश्चिन्हे झाले असतील, आणि रात्री भयंकर स्वप्ने पडली असतील, इंग्लिशांनी बाजीरावाला पुण्याच्या गादीवर आणून बसविले, म्हणून पुण्यातील लोकांना आनंद झाला, ही कल्पना आताच्याही पुण्याच्या लोकांना जर असह्य आहे, तर त्या कल्पनेने त्या वेळच्या

लोकांना आनंद कोठून होणार ? फार काय, पण ज्या बाजीरावसाहेबांना इंग्लिशांनी गादीवर बसविले, त्या खुद्द बाजीरावसाहेबांना तरी त्या वेळी आनंद झाला असेल किंवा नसेल, याबद्दलही शंका आहे. आणि पुढील इतिहासावरून व कृतीवरून बाजीरावसाहेबांनाही फारसा आनंद झालेला नसावा, असेच दिसते. कारण, गुलामगिरीच्या सोनेरी बेडीमध्ये आणि पारतंत्र्याच्या अमृतकलशामध्ये कोणाला गोडी वाटणार आहे ! आणि खुद्द बाजीरावसाहेबांच्या मनाचीच जर ही स्थिती असेल, तर बाकीच्या लोकांना इंग्लिशांनी ता. 6 मे 1803 रोजी केलेल्या या शोकपर्यवसायी प्रहसनापासून आनंद होणे कसे शक्य असणार ?

या वेळी जरी नानाफडणवीस मरून गेलेले होते, तरी ज्यांना भविष्यकाळच्या काळोखातील गोष्टी अंतर्ज्ञानाच्या दिव्याने दिसू शकतात, असे काही लोक त्या वेळी पुण्यामध्ये होते. ते चिंताग्रस्त होऊन आणि आपल्या कपाळाला हात लावून स्तब्ध बसले असता त्यांच्या या ध्यानस्थ स्थितीमध्ये त्यांच्या डोळ्यापुढे त्यांना पुढे होणारे काय काय अनर्थ दिसले नसतील ! त्यांना असईचे आणि आरगावचे रणक्षेत्र दिसले असेल ! आणि त्या रणक्षेत्रावर आपल्या लोकांपैकी काही मरण पावलेले आणि काही पळत सुटलेले लोक त्यांना दिसले असतील! आपल्या सैन्याची निशाणे इंग्लिश लोक हस्तगत करीत आहेत आणि आपल्या तोफा इंग्लिशांचे बैल ओढून नेत आहेत, असे त्यांनी पाहिले असेल ! अशीरगड आणि गाविलगड हे किल्ले उंच डोंगराच्या शिखरावरून खाली कोसळून पडलेले त्यांनी पाहिले असतील ! दिल्ली, अलीगड, लासावरी, दीग, वगैरे ठिकाणचे पराभव त्यांनी पाहिले असतील ! इतकेच नव्हे, तर त्यांनी आपली ज्ञानदृष्टी थोडी जास्त विस्तृत केल्यावर त्यांना आणखीही कित्येक गोष्टी दिसल्या असतील! त्यांना खडकीचा पराभव आणि अष्ट्याच्या रणमैदानावरील बापू गोखल्यांचा मृत्यू हेही दिसले असतील ! बाजीरावाच्या शनवार वाड्यावर बाळाजीपंतांनी चढविलेले इंग्रजांचे निशाण आणि ब्रह्मावर्ताच्या गंगेच्या काठी स्नानसंध्या करीत असलेले बाजीराव, यांचेही काळ्या रंगातील चित्रपट दुर्दैवाने त्यांना दाखविले असतील ! आणि हे सगळे चित्रपट पाहून ते अगदी घाबरून गेले असतील ! आणि ते मध्येच ओरडून म्हणाले असतील की, ''अरे हे दुर्दैवा !

अरे हे भविष्यकाळा ! तुम्ही हे आम्हाला काय दाखवीत आहात! थांबा ! जर असलीच भविष्यकाळाची चित्रे पाहावयाची असतील, तर त्यापेक्षा ही अंतर्दृष्टी आणि हे दूरदर्शनाचे सामर्थ्य नसलेले बरे !'' आणि असे म्हणून त्यांनी आपली समाधीची अवस्था मोठ्या बळजबरीने मोडून ते फिरून आपल्या सभोवतालच्या जागृतावस्थेमध्ये लीन झाले असतील !

असो. अशा प्रकारचा हा बाजीरावाला पुण्याच्या गादीवर बसविण्याचा वैधव्य पर्यवसायी लग्नसोहळा समाप्त झाल्यानंतर इंग्लिश लोक पुढच्या तजविजीला लागले. वसईच्या तहामध्ये अशी एक अट होती की, बाजीरावाच्या संरक्षणासाठी इंग्लिशांनी पुण्यामध्ये सहा हजार फौज ठेवावी. या तहाच्या अटीप्रमाणे त्यांनी पुण्यामध्ये ज. वेलस्ली यांच्या बरोबर तितकी सहा हजार फौज आणली असती, तर त्यात काही वावगे झाले नसते. तेवढी फौज पुरेशीही झाली असती. पण भटाला ओसरी दिल्याबरोबर भटाने सर्व घरभर हातपाय पसरावे, त्याप्रमाणे इंग्लिशांना सहा हजार फौजेची परवानगी तहाच्या अन्वये मिळालेली असताना त्यांनी पुण्यामध्ये एकदम 30/35 हजार फौज आणून सोडली. या कृत्यातील त्यांचा हेतू अगदी स्पष्ट होता. बाजीरावांचे संरक्षण हा त्यातील केवळ एक अंगभूत हेतू असून मराठा संघाची जूट फोडून दौलतराव शिंदे यांचे जय्यत लष्कर आणि अजिंक्य तोफा यांचा नाश करावयाचा आणि त्याच्या आश्रयाखाली जी फ्रेंचांची सत्ता बळावत चाललेली होती ती नामशेष करावयाची असे त्यांचे यात अनेक अंत:स्थ हेतू होते. म्हणून त्यांनी ते साधण्याला आता उघड रीतीने सुरुवात केली. व त्यासाठी आम्ही पेशव्यांपाशी जो वसईचा तह केलेला आहे, त्याला तुमची मान्यता असावी, अशाविषयी इंग्लिशांनी दौलतराव शिंदे यांच्यापाशी बोलणे सुरू केले. वसईच्या तहाची बातमी दौलतरावाला समजली, तेव्हा त्याला ती गोष्ट फारशी आवडली, असे नाही. महादजी शिंद्यांच्या वेळेपासून पुण्याच्या दरबारामध्ये आपले जे वजन होते, ते या वसईच्या तहाने इंग्लिश लोक मध्ये घुसल्यामुळे आता जाणार, ही गोष्ट शिंद्यांच्या लक्षात येऊन चुकली. तरी पण तो इंग्लिशांच्या विरुध्द होता, असे नाही. ही गोष्ट इंग्लिश इतिहासकारांनीही कबूल केली आहे. तरी पण या वसईच्या तहाच्या बाबतीत काय धोरण

ठरवावयाचे, हे रघोजी भोसले यांच्याशी विचारविनिमय करून ठरवावे, असे त्यांनी ठरविले. व त्या हेतूने आपल्याबरोबर काही सैन्ये घेऊन दौलतराव शिंदे उज्जनीहून निघाला, तो ता. 23 फेब्रुवारी 1803 रोजी बऱ्हाणपूर मुक्कामी येऊन दाखल झाला. पण वसईच्या तहाच्या बाबतीत दौलतराव काय धोरण स्वीकारणार, हे जाणण्याची इंग्लिशांना उत्कट इच्छा झालेली असणे स्वाभाविक होते. म्हणून ते जाणण्याकरिता आणि शिंद्यांच्या काय हालचाली होतात याच्यावर वचक ठेवण्याकरिता शिंद्यांच्या दरबारचा इंग्लिश रेसिडेंट, मि. कॉलिन्स, याला त्यांनी दौलतरावाच्या पाठोपाठ पिटाळले. आणि तो ता. 27 फेब्रुवारी 1803 रोजी बऱ्हाणपुरास येऊन पोहोचला. वसईच्या तहाबद्दल काय ते उत्तर देण्याविषयी तो शिंद्यांना घाई करू लागला.

पण दौलतरावाला या बाबतीत इतकी घाई नव्हती. शिंदे आणि होळकर यांच्या आपसात लढाया चाललेल्या होत्या. त्यामुळे या बाबतीत होळकरांचा सल्ला घेणे शिंद्यांना अशक्य होते. म्हणून स्वाभाविक रीतीनेच शिंद्यांचे लक्ष रघोजी भोसल्याच्या सल्लामसलतीकडे वळले. शिंदे व होळकर हे दोघेही स्वाभाविक तरुण होते ! पण रघोजी भोसले हे वयाने पोक्त, पराक्रमाने शूर आणि व्यवहाज्ञानाने चतुर असे होते. शिवाय सातारच्या महाराजांच्या वंशातीलच ते असल्यामुळे त्यांचे वजन बाकीच्या सरदारांपेक्षा स्वाभाविकपणेच जास्त होते. म्हणून त्यांनी सगळ्या मराठे सरदारांचा संघ फिरून एकत्र कसा जमवून आणावा याच्याबद्दल विचार चालविला होता; व त्या दृष्टीने वसईच्या तहाबद्दल काय धोरण ठेवावयाचे, हे ठरविले जावयाचे होते. शिवाय या बाबतीत खुद्द बाजीरावसाहेब यांचे काय मत आहे, हेही आपल्याला समजणे जरूर आहे, असे शिंदे आणि भोसले यांना वाटत होते. तुम्ही पुण्यास यावे, असा बाजीरावसाहेबांकडून शिंद्यांकडे निरोपही गेलेला होता; व त्या कामाकरिता खुद्द बाळोबा कुंजर यांनाही बाजीरावसाहेबांनी शिंदे आणि भोसले यांच्याकडे पाठविले होते. तेव्हा पेशवे, भोसले, शिंदे आणि होळकर, या सगळ्यांचा खलबतामधून जे धोरण ठरले, ते आपले वसईच्या तहाबद्दलचे धोरण होय, असे दौलतराव शिंदे उत्तर देणार, हे अगदी उघड होते, व त्यासाठी त्यांना काही वेळ थांबणे जरूरच होते. आणि म्हणून दौलतराव शिंदे

इंग्लिश रेसिडेंट, मि. कॉलिन्स, यांना असे सांगत होते की, रघोजी भोसले यांची आणि आपली गाठ पडल्यानंतर मग जे काय ठरेल, त्याप्रमाणे तुम्हाला उत्तर सांगण्यात येईल. परंतु इंग्लिशांनी अशी परिस्थिती उत्पन्न होऊ देणे इष्ट नव्हते. पेशवे, भोसले, शिंदे आणि होळकर, यांना नुसत्या सल्लामसलतीसाठी एकत्र होऊ दिले. तरी देखील त्यात आपल्या कारस्थानाला अपायच आहे, हे इंग्लिश लोक जाणून होते, व त्यामुळे त्या चौघांच्या सल्लामसलतीमध्ये जितके व्यत्यय आणता येतील, तितके आणण्याचा त्यांनी प्रयत्न चालविला होता. होळकराला त्यांनी आधीच बराचसा आपल्या बाजूला वळवून घेतलेला होता, हे पूर्वी सांगण्यात आलेलेच आहे. तरी पण या वसईच्या तहाच्या विरुध्द आपण सर्व मराठे सरदारांनी एकत्र झाले पाहिजे, ही कल्पना होळकराच्या डोक्यात नव्हती असे नाही. या बाबतीत यशवंतराव होळकराने रघोजी भोसल्यांकडे जे एक पत्र पाठविलेले उपलब्ध आहे ते पुढे देण्यात येत आहे. ते असे –

श्रीम्हाळसाकांत चंद्र 10 जमादिलावल
सन 1213 (इ.स. 1803)
नजीक देऊळगाव राजा.

राजश्री रघुजी भोसले सेनासाहेब सुभा गोसावी यांसी सकलगुणालंकरण अखंडित लक्ष्मीअलंकृत राजमान्य स्नेहांकित यशवंतराव होळकर रामराम विनंति. उपरी येथील कुशल जाणून स्वकीय लिहित असावे. विशेष ... इंग्रजास स्वराज्याचा लोभ उत्पन्न होऊन चाल करावी या इराद्यात बहुत दिवस होतेच. प्रस्तुत श्रीमंत रा. बाजीरावसाहेब अनुकूल हे निमित्यास कारण होऊन पुण्यास येऊन अलीकडे चाल करून नगरचा किल्ला घेतला. आपत्यापाशी वकील होता तो न पुसता उठून गेला. नवाबाकडील फौज व दळ येथे औरंगाबादनजीक आहेत. त्यांची चाल पाहून आपण व राजश्री दौलतराव शिंदे सडे होऊन भांदोल्याचे घाटावर चढून त्याची आपली छेटी थोडी आहे म्हणून वर्तमान ऐकतो. त्यास आजपर्यंत फूट होती. याजमुळे त्यांचा इतका पसार झाला. प्रस्तुत आपली त्रिवर्गाची एकदिली झाली. तेव्हा स्वराज्यातील सर्व लहानथोर सरदार मराठे मुसलमान सामने होतील. हिंदुस्थान प्रांतीचे राजेरजवाडे व राजश्री समशेर

बहादुर बुंदेले व समशेर बहादुर आदि करून छोटे मोठे अनुकूल होतील. इतका भरणा पहाता पाच सहा लाख फौजा दहा व कंपू होतील. दोन भाग करून चाल केली असता काही जड पडावे ऐसे नाही. कर्नाटक, बंगाल, व अंतर्वेदी आदिकरून त्यांचा मुलूख कोट्यवधीचा आहे. इतका आपल्या पोटात पडल्यावर आपले हित किती त्याजला इकडील मुलखात येऊन नफा काय होणार. हे विचार लावून पाहिल्यानंतर बळाबळ पक्ष इकडील पडून कायम होतील. आपण उतावळी करून गाठ घालून ते हावभरी होऊन चाल करतील ऐसे न करावे. धमकावून पोक्त विचाराने पाऊल पडल्यास सहजात कायम होतील. त्यास त्याच बेतास लागावे. काही अवघड नाही. ... बहुत काय लिहिणे. ही विनंति.

यशवंतराव होळकर यांचे विचार पत्रावरून स्पष्ट दिसत आहेत, त्याचप्रमाणे बाजीरावसाहेबांच्याही मनातील मनसुबा अशाच प्रकारचा होता, असे दिसते, बाजीरावाने बाळोबा कुंजर यास ज्याप्रमाणे दौलतराव शिंद्यांकडे पाठविले होते, त्याचप्रमाणे नारायणराव वैद्य यांना भोसल्यांकडे पाठविले होते. व त्यांच्याबरोबर बाजीरावसाहेबांनी शिंदे आणि भोसले यांना जे लिहून पाठविले होते, त्यावरून बाजीरावसाहेबांचेही असेच मनोगत होते, असे स्पष्ट दिसून येते. अलिजा बहादूर शिंदे यांच्या घरण्याचा रा. सरंजामे यांनी जो इतिहास प्रसिध्द केला त्यातील हकिकतीवरून असे दिसते की, बाजीरावाने शिंदे आणि भोसले या दोघांनाही पुढीलप्रमाणे मजकूर लिहून कळविला होता. तो असा की :- ‘‘तुम्ही उभयता होळकराचे प्रसंगास पुण्यास नसल्यामुळे मला वसईस जाणे प्राप्त जाहले. तेथे कंपनीसरकारचे शहास सापडून त्यांनी म्हटला तसा तहनामा मी त्यांस करून दिला आहे. हा तहनामा कायम राहील, तर आपले सर्वांचे नाशास कारण होईल. याजकरिता तुम्ही एकत्र होऊन इंग्रज लोकास दक्षिणेतून काढण्याचा इलाज करावा.’’ याप्रमाणे बाजीरावसाहेबाच्या मनातील विचार होते, हे सिध्द होते. याप्रमाणे होळकर आणि पेशवे यांची इच्छा होती; व होळकर आणि शिंदे यांचा जरी पूर्वी कित्येक दिवस तंटा चाललेला होता, तरी या प्रसंगी हे आपापसातील तंटे मिटावेत आणि मराठ्यांच्या संघामध्ये येऊन मिळण्याला होळकराला प्रोत्साहन

मिळावे म्हणून खंडेराव होळकर हा जो शिंद्यांच्या कैदेत होता त्याला सोडण्यालाही दौलतराव तयार झाला. व त्याचशिवाय दौलतरावाने होळकरांचा माळव्यातील काही मुलूख जिंकून घेतला होता, तोही सोडून दिला. एवढंच या सर्वांचा हेतू काय की, आपण सगळ्यांनी आपसातील तंटे मिटवून इंग्लिशांना दक्षिणेतून हाकलून देण्याकरिता एकत्र व्हावे. पण हिंदुस्थानच्या दुर्दैवामुळे तसा योग जुळून आला नाही. होळकरांचे मन आताच बिघडवू द्यावयाचे नाही व त्याला खुषीत ठेवायचे, असे इंग्रजांचे जे प्रयत्न चाललेले होते, त्या प्रयत्नांच्या जाळ्यातच अखेरीस यशवंतराव होळकर फसून पडला. आणि बाजीरावाची काहीही इच्छा असली, तरी तो बोलून चालूनच इंग्लिशांच्या हातातील बाहुले बनून गेलेला होता. त्यामुळे मराठा संघ कायम टिकवून इंग्लिशांशी तोंड देण्याची सर्व जबाबदारी शिंदे आणि भोसले यांच्यावरच येऊन पडली. तेव्हा अशा स्थितीमध्ये शिंदे आणि भोसले यांनी एकत्र जमून काही तरी विचार ठरविणे जरूर होते. व त्यासाठी रघोजी भोसले नागपुराहून निघून शिंद्यांच्या छावणीकडे येत होता.

परंतु या वेळी कॉलिन्सचा शिंद्यांच्या मागे एकसारखा तगादा लागलेला होता. तेव्हा आमच्या उभयतांच्या गाठी पडून आणि पेशव्यांकडून आलेला बाळोबा कुंजर आणि नारायणराव वैद्य यांचे म्हणणे ऐकून घेतल्यावाचून आम्हाला काही एक करिता यावयाचे नाही, असे दौलतराव शिंदे याने जेव्हा मि. कॉलिन्स याला निक्षून सांगितले, तेव्हा मि. कॉलिन्स यांची टूरटूर थांबली. अखेरीस ता. 4 जून 1803 रोजी रघोजी भोसले शिंद्यांकडे येऊन पोहोचले व त्यांचे बोलणे सुरू झाले. त्या नंतर काही दिवस गेले, तरी शिंदे व भोसले यांनी काही जबाब सांगितला नाही, म्हणून ता. 12 जून 1803 रोजी मि. कॉलिन्स याने शिंदे व भोसले यांना अशी धमकी दिली की, तुम्ही जर आपला निकाल ताबडतोब सांगितला नाही, तर मी तुमची छावणी सोडून निघून जाईन. इंग्लिशांचे शिंद्याकडील वकील, मि. कॉलिन्स, यांनी शिंद्यांची छावणी सोडून जाणे म्हणजे इंग्लिशांनी शिंद्यांच्या विरुध्द लढाई पुकारणे असाच त्याचा अर्थ व्हावयाचा होता. पण दक्षिणेतील इंग्लिशांचे सेनापती जनरल वेलस्ली यांना आपल्या लढाईची तयारी परिपूर्ण करण्याला अद्यापि काही अवकाश पाहिजे होता. आणि म्हणून

मि. कॉलिन्स यांनी इतक्यात शिंद्यांची छावणी सोडून निघून येणे हे जनरल वेलस्ली यांना इष्ट नव्हते. शिवाय मि. कॉलिन्स हे शिंद्यांच्या लष्करात जे होते, ते तेथे उगीच बसलेले नव्हते. शिंद्यांच्या लष्करात फितुर करण्याच्या कामी तेथे त्यांचा फार उपयोग होत असे. व शिवाय मि. कॉलिन्स हे शिंद्याच्या छावणीत असल्यामुळे शिंद्यांच्या लोकांवर आणि त्यांच्या हालचालीवर मि. कॉलिन्स यांचा एक प्रकारचा वचक असे तो वचक कायम ठेवण्याचा फायदा आपण घालवून बसावे, हे जनरल वेलस्ली यांना इष्ट वाटत नव्हते. व म्हणून आपली लढाईची तयारी पुरी होईपर्यंत मि. कॉलिन्स याने शिंद्यांच्या लष्करातून निघून येण्याची घाई करू नये, असे ज. वेलस्ली यांचे मत होते. त्यामुळे ता. 12 जून 1803 रोजी क. कॉलिन्स याने जरी शिंद्यांच्या लष्करातून निघून जाण्याची पहिली धमकी शिंद्याला दिलेली होती, तरी ते ता. 1 ऑगस्ट 1803 पर्यंत शिंद्यांच्या छावणीत लोचटपणाने चिकटून बसलेले होते. व या मुदतीत शिंदे, भोसले, जनरल वेलस्ली व मार्क्विस वेलस्ली यांच्या दरम्यान वाटाघाटीची बोलणी चाललेली होती. या वाटाघाटीमध्ये शिंद्याचे असे म्हणणे होते की, वसईच्या तहाच्या पूर्वी पेशव्यांच्या सर्व कारभाराची जबाबदारी आपल्याकडे होती; त्याचप्रमाणे पहिल्या मराठा वॉरच्या नंतर जो सालबाईचा तह झाला, त्या तहाला शिंदे हेच जामीन होते; अशा स्थितीमध्ये आपल्या संमतीशिवाय इंग्लिशांनी पेशव्यांपाशी वसईचा तह केला, हे नीतीच्या दृष्टीने बरोबर केले नाही. व शिंद्यांचे हे म्हणणे अगदी बरोबरही होते. तरी पण शिंद्यांच्या बाजूला जरी हे एक सबळ कारण होते, तरी तेवढ्या कारणासाठी इंग्लिशांशी लढाई करण्याचा शिंदे किंवा भोसले यांपैकी कोणाचाच विचार नव्हता, व तसे त्यांनी इंग्लिशांना कळविलेही होते. परंतु शिंदे आणि भोसले यांचा जरी इंग्लिशांशी लढाई करण्याचा विचार नसला, तरी इंग्लिशांचा त्यांच्याशी लढाई करण्याचा विचार ठरलेला होता, त्याला ते काय करणार ? नदीच्या प्रवाहातील खालच्या बाजूला मुकाट्याने आणि शांतपणाने पाणी पिणाऱ्या बकऱ्याने जरी त्या नदीच्या प्रवाहातील वरचे पाणी गढूळ करणे केव्हाही शक्य नव्हते, तरी या प्रवाहातील वरचे स्वच्छ पाणी पिणाऱ्या सिंहाच्या मनातून त्या बकऱ्याला कसे

तरी करून खावयाचे होते, याला ते बिचारे बकरे काय करणार ? शिंदे आणि भोसले हे दोघेही आपापली सैन्ये घेऊन आपल्या हद्दीमध्ये अजिंठ्याच्या घाटाच्या पलिकडे होते ते इंग्लिशांच्या संरक्षणाखालील पेशव्यांच्या किंवा निजामाच्या हद्दीत मुळीच नव्हते; व आम्ही अजिंठ्याचा घाट चढून वर येणार नाही आणि इंग्लिशांशी लढाई करण्याचा आमचा विचार नाही, असेही आश्वासन त्यांनी दिले होते.

असे असता क. कॉलिन्स याने त्यांच्यामागे असे एक टुमणे लावले की, शिंदे व भोसले या दोघांनाही आपापली सैन्ये घेऊन आपल्या मुलखात परत जावे. पण जनरल वेलस्ली व क. स्टीव्हनसन हे दोघे मिळून आपल्या हाताखाली 30/35 हजार सैन्य घेऊन मराठ्यांच्या मुलखात घुसलेले असताना त्यांनी शिंदे आणि भोसले यांना मात्र आपापली सैन्ये काढून नेण्याला सांगावे, हा कोठला सभ्यपणाचा न्याय ! शिंदे आणि भोसले यांनी आपापली सैन्ये माघारी न्यावी, ही अट ज. वेलस्ली यांच्या सूचनेवरून क. कॉलिन्स याने घातलेली होती. ही अट अन्यायाची कशी होती आणि ती मानण्याला शिंदे व भोसले हे कसे बांधलेले नव्हते, हे वर दाखविलेलेच आहे. पण ही अट न्यायाची होती आणि शिंदे व भोसले यांनी पाळावयाला पाहिजे होती, असे क्षणभर मानले, तरी ज. वेलस्ली यांनी ही अट घालण्यामध्ये जी एक गुप्त वस्तादगिरी करून ठेविलेली होती, तिचा त्यांनी आपण होऊनज उघड रीतीने स्फोट करून ठेविलेला नसता, तर ती भोळसर स्वभावाच्या सामान्य इंडियन लोकांच्या लक्षात येणे शक्यच नव्हते ! ती जनरल वेलस्ली यांची वस्तादगिरी अशी की, शिंदे आणि भोसले यांनी आपल्या फौजा घेऊन आपल्या मुलखात परत जावे, अशी अट ज. वेलस्ली यांनी त्या दोघांना घातली होती; पण त्या फौजा त्यांनी किती दिवसांत परत नेल्या पाहिजे होत्या ? अट म्हटली म्हणजे तिला काही तरी मुदत पाहिजे की नको ? पण अशी मुदत ज. वेलस्ली यांनी आपल्या अटीला काही घातली होती काय ? नाही ! तर मग ही मुदत घालण्याचे त्यांच्या स्मरणातून चुकीने राहिले काय ? तर नाही ! तसेच नाही ! ही मुदत घालण्याचे चुकून राहिले नसून ती मुदत न घालण्यात ज. वेलस्ली यांच्या मनात एक कपटाचा डाव होता.

आणि तो कपटाचा डाव त्यांनी आपल्या एका पत्रामध्ये कबूलही केलेला आहे!
ता. 17 जुलै 1803 रोजी पुण्याचे रेसिडेंट, क. क्लोज यांना पाठविलेल्या पत्रात
ज. वेलस्ली पुढीलप्रमाणे लिहितात :- "I have not fixed when he (Dowlut
Rao Scindhia) should withdraw; because I wish to keep in my
own breast the period at which hostilities will be commenced;
by which advantage it becomes more probable that I shall strike
the first blow." या वाक्यात ज. वेलस्ली स्पष्टपणे असे कबूल करतात की,
''सैन्य माघारे नेण्याविषयी दौलतराव शिंद्याला जी अट घातली होती, त्यात
त्याने सैन्य किती दिवसांच्या आत माघारे न्यावे, ही मुदत मी मुद्दामच घातलेली
नव्हती. व तसे करण्यात माझ्या मनातील हेतू असा होता की, दौलतराव शिंद्याने
ही अट पाळली नाही, अशी कुरापत सुरू करताना आपल्या सोयीप्रमाणे
आपल्याला पाहिजे तेव्हा काढता यावी ! व असे झाले म्हणजे लढाई सुरू
झाल्याबरोबर शिंद्याला पहिला हल्ला करण्याची संधी आपल्याला मिळावी ! हा
माझा यातील हेतू होता.''हा इंग्लिशांच्या बाजूचा कबूली जबाब लुच्चेगिरीचे
माप त्यांच्या पदरात भरपूरपणे घालीत आहे. पण या वाटाघाटीमधील आणखीही
एक इंग्रजी वस्तादगिरी लक्षात घेण्यासारखी आहे. व त्यावरून इंग्लिश लोक
बाह्यात्कारी जरी न्यायाचे ढोंग करीत असले, तरी आतून त्यांच्या मनात कपट
असते, ही गोष्ट सिध्द होते. शिंदे आणि भोसले यांनी आपली सैन्ये आपापल्या
मुलखात परत न्यावी. म्हणजे इंग्लिशांनी महाराष्ट्रामध्ये जी सैन्ये आणिली
आहेत, तीही माघारी नेतील, असे इंग्लिशांच्या बाजूने बाहेरून दिसण्यात
सरळपणाचे बोलणे इंग्लिशांच्या वतीने क. कॉलिन्स याने दौलतराव शिंदे यांना
कळविले होते. पण शिंद्यांनी आपली फौज माघारी नेली असती, तर मग तरी
इंग्लिशांनी आपली फौज खरोखरच महाराष्ट्रातून काढून नेली असती काय ?
परंतु इंग्लिशांचा तसा मुळीच विचार नव्हता. गव्हर्नर जनरलकडून पुण्याचे
रेसिडेंट, क. क्लोज, यांच्याकडे आलेल्या एका पत्रामध्ये या बाबतीसंबंधीचा
पुढील मजकूर आढळतो :- In the event of Scindhia's return to the
northward of the Nerbuddah, it may still be necessary to retain

the army in the field for the purpose of preventing Holkar's troops to Poona. शिंद्यांचे लष्कर नर्मदेच्या उत्तरेस निघून गेले, तरी होळकराच्या बंदोबस्ताकरिता आपले सैन्य आपल्याला रणांगणावर कायम ठेवणे जरूरच आहे. असे या पत्रामध्ये स्पष्ट म्हणण्यात आलेले आहे. आणि असे जर होते, तर तुम्ही आपले सैन्य माघारे नेले, म्हणजे आम्ही आपले सैन्य माघारे नेऊ, ही शिंद्यांपुढे इंग्लिशांनी मांडलेली अट निव्वळ लबाडीची आणि खोडसाळपणाची नव्हती काय ? सारांश, काही तरी कुरापत काढून इंग्लिशांना शिंद्यांपाशी लढाई सुरू करावयाची होती. तेव्हा त्या धोरणाप्रमाणे इंग्लिशांच्या बाजूची लढाईची तयारी झाल्यानंतर क. कॉलिन्स हे ता. 1 ऑगस्ट 1803 रोजी शिंद्यांची छावणी सोडून निघून आले. आणि अखेरीस ता. 6 ऑगस्ट 1803 रोजी ज. वेलस्ली यांनी शिंदे व भोसले यांच्याविरुध्द लढाई पुकारली.

इंग्लिशांनी उत्तर हिंदुस्थानात आणि दक्षिण महाराष्ट्रात अशी दोहोंकडेही शिंद्यांवर एकदम स्वारी करण्याची तयारी ठेवलेली होती. उत्तरेकडील सैन्याचे अधिपत्य लॉर्ड लेक यांच्याकडे देण्यात आलेले होते आणि दक्षिणेतील सैन्यावर जनरल वेलस्ली यांना नेमलेले होते. तेव्हा शिंद्यांच्या विरुध्द ता. 6 ऑगस्ट रोजी लढाई पुकारण्यात आल्याबरोबर उत्तरेकडे आणि दक्षिणेकडे अशी दोहोंकडेही शिंद्यांच्या विरुध्द एकदम लढाई सुरू करण्यात आली. यापैकी उत्तरेकडील अलीगड, दिल्ली, लासावरी, वगैरे ज्या मोठमोठ्या लढाया झाल्या, त्यांचे वर्णन पुढे निराळे देण्यात येणार असून येथे फक्त दक्षिणेतील असई, आरगाव वगैरे लढायांचीच हकिकत देण्याचे योजण्यात आलेले आहे. इ.स. 1803 च्या मे महिन्यात बाजीरावसाहेबांना पुण्याच्या गादीवर बसवून झाल्यानंतर ज. वेलस्ली हे काही दिवस पुण्यास राहिले होते. पण पुढे ता. 4 जून 1803 रोजी त्यांनी पुणे सोडले. आणि आपल्या सैन्यासह ते अहमदनगरकडे जाण्याला निघाले. व अहमदनगरच्या अलिकडे काही थोड्या अंतरावर वाळकी म्हणून एक गाव आहे, तेथे ता. 14 जून रोजी पोहोचून त्या ठिकाणी ते आपला सैन्याचा तळ देऊन राहिले. नंतर ता. 6 ऑगस्ट 1803 रोजी लढाई पुकारली गेल्याबरोबर ते वाळकीहून अहमदनगरचा किल्ला घेण्याकरिता ताबडतोब पुढे निघाले. परंतु त्या

दिवशी पाऊस फार पडलेला असल्यामुळे सर्व रस्ते बिघडून गेलेले होते. म्हणून त्या दिवशी त्यांना कूच करिता आले नाही. नंतर ता. 7 ऑगस्ट रोजी त्यांची छावणी अहमदनगरच्या किल्ल्याजवळ येऊन पडली. व त्यांनी ताबडतोब ता. 8 रोजी नगरच्या किल्ल्याला वेढा घालण्याचे काम सुरू केले; आणि ता. 11 ऑगस्ट रोजी अहमदनगरचा किल्ला इंग्लिशांच्या ताब्यात आला. ता. 6 ऑगस्ट रोजी लढाई पुकारली गेली आणि ता. 7 ऑगस्टला ज. वेलस्ली अहमदनगरच्या किल्ल्याकडे येऊन दाखल झाले; व पुढे दोन चार दिवसांत त्यांनी शिंद्यांच्या ताब्यात असलेला अहमदनगरचा किल्ला घेतला. यावरून काय व्यक्त होते ? शिंदे आणि भोसले यांनी आपले सैन्य अमुक मुदतीत माघारे न्यावे, अशी मुदत न घालण्यामध्ये ज. वेलस्ली यांना जो फायदा साधून घ्यावयाचा होता, तो हाच होय. लढाईतल्या पहिल्या जयावर पुढील पुष्कळ परिणाम अवलंबून असतात. कुस्ती करण्याकरिता दोन पहिलवान उभे राहिले, तर पहिला पेच आपल्या प्रतिपक्षावर आपला पडावा, यासाठी प्रत्येकजण आपापल्यापरीने निरनिराळ्या हिमकती करीत असतो; तशातलीच ज. वेलस्ली यांची ही हिकमत होती. शिंदे आणि भोसले यांच्या मनातून इंग्लिशांवर हल्ला करण्याचा इरादा आहे, असे आरोप त्यांच्यावर लढाईच्यापूर्वी लादण्यात येत होते. परंतु हे जर खरे असते, तर 6 ऑगस्टला लढाई पुकारली गेल्यानंतर लगेच एकदोन दिवसात ज. वेलस्ली यांनी ज्याप्रमाणे अहमदनगरच्या किल्ल्याला वेढा घातला, त्याप्रमाणे शिंदे आणि भोसले यांनाही काही करता आले असते. पण तसे त्यांनी काही एक केले नाही. यावरून लढाई करण्याचे कपट कोणाच्या मनात वास्तविक होते, हे दिसून येते. शिंदे आणि भोसले यांनी ताबडतोब काही केले नाही, इतकेच नव्हे, तर इंग्लिशांनी ता. 6 ऑगस्ट रोजी लढाई पुकारली तेव्हापासून ता. 23 सप्टेंबर 1803 रोजी असईची लढाई झाली, तेथपर्यंत म्हणजे जवळ जवळ दीड महिना काही किरकोळ हालचालींशिवाय विशेष काही एक न करिता ते स्वस्थ बसले होते. परंतु इंग्लिशांच्या मनात पहिल्यापासूनच कपट असल्यामुळे आपणच लढाई पुकारल्याचे निमित्त करून नगरच्या किल्ल्याच्या रुपाने त्याचा पहिला फायदा घेण्याला ज. वेलस्ली हे तयार झाले. अहमदनगरचा किल्ला हा पेशव्यांकडून

शिंद्यांना मिळालेला असून तो त्या वेळी शिंद्यांच्या ताब्यात होता, त्या किल्ल्यावर ज. वेलस्ली यांचा डोळा होता; व त्यासाठी ते नगरच्या जवळच्या वाळकी या नावाच्या एका गावी टपून बसलेले होते. आणि लढाई पुकारल्याबरोबर त्या किल्ल्यावर त्यांनी झडप घातली !

अहमदनगरच्या किल्ल्याला ज. वेलस्ली यांनी वेढा घालण्याला सुरुवात केली, त्या वेळी त्यांनी तेथे एक जाहीरनामा प्रसिध्द केला. त्या जाहीरनाम्यातील मुख्य सारांश असा होता की, शिंदे आणि भोसले हे आपल्या सरहद्दीच्या जवळ मोठी फौज घेऊन आलेले आहेत; व तेथून ते आपली फौज हालवीत नाहीत. याकरिता केवळ शांतता राखण्याकरिता म्हणून ज. वेलस्ली यांना त्यांच्याविरुध्द लढाई सुरू करणे भाग पडत आहे ! पण याच्याशिवाय त्या जाहीरनाम्यामध्ये आणखीही एक महत्त्वाची वस्तादगिरी होती. त्या जाहीरनाम्याने आसपासच्या सर्व रयत लोकांना असे फर्माविण्यात आलेले होते की, आम्ही तुम्हा रयत लोकांच्या विरुध्द ही लढाई सुरू केलेली नाही ! आणि म्हणून सर्व रयत लोकांनी आणि त्या त्या अंमलदारांनी आपापल्या जागी स्वस्थ बसावे ! व त्यांना जे हुकूम देण्यात येतील, ते त्यांनी पाळावे ! त्याचप्रमाणे त्यांच्या मुलखातून जाणाऱ्या इंग्लिश सैन्याला जर त्यांनी काही त्रास दिला नाही, तर त्या रयत लोकांनाही काही त्रास न पोहोचेल अशी व्यवस्था करण्यात येईल; पण रयत लोकांपैकी आपले घरे सोडून कोणी बाहेर पडतील, किंवा इंग्रजी सैन्याला काही त्रास देतील, तर त्यांना शत्रूप्रमाणे समजून शासन करण्यात येईल!

अशा प्रकारचे जाहीरनामे इंग्लिशांनी हिंदुस्थानच्या इतिहासात पुष्कळ वेळा प्रसिध्द केल्याचे आढळून येते; व या जाहीरनाम्यांनी हिंदुस्थानातील लोक फसलेले असल्याचेही पुष्कळ वेळा आढळून येते. तेव्हा या आपल्या जाहीरनाम्यांच्या योगाने हिंदुस्थानातील लोकांनी फसावे की काय, हा त्यांनी विचार करण्यासारखा एक प्रश्न आहे. आणि म्हणून हल्लीच्या स्थितीतून निघून आपण त्या वेळच्या स्थितीमध्ये थोडा वेळपर्यंत जाऊ या. आपण 1926 सालचे हिंदुस्थानचे रहिवासी नसून आपण 1803 सालचे अहमदनगरच्या किल्ल्याच्या आसपासचे रहिवासी असे रयत लोक आहोत, अशी आपण

कल्पना केली, तर या वर दिलेल्या जाहीरनाम्यासारख्या फसवणुकीच्या जाहीरनाम्याकडे आपण कोणत्या दृष्टीने पाहिले पाहिजे ? आपला अहमदनगरचा किल्ला आणि त्याच्या खालचा प्रांत हा शिंद्यांचा प्रांत आहे. आणि त्या प्रांतात राहाणारे आपण शिंद्यांची प्रजा आहोत, आणि दौलतराव शिंदे हा आपला राजा आहे. त्या आपल्या राजाच्या अहमदनगरच्या किल्ल्यावर गनीम चालून येत आहे आणि तो आपल्याला असे सांगत आहे की, तुम्ही आमच्या सैन्याला त्रास देऊ नका. तर अशा वेळी आपण जे शिंद्यांची रयत त्या आपले कर्तव्यकर्म काय असले पाहिजे ? आपल्या राजावर, आपल्या राज्यावर, आपल्या मुलखावर आणि आपल्या देशावर शत्रू चाल करून येत असता तो जाहीरनामे काढून आपल्याला सर्व शिकवीत आहे की, तुम्ही आपापल्या घरात बसून रहा आणि जे हुकूम तुम्हाला पाठविण्यात येतील, ते तुम्ही पाळा ! अशा वेळी आपण घरात बसून राहावे, हेच आपले कर्तव्यकर्म आहे काय ? आपण आपली अशा प्रसंगाची कर्तव्यकर्मे आपल्या स्वदेशाभिमानापासून शिकावी किंवा शत्रूंच्या खोडसाळ जाहीरनाम्यापासून ती आपण घ्यावी ? वरील जाहीरनाम्यात असे भासविण्याचा प्रयत्न केला आहे की, ही लढाई रयत लोकांच्या विरुध्द पुकारण्यात आलेली नाही ? दौलतराव शिंद्यांच्या ? मग जी लढाई शिंद्यांच्याविरुध्द पुकारली आहे, ती शिंद्यांच्या रयतेच्याही विरुध्द नाही काय ? अर्थात् आहे ! राजा आणि त्याची प्रजा हे दोन्ही मिळून राज्यरूपी संस्था एकजीव झालेली असते, असे असता प्रजेला सांगावयाचे की, ही लढाई तुमच्या विरुध्द नाही, तर ती केवळ तुमच्या राजाच्या विरुध्द आहे, ही निव्वळ लबाडी नव्हे काय ? एखाद्याला सांगावयाचे की, तुझ्या हातापायांना धक्का लावण्याचा आमचा बिलकूल विचार नाही, तर केवळ तुझा गळा दाबून आम्ही प्राण घेणार आहोत, तेव्हा अशा वेळी तुझे हातपाय काही एक हालचाल न करिता स्तब्ध राहिले, तर त्यांच्यावर आमची मोठी मेहेरनजर राहील; याचा अर्थ काय ? असे कोणी दुसऱ्याला सांगितले, तर त्याचा गळा दाबला जात असता त्याचे हातपाय स्वस्थ राहातील काय ? आणि त्याचप्रमाणे शिंद्यांच्या विरुध्द हा जो हल्ला चाललेला आहे, त्यात आपला काही संबंध नाही, असे म्हणून शिंद्यांच्या रयतेने स्वस्थ

बसावे काय ? पण असले हे इंग्लिशांचे फसवणुकीचे जाहीरनामे त्या वेळच्या मूर्ख लोकांना फसवीत होते; आणि राजावर संकट आले असता त्याच्या प्रजेला घरात स्वस्थ बसावयाला लावून हे जाहीरनामे शिंद्यांच्या रयतेत शिंद्यांच्या विरुध्द जाहीर रीतीने फितुरी उत्पन्न करीत होते ! असले जाहीरनामे इंग्लिशांच्या देशात येऊन कोणी प्रसिध्द केले, तर ते इंग्लिशांना पसंत पडतील काय ? गेल्या जर्मन लढाईमध्येच जर्मन लोक आपल्या ज्या विमानांनी इंग्लंडवर स्वारी करण्याचा प्रयत्न करीत होते, त्या विमानातून त्यांनी अशी हस्तपत्रके खाली टाकली असती की, हे इंग्लंडमधील लोकांनो, आम्ही फक्त इंग्लंडच्या राजाच्या विरुध्द ही लढाई सुरू केली आहे. व ही लढाई आम्ही तुमच्या विरुध्द मुळीच पुकारलेली नाही, तेव्हा आमच्या विमानांवर तोफा न सोडता तुम्ही आपापल्या घरी स्वस्थ बसावे, तर इंग्लिश लोकांच्या स्वदेशाभिमानाला ही गोष्ट पटली असती काय ? सारांश, असले हे जाहीरनामे मूर्ख लोकांना फसविण्यासाठी कसे काढलेले असतात, हे या ठिकाणी आपण शिकले पाहिजे. व जे आपल्या राजावर संकट, ते आपल्यावर संकट, अशा स्वदेशाभिमानाच्या भावनेने अशा प्रसंगी प्रत्येकाने वागण्याला तयार झाले पाहिजे !

ता. 7 ऑगस्ट 1803 रोजी ज. वेलस्ली यांनी वरील जाहीरनामा काढला आणि त्याच्याच दुसऱ्या दिवशी त्यांनी अहमदनगरच्या किल्ल्याला वेढा घातला. किल्ल्यामध्ये शिंद्यांच्या पायदळाची एक पलटण होती, काही घोडेस्वार होते, आणि किल्ल्याचे नेहमीचे संरक्षक असे काही अरब शिपाई होते. या सैन्याकडून किल्ला इंग्लिशांच्या स्वाधीन करण्याचे नाकारण्यात आल्यावरून अहमदनगरच्या शहरासभोवती जो तट होता, त्याच्यावर चढून शहरात प्रवेश करण्याकरिता ज. वेलस्ली यांनी आपल्या काही तुकड्या पाठविल्या. शहरासभोवतालच्या भिंती बऱ्याच उंच होत्या व मधून मधून उभारलेल्या बुरुजांच्या योगाने त्या भिंतीचे संरक्षण करता येण्यासारखे होते. शत्रूचे लोक शिड्या लावून या भिंतीवर चढले. परंतु भिंतीच्या माथ्यावर उभे राहाण्याला जागा नसल्यामुळे किल्ल्याच्या आतून या वर चढून आलेल्या शत्रूच्या लोकांवर जो गोळ्यांचा मारा होत होता व भिंतीच्या बुरुजावरून अरब लोकांनी जो गोळीबार चालविला होता, त्यामुळे

पुष्कळ वेळेपर्यंत शत्रूचे काही चालेना; आणि नंतर जेव्हा शत्रूचे लोक तटाच्या भिंतीवरून शहरात शिरले, तेव्हाही शहराच्या घरांमधून आणि रस्त्यांमधूनही शत्रूवर जोराचा गोळीबार करण्यात येत होता. परंतु ही स्थिती फार वेळ टिकली नाही; आणि शिंद्यांचे लोक शहरातून निघून किल्ल्यात गेले. या झटापटीमध्ये इंग्लिशांचे 30 लोक मरण पावले आणि सुमारे शंभर सव्वाशे लोक जखमी झाले.

ता.8 ऑगस्ट रोजी ही लढाई झाल्यानंतर ता. 9 ऑगस्ट रोजी अहमदनगरच्या खास किल्ल्यावर कोठून कसा हल्ला करावा, याच्याबद्दल इंग्लिशांची टेहळणी सुरू झाली. पण शहराच्या सभोवतालची भिंत जशी काबीज करता आली, तशी किल्ल्याची भिंत सहज काबीज करता येण्यासारखे नव्हती. या किल्ल्याची भिंत फार जाड असून मजबूत होती. पण किल्ल्याच्या भिंती कितीही मजबूत असल्या, तरी त्यांच्याजवळ येऊन त्या भिंतीच्या खाली मोठमोठाले सुरुंग खणून त्या भिंती उडवून देता येतात; किंवा शत्रूला जवळ येता आले नाही, तरी दुरून मोठमोठ्या तोफांचे गोळे टाकून किल्ल्यांच्या भिंतीत भगदाडे पाडता येतात. व हॉविट्झर या नावाच्या ज्या मोठमोठे गोळे फेकणाऱ्या तोफा असतात, त्यांच्या गोळ्यांपुढे तर किल्ल्याच्या भिंती टिकणे फारच जड जाते. या तोफा कोठे तरी एखाद्या आसपासच्या टेकडीच्या आड सुरक्षितपणे ठेवता येतात व त्यांचा मारा कोणत्या जागेवरून चाललेला आहे, हे किल्ल्यावरील लोकांना दिसणे शक्य नसल्यामुळे किल्ल्यातून त्या तोफांवर नेमका मारा करणे अशक्य होते. आणि जमिनीच्या पातळीशी वाटेल तितका लहान किंवा मोठा कोन करून या हॉविट्झर तोफांना आकाशातून अर्धवर्तुळकार मार्गाने गोळा फेकण्याची सोय असल्यामुळे तो गोळा मात्र विवक्षित ठिकाणी नेमका मारण्यात येण्यासारखा असतो. सारांश, सुरुंग आणि हॉविट्झर तोफा यांच्यामुळे जुन्या किल्ल्यांच्या मजबूत भिंतीही संरक्षणाच्या कामी कमकुवत होऊ लागल्या. तेव्हा या संकटापासून किल्ल्यांच्या भिंतींचे संरक्षण करण्याकरिता पुढे पुढे एक निराळी युक्ती योजण्यात येऊ लागली. किल्ल्यांच्या मुख्य भिंतीच्या पुढे काही अंतरावर मातीचे मोठमोठे ढीग रचण्यात येऊ लागले. व या मातीच्या उंच उंच भिंती बनू लागल्या. या भिंतींची

रचना अशी असे की, त्यांची किल्ल्याच्या अंगाकडील बाजू उंच असून दुसरी बाजू मात्र पुढील मैदानाच्या दिशेने उतरती उतरती होत गेलेली असे. अशा प्रकारच्या या मातीच्या भिंतीपासून दोन प्रकारचे फायदे होतात. या मातीच्या भिंतीच्या तळाची रुंदी फार मोठी असल्यामुळे सुरुंगाची भीती राहात नाही; व शत्रूकडून तोफांचे गोळे आले, तरी ते या मातीत गडप होऊन जातात; आणि एखाद्या किल्ल्याची दगडी किंवा विटांची भिंत तोफेने कोसळून पडावी, तसा येथे काहीच प्रकार होत नाही. व याच्याशिवाय आणखी एक मोठा फायदा आहे तो असा की, शत्रू या मातीच्या दरडीवरून वर चढून येऊ लागला असता आतील किल्ल्याच्या भिंतीवरील लोकांना आयताच समोरून मारा करण्याला फार सोईचे पडते. अशा प्रकारच्या मातीच्या दरडी त्या वेळी नगरच्या किल्ल्याच्या भोवती चौफेर होत्या. त्यामुळे या किल्ल्यावर यशस्वी रीतीने हल्ला करण्याचे काम फार अवघड होऊन बसलेले होते. तरी पण अशा स्थितीतही ज. वेलस्ली यांनी इंग्रजी शौर्य दाखविण्याची एक युक्ती अखेरीस शोधून काढलीच ! ती युक्ती कोणती ? ती इंग्लिशांची नेहमीचीच युक्ती आहे ! व ती वाचकांनी न सांगताही सहज ओळखली पाहिजे ! या वेळी इंग्लिशांनी अहमदनगरचा किल्ला कसा शौर्याने काबीज केला, याच्याबद्दलची अहमदनगर गॉझिटिअरमधील पुढील हकिकत सर्वांनी लक्षात ठेवण्यासारखी आहे. ती अशी :-

When after capturing the town General Wellesly reconoitred the fort on the 9 th August, the complete protection which the glacis afforded to the wall, made it difficult to fix on a spot for bombardment. Raghurao Baba, the Deshmukh of Bhingar, received a bribe of 400 (Rs. 4000) and advised an attack on the east face."

यातील तात्पर्य असे आहे की, अहमदनगर शहर ता. 8 ऑगस्ट रोजी ताब्यात आल्यानंतर ता. 9 ऑगस्ट रोजी ज. वेलस्ली यांनी अहमदनगरच्या किल्ल्याची पाहणी केली, तेव्हा या किल्ल्याच्या संरक्षणाकरिता केलेली मजबुती

पाहून त्या किल्ल्याच्या भिंतीवर कोठून तोफांचा मारा करावा, हे त्यांना काहीच समजेना. तेव्हा अहमदनगरच्या किल्ल्याच्या जवळच भिंगार म्हणून जे एक गाव आहे, तेथील रघुरावबाबा देशमुख यांनी 400 पौंडांचा (म्हणजे 4000 रुपयांचा) लाच घेतला आणि किल्ल्याच्या पूर्व बाजूने हल्ला करण्याचा मार्ग दाखवून दिला!

हिंदुस्थान देशा ! तुझे स्वातंत्र्य कसे टिकावे ? आपले स्वातंत्र्य गेले, म्हणून तू रडतोस ! पण तुझे स्वातंत्र्य काय म्हणून टिकावे ? जेथे तुझ्या पोटचीच पोरे तुझ्या स्वातंत्र्याच्या इमारतीवर निखारे ठेवण्याला तयार होतात, तेथे तुझे स्वातंत्र्य टिकणार कसे ? देशमुख म्हणजे देशाचे मुख ! या देशमुखांनीच जर आपले मुख अशा प्रकारच्या ह्या 4000 रुपयांच्या लाचांच्या नरकामध्ये खुपसले, तर हे हिंदुस्थाना, तुझ्या देशाचे मुख गुलामगिरीच्या दुर्गंधीने हल्ली लडबडून गेलेले असले, तर त्यात नवल ते काय ! देशमुख म्हणजे देशाचे मुख! त्या देशातील मुख्यांनीच जर अशी ही हरामखोरपणाची कामे करण्याला सुरुवात केली तर, हे हिंदुस्थान देशा, तुझे स्वातंत्र्य टिकावयाचे कोणाच्या जोरावर ? देशमुखांना देशमुखीच्या सनदा दिलेल्या असतात, त्या अशा प्रकारची देश बुडवण्याची कामे करण्याकरिताच दिलेल्या असतात काय ? त्यांनी देश वसवावा, लोकांना आबाद करावे आणि तेथे आपले स्वराज्य उभारावे, यासाठी त्यांना ह्या देशमुख्या मिळालेल्या असतात ना ? पण ज्यांनी स्वराज्ये उभारावयाची, तेच जर आपल्या किल्ल्याच्या माऱ्याच्या जागा शत्रूंना दाखवू लागले, तर, हिंदुस्थाना, हे बिचाऱ्या दुर्दैवी हिंदुस्थाना, तुझ्या पायामध्ये लोकांची लोखंडी गुलामगिरीच्या बेड्या का ठोकू नयेत, याबद्दल तू काही कारण दाखवू शकशील काय ? हिंदुस्थान देशातील देशमुखच जर आपल्या फितुरीने किल्ल्याच्या भिंती फोडू लागतील, तर त्या हिंदुस्थान देशातील निर्जीव अशा बिचाऱ्या विटा आणि बिचारे दगड हे हिंदुस्थानातील स्वातंत्र्याचे किल्ले किती दिवस पडावयाचे थांबवून धरतील ? अरबस्थानातील अरब शिपायांनी अहमदनगरच्या किल्ल्याच्या बचावासाठी आपले प्राण द्यावे आणि अहमदनगरच्या जवळील भिंगारच्या एका रघुराव बाबांनी या किल्ल्यावर कोठून हल्ला करावा ती वाट दाखवून द्यावी, ही

किती शरमेची गोष्ट आहे ! या रघुरावबाबांनी जे 4000 रुपये घेऊन हे अधमपणाचे कृत्य केले, ते 4000 रुपये केव्हाच नाहीसे झाले असतील ! पण त्या त्यांच्या पातकाची फळे अजून-अजून सवाशे वर्षेपर्यंतही-टिकून राहिलेली आहेत ! रघुराव बाबांनी जर हा मार्ग दाखवून दिला नसता, तर कदाचित् अहमदनगरचा किल्ला पुष्कळ दिवस लढला असता. कदाचित् आर्थर वेलस्ली यांचे बरेच दिवस अहमदनगरच्या किल्ल्यासमोर कुचंबून बसण्यात फुकट गेले असते, आणि त्यामुळे कदाचित शिंदे आणि भोसले यांना आपल्या तयारीला आणि डावपेचाला जास्त अवकाश मिळून असई आणि आरगाव येथील लढायांचे परिणाम काही निराळेच झाले असते ! पण रघुराव बाबांच्या द्रव्यतृष्णेचा खळगा भरण्याला 4000 रुपयांची जरूरी असली, तर त्याच्यापुढे हिंदुस्थानच्या हिताहिताचा त्या थोर द्रव्यलोभी विभूतींना काय प्रश्न आहे ? असल्या लोकांनी-इंग्लिशांना नव्हे-हिंदुस्थानातील लोकांना गुलाम केले आहे ! असले लोक हिंदुस्थानात किती तरी पसरलेले आहेत ! कलकत्त्याचे उमीचंद, पुण्याचे बाळाजीपंत, प्रतापसिंग महाराजांच्या पदरचे बळवंत मल्हार चिटणीस, रायगडचा रायनाक महार, मालेगावचा नाव माहीत नसलेला न्हावी, सातारचा नरसु काकड्या, बुंदेलखंडचा हिंमत बहाद्दर, सहाणपूरचा वेडबंबुखान आणि भिंगारचा रघुराव बाबा, अशी काही थोडीशी नावे इंग्लिश इतिहासकारांनी आपल्या गुलदसत्यातून बाहेर फोडलेली आहेत. पण त्यांच्याशिवाय त्यांच्या गुप्त कागदपत्रात असल्या स्वदेशद्रोही लोकांची किती तरी नावे झाकून ठेविलेली असतील. हिंदुस्थानात कितीही निरनिराळ्या जाती असल्या, तरी त्या एक वेळ चालतील; पण ही स्वदेशद्रोही लोकांची जात हिंदुस्थानात निर्माण झाल्यापासून हिने हिंदुस्थानचे अगणित अकल्याण केलेले आहे ! महाभारतातील वनपर्वात कौरव आपल्याला वनवासाला धाडीत आहेत, याबद्दल भीमाला त्वेष आला नाही; तर ज्या द्यूताचा हा परिणाम ते द्यूत धर्म ज्या हातांनी खेळला, ते हात जाळून टाकण्याकरिता, भीम त्वेषाने आपल्या धाकट्या भावांपाशी निखारे मागू लागला ! त्याप्रमाणे हिंदुस्थानातील स्वदेशद्रोही लोकांची ही जात आणि फितुरीचा पैसा घेण्यासाठी पुढे सरसावणारे त्यांचे ते हात- हे हिंदुस्थानातून नामशेष झाले पाहिजेत !

हिंदुस्थानचे स्वातंत्र्य मिळविण्याच्या कामी ज्यांनी प्रयत्न केले आणि ज्यांनी यश संपादिले, त्या थोर विभूतीचे उत्सव करण्याची आपल्यामध्कये हल्ली प्रवृत्ती उत्पन्न झाली आहे, ही मोठ्या आनंदाची गोष्ट आहे. व एकेका शिवाजीचे एकेका वर्षातून तीन तीन चार चार वेळा महोत्सव साजरे करण्यात येत आहेत, ही तर त्याच्याहिपेक्षा अभिनंदनीय गोष्ट आहे ! पण नुसते या स्वातंत्र्यप्रिय महात्म्यांचे उत्सव साजरे करून काय होणार आहे ? स्वातंत्र्यप्राप्तीकरिता एक महात्मा प्रयत्न करू लागला, तर त्याचे पाय खड्ड्यात आणि खोड्यात घालण्याकरिता शेकडो फितुरी महात्मे इंग्रजांच्यापुढे अहमहमिकेने धावत येतात, अशी हिंदुस्थानची स्थिती आहे ! अशा स्थितीत नुसत्या स्वातंत्र्यप्रिय लोकांचे उत्सव करूनच भागावयाचे नाही ! तर त्यांच्याच बरोबर असले जे हे देशद्रोही आणि फितुरी लोक असतात, त्यांच्या निषेधाचेही दिवस साजरे करण्याची हिंदुस्थानाने सुरुवात केली पाहिजे. आता यांचे जन्मदिवस साजरे करावे किंवा मृत्यूचे दिवस साजरे करावे, असा साहजिकपणेच इतिहाससंशोधकांच्यापुढे प्रश्न येईल. हे फितुरी आणि स्वदेशद्रोही लोक ज्या दिवशी जन्मास येतात, तो दिवस हिंदुस्थानला अतिशय अनिष्ट होय ! त्या दिवसापासून हिंदुस्थान देश भिऊ लागतो की, आता हा स्वदेशद्रोही मनुष्य मोठा झाला म्हणजे हा काय काय लाच घेईल, काय काय आपली खासगी कामे करून घेईल, काय काय पदव्या मिळवील आणि त्याच्या मोबदल्यामध्ये हा काय बातम्या फोडील, कोणाकोणाच्या गळ्याला तात लावील आणि कोणकोणत्या रीतीने आपल्या देशाच्या पारतंत्र्यामध्ये भर घालील कोण जाणे ! पण हा फितुरी महात्मा मरण पावला; म्हणजे हिंदुस्थान देशाचा जीव हायसा होतो ! त्याची धास्ती थांबते ! आणि आता हा मेल्यामुळे यापुढे तरी हा स्वदेशाची फितुरी करू शकणार नाही, असे पाहून त्याची काळजी नाहीशी होते ! तेव्हा अशी परिस्थिती आपल्यामुळे ह्या विश्वासघातकी लोकांचे मृत्यूचे दिवस तीव्र निषेधाच्या जाहीरसभांनी साजरे करणे हेच योग्य होणार आहे. परंतु असल्या क्षुद्र आणि घाणेरड्या लोकांच्या मृत्युतिथी शोधून काढावयाच्या म्हटले, तर ते चांगल्या चांगल्या इतिहाससंशोधकालाही एक मोठे अवघडच काम होणार आहे. तेव्हा ज्यांच्या

मरणाचा दिवस ठाऊक नाही, त्यांचा पक्ष करण्याकरिता जशी एक सर्वपित्री अमावस्या धर्मशास्त्राने ठरवून टाकलेली आहे, त्याप्रमाणे वर्षातील एखादा अतिशय वाईट कुयोगाचा दिवस पाहून तो असल्या या कृतघ्न लोकांच्या जाहीर निषेधासाठी मुक्रर करण्यात यावा ! व कोणी देशद्रोहाचे अधमपणाचे काम केले असता त्याचा लोकांना किती तिटकारा आहे हे त्या दिवशी त्यांच्या फितुरीच्या कृत्याचे इतिहास सांगून आणि त्यांच्या दुष्परिणामाबद्दल व्याख्याने देऊन व्यक्त करण्यात यावे. स्तुती आणि निंदा ही लोकांच्या हातात अमोघ अस्त्रे आहेत. त्यांपैकी सार्वजनिक निंदेचा प्रयोग असल्या देशद्रोही लोकांच्या विरुध्द जाहीर निषेधाच्या रूपाने केल्याशिवाय हा रोग हिंदुस्थानातून कधीही नाहीसा होणार नाही !

वर सांगितल्याप्रमाणे कपटाने आणि फितुरीने अहमदनगरचा किल्ला हस्तगत करून घेतल्यानंतर ज. वेलस्ली यांचे सैन्य निजामाच्या सरहद्दीच्या रोखाने निघाले. शिंदे आणि भोसले यांची सैन्ये ही अजिंठ्याच्या घाटाने उत्तरेकडून खाली उतरून औरंगाबाद, जालना, हैद्राबाद, वगैरे शहरांवर हल्ले करावे, अशा हेतूने निजामाच्या सरहद्दीवर येऊन दाखल झालेली होती, असे इंग्लिशांना वाटत होते. म्हणून त्यांना अटकाव करण्याकरिता आणि त्यांना लढाई देण्याकरिता इंग्लिशांचे सैन्य तिकडे निघाले. ज. वेलस्ली यांच्या हाताखालील सैन्य नगरहून दक्षिणेच्या अंगाने गोदावरीच्या डाव्या बाजूच्या काठाने कूच करीत चालले होते. परंतु त्याचवेळी क. स्टीव्हनसन यांच्या हाताखालील दुसरे सैन्य नगरच्या अलीकडे गारदौंड येथे जमा झालेले होते. या सैन्याने उत्तरेच्या बाजूने कूच करून औरंगाबादकडे चाल करून यावे असा हुकूम देण्यात आलेला होता. व अशा दोन निरनिराळ्या मार्गांनी ही इंग्लिशांची दोन सैन्ये शिंदे आणि भोसले यांच्यावर चाल करून चाललेली होती.

जेव्हा एखादे मोठे सैन्य अशा रीतीने कूच करण्याकरिता निघते, तेव्हा या सैन्याचे दोन विभाग करून-त्या दोन विभागांना जरी अखेरीस एकाच उद्दिष्ट ठिकाणावर एकत्र जमवायचे असते, तरी तेथपर्यंत मध्यंतरीच्या अवकाशात- त्यांना दोन निरनिराळ्या रस्त्यांनी बहुधा पाठविण्यात येत असते, हा लष्करी

हालचालीचा एक ठराविक प्रघातच पडून गेलेला आहे. व याचे कारणही उघडच आहे. ज्यात हजारो लोक एकत्र झालेले आहेत, असे एखादे मोठे सैन्य सगळेच जर एकाच वाटेने जाऊ लागेल, तर इतक्या लोकांना आणि त्यांच्या जनावरांना अन्नपाणी व दाणावैरण मिळण्याचीही पंचाईत पडते. व हे इतके लोक ज्या प्रांतातून कूच करीत असतात, त्या प्रांतात ते असा मोठा दुष्काळ उत्पन्न करतात की, त्या आपण उत्पन्न केलेल्या दुष्काळामध्येच त्यांना मरणाची पाळी येते. शिवाय, एकाच रस्त्याने इतके मोठे सैन्य चालून झाले, तर त्या सैन्याची रांग अनेक कोसच्या कोस लांब वाढते व त्यामुळे सैन्याला जलदीने कूच करता येत नाही व अशा स्थितीत सैन्याच्या ज्या हालचाली जलदीने व्हावयाला पाहिजे असतात, त्या होऊ शकत नाहीत. आणि सैन्याची अशी लांबच लांब रांग चाललेली असता शत्रूने जर त्या रांगेला मध्येच गाठले, तर मात्र मग त्या रांगेतील सैन्याची दुर्दशा विचारायलाच नको. त्या रांगेच्या तोंडाशी पायदळ असले आणि त्या पायदळाची व शत्रूची लढाई जुंपली, तर त्या पायदळाचे घोडेस्वार आणि तोफखाना ही मागे राहिल्यामुळे त्यांचा काही उपयोग होत नाही. व एक एक विभागावर जय मिळवीत मिळवीत शत्रूला सगळे सैन्य सहज जिंकता येते. परंतु हेच त्या सैन्याचे दोन विभाग करण्यात येऊन ती दोन्ही सैन्ये निरनिराळी कूच करीत असली, तर निरनिराळ्या प्रांतातून त्यांना अन्नपाण्याचा मुबलक पुरवठा होऊ शकतो, त्यांना कूच करण्याला ऐसपैस अवकाश मिळतो आणि त्यातील एका विभागावर शत्रूने हल्ला केला असता दुसऱ्या विभागातील सैन्य त्या शत्रूवर दुसरीकडून येऊन हल्ला करू शकते, असे या विभागणीच्या तत्त्वामध्ये अनेक फायदे आहेत.

हल्ली रेल्वे आणि तारायंत्रे ही नवीन उपयुक्त साधने उपलब्ध झाल्यामुळे अलिकडच्या सैन्याच्या हालचालीचे शास्त्र फारच प्रगतीला जाऊन पोहोचलेले आहे. परंतु शंभर-सव्वाशे वर्षांच्या पूर्वी तशी स्थिती नव्हती. आगगाड्यांच्या अभावी त्या वेळची सैन्ये पायांनीच कूच करीत असत. आणि तारायंत्रांच्या अभावी हेर, बातमीदार, हरकरे, वगैरेच्या साधनांची सैन्यांच्या हालचालींच्या बातम्या एकमेकांना कळविण्यात येत असत. हल्लीची सुधारलेली साधने पूर्वी

जरी नव्हती, तरी त्या वेळच्या मानाने त्या वेळच्या त्या सैन्यांमधून पुष्कळ प्रकारची शिस्त ठेवण्यात येत असे. एखादे सैन्य कूच करून जावयाचे असले, म्हणजे त्या वेळची पध्दत अशी होती की, सैन्याच्या तळावर पहाटेच्या वेळी हत्तीवरून किंवा उंटावररून कूच करण्याची नौबद वाजविण्यात येत असे. ती झाल्याबरोबर बिनीवरचे लोक पुढे जाण्याकरिता निघत असत. त्यांनी पुढे जाऊन आपल्या लष्कराला पाण्याची आणि सावलीची वगैरे कोठे सोय होईल, हे पाहून त्याप्रमाणे त्यांच्याकडून मुक्कामाची जागा ठरविण्यात येत असे. नंतर साधारण दिसू लागले, म्हणजे सैन्याच्या तळावर दुसरी नौबद वाजून सर्व लष्कर आपापल्या सामानसुमानासुध्दा कूच करण्याला सुरुवात करीत असे. हे लष्कर आपल्या नवीन मुक्कामाच्या ठिकाणी येऊन पोहोचले, म्हणजे कोणत्या पथकाने कोणत्या ठिकाणी उतरावे, याच्या जागा बिनीवाल्यांनी आधीच ठरवून ठेविलेल्या असत. व त्याप्रमाणे ज्यांची निशाणे जेथे उभारलेली असतील, त्या ठिकाणी ती पथके जाऊन मोठ्या व्यवस्थेने आपल्या डेरेराहुट्या देत असत.

अशा प्रकारच्या या सैन्यातून खुद्द लढणारे म्हणून जितके शिपाई किंवा घोडेस्वार असत, त्यांच्या मानाने बिनलढवय्ये अशा लोकांचीही संख्या त्यांच्या सभोवती पुष्कळ जमा झालेली असे. घोडे, उंट, हत्ती, या जनावरांची निगा राखून त्यांना संभाळणारे नोकर, तंबू, डेरे, राहुट्या ठोकणारे लोक, मेणेवाले आणि डोलीवाले भोई, तोफांच्या गाड्या ओढणाऱ्या बैलांची निगा राखणारे नोकर, असे कितीतरी अवांतर लोक सैन्यामध्ये जरूर लागत असत. शिवाय इतक्या मोठ्या सैन्याला लागणारी अन्नसामग्री वाहून नेणाऱ्या वंजारी लोकांच्या हजारो तांडेच्या तांडे ते निरनिराळेच. आणि याशिवाय या लष्कराच्या बरोबर जो एक फिरता बाजार चालत असे, त्यातील माणसांची संख्या तर याहून निराळीच असे. हे जे फिरते बाजार या लष्करांच्या बरोबर फिरत असत, त्यांचा तळही सैन्याच्या तळाच्या जवळच कोठे तरी आसपास पडत असे. या लष्करी बाजारातून केवळ जरूरीचे तेवढेच शिधा सामग्रीचे जिन्नस मिळत असत असे नसून मोठमोठ्या स्थानिक शहरांतून मिळणाऱ्या सर्व प्रकारच्या चीजवस्तू या बाजारातूनही विकल्या जात असत. अशी या बाजाराची आणि एकंदर छावणीची व्यवस्था फार उत्तम

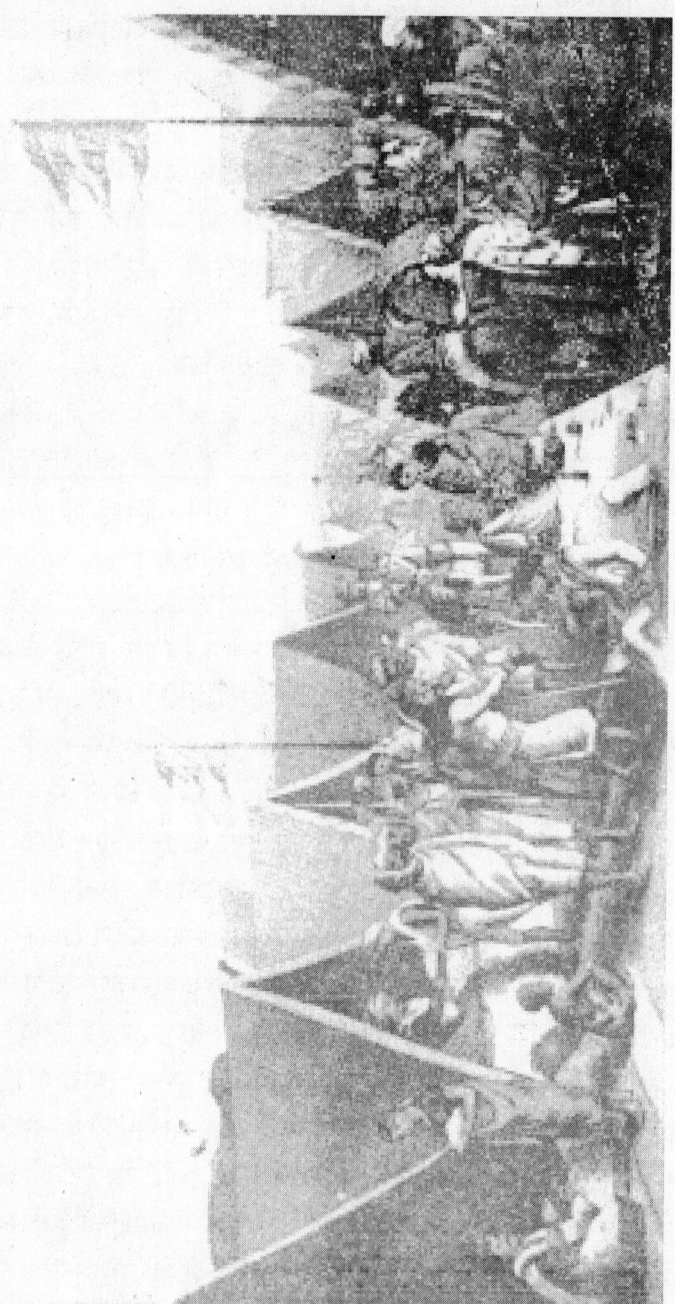

शिंद्याच्या छावणीतील एक देखावा

प्रकारची असे. त्या वेळच्या शिंद्यांच्या अशा प्रकारच्या एका छावणीचे एक उपलब्ध असलेले चित्र जे पुढे दिले आहे, त्यावरून वाचकांना त्या वेळच्या लष्करी परिस्थितीची काही अंशी कल्पना येण्यासारखी आहे, व अशाच प्रकारची बहुतेक व्यवस्था इंग्रजांच्या हाताखालील लष्करामध्ये असे. त्यांचे लष्कर जेव्हा एखाद्या ठिकाणी छावणी देऊन उतरत असे, तेव्हा एका बाजूला पायदळाचा तळ असे आणि दुसऱ्या बाजूला घोडेस्वारांच्या पागा असत. आणि या दोहोंच्या पोटात तोफखाना सामानसुमानाच्या गाड्या वगैरे असत. त्यांच्या छावणीत जो बाजार असे, त्यामध्येही सर्व जिन्नसा मिळत असून सर्व प्रकारचे लोक त्यात सामील झालेले असत. यात उपयोगाच्या आणि चैनीच्या अशा सर्व वस्तूंची दुकाने असत. तेथील सराफांच्या दुकानातून चांदवडी, बाबाशाही, शिवराई, वगैरे सर्व प्रकारची नाणी वटवली जात असून सर्व ठिकाणच्या हुंड्या देण्यात आणि घेण्यात येत असत. सोने, चांदी , हिरे, मोती वगैरेचे दुकानदारही या छावण्यातून असत. आणि सामान्य वस्त्रांची तर गोष्ट राहोच, पण ढाक्याची मलमल आणि काश्मीरच्या शाली, गजनी, मश्रू, मखमल वगैरेसारखे उंची कापडही येथे मिळू शकत असे. कदाचित् एखाद्या शत्रूचा अकस्मात् छापा येऊन आणि एखादी मोठी लढाई जुंपून ज्या लष्करातील हजारो लोक दुर्दैवाच्या अवकृपेने मारले जाण्याचा प्रतिक्षणी संभव आहे, अशा लष्करातील या बाजारामध्ये शिंपी उंची कपडे शिवीत आहेत आणि सोनार सोन्यामोत्यांचे दागिने घडवीत आहेत हे पाहून दुःखात सुख मानून घेण्याची जी ही मानवी प्रवृत्ती, तिच्याबद्दल कोणालाही आश्चर्य वाटल्या वाचून राहाणार नाही ! उद्या हे कपडे आणि हे दागिने शत्रूच्या लुटीत लुटले जाणार नाहीत कशावरून आणि ते लुटले गेले नाहीत तरी ते कपडे आणि ते दागिने अंगावर घालण्याला उद्या कोणी जिवंत राहाणार आहे, याबद्दल काडीचीही शाश्वती नसताना शिंपी कापडाला टाके घालीतच आहे आणि सोनार सोने ठोकीतच आहे, हे पाहून मनुष्याच्या या अव्याहत व्यवहाराबद्दल आश्चर्यही वाटते आणि उद्वेगही वाटतो !

पूर्वीच्या काळच्या या लष्करी छावण्यातून दुसरेही अनेक प्रकार दृष्टोत्पत्तीस येतात. हल्लीच्या किंवा त्या वेळच्या दिल्ली, आग्रा, काशी, कलकत्ता, ग्वालेर,

इंदूर, हैद्राबाद, वगैरे शहरांच्या मोठमोठाल्या बाजारातील रस्त्यावरून ज्या गोष्टी दिसत, त्या सगळ्या या लष्करी बाजारातूनही दृष्टोत्पत्तीस येत असत. त्रागा करून पैसा मिळविणारे फकीर आणि बैरागी हे तेथे असत. दुपारची पोटाची भ्रांत असतानाही आपल्या पोतडीतून वाटतील तितके रुपये काढणारे आणि आपल्या टोपल्यातून वाटतील तितके साप काढणारे गारूडी आपली पुंगी वाजवीत तेथील रस्त्यातून फिरत असत. जादुटोणा करणारे तांत्रिक आणि औषधे देणारे वैदू तेथे होते, त्याचप्रमाणे उंच काठीच्या टोकावर चढून तेथून कोलांट्या मारणारे कोल्हाटी दिवसास रस्त्यातून आपले ढोलके बडवीत जात असत; आणि रात्री त्यांच्याच पैकी ज्या कोल्हाटणी असत, त्यांचे डफतुणतुण्यावरील तमाशेही ठिकठिकाणी चालत असत. व या व्यसनाला जास्त रंग आणून देण्याकरिता तेथे आसपास कलालांची दुकानेही नसत असे नाही. शिवाजीमहाराजांच्या वेळेला सैन्याच्या छावणीतील शिस्त फार कडक असे अशी वर्णने आढळतात. लष्करामध्ये बटीक किंवा कलावंतीण कोणाच्याही बरोबर असू नये, अशी सक्त ताकीद असे. पण तो धर्मभीरुपणा पुढे इंग्लिशांच्यां छावण्यांमधून मुळीच टिकविण्यात आला नाही. आणि आपल्या शिपायांचे नैतिक वर्तन चांगले असावे, अशी चाड इंग्लिशांनी बाळगण्याचे तरी काय कारण होते ? या हिंदी शिपायांनी आपल्या हिंदी देशबांधवांवर बरोबर गोळीबार केला म्हणजे झाले; मग छावणीत गेल्यावर ते शिपायी वाटेल ते बदमाशपणाचे काम करीनात ! अशी त्या वेळची परिस्थिती होती.

ज. वेलस्ली हे स्वत: नगरहून दक्षिणेच्या बाजूकडून औरंगाबादकडे जाण्याकरिता निघाले. व गारदौड येथे असलेले सैन्य आपल्या बरोबर घेऊन क. स्टीव्हन्सन यांनी उत्तरेच्या बाजूने यावे, अशी व्यवस्था ठरविण्यात आली होती, हे वर सांगितलेच आहे. त्याप्रमाणे हे दोघेही सेनापती आपापल्या ठिकाणांहून निघाल्यानंतर ज. वेलस्ली यांनी ता. 24 ऑगस्ट रोजी गोदावरी नदी ओलांडली, आणि ता. 29 ऑगस्ट रोजी ते औरंगाबाद येथे जाऊन पोहोचले. इकडे क. स्टीव्हन्सन हे जे गारदौंडहून निघाले ते उत्तरेच्या बाजूने बराच वळसा घेऊन अजिंठ्याच्या जवळच्या डोंगराळ मुलखातून कूच करून ऑगस्ट महिन्याच्या

अखेरीच्या सुमाराला भाडोलीच्या घाटावर येऊन पोहोचले. याच्या आधी थोडे दिवस शिंदे आणि भोसले यांचे लष्कर अजिंठ्याचा घाट उतरून खाली आले होते. व तेथून येऊन त्यांनी मोगलाईतील जालना हे शहर हस्तगत केले होते; व तेथून पुढे गोदावरी उतरून हैद्राबादेकडे जाण्याचा त्यांचा विचार होता. परंतु औरंगाबाद येथे ज. वेलस्ली हे येऊन पोहोचले आहेत व दुसऱ्या बाजूला भाडोलीच्या घाटावर क. स्टीव्हन्सन यांचे सैन्य येऊन दाखल झाले आहे, असे कळल्यामुळे जालना शहर सोडून ते परत अजिंठ्याच्या घाटाकडे वळले. व त्यांनी रिकामा केलेला जालना येथील किल्ला क. स्टीव्हन्सन याने भाडोलीच्या घाटावरून तेथे येऊन ता. 2 सप्टेंबर रोजी आपल्या कबजात घेतला. अशा रीतीने औरंगाबाद आणि जालना यांच्या दरम्यानच्या सुमारे 40 मैलांच्या अंतरामध्ये इंग्लिशांच्या फौजा फिरत असल्यामुळे शिंदे व भोसले यांचा गोदावरी उतरून दक्षिणेकडे जाण्याचा मार्ग बहुतेक बंद झाल्यासारखाच झाला होता. आणि म्हणून ते उत्तरेकडे वळले होते. परंतु ज. वेलस्ली हे त्यांच्यावर हल्ला करण्याकरिता न जाता औरंगाबादेस थांबून राहिले होते. व त्यांचे कारण असे होते की, ले.ज. स्टुअर्ट यांनी दक्षिणेतून मुद्रल येथून मेजर हिल याच्याबरोबर जे धान्य आणि जो खजिना रवाना केला होता, तो आपल्याला सुरक्षितपणे येऊन पोहोचावा, यासाठी ते वाट बघत बसलेले होते. ती कुमक त्यांना ता. 20 सप्टेंबरपर्यंत येऊन मिळाली. व नंतर त्यांनी आपल्या मुक्कामावरून निघण्याचा विचार ठरविला; पण या मुदतीत जशी इंग्लिशांना कुमक येऊन पोहोचली, त्याचप्रमाणे शिंद्यांच्या मदतीलाही हिंदुस्थानातून बरेच जास्त सैन्य येऊन पोहोचले. 'पोलमन आणि ड्युपॉट' हे दोन फ्रेंच अधिकारी आपल्या बरोबर 16 पलटणी आणि कित्येक चांगल्या तोफा घेऊन शिंद्याला येऊन मिळाले व त्या नंतर ता. 21 ऑगस्टच्या सुमाराला अजिंठ्याच्या घाटाखाली जाफराबाद आणि भोकरदन या दोन गावांच्या दरम्यान मराठ्यांच्या फौजेचा तळ पडला. इकडे ता. 20 ऑगस्टपर्यंत सगळी कुमक येऊन पोहोचल्यानंतर इंग्लिशांच्या फौजाही पुढे चालून जाऊ लागल्या. क. स्टीव्हन्सन यांच्या हाताखालील सैन्य जे जालना येथे होते, ते तेथून सुमारे 11 मैलांवर असलेल्या बदनापूर या गावी ता. 21 सप्टेंबर रोजी येऊन पोहोचले.

असईची लढाई – २५१

व तेथे त्या दिवशी क. स्टीव्हन्सन आणि ज. वेलस्ली यांची सैन्ये एकत्र झाली. त्या नंतर ज. वेलस्ली यांनी पुढील लढाईची योजना अशी ठरविली की, या दोन्ही सैन्यांनी ता. 22 सप्टेंबर रोजी सकाळी बदनापूर येथून निघावे. आणि बदनापूर व जालना यांच्या दरम्यान जे डोंगर आहेत, त्या डोंगराच्या पूर्व बाजूने ज. वेलस्ली यांनी जावे आणि पश्चिमेच्या बाजूने क. स्टीव्हन्सन यांनी जावे. आणि 24 सप्टेंबर रोजी सकाळी भोकरदन आणि जाफराबाद यांच्या दरम्यान छावणी देऊन राहिलेल्या मराठ्यांच्या सैन्यावर दोघांनी मिळून हल्ला करावा. याप्रमाणे बेत ठरवून हे दोघेही सेनापती ता. 22 रोजी सकाळी आपापल्या रस्त्याने कूच करून निघाले.

ज. वेलस्ली हे जे आपल्या ठरलेल्या रस्त्याने ता. 22 सप्टेंबर रोजी निघाले, ते ता. 23 रोजी सकाळी नालनी या नावाच्या गावी येऊन पोहोचले. पण येथे आल्यावर त्यांना असे कळले की, नालनीपासून सुमारे 6 मैलांच्या अंतरावर असलेल्या असई या नावाच्या गावाजवळ शिंदे आणि भोसले यांची सैन्ये तळ देऊन राहिलेली आहेत. ही बातमी कळल्याबरोबर ज. वेलस्ली यांनी शत्रूच्या सैन्यावर ताबडतोब हल्ला करण्याचा निश्चय केला; व आपल्या जवळची अन्नसामग्री व इतर सामानसुमान हे नालनी येथेच काही नेटिव पलटणींच्या संरक्षणाखाली ठेवून त्यांनी आपल्या पलटणींना ताबडतोब निघण्याचा हुकूम केला. ता. 23 सप्टेंबर रोजी सकाळी नालनीला येऊन पोहोचेपर्यंत ब्रिटिश सैन्याने आधीच 14 मैलांची मजल मारली होती. व आता नालनीच्या मुक्कामापासून त्यांना आणखी पुढे 6 मैल चालून जावयाचे होते. हे अंतर चालून ते असईच्या रणक्षेत्रापर्यंत जाऊन पोहोचण्याला त्यांना दुपारचा एक योजला. या वेळी क. स्टीव्हन्सन यांचे सैन्य आणि ज. वेलस्ली यांचे सैन्य यांच्यामध्ये आठ मैलांचे अंतर होते. तेव्हा ते दुसरे सैन्य लढाईच्या वेळेवर येऊन पोहोचण्याचा मुळीच संभव नव्हता. ते सैन्य आपल्या मदतीला येईपर्यंत थांबावे, तर इकडे शिंदे आणि भोसले यांचे सैन्य जे आपल्या आटोक्यात आले आहे, ते दुसरीकडे निघून जाईल, अशी ज. वेलस्ली यांना भीती वाटत होती. आणि म्हणून क. स्टीव्हन्सन यांची वाट न पाहता ज. वेलस्ली यांनी शिंदे आणि भोसले यांच्या लष्कराशी

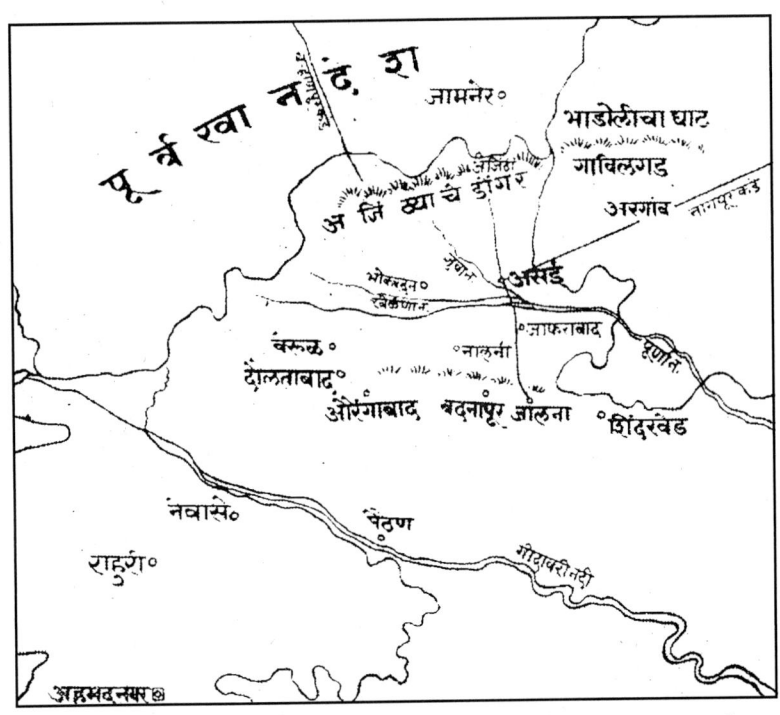

अहमदनगरपासून असईपर्यंतचा मार्ग व असईच्या आसपासची
लष्करी हालचालींची ठिकाणे दाखविणारा नकाशा

लढाई करण्याचे ठरविले. या वेळी ज. वेलस्ली यांच्या हाताखालील सुमारे
साडेचार हजार ब्रिटिश फौज होती व म्हैसूरचे आणि पुण्याचे मिळून जे घोडेस्वार
त्यांच्या मदतीला देण्यात आले होते त्यांची संख्या सुमारे 5 हजार होती. इतक्या
सैन्यानिशी ज. वेलस्ली यांनी ताबडतोब हल्ला करण्याचे ठरविले.

या असईच्या जागेचा जो नकाशा दिलेला आहे, त्यावरून असे दिसून
येईल की, 'खेळणा आणि जुवा' या दोन नद्यांच्या येथे पूर्वेच्या बाजूला संगम
झाला आहे, आणि या दोन नद्यांच्या मध्ये जे मैदान आहे, त्या मैदानावर
मराठ्यांचे लष्कर तळ देऊन राहिले होते. या मराठ्यांच्या लष्कराची उजवी बाजू
भोकरदन या गावाच्या नजीकपर्यंत पसरली असून या बाजूला घोडेस्वारांच्या
पलटणी उभ्या करण्यात आलेल्या होत्या; व त्या सैन्याच्या डाव्या बाजूला

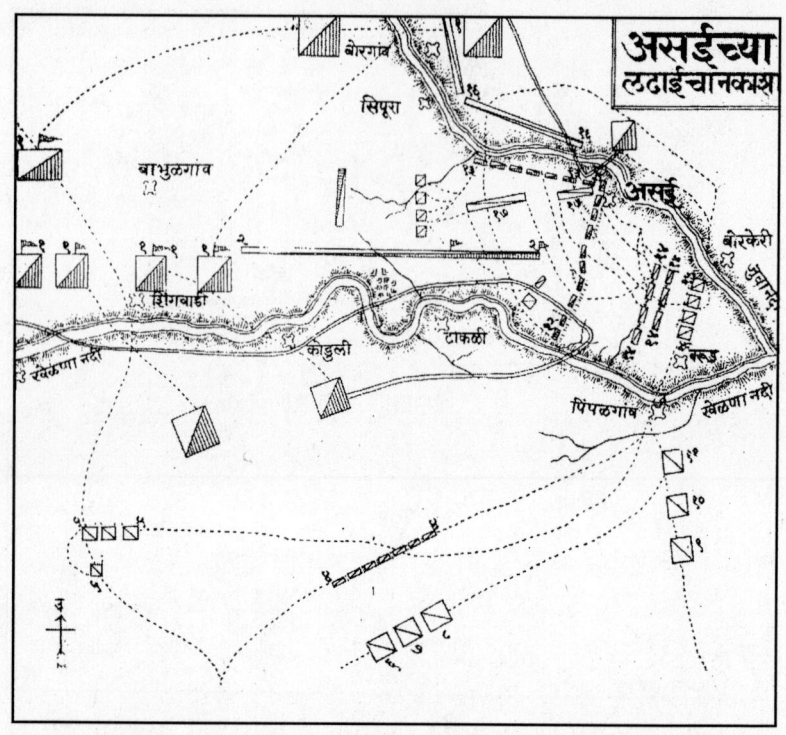

असईच्या लढाईचा नकाशा

पायदळ आणि तोफखाना असून त्यांच्या रांगा पूर्वेकडे दूरवर पसरलेल्या होत्या. व या घोडेस्वारांच्या आणि पायदळाच्या पलटणीच्या रांगांच्या समोरून खेळणा नदीचा प्रवाह पश्चिमेकडून पूर्वेकडे वहात चाललेला होता. या नदीचे पाणी बरेच खोल असून हिच्या दरडी पुष्कळ उंच होत्या. त्यामुळे दक्षिणेच्या बाजूने येणाऱ्या शत्रूला या खोल पाण्यातून उतरून आणि इतक्या उंच दरडी चढून वर येणे शक्य नव्हते. ही जी मराठ्यांच्या सैन्याची छावणी खेळणा नदीच्या काठी अशा रीतीने पडलेली होती, तिच्या संरक्षणाकरिता तिच्या सभोवती हा पाण्याने भरलेला आयताच एक खोल खंदक तिला मिळालेला होता. या सैन्याच्या पिछाडीच्या बाजूने काही अंतरावरून जुवा या नावाची एक नदी वहात येत होती. व तिचा या खेळणा नदीशी वरूड नावाच्या गावाजवळ संगम झालेला आहे. या जुवा नदीच्या काठीच असई या नावाचे खेडे आहे. व पहिल्याने जरी

मराठ्यांची सैन्ये शत्रूला लढाई देण्याकरिता खेळणा नदीच्या काठीच उभी राहिलेली होती, तरी पुढे लढाईचे तोंड बदलता बदलता अखेरीस पायदळ, घोडेस्वार आणि तोफखाना, या सगळ्यांचा मारा असईच्या गावच्या बाजूलाच फार होऊ लागला आणि त्यामुळे या लढाईला असईची लढाई असेच नाव देण्यात आले आहे.

ज. वेलस्ली हे सकाळी नालनीच्या मुक्कामावरून निघाले ते दुपारी 1 वाजण्याच्या सुमाराला खेळणा नदीपासून सुमारे एक मैलाच्या अंतरावर येऊन पोहोचले व तेथून त्यांना खेळणा नदीच्या पलीकडच्या काठावर उभी असलेली मराठ्यांची सैन्ये दिसली. ते जे प्रथम आले ते मराठ्यांच्या उजव्या बाजूच्या घोडेस्वारांच्या रांगांच्या (1) समोर आले. पण तेथून त्यांनी जेव्हा शत्रूच्या सैन्याची सगळी रचना कशी केली आहे हे पाहिले, तेव्हा या उजव्या बाजूच्या घोडेस्वारांच्या पलटणीवर हल्ला करण्यापेक्षा डाव्या बाजूकडे जेथे मराठ्यांचे पायदळ (2) उभे होते, तिकडून हल्ला करणे जास्त फायदेशीर आहे, असे त्यांनी ठरविले. शिवाय, मराठ्यांच्या उजव्या बाजूवर हल्ला करावयाचा असे त्यांनी ठरविले असते, तरी त्या बाजूने खेळणा नदी उतरून पलीकडे जाण्याला त्यांना मुळीच मार्ग मिळाला नसता. परंतु डाव्या बाजूची स्थिती याच्यापेक्षा अगदी निराळी होती. या बाजूला खेळणा आणि जुवा या नद्यांच्या संगमाजवळ अलीकडच्या काठावर पिंपळगाव आणि पलीकडच्या काठावर वरूड अशी दोन गावे होती. ज्या अर्थी येथे या दोन काठावर ही दोन गावे आहेत, त्या अर्थी येथे नदीला बहुतकरून उतार असला पाहिजे, व या गावच्या लोकांनी आपल्या नेहमीच्या सोयीकरता या नदीच्या उंच दरडीही तोडून काढून तेथून जाण्यायेण्यासारखा चांगला रस्ता केलेला असला पाहिजे, ही गोष्ट ज. वेलस्ली यांनी अदमासाने जाणली; व या उताराच्या वाटेचे (3) संरक्षण करण्याकरिता मराठ्यांनी तेथे काही सैन्यही ठेविलेले नव्हते; ही मराठ्यांची ढोबळ चूकही त्यांच्या लक्षात आली; आणि त्यामुळे त्यांनी आपल्या सैन्याचा मोर्चा एकदम या उताराच्या वाटेकडे वळविला. या वेळी इंग्लिशांचे पायदळ (4) या पायउताराच्या वाटेकडे कूच करून चालले असता इंग्लिशांचे घोडेस्वार (5) या पायदळाच्या पिछाडीचे

संरक्षण करीत होते; आणि पुण्याच्या आणि म्हैसूरच्या घोडेस्वारांच्या पलटणी या सैन्याच्या उजव्या बाजूने (6,7,8) चालल्या होत्या. खेळणा नदीच्या दक्षिणेच्या बाजूच्या मैदानात मधून मधून ज्या खोल घळी होत्या त्यातून हे इंग्लिश सैन्य लपतछपत येत होते, व त्यामुळे ते बरेच जवळ येईपर्यंत मराठ्यांच्या नजरेस पडू शकले नाही.

अशा रीतीने चाललेले हे इंग्रजी सैन्य, ते पिंपळगावच्या पायउताऱ्याने पलीकडे गेल्यानंतर ज. वेलस्ली यांनी खेळणा आणि जुवा या दोन नद्यांच्या दरम्यान जे सुमारे एक मैल रूंदीचे मैदान होते, त्या मैदानावरील सुमारे अर्ध्या मैलाच्या जागेत आपल्या पायदळाच्या दोन रांगा (14) उभ्या केल्या व त्या पायदळाच्या पाठीमागे त्यांनी आपल्या घोडेस्वारांची पलटणे (15) उभी केली. इंग्लिश सैन्याच्या या हालचलींवरून मराठ्यांना हे आधीच उघड दिसून येऊ लागले होते की, आपल्या समोरून खेळणा नदी उतरून इंग्लिश सैन्य आपल्यावर हल्ला करण्याकरिता येऊ शकत नसून आपल्या पायदळाच्या रांगेच्या (2) डाव्या बगलेवर हल्ला करण्याचा त्यांचा विचार असला पाहिजे. आपल्या पायदळाच्या रांगेच्या डाव्या बगलेवर अशा रीतीने इंग्लिशांच्या सगळ्या सैन्याचा आपण मारा होऊ दिला, तर आपल्या पायदळाच्या डाव्या बाजूची फार खराबी होईल, ही गोष्ट लक्षात येऊन मराठे सरदारांनी आपल्या पायदळाची आणि तोफखान्याची पहिली रांग (2) बदलून त्यांनी आपले पायदळ ताबडतोब खेळणा नदीच्या डाव्या किनाऱ्यापासून तो जुवा नदीच्या उजव्या किनाऱ्यापर्यंत (12) पसरविले. ही मराठ्यांच्या पायदळाची रांग सुमारे एक मैलपर्यंत पसरली असून, त्यांची डावी बाजू जुवा नदीच्या काठच्या थेट असईच्या गावापर्यंत जाऊन पोहोचलेली होती; व या असईच्या गावच्या आश्रयाने त्यांनी आपला मुख्य तोफखाना ठेविला होता. त्याशिवाय मराठ्यांनी आपल्या या पहिल्या रांगेच्या (12) पिछाडीशी काटकोन करून असईच्या गावापासून जुवा नदीच्या उजव्या काठाच्या बाजूने पश्चिमेकडे सुमारे एक मैलभर पसरलेली अशी आपल्या सैन्याची दुसरी एक रांग (13) उभी केली होती. मराठ्यांनी आपल्या पायदळाच्या या ज्या दोन दोन रांगा उभ्या केल्या होत्या, त्यामध्ये पोलमन यांच्या हाताखालील सहा हजार

शिपायांची एक तुकडी होती. त्याचप्रमाणे ड्यूपॅट याच्या हाताखालील अडीच हजार निवडक सैन्येही येथेच असून बेगम समरू हिच्याकडून मदतीकरिता आलेल्या चार पलटणी मिळून दोन हजार शिपायीही येथेच होते. याप्रमाणे या फ्रेंच अंमलदारांच्या हाताखालील एकंदर सैन्याची संख्या सुमारे साडे दहा हजार झाली होती. आणि या शिवाय शिंद्यांच्या बाजूला तोफांची संख्या सुमारे शंभराच्या वर होती. व हा तोफखानाही फार चांगल्या रीतीने तयार करण्यात आलेला होता. आणि या सगळ्यांच्या मदतीला सुमारे तीसचाळीस हजार घोडेस्वार असून शिवाय शिंदे आणि भोसले यांची पायदळाची जी पलटणे होती, ती निराळीच. मराठ्यांच्या या प्रचंड सैन्याच्या विरुध्द लढण्याकरिता ज. वेलस्ली यांच्या हाताखालील जे सैन्य उलट बाजूला उभे राहिले होते, त्या इंग्रजी सैन्याची संख्या त्या मानाने पुष्कळच कमी होती, असे इंग्रजी इतिहासकाराचे म्हणणे आहे. त्यापैकी इंग्लिशांच्या पायदळामध्ये तेराशे युरोपियन शिपायी होते, आणि दोन हजार नेटिव शिपाई होते. व युरोपिअन आणि इंडियन घोडेस्वार मिळून एकंदर घोडेस्वारांची संख्या सुमारे बाराशेपर्यंत होती. व याशिवाय काही तोफखान्याचे लोक होते. म्हणजे सगळे मिळून एकंदर ज. वेलस्ली यांच्या हाताखालील साडेचार हजारपासून पाच हजार पर्यंत लोक होते, असे दिसते. आणि यांच्याशिवाय पुण्याच्या आणि म्हैसूरच्या घोडेस्वारांच्या ज्या पलटणी इंग्लिशांच्या बरोबर होत्या त्या त्यांनी खेळणा नदीच्या पलीकडेच (9,10,11) ठेविल्या असून इंग्लिश सैन्याच्या डाव्या बगलेचे नदीच्या पलीकडून संरक्षण करण्याचे काम त्यांच्याकडे देण्यात आले होते. ज. वेलस्ली यांनी आपल्या पायदळाच्या दोन रांगा (14) केल्या होत्या, हे पूर्वीच सांगितले आहे. त्यापैकी पहिल्या रांगेमध्ये 78वी इंग्रजी पलटण व दोन नेटिव शिपायांच्या पलटणी असून दुसऱ्या रांगेमध्ये 74वी इंग्रजी पलटण असून तिच्या जोडीला दोन नेटिव शिपायांच्या पलटणी होत्या. आणि त्यांच्या पाठीमागे घोडेस्वारांची जी तिसरी रांग (15) होती, त्या रांगे मध्ये 19 व्या ड्रगून्सच्या पलटणीतील इंग्लिश घोडेस्वार असून त्यांच्याशिवाय नेटिव घोडेस्वारांच्या आणखी तीन पलटणी होत्या. अशा रीतीने ज. वेलस्ली यांनी आपल्या सैन्याच्या ज्या रांगा उभ्या केल्या होत्या त्यांच्या उजव्या बाजूला

म्हणजे जुवा नदीच्या बाजूला त्यांनी क. मॅक्सवेल यांची योजना केली होती; व ज. वेलस्ली हे स्वत: त्या रांगांच्या डाव्या बाजूला म्हणजे खेळणा नदीच्या बाजूला उभे राहिले होते.

अशा रीतीने ही दोन्ही सैन्ये त्या खेळणा आणि जुवा ह्या दोन नद्यांच्या दरम्यानच्या दुर्दैवी मैदानावर एकमेकांच्या समोरासमोर लढाईच्या उद्देशाने आणि तयारीने ता. 23 सप्टेंबर 1803 शुक्रवार, रोजी तिसरे प्रहरी अदमासे तीन वाजण्याच्या सुमारास जेव्हा उभी राहिली, त्या वेळी हिंदुस्थानचे स्वराज्य आपल्या अंत:करणामध्ये थरथर कापत होते ! स्वदेशभक्तीने प्रेरित होऊन आपल्या जीवावर उदार होऊन लढणाऱ्या लोकांचा विजय होतो, किंवा फितुर झालेल्या स्वदेशद्रोही गळ्यामध्ये व्यभिचारिणी विजयश्री माळ घालते, याच्याबद्दल हिंदुस्थानची स्वातंत्र्यदेवता साशंक होऊन राहिली होती ! प्लासीच्या लढाईमध्येही इंग्लिशांच्या बाजूला असेच असईच्याप्रमाणे अगदी थोडे सैन्य होते, आणि सुजाउद्दौलाच्या सैन्यातून तोफांचा भडिमार चालला असता क्लाइव्ह साहेबांचे सैन्य जवळच्या एका आंबराईमध्ये सचिंत मुद्रेने उभे राहिलेले होते. पूर्वी फितुरीचा बेत ठरल्याप्रमाणे सुजाउद्दौलाचा वजीर, मिरजाफर, हा आपल्या धन्याशी निमकहरामपणा करून आपली फौज घेऊन इंग्लिशांच्या छावणीत केव्हा येऊन मिळतो, इकडे क्लाइव्ह साहेबांच्या शौर्याचे सगळे डोळे लागून राहिलेले होते ! त्याचप्रमाणे अखेरीस मिरजाफर आपल्या धन्याला सोडून इंग्लिशांना येऊन मिळाला; आणि इंग्लिशांच्या शौर्याने प्लासीची लढाई जिंकली! असईच्या लढाईमध्ये असे जरी काही प्रत्यक्ष झाले नाही, व ज. वेलस्ली यांना येथे जरी शिकस्तीची लढाई करावी लागली, तरी मराठ्यांच्या सैन्यात किती आणि कसाकसा फितुर करण्यात आलेला होता, हे पूर्वी सांगण्यात आले आहे, यावरून या लढाईचा असा शेवट कसा झाला, हे कोणाच्याही लक्षात येण्यासारखे आहे.

दोन्ही सैन्ये समोरासमोर उभी राहिली, तेव्हा त्यांच्यामध्ये सुमारे पाव मैलांचे अंतर होते. इतक्या अंतरावरून ज. वेलस्ली यांनी मराठ्यांच्या सैन्यावर आपल्या तोफखान्याचा मारा सुरू करण्याचा हुकूम दिला. त्या हुकमाप्रमाणे

काही वेळेपर्यंत इंग्लिशांची तोफ चालू राहिली. पण मराठ्यांचे सैन्य इतक्या शौर्याने आणि इतक्या स्फूर्तीने लढत होते की, इंग्लिश तोफांच्या माऱ्याचा त्यांच्या उत्साहावर काहीच परिणाम झाला नाही. फ्रेंच शिक्षणाखाली तयार झालेल्या शिंद्यांच्या तोफखान्यामधून इंग्लिशांवर जे गोळे फेकण्यात येत होते, त्यांच्या योगाने इंग्लिशांच्या बाजूकडील पुष्कळच नुकसान झाले. मराठ्यांच्या तोफखान्याच्या बिनचूक माऱ्यामुळे इंग्लिशांच्या तोफांचे गोलंदाज आणि त्यांच्या तोफांच्या गाड्या ओढणारे बैल हे पुष्कळच मरून पडले. त्यामुळे शत्रूवर पुढे चाल करून जाण्याकरिता आपल्या तोफा ज्या पुढे पुढे ढकलत न्यावयाला पाहिजे होत्या, त्या ज. वेलस्ली यांना बैलांच्या अभावामुळे पुढे ओढून नेता येईनात. त्यामुळे त्यांनी आपल्या तोफा मागे टाकून दिल्या आणि आपल्या बाकीच्या सैन्याला मराठ्यांच्या अंगावर चालून जाऊन त्यांच्यावर हल्ला करण्याचा हुकूम केला.

यावेळी इंग्लिशांनी मराठ्यांच्या सैन्यावर जो हल्ला केला, तो फार जोराचा होता. पण तो हल्ला परतविण्यासाठी शिंद्यांच्या सैन्याकडून जे प्रयत्न करण्यात आले, तेही काही कमी चिकाटीचे होते, असे नाही. मराठ्यांनी आपल्या पराक्रमाची शिकस्त केली, व इंग्लिशांच्या सैन्याचे काही वेळपर्यंत त्यांनी काही चालू दिले नाही. आणि असईच्या बाजूला शिंद्यांचा जो तोफखाना होता, त्याने तर इंग्लिशांच्या सैन्याची इतकी खराबी केली की, त्यामुळे इंग्लिश सैन्याचे हातपायच गळून गेले. ज. वेलस्ली यांच्या पायदळाच्या ज्या दोन रांगा (14) उभ्या होत्या, त्यातील दुसऱ्या रांगेमध्ये उजव्या टोकाला 74 वी जी पलटण होती, तिच्यातील माणसं तर शिंद्यांच्या गोलंदाजीमुळे इतकी मरून गेली होती की, त्या पलटणीच्या रांगेमध्ये फारच थोडी माणसे शिल्लक राहिली होती. आपल्या तोफखान्याने या 74 व्या पलटणीची ही अशी स्थिती केलेली पाहून जुवा नदीच्या अलिकडच्या काठावर जी मराठ्यांच्या घोडेस्वारांची एक रांग (13) उभी होती, त्या रांगेतील काही घोडेस्वारांनी या पलटणीवर हल्ला केला. परंतु इंग्लिशांचे घोडेस्वार अगदी आयत्या वेळी या 74 व्या पलटणीच्या मदतीला आले; आणि म्हणूनच त्यातील बाकी उरलेल्या लोकांचा बचाव झाला.

असईची लढाई – २५९

पण शिंद्यांच्या लष्करातील तोफांचा मारा जरी अशा रीतीने चालला होता, तरी इंग्लिशांच्या पायदळातील शिपाई त्या माऱ्याला न जुमानता आपल्या हातात बागनेटे घेऊन मराठ्यांच्या फौजेवर तुटून पडले. तेव्हा अशी ही हातघाईची लढाई काही वेळपर्यंत चालली होती. मराठ्यांच्या तोफा चालू असतानाही इंग्लिशांचे शिपाई त्यांच्या तोफांवर चालून आले; व तेथील गोलंदाजांना त्यांनी आपल्या बागनेटांनी मारून टाकून काही तोफा बंद पाडल्या. अशी निकराची आणि हातघाईची लढाई काही वेळ झाल्यानंतर मराठ्यांचे पायदळ थोडे थोडे मागे हटू लागले. इंग्लिशांचे सैन्य आपल्यापेक्षा अगदी थोडे आहे, हे त्यांना माहीत होते; व अशा थोडक्याशा सैन्याच्या समोरून आपण मागे हटावे हे बरोबर नाही, असे वाटून मराठ्यांचे शिपायी फिरून आपल्या रांगा धरून शत्रूला तोंड देण्यासाठी उभे राहण्याचा प्रयत्न करीत होते. परंतु त्यांना त्यात यश आले नाही. इंग्लिशांच्या पायदळाने त्यांना मागे हटवीत नेले; आणि इंग्लिशांचे घोडेस्वार त्यांचा रांगांमधून शिरून त्यांनी मराठ्यांच्या सैन्याची शिस्त मोडून टाकली; त्यामुळे शिंद्यांच्या सैन्याला मागे हटण्याशिवाय दुसरा मार्गच उरला नाही. म्हणून शिंद्यांचे सर्व लष्कर मागे हटत हटत मोठ्या व्यवस्थेने जुवा नदीच्या पलीकडे गेले व तेथे त्यांनी आपल्या सैन्याची फिरून एक रांग (16) बनविली.

मराठ्यांचे सैन्य अशा रीतीने मागे हटत चाललेले आहे, असे जेव्हा इंग्लिशांनी पाहिले, तेव्हा आता मराठ्यांचा खास पराजय झाला आणि आपला खात्रीने जय होणार, असे वाटून इंग्लिशांचे शिपाई हुरळून गेले. व ते मराठ्यांच्या सैन्याचा मोठ्या जोराने पाठलाग करू लागले (17). या विजयाच्या आनंदामध्ये ते मराठ्यांचा पाठलाग करू लागले असता या वेळी आपण आपल्याला कोणत्या संकटामध्ये घालून घेत आहोत, याबद्दलची त्या हुरळून गेलेल्या इंग्लिश शिपायांना क्वचितच कल्पना आली असेल. पण या त्यांच्या कृतीने त्यांनी आपल्याला ज्या एका भयंकर अवस्थेमध्ये घालून घेतले, त्याचा प्रकार असा झाला मराठ्यांच्या सैन्याची पहिली फळी (12) जेव्हा फुटली आणि जेव्हा इंग्लिशांचे घोडेस्वार त्या मराठ्यांच्या विस्कळीत झालेल्या पहिल्या

रांगेमधून पलीकडे जाऊ लागले, तेव्हा मराठ्यांच्या तोफा चालेनाशा झाल्या. आणि अशावेळी आपण उगीच उभे राहिलो, तर शत्रूच्या लोकांकडून आपण विनाकारण मारले जाण्याचा संभव आहे, ही गोष्ट लक्षात आणून मराठ्यांच्या सैन्यापैकी पुष्कळ गोलंदाज आपल्या तोफांच्या खाली मेल्याचे सोंग घेऊन पडले; व त्यांनी इंग्लिश सैन्याला आपल्यावरून खुशाल पलीकडे जाऊ दिले. अशा रीतीने इंग्लिशांचे जे सैन्य पहिल्याने (14 आणि 15) या ठिकाणी उभे होते, ते तेथून पुढे चाल करून (17) या जागेकडे गेल्यानंतर हे जे मेल्याचे सोंग घेऊन पडलेले मराठ्यांच्या सैन्यातील गोलंदाज होते, ते फिरून जिवंत झाले ! आणि मागे ज्या तोफा शिल्लक राहिल्या होत्या, त्या चाल करून त्यांनी इंग्लिशांच्या पुढे गेलेल्या त्या सैन्याच्या (17) पिछाडीवर जोराने हल्ला करण्याला सुरुवात केली ! पण इंग्लिश शिपायांना या गोष्टीची खबरही नव्हती. आता मागे कोणी शत्रू उरला नाही असे समजून ते जुवा नदीच्या पलीकडे गेलेल्या (16) मराठ्यांच्या फौजेचा पाठलाग करीत पुढे चाललेले होते. व आता आपण विजयी होऊन मराठ्यांच्या फौजेचा पाठलाग करीत आहोत या कल्पनेमुळे हुरळून गेल्या कारणाने इंग्लिशांचे शिपायी शत्रूचा पाठलाग करण्याकरिता म्हणून चार चोहोंकडे वाटतील तसे पांगत चाललेले होते; व त्यामुळे त्यांच्या लाईनीमध्ये शिस्त कशी ती मुळीच राहिली नव्हती.

अशा स्थितीत या विस्कळीत झालेल्या इंग्रजी सैन्यावर केवळ त्यांच्या पिछाडीकडूनच मराठ्यांच्या तोफांचा मारा होऊ लागला होता, असे नसून जुवा नदीच्या पलीकडे (16) मराठ्यांच्या ज्या पलटणी मोठ्या शिस्तीने मागे हटत गेल्या होत्या, त्यांनीही फिरून समोरून या इंग्लिशांच्या पलटणीवर गोळीबार करण्याला सुरुवात केली; व त्यामुळे इंग्लिशांचे सैन्य मोठ्या कचाटीत सापडले आणि त्या सैन्यावर दोहोंकडून मारा होऊ लागला. या वेळच्या या युध्दाच्या हालचालीमध्ये मराठ्यांनी आपल्या शत्रूला दोहोंकडून गाठण्याची ही जी युक्ती काढली, ती खरोखरच फार वर्णनीय आहे. व असईच्या लढाईमध्ये मराठ्यांना विजय मिळाला असता, तर रणमैदानावरील सैन्यांच्या हालचालीच्या बाबतीतील मराठ्यांच्या या कौशल्याची भावी लष्करी इतिहासकारांनी किती तरी तारीफ

केली असती; आणि ज. वेलस्लीसारख्या पुढे अतिशय प्रसिध्दीस आलेला सेनापती या असईच्या लढाईमध्ये हजर असताना त्याने आपले सैन्य दोन्हीकडच्या गोळीबाराच्या टप्प्यामध्ये येऊ दिले, त्या त्याच्या चुकीबद्दल लष्करी लेखकांनी त्याला किती तरी दोष दिला असता. परंतु मराठ्यांनी इंग्लिशांच्या सैन्याला जरी अशा रीतीने दोहोंकडच्या पेचामध्ये धरले होते; तरी त्यांचा अखेरीस पराभव धडवून आणणारी अनेक कारणे ह्या असईच्या रणक्षेत्रावर इंग्लिशांकडून चोहोकडे तयार करवून ठेवण्यात आली होती. त्यांच्यामुळे आपल्या सैन्याच्या दोन रांगांमध्ये इंग्लिशांच्या पलटणी कोंडून धरण्याची मराठ्यांनी जरी युक्ती योजिली होती, तरी ती घडी विस्कटली. ज. वेलस्ली यांना जेव्हा असे दिसून आले की, आपले सैन्य मोठ्या अडचणीत सापडले आहे, तेव्हा 78 वी इंग्रजी पलटण आणि नेटिव घोडेस्वारांची पलटण, या पलटणी आपल्या हाताखाली घेऊन ज. वेलस्ली हे निघाले; व ज्या मराठ्यांच्या गोलंदाजांनी इंग्लिशांच्या पिछाडीवर आपल्या तोफांचा हल्ला चालविला होता, त्यांच्यावर ते चाल करून गेले. आणि त्यांनी त्या तोफांचा मारा बंद पाडला. या वेळी ते ज्या घोड्यावर बसले होते, त्या घोड्याला गोळी लागून तो मरण पावला; व खुद्द तेही या वेळी मोठ्या संकटात सापडले होते. परंतु अखेरीस त्यांनी पिछाडीवरील मारा बंद पाडला. त्याचप्रमाणे इंग्लिश लाइनीच्या उजव्या बाजूला असलेले क. मॅक्स्वेल यांनीही आपल्या हाताखालील 19 व्या ड्रगून्सच्या ज्या पलटणी जुवा नदीच्या पलीकडून समोरून मारा करीत होत्या, त्यांच्यावर हल्ला केला. या हल्ल्याच्या योगाने जरी मराठ्यांना अखेरीस मागे हटावे लागले, तरी या प्रसंगी इतक्या निकाराने लढले की, या लढाईत खुद्द कर्नल मॅकस्वेल हा मारला जाऊन शिवाय दुसरेही पुष्कळ इंग्लिशांकडचे लोक मरण पावले.

ही लढाई सुमारे तीन वाजता सुरू होऊन संध्याकाळी 6 वाजेपर्यंत चाललेली होती. या लढाईत शिंद्यांचा प्रधान यादवराव हा मरण पावला. त्याचप्रमाणे इंग्लिशांकडील क. मॅक्स्वेल, कॅ. मॅके, वगैरे बरेच इंग्लिश ऑफिसर्स या लढाईत मरण पावले. या लढाईत आपल्याला मराठ्यांकडील 90 तोफा मिळाल्या व त्यांची बरीच निशाणेही आपल्या हाती लागली अशी वर्णने इंग्लिशांनी दिली

आहेत. या लढाईत ज. वेलस्ली यांच्या हाताखाली सुमारे 10 हजार सैन्य होते व मराठ्यांच्याकडील सैन्याची संख्या अदमासे 50 हजार होती. यापैकी इंग्लिशांकडील मेलेल्या शिपायांचा एकंदर मिळून आकडा 400 पर्यंत येतो. व शिंद्याकडील सुमारे 1200 लोक मेले असावेत, असा खुद्द ज. वेलस्ली यांचा अदमास आहे. आता इंग्लिशांच्या 10 हजार सैन्यापैकी जर 400 लोक मरण पावले, तर त्या मानाने पाहता सरासरीच्या प्रमाणाने शिंद्याच्या 50 हजार सैन्यापैकी फक्त 1200 लोक मरण पावले, यावरून इंग्लिशांची या लढाईमध्ये किती खराबी झाली आणि मराठे लोक किती शौर्याने लढले, हे दिसून येण्यासारखे आहे.

या असईच्या लढाईत शिंद्यांचे सैन्य चांगल्या रीतीने तयार केले गेलेले असता व त्या सैन्याची संख्याही इंग्लिशांच्या सैन्यापेक्षा पुष्कळ मोठी असता अशा सैन्याचा पराभव का व्हावा, हा एक मोठा प्रश्न आहे. पण या प्रश्नाचे उत्तर शोधण्याकरिता कोणालाही फार लांब जावयाला नको. फ्रेंच ऑफिसरांकडून चांगल्या रीतीने तयार करविलेल्या शिंद्यांच्या पलटणीमध्येच त्यांच्या पराभवाचे कारण होते ! शिंद्यांच्या नोकरीतील बहुतेक फ्रेंच ऑफिसर इंग्लिशांनी फितुर करून ठेविलेले होते, हे पूर्वीच सांगितलेलेच आहे. त्याशिवाय शिंद्यांशी लढाई सुरू होण्याच्या पूर्वी इंग्लिशांकडून असा एक जाहीरनामा प्रसिध्द करण्यात आला होता की, कोणत्याही नेटिव संस्थानातील मराठ्यांच्या फौजेमध्ये जे कोणी इंग्लिश, फ्रेंच किंवा इतर युरोपियन ऑफिसर नोकरीवर असतील, ते मराठ्यांच्या लष्करातील, त्या आपापल्या जागा सोडून जर इंग्लिशांच्या लष्करात येऊन मिळतील, तर त्यांना चांगल्या रीतीने ठेवण्यात येईल. या जाहीरनाम्याचा फायदा घेऊन पुष्कळ युरोपिअन ऑफिसर शिंद्यांची नोकरी सोडून इंग्लिशांना जाऊन मिळाले. यांपैकी काही युरोपिअन ऑफिसर असईच्या लढाईच्या पूर्वी शिंद्याचे सैन्य सोडून गेले व काही असईच्या लढाईनंतर गेले. ता. 24 ऑक्टोबर 1803 रोजी ज. वेलस्ली यांनी गव्हर्नर जनरलला जे एक पत्र लिहिले आहे, त्यात ते स्पष्टपणे असे म्हणतात की :- "Sixteen officers and sergeants belonging to the Campoos, have joined Colonel Stevenson under your Excellency's proclamation of the 29 th August. I will hereafter send a list of their names, and an account of the pay each is to receive." या इंग्रजी उताऱ्यामध्ये ज. वेलस्ली हे असे लिहित आहेत की, शिंद्यांच्या लष्करी कंपूमधील एकंदर सोळा ऑफिसर आणि सार्जट गव्हर्नर जनरलच्या ता. 29 ऑगस्टच्या जाहीरनाम्याप्रमाणे, क. स्टीव्हनसन यांच्या सैन्यात येऊन दाखल झाले आहेत; त्यांची नावे आणि त्यांच्यापैकी प्रत्येकाला काय काय पगार दिला पाहिजे, याच्याबद्दलची यादी मी मागाहून पाठवीत आहे. या ज्या सोळा फ्रेंच ऑफिसरांनी शिंद्यांची नोकरी सोडली, त्यामध्ये ड्यूपॉट हा एक होता. व हा शिंद्यांची नोकरी सोडून बाकीच्या पंधरा ऑफिसरांबरोबर इंग्लिशांना मिळाला असता, त्यांना इंग्लिशांकडून पगार मिळण्याची व्यवस्था होत होती, यावरून हे ऑफिसर पूर्वीपासूनच इंग्लिशांना फितुर झालेले असले पाहिजेत, आणि असईच्या लढाईमध्ये या ऑफिसरांनी फितुरी केली असली पाहिजे, असे अनुमान करण्याला पुष्कळ जागा आहे. त्याचप्रमाणे बेगम समरू हिच्या पलटणीही असईच्या लढाईमध्ये शिंद्यांशी फितुरी करून इंग्लिशांना जाऊन मिळाल्या असल्या पाहिजेत, असा संशय येण्यालाही कित्येक कारणे आहेत. बेगम समरू हिला फोडण्याचे इंग्लिशांचे प्रयत्न चाललेले होते व त्याप्रमाणे ती केवळ योग्य संधीचीच वाट पाहात होती. तिच्या एकंदर चार पलटणी असईच्या लढाईच्या वेळी शिंद्यांच्या लष्करात होत्या. त्या पलटणीच्या संबंधाने ज. लेक हे आपल्या एका पत्रामध्ये गव्हर्नर जनरल यांना असे कळवितात की :- "Four of her battalions are now with Scindhia, and .. means might be contrived to enable those battalions to join General Welleseley." यावरून बेगम समरूची पलटणे फितुर करून ती इंग्लिशांनी आपल्या बाजूला वळवून घेतली असली पाहिजेत, असे उघड दिसते.

याच्याशिवाय ग्रँट डफ यानेही आपल्या इतिहासामध्ये या असईच्या लढाईसंबंधाने पुढीलप्रमाणे उद्गार काढलेले आहेत :- Most of Scindhia's battalions (at Assaye) laboured under disadvantages by the cessation of the British part of their European officers, who, in consequence of a proclamation by the British Government quitted the Maratthas at the breakibg out of the war.

या इंग्लिश वाक्यात ग्रँट डफ असे लिहितात की, ब्रिटिश सरकारने या वेळी एक जाहीरनामा प्रसिध्द केल्यामुळे शिंद्यांच्या नोकरीमध्ये जे युरोपिअन ऑफिसर होते, त्यांनी आपल्या नोकऱ्या सोडल्या आणि ते इंग्लिशांच्या सैन्याला येऊन मिळाले; त्यामुळे असईच्या लढाईच्या वेळी शिंद्यांच्या लष्करामध्ये बराच घोटाळा उडून गेला.

इंग्लिशांनी या वेळी अंतस्थ रीतीने तर अनेक प्रकारची फितुरी चालविली होतीच. पण ता. 29 ऑगस्ट 1803 चा हा जो जाहिरनामा प्रसिध्द करण्यात आला होता, त्यामुळे तर फितुर लोकांना उजळ माथ्याने आणि राजरोसपणे फितुरी करण्याला सबब सापडली. इंग्लिशांनी असले फितुरीला उत्तेजन देणारे जाहिरनामे प्रसिध्द केले म्हणून काय झाले ? ज्यांनी शिंद्यांची नोकरी पत्करली होती, त्यांनी ती इमानेइतबारे बजावणे हे त्यांचे कर्तव्यकर्म होते. परंतु जो फितुर होण्याला उद्युक्त झाला, त्याला आपल्या कर्तव्यकर्माची ओळख कोठून राहाणार? असईच्या लढाईच्या वेळी इंग्लिशांच्या पलटणीमध्येही हिंदुस्थानातील एतद्देशीय लोक थोडेथोडके होते, असे नाही. त्यांना उद्देशून दौलतराव शिंद्यांनी जर असाच एखादा जाहिरनामा काढला असता, तर कसे झाले असते ? दुसरे बाजीरावसाहेब अशा प्रकारचे काही प्रयत्न खडकीच्या लढाईच्या आधी करीत होते. व जे एतद्देशीय लोक इंग्लिशांच्या नोकरीत असतील, त्यांनी ती नोकरी सोडून आपल्या पक्षाला येऊन मिळावे, अशी त्यांची खटपट होती. याबद्दल त्यांच्यावर फितुरीचा आरोप करण्यात येतो, तर असईच्या लढाईच्या वेळच्या इंग्लिशांच्या या कृत्याला फितुरीशिवाय दुसरे काय नाव द्यावयाचे ? पण परकीय लोकांची नोकरी धरून आपल्या स्वत:च्या राजाच्या विरुध्द लढणे हे एक स्वदेशद्रोहाचे अत्यंत घोर पातक आहे, याबद्दलची कल्पानही जेथे हिंदुस्थानातील लोकांना नाही, तेथे इंग्लिशांनी अमुक केले आणि लोकांनी अमुक केले नाही, असे म्हणण्यात तरी काय अर्थ आहे ? स्वदेशभक्ती हा एक सद्‌गुण आहे आणि

स्वदेशद्रोह, मग तो कोणत्याही सबबीखाली असो, हा एक भयंकर गुन्हा आहे, या गोष्टी जेव्हा हिंदुस्थानातील लोकांना समजू लागतील, तेव्हा तो सुदिन होईल!

या असईच्या लढाईमध्ये आणि त्या नंतरच्या दुसऱ्याही कित्येक लढायांमध्ये मराठ्यांचे जे लागोपाठ पराभव होत गेले, त्यांच्यासंबंधाने सर टॉमस मनरो यांनी Rationals of Mahrattas defeats या विषयाला अनुलक्षून आपल्या काही पत्रांमधून विवेचन केले आहे. त्यात अर्थात् त्यांनी इंग्लिशांच्या फितुरीचे कोठे नावही काढलेले नाही. पण हे मुख्य कारण झाकून ठेवून त्यांनी ज्या अवांतर कारणांची आपल्या पत्रातून मीमांसा केलेली आहे, त्यात त्यांनी मुख्य असे प्रतिपादन केले आहे की, फ्रेंच ऑफिसरांच्या नादी लागून शिंद्याने आपले पायदळ व तोफखाना जास्त वाढवून घोडेस्वारांची संख्या कमी केली, ही त्याची चूक झाली. त्याचे घोडेस्वार पुष्कळ असते, तर गनिमीकाव्याने लढून इंग्लिशांना जेरीस आणण्याचे काम त्याला यशस्वी रीतीने पार पाडता आले असते. आता त्यांचे पायदळ व तोफखाना यांची जय्यत तयारी असल्यामुळे असईसारख्या रणक्षेत्रावर शिंद्यांची सैन्ये इंग्लिशांच्या समोर उभी राहून काही वेळ लढू शकली हे खरे, पण त्या पायदळामध्ये जो एक प्रकारचा चिवटपणाचा गुण लागतो, तो त्यात नव्हता, ते म्हणतात :-

His infantry was regular enough, but it wanted steadiness, in which it must always be greatly inferior to ours, from the wan of a national spirit among its officers ... at the battle of Assaye, I do not recollect, among all our killed and wounded officers, one that suffiered from a musket-ball or a bayonet, a convincing proof that the Mahratta infantry made very little serious opposition ... As long as his battalions are not under French influence, by being commanded by officers of that nation, it is more our interest that he should keep them up than that he should disband them and raise horse.

या वर दिलेल्या उताऱ्यामध्ये सांगितल्याप्रमाणे इंग्लिशांना शिंद्यांकडील

फ्रेंच ऑफिसरांचीच काय ती भीती होती. आणि ते फ्रेंच ऑफिसर फितुर करून शिंद्यांच्या लष्करातून काढून घेतल्यानंतर शिंद्यांच्या नुसत्या पायदळामध्ये काही त्राण उरणार नाही, हे इंग्लिशांना माहीत होते. प्राण गेला तरी आपल्या जागेवरून मागे हटावयाचे नाही, हा जो एक प्रकारचा सर टॉमस मनरो म्हणतात त्याप्रमाणे शिपायांच्या अंगामध्ये चिवटपणा आणि खंबीरपणा (steadiness) लागत असतो, तो गुण आपल्या मराठ्यांच्या पुढील पुढील सैन्यातील शिपायांच्या अंगामध्ये राहिलेला नव्हता आणि उत्पन्न झालेला नव्हता, असे मोठ्या कष्टाने म्हणावे लागते. त्या वेळची मराठ्यांची सैन्ये दिसायला मात्र अर्धा लाख पाऊण लाख दिसावयाची; पण इतके मोठे सैन्य असूनही प्रत्येक लढाई पाहावी, तर दोन तीन तासांत खलास ! या सैन्यांची मोठी संख्या लढाईच्या वेळी जय मिळविण्याला फारशी उपयोगी पडत नसून पराभवाच्या आणि पाठलागाच्या वेळी घोटाळा उत्पन्न करण्याला मात्र चांगली उपयोगी पडत असे ! आपली इतकी मोठाली सैन्ये असून आणि त्या मानाने इंग्लिशांची सैन्ये अगदी लहान असूनही जेथे तेथे आपला पराभव होतो, ही मागील इतिहासामधील गोष्ट पाहून भावी तरुण पिढीच्या मनावर फार वाईट परिणाम होतो, व असला हा धैर्य खचविणारा परिणाम कोणाही तरुण मनुष्याच्या मनावर होणे हे प्रस्तुतच्या राष्ट्रीय दृष्टीने केव्हाही इष्ट नाही. व त्या दृष्टीने पाहता आपल्या देशातील प्रत्येक भावी शिपायाच्या अंतःकरणामध्ये वर सांगितलेला चिवटपणाचा सद्गुण त्याच्या स्वदेशप्रीतीबरोबर आणि त्याच्या शौर्याबरोबरच वृध्दिंगत होत गेला पाहिजे, हे अत्यंत जरूरीचे आहे.

शिवाय, या असईच्या लढाईमध्ये इंग्लिशांच्या बाजूला फक्त सुमारे दहा हजारच सैन्य असून एवढ्या लहानशा सैन्याने शिंदे आणि भोसले यांच्याकडील पन्नास हजार सैन्याचा पराभव करून विजय मिळविला, अशी स्थूल मानाने इंग्लिश इतिहासकारांकडून जी एक प्रौढी मारण्यात येत असते, तिच्यामध्येही कित्येक गोष्टी बाद करण्यासारख्या असतात, हे आपण इंडियन लोकांनी लक्षात घेतले पाहिजे. नेटिव राजांच्या सैन्यातील बाजार आणि त्यांचे बाजारबुणगे नोकर चाकर लोक, वगैरे सगळे धरून नेटिव्ह सैन्याची संख्या इंग्लिश

इतिहासकारांकडून बहुधा फुगवून दाखविण्यात आलेली असते. पण असईच्या लढाईत शिंद्यांच्या बाजूला पन्नास हजार प्रत्यक्ष लढवय्ये लोक होते, असे जरी क्षणभर गृहीत धरले, तरी त्या लढाईत हे इतके सगळे शिपायी प्रत्यक्ष उपयोगात आणले गेलेले नव्हते, ही गोष्ट आपण विसरता कामा नये. दुसऱ्या बाजीरावसाहेबांच्या वेळी पुढे पुण्यास प्रसिध्दीस आलेले पुण्याचे रेसिडेंट, मि. एल्फिन्स्टन, हे या असईच्या लढाईच्या दिवशी सकाळपासून रात्र पडेपर्यंत ज. वेलस्ली यांच्याबरोबर घोड्यावर बसून फिरत होते. त्यांनी या असईच्या लढाईचे आपल्या पत्रातून बरेच तपशीलवार वर्णन दिलेले आहे. त्यांचे मि. फॉरेस्ट यांनी जे एक चरित्र प्रसिध्द केले आहे, त्यात या असईच्या लढाईमध्ये इंग्लिशांच्या विरुध्द लढणाऱ्या शिंद्यांच्या सैन्याविषयी पुढीलप्रमाणे मुद्देसूद उल्लेख आढळतो :-

The narrow delta between the Kailna and its northern affluent, the Juah gave sufficient space for Wellesley to employ his small forcew, but the space was so confined as to restrict the enemy from bribgibg his immense superiority of numbers into action, and the decisive struggle was therefore limited to almost equal numbers of the two forces.

G.W. Forrest.

या वर दिलेल्या इंग्रजी उताऱ्यावरून हे कोणाच्याही लक्षात येईल की, एका बाजूला खेळणा नदी आणि दुसऱ्या बाजूला जुवा नदी यांच्या दरम्यानच्या आकुंचित जागेमध्ये शिंद्याकडील सगळे पन्नास हजार सैन्य उभे राहाणेच अशक्य होते. अशा स्थितीत इंग्लिशांचे तितके सैन्य तेथे उभे राहू शकले होते, तितकेच जवळ जवळ सैन्य शिंद्यांच्या बाजूकडे उभे राहिलेले होते. व एल्फिन्स्टनसाहेबांच्या प्रत्यक्ष माहितीप्रमाणे असईची लढाई ही खरे बोलावयाचे असल्यास दहा हजार इंग्लिश आणि पन्नास हजार मराठे यांच्या दरम्यान लढली गेली नसून दोन्ही बाजूंची प्रत्यक्ष लढणारी सैन्ये जवळ जवळ सारखीच होती, अशी जुनी माहिती आढळून येते.

नवीन प्रकारची यंत्रसामग्री आणि दारूगोळा आपल्यापशी नसतो, म्हणून

आपले शिपायी पराभव पावतात, असेही एक कारण देण्यात येते; व त्यामध्येही सत्याचा अंश नाही, असे नाही. पण असईच्या लढाईच्या वेळी हे कारण लागू पडण्यासारखे नव्हते. *त्या वेळची तोफखान्याची, बंदुकांची आणि दारूगोळ्याची फ्रेंच अंमलदारांनी शिंद्यांच्या कंपूमध्ये करून दिलेली तयारी प्रतिपक्षाच्या अगदी बरोबरीची होती. पण नुसत्या तोफा आणि नुसता चांगला दारूगोळा यांनीच विजय मिळत नसून त्या तोफांच्या आणि दारूगोळ्यांच्या पाठीमागे तितकीच चांगली माणसे असावी लागतात. पण शिंद्यांच्या लष्करातील फ्रेंच अंमलदार आणि त्यांच्या हाताखालील पलटणेच्या पलटणे फितुर झालेली असल्यानंतर, तेथे त्या बिचाऱ्या चांगल्या तोफा असूनही काय करतील ? शत्रूच्या हाती लूट म्हणून सापडण्याच्या कामीच अशा स्थितीत त्या तोफांचा उपयोग व्हावयाचा, हे उघडच आहे. पण ही जर फितुरी नसती, तर शिस्त आणि शस्त्रास्त्रे यांच्या दृष्टीने असईच्या रणांगणावर शिंद्यांच्या शिपायांना विजयश्री प्राप्त होण्याला कोणती कमतरता होती, असे नाही.* कारण, इंग्लिशांचे असईच्या रणक्षेत्रावरील सेनापती, ज. वेलस्ली हे पुढे कितीही नावलौकिकाला चढले असले, तरी नि:पक्षपातीबुध्दीने बोलावयाचे झाल्यास असईच्या लढाईमध्ये त्यांनी फारसे मोठे लष्करी कौशल्य दाखविले, असे नाही; इतकेच नव्हे, तर त्यांनी एकट्यांनी जी असईची लढाई सुरू केली, त्याबद्दल सर टॉमस मनरो यांनी आपल्या एका पत्रामध्ये ज. वेलस्ली यांच्या त्या वेळच्या लष्करी हालचालीविरुध्द फार जोराचे आक्षेप उत्थापित केले आहेत.

सर टॉमस मनरो यांचे असे म्हणणे होते की, क. स्टीव्हनसन यांचे सैन्य येऊन पोहोचण्याचे पूर्वी ज. वेलस्ली यांनी आपल्या एकट्याच्याच सैन्यानिशी शिंद्यांबरोबर लढाई सुरू केली, ही गोष्ट योग्य केली नाही. कारण, जर कदाचित् शिंद्यांच्या सैन्याने त्या वेळी ज. वेलस्ली यांचा आधी पराभव केला असता आणि मग क. स्टीव्हनसन यांच्या सैन्याकडे वळून त्याचा मागाहून निराळा पराभव केला असता, तर इंग्लिशांचे त्या योगाने किती तरी नुकसान झाले असते, व शिंद्यांचे वजन किती तरी पटीने वाढले असते. दुर्दैवाने शिंद्यांच्या सैन्याकडून इंग्लिशांचा असई येथे पराभव झाला नाही व दैवगतीने इंग्लिशांना

विजय मिळाला, ही गोष्ट वेगळी; परंतु लष्करी सावधगिरीच्या दृष्टीने ज. वेलस्ली यांच्या हातून ही चूकच झाली, असे सर टॉमस मनरो यांचे मत आहे. या बाबतीमध्ये सर टॉमस मनरो आणि ज. वेलस्ली यांच्या दरम्यान त्या वेळी झालेला पत्रव्यवहार लष्करी हालचालींच्या धोरणाच्या दृष्टीने मोठा महत्त्वाचा आणि मनोरंजक आहे. त्यात ज. वेलस्ली यांनी क. स्टीव्हनसन यांच्याकरिता न थांबता आपण एकट्यानेच का लढाई दिली यांची समर्थने दिली आहेत. पण जर दैव प्रतिकूल झाले असते, तर ही सगळी समर्थने निरुपयोगी आहेत, असेच इतिहासकारांनी आपले मत दिले असते. परंतु एकदा जय झाला, म्हणजे त्याच्याखाली सर्व चुका झाकून जातात. व त्याप्रमाणे येथेही स्थिती होऊन अखेरीस सर टॉमस मनरो यांनीही ज. वेलस्ली यांचे अभिनंदन केले आहे. तरी पण त्यामुळे ज. वेलस्ली यांच्या हातून झालेली गैरसावधगिरीची चूक इतिहासामध्ये जी नमूद केली गेली आहे, ती अद्यापि तशीच कायम आहे.

असो; अशा प्रकारच्या या असईच्या लढाईच्या इतिहासापासून हल्लीच्या व भावी पिढीतील लोकांनी पुष्कळ गोष्टी शिकण्यासारख्या आहेत. तिकडे त्यांचे लक्ष गेले, तर त्यात आपल्या देशाचा पुष्कळ फायदा आहे.

■ □ ■

८. अरगावची लढाई

ता. 23 सप्टेंबर 1803 रोजी असईची लढाई झाल्यानंतर शिंदे आणि भोसले यांची सैन्ये अजिंठ्याचा घाट उतरून पलीकडे खानदेशात गेली. त्या सैन्याचा पाठलाग करण्याच्या कामावर क. स्टीव्हनसन यांची नेमणूक करून देऊन ज. वेलस्ली हे काही दिवसपर्यंत असई येथेच राहिले होते. असईची लढाईची हकिकत लिहून तयार करून ती त्यांना गव्हर्नर जनरल वगैरेंच्याकडे पाठवायची होती. व त्याचप्रमाणे असईच्या लढाईत जखमी झालेल्या लोकांचीही त्यांना काही तरी तजबीज करावयाची होती. व शिवाय हैदराबादेहून कित्येक वंजारी लोक आपल्याबरोबर धान्याने भरलेले चौदा हजार बैल घेऊन इंग्लिशांच्या छावणीत येऊन मिळण्याकरिता निघाले होते. तेव्हा ही अन्नसामग्री घेऊन येणारा बैलांचा तांडा आपल्या छावणीत सुरक्षितपणे येऊन पोहोचेल, अशी तजबीज करणे हेही ज. वेलस्ली यांना जरूर होते. या अन्नसामुग्रीच्या तांड्यावर छापा घालण्याचा भोसल्यांच्या घोडेस्वारांनी बेत केलेला होता. त्यामुळे ज. वेलस्ली यांचे तिकडे लक्ष लागून राहिलेले होते. आणि म्हणून आपण स्वत: असई येथे आणि असईच्या आसपास राहून क. स्टीव्हनसन यांच्याकडे त्यांनी शत्रूचा पाठलाग करण्याची कामगिरी सोपविली होती.

असईच्या लढाईनंतर अजिंठ्याचा घाट उतरून शिंदे आणि भोसले यांचे सैन्य खानदेशात खाली उतरल्यावर ती दोन्ही सैन्ये निरनिराळ्या मार्गांनी आपआपल्या मुलखाकडे वळली. त्या दोन्ही सैन्यांच्यामध्ये भांडणे सुरू झाली होती, असे इंग्लिश इतिहासकारांनी कित्येक ठिकाणी उद्गार काढले आहेत. परंतु वस्तुस्थिती तशी नसून ती दोन्ही सैन्ये स्वाभाविकपणेच आपापल्या हद्दीकडे वळली. त्यापैकी शिंद्यांच्या सैन्याचा पाठलाग क. स्टीव्हनसन यांनी सुरू केला

व भोसल्यांच्या सैन्याचा पाठलाग करण्याचे काम पुढे काही दिवसांनी ज. वेलस्ली यांनी आपलेकडे घेतले. क. स्टीव्हनसन हा जरी शिंद्यांचा पाठलाग करण्याकरिता ता. 24 सप्टेंबरपासून निघालेला होता, तरी पहिले कित्येक दिवसपर्यंत त्याला शिंद्यांचे विरुध्द काही एक करता आले नाही. असईच्या लढाईनंतरही शिंद्यांचे घोडेस्वार आणि पायदळ ही दोन्ही प्रकारची सैन्ये इतक्या जय्यत तयारीमध्ये होती की, त्यांचा पाठलाग करण्याकरिता त्यांच्यावर चालून जाण्याचे क. स्टीव्हनसन याला धैर्य होईना. शिवाय अजिंठ्याचा घाट उतरल्यानंतर तापी नदीच्या काठाकाठाने जरी शिंद्याचें लष्कर चालले होते, तरी त्याचा पुढील रोख कोणीकडे आहे, हे इंग्लिशांना काही एक कळेना. एकदा ते सैन्य नर्मदेकडे जात आहे, असे इंग्लिशांना वाटे; तर फिरून ते सैन्य कासाऱ्याचे घाटाने उतरून दक्षिणेत अहमदनगर, पुणे, वगैरे प्रांताकडे वळेल की काय, अशी इंग्लिशांना भीती वाटत होती. अशा अनिश्चित स्थितीत हळूहळू पाठलाग करता करता क. स्टीव्हनसन हे बऱ्हाणपूर येथे येऊन पोचले. व ता. 16 ऑक्टोबर 1803 रोजी त्यांनी ते शहर हस्तगत केले. व तेथून अशीरगडच्या किल्ल्यावर हल्ला करून तो किल्लाही त्यांनी ता. 21 ऑक्टोबर रोजी आपल्या स्वाधीन करून घेतला.

इंग्लिशांच्या या विजयाच्या मुळाशीही विश्वासघाताचे बीज दिसून येते. असईच्या लढाईमध्ये कित्येक युरोपिअन ऑफिसरांनी शिंद्याला ज्याप्रमाणे दगा दिला, त्याचप्रमाणे बऱ्हाणपूर आणि अशीरगड येथेही फितुरी आणि विश्वासघात ही दोन बहीणभावंडे इंग्लिशांच्या वतीने गुप्त रीतीने काम करीत होतीच. अशीरगडचा किल्ला स्वाधीन होण्यापूर्वी तीन दिवस शिंद्यांच्या लष्करातील नऊ युरोपिअन ऑफिसर ब्रिटिश कमांडरच्या छावणीत येऊन दाखल झाले; व गव्हर्नर जनरलने काढलेल्या जाहिरनाम्याप्रमाणे आम्हाला इंग्लिशांनी आपल्या संरक्षणाखाली घ्यावे, असे त्यांनी सांगितले. अशा प्रकारची फंदफितुरी ज्या किल्ल्यातून चाललेली आहे, ते किल्ले टिकाव धरून कसले राहू शकणार आहेत!

इकडे शिंद्यांच्या लष्कराची बऱ्हाणपूर, अशीरगड, वगरे ठिकाणी क. स्टीव्हनसन यांच्या लढाया चालल्या असता दुसरीकडे भोसल्याच्या सैन्याच्या

विरुध्द ज. वेलस्ली यांनीही काही किरकोळ हालचाली चालविल्या होत्या. परंतु त्यात त्यांना फारसे यश कोठून आले नाही. पण शिंदे यांचा अशीरगडचा किल्ला सर करून घेतल्यानंतर भोसल्यांचा जो गाविलगडचा एक अवघड किल्ला होता, तो हस्तगत करून घेण्याकडे क. स्टीव्हनसन यांनी आपला मोर्चा वळविला.

आपल्या सैन्यातील फितुरीमुळे बऱ्हाणपूर आणि अशीरगड ही दोन ठिकाणे शत्रूच्या स्वाधीन झालेली पाहून अशा वेळी शत्रूपाशी आपण तूर्त तह करणे हेच जास्त श्रेयस्कर आहे, असा विचार दौलतराव शिंदे यांनी आपल्या मनामध्ये आणिला; व बाळोबा कुंजर यांच्या मार्फतीने त्यांनी इंग्लिशांशी तहाचे बोलणे सुरू केले. या वेळी इंग्लिशांकडूनही शिंदे आणि भोसले यांचे फारसे मोठे पारिपत्य होत होते, असे नाही. ज. वेलस्ली हे रघोजी भोसल्यांचे विरुध्द फारसे काहीच करू शकले नाहीत; आणि क. स्टीव्हनसन यांनी बऱ्हाणपूर आणि अशीरगड ही जरी शिंद्यांची दोन ठिकाणे विश्वासघाताच्या बळावर आपल्या स्वाधीन करून घेतली होती, तरी त्यामुळे शिंद्यांचे सामर्थ्य फारसे कमी झालेले होते असे नाही. तेव्हा अशा स्थितीत दौलतराव शिंद्यांकडून जे हे आयतेच तहाचे बोलणे सुरू करण्यात आलेले आहे, त्याचा आपण फायदा घ्यावा, असे ज. वेलस्ली यांना वाटू लागले. व शिंद्याकडून तहाचे बोलणे सुरू करण्याकरिता जे कोणी वकील येतील, त्यांचे स्वागत करून आम्ही त्यांच्याशी तहाचे बोलणे करतो, असे ज. वेलस्ली यांनी अखेरीस बाळोबा कुंजर यांजला कळविले. व त्याप्रमाणे ता. 11 नोव्हेंबर 1803 रोजी यशवंतराव घोरपडे हे वकील म्हणून येऊन त्यांच्या मार्फतीने दौलतराव शिंदे आणि ज. वेलस्ली यांच्या दरम्यान ता. 23 नोव्हेंबर 1803 रोजी एक तात्पुरता करारनामा ठरविण्यात आला. या करारनाम्याच्या अन्वये शिंदे आणि इंग्लिश यांच्या दरम्यानची लढाई तात्पुरती बंद ठेविण्यात आली. पण ही लढाई बंद ठेवताना उभय पक्षांमध्ये जो मुख्य करार ठरलेला होता, तो असा की, एलिचपूरच्या पूर्वेस वीस कोसांवर शिंद्याने आपले लष्कर ठेवावे व इंग्लिशांनी शिंद्यांच्या मुलखामध्ये आपले सैन्य न आणता शिंदे आणि इंग्लिश यांच्या सैन्याच्या दरम्यान वीस कोसांचे अंतर

कायमचे ठेवण्यात आले पाहिजे.

शिंदे आणि भोसले या दोघांच्या मनात या वेळी इंग्लिशांशी तह करण्याची इच्छा होती. परंतु आपण दोघे जोपर्यंत एकत्र आहोत, तोपर्यंत धूर्त इंग्लिश आपल्याशी तह करणार नाहीत, हे इंग्रजी मुत्सद्द्यांचे धोरण कदाचित् त्यांच्या लक्षात येऊन शिंदे आणि भोसले यांनी आपले सैन्य एकमेकांपासून या वेळी विभक्त केली होती. व इतकेच नव्हे, तर शिंदे आणि भोसले यांच्या दरम्यान हल्ली भांडणे सुरू झाली आहेत, अशाही बातम्या त्या वेळी बऱ्याच ठिकाणी पसरलेल्या होत्या. या बातम्यासंबधाने ज. वेलस्ली यांनी ता. 24 ऑक्टोबर 1803 रोजी गव्हर्नर जनरलला जे एक पत्र लिहिले आहे, त्यात पुढीलप्रमाणे उल्लेख आहे.

"It is reported that Dowlut Rao Scindhia and the Rajah of Berar have quarrelled, that the latter intends to endeavour to obtain a peace through that of mediation of Amrut Rao, and the former through that of the Peishwa or by secret negotiation. Excepting that these chiefs have separated their armies, I have no reason to believe that they have quarrelled, and I can give your Excellency no information to enable you to form judgment of the truth of remainder of the report."

शिंदे आणि भोसले यांनी आपापली सैन्ये एकमेकांपासून विभक्त करण्यात, व त्यांच्यामध्ये भांडणे चालली आहेत अशा बातम्या पसरविल्या जाण्यात, कोणाचा काय हेतू होता, हे आज सांगणे कठीण आहे. परंतु या दोन राजांची सैन्ये आपोआपच विभक्त झालेली पाहिल्यानंतर त्यापैकी प्रत्येक सैन्याशी निरनिराळ्या लढाया करून त्यांना जेरीस आणावे, ही कल्पना साहजिकपणेच इंग्लिशांच्या डोक्यात शिरली; व ते नागपूरच्या भोसल्यांचा जो गाविलगडचा अवघड किल्ला तो हस्तगत करून घेऊन भोसल्याच्या सैन्याचा पाडाव करण्याच्या प्रयत्नाला लागले. शिंदे आणि भोसले यांच्यामध्ये भांडण सुरू झाल्याच्या बातम्या जरी पसरल्या होत्या, तरी यशवंतराव घोरपडे हे जनरल वेलस्ली यांच्यापाशी जेव्हा तहाचे बोलणे सुरू करू लागले, तेव्हा शिंदे आणि भोसले या

दोघांशीही इंग्लिशांनी तह करावा, असेच त्यांचे म्हणणे होते. परंतु भोसल्याच्या सैन्याचा नाश केल्याशिवाय भोसल्यांशी तह करू नये, असे इंग्लिशांचे धोरण असल्यामुळे शिंदे आणि भोसले यांची जूट मोडून त्यांच्यापैकी इंग्लिशांनी भोसल्यांशी गाविलगडच्या बाजूला लढाई सुरू ठेविली आणि शिंद्यांशी मात्र तह करण्याचा आव आणला.

परंतु शिंद्यांशी देखील तह करण्याची इंग्लिशांची खरोखरीची इच्छा फारशी नव्हतीच. यशवंतराव घोरपडे यांच्याशी दहा दिवसपर्यंत तात्पुरती लढाई बंद करण्याचा जो करारनामा करण्यात आला, त्याबद्दलचा वर उल्लेख आला आहे. पण त्या करारनामन्याच्या मुळाशी इंग्लिशांचे हेतू अगदी निराळे होते. शिंद्यांच्या हाताखाली जे सैन्य शिल्लक उरलेले होते, त्यात बहुतेक सर्व घोडेस्वारच होते. या घोडेस्वारांच्या पलटणींशी इंग्लिशांनी आणखी पुढे लढाई चालू ठेविली असती, तरी त्या लढाईचा त्यांच्यावर काही एक परिणाम झाला नसता. कारण, त्या घोडेस्वारांनी गनिमी काव्यानेच लढाई चालविली असती; आणि त्यांचा पाठलाग करावयाचा म्हटला, म्हणजे तर आपल्या अन्नसामग्रीच्या पुरवठ्याची साधने सोडून इंग्लिशांना त्यांच्या पाठीमागे कोठे तरी भटकत फिरावे लागले असते. हे आपले सगळे गुप्त हेतू ज. वेलस्ली यांनी ता. 24 नोव्हेंबर 1803 रोजी क. क्लोज यांना लिहिलेल्या एका पत्रामध्ये पुढीलप्रमाणे नमूद केले आहेत :-

"I have agreed to the cessation of hostilities on the ground of my incapability to do Scindhia further injury, as stated in my dispatch to the Governer Genral of the 24th October; on that of it being impossible to injure his army of horse; on that of the injury he may do me in the operations against Gawlighur and Guzerat, to which quarter he has sent Bappoojee Scindhia; and on the political ground of disviding his interests from those of the Raja of Berar and thereby, in fact, dissolving the confederacy."

ज. वेलस्ली यांच्या पोटातील कपट वर दिलेल्या प्रकारचे असल्यामुळे त्यांनी आपल्याला लढाईची तयारी करण्याला फुरसत मिळावी या मुख्य हेतूने यशवंतराव घोरपडे यांच्याशी लढाईच्या तात्पुरत्या तहकुबीचा तह केला होता. पण तो तह देखील त्यांनी टिकविला नाही; आणि ता. 23 नोव्हेंबर 1803 रोजी हा तात्पुरता तहनामा झाल्यापासून फक्त पाच दिवसांमध्येच इंग्लिशांनी शिंद्यांच्या लष्कराशी अरगाव येथे लढाई केली !

यशवंतराव घोरपडे यांच्याशी केलेल्या तहनाम्यामध्ये अशी एक अट होती की, या तहनाम्यावर दौलतराव शिंदे यांचा सहीशिक्का वगैरे होऊन त्याची प्रत यशवंतराव घोरपडे यांनी ज. वेलस्ली यांचेकडे ता. 23 नोव्हेंबरपासून 10 दिवसांचे आत आणून द्यावी. पण अशा रीतीने शिंद्याला 10 दिवसांची मुदत दिली असता ती मुदत संपण्याच्या आतच ज. वेलस्ली यांनी शिंद्यांशी लढाई सुरू केली.

वरील करारनाम्यात अशी एक शर्त होती की, दौलतराव शिंदे यांनी आपले सैन्य एलिचपूरच्या पूर्वेकडे न्यावे, व इंग्लिशांच्या सैन्यामध्ये व आपल्या सैन्यामध्ये वीस कोसांचे अंतर कायम ठेवावे. या कराराप्रमाणे दौलतराव शिंदे आपले लष्कर दहा दिवसांच्या ठरलेल्या मुदतीच्या आत एलिचपूरच्या पूर्वेला नेण्याची तजवीज करू लागले होते. व ही गोष्ट घडवून आणण्याला जर 10 दिवसांची मुदत उभयपक्षी ठरविण्यात आली होती, तर त्या 10 दिवसांच्या आत तरी निदान इंग्लिशांनी शिंद्यांच्या लष्करावर हल्ला करणे अन्यायाचे होते. परंतु इंग्लिशांच्या सैन्याची लढाई देण्याला तयारी झाल्यानंतर मग न्याय-अन्यायाकडे त्यांना पाहाण्याची काय जरूरी आहे ?

याशिवाय दुसरीही एक गोष्ट अशी होती की, अशीरगडचा किल्ला काबीज करून झाल्यानंतर गाविलगडचा किल्ला हस्तगत करून घेण्यासाठी क. स्टीव्हनसन हे नोव्हेंबरच्या 15 तारखेच्या सुमाराला आपल्या सैन्यासह गाविलगडकडे जाण्याकरिता बऱ्हाणपूरहून निघालेले होते. व त्या सैन्याला मदत करण्याकरिता ज. वेलस्ली यांच्या हाताखालीही काही सैन्य त्या दिशेकडे चालून जात होते. त्यामुळे शिंद्यांचे सैन्य जरी एलिचपूरच्या पूर्वेकडे आपल्या ठरलेल्या कराराप्रमाणे

जात चालले होते, तरी ज. वेलस्ली यांचेही सैन्य त्याच दिशेने पुढे चाल करून जात असल्यामुळे या दोन्ही सैन्याच्या दरम्यान 20 कोसांचे अंतर कायम ठेवले पाहिजे ही अट एकट्या शिंद्याला कशी पाळता येणे शक्य होते ? शिवाय हे दोन्ही सैन्यामधील 20 कोसांचे अंतर किती दिवसांनी कायम झाले पाहिजे, याच्याबद्दलचा उलगडा त्या तहाच्या अटीमध्ये काहीच केलेला नव्हता. तेव्हा त्या तहावर शिंद्यांचे शिक्कामोर्तब होण्याला जी दहा दिवसांची मुदत ठरविण्यात आलेली होती, तेथपर्यंत तरी निदान इंग्लिशांनी वाट पाहावयाला पाहिजे होती. परंतु इंग्लिशांच्या प्रामाणिकपणाला तसे काही करण्याची जरूरी भासली नाही. आणि ठरलेल्या मुदतीच्या आत तुम्ही शिंद्यांच्या सैन्यावर हल्ला करणे न्याय्य होणार नाही, असे शिंद्यांचे वकील ज. वेलस्ली यांना बजावून सांगत असता, तिकडे दुर्लक्ष करून ता. 23 नोव्हेंबर रोजी केलेला तह ता. 29 नोव्हेंबर रोजी अरगाव येथे सत्यवादी इंग्लिशांकडून मोडला गेला !

दौलतराव शिंद्यांच्या वतीने यशवंतराव घोरपडे यांनी ज.वेलस्ली यांच्याशी जो करार केला होता, तो करार शिंद्यांकडून कोठे आणि कसा मोडला गेला हे आपल्यासारख्या सामान्य वाचकांना तर समजत नाहीच; पण हिंदुस्थानचे त्या वेळचे गव्हर्नर जनरल आणि ज. वेलस्ली यांचे बंधू, खुद्द मार्क्विस वेलस्ली, यांनाही हे समजेना की, दौलतराव शिंदे यांच्याकडून त्या तात्पुरत्या तहाच्या अटी पाळण्यामध्ये काय चूक झाली आहे, की ज्याच्यासाठी त्यांच्याशी अरगाव येथे लढाई करूनच त्यांचे पारिपत्य करणे जरूर होते ! कारण याच आपल्या शंका मार्क्विस वेलस्ली यांनी अरगावच्या लढाईनंतर ता. 23 डिसेंमर 1803 रोजी लिहिलेल्या आपल्या एका पत्रामध्ये ज. वेलस्ली यांना पुढीलप्रमाणे विचारलेल्या आहेत त्या अशा :- I have not yet discovered whether the battle was occasioned by a rupture of the truce on the part of Scindhia; or by Scindhia's refusal to grant to his vakeels the power which you most properly have required, for the purpose of founding the basis of the negotiation, on the admission of our retention of a part of our conquests; or by Scindhia's redisavowal of his avowal of Jeswunt Rao Ghorpareh; or by an accidental renontre of the armies before the truce had commenced; or by a treacherous junction between Scindhia and the Rajah of Berar.

अशा रीतीने अरगावच्या लढाईला शिंद्यांकडून काय कारण घडून आले हे खुद्द गव्हर्नर जनरलला देखील जेथे समजले नाही, तेथे इतरांना कोठून समजणार ? तरी पण ते कारण ज. वेलस्ली यांना मात्र समजले ! आणि शिंद्याने वीस कोस अंतर ठेवण्याची तहातील अट मोडली, या सबबीवर अरगावच्या लढाईला ता. 29 नोव्हेंबर रोजी तिसरे प्रहरी त्यांनी सुरुवात केली.

गाविलगडचा किल्ला भोसल्यांच्या ताब्यात होता. तो किल्ला हस्तगत करून घेण्याच्या इराद्याने क. स्टीव्हनसन हा बऱ्हाणपूर येथून नोव्हेंबर महिन्याच्या पंधरा तारखेच्या नंतर निघाल्याचे पूर्वीच सांगितले आहे. त्या नंतर ता. 24 नोव्हेंबरला बाळापूर अकोला येथे वाटेत त्याचा तळ येऊन पडला. क. स्टीव्हनसन याच्या सैन्याला मदत करण्यासाठी ज. वेलस्ली हेही आपल्या हाताखालील काही लष्कर घेऊन राजूऱ्याच्या घाटाने खाली उतरले व अशा रीतीने एकत्र होऊन ही दोन्ही सैन्ये गाविलगडकडे चाल करून निघाली. या वेळी रघोजी भोसले आपल्या मुलखात परत जाण्याकरिता माघारे वळलेले असल्यामुळे नागपुराकडे परत जाणाऱ्या त्यांच्या सैन्याची छावणी पाथरडी येथे पडलेली होती. या सैन्यावर मन्याबापू हे मुख्य अधिकारी होते. व एलिचपूरपासून 20 कोस अंतरावर पूर्वेस दौलतराव शिंदे यांनी आपले लष्कर न्यावे असे तहाच्या अटीप्रमाणे ठरलेले असल्यामुळे शिंद्याचे लष्करही त्या वेळी त्याच बाजूने एलीचपूरकडे चाल करून जात होते. व या शिंद्यांच्या लष्कराची छावणी मन्याबापूच्या छावणीपासून सुमारे चार मैलांच्या अंतरावर शिरसोली येथे होती. शिंद्यांच्या लष्करात बहुतेक सगळा घोडेस्वारांचा भरणा होता. पण मन्याबापू यांच्या हाताखालील भोसल्यांच्या लष्करामध्ये पायदळ, घोडेस्वार आणि तोफखाना, असे तिन्ही प्रकारचे लढाऊ सैन्य होते. अशा रीतीने शिंदे आणि भोसले यांच्या लष्कराच्या छावण्या पडलेल्या असताना त्यांच्या जवळपासच्या

वाटेने क. स्टीव्हनसन आणि ज. वेलस्ली यांचीही संयुक्त सैन्ये गाविलगडकडेच कूच करून चाललेली होती. आता आपण नकाशाकडे पाहिले, तर एलिचपूर आणि गाविलगड ही दोन्हीही ठिकाणे जवळ जवळ एकाच दिशेला आणि एकमेकांच्या जवळजवळच असल्याचे आपल्याला आढळून येईल. अशा स्थितीत तहाच्या अटीप्रमाणे एलिचपूरकडे जावयाला निघालेले शिंद्याचे लष्कर आणि गाविलगडचा किल्ला घ्यावयाला निघालेले इंग्लिशांचे लष्कर, ही दोन्ही जवळजवळ एकाच दिशेने चालली असल्यामुळे त्या दोन सैन्यांमध्ये वीस कोसांचे अंतर कायम टिकविणे हे एकट्या शिंद्यांच्याच हातात कसे असू शकणार ? या ठरलेल्या तहाच्या अटीतील नंबर दोनची अट अशी होती की, शिंद्याने एलिचपूरच्या पूर्वेस 21 कोसावर आपले सैन्य न्यावे, पण ते नेतानाही आपले सैन्य आणि इंग्लिशांचे सैन्य यांच्या दरम्यान वीस कोसांचे अंतर ठेविण्याची खबरदारी शिंद्याने घेतली पाहिजे. (To prevent accidents, and in order to ensure the execution of the 1st article, is it agreed that there shall be an interval of twenty coss between the diffrent British and allied armies, and that the Maharajah will march with his army, and take up a position twenty coss to the eastward of Ellichpoor, and he will forage still further to the eastward.) पण ही एकट्या शिंद्यांकडे कशी पाळावयाची ? ही अट दोघांच्याकडून मिळून पाळली गेली पाहिजे. जी दोन हातांनी मिळूनच वाजवावयाची, ती टाळी वाजली गेल्याबद्दलचा अपराध एकाच हातावर लादणे हे योग्य होईल काय ? ज्या दिशेने शिंद्यांचे लष्कर एलिचपूरकडे जात आहे, त्याच दिशेकडे गाविलगडच्या किल्ल्यावर चाल करून जाणारे इंग्लिशांचे सैन्य मागाहून कूच करून आले आणि त्या दोन्ही सैन्यात वीस कोसांपेक्षा कमी अंतर एखादे वेळी राहिले तर त्याचा दोष शिंद्यावर कसा यावा ? पण हा विचार कोण करणार ? ज. वेलस्ली यांनी जगाला असे जाहीर करून टाकले की, या बाबतीत शिंद्याने तह मोडला आणि म्हणून मला निरुपायास्तव शिंद्यावर हल्ला करणे भाग पडत आहे ! आणि शिंद्याने अशा रीतीने तह मोडल्यानंतर गरीब बिचारे ज. वेलस्लीसाहेब हे लढाईशिवाय दुसरे काय करणार ?

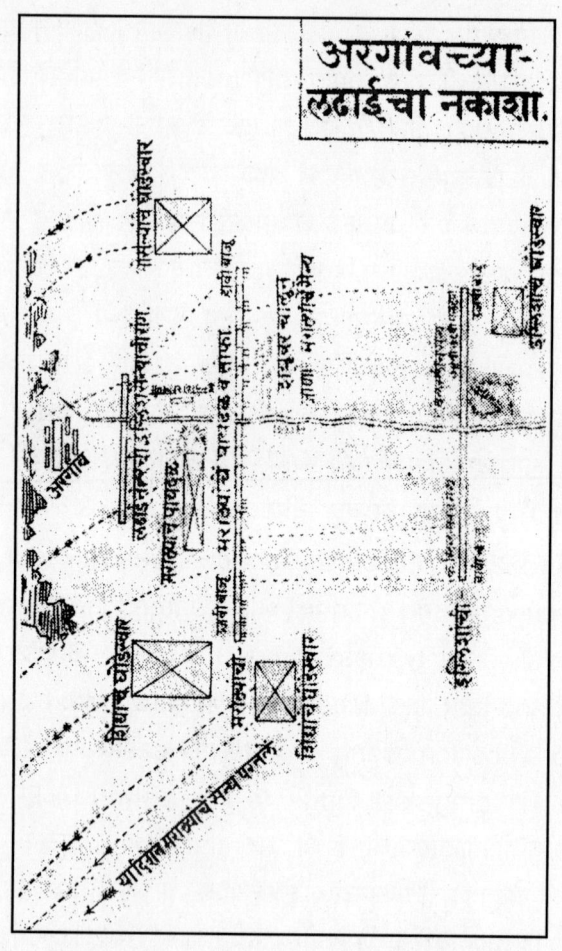

अरगांवच्या-
लढाईचा नकाशा.

पाथरडी येथे भोसल्यांच्या लष्कराची जी छावणी होती, ती तेथून हलविण्यात येऊन भोसल्यांचे आणि शिंद्यांचे अशी दोन्हीही लष्करे शिरसोलीच्या पलीकडे चालून गेली होती. पाथरडीची छावणी मराठ्यांच्या लष्कराने सोडल्यानंतर त्याच ठिकाणी ज. वेलस्ली हे आपल्या सैन्यासह येऊन दाखल झाले व क. स्टीव्हनसन हेही त्यांना तेथे येऊन मिळाले. त्या वेळी पाथरडी येथील एका उंच जागेवरून जेव्हा ज. वेलस्ली हे पाहू लागले, तेव्हा शिंदे आणि भोसले यांची सैन्ये आपल्यापासून पुढे जवळच साडेचार पाच मैलांवर असल्याचे त्यांना दिसून

आले. तरी पण इंग्लिशांचे सैन्य बऱ्याच लांबवरून कूच करून आलेले असल्यामुळे त्याच वेळी शत्रूशी सामना करणे बरोबर नाही, असे ज.वेलस्ली यांना वाटत होते. परंतु इंग्लिश सैन्याच्या आघाडीवर म्हैसूरच्या घोडेस्वारांच्या ज्या काही पलटणी होत्या, त्यांच्याशी शिंदे आणि भोसले यांच्याकडील घोडेस्वारांच्या झटापटी सुरू झालेल्या ज. वेलस्ली यांना आढळून आल्या. तेव्हा म्हैसूरच्या त्या घोडेस्वारीच्या मदतीला काही पायदळ पाठवण्यासाठी व छावणीची जागा मुक्रर करण्यासाठी ज. वेलस्ली हे पुढे गेले, त्या वेळी अरगावच्या मैदानावर शिंदे आणि भोसले यांचे सैन्य लढाईच्या तयारीने उभे राहिलेले त्यांना दिसले. तेव्हा दिवस जरी बराच खाली गेलेला होता, तरी त्याच वेळी ताबडतोब लढाई सुरू करण्याचा ज. वेलस्ली यांनी निश्चय केला.

अरगाव (अडगाव) हे एक लहानसे खेडे असून त्या खेड्यापासून काही अंतरावर मराठ्यांचे सैन्य एका सरळ रेषेमध्ये शत्रूवर हल्ला करण्याकरिता उभे करण्यात आलेले होते. मराठ्यांच्या सैन्याची जी रांग शत्रूवर हल्ला करण्याकरिता उभी राहिली होती, तिच्या जवळ जवळ मध्यभागातून एक लहानसा ओढा वहात चाललेला होता. व त्या ओढ्याने मराठ्यांच्या रांगेचे दोन विभाग केलेले होते. त्यांपैकी डाव्या बाजूला भोसल्यांचे काही पायदळ आणि तोफा असून त्या तोफांच्या पुढे डाव्या बाजूला भोसल्यांचे काही घोडेस्वार उभे होते. आणि त्या ओढ्याच्या उजव्या बाजूला शिंद्याचे लष्कर उभे असून त्याच्या पलीकडे शिंद्याच्या घोडेस्वारांची पलटणे उभी होती. मराठ्यांच्या सैन्याची ही एकंदर रांग सुमारे पाच मैलापर्यंत पसरलेली होती. अशा रीतीने उभे राहिलेल्या मराठ्यांच्या सैन्याला तोंड देण्याकरिता इंग्लिशांनी आपले सैन्य दोन रांगांमध्ये त्यांच्या समोर उभे केले. त्यांपैकी पहिल्या रांगेमध्ये पायदळ होते व दुसऱ्या रांगेत घोडेस्वार होते. इंग्लिशांच्या उजव्या बाजूला 74 वी आणि 78 वी अशा दोन पलटणी मुख्य असून त्यांच्या पाठीमागे घोडेस्वारांच्या पलटणी होत्या. डाव्या हाताच्या बाजूला क. स्टीव्हनसन यांचे सैन्य असून त्यांच्या पिछाडीचे संरक्षण निजामाच्या आणि म्हैसूरच्या घोडेस्वारांकहून करण्यात येत असतानाच त्यांच्यावर मराठ्यांच्याकडून तोफांचा मारा सुरू झाल्यामुळे इंग्लिशांच्या सैन्यात बरीच

गडबड उडाली. परंतु ते सैन्य एकदा व्यवस्थित रीतीने उभे करण्यात आल्यावर मग ते मराठ्यांवर चाल करून जाऊ लागले. त्या वेळी इंग्लिशांच्या उजव्या बाजूला 74 वी आणि 78 वी अशा ज्या दोन पलटणी होत्या त्यांच्यावर मराठ्यांच्या डाव्या बाजूकडील पठाणांच्या पलटणींनी हल्ला करून त्या दोन्ही पलटणींना बरेच जेरीस आणिले. त्याचप्रमाणे इंग्लिशांच्या डाव्या बाजूकडे क. स्टीव्हनसन यांच्या हाताखाली 6 व्या रेजिमेंटपैकी जी पहिली बॅटेलियन उभी होती, तिच्यावर समोरून मराठ्यांच्या उजव्या बाजूकडून शिंद्यांच्या घोडेस्वारांनी मोठ्या जोराचा हल्ला केला. परंतु ह्या हल्ल्यामध्ये इंग्लिशांकडील सैन्य टिकाव धरून राहिले; व त्यामुळे मराठ्यांच्या सैन्याचे काही चालेनासे झाले. व इंग्लिशांच्या सैन्याने जेव्हा उलट हल्ला केला, तेव्हा मराठ्यांचे सर्व सैन्य मागे हटून रणांगणावरून निघून गेले.

या नंतर इंग्लिशांकडील घोडेस्वारांनी बऱ्याच दूरपर्यंत आणि रात्रीच्या बऱ्याच वेळेपर्यंत चांदण्यामधून मराठ्यांचा पाठलाग केला. व त्यामुळे मराठ्यांचे बरेच नुकसान झाले. या लढाईत मराठ्यांकडील 38 तोफा आणि पुष्कळ दारूगोळा, याचप्रमाणे हत्ती, उंट, आणि इतर पुष्कळ सामानसुमान इंग्लिशांच्या हाती लागले. तरीपण या लढाईत इंग्लिशांचेही कमी नुकसान झाले असे नाही. कारण अरगाव येथे इंग्लिशांकडील सुमारे साडेतीनशे शिपाई मारले गेले.

या अरगावच्या लढाईनंतर इंग्लिशांचे सैन्य पुढे गाविलगडचा किल्ला हस्तगत करून घेण्याकरिता लगेच दुसरे दिवशी निघाले. व तो किल्ला पुढे ता. 14 डिसेंबर रोजी हस्तगत करून झाल्यानंतर ता. 17 डिसेंबर रोजी रघोजी भोसले यांच्याबरोबर देवगाव येथे तह करण्यात आला. आणि त्या नंतर ता. 30 डिसेंबर 1803 रोजी 'सुर्जी अंजनगाव' येथे शिंदे आणि इंग्लिश यांच्यामध्ये तह होऊन ही दक्षिणेतील लढाई इ. स. 1803 या वर्षाच्या समाप्तीबरोबर समाप्त झाली.

■ □ ■

९. उत्तर हिंदुस्थानातील लढाया

कोइलची लढाई

पूर्वी असईच्या आणि अरगावच्या लढायांची जी वर्णने देण्यात आली आहेत, ती फक्त दौलतराव शिंदे यांच्याशी झालेल्या दक्षिणेतील लढायांची वर्णने होत. दक्षिणेकडे या लढाया चालल्या असता उत्तर हिंदुस्थानामध्येही शिंदे आणि इंग्लिश यांच्या दरम्यान याच सुमाराला लढाया चाललेल्या होत्या. त्या उत्तर हिंदुस्थानातील लढायांकडे आता आपल्याला वळावयाचे आहे. दक्षिणेतील पेशवे आणि निजाम या दोन बलाढ्य राजांची राज्ये इंग्लिशांनी आपल्या अनेक प्रकारच्या युक्त्यांनी बहुतेक आपल्या कबजात आणल्यासारखी केली होती, व त्यांच्यापासून आता त्यांना फारशी भीती उरलेली नव्हती.त्या वेळी इंग्लिशांना जी भीती होती, ती मध्यहिंदुस्थानातील शिंदे, होळकर आणि भोसले, या तीन राजांचीच काय ती होती. त्यांपैकी होळकर यांचे शिंद्यांशी ठीक नसल्यामुळे तो या वेळी मराठ्यांच्या बनल्या जाणाऱ्या राष्ट्रसंघामध्ये सामील न होता अलग राहिला होता. आणि त्यामुळे इंग्लिशांचे एक काम आयतेच झाले होते. परंतु यशवंतराव होळकर हा जरी या जुटीत सामील झाला नाही, तरी शिंदे आणि भोसले यांच्या जुटीची इंग्लिशांना कमी भीती होती, असे नाही. शिवाय, उत्तर हिंदुस्थानात इंग्लिशांना आणखीही एक जे मोठे प्रबळ शत्रू होते, ते म्हटले म्हणजे फ्रेंच लोक हे होत. या फ्रेंच लोकांचे आणि इंग्लिशांचे युरोपखंडामध्येच मूळचे हाडवैर जुंपलेले होते, व त्याचे परिणाम हिंदुस्थानामध्येही उद्‌भवत होते. महादजी शिंदे यांनी आपल्या सैन्यात फ्रेंच लष्करी अंमलदार नेमून त्यांच्याकडून युरोपिअन धर्तीवर आपली पलटणे तयार केली होती. व तीच पध्दत महादजीच्या पाठीमागे दौलतराव शिंद्यानेही चालू ठेविली होती. ज्या वेळची ही हकिकत

लिहिण्यात येत आहे, त्या वेळी अंबाजी इंगळे या नावाचा शिंद्यांचा एक मोठा सेनापती होता, व त्याच्या हाताखाली शिंद्यांची बरीच मोठी फौज होती. पण त्याच्याशिवाय शिंद्यांची बाकीची बहुतेक फौज फिलोज, ड्यूपांट, ब्राऊनरिंग, हेसिंग, बोरक्किन्, ड्यूडरनेग, पेरन, डी बॉयनी, वगैरेसारख्या मोठमोठ्या फ्रेंच अंमलदारांच्या ताब्यात देण्यात आलेली होती. व त्या फौजेच्या बंदोबस्ताकरिता दौलतराव शिंद्याने गंगा आणि यमुना यांच्यामधील दुआबाचा प्रांत या फ्रेंच अंमलदाराकडे तोडून दिलेला होता. त्यामुळे उत्तर हिंदुस्थानात फ्रेंच लोकांचे जे वर्चस्व वाढलेले होते, ते इंग्लिशांना पाहावत नव्हते. आणि त्यामुळे दौलतराव शिंद्याच्या बरोबरच या फ्रेंच सेनापतींचाही इंग्लिश लोक मोठा द्वेष करीत असत.

पण या द्वेषाला आणखीही एक अंत:स्थ कारण होते. हिंदुस्थानचे त्या वेळचे गव्हर्नर जनरल, मार्क्विस वेलस्ली, हे मोठे महत्त्वाकांक्षी होते. आणि त्यांची महत्त्वाकांक्षा अशी होती की, सगळ्या हिंदुस्थानची बादशाही आपणा इंग्लिश लोकांच्या हातात यावी. पण पूर्वीची हिंदुस्थानची बादशाही मुसलमान लोकांच्या हातात होती; आणि त्या बादशाहीचा नामधारी मालक, बादशहा शहाआलम, हा होता. हा शहाआलम बादशहा हल्ली दौलतराव शिंदे यांच्या ताब्यात होता. व त्याच्या राज्यकारभाराची जी व्यवस्था महादजी शिंद्यांपासून दौलतराव शिंद्याकडे आली होती, ती त्याने एम् पेरन या फ्रेंच सेनापतीकडे सोपविलेली होती. सारांश, हिंदुस्थानच्या मुसलमानी बादशाहीची सत्ता या वेळी दौलतराव शिंदे यांच्या हातात आणि त्यांच्या मार्फतीने एम् पेरन ह्या नावाच्या एका फ्रेंच मनुष्याच्या हातात होती. ही गोष्ट माक्विस वेलस्ली यांच्या महत्त्वाकांक्षेला सहन होत नव्हती. आणि म्हणून शहाआलम बादशहा आणि त्याच्या त्या नामधारी बादशाहीचा अधिकार हा आपल्या हातात यावा यासाठी इंग्लिशांची धडपड चाललेली होती. या बादशाहीपणाच्या महत्त्वाकांक्षेने इंग्लिशांच्या सामान्यत: दगडी अंत:करणात दयेचे झरे उत्पन्न केले ! व शहाआलम बादशहाबद्दल त्यांच्या मनात एकदम कळकळ उत्पन्न होऊ लागली ! दौलतराव शिंदे आणि एम् पेरन हे शहाआलम बादशहाला अतिशय निर्दयपणाने वागवीत आहेत, असे, इंग्लिशांना वाटू लागले ! आणि त्या शहाआलम बादशहाला

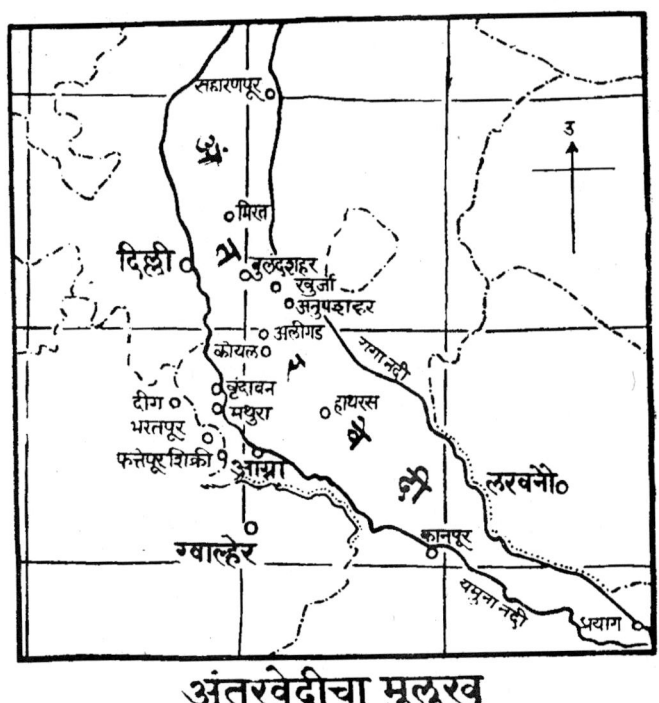

अंतरवेदीचा मुलुख

त्याच्या या संकटावस्थेमधून सोडविल्यावाचून आणि त्याची ती बादशाही हुकमत आपल्या हातात घेतल्यावाचून परमेश्वराने आपल्यावर टाकलेल्या जबाबदारीतून आपण मुक्त होणार नाही, आणि त्यामुळे देवाच्या घरी आपण अन्यायी ठरू, या जबरदस्त धार्मिक भीतीमुळे इंग्लिश मुत्सद्यांना रात्रीची झोप येईनाशी झाली ! व अशी परिस्थिती उत्पन्न झाल्यामुळे मराठे आणि फ्रेंच या दोघांच्याही सामर्थ्याचा नायनाट करण्याच्या कार्याला मार्क्विस वेलस्ली हे लागले.

वर सांगितलेल्या अंत:स्थ हेतूसाठी गव्हर्नर जनरल, मार्क्विस वेलस्ली, यांनी मराठ्यांशी जे युध्द या वेळी उकरून काढिले, त्याची पूर्वतयारी त्यांनी गुप्त रीतीने कशी केली होती आणि शिंद्यांच्या विरुध्द त्याच्या सभोवती लाचलुचपतीने त्यांनी चौफेर फंदफितुरीचे जाळे कसे निर्माण केले होते, हे पूर्वीच्या असईच्या लढाईच्या प्रसंगाने सविस्तर विशद करून दाखविण्यात आलेले आहे. त्याच्याशिवाय उघड रीतीने त्यांनी जी तयारी केली होती, तिचे स्वरूप असे होते

की, शिंदे भोसले आणि शिंद्याच्या हाताखालील फ्रेंच सरदारांची पलटणे, यांनी बहुतेक सर्व ठिकाणे हिंदुस्थानच्या मध्यभागात असल्यामुळे त्यांच्या सभोवार चारी बाजूंनी ठिकठिकाणी सैन्याच्या चौक्या बसवून मराठ्यांच्या सभोवती इंग्लिशांनी आपल्या सैन्याचा एक प्रकारे गराडाच घातला होता ! पश्चिमेकडे सुरत, बडोदे, खंबायत वगैरे ठिकाणे रोखून धरण्याकरिता कर्नल मरे यांच्या हाताखालील सुमारे 8 हजार फौज देऊन त्यांना तिकडच्या बंदोबस्ताकरिता ठेवण्यात आलेले होते. त्या नंतर आपण दक्षिणेकडे वळून पाहिले, तर पुणे, म्हैसूर आणि हैद्राबाद, या तिन्ही ठिकाणची राज्ये इंग्लिशांनी नुकतीच आपल्या दडपशाहीखाली आणलेली असल्यामुळे त्यांच्याबद्दलही त्यांना भीती होतीच आणि मध्य हिंदुस्थानात व उत्तर हिंदुस्थानात शिंद्यांच्या विरुध्द आपण लढाई सुरू केली असता पुणे, म्हैसूर आणि हैद्राबाद येथील असंतुष्ट असलेले लोक कदाचित् उठून आपल्या पाठीमागे येऊन आपल्यावर हल्ला करतील, अशी इंग्लिशांच्या मनात शंका असणे स्वाभाविक होते. आणि म्हणून त्यांनी पेशव्यांच्या संरक्षणाच्या नावाखाली वास्तविक आपल्या स्वतःच्याच संरक्षणासाठी पुण्यास सुमारे दोन हजार सैन्य ठेविले होते. आणि त्या नंतर पुण्याच्या दक्षिणेस कृष्णा नदीच्या काठच्या मुद्गल येथील छावणीमध्ये मेजर जनरल कँबेल यांच्या हाताखालील सुमारे 4 हजार लोक ठेवण्यात आलेले होते. दक्षिण महाराष्ट्रातील कोणी सरदार किंवा जहागिरदार कदाचित् चुकून स्वदेशभक्तीने प्रेरित होऊन शिंद्यांच्या मदतीला जाण्याला उद्युक्त होतील, तर त्यांना तसे करता येऊ नये, यासाठी कँबेल साहेब ही जागा धरून बसले होते. आणि त्याच्याशिवाय म्हैसूरच्या मुलुखात काही गडबड होऊ नये, म्हणून मुद्गलच्या खाली म्हैसूरच्या सरहद्दीवरही काही सैन्य ठेवण्यात आले होते. त्याचप्रमाणे निजामसरकारची राजधानी, हैद्राबाद येथेही दोन हजार सैन्य जय्यत तयार होते, त्या नंतर पूर्व-किनाऱ्यावरील भागात कटकच्या बाजूला भोसल्यांचे बरेच मुलूख होते; म्हणून त्या बाजूला कर्नल हारकोर्ट याच्या हाताखाली सुमारे 5 हजार सैन्य देऊन त्याची तिकडील बंदोबस्ताकरिता नेमणूक करण्यात आली होती. अशा रीतीने पश्चिम, दक्षिण आणि पूर्व या बाजूंकडील बंदोबस्त करण्यात आल्यानंतर उत्तरेच्या

बाजूला बंगाल, बिहार, बनारस, बुंदेलखंड वगैरे ठिकाणीही सैन्याचे चौकीपहारे बसविणे जरूर होते; व म्हणून बंगालच्या संरक्षणाकरिता मिदनापूर येथे कर्नल फेनवुइक याच्या हाताखाली तेराशे लोक ठेवण्यात आलेले होते. तसेच शोणभद्र नदीच्या काठी कर्नल ब्राऊटन याच्या हाताखाली काही सैन्य ठेवण्यात आले होते. आणि चुनार व मिर्झापूर या दोन ठिकाणी मिळून बनारसच्या संरक्षणासाठी सुमारे दोन हजार सैन्य मेजर जनरल डियर हे आपल्या हाताखाली घेऊन राहिले होते. त्याचप्रमाणे वायव्य दिशेकडील रजपूत लोकांची आणि शीख लोकांची संस्थाने आपल्याला वचकून राहावीत आणि त्यांनी मराठ्यांच्या मदतीला येऊ नये, यासाठी तिकडेही थोडे थोडे सैन्य ठेवण्याची व्यवस्था करण्यात आलेली होती. अशा रीतीने सुमारे 25/30 हजार सैन्याचा चौफेर गराडा इंग्लिशांनी मराठ्यांच्या सभोवती या वेळी घातलेला होता. यावरून इंग्लिशांच्या दूरदृष्टीच्या धोरणाची आणि अवाढव्य तयारीची वाचकांना बरीच कल्पना येण्यासारखी आहे. असा हा सैन्याचा चौफेर गराडा मराठ्यांच्या लष्कराला पडलेला असल्यामुळे ह्या त्यांच्या सभोवतालचा चक्रव्यूह फोडून त्यांना बाहेर जाणे शक्य नव्हते; किंवा बाहेरून त्यांच्या मदतीला दुसरा कोणी येऊ म्हणेल तर तेही कोणाला शक्य नव्हते. आपल्या हिंदुस्थान देशाच्या स्वातंत्र्याच्या संरक्षणाकरिता जिवावर उदार होऊन लढण्याला तयार झालेले जे शिंदे आणि भोसले, यांच्या मदतीला स्वदेशभक्तीच्या प्रेरणेने धावून जाण्याची इच्छा त्या वेळीही लोकांच्या स्वार्थी प्रवृत्तीमुळे आणि लाचखाऊ हलकटपणामुळे आधीच उत्तरोत्तर कमी होत चाललेली होती. व त्यातून कदाचित् कोणा प्रामाणिक सरदाराच्या मनात अशी बुध्दी उत्पन्न झाली, तरी या ठिकठिकाणी ठेवलेल्या इंग्लिशांच्या सैन्याच्या भीतीमुळे ती जागच्या जागीच जिरून जात होती; इतकेच नव्हे; तर एखाद्या जमिनीखालून वहात असणाऱ्या नदीप्रमाणे गुप्त रीतीने पाण्यासारख्या वहाणाऱ्या लाचांच्या पैशाने त्या वेळच्या लोकांची मने घातकी कृतघ्न बनून गेलेली होती की, आपला देश, आपला धर्म, आपले राज्य किंवा आपले स्वातंत्र्य, यांपैकी त्यांच्या डोळ्याला काही एक दिसत नसून निमकहरामपणा हा त्या वेळी एक धंदाच बनून गेलेला होता; व त्यासाठी ते वाटतील ती लज्जास्पद कृत्ये

करण्याला तयार होत असत. यामुळे उत्तरहिंदुस्थानात बुंदेलखंडच्या बाजूला या वेळी कित्येक स्थळी असे प्रसंग झालेले आहेत की, जी सैन्ये शिंद्याच्या मदतीकरिता म्हणून तयार होत होती, त्याच सैन्यांना शिंद्यांच्या विरुध्द लढण्याला इंग्लिशांच्या पैशाने उद्युक्त केले.

बाहेरून अशा राजरोसपणाच्या चौफेर सैन्याच्या नाकेबंदीने आणि अंत:स्थ रीतीने लाचलुचपतीच्या नाकेबंदीने सभोवार कडेकोट बंदोबस्त करून झाल्यानंतर या दुहेरी चक्रव्यूहाच्या आतमध्ये आपल्या बाकी राहिलेल्या सैन्याचे जनरल वेलस्ली आणि लॉर्ड लेक या दोन सेनापतींच्या हाताखाली एक दक्षिणेकडे आणि एक उत्तरेकडे असे दोन विभाग करून दोहोंकडेही मार्किस वेलस्ली यांनी शिंद्यांशी एकदम लढण्याला सुरुवात केली. यांपैकी दक्षिणेकडील लढायांचा शेवट कसा झाला आणि त्यात सत्याला आणि स्वदेशभक्तीला अपयश येऊन लाचखाऊपणाला आणि पारतंत्र्यप्रीतीलाच अखेरीस विजयश्रीने कशी माळ घातली, याचे वर्णन पूर्वी करण्यात आलेले आहे. आता त्याच दुर्दैवी इतिहासाचा उत्तरेकडील प्रसंग कसा घडून आला, इकडे आपल्याला वळावयाचे आहे.

दक्षिणेत ज. वेलस्ली यांनी शिंद्यांशी इ. स. 18/03 च्या ऑगस्ट महिन्याच्या 6 तारखेला लढाई पुकारली. ही नक्की बातमी उत्तर हिंदुस्थानात इंग्लिशांच्या फौजेचा सेनापती लॉर्ड लेक यांना गव्हर्नर जनरलकडून कळण्याच्या पूर्वीच ता. 7 ऑगस्ट रोजी लॉर्ड लेक हे आपली कानपूरची छावणी सोडून शिंद्यांच्या सरहद्दीकडे आधीच चाल करून निघाले होते. दक्षिणेकडे आणि उत्तरेकडे अशा दोन्ही बाजूंकडे एकदम लढाया सुरू करून शिंद्यांच्या सैन्याला दोहोंकडून दोघांनी गुंतवून ठेवायचे, हा इंग्लिशांचा बेत पूर्वीच ठरलेला असल्यामुळे लॉड लेक हे आपल्या हाताखालील सर्व सैन्यासह कानपूर येथून निघून ता. 28 ऑगस्ट रोजी ते शिंद्यांच्या सरहद्दीवरील कोइल या गावाजवळ येऊन दाखल झाले. या वेळी त्यांच्या हाताखाली प्रत्यक्ष फौज सुमारे 11 हजारपर्यंत होती. व सुमारे 3.5 हजारपर्यंत फौज त्यांनी बुंदेलखंडच्या माऱ्यावर ठेविली होती. ज. लेक यांच्या हाताखालील सैन्यामध्ये तीन इंग्रजी घोडेस्वारांच्या पलटणी आणि पाच नेटिव्ह घोडेस्वारांच्या पलटणी असून पायदळ पलटणीमध्ये एक युरोपिअन

पलटण होती. व बाकीच्या अकरा पलटणी नेटिव्ह पायदळाच्या होत्या. या वेळी अयोध्येच्या नबाबाचे जे राज्य इंग्लिशांनी आधीच आपल्या ताब्यात घेतलेले होते, त्या राज्यातून इंग्लिशांना घोड्यांच्या व इतर लढाऊ सामानसुमानाचा पुष्कळ पुरवठा झाला. असली ही नेटिव्ह संस्थाने असल्या वेळी इंग्लिशांच्या कशी उपयोगी पडतात, हे सर्वांना माहीतच आहे. अशा रीतीने सर्व तयारीनिशी ता. 28 ऑगस्ट रोजी आपल्या ब्रिटिश हद्दीच्या अगदी टोकापर्यंत येऊन ता. 29 ऑगस्ट रोजी लॉर्ड लेक यांनी कोइल येथून लागणाऱ्या मराठ्यांच्या हद्दीमध्ये पहाटे 4 वाजता प्रवेश केला.

'अलीगड' या नावाचा दिल्लीपासून सुमारे 14/15 कोसांवर जो एक अतिशय मजबूत असा सुप्रसिध्द किल्ला आहे, त्याच्या समोरच्या मैदानात किल्ल्याच्या जवळच कोइल हे गाव वसलेले आहे. अलीगडचा किल्ला या वेळी एम्.पेरन यांच्या ताब्यात होता. व सेनापती एम्. पेरन यांनी आपल्या हाताखालील शिपायांना राहाण्याकरिता कोइलच्या गावाजवळ उंचवट्याच्या एका मैदानावर बऱ्याच बराकी बांधल्या होत्या. व त्यांच्यावरील ऑफिसर लोकांकरिता त्यांनी तेथे बंगले उभारलेले होते. त्याचप्रमाणे त्यांनी आपल्या स्वत:ला राहाण्याकरिता जी एक जागा अलीगडचा किल्ला आणि कोइल गाव यांच्या दरम्यानच्या वाटेवर मध्यभागाच्या सुमाराला तयार केली होती, तीही फार रमणीय होती. या ठिकाणी या वेळी ज. एम्. पेरन यांच्या हाताखाली 2000 शिपाई, 8000 घोडेस्वार आणि बराच मोठा तोफखाना इतके सैन्य होते. व याशिवाय अलीगडच्या किल्ल्याच्या संरक्षणाकरिता किल्ल्यात जे काही सैन्य होते ते निराळेच. अशा सैन्यासह एम्. पेरन हा कोइल येथे राहात असता, ता. 29 ऑगस्ट रोजी सकाळी इंग्लिशांचे सैन्य त्याच्या वर हल्ला करण्याकरिता पहाटेस 4 वाजता निघाले. व मध्यंतरीचे 4/5 मैलांचे अंतर चालून आल्यानंतर या इंग्लिशांच्या सैन्याने सकाळी 7 वाजता फ्रेंचांच्या छावणीवर हल्ला करण्याला सुरुवात केली. अलीगडचा किल्ला आणि कोइल येथील फ्रेंच लोकांची छावणी यांच्या दक्षिणेला एक मोठी दलदल होती. व त्यामुळे त्या दलदलीपासून अलीगडच्या किल्ल्याला एक प्रकारचा सुरक्षितपणा प्राप्त झालेला होता. तो इतका की, पावसाळ्यात तर त्या

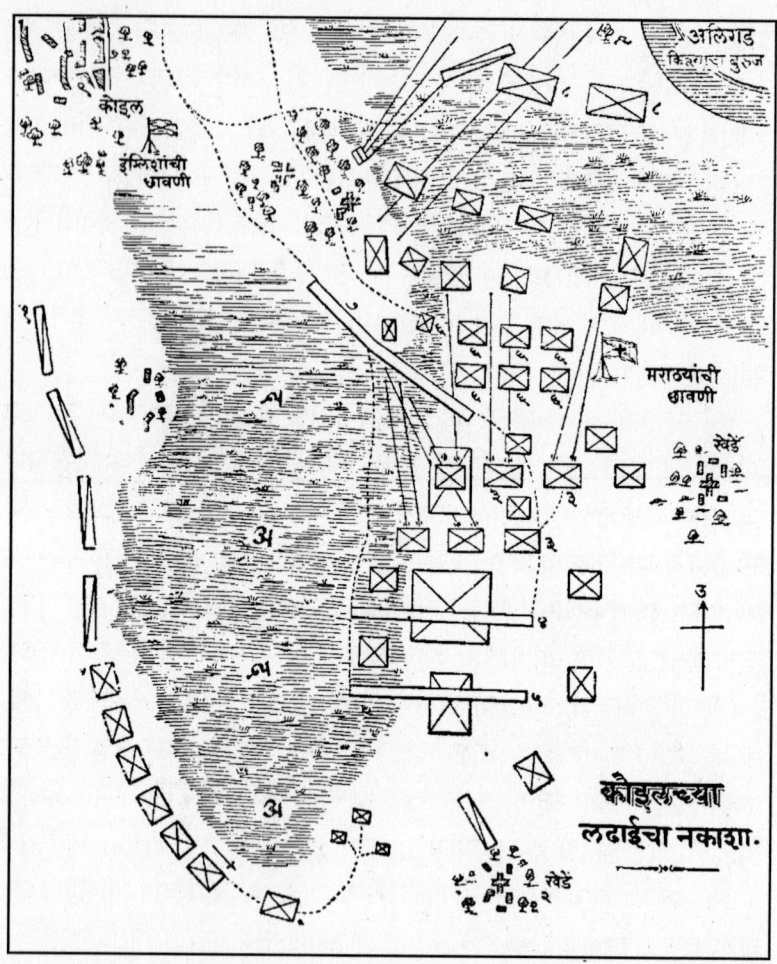

कोइलच्या लढाईचा नकाशा.

बाजूने कोणी शत्रू चालून येणे अगदी अशक्यच होते. तेव्हा या दलदलीच्या जागेला दक्षिणच्या बाजूने वळसा घालून मगच कोइलच्या छावणीवर हल्ला करण्याकरिता जाणे इंग्लिशांना जरूर होते. म्हणून इंग्लिशांचे घोडेस्वार आणि पायदळ असे सैन्य त्या दलदलीच्या बाजूबाजूने (1,1) कूच करून जाऊ लागले. ते दुरून दृष्टीस पडताक्षणीच मराठ्यांचे सैन्य त्या दलदलीच्या पूर्वेच्या बाजूने शत्रूला तोंड देण्याकरिता आणि अडवून धरण्याकरिता पुढे आले. या मराठ्यांच्या सैन्याच्या रांगा उत्तरेस अलीगडच्या किल्ल्यापासून तो दक्षिणेस

असलेल्या दलदलीच्या शेवटच्या टोकापर्यंत ताबडतोब पसरल्या.या सैन्यात सुमारे 20,000 लोक असावे, असा इंग्लिश इतिहासकारांनी केलेला अजमास आहे. दलदलीच्या दक्षिणच्या टोकाला एक खेडेगाव (2) आहे, त्या खेडेगावापर्यंत मराठ्यांच्या सैन्याची डावी बाजू पोहोचलेली होती. आणि त्या सैन्याच्या उजव्या बाजूचे टोक थेट अलीगडच्या किल्ल्यापर्यंत जाऊन पोहोचलेले होते. दुसऱ्या बाजूने दलदलीच्या काठाकाठाने येणारे जे इंग्लिशांचे सैन्य त्याच्या उजव्या बाजूला वर सांगितलेले खेडेगाव (2) आणि डाव्या बाजूला असलेली चिखलाने भरलेली खोल दलदल यांच्या मधूनच या सैन्याला वाट काढून येणे जरूर होते. तेव्हा त्या इंग्लिश सैन्याला ज्या जागी अडविणे आपल्याला सोईस्कर आहे, हे पाहून मराठ्यांच्या घोडेस्वारांनी ती नाक्याची जागा अडवून धरली. व या जागेवर हल्ला करून आपली वाट मोकळी करून घेतल्यावाचून आपल्याला पुढे जाता येणार नाही, ही गोष्ट ज. लेक यांच्या जेव्हा लक्षात आली, तेव्हा याच जागेवर जोराचा हल्ला करण्याला ज. लेक यांनी आपल्या सैन्याला हुकूम केला. येथे बरीच निकराची लढाई झाली. परंतु त्यात अखेरीस मराठ्यांच्या सैन्याला मागे हटावे लागले. तरी पण मागे हटता हटताही ते सैन्य इंग्लिशांवर हल्ले करीतच होते. परंतु एका बाजूला दलदल आणि दुसऱ्या बाजूला असलेल्या खेडेगावाजवळ उभे राहिलेले मराठ्यांचे डाव्या टोकाकडील सैन्य यांच्यामधून वाट काढून इंग्लिशांचे लष्कर पुढील मोकळ्या मैदानावर गेल्यानंतर इंग्लिश सेनापतींनी हल्ला करण्याच्या शिस्तीने आपल्या घोड्यावरील तोफखान्याच्या आणि घोडेस्वारांच्या रांगा (3,3,3) बनविल्या. व त्यांच्या पाठीमागे त्या घोडेस्वारांच्या संरक्षणाकरिता इंग्लिशांचे पायदळ (4 आणि 5 अशा) दोन रांगांमध्ये उभे राहिले. अशा रीतीने उभे राहिलेले इंग्रजांकडील सैन्य पुढे कूच करून जाऊ लागले, त्या वेळी त्यांच्या पाठीमागच्या खेडेगावा(2) तून त्यांच्यावर मराठ्यांच्या काही शिपायांकडून बदुकांची फैर झडू लागली. व त्या इंग्रजी लष्कराच्या समोर ज्या मराठ्यांच्या फौजा होत्या त्यांच्याही बंदुकीच्या गोळ्या त्यांच्यावर येऊन पडू लागल्या. अशा रीतीने दोहोंकडच्या माऱ्यात या वेळी इंग्लिशांचे सैन्य सापडले. परंतु पाठीमागच्या ज्या खेड्या (2) तून

गोळीबार चाललेला होता, त्याच्यावर इंग्लिशांच्या एका पलटणीने हल्ला करून तो गोळीबार थांबविला. आणि नंतर इंग्लिशांचे घोडेस्वार आणि पायदळ असे सैन्य नेटाने चाल करून पुढे जाऊ लागले. त्या वेळी मराठ्यांचे सैन्य जरी थोडेथोडे मागे हटत चालले होते, तरी त्यांनी आपल्या बंदुकीचा मारा इंग्रजांच्या फौजेवर एकसारखा चालू ठेविला होता. अशा रीतीने आपल्या बंदुकीचा मारा चालू ठेवून मराठ्यांचे सैन्य इंग्लिश शिपायांना पुढे पुढे ओढून आणीत होते. यात त्यांचा आणखीही एक डाव उघड उघड असला पाहिजे, असे दिसते. या वेळेपर्यंत इंग्लिशांचे घोडेस्वार (6) व पायदळ (7) यांना मराठ्यांच्या शिपायांनी किल्ल्याच्या बरेच जवळ जवळ ओढून आणिले होते. आणि इतक्या सुमाराला ते इंग्लिशांचे सैन्य येऊन पोहोचल्यानंतर किल्ल्याच्या बुरजांवरील तोफांना सरबत्ती देण्याची सुरुवात करण्यात आली. या वेळी मराठ्यांच्या घोडेस्वारांच्या पलटणी (8) किल्ल्याच्या बऱ्याच जवळ जवळ पोहोचलेल्या होत्या. त्यामुळे किल्ल्याच्या बुरजांवरील तोफांचे गोळे त्यांना लागणे शक्यच नव्हते. तेव्हा अशा रीतीने त्यांचे संरक्षण होऊन किल्ल्याकडे चालून येणाऱ्या इंग्लिशांच्या घोडेस्वारांवर आणि पायदळांवर त्या तोफांचे गोळे पडावे आणि त्या शत्रूच्या सैन्याचा नाश व्हावा, असा त्या गोलंदाजीचा इरादा होता. व त्याप्रमाणे या गोलंदाजीने इंग्लिशांचे काही नुकसान झालेही. पण या किल्ल्यावरील तोफांच्या गोळ्यांना पहिल्यापहिल्याने गनीम आपल्यापासून किती अंतरावर आहे याचा अदमास कळेना. त्यामुळे काही गोळे इंग्रजी सैन्यातील शिपायांच्या डोक्याच्या पलीकडे पडून फुकट जाऊ लागले. परंतु यावेळी आपण हळूहळू मागे हटत गेल्यासारखे दाखवून शत्रूला आपल्या पाठीमागच्या किल्ल्यावरील तोफांच्या माऱ्यात नेमके आणून सोडावयाचे, ही जी युक्ती मराठे शिपायांनी या प्रसंगी योजिली, ती खरोखर लष्करी कौशल्याच्या दृष्टीने अतिशय वर्णन करण्यासारखी आहे. परंतु असे कौशल्य जरी मराठ्यांनी या स्थळी उपयोगात आणिले होते, तरी दैव अनुकूल नसल्यामुळे ते फुकट गेले. काही तोफांचे नेम चुकू लागले आणि काही तोफांचे मारे इंग्लिशांच्या सैन्याने सहनही केले. आणि त्यातूनच वाट काढीत काढीत इंग्लिशांचे सैन्य पुढे सरसावले. व इंग्लिशांच्या घोड्यांवरील

जो तोफखाना होता, त्यानेही त्यांना काही मदत केली.आणि अशा रीतीने अखेरीस इंग्लिशांचे सैन्य पुढे सरसावत किल्ल्याच्या समोर (9) गेले. येथे खरोखरच पाहिले असता त्यांच्यावर शिंद्यांच्या सैन्यातील मुख्य सेनापती, एम्. पेरन, याने हल्लाच करावयाला पाहिजे होता; व त्याने तसे केले असते, तर ते मराठ्यांच्या इभ्रतीला श्रेयस्कर असेच झाले असते. व बहुधा या हल्ल्यात त्याला जयही मिळाला असता; परंतु या वेळी फ्रेंच सेनापती, एम्. पेरन, याला भलताच मार्ग अवलंबिण्याची दुर्बुध्दी उत्पन्न झाली. आपल्या हाताखालील कर्नल पेड्रन याच्याकडे अलिगडच्या किल्ल्याच्या संरक्षणाचे काम सोपवून देऊन ज. पेरन हा आपल्या हाताखालील इतर काही सैन्यानिशी त्या रणांगणावरून निघून मुकाट्याने हथरसकडे निघून गेला. त्यामुळे कोईलच्या लढाईत अखेरीस जय मिळविल्याचे श्रेय इंग्लिशांना आयतेच मिळाले.

त्या नंतर अनायसाने आपल्या हाती लागलेले जे कोइलचे लष्करी ठाणे इंग्लिशांच्या सैन्याने आपला तळ देऊन मुक्काम केला. ही कोइलची एक लहानशी लढाई होती व ज. पेरन हा या लढाईत मनापासून लढला असता, तर त्यात खात्रीने त्याला जय झाला असता. पण तो या लढाईत मुळी लढलाच नाही. व त्याने आपल्या सैन्यालाही लढण्याचा हुकूम दिला नाही. त्याची फौज ज. पेरन यांचा आपल्याला लढाईचा काही तरी हुकूम देईल म्हणून वाट बघत बसली होती. परंतु कोइल येथील त्या त्याच्या फौजेवर इंग्लिशांचे गोळे येऊन पडू लागले, तरी त्यांच्या सेनापतीकडून त्यांना काही हुकूम मिळेना. तेव्हा अखेरीस इंग्लिशांच्या गोळ्यांखाली मरून जाण्याच्या ऐवजी त्यांनी मागे हटण्याचा मार्ग पत्करला. व अखेरीस ज. पेरन हाही स्वत: निघून हथरसला गेला. प्रत्यक्ष लढाईच्या रणांगणावर जेथे सेनापतींची अशी वर्तवणूक, तेथे मराठ्यांच्या पक्षाला यश कसे मिळणार ? या युध्दात इंग्लिशांचा जय झाला, असे इंग्रजी फौजेचे गोडवे इंग्रजी इतिहासातून गायिले जातात; आणि आपल्याकडून ते वाचविले जातात. पण या लढायातून आपले पराभव कसे करविण्यात आले, त्याच्याबद्दलचा विचार आपल्यापैकी कोण करतो ? बिचारा दौलतराव शिंदे आपली उत्तरेकडील बाजू फ्रेंच सेनापती, ज. पेरन., आणि त्याचे बाकीचे युरोपियन साथीदार सुरक्षित

रीतीने सांभाळतील अशा भरवशावर दक्षिणेकडे युध्द करण्याकरिता गेला. पण ज्या इंग्लिशांना दक्षिणेत फितुरी उत्पन्न करिता येते, त्यांना ती उत्तरेस करिता येणार नाही ? हिंदुस्थानातल्यासारखे स्वार्थासाठी हपापलेले आणि स्वदेशाच्या कल्याणाबद्दल सदोदित बेपर्वा असलेले लोक जोपर्यंत आहेत, तोपर्यंत फितुरी करणारांना हिंदुस्थानातल्या कोणत्याही भागामध्ये वाटेल तितका अवसर आहे! दक्षिणेतल्याप्रमाणे उत्तर हिंदुस्थानातही इंग्लिशांनी या फितुरीचे बीज पूर्णपणे पेरून ठेविले होते. ता. 29 ऑगस्ट रोजी इंग्रजी सैन्याने कोइलचे ठाणे आपल्या ताब्यात घेतले, त्याच दिवशी ज. लेक यांनी मार्किस वेलस्ली यांना जे एक पत्र लिहिले आहे, त्यात पुढीलप्रमाणे मजकूर आहे.

I am convinced the day has had a most wonderful effect upon the minds of the native who always thought M. Perron invincible; indeed I have every reason to believe that some of his confederated left him the moment they heard of our approch, particularly the Jauts, and few Sikhs who were reported to have been with him; and I think most of the other have gone to their homes, and never will encounter us again .. Six officers of Perron's second brigade are just come in, having resigned the Service.

वरील उताऱ्यातील तात्पर्य असे आहे की, इंग्लिशांचे सैन्य चाल करून येत आहे, असे कळल्याबरोबर एम्. पेरन याच्याजवळ जे काही जाट आणि शीख लोक होते, ते त्याला सोडून गेले. त्याचप्रमाणे पेरनच्या हाताखालील एका पलटणीतील सहा अंमलदार आपल्या जागेचे राजीनामे देऊन कोइलच्या लढाईनंतर लगेच ज. लेक याच्या स्वाधीन झाले. अशी जेथे सैन्यात फाटाफूट आणि फंदफितुरी आहे, तेथे त्या सैन्याला जय कोठून मिळणार ? ज्या जाट आणि शीख लोकांनी शिंद्यांच्या लष्करामध्ये नेहमी नोकरी धरून राहावे, त्यांनी फितुर होऊन गनीम आपल्यावर चालून येत आहे अशी बातमी ऐकल्याबरोबर शिंद्यांचे लष्कर सोडावे, आणि आपल्या घरी जाऊन बसावे, ही शिपाईगिरीची,

स्वदेशभक्तीची आणि स्वामिनिष्ठेची शिस्त झाली काय ? पण या अडाणी आणि अशिक्षित शिपायांची गोष्ट एक वेळ राहो पण जे इंग्लिशांना आपले हाडवैरी म्हणून समजत होते आणि इंग्लिशांना हिंदुस्थानातून हाकलून लावण्याच्या इराद्याने ज्यांनी अखेरीस शिंद्याचा आश्रय घेतला होता, त्या फ्रेंच अंमलदारांनी तरी निदान आपल्या पलटणी सोडून लॉर्ड लेक यांना शरण जावयाला नको होते. परंतु त्यांनाही तशीच दुर्बुध्दी हिंदुस्थानच्या कमनशिबामुळे आठवली ! पण याहीपेक्षा जी जास्त आश्चर्यकारक गोष्ट आहे, ती खुद्द एम्. पेरन याच्याच बाबतीतील होय. हा सेनापती ता. 29 ऑगस्ट रोजी कोइलचे रणांगण आणि त्यावरील लढाई सोडून निघून गेला; व पुढे सहा सात दिवसांनी ता. 4 सप्टेंबर 1803 रोजी अलीगडचा किल्ला इंग्लिशांना हस्तगत झाल्यानंतर हाही स्वत: इंग्लिशांच्या स्वाधीन झाला ! लॉर्ड लेक हा शिंद्यांच्या मुलखावर स्वारी करून येणार असे समजल्यापासून एम्. पेरन याने त्याला तोंड देण्याकरिता आपल्या सैन्याची चांगली तयारी केली होती. तसेच त्याने क. पेड्रन याला अलीगडच्या किल्ल्याच्या संरक्षणाच्या बाबतीत जे एक अत्यंत प्रोत्साहनपर असे पत्र (हे पत्र पुढे देण्यात येत आहे.) लिहिले, त्यावरूनही त्याचा उत्साह कमी झालेला असल्याचे यत्किंचित्ही दिसून येत नाही. तरी पण काय असेल ते असो, कोइलच्या लढाईतील व त्या नंतरचे त्यांचे वर्तन योग्य प्रकारचे झाले नाही, यात संशय नाही. आपल्या सभोवती सर्वत्र फितुरी पसरलेली आहे आणि आपल्या हाताखालचे युरोपियन अंमलदार हे देखील कृतघ्न बनून आपला पक्ष सोडून जात आहेत, हे पाहून त्याच्या मनावर निराशेचा असह्य परिणाम झाला असला पाहिजे, असे दिसते. (M. Perron also observed, that the treachery and ingratitiude of his European officers conviced him that further resistance to the British arms was unless.) एम्. पेरन यांच्या जागी अंबाजी इंगळे या सेनापतीची नेमणूक या वेळी करण्यात आली होती. आणि म्हणूनही पेरनचे डोके बिघडून गेले होते, असे म्हणतात. व ईस्ट इंडिया कंपनीच्या बँकांमधून त्याने जे बरेच पैसे ठेविलेले होते, ते बुडतील, या भीतीचाही त्याच्या मनावर परिणाम झाला असावा, असा कित्येकांचा

तर्क आहे. परंतु यांपैकी कोणतीही निमित्ते कारणीभूत झाली असली, तरी त्यामुळे एकंदरीत अखेरीस शिंद्यांच्या पक्षाला पराभव प्राप्त झाला, ही गोष्ट निर्विवाद आहे. आणि त्यामुळे पेरन गेले आणि त्याचे युरोपियन अंमलदारही गेले. पण या सगळ्या निरनिराळ्या कारणपरंपरेमुळे हिंदुस्थानच्या मानेवर जे पारतंत्र्याचे जोखड येऊन बसले आहे, ते मात्र अजून गेलेले नाही !

हे फ्रेंच अंमलदार आयत्या वेळी असा दगा देतील असे दौलतराव शिंद्याला आधी कळते, तर त्याने या लोकांना इतक्या मोठ्या अधिकाऱ्याच्या जागेवर कधी नेमलेली नसते. दौलतराव शिंद्यांच्यां पदरी दुसरे कोणी यांच्याबरोबरीचे शूर मराठे सरदार नव्हते, म्हणून त्याने यांना आपल्या फौजेवर नेमिले होते, अशी वस्तुस्थिती नव्हती. परंतु आपल्याला इंग्लिशांशी लढावयाचे आहे, तेव्हा त्यांच्याबरोबरीचे आणि त्यांच्याइकडील परिस्थितीच्या माहितीचे असे आपल्या पक्षाकडे कोणी फ्रेंच अंमलदार असले तर ते बरे, अशा धोरणानेच या लोकांना ठेवण्यात आलेले असले पाहिजे. या फ्रेंच लोकांचे मूळचेच इंग्लिशांशी युरोपखंडातील वैर होते. या वेळी, म्हणजे इ.स.1803-4 च्या सुमारास युरोपखंडात नेपोलियनच्या अद्वितीय पराक्रमामुळे फ्रान्स आणि इंग्लंड यांच्यामध्ये किती मोठा द्वेषाग्नी ज्वाला भडकलेला होता, हे इतिहासाच्या सर्व वाचकांना माहीतच आहे. व त्याच द्वेषाग्नीच्या ज्वाला फ्रेंच लोक हिंदुस्थानातही इंग्लिशांच्या विरुध्द प्रज्वलित करीत होते. हिंदुस्थानातील राजेरजवाड्यांची मने इंग्लिशांच्या विरुध्द चेतविण्याकरिता फ्रेंच लोकांकडून जे अनेक उपाय योजण्यात येत होते, त्यात त्यांनी प्रसिध्द केलेला एक जाहीरनामा या बाबतीत येथे उदाहरणादाखल घेता येण्यासारखा आहे. हा जाहीरनामा मॉरिशस बेटाच्या गव्हर्नरकडून हिंदुस्थानातील राजांच्याकरिता प्रसिध्द करण्यात आलेला असून त्यात त्यांना उद्देशून असे सांगण्यात आलेले होते की :-

हिंदुस्थानात इंग्लिशांनी आपले वर्तन कसे चालविले आहे, हे हिंदुस्थानातील राजेराजवाड्यांनो, तुम्ही पाहातच आहात. बंगाल आणि बिहार हे प्रांत त्यांनी विश्वासघाताने कसे काबीज केले, हे तुम्हाला माहीत आहे, तुमच्या बनारस शहरामधून तुमचा राजा चेतसिंग याला घालवून लावण्याच्या कामी त्यांनी किती

जुलूम आणि किती क्रूरपणा केला, हे तुम्हाला सांगितले पाहिजे असेही नाही. त्याचप्रमाणे फैजबाद येथे अयोध्येच्या बेगमांच्या बाबतीत त्यांच्या हातून घडलेले नामर्दपणाचे आणि रानटीपणाचे वर्तन तुमच्या नजरेस आणून दिले पाहिजे असेही नाही. अयोध्या, अर्काट आणि सुरत, येथील खऱ्या वारसदार नबाबांचे वारसाचे हक्क त्यांच्याकडून कसे बळकावून घेण्यात आले, हे तुम्हाला निवेदन केले पाहिजे काय ? टिपू सुलतानाचा मुलूख त्यांनी आपल्या घशात कसा टाकला, हे आज प्रत्यक्ष तुमच्या डोळ्यांसमोर आहे. त्याचप्रमाणे हल्ली त्यांनी मराठ्यांच्याविरुध्द जी चढाईची आणि अन्यायाची लढाई चालविलेली आहे, तिचेही परिणाम तुम्हाला भासू लागलेले आहेत. या सगळ्या प्रकारांच्या विरुध्द आमच्याप्रमाणेच तुम्ही पहिल्यापासूनच खबरदारी घेतली असती, तर त्यांचा आज जो तुमच्यावर अंमल बसला आहे, तसा तो त्यांना बसविता आला नसता. पण याला उपाय नाही, असे नाही. तुमचे शत्रू संख्येने फार आहेत, असे नाही. सगळ्या हिंदुस्थानात पाहिले, तरी काही थोड्याशा हजारांपेक्षा त्यांची संख्या जास्त भरणार नाही. बाकी त्यांच्या लष्करात जे शिपाई आहेत, ते सगळे हिंदुस्थानाचेच रहिवासी असून ते तुमचेच प्रजाजन आहेत. हे हिंदुस्थानाचे प्रजाजन त्यांच्या नोकरीला राहून तुम्हा हिंदुस्थानच्या राजांच्याविरुध्द आपल्या तरवारी म्यानातून बाहेर काढीत आहेत, याबद्दल परलोकी परमेश्वरासमोर त्यांना शासन भोगावे लागेल, हे तुम्ही त्यांना समजून सांगितले पाहिजे. हिंदुस्थानच्या थोर थोर प्राचीन राजघराण्यांमध्ये उत्पन्न झालेल्या हे हिंदुस्थानच्या राजांनो, तुम्हाला हे समजले पाहिजे की, तुमच्या हातात सत्ता आहे, तुमच्यापाशी खजिने आहेत, तुमच्यापाशी शिपाई आहेत, आणि तुमच्या अंत:करणामध्ये शौर्य आहे! तुमच्या जवळच्या सिलोनच्या लहानशा बेटाने कसे वर्तन केले आहे, ते पहा. आणि त्याप्रमाणे तुम्ही वर्तन केले, तर तुमचा हिंदुस्थान देश तुम्हालाही स्वतंत्र करिता येईल !

असल्या जाहीरनाम्यांच्या सारखे अनेक उपाय योजून ज्या फ्रेंच लोकांनी हिंदुस्थानामधील राजेरजवाड्यांमध्ये प्रेरणा उत्पन्न केली, त्यांच्यापैकीच एम्. पेरन वगैरेसारख्या लोकांनी ऐन आणीबाणीच्या वेळी शिंद्यांचा पक्ष सोडून

इंग्लिशांच्या स्वाधीन व्हावे, ही मोठ्या आश्चर्याची आणि खेदाची गोष्ट आहे. तरी पण एम्. पेरन हा धैर्याच्या अभावामुळे इंग्लिशांच्या स्वाधीन झाला असे नसून, इंग्लिशांनी आपल्या पैशाच्या बळावर चौफेर पसरलेल्या फितुरीमुळे तो हताश झाला असावा, असे जे एक मत आहे, त्यात बरेच तथ्य असले पाहिजे. कारण गुप्त रीतीने फितुरी उत्पन्न करण्याचे शास्त्र इंग्लिशांना फार चांगल्या रीतीने साधते, हे त्या वेळच्या युरोपच्या इतिहासावरूनही दिसून येते. फ्रान्सचा बादशहा नेपोलियन हा पराक्रमाने कोणालाही हार जाण्यासारखा नव्हता. परंतु इंग्लंडमधील पैशाने खुद्द त्याच्या स्वतःच्या फ्रान्स देशामध्येही त्याच्या सभोवती फंदफितुरीचे घातकी भयंकर जाळे इंग्लिशांकडून पसरवून ठेवण्यात आले होते की, त्यातून आपली सुटका करून घेणे अखेरीस नेपोलियनलाही अशक्य झाले !

■ □ ■

10. अलीगडची लढाई

असो. तारीख 29 ऑगस्ट रोजी कोईलच्या लढाईत जय मिळवून लॉर्ड लेक यांच्या सैन्याने त्या ठिकाणी मुक्काम केला, ही गोष्ट पूर्वी सांगण्यात आलेलीच आहे. व त्या नंतर ता. 4 सप्टेंबर रोजी पहाटेस ज. लेक यांच्या सैन्याने अलीगडच्या किल्ल्यावर हल्ला करण्याला सुरुवात केली. कोईलच्या लढाईत इंग्लिशांच्या विरुध्द लढलेले शिंद्यांचे सैन्य अलीगडच्या किल्ल्यात आश्रय धरून राहिले आहे, हे लॉर्ड लेक यांना माहीत होते. व कोईलच्या त्यांच्या छावणीपासून अलीगडचा किल्ला एकदोन मैलांपेक्षा लांब होता, असेही नाही. असे असता ता. 29 ऑगस्टपासून ता. 4 सप्टेंबरपर्यंत मध्यंतरीचे सहा सात दिवस लॉर्ड लेक यांनी अलीगडच्या किल्ल्यावर ताबडतोब हल्ला का केला नाही ? विजयी झालेला कोणताही सेनापती आपल्या नजरेसमोरच्या किल्ल्यात आपले गनीम दबा धरून राहिलेले दिसत असता, त्यांच्यावर ताबडतोब हल्ला केल्यावाचून आणि त्यांना तेथून हुसकावून लाविल्यावाचून कधी तरी थांबेल काय ? मग लॉर्ड लेक यांनी तसे का केले नाही ? याचे उत्तर इंग्रजी इतिहासकाराच्या मताप्रमाणे असे आहे की, लॉर्ड लेक हे पडले कृपाळू ! आपण किल्ल्यावर एकदम हल्ला केला, तर कदाचित् विनाकारण जी प्राणहानी होईल ती न व्हावी, हा त्या सदय सेनापतींचा उदात्त हेतू होता ! लढाईत माणसे मारण्याचा धंदा करीत असतानाही पायाखाली मुंगी न चिरडण्याबद्दलची केवढी ही कळकळ ! परंतु इंग्लिश इतिहासकारांनी जरी ही सबब पुढे केलेली असली, तरी तिच्या आतील धर्म अगदी निराळे होते. व ते वर्म ता. 1 सप्टेंबर 1803 रोजी कोइलच्या छावणीमधून ज. लेक यांनी मार्क्विस वेलस्ली यांना लिहिलेल्या एका खाजगी पत्रामध्ये पुढीलप्रमाणे परिस्फुट झालेले आहे:-

अलीगढची लढाई – २९९

I have not yet moved from hence, nor am I in possession of the fort of Allyghur; my object is to get the troops out of the fort by bribery, which I flatter myself will be done.

या इंग्रजी मजकुरात ज. लेक यांनी स्वच्छपणे असे लिहिले आहे की, अलीगडच्या किल्ल्यातील लोकांना लाचलुचपतीने फितुर करून किल्ला हस्तगत करून घेण्याचा माझा उद्देश आहे; आणि त्यात यश येईल, अशी मला आशाही वाटत आहे. शिवाय अलीगडचा किल्ला अतिशय मजबूत होता. त्याच्यावर शहाजोगपणे आणि सरळ सरळ रीतीने हल्ला करून केवळ आपल्या पराक्रमाच्या जोरावर तो आपल्याला जिंकून घेता येईल, असे इंग्लिशांना वाटत नव्हते, आणि किल्ल्याला नुसता वेढा घालून बसावे, तर त्यात पुष्कळ दिवस फुकट जाणार, आणि तडकाफडकीने एकामागून एक जय मिळवीत जाऊन इंडियन लोकांवर ब्रिटिश पराक्रमाची छाप बसवायची, हाही हेतू साधत नाही; आणि दिल्लीचा बादशहा शहाआलम याला लवकर आपल्या ताब्यात घेऊन शिंद्यांच्या विरुध्द पुढील नवीन शह द्यावयाचे, ही मसलतही जमणार नाही, असे अनेक विचार मनात आणून लॉर्ड लेक यांनी अलीगडच्या किल्ल्याच्या खाली द्रव्याच्या दारूगोळ्याने भरलेले हे लाचलुचपतीचे सुरुंग खोदण्याला सुरुवात केली होती. बिचाऱ्या इंग्लिशांनी जीवापाड मेहनत करून ईश्वराच्या इच्छेनुसार हिंदुस्थानच्या हितासाठी स्वतःच्या प्रामाणिकपणाने आणि पराक्रमानेच हिंदुस्थानाचे राज्य कमाविले असून कित्येक दुष्ट लोक त्यांच्या सदाचारपणाला विनाकारण दूषण देत असतात, असे मानणारे आपल्यामध्ये कित्येक बावळट लोक अद्यापिही आहेत. त्यांनी लॉर्ड लेक यांच्या पत्रातील लाचुचपतीसंबंधीचा वरील उतारा अवश्य सदोदित लक्षात ठेवावा. कारण, असल्या गोष्टी जरी चोरून पुष्कळ करण्यात येत असतात, तरी यांच्यासारखे त्यांच्याबद्दलचे प्रत्यक्ष पुरावे पुष्कळ प्रमाणात आढळून येत असतात, असे नाही. आणि लॉर्ड लेक हे स्वतःच नुसते लाचलुचपतीने फितुरी उत्पन्न करीत होते असे नसून, या आपल्या प्रामाणिकपणाच्या व्यवसायामध्ये आपले प्रामाणिक गव्हर्नर जनरलही आपल्या प्रामाणिकपणाच्या निःसीम बुद्धीने आपल्या या प्रामाणिकपणाच्या कृत्याकडे पूर्णपणे कानाडोळा

करतील, अशी त्यांना खात्री होती व ती त्यांची खात्री खोटी ठरली नाही. कारण वर उल्लेखित केलेल्या ता. 1 सप्टेंबरच्या पत्रामध्ये लॉर्ड लेक हे आपल्या ख्रिस्ती धर्मानुयायी गव्हर्नर जनरलला लिहितात की, जर थोड्याशा पैशाने या मौल्यवान लोकांचे प्राण मला वाचविता आले, तर त्यात मी काही एखादा गुन्हा करीत आहे किंवा पैशाची उधळपट्टी मांडली आहे, असे आपल्याला वाटणार नाही. (If by a little money, I can save the lives of these valuable men your Lordship will not think I have acted wrong, or been too lavish of cash.)

हे चोरून लाचलुचपतीचे पैसे देऊन हिंदुस्थानातील लष्करी ठाणी विकत घेण्याचे सौदे या इंग्रजी सौदागरांनी अनेक ठिकाणी चालविले होते, याचे आणखी एक प्रत्यंतर लॉर्ड लेक यांच्याच पुराव्यानिशी पकडता येण्यासारखे आहे. अलीगड येथून ता. 7 सप्टेंबर 1803 रोजी लॉर्ड लेक हे दिल्लीकडे जाण्याकरिता निघाले असता सुमारे 30 मैलांची मजल मारून गेल्यानंतर वाटेत ता. 8 सप्टेंबर रोजी कुर्जार या नावाच्या एका गावी त्यांचा मुक्काम पडला. या ठिकाणीही एक मजबूत किल्ला असून त्यात पुष्कळ अन्नसामग्री साठविलेली होती. या किल्ल्याची मजबुती इतकी चांगली होती की, तो सहसा शत्रूला जिंकता येण्यासारखे शक्य नव्हते. अशी जरी वस्तुस्थिती होती, तरी तो किल्ला ता. 6 सप्टेंबर रोजीच मराठ्यांच्या सैन्याने खाली करून टाकला होता. या गोष्टीसंबधीने इतिहासाचे भपकेदार आणि डोळे दिपवून टाकणारे वर्णन असे आहे की, ''अलीगडच्या किल्ल्याचा पाडाव झाल्यामुळे चोहोकडे इतकी भीती उत्पन्न झाली होती की, आमचे इंग्लिश सैन्य या कुर्जाच्या किल्ल्याजवळ येण्याच्या आधीच दोन दिवस तो किल्ला घाईघाईने सोडून देण्यात आलेला होता!'' (Such was the terror, produced by the fate of Allyghur, that the fort here was precipitately abandoned two days before our arrival.) हा इंग्रजी पराक्रमाचा बाह्यात्कारी आणि ऐतिहासिक भपका झाला ! पण आता याच्या आतील खरी हकिकत काय आहे ती पहा ! या ठिकाणाहून ता. 8 सप्टेंबर 1803 रोजी लॉर्ड लेक यांनी गव्हर्नर जनरलला जे

एक खासगी पत्र लिहिले आहे, त्यात पुढील मजकूर आढळतो.

We arrived here this morning, and found a very strong little fort, which would have caused delay and trouble, had not the troops evacuted it the day after the fall of Allighur. I think when you hear the secret manner, in which things have been conducted, you will be much pleased; it is quite a new work in the army, and has succeeded hitherto wonderfully well.

या पत्रातील या उताऱ्यामध्ये वरील किल्ला हस्तगत केल्याचे सांगून नंतर तो किल्ला खरोखर कोणत्या उपायाने हस्तगत झाला, याच्याबद्दल लॉर्ड लेक असे लिहितात की, ''येथे ज्या गुप्त कारस्थानांनी असल्या गोष्टी घडवून आणण्यात येत आहेत, त्यांच्याबद्दलची हकिकत तुम्ही समक्ष ऐकली, म्हणजे तुम्हाला खरोखरच समाधान वाटेल, अशी मला खात्री आहे. आमच्या लष्करामध्ये स्वकार्यसिध्दीचा हा अगदी एक नवीनच उपाय निघालेला आहे, व या उपायाला आतापर्यंत आश्चर्यकारक प्रकाराने यश येत चाललेले आहे.'' हा यशस्वी होत चाललेला उपाय कोणता आणि ही गुप्त कारस्थाने कोणती, हे याच्यामध्ये जास्त स्पष्ट शब्दांनी कोणाला सांगितले पाहिजे, असे नाही. आपल्या सैन्यातील शिपायांना लढण्याच्या कामावरून काढून मराठ्यांच्याकडील सैन्यामध्ये फितुरी माजविण्याच्या कामावरच लॉर्ड लेक यांनी या वेळी लाविले होते की काय, असा भास होतो. पण यात इंग्लिश लोकांना तरी दोष देण्यात काय अर्थ आहे? जेथे आपल्या देशातील लोक लाच घेऊन आपल्याच देशाच्या विरुध्द फितुरी करण्याला तयार होतात, तेथे फितुर करविणारापेक्षा स्वदेशाच्या विरुध्द फितुरी होणारेच जास्त गुन्हेगार होत, या गोष्टी हिंदुस्थानातील लोकांना समजतील तो सुदिन !

वर दिलेल्या एकंदर इंग्रजी धोरणाच्या आणि पध्दतीच्या वर्णनावरून लॉर्ड लेक हे ता. 29 ऑगस्ट पासून ता. 4 सप्टेंबर पर्यंत कोइलच्या छावणीमधून अलीगडच्या किल्ल्याच्या बुरुजांकडे पाहात स्वस्थ का बसले होते, या प्रश्नाचा उलगडा होण्यासारखा आहे. परंतु आपल्या फितुरीचा प्रयोग अलीगडच्या

किल्ल्यातील लोकांवर लागू होत नाही, असे जेव्हा त्यांना आढळून आले, तेव्हा निरुपायाने अखेरीस त्यांनी अलीगडच्या किल्ल्यावर चालून जाण्याचे ठरविले. पण हे ठरविताना देखील त्यांची भिस्त, या नाही तर त्या पण अखेरीस कोणत्या तरी, फितुरीवरच होती, हे आपण विसरता कामा नये. ती फितुरी अशी की, लढाईच्या आयत्या वेळी शिंद्यांची नोकरी सोडून जे युरोपियन लोक निघाले, त्यात मि. ल्यूकन या नावाचा एक इंग्लिश लष्करी अंमलदार होता. हा शिंद्यांच्या नोकरीत असल्यामुळे अलीगडच्या किल्ल्यातील चोरवाटा आणि माऱ्याच्या वगैरे सर्व जागा त्याला माहीत होत्या. व त्या त्याने किल्ल्यावर हल्ला करणाऱ्या लोकांना दाखवून दिल्या, म्हणूनच अखेरीस इंग्लिशांना तो किल्ला काबीजच करून घेता आला. याप्रमाणे मि. ल्यूकन याच्या फितुरीच्या जोरावर अलीगडच्या किल्ल्यावर हल्ला चढविण्याला लॉर्ड लेक हे अखेरीस तयार झाले.

किल्ल्यावर हल्ला करण्याच्या पूर्वी किल्ल्यातील फ्रेंच सरदार, क. पेड्रन यांच्याकडे किल्ला गोडीगुलाबीने आपल्या स्वाधीन करण्याविषयी लॉर्ड लेक यांनी आपल्या इंग्रजी भूतदयेच्या पध्दतीप्रमाणे निरोप पाठविला होता. परंतु किल्लेदार, क. पेड्रन, याने निक्षून नकाराचा जबाब पाठविला. किल्लेदार क. पेड्रन, याची तर हा किल्ला लढविण्याची तयारी होतीच; पण त्याचा वरिष्ठ अधिकारी, एम्. पेरन, याने त्याला या वेळी जे एक अतिशय उदात्त आणि उत्साहजनक पत्र लिहिले, त्याचा त्याच्या व इतरांच्या मनावर फारच चांगला परिणाम झाला असला पाहिजे. एम्. पेरन, याने याच्या स्वतःच्या या वेळच्या वर्तनाबद्दल जरी योग्य मीमांसा करिता येत नाही, तरी त्याने क. पेड्रन याला या प्रसंगी जे पत्र लिहिले आहे, त्यात त्याचे खळवळून गेलेले सर्व महत्त्वाकांक्षी अंतःकरण ओतप्रोत ओतले गेलेले आहे, यात संशय नाही. हे पत्र लहानसेच आहे, पण त्यात समाविष्ट केलेली तत्त्वे इतकी मोठी आहेत की, प्रत्येक मनुष्याने आपल्या स्वदेशाभिमानासाठी ती आपल्या अंतःकरणामध्ये कोरून ठेविली पाहिजेत. ते पत्र येणेप्रमाणे :-

ज. लेक यांना काय उत्तर द्यावयाचे ते तुम्हाला कळविण्यात आलेलेच आहे. आपण शरण जावे, अशी कल्पना तुमच्या मनाला एक क्षणभरही

शिवणार नाही, हे मला माहीत आहे. तुम्ही हे लक्षात ठेवा की, तुम्ही फ्रान्सचे एक नागरिक आहात, आणि म्हणून आपल्या राष्ट्राच्या उज्ज्वल कीर्तीला कलंक लागले असे कोणतेही कृत्य तुमच्या हातून होता कामा नये. हा इंग्लिश सेनापती लॉड लेक, जो आपल्या मुलखात चालून आला आहे त्याला मी थोडक्याच दिवसात येथून घालवून लावीन, अशी मला उमेद आहे. व याच्याबद्दल तुम्हालाही पक्की खात्री असू द्या. या अलीगडच्या किल्ल्याच्या समोर एक बादशहाच्या सैन्याचा, नाही तर लॉर्ड लेक याच्या सैन्याचा तरी, पुरा फन्ना उडाला पाहिजे; त्याच्याशिवाय हा किल्ला सुटणार नाही. तेव्हा तुम्ही आपले कर्तव्यकर्म करा आणि या किल्ल्याच्या भिंतीमधील एक दगड दुसऱ्या दगडावर उभा आहे, तोपर्यंत या किल्ल्याचे संरक्षण केल्यावाचून तुम्ही राहू नका. मला तुम्हाला शेवटी आणखी एकदा हेच सांगावयाचे आहे की, तुम्ही आपल्या राष्ट्राचा नावलौकिक लक्षात ठेवा. लाखो लोकांचे डोळे तुमच्या कर्तबगारीकडे लागून राहिलेले आहेत !

अलीगडच्या किल्ल्यातील किल्लेदाराला पाठविलेल्या या पत्रातील विचार जसे भव्य आणि अभेद्य आहेत, त्याचप्रमाणे तो अलीगडचा किल्लाही भव्य आणि अभेद्य होता. वरील प्रकट केली गेलेली जी अलोट वीरवृत्ती तिच्याप्रमाणेच अलीगडच्या किल्ल्याची तटबंदीही हजारो हातांनी तिच्यावर घाव घातले तरी कधीही भंगून जाणार नाही, इतकी बळकट होती. या किल्ल्याच्या आतील क्षेत्रफळ फार मोठे असून याच्या भोवतालच्या भिंती फार मजबूत व उंच होत्या व त्याच्या बाजूंनी मोठमोठाले बुरूज असून त्यांच्यावरून चौफेर मारा करणाऱ्या तोफांचा आणि बंदुकींच्या करिता बंदोबस्ताच्या जागा केलेल्या होत्या. किल्ल्याच्या या बाकीच्या मजबुतीप्रमाणेच किल्ल्याच्या सभोवतालचा खंदकही फार मोठा होता. याची रुंदी सुमारे 200 फूट असून तो बहुतेक ठिकाणी पाच पुरुषांच्या वर खोल होता. व याच्या शिवाय त्या किल्ल्याच्या आत प्रवेश करावयाचा म्हणजे चांगल्या बंदोबस्ताचे आणि मजबूत असे चार मोठमोठाले दरवाजे फोडावे, तेव्हा शत्रूला आत प्रवेश करिता येईल, अशी व्यवस्था केलेली होती. त्याचप्रमाणे एका दरवाजातून कदाचित् शत्रूचा प्रवेश झाला, तर त्याच्या पुढच्या दरवाज्याशी

जाण्याला असलेली वाट अगदी अरुंद असून त्यातून शत्रूचे थोडे थोडे लोक जाऊ लागले, तर त्यांच्यावर आजूबाजूच्या बुरुजांवरून आणि भिंतींमधील भोकांमधून गोळ्यांचा वर्षाव करता यावा, अशी तजवीज करून ठेविलेली होती. शिवाय, या किल्ल्याच्या आजूबाजूच्या दलदलीच्या प्रदेशाने या किल्ल्याला जी नैसर्गिक दुर्गमता आलेली होती, तिच्यामध्ये फ्रेंच इंजिनिअरांनी आपल्या कृत्रिम कौशल्यानेही अनेक प्रकारची भर घातली होती. असा हा किल्ला मजबूत असल्यामुळे तो इंग्लिशांना घेता येणार नाही, अशी क. पेड्रन याची कल्पना होती. पण ही त्याची कल्पना चुकीची होती. कारण, फितुरीला आणि विश्वासघाताला जो किल्ला काबीज करून घेता यावयाचा नाही, असा किल्ला अद्यापि जगामध्ये कोठे कोणाकडूनच बांधलाच गेलेला नाही ! मि. ल्यूकन हा पूर्वी शिंद्यांच्या नोकरीत असताना त्याला या किल्ल्यातील सर्व बारीक सारीक गोष्टींची पूर्ण माहिती झालेली होती. त्याने वाट दाखविण्याचे आपल्या अंगावर घेतल्यामुळेच या हल्ल्याचे काम फार सोपे झाले, हे लॉर्ड लेक यांच्या पत्रातील (He gallantly undertook to lead Colonel Monson to the gate, and point out the road through the fort, which he effected in a most gallant manner, and Colonel Monson has reported having received infinite benifit from his services.) उल्लेखावरून स्पष्ट होत आहे. किल्ल्याच्या उंच भिंती आणि किल्ल्याच्या सभोवतालचे खोल खंदक, किल्ल्याची नैसर्गिक बळकटी, आणि फ्रेंच इंजिनिअरांचे कृत्रिम कौशल्य, किल्ल्यावरील तोफा आणि किल्ल्यातील शूर शिपाई, या सगळ्या गोष्टी इंग्रजांच्या फितुरीपुढे कमकुवत झाल्या !

या अलीगडच्या किल्ल्यावर हल्ला करण्याचे काम ता. 4 सप्टेंबर 1803 रोजी पहाटेस 3 वाजता सुरू करण्यात आले. या कामावर ज्या सैन्याची नेमणूक करण्यात आली होती, त्या सैन्याचे अधिपत्य ले. कर्नल मॉनसन् यांच्याकडे देण्यात आलेले होते. या सैन्यातील लोकांच्या हल्ल्याच्या आदल्या दिवशी रात्रीच दोन मोर्चे बांधून तयार केले होते व त्यांच्यावर तोफा डागण्यात आलेल्या होत्या. यांपैकी पहिला मोर्चा (1) एम् पेरन यांच्या बंगल्याच्या जागेवर उभारला

असून त्याच्या उजव्या हाताकडे काही अंतरावर जे एक लहानसे खेडे आहे, तेथे दुसरा मोर्चा (2) उभारला होता; किल्ल्यावर हल्ला करण्याकरिता पहाटेस जे सैन्य जावयाचे त्यांच्या संरक्षणाकरिता येथील तोफा राखून ठेविलेल्या होत्या. अवशीस ही तयारी झाल्यानंतर पहाटेस तीन वाजता किल्ल्यावर छापा घालणाऱ्या पलटणी छावणीतून निघून वळणावळणाच्या रस्त्याने (3) किल्ल्याकडे चालू लागल्या. संबंध किल्ल्याच्या सभोवती जो एक मोठा खोल खंदक होता, त्याच्यावरून किल्ल्यात जाण्याला फक्त एकच काय तो रस्ता (4) होता, व हाही रस्ता अडविण्यासाठी रस्त्याच्या दोन्ही बाजूंनी नवीन भिंती (5,6) एकापुढे एक आडव्या अशा मजबूत रीतीने नुकत्याच उभारण्यात आलेल्या होत्या, व त्या दोन भिंतींच्या नागमोडी वळणांच्या मधून एक फक्त अगदी चिंचोळी अशी वाट आलेली होती व या दोन्हीही भिंतींवर तोफा डागण्यात आल्या असून त्यांच्या पाठीमागे काही अंतरावर मुख्य बुरजाच्या वळणात किल्ल्याचा पहिला दरवाजा (7) होता. किल्ल्याच्या या पहिल्या मुख्य दरवाजावर इतकी जरी दुहेरीतिहेरी मजबुती करण्यात आलेली होती, तरी याच्याहिपेक्षा किल्ल्याच्या दुर्गमतेसाठी आणखीही एक उपाय योजिण्याच्या उद्योगात मराठ्यांची फौज होती. खंदकावरून किल्ल्यात जाण्याला जो फक्त एकच रस्ता (4) होता म्हणून पूर्वी सांगितले

अलीगडच्या लढाईचा नकाशा.

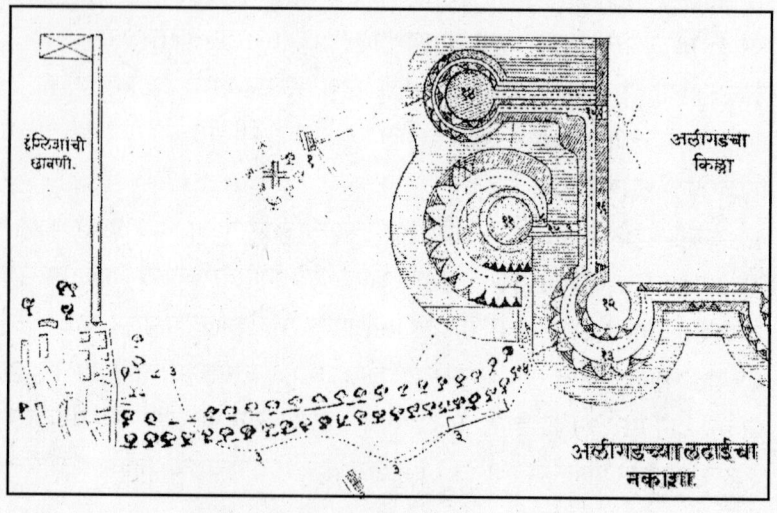

आहे, तो रस्ता सुरुंग लावून अजिबात उडवून टाकावा आणि त्या रस्त्याच्या दोन्ही बाजूंचे खंदकाचे पाणी एक करून टाकावे व अशा रीतीने वाट अजिबातच बंद करून टाकावी, असा प्रयत्न किल्ल्यातील लोकांकडून चाललेला होता. परंतु तो सुरुंग पुरा होण्याला पुरेसा अवकाश मिळाला नाही; आणि त्याच्या आधीच शत्रूचे सैन्य किल्ल्याच्या या रस्त्यापासून सुमारे 300 कदमांच्या अंतरावर (4) ता. 4 सप्टेंबर रोजी पहाटेच्या काळोखात येऊन बसले होते. पुढे सकाळी दिसू लागल्यानंतर हल्ल्याला सुरुवात करण्याची इशारतीची तोफ कोइलच्या छावणीमधून झाली आणि त्याचबरोबर पूर्वी सांगितलेल्या 1 आणि 2 या मोर्च्यांवरील तोफांमधून गोळीबार चालू झाला; आणि इकडे क. मॉन्सन यांच्या हाताखालील जे सैन्य किल्ल्याच्या जवळ दबा धरून बसले होते, त्यानेही पुढे चाल करून जाण्याला सुरुवात केली. या इंग्लिश सैन्याच्या माऱ्यामुळे रस्त्याच्या दोन्ही बाजूंच्या दोन आडव्या भिंतींवर (5,6) ज्या दोन सिक्स पांउडरच्या तोफा ठेवण्यात आलेल्या होत्या, त्या काही वेळाने बंद पडल्या व त्या तोफांवरील गोलंदाज आणि इतर माणसे त्या तोफा टाकून किल्ल्याच्या पहिल्या (7) दरवाजाच्या आत निघून गेली. या माणसांच्या पाठोपाठ आपण जावे आणि ती (7) दरवाजाच्या आत शिरत आहेत, तोच त्यांच्या बरोबर आपणही आत शिरावे. असा विचार मनात आणून क. मॉन्सन हे आपल्या हाताखशलील लोकांसह पहिल्या (7) दरवाज्यापाशी आले. पण ते तेथे येऊन पाहतात, तो तेथे कोणीही मनुष्य नसून किल्ल्याचा दरवाजा बंद आहे, असे त्यांना आढळून आले. इतकेच नव्हे, तर किल्ल्याच्या रस्त्याच्या या अरूंद भागामध्ये सापडलेल्या या इंग्रजांच्या शिपायांवर किल्ल्याच्या आजूबाजूच्या बुरुजांवरून (11,12) आणि त्यांच्या खालच्या भिंतीवरून (13) तोफांचा आणि बंदुकींचा अतिशय जोराचा गोळीबार होऊ लागला. अशा अडचणीत सापडलेल्या इंग्लिश शिपायांकडून दरवाज्याजवळ दोन शिड्या लावून किल्ल्याच्या भिंतीवर चढण्याचा प्रयत्न करण्यात आला. परंतु अशा रीतीने शिड्यांवरून वर चढून येणाऱ्या लोकांना किल्ल्याच्या भिंतीवरील शिपायांनी आपल्या लांब भाल्यांनी भोसकून खाली पाडण्याला सुरुवात केल्यामुळे इंग्लिशांच्या फौजेतील लोकांनी तो

प्रयत्न सोडून दिला. व त्या दरवाज्यापुढे एक सिक्स पाउंडरची तोफ लावून तो दरवाजा तोफेंच्या गोळ्यांनी उडवून टाकण्याच्या उद्योगाला ते लागले. परंतु तो दरवाजा इतका भक्कम होता की, त्याच्यावर त्या तोफेचाही काही एक परिणाम होईना. तेव्हा इंग्लिशांकडून पहिल्यापेक्षा दुप्पट मोठी अशी एक ट्वेल्व्ह पाउंडरची तोफ तेथे आणून डागण्यात आली. या ठिकाणावर शेजारच्या बुरुजांवरून आणि भिंतींवरून एकसारखा गोळीबारांचा भडिमार चाललेला असल्यामुळे ही तोफ डागण्यालाही बराच वेळ लागला. व ती डागून झाल्यानंतरही तिच्या मधून सुटणारे गोळे ताबडतोब तो दरवाजा फोडू शकले, असेही नाही. ती तो तोफ लागू होऊन दरवाजातून वाट पडेपर्यंत सुमारे अर्धा तास लागला. या अवधीत मराठ्यांचे शिपाई इंग्लिशांवर फारच निकराचे हल्ले करीत होते. आणि मराठ्यांचा तोफखाना फारच जोराने इंग्लिशांवर गोळ्यांचा वर्षाव करीत होता. इंग्लिश शिपायांनी वर चढण्याकरिता ज्या शिड्या लाविल्या होत्या, त्यांच्यावरून मराठ्यांचे शिपाई खाली उतरून इंग्लिशांचे लोक दरवाज्यातून आत शिरत असता त्यांना कापून काढू लागले. व त्या वेळी मराठ्यांच्या शिपायांनी जे धैर्य दाखविले, त्यामुळे इंग्लिशांचे पुष्कळ लोक या ठिकाणी मृत्यूच्या मुखी पडले आणि लढाईला फारच भयंकर स्वरूप प्राप्त झाले. खुद्द क, मॉन्सन यांना या ठिकाणी भाल्याची एक जखम झाली, आणि याच ठिकाणी इंग्लिशांकडील दुसरे पाचसहा अंमलदार ठार मारले गेले. व शिवाय इंग्लिशांकडील दुसरेही पुष्कळ शिपाई लोक या ठिकाणी मरून पडले. इतक्या लोकांचा आणि इतक्या अंमलदारांचा बळी द्यावा लागला, तेव्हाच इंग्लिशांना या अलीगडच्या किल्ल्याच्या पहिल्या दरवाजातून आत मोठ्या मुष्किलीने प्रवेश करणे शक्य झाले. या दरवाजातून आत प्रवेश झाल्यानंतर इंग्लिशांचे सैन्य त्याच दरवाजाला लागून असलेल्या थोरल्या वर्तुळाकृती (11) बुरुजाच्या अरुंद रस्त्याने किल्ल्याच्या आतील दुसऱ्या (8) दरवाजाकडे (11) बुरुजाच्या भिंतीला वळसा घालून जाऊ लागले. त्या वेळी त्या बुरुजाच्या भिंतीमध्ये असलेल्या असंख्य भोकांमधून आणि त्या बुरुजाच्या समोर असलेल्या दुसऱ्या एका (14) बुरुजावरून या लोकांवर फिरून जोराचा गोळीबार होऊ लागला. तरी पण त्यातून जाऊन

इंग्लिश शिपायांनी दुसरा दरवाजा (8) काबीज केला. या दुसऱ्या दरवाज्यामधून तिसऱ्या (9) दरवाज्याकडे जाताना मध्यंतरी फिरून एकदा किल्ल्याचा खंदक ओलांडावा लागतो; व त्याकरिता येथे या दोन दरवाज्यांच्या दरम्यान एक लहानसा अरुंद रस्ता (15) होता. त्या रस्त्यावरून दुसरा दरवाजा शत्रूने काबीज केलेला पाहिल्यानंतर मराठ्यांचे लोक तिसऱ्या दरवाजातून आत जाऊ लागले असता इंग्लिशांचेही काही शिपाई त्यांच्या बरोबर आत घुसले आणि त्यामुळे तो तिसरा दरवाजा बंद करिता येईना. आणि मग त्या कारणाने इंग्लिशांचे सर्वच शिपाई तिसऱ्या दरवाजातून आत शिरून ते (10) चवथ्या दरवाज्यावर हल्ला करण्याकरिता धावत चालले. परंतु दुसऱ्या आणि तिसऱ्या दरवाज्याइतक्या सुलभतेने हा चवथा दरवाजा मराठ्यांनी इंग्लिशांच्या स्वाधीन होऊ दिला नाही. हाही दरवाजा फार मजबूत होता. व तोफ लावून तो फोडण्यावाचून इंग्लिशांचा किल्ल्यात प्रवेश होणे शक्य नव्हते. म्हणून पहिल्या दरवाजाच्या समोर जी ट्वेल्व्ह पाउंडर तोफ लाविली होती तीच याही दरवाज्यावर आणून लावणे जरूर झाले. परंतु ती तोफ या चवथ्या दरवाज्यासमोर आणण्याला बराच उशीर लागला. कारण, त्या तोफेवरील मुख्य अधिकारी, कॅप्टन शिप्टन, याला आधीच या वेळी एक जखम झालेली होती. आणि शिवाय ती तोफ त्या अरुंद रस्त्यातून आणताना वाटेत अनेक अडचणी उत्पन्न होत होत्या. आणि इतकेही करून ही तोफ इंग्लिशांनी या चवथ्या दरवाज्यासमोर आणून जेव्हा ती त्याच्यावर चालून पाहिली, तेव्हा या दरवाज्याची मजबुती फारच बळकट रीतीने केलेली असल्यामुळे त्या दरवाच्यावर या तोफांचा काही एक परिणाम होणे शक्य नाही असे त्यांना आढळून आले. परंतु काही वेळाने या चवथ्या दरवाजाच्या दिंडीदरवाजातून मेजर मॅक्लिअड यांनी कसाबसा प्रवेश करून घेतला. व तेथून ते तेथील भिंतीच्या तटावर (16) चढले. व त्यामुळे इंग्लिशांचा हळूहळू किल्ल्याच्या मुख्य भागात प्रवेश होऊ लागला. व अखेरीस किल्ला इंग्लिशांच्या स्वाधीन झाला.

किल्ल्यातील दुय्यम किल्लेदार एक मराठा सरदार होता, तो या वेळी मरण पावला; व किल्ल्याचा मुख्य किल्लेदार, क. पेड्रन, याला कैद करण्यात आले.

किल्ला हस्तगत झाल्यावर दोनतीनशे तोफा, पुष्कळ दारूगोळा आणि बरेच सोन्याचे नाणे इंग्लिशांच्या हाती लागले. या लढाईत मेलेल्या इंग्लिश अंमलदारांना त्याच दिवशी संध्याकाळी त्याच किल्ल्याच्या समोर मोठ्या सन्मानाने बँड लावून मूठमाती देण्यात आली. पण इंग्लिशांच्या बाजूच्या सामान्य नेटिव्ह शिपायांची प्रेते मात्र तशीच जागच्या जागी पडून राहिली असतील. त्या बिचाऱ्यांना कोण मूठमाती देणार ? आणि त्यांच्या सन्मानार्थ कोण बँड वाजविणार ? पण ज्यांनी आपल्या देशातील किल्ले दुसऱ्यांना मिळवून देण्याचा अक्षम्य आणि भयंकर देशद्रोह केला, त्यांचा सन्मान तरी कशाबद्दल व्हावयाचा ? आणि त्याच्याकरिता बँडमधील कोणती तुतारी आपल्या तोंडातून कोणता स्तुतीचा स्वर बाहेर काढू शकणार आहे ? त्यांच्या हातून स्वदेशद्रोहाच्या पातकाचे कृत्य पुरे करून घेण्यात येईपर्यंत त्यांच्या पोटापुरता त्यांना पगार देण्यात येत होता, ही काय त्यांच्यावर थोडी मेहेरबानी झाली ? हिंदुस्थानात जिवंत असताना हिंदुस्थानच्या मूठभर मातीवरही ज्यांची सत्ता नाही, त्यांना मेल्यावर मूठभरच माती कशाला द्यावयाला पाहिजे ! मूठभर काय, पण ते मेल्यावर सगळीच हिंदुस्थानची माती त्यांचीच आहे ! असल्या राजनिष्ठ लोकांनी आपल्या मरणानंतर हिंदुस्थानच्या सगळ्या मातीवरही आपला हक्क सांगितला, तरी असे करण्याला त्यांना पूर्ण मुभा आहे ! हे बिचारे नेटिव्ह शिपाई त्या अलीगडच्या किल्ल्यासमोर तसेच पडून राहिले असतील ! आणि त्या पतितांच्याबद्दल कोणाही मानवी प्राण्याला दया येत नाही असे पाहिल्यावर अखेरीस त्या अलीगडच्या आसपासच्या जंगलातील निर्दय स्वभावाच्या अशा कुत्रे, कोल्हे, लांडगे, गिधाडे वगैरे हिंस्त्र पशुपक्ष्यांना त्यांची दया येऊन रात्रीचा काळोख पडल्यानंतर त्यांनी आपल्या पोटाच्या कबरस्थानामध्ये त्यांना पुरून टाकण्याची बहुतकरून व्यवस्था केली असेल ! कोणी खंदकाच्या पाण्यात बुडून मेले असतील, तर कोणी तोफगोळ्यांच्या आगीने जळून खाक झाले असतील ! आणि ज्या कोणाला इतकाही लाभ मिळाला नसेल, त्यांच्याकरिता लष्करातल्या भंग्यांनी अखेरीस जिवंत माणसांच्या आरोग्यासाठी या मेलेल्या माणसांचे उरलेले हातपाय ओढून एखाद्या चरांत पुरून टाकले असतील !

या लढाईने इंग्लिशांच्या पक्षाला विजय मिळाला म्हणून त्यांचा जिकडे तिकडे बोलबाला झाला. जे मेले त्यांच्याबद्दल सरकारी रीतीने दुःख प्रदर्शित करण्यात आले, आणि जे जिवंत राहिले, त्यांचे इंग्रज सरकारकडून आभार मानण्यात आले ! पण ज्या बाजूचा पराभव झाला, त्यांची काय वाट झाली असेल ? त्यांपैकी काही जागच्या जागी लढाईत मेले असतील आणि काही तुरुंगात खितपत पडून मरण पावले असतील ! त्यांच्या तुरुंगात समाधानाच्या गोष्टी सांगण्याला किंवा प्रोत्साहनपर असे दोन शब्द त्यांच्यापाशी बोलण्याला कोण आहे ? स्वदेशाच्या स्वातंत्र्याकरिता लढणे आणि मरणे हे आपले कर्तव्यकर्म आहे, अशा उदात्त हेतूने ज्यांनी आपल्या किल्ल्यांची संरक्षणे करिता करिता देह ठेविले, त्यांच्याबद्दल ''जरी या लढाईत आपला पराभव झाला, तरी तुम्ही फार पराक्रम केला आणि तुम्ही आपला प्रामाणिकपणा शेवटपर्यंत कायम राखिला!'' असे उत्तेजनाचे उद्गारही कोणाच्या तोंडून निघाले नसतील ! ते ज्या आपल्या शिंदे सरकारांकरिता लढत होते, त्या शिंदे सरकारांनी यांचा परामर्श घेतला नसता, असे नाही. पण जेथे खुद्द दौलतराव शिंद्यांचेच आसन कित्येक लोकांच्या कृतघ्नपणामुळे डळमळू लागलेले होते, तेथे त्या बिचाऱ्याकडून असली ही अशक्य कृत्ये कशी होऊ शकणार ? आपल्याला कोणी बरे म्हणणार नाही, आपलेच लोक आपल्या देशाच्या विरुध्द उठलेले, जो तो निमकहरामपणामध्येच निमग्न झालेला, पारतंत्र्याचे संपादन हाच खरा पुरुषार्थ असे ज्याला त्याला वाटू लागलेले, स्वामिनिष्ठा आणि स्वदेशभक्ती यांना कोणाच्याही दृष्टीने किंमत उरलेली नाही, अशी त्याच्या सभोवतालची बदलत चाललेली परिस्थिती आपल्या डोळ्यांपुढे दिसत असतानाही ज़े आपले मराठे सरदार आणि शिपाई त्या अलीगडच्या तटावरून स्वदेशाच्या स्वातंत्र्यासाठी लढले आणि मेले, त्या सगळ्यांचे देह जरी आज त्या अलीगडच्या किल्ल्याच्या आसपास कोठेही आता दिसणे शक्य नसले, तरी त्यांचे स्वातंत्र्यासाठी आणि स्वामिनिष्ठेसाठी तळमळणारे आत्मे अजून खात्रीने तेथून हालले नसतील. स्वर्गातील देवदूत रोजच्या रोज स्वर्गाची दारे उघडून त्यांना स्वर्गात येण्याविषयी मोठ्या प्रेमाने बोलावीत असतील ! पण स्वदेशाच्या स्वातंत्र्याच्या पुढे ते स्वर्गातील सुख

तुच्छ मानून ते त्या अलीगडच्या किल्ल्यात मेलेल्या त्या हुतात्म्यांचे आणि महात्म्यांचे आत्मे अजूनही कोणाची वाट पाहात न कळे ! तेथे बसलेले असले पाहिजेत ! एका इंग्लिश लेखकाने या लढाईच्या स्मरणाच्या संबंधाने असे एक वर्णन लिहिले आहे की :-

"Local tradition says - and solemnly the chowkidar, the solitary householder there, will assert it- that the boom of guns is often heard at night."

यातील सारांश असा की, जो हा अलीगडचा किल्ला पूर्वी एके वेळी इतका गजबजून गेला होता, तेथे आता कोणीही माणूस उरलेले नाही. जिकडे तिकडे सर्व भयाण आणि भणभणीत झालेले आहे. त्या शून्य आणि निर्जन प्रदेशामध्ये त्या किल्ल्याच्या दाराशी रखवालीकरिता एक चौकीदार मात्र असतो, आणि त्याच्या शिवाय दुसरा कोणीही मनुष्य बहुधा तेथे नसतो. तो चौकीदार कोणी एखादा प्रवाशी तो किल्ला पाहाण्याकरिता गेला असता त्याला त्या किल्ल्याची जी माहिती सांगतो, त्यात तो अशीही एक गोष्ट सांगतो की, या किल्ल्याच्या आतून कधी कधी रात्रीच्या वेळी तोफांचे आवाज ऐकू येतात !

काय ! तोफांचे आवाज ! आणि हे आवाज आता कोठून उत्पन्न होतात! या तोफा कोणाकडून उडविल्या जातात ! त्या किल्ल्याचा सगळा पूर्व इतिहास माहीत असलेल्या त्या अलीगडच्या चौकीदाराला रात्रीच्या काळोखात भेदरून गेल्यामुळे आपण तोफांचे आवाज ऐकत आहोत, असा हा भ्रम होतो किंवा, हे अलीगडच्या किल्ल्यावरील हुतात्म्यांनो, तुम्हीच खरोखर या तोफा अजून उडवीत असता की काय ? पण असे असेल तर तुम्ही मेल्यानंतरही तुमच्यामधील स्वाभिमान अजून जिवंत राहावा, आणि तुमच्या हल्ली जिवंत असलेल्या वंशजांमध्ये त्यांच्या जिवंतपणीही तो पूर्णपणे मरून गेलेला असावा, ही केवढी दुःखाची गोष्ट आहे ! आणि ही स्थिती पाहून तुम्हाला काय वाटत असेल ! आपल्या अतृप्त राहिलेल्या आशा केव्हा आणि कोणत्या रीतीने तृप्त होतील, त्याच्याबद्दल या निराशेच्या परिस्थितीमध्ये तुमच्या मनात सदैव विवंचना चाललेल्या असतील! या अलीगडच्या किल्ल्याच्या लढाईत तुम्ही मरण पावल्याचा वृत्तांत तुमच्या

मुलाबाळांना कळल्यानंतर तुमच्या दहाव्या दिवशी स्मशानात तुमच्याकरिता ठेविलेल्या पिंडाला बहुधा दर्भाचा कावळा करूनच त्यांना स्पर्श करावा लागला असेल ! आणि तुमच्या मृत्यु-तिथीच्या दिवशी कित्येक वर्षी सांवत्सरिक श्राध्दाच्या प्रसंगी जेव्हा जेव्हा तुमचे नातू आणि पणतू तुमचे आवाहन करीत असतील, तेव्हा तेव्हा त्या प्रत्येक वेळी पिंडाकरिता केलेले ते केवळ भाताचे गोळे पाहून तुम्ही हिरमुसलेले होऊन परत निघून येत असाल ! त्याचप्रमाणे हल्लीच्या हिंदुस्थानातील कोणी प्रवासी चुकून कधी तुमच्या त्या अलीगडच्या किल्ल्यात आला, तर बहुतकरून तुम्ही सगळे मृतात्मे त्यांच्या भोवती गोळा होत असाल आणि मोठ्या उत्सुकतेने 'तुम्ही आपल्या ह्या हिंदुस्थानातील किल्ल्यांच्या स्वातंत्र्याकरिता काय करीत आहात ? असे त्याला विचारू लागत असाल ! पण, हे हिंदुस्थानातील हल्लीच्या प्रवाशांनो, तुमच्यापैकी कोणी कदाचित् अशा प्रसंगामध्ये कधी सापडला, तर त्यांनी विचारलेल्या प्रश्नाकरिता, आपण हल्ली काय करीत आहोत, याच्याबद्दल त्यांना काही एक उत्तर देऊ नका! कारण, ते ऐकून त्यांनी किती निराशा होईल आणि त्यांना किती दुःख वाटेल याची तुम्हाला कल्पनाही असणे शक्य नाही !

■ □ ■

11. दिल्लीची लढाई

पूर्वी वर्णन केल्याप्रमाणे ता. 4 सप्टेंबर 1803 रोजी अलीगडचा किल्ला हस्तगत झाल्यानंतर सदर किल्ल्याच्या संरक्षणाची वगैरे व्यवस्था लावून ज. लेक हे ता. 7 सप्टेंबर रोजी आपल्या सैन्यासह दिल्लीकडे जाण्याकरिता निघाले. लॉर्ड लेक यांनी दिल्लीकडे न जाता ग्वालेरकडे जावे आणि दौलतराव शिंद्यांची जी मुख्य राजधानी तिच्यावर हल्ला करून तीच त्यांनी प्रथम काबीज करून घ्यावी, म्हणजे दौलतराव शिंद्याचा जोर कमी पडेल, अशी मार्किस वेलस्ली याची इच्छा होती. परंतु शिंद्यांच्या राजधानीवर आपण चाल करून गेलो, तर तेथे आपल्याला जय मिळेलच, अशी लॉर्ड लेक यांना खात्री नव्हती. आणि दिल्लीला जाऊन शहाआलम बादशहाला आपण आपल्या हस्तगत करून घेतले, तर त्याच्यापासून आपला जास्त फायदा होईल, असे त्यांना वाटत होते. मार्किस वेलस्ली यांनी दिल्लीचा बादशहा शहाआलम याच्याकडे आधीपासूनच फितुरीची संधाने बांधून ठेविलेली होती. व ज. लेक यांचा मुक्काम कोईल येथे असताना ता. 29 ऑगस्ट रोजीच शहाआलम बादशहाकडून ज. लेक यांच्याकडे एक गुप्त पत्र आलेले होते. अशा रीतीने या उभय पक्षांच्या दरम्यान फितुरीची खलबते चालू झालेली असून खुद्द दिल्लीच्या लढाईच्या आधी एक दोन दिवसांपूर्वी बादशहाकडील जासूद इंग्लिशांच्या छावणीकडे आलेले होते. या सगळ्या प्रकारावरून दिल्लीच्या दिल्लीची परिस्थिती शहाआलम बादशहाने आपल्या करिता बरीच पोखरून ठेविलेली असली पाहिजे, अशी लॉर्ड लेक यांची खात्री झालेली होती. व त्यामुळे ते कूच दरकूच मजल करीत दिल्लीकडे चालले होते. याप्रमाणे कूच करता करता ता. 21 सप्टेंबर 1803 रोजी सुराजपूर येथून पहाटे तीन वाजता निघून आणि सुमारे 9 कोसांची मजल मारून इंग्लिशांचे सैन्य दुपारी 11 वाजण्याच्या सुमाराला दिल्लीपासून 3 कोसांच्या अंतरावर असलेल्या 'जेहना'

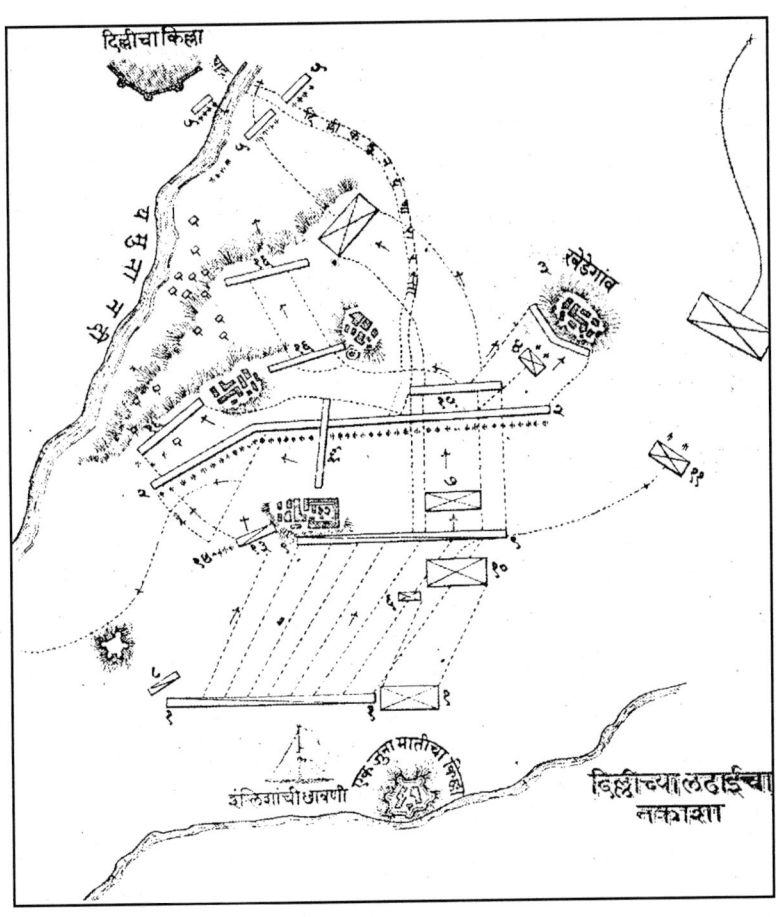

दिल्लीच्या लढाईचा नकाशा

नावाच्या एका लहानशा नदीच्या काठी आपल्या मुक्कामाच्या ठरलेल्या जागी (1-1) येऊन पोहोचले. तेथे येऊन शिपाई लोक आपापले तंबू वगैरे ठोकीत आहेत, तोच त्यांना अशी बातमी लागली की, आपल्यापुढे अगदी थोडक्याच अंतरावर मराठ्यांचे सैन्य लढाईच्या तयारीने सज्ज होऊन उभे राहिलेले आहे. व ज. पेरन याने दिल्लीची व्यवस्था आपल्या हाताखालील फ्रेंच अंमलदार, मि. लुई बोरकिन, याच्याकडे सोपविली होती. व त्याप्रमाणे लुईने दिल्लीमध्ये आपल्या सैन्याची चांगली तयारी करून ठेविली होती. दिल्लीचा बादशहा शहाआलम हा जरी आतून इंग्लिशांना फितुर झालेला होता तरी बाहेरून तो मराठ्यांशी सलोख्याने

वागत होता. व लुई बोरकिन हाही त्याचा फायदा घेऊन लोकांना असे सांगत होता की, तुम्ही बादशहाच्या संरक्षणाच्या कामी मदत करणे हे तुमचे कर्तव्यकर्म आहे. आणि अशा रीतीने त्याने लोकांकडून पुष्कळ मदत मिळविली होती. शिवाय दिल्लीच्या पलिकडील पंजाबातील शीख लोकांशीही त्याचे बरेच संबंध असल्यामुळे शीख लोकांकडूनही त्याला काही मदत मिळाली होती. आणि रोहिलखंडातील सहाणपूरचा प्रांत त्याच्या ताब्यात असल्यामुळे रोहिले लोकांचीही मदत होती. अशा अनेक साधनांनी मि. लुई बोरकिन याने आपल्याजवळ बरीच फौज जमा केली होती. त्याच्या सैन्यात या वेळी 5 हजार घोडेस्वार असून त्याच्या तोफखान्यात सुमारे 70 तोफा होत्या. आणि त्याच्या पायदळामध्ये सुमारे 12/13 हजार शिपाई होते. अशा सैन्यानिशी तो इंग्लिशांशी टक्कर देण्याच्या तयारीत होता. व दिल्लीवर चालून येणाऱ्या लॉर्ड लेकचे मुक्काम कसे कसे पडत आहेत, याची बातमी काढून इंग्लिश सैन्य दिल्लीजवळ केव्हा येईल, याची त्याने अटकळ बांधून ठेविली होती. व त्या अटकळीप्रमाणे त्याने आपले सैन्य ता. 11 सप्टेंबर रोजी सकाळी आपल्या छावणीतून काढून दिल्ली शहराबाहेर यमुना नदीच्या पलीकडे एका उंचवट्याच्या आणि सुरक्षित अशा जागी (2-2) नेऊन लढाईच्या शिस्तीने उभे करून ठेविले होते. त्याशिवाय या रांगेच्या डाव्या बाजूच्या पिछाडीला एक लहानसे खेडे (3) होते, तेथेही लुई बोरकिन याने आपले काही रिझर्व्ह सैन्य ठेविले होते. व त्याच्या डाव्या बाजूला काही अंतरावर शीख लोकांच्या घोडेस्वारांच्या पलटणी (4) उभ्या करण्यात आल्या होत्या; व त्याच्या पलीकडे दलदल होती; अशा रीतीने त्याने आपल्या डाव्या बाजूचा बंदोबस्त केला होता. आणि त्याच्या उजव्या बाजूकडील बंदोबस्त करण्याचे काम खुद्द यमुना नदीकडेच सोपविण्यात आलेले होते. कारण या बाजूला यमुना नदीचे खोल पाण्याचे विस्तृत पात्र असून त्या नदीच्या काठच्या उंच दरडी आणि उंच टेकाडे ही बोरकिनच्या उजव्या बाजूच्या टोकाला अगदी येऊन लागली होती. त्यामुळे तिकडून शत्रूचा शिरकाव होणे शक्यच नव्हते. यमुना नदी ओलांडून शहरात जाण्याला बोरकिनच्या पिछाडीला फक्त एकच वाट होती. आणि त्या वाटेचे संरक्षण करण्याकरिता आणि येथेही शत्रूला

अडवून धरण्याकरिता बोरकिनने आपले काही लष्कर व तोफा (5,5,5) नदीच्या दोन्ही बाजूला ठेवून दिलेल्या होत्या. असा सर्व बाजूंनी बंदोबस्त करून लुई बोरकिन याने आपल्या मुख्य सैन्याच्या रांगेसमोर आपल्या तोफा लावून ठेविल्या होत्या. आणि या सगळ्या सैन्याने संरक्षण करण्याकरिता या रांगेच्यापुढे एक मोठा लांबच लांब खंदक खोदून ठेवण्यात आलेला होता. आणि या शिवाय या सगळ्या सैन्याच्या रांगेच्यापुढे उंच उंच गवत वाढलेले असल्यामुळे त्या गवताच्या आडोशामुळे हे सैन्य किती आहे व त्याने कसकशा माऱ्याच्या जागा रोखून ठेविल्या आहेत, हेही शत्रूला समजणे शक्य नव्हते. अशा कुशलतेने आपल्या सैन्याची मांडणी करून इंग्लिशांचे सैन्य थकून आपल्या छावणीवर मुक्कामाला आले म्हणजे त्याच्यावर आपण हल्ला करावयाचा, अशी योजना लुई बोरकिन याने योजून ठेविलेली होती.

त्या योजनेप्रमाणे इंग्लिशांचे सैन्य ता. 11 सप्टेंबर रोजी दुपारी आपल्या ठरलेल्या मुक्कामाच्या जागेवर (1) येऊन ठेपले. व त्याच्या आघाडीवर पहाऱ्याची चौकी (6) बसविण्यात आली. परंतु या चौकीच्या सभोवती मराठ्यांचे घोडेस्वार घिरट्या घालू लागल्यामुळे तेथील शिपायांना आपल्या मुख्य सैन्याकडे माघारे परतावे लागले. ही बातमी लॉर्ड लेक यांना कळली, तेव्हा एकंदर परिस्थिती काय आहे, याची टेहळणी करण्याकरिता आपल्या बरोबरचे सर्व घोडेस्वार घेऊन ते पुढे (7) चालून गेले. त्या वेळी त्यांना असे आढळून आले की, आपल्या समोरील उंचवट्याच्या जागेवर मराठ्यांच्या फौजा व त्यांच्या पाठीमागे त्यांच्या घोडेस्वारांच्या पलटणी लढाईच्या तयारीने उभ्या असून त्यांच्या रांगेच्या पुढे त्यांच्या तोफा डागलेल्या आहेत; व या सगळ्या समोरच्या रांगेचे एका खंदकाने संरक्षण करण्यात आलेले असून डाव्या बाजूकडे दलदल आणि उजव्या बाजूकडे यमुना नदी असल्यामुळे या दोहोंपैकी कोणत्याही बाजूने मराठ्यांच्या पिछाडीकडे जाण्याला मार्ग नसल्याकारणाने त्यांच्यावर समोरून हल्ला करण्याशिवाय गत्यंतर नाही, हीही गोष्ट त्याच वेळी लॉर्ड लेक यांच्या लक्षात आली. तेव्हा आपल्या छावणीच्या आणि सामानसुमानाच्या संरक्षणाकरिता लॉर्ड लेक (8) मागे ठेवून बाकी सर्व पायदळ आणि तोफखाना यांनी पुढे चाल

करून येण्याविषयी लॉर्ड लेक यांचेकडून ताबडतोब हुकूम पाठविण्यात आले. तरी पण हे मागील लष्कर येऊन पोचण्याला सुमारे एक तासभर अवकाश लागला. आणि तेवढ्या अवधीत लॉर्ड लेक आणि त्यांच्याबरोबर पुढे गेलेल्या घोडेस्वारांच्या पलटणी (7) यांची फारच तारांबळ उडाली. हे लोक आपली छावणी सोडून एकटेच पुढे एक कोसभर चालून गेलेले होते. तेव्हा त्या नुसत्याच घोडेस्वारांच्या पलटणी आहेत आणि यांच्याबरोबर तोफांचे किंवा पायदळांचे काही संरक्षण नाही, ही गोष्ट समोरील मराठ्यांच्या ध्यानात येऊन त्यांनी आपल्या तोफांचा भडिमार या घोडेस्वारांच्या पलटणीवर सुरू केला. त्यामुळे इंग्लिशांचे फार नुकसान झाले. व त्यांचे पुष्कळ घोडे आणि त्या घोड्यांवरील घोडेस्वार या प्रसंगी मृत्युमुखी पडले. खुद्द लॉर्ड लेक हे ज्या घोड्यावर बसले होते, त्याला गोळी लागून तोही मरण पावला. त्या वेळी त्यांचा मुलगा, मेजर लेक, हा त्यांच्याजवळ होता; त्याने आपला घोडा लॉर्ड लेक यांना दिला व आपल्याकरिता त्याने दुसरा घोडा आणविला. यावरून यावेळी इंग्लिशांचे घोडेस्वार मराठ्यांच्या तोफखान्याच्या कसे कचाटीत सापडले होते, याची कोणालाही कल्पना करिता येण्यासारखी आहे. मागून इंग्रजी पायदळ आणि तोफखाना लॉर्ड लेक यांच्या मदतीला लौकर येईना आणि समोरून चालू असलेल्या मराठ्यांच्या तोफखान्याच्या माऱ्यापुढे लॉर्ड लेक यांना टिकाव धरू उभे राहाता येईना. अशा दुहेरी पेचात सापडल्यामुळे लॉर्ड लेक हे निरुपाय होऊन आणि पराभव पावून बहुतकरून माघारे वळले असले पाहिजेत. त्यांनी आपल्या हाताखालच्या सर्व घोडेस्वारांच्या पलटणींना परत फिरण्याविषयी हुकुम दिला. व त्याप्रमाणे हे इंग्लिशांचे घोडेस्वार पराभव पावून आणि माघार खाऊन परत चालले आहेत, ही गोष्ट जेव्हा मराठ्यांच्या फौजेतील शिपायांनी पहिली, तेव्हा त्यांना मोठा आनंद झाला. व विजयाच्या आरोळ्या मारीत ते या परत चाललेल्या घोडेस्वारांच्या पलटणींचा पाठलाग करण्याकरिता आपल्या जागेपासून पुढे सरसावले.

वर वर्णन केल्याप्रमाणेच बहुतकरून त्या वेळी खरी स्थिती झालेली असली पाहिजे, हेच एकंदर आजूबाजूच्या लढाईच्या परिस्थितीवरून कोणालाही संभवनीय आणि सत्य वाटल्या शिवाय राहाणार नाही. परंतु अशा रीतीने

इंग्लिशांचा या वेळी तात्पुरता का होईना पण पराभव झाला, ही गोष्ट जरी उघड उघड सिध्द होत असली, तरी इंग्लिश इतिहासकार त्याला आपली संमती कशी देणार ? त्यांनी या हकिकतीवर आपल्या पक्षाला अनुकूल अशी दुसरीच एक कल्पना बसविलेली आहे. या बाबतीत ते असे प्रतिपादन करितात की, या वेळी आमचा पराभव झाला, असे मुळीच नाही. तर मराठ्यांच्या फौजेची जागा फार मजबूत असल्यामुळे व त्या जागेवर ते असताना त्यांच्यावर समोरून हल्ला करता येणे अशक्य असल्यामुळे त्यांना त्या जागेवरून हलविण्याकरिता आपला पराभव झाला आहे आणि आपण पळून चाललो आहोत, अशी लॉर्ड लेक यांनी मराठ्यांना नुसती हुलकावणी दाखविली ! (The British General resolved upon a feint to draw them from their internchments.) त्रैलोक्यविजयी ब्रिटिश सेनापती पराभव कसे पावणार ! त्यांचा पराभव ही अशक्य गोष्ट असल्यामुळे त्यांनी मराठ्यांना फसवण्याकरिता आपला पराभव पावण्याचे फक्त सोंग केले, असे इंग्लिश इतिहासकारांनी लिहावे आणि इंडियन वाचकांनी ते सत्य मानावे, हे उचितच आहे. पण इंग्लिशांनी पराभव पावल्याचे निवळ ढोंग केले होते, ही गोष्ट खोटी असण्याला आणखीही एक प्रमाण असे दिसते की, ही दिल्लीची लढाई झाल्यानंतर ता. 11, 12 आणि 13 सप्टेंबर या दिवशी खुद्द लॉर्ड लेक यांनी मार्क्विस वेलस्ली यांना लागोपाठ जी तीन पत्रे लिहिली आहेत, त्यांमध्ये या हुलकावणीचा त्यांनी कोठेही उल्लेख केलेला नाही.

असो. याप्रमाणे मराठ्यांच्या तोफखान्यापुढे पराभव पावून इंग्लिशांचे घोडेस्वार माघारे पळून येत असता अखेरीस छावणीवरून येणाऱ्या पायदळाची आणि त्यांची काही अंतरावर गाठ पडली. त्या वेळी मराठ्यांच्या तोफखान्याचा मार खाऊन जेरीस आलेल्या त्या घोडेस्वारांच्या रांगा दोन बाजूला निरनिराळ्या होऊन त्यांनी आपल्यामधून त्या पायदळाला पुढे जाण्याला वाट करून दिली. नंतर या, पुढे घातलेल्या पायदळाची रांग (9-9) लढाईच्या शिस्तीने बनविण्यात आली. व त्यांच्या उजव्या बाजूच्या पिछाडीला सुमारे शंभर कदमांच्या अंतरावर घोडेस्वारांच्या पलटणी (10-10) उभ्या राहिल्या. यांपैकीच काही घोडेस्वार मराठ्यांच्या डाव्या बाजूकडून हल्ला करणाऱ्या शीख लोकांच्या घोडेस्वारांच्या

पलटणींना रोखून धरण्याकरिता त्या बाजूला (11) पाठविण्यात आले होते, व त्यांच्याबरोबर काही, घोड्यांवरील तोफाही देण्यात आल्या होत्या. इंग्लिश सैन्याच्या पायदळाची ही जी रांग उभी करण्यात आली होती, तिच्या डाव्या हातच्या बाजूला एक लहानसे खेडे (12) होते. तेथून आपल्या रांगेच्या डाव्या बाजूचा बचाव व्हावा म्हणून एक नेटिवांची पायदळ पलटण (13) व चार तोफा (14) तेथे ठेवण्यात आल्या होत्या. अशा रीतीने इंग्लिशांकडची तयारी झाल्यानंतर ते सैन्य मराठ्यांच्या रांगेवर हल्ला करण्याकरिता पुढे चाल करून निघाले, त्या वेळी लॉर्ड लेक हेही त्या सैन्याबरोबर पुढे चालले होते. इंग्लिशांचे हे सैन्य आपल्यावर चाल करून येत आहे असे पाहून मराठ्यांच्या (2-2) रांगेमधून फिरून तोफांची सरबत्ती इंग्लिश सैन्याच्या विरुध्द अतिशय जोराने सुरू झाली.

या वेळी मराठी शिपायांची अंत:करणे किती तरी उदात्त विचारांनी उचंबळून आली असतील ! त्यांना आपल्या पूर्व इतिहासाचे स्मरण झाले असेल ! आणि आपल्या पूज्य पूर्वजांच्या मूर्ति प्रत्यक्ष त्यांच्या डोळ्यांपुढे दिसू लागल्या असतील. आपल्या सदाशिवराव भाऊंनी ज्या दिल्लीचे तक्त फोडून तेथे आपला अंमल बसविला, ती दिल्ली आपण या इंग्लिशांच्या ताब्यात केव्हाही जाऊ देणार नाही, असे त्यांना वाटले असेल ! ज्या महादजी शिंद्यांनी या दिल्लीची मस्नद आपल्या मराठ्यांच्या ताब्यात आणिली, त्या महादजी शिंद्यांच्या- त्या पाटीलबुवांच्या- दिल्लीमध्ये आम्ही जर आज या इंग्लिशांना येऊ दिले, तर ते पाटीलबुवा आम्हाला काय म्हणतील, अशी त्यांच्या मनामध्ये जाणीव उत्पन्न झाली असेल! आम्ही दौलतराव शिंद्यांचे स्वामिनिष्ठ शिपाई आहोत, आम्ही येथे मरू पण मागे हटणार नाही, अशी त्यांच्या मनामध्ये त्या वेळी महत्त्वाकांक्षा उत्पन्न झाली असेल. त्यांनी शिवाजीचे स्मरण केले असेल ! त्यांनी आपली जन्मभूमि आठविली असेल. आणि त्या योगाने उत्पन्न होणाऱ्या आवेशाच्या भरात त्यांच्यापुढील तोफांच्या आवाजापेक्षाही जास्त मोठ्याने त्यांनी आपल्या "हरहर महादेव !" च्या गर्जना आकाशामध्ये उसळवून दिल्या असतील !

अशा प्रकारच्या उज्वल भावनांनी प्रज्वलित झालेल्या त्या वेळच्या मराठ्यांच्या शिपायांनी आपले गोलंदाजीचे काम फारच उत्कृष्ट रीतीने केले व

त्यामुळे इंग्लिशांकडील लोकांचे नुकसानही फार झाले. तरी पण ते सगळे नुकसान सोशीत आणि आपल्या डोक्यावर पडणाऱ्या गोळ्यांचा मारा सहन करीत इंग्लिशांचे सैन्य तसेच पुढे चालले होते. तोपर्यंत इंग्लिश शिपायांनी आपल्या खांद्यावरील बंदूक आपल्या खांद्यावरून हलविली नाही, किंवा त्यातून त्यांनी मराठ्यांवर एकही गोळी झाडली नाही. अशा रीतीने चाल करून जाता-जाता जेव्हा त्या दोन सैन्यांच्या दरम्यान सुमारे शंभर कदमांचे अंतर राहिले, तेव्हा बंदुकांना 'बागनेटे' लावून हल्ला करण्याविषयी त्यांना हुकूम सुटला. तेव्हा इंग्लिश सैन्याने (15-15) मराठ्यांच्या रांगा फोडून त्यांच्यावर मोठ्या जोराने हल्ला केला. आणि त्यापुढे मराठ्यांच्या रांगा टिकाव धरू शकल्या नाहीत. आणि एकदा रांग फुटल्यानंतर मराठ्यांच्या सैन्यातील लोक चार चोहोंकडे निघून जाऊ लागले. अशा रीतीने मराठ्यांची रांग मोडल्यानंतर ज. लेक यांनी आपल्या घोडेस्वारांना मराठ्यांचा पाठलाग करण्याचा हुकूम दिला. त्याप्रमाणे त्या घोडेस्वारांच्या निरनिराळ्या टोळ्या (16-16-16) मराठ्यांच्या पाठीस लागून त्यांनी त्यांना थेट यमुनेच्या काठापर्यंत पिटाळीत नेले. त्यामुळे मराठ्यांचे बरेच लोक यमुनेच्या पाण्यात बुडून मरण पावले. या लढाईत सुमारे 68 तोफा व इतर सामान इंग्लिशांच्या हाती लागले. या लढाईला दुपारी 12 वाजण्याच्या सुमारास तोंड लागून ती लढाई संपेपर्यंत बहुतेक संध्याकाळ होऊन गेलेली होती. या लढाईत मराठ्यांच्या बाजूच्या लोकांनी फारच चांगली कामगिरी बजाविली, हे लॉर्ड लेक यांच्याच एका पत्रातील The enemy opposed to us a tremendous fire form a numberous artillery, which was uncommonly well served, and caused us considerable loss in officers and men, या उताऱ्यावरून स्पष्ट होत आहे. यामुळे इंग्लिशांकडील 6 अंमलदार ठार होऊन 7/8 जण जखमी झाले. शिवाय सामान्य शिपायांची संख्याही जवळ-जवळ हजारपर्यंत गेली. ता. 11 सप्टेंबर 1803 रोजी संध्याकाळी ही लढाई संपल्यावर इंग्लिशांच्या फौजेने त्या दिवशी रात्री त्याच मैदानावर आपला तळ दिला.

■ □ ■

12. लासवारीची लढाई

दिल्लीच्या लढाईत इंग्लिशांनी फितुरीच्या जोरावर, आपल्याला विजय मिळवून घेतल्यानंतर इंग्लिशांचे मुख्य सेनापती लॉर्ड लेक यांनी दिल्लीमध्ये दिल्लीच्या रस्त्यातून आपली एक जंगी मिरवणूक काढून घेण्याचा समारंभ जुळवून आणला. शहाआलम बादशहापाशी इंग्लिशांची आतून, चोरून कारस्थाने चाललेलीच होती. दिल्ली येथील रेसिडेंटच्या खास विश्वासातील एक इसम, सय्यद रेझाखान, हे इंग्लिशांचे निरोप शहाआलम बादशहाकडे पोचविण्यात गर्क झालेले होते; व त्यांच्या मध्यस्थीने बादशहाकडील फितुरीचे भांडे शिजून तयार झालेले होते. व त्या जोरावर अखेरीस इंग्लिशांना जयही मिळाला. मग काय विचारायला पाहिजे ! गुप्त फितुरीच्या जोरावर इतका मोठा दिग्विजय मिळाल्यानंतर दिल्लीच्या रस्त्यातून मिरवणूकही निघालीच पाहिजे ! दिल्ली हे हिंदुस्थानच्या बादशाही वैभवाचे अगदी आगर ! तेथे कसे तरी करून आपले पाय लागले पाहिजेत, ही इंग्लिशांची मनापासूनची किती तरी दिवसांची महत्त्वाकांक्षा ! ती महत्त्वाकांक्षा पुरी होण्याची संधी दिल्लीच्या जयाने प्राप्त झाली असता त्या संधीचा फायदा न घेण्याइतके त्या वेळचे राज्यलोभी इंग्लिश उदासीन कसे असू शकतील ! शहाआलमला संकटातून सोडविण्याकरिता तर दिल्लीच्या लढाईची येवढी खटपट ! मग त्या लढाईत फितुरीच्या ईश्वरकृपेने जय मिळाल्यानंतर शहाआलम बादशहाला भेटल्यावाचून इंग्लिशांच्या सेनापतीने कसे रहावयाचे ? ता. 11 सप्टेंबर रोजी लढाई झाल्यानंतर ता. 16 सप्टेंबर हा बादशहाच्या भेटीचा दिवस ठरला. व त्या दिवशी दुपारी तीन वाजता शहाआलम बादशहाचा मुलगा मिर्झा अकबरशहा, हा लॉर्ड लेक यांच्या छावणीमध्ये त्यांना बादशहाच्या भेटीसाठी दिल्लीस नेण्याकरिता हत्तीवर बसून दाखल झाला. व नंतर लॉर्ड लेक

यांची स्वारी मोठ्या थाटाने निघून दिल्लीच्या राजवाड्यात अस्तमानी येऊन पाहोचली. या स्वारीचा आणि मिरवणुकीचा समारंभ पाहण्याकरिता दिल्लीच्या रस्त्यामध्ये आणि दिल्लीच्या राजवाड्यामध्येहि आनंदित झालेल्या लोकांची अतिशय गर्दी जमली होती, अशी वर्णने आढळतात. हिंदुस्थानातील लोक खरे वेदान्ती आहेत. त्यांना आपपर भाव मुळीच नाही. कोणाचाही जय झाला, तरी त्या बिचाऱ्यांना आनंद होतो; आणि आपला स्वतःचा पराजय झालेला असला, तरी त्या पराजयाचे दुःख दुसऱ्याच्या विजयाच्या आनंदामध्ये ते विसरून जातात; इतकी समता आणि इतकी विश्वबंधुता दुसऱ्या लोकांमध्ये क्वचितच सापडेल. ज. वेलस्ली हे काही महिन्यांपूर्वी दुसऱ्या बाजीराव साहेबांना गादीवर बसविण्याकरिता पुण्याच्या रस्त्यातून मिरवत गेले, तेव्हा पुण्याच्या लोकांनी असाच आनंद व्यक्त केला, आणि इ.स. 1803 च्या सप्टेंबर महिन्याच्या 16 व्या तारखेला लॉर्ड लेक हे शहाआलम बादशहाच्या भेटीला दिल्लीच्या रस्त्यातून गेले, तेव्हा दिल्लीतील लोकांनाही तसाच आनंद झाला. पण यात दिल्लीच्या लोकांनी आनंद व्यक्त करण्यासारखे काय होते ? दिल्लीच्या लढाईत परकीय लोकांनी येऊन आपल्या लोकांचा पराभव केला, याबद्दल दिल्लीच्या लोकांना आनंद होत होता ? आणि फितुरीच्या कामातील ज्या महापराक्रमी पुरुषांने आपल्या देशबांधवांचा पराभव केला, त्यांचे दर्शन घेण्याकरिता त्या दिल्लीच्या लोकांचे डोळे उत्कंठित झालेले होते ? या वेळी ज्या शहाआलम बादशहाचे डोळे गेलेले होते, तोच धन्य होय, असे म्हटले पाहिजे. ज्या गुलाम कादरने शहाआलमचे डोळे काढिले, तसले आणखी काही गुलाम कादर आपल्या पराजयाचे आणि आपल्या गुलामगिरीचे सोहळे पहाण्याकरिता उत्सुक झालेल्या लोकांची दृष्टी बंद करण्याला पुढे आले असते, तर त्यांचे हिंदुस्थानच्या नैतिक इतिहासावर खात्रीने उपकारच झाले असते !

शहाआलमचे डोळे आपली गुलामगिरी पाहू शकत नव्हते, ही मोठ्या आनंदाची गोष्ट आहे खरी. पण त्याचे मन गुलामगिरीच्या शृंखलांनी पूर्णपणे निगडीत झालेले होते. लॉर्ड लेक यांना आणण्याकरिता त्याने आपल्या मुलाला पाठविले; आणि आपल्या राजवाड्यातील किल्ल्यात आणून लॉर्ड लेक यांना

त्याने "खान, दौरनखान, फत्ते जंग," इत्यादि पदव्या दिल्या. पूर्वी गुलाम कादरच्या जुलुमातून महादजी शिंदे यांनी शहाआलमला सोडविले, त्या वेळी शहाआलम महादजी शिंद्यांची स्तुति करावयाला तयार; आणि आता लॉर्ड लेक यांना दिल्लीच्या लढाईत जय मिळाल्याबरोबर शिंद्यांच्या विरुध्द इंग्लिशांची स्तुति करण्यालाहि शहाआलम तयार ! असले शहाआलम काय कामाचे ? प्रत्येक वाऱ्याच्या लहरीबरोबर आपली गति बदलणारे एखाद्या गवताच्या काडीसारखे हे बलाढ्य बादशहा आपल्या असल्या कमकुवतपणाच्या बलाढ्यतेने आपल्या देशाचे आणि आपल्या लोकांचे काय कल्याण करू शकणार आहेत? बाबर, हुमायून, अकबर, अवरंगजेब, वगैरेंसारख्या अभिमानी बादशहांच्या वंशमालिकेमधून उत्पन्न झालेल्या बादशहांनी जो प्रत्येक नवीन जिंकणारा येईल, त्यांच्यापुढे आपली मान वाकवावी आणि त्याच्या स्तुतिपाठाला आपले मन उद्युक्त करावे, ही गोष्ट केव्हाही योग्य नव्हे. डोळ्यातील पहाण्याची शक्ति एखादा गुलाम कादर काढून घेऊ शकेल; पण मनुष्याच्या मनाच्या डोळ्यातील जी विचार करण्याची शक्ति आहे, ती परमेश्वराने इतकी खोल आणि इतकी सुरक्षित ठेविली आहे की, तेथे कोणत्याहि गुलाम कादरचे हात पोहोचू शकत नाहीत ! पण दुर्दैवाची गोष्ट ही आहे की, तेथे गुलाम कादरचेही हात पोचू शकू नयेत, अशी परमेश्वराने योजना केलेली आहे, त्या मनाच्या डोळ्यावर गुलामगिरीची वैभवे आपले भुरळ पाडू शकतात !

गुलामगिरीच्या वैभवामध्येहि वैभव आहे, असे हिंदुस्थानातील राजांना आणि लोकांना वाटावे, हे मोठे आश्चर्य आहे !- नव्हे, हे आपल्या देशाचे दुर्भाग्य आहे ! आपल्या देशातील लोक या बाबतीत वेडसर आणि धर्मभोळेच आहेत ! त्यांच्या या आत्मघातकी सद्गुणांना पारावारच नाही ! दिल्लीच्या लढाईत इंग्लिशांना जय मिळाला आणि लॉर्ड लेक व शहाआलम बादशहा यांच्या गाठी पडल्या, त्या वेळी शहाआलम बादशहाला इतका आनंद झाला की, त्यामुळे त्याच्या फुटलेल्या डोळ्यांना फिरून दिसू लागले, अशी एक त्या वेळी अफवा उठली होती ! व ती पुष्कळ भोळसर लोकांकडून काही दिवस खरीहि मानण्यात येत होती ! अरेरे ! गेलेले डोळे फिरून यावेत, इतके

गुलामगिरीमध्ये सामर्थ्य आहे, असे हिंदुस्थानातील लोकांना वाटावे ना ! असे असते, तर मग जगातील बाकीच्या लोकांनी स्वतंत्रतेचे एवढे पोवाडे कशाला गाइले असते ? आणि गुलामगिरीमध्ये फुटलेले डोळे धड करण्याचे तेज असते, तर इंग्लिशांच्या गुलामगिरीच्या प्रत्येक अंमलाखाली सर्व दवाखाने बंदच करण्याची पाळी आली नसती काय ! शहाआलमला फिरून डोळे आले ? आपल्या देशाच्या स्वातंत्र्याचे महोत्सव पहाण्याकरता मला फिरून दृष्टी दे अशी आंधळ्या माणसांनी देवापाशी प्रार्थना करणे हे अगदी साहजिक आहे. आणि शिवाजीमहाराज रायगडावर आपल्या स्वातंत्र्याचा भगवा झेंडा उभारीत होते व रघुनाथराव पेशवे अटक नदीच्या पलीकडच्या किनाऱ्यावर आपले जरीपटक्याचे निशाण घेऊन रोवीत होते, त्या वेळी ती निशाणे पहाण्याकरिता आपल्याला डोळे नाहीत म्हणून त्या वेळचे हिंदुस्थानातील सर्व स्वातंत्र्याभिमानी आंधळे लोक ढळाढळा रडले असतील ! आणि इ.स. 1818 मध्ये बाळाजीपंत नातूंनी पेशव्यांच्या शनवारच्या वाड्यावर जे निशाण नेऊन उभारले, ते न पहाण्याकरिता परमेश्वराने आपल्याला आंधळे केले नाही, याबद्दल इंग्लिशांना फितुर न झालेल्या पुण्यातील सर्व स्वराज्यप्रेमी लोकांनी ईश्वराला दोष दिला असेल ! आणि असे असता गुलामगिरीच्या आनंदाने शहाआलमला डोळे आले ? त्या आलेल्या डोळ्यांनी काय पहावयाचे ? आपल्या स्वत:च्या पायातील बदललेल्याच बेड्या पहावयाच्या की नाहीत ? त्याच्यापेक्षा डोळे नसलेलेच काय वाईट ? त्या गुलामगिरीच्या शृंखलांतील आवाज बहिऱ्या न झालेल्या आपल्या हतभाग्य कानांना ऐकावे लागत आहेत, हे काय थोडे झाले ? त्यांच्या बरोबर त्या शृखंलांचे ते हिडिस स्वरुप प्रत्यक्ष पाहण्याकरीता आपल्या आयत्या आंधळ्या झालेल्या डोळ्यांमध्ये डोळसपणा उत्पन्न करून घेण्याची कोणता सुज्ञ मनुष्य इच्छा धारण करील ?

असो दिल्लीच्या लढाईनंतर दिल्लीमधील व्यवस्था करण्याकरिता ले. कर्नल आक्टरलोनी यांची नेमणूक करून ज. लेक हे आपल्या सैन्यासह आग्र्याकडे जाण्याकरिता ता. 24 सप्टेंबर 1803 रोजी दिल्लीहून निघाले; व ऑक्टोबर महिन्यात त्यांनी आग्र्याचा किल्ला सर करून घेतला. त्यानंतर ज. लेक यांची

छावणी आग्र्यामध्ये असताना त्यांना मराठ्यांच्या आणखी एका फौजेच्या हालचालीची बातमी येऊन पोचली. दौलतराव शिंदे यांच्याबरोबर असईच्या लढाईच्या वेळी ज्या पलटणी दक्षिणेमध्ये गेलेल्या होत्या, त्यांपैकी सुमारे 15/17 पलटणी दक्षिणेतून वर उत्तर हिंदुस्थानात येण्याकरता निघालेल्या होत्या. हे दक्षिणेतून येणारे सैन्य आणि उत्तर हिंदुस्थानात दिल्ली, आग्रा वगैरे ठिकाणी ज. पेरन यांच्या हाताखाली असलेले सैन्य, अशा या दोन्ही सैन्यांनी एकत्र व्हावे आणि उत्तर हिंदुस्थानातील ज. लेक यांच्या हाताखालील इंग्लिश सैन्याच्या हालचालींना शह द्यावा, असा मराठ्यांचा हेतु होता. व त्यासाठी या दक्षिणेतील फौजा नर्मदा ओलांडून वर येत होत्या. परंतु शिंद्यांच्या या दक्षिणेकडील आणि उत्तरेकडील सैन्याचा मिलाफ होण्याच्या आधीच दुर्दैवाने दिल्ली आणि आग्रा येथील लढाया होऊन ही दोन्हीहि शहरे इंग्लिशांच्या ताब्यात गेली. आणि ज्या उत्तरेकडील आणि दक्षिणेकडील शिंद्यांच्या सैन्याने मिळून इंग्लिशांचा धुव्वा उडवून दिला असता, त्यांपैकी प्रत्येक सैन्याबरोबर वेगवेगळी लढाई करण्याची संधी इंग्लिशांना मिळून त्यांचा फायदा झाला. उत्तरेकडील सैन्याला आधीच उद्ध्वस्त करून टाकून दिलेले असल्यामुळे दक्षिणेकडून येणाऱ्या शिंद्यांच्या या 15/17 पलटणींना एकटे गाठून आणि त्यांच्याशी वेगळी लढाई देऊन त्यांचा लासावरीच्या लढाईमध्ये पराभव करण्याला इंग्लिशांना फार सोपे गेले. लढाईत पुष्कळ गोष्टी नशिबावर अवलंबून असतात, त्या ह्या अशा ! ही दोन सैन्ये एकत्र झाली असती, तर कदाचित् इंग्लिशांचा नाश झाला असता. परंतु दुर्दैवाने ती इंग्लिशांकडून निरनिराळी गाठली गेल्यामुळे; अपयशाने शिंद्यांच्या या दोन्हीहि लष्करांना घेरले. उत्तरेकडील सैन्याशी आपला मिलाफ होऊ शकत नसून त्या उत्तरेकडील सैन्याचा पराजय झाला आहे व दिल्ली शहर शत्रूच्या हातात गेले आहे, ही बातमी जेव्हा या दक्षिणेकडील सैन्याला समजली, तेव्हा त्या सैन्याची अर्थातच मोठी निराशा झाली. परंतु इंग्लिशांचे सैन्य दिल्लीपासून दूर गेले असता आपण अचानक रीतीने जाऊन दिल्लीवर छापा घालावा आणि ते बादशहाच्या राजधानीचे मुख्य शहर फिरून आपल्या हस्तगत करून घ्यावे, असा ह्या दक्षिणच्या सैन्याच्या सेनापतीने विचार चालविला होता. व त्यासाठी ते सैन्य

दिल्लीच्या आसपासच्या प्रांतात घिरट्या घालीत होते. दिल्ली शहर फिरून आपल्या ताब्यात आल्यावाचून उत्तर हिंदुस्थानातील आपले वजन कायम राहणार नाही, ही गोष्ट मराठ्यांना कळून चुकलेली होती; व दिल्ली आपल्या हातातून जाता कामा नये, असे इंग्लिशांनाही वाटत होते. त्यामुळे मराठ्यांच्या या अवशिष्ट राहिलेल्या सैन्याचा पराभव करणे इंग्लिशांना जरूर झाले. व या उद्देशाने ज. लेक हे ता. 27 ऑक्टोबर रोजी आग्र्याहून या मराठी सैन्यापाशी लढाई देण्याला निघाले. परंतु वाटेत फार पाऊस लागल्यामुळे करोली या गावीच त्यांना एक दिवस मुक्काम करावा लागला. त्यांनतर फिरून दुसरे दिवशी इंग्लिश सैन्य फत्तेपूरशिक्री येथे येऊन पोहोचले. आणि त्यानंतर फिरून दुसरे दिवशी फत्तेपूरशिक्री येथे आपले सामानसुमान आणि मोठमोठाल्या तोफा ठेवून बाकीचे लष्कर 10 कोसांची मजल मारून पुढे कूच करून गेले. तेव्हा ता. 31 ऑक्टोबर रोजी हे इंग्लिशांचे सैन्य मराठ्यांच्या लष्करापासून थोड्या अंतरावर येऊन पोहोचले. तरी या दोन सैन्याच्यामध्ये अद्यापि सुमारे 25 मैलांचे अंतर असून मराठ्यांचे सैन्य लासवारी या गावाजवळ एका नदीच्या काठी आपला तळ देऊन राहिले होते. या सैन्यावर ताबडतोब हल्ला करावा असा निश्चय करून लॉर्ड लेक हे ता. 31 ऑक्टोबर रोजी रात्री आपल्याबरोबर आपले घोडेस्वार घेऊन निघाले. व ता. 1 नोव्हेंबर रोजी सकाळी ते मराठ्यांच्या सैन्याजवळ येऊन पोहोचले. या वेळी त्यांचा तोफखाना व पायदळ मागेच राहिलेले होते. परंतु आपण शत्रूशी लढाई सुरू करावी तो इतक्यात दोन प्रहरपर्यंत आपला तोफखाना व आपले पायदळ मागाहून येऊन पोहोचेल, असा त्यांचा अजमास होता. व म्हणून त्यांनी सूर्योदयाच्याबरोबर लढाईला सुरवात केली. या वेळी मराठ्यांचे सैन्य लासवारी आणि मोहोळपूर या दोन गावांच्या दरम्यान उभे राहिले होते. या सैन्याची उजवी बाजू (1) लासवारीच्या गावापासून सुरू होऊन तिच्या डाव्या बाजूचे टोक (2) थेट मोहोळपूरच्या गावाजवळ येऊन पोहोचले होते. या लष्करामध्ये एकंदर 17 कवायती कंपू असून त्यातील शिपायांची संख्या सुमारे 9 हजार होती. घोडेस्वारांची संख्या 5 हजार होती. आणि या लष्कराजवळ एकंदर 72 तोफा होत्या. या सैन्यावर कित्येक फ्रेंच अंमलदार मुख्य होते. परंतु ते आयत्या वेळी फितूर होऊन

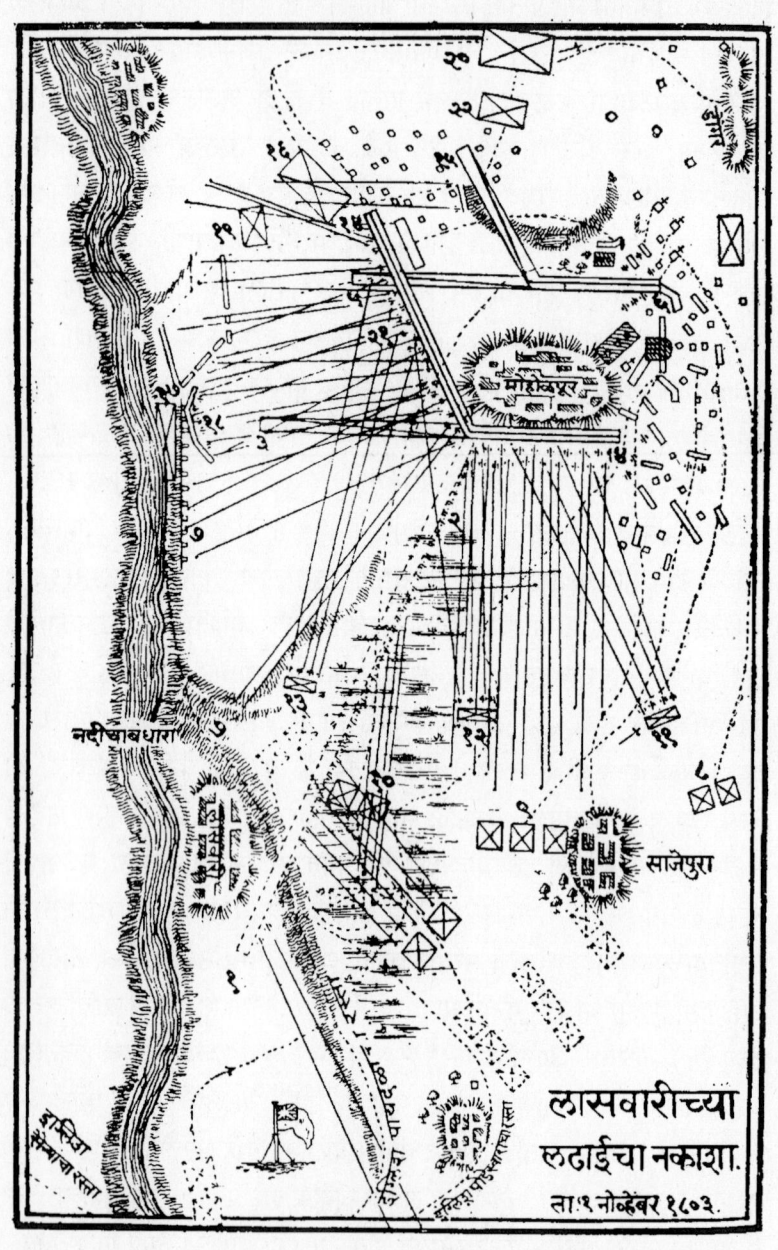

नदीचाबधारा

साजेपुरा

लासवारीच्या
लढाईचा नकाशा.
ता. १ नोव्हेंबर १८०३

निघून गेल्यामुळे या सगळ्या सैन्याची हुकमत सरदार अंबाजी इंगळे यांच्याकडे आलेली होती. व ते स्वत: या लढाईमध्ये मोठ्या शौर्याने लढत होते. या वेळी दौलतराव शिंदे हे दक्षिणेतच होते. परंतु ते नसताना त्यांच्या पाठीमागे अंबाजी इंगळे हे आपल्या धन्याची कामगिरी मोठ्या इमानेइतबारे बजावीत होते. लासवारी या गावाच्या पाठीमागून एक नदी वहात होती. व त्या नदीच्या पलीकडे इंग्लिशांचे घोडेस्वार येऊन पोहोचले होते. ते आता आपल्यावर हल्ला करण्याकरिता येणार, असे पाहून त्यांच्या येण्याला काहीतरी अडथळा करण्याकरिता मराठ्यांनी या वेळी एक युक्ती योजिली. लासवारी नदीच्या जवळच एक मोठा बंधारा घालून तेथे पुष्कळ पाणी अडविलेले होते. तो बंधारा मराठ्यांनी फोडला. तेव्हा त्याचे पाणी चोहोकडे पसरून इंग्लिश लष्कराच्या वाटेत जिकडे-तिकडे, पाणीच-पाणी होऊन गेले. त्यामुळे त्या पाण्यातून आणि चिखलातून येण्याला इंग्लिशांच्या घोडेस्वारांना साहजिकच पुष्कळ वेळ लागला. व तेवढ्या अवधीत मराठ्यांना आपल्या जागेचा जास्त बचाव करण्याला संधी मिळाली. मराठ्यांचे पायदळ एका खंदकाच्या मागे उभे राहिलेले होते, आणि त्यांच्यापुढे उंच गवत उगवलेले असल्यामुळे त्यांचे सैन्य किती आहे याची शत्रूला कल्पना येणे अशक्य होते. शिवाय त्या गवतामधून मराठ्यांनी आपल्या तोफा दडवून ठेवलेल्या असल्यामुळे त्याबद्दलही शत्रूला माहिती कळणे कठीण झालेले होते. इंग्लिशांच्या घोडेस्वारांच्या पलटणी ज्या नदीच्या पलिकडे होत्या, त्या तिकडून लासवारीच्या गावासमोर येऊन जेव्हा आपल्या रांगा बनवू लागल्या, तेव्हा त्यामुळे धुळीचे लोट आकाशात उंच उडू लागले. आणि त्या कारणानेहि मराठ्यांची फौज कोठे आणि कशी उभी राहिली आहे, हे लॉर्ड लेक यांना नक्की काहीच कळेना. इतक्यात मोहोळपूरच्या डाव्या टोकाच्या बाजूला जे काही मराठ्यांचे सैन्य आपल्या लढाईच्या रांगेमध्ये उभे राहण्याकरिता चालले होते, त्या सैन्याच्या हालचाली लॉर्ड लेक यांच्या दृष्टोत्पत्तीस आल्या. तेव्हा मराठ्यांची फौज पळ काढून मेवाडच्या डोंगरातून जयपूरकडे निघून चालली असली पाहिजे, असा त्यांच्या मनाचा ग्रह झाला; व त्यामुळे त्यांनी आपल्या घोडेस्वारांच्या पहिल्या ब्रिगेडला मोहोळपूरच्या बाजूने हल्ला करण्याचा हुकूम दिला. व बाकीच्या

घोडेस्वारांच्या पलटणी जसजशा नदी ओलांडून येतील, त्या-त्या मानाने त्या सैन्यालाही पहिल्या सैन्याच्या मदतीला पाठविण्याची त्यांनी योजना केली. या वेळी इंग्लिशांच्या ज्या घोडेस्वारांनी पहिल्याने हल्ला केला, त्यात ड्रगूनसची 29 वी आणि 8 वी अशा दोन पलटणी मुख्य होत्या. त्यांनी मराठ्यांवर हल्ला करून त्यांची रांग तोडली व दोन तोफा हस्तगत करून घेऊन लासवारीच्या गावात प्रवेश केला. परंतु या झटापटीमध्ये पहिल्या ब्रिगेडमधील क. व्हॅंडेलूर यांना जखम होऊन ते मरण पावले. त्यानंतर इंग्लिशांच्या घोडेस्वारांच्या दुसऱ्याहि पलटणीने जोराचे हल्ले केले. परंतु त्यांचा मराठ्यांच्या लाइनीवर फारसा काही उपयोग झाला नाही. शत्रूला आपली लाईन मोडून पलिकडे जाता येऊ नये, म्हणून मराठ्यांनी आपल्या सर्व तोफांच्या मधून एकमेकांना साखळदंड बंधून ठेविले होते. शिवाय हा सगळा तोफखाना उंच गवतामध्ये झाकून ठेविलेला असल्यामुळे मराठ्यांच्या तोफा कोठे आहेत, हेहि इंग्लिशांच्या घोडेस्वारांना कळत नव्हते. त्यामुळे इंग्लिशांचे घोडेस्वार दौड करीत करीत आपल्या गोळ्यांच्या माऱ्यात 40-50 कदमांच्या अंतरावर आल्यानंतर त्यांच्यावर मराठ्यांचे गोलंदाज आपल्या तोफांचा मारा सुरू करीत. त्यामुळे इंग्लिशांच्या घोडेस्वारांच्या पलटणींचे फार नुकसान झाले. तरी पण हा तोफांचा भयंकर मारा सोसूनहि इंग्लिशांचे घोडेस्वार त्यातून मराठ्यांची लाईन तोडून पलिकडे गेले. पण ते पलिकडे गेल्यावर मराठ्यांचे गोलंदाज आपल्या तोफा फिरवून त्यांच्या पिछाडीवर हल्ला करू लागले. असा प्रकार तीन-चार वेळा झाला. इंग्लिशांचे घोडेस्वार मराठ्यांच्या रांगेतून तीनचार वेळा पलीकडे गेले आणि तितके वेळा मराठ्यांच्या गोलंदाजांनी त्यांना माघारे फिरविले. असा हा प्रकार आणखी वरचेवर चालविला, तर काही वेळाने आपल्या घोडेस्वारांपैकी कोणीच जाग्यावर शिल्लक राहणार नाहीत, हे लक्षात आणून ज. लेक यांनी आपल्या सर्व घोडेस्वारांच्या पलटणींना मराठ्यांच्या तोफांच्या टापूच्या बाहेर मागे निघून येण्याचा हुकूम केला. व मागे राहिलेले आपले पायदळ आपल्या मदतीला येईपर्यंत आपण मराठ्यांवर हल्ला करण्यापासून आपल्याला जय मिळण्याची काही एक आशा नाही, असा त्यांच्या मनाचा ग्रह कायम झाला.

अशा रीतीने ता. 1 नोव्हेंबर रोजी सकाळपासून दुपारपर्यंत मराठे आणि इंग्रज यांच्या दरम्यान जी लढाई झाली, त्या लढाईमध्ये मराठ्यांच्या तोफखान्याचाच विजय होऊन इंग्लिशांच्या घोडेस्वारांना अखेरीस माघार घ्यावी लागली, हे वरील हकीकतीवरून स्पष्ट होत आहे. त्यानंतर इंग्लिशांचे जे पायदळ मागे राहिले होते, ते अखेरीस एकदाचे दोन प्रहरच्या सुमाराला लासवारीच्या पिछाडीकडील नदीच्या पलिकडे येऊन ठेपले. हे सैन्य भर उन्हातून सुमारे 25 मैलांची मजल मारून आलेले असल्यामुळे त्या सैन्याला थोड्या तरी विश्रांतीची फार जरूर होती. त्यामुळे त्या सैन्याला थोडा वेळ विश्रांति घेण्याचा हुकूम देण्यात आला. हे पायदळ लढाईच्या जागेवर पोहोचून थोडा वेळ विश्रांति घेत असता, येथे इंग्लिश इतिहासकार असे लिहितात की, काही अटींवर आम्ही तुम्हाला शरण येण्याला तयार आहो, असा एक निरोप मराठ्यांच्या सैन्यातून इंग्लिशांच्या सेनापतीकडे आला. पण इंग्रजी इतिहासकारांचे हे लिहिणे मोठे आश्चर्यकारक आणि अगदी विसंगत दिसते. मराठ्यांच्या सैन्यातून असा निरोप काय म्हणून यावा ? सकाळच्या लढाईत मराठ्यांच्या तोफखान्याने आपल्या शौर्याची शिकस्त करून इंग्लिशांच्या घोडेस्वारांना पिछेहाट करावयाला लाविले असता मराठ्यांकडून 'आम्ही तुम्हाला शरण येतो' असा इंग्लिशांकडे निरोप यावा, ही गोष्ट फक्त एका इंग्लिश इतिहासकाराशिवाय दुसऱ्या कोणाला कशी संभवनीय वाटावी ? तरी पण अशी असंभवनीय गोष्टही इंग्लिश इतिहासकारांनी आपल्या इतिहासामध्ये सत्य म्हणून लिहून ठेविली आहे, हे खरे. आमच्या घोडेस्वारांना माघार घ्यावी लागली, हे तेच लिहितात; आणि तुम्ही आम्हाला काही अटींवर शरण येऊन आमच्या तोफा तुमच्या हवाली करितो; असा मराठ्यांकडून निरोप आला, असेहि ते लिहितात ! तेव्हा या लिहिण्याला काय म्हणावे ! असो. असा शत्रूकडून शरणागतीचा निरोप आल्यावर मग कोणता 'सकाळी नामोहरम झालेला सेनापती पुढे लढाई चालविण्याला उद्युक्त होणार आहे ? आणि त्यातून इंग्लिश सेनापती तर केव्हाच उद्युक्त होणार नाहीत ! कारण, ते पडले दयाळू ! लॉर्ड लेक यांनी एकदम मराठ्यांकडील या निरोपाला आपली संमति प्रदर्शित केली. कारण, फिरून लढाई जुंपून त्यामध्ये मराठ्यांकडील

हजारो लोकांच्या प्राणांची आहुति पडावी, ही गोष्ट त्यांना केव्हाच संमत नव्हती ! म्हणून त्यांनी एकदम रूकार दिला. आणि एक तासपर्यंत लढाई तहकूब ठेवण्यात आली. मराठ्यांच्या बाजूचे काही कागदपत्र उपलब्ध होण्याची आशा नसल्यामुळे मराठे आम्हाला या वेळी शरण आले अशी धडधडीत असंभाव्य गोष्ट इंग्लिश इतिहासकारांनी लिहिली, तरी ती निमूटपणे सहन करणे आज जरूर आहे. कारण, आपल्या बाजूची लढायांची वर्णने, त्यात आपली सैन्ये कशी उभी होती, शत्रूने कसे हल्ले केले, आपण ते कसे परतविले आणि आपण शत्रूचा कसा पराभव केला, वगैरेबद्दलच्या हकीकती जोपर्यंत आपल्यापाशी नाहीत, तोपर्यंत इंग्लिशांचे म्हणणे इंग्लिशांच्याच लिहिण्यावरून जेथे खोटे पडत असेल तेथे ते खोटे आहे म्हणून अनुमानाने उघडकीस आणून देणे याच्याशिवाय आपल्या हातात आज या बाबतीत दुसरे काही साधन नाही.

ज्या मराठ्यांनी आपण शरण येत असल्याबद्दल इंग्लिश इतिहासकारांच्या म्हणण्याप्रमाणे इंग्लिशांकडे निरोप पाठविले होते, ते मराठे लासवारी येथील सकाळच्या लढाईनंतर दुपारच्या वेळी कोणत्या कामात गुंतले होते ? इंग्लिशांना शरण जाण्याकरिता आपण काय-काय तयारी केली पाहिजे, या कामात ते गुंतले होते ? मुळीच नाही ! पण उलट ते इंग्लिशांपाशी लढाई देण्याची तयारी करण्याच्या कामात गुंतलेले होते ! इंग्लिशांनी सकाळी जरी आपले जिवंत उरलेले घोडेस्वार आपल्या तोफखान्याच्या माऱ्यातून बाहेर काढून माघारे नेले, तरी त्यांना त्यांच्या पायदळाची कुमक येऊन पोहोचल्यानंतर फिरून ते आपल्यावर कदाचित् चाल करून येतील, असा; सरदार अंबाजी इंगळे यांना संशय वाटत होता. व म्हणून तसा प्रसंग आला, तर शत्रूला तोंड देण्याकरिता सकाळची जागा बदलून त्यांनी आपल्या सैन्याची नवीन ठिकाणी नवीन रचना करण्याला सुरवात केली. या वेळी मोहोळपूर हे गाव आपल्या मध्ये घेऊन त्याच्या पुढील बाजूला आपली पहिली रांग (3-4), आणि त्याच्या पिछाडीला आपली दुसरी रांग (5-6) अशा रीतीने त्यांनी आपले सैन्य उभे केले. या दोन्ही रांगांचे डावे टोक (4-6) मोहोळपूरच्या बाजूला असून त्यांचे उजवे टोक (3 व 5) ओढ्याच्या बाजूला होते; व पहिल्या (3-4) रांगेच्या पुढे मराठ्यांनी आपल्या तोफा डागून

ठेविलेल्या होत्या. अशा रीतीने मराठ्यांचे सैन्य इंग्लिशांशी तोंड देण्याकरिता लढाईच्या तयारीने मोहोळपूरच्या पुढे-मागे उभे राहिलेले होते. अशी ही 'मराठ्यांची इंग्लिशांना' शरण जाण्याची तयारी होती !

परंतु मराठे आपल्याला शरण येणे अशक्य आहे, ही गोष्ट इंग्लिशहि बहुतकरून आपल्या मनात जाणून असले पाहिजेत. कारण, आपल्या सैन्याला विश्रांति देण्याकरिता म्हणून दुपारचा एक तासपर्यंत जी लढाई थांबविण्यात आली होती, त्या एक तासाच्या अवधीमध्ये आपण मराठ्यांवर कसा हल्ला करावयाचा याबद्दलची इंग्लिशांकडूनही योजना मुक्रर करण्यात आली होती. या योजनेप्रमाणे इंग्लिशांच्या पायदळाच्या पलटणीने (7-7) लासवारीच्या खेड्यावरून त्या खेड्याला लागून असलेल्या नदीच्या काठाकाठाने वर जाऊन मोहोळपूरच्या पुढे उभ्या असलेल्या मराठ्यांच्या पहिल्या रांगेच्या उजव्या बाजूवर (3) हल्ला करावा, असे ठरले होते. ही पहिली पार्टी मेजर जनरल वेअर यांच्या हाताखाली असून त्यांच्या पाठीमागून मेजर जनरल सेंट जॉन यांच्या हाताखालील दुसऱ्या पायदळाच्या पलटणीने त्यांना मदत करावी, असे ठरले होते. व त्याशिवाय 27 वी ड्रगून्सची पलटण (8) 8 वी ड्रगून्सची पलटण (9), आणि इतर काही ड्रगून्सच्या पलटणी (10), या व दुसऱ्या काही घोडेस्वारांच्या पलटणी आणि घोड्यावरील तोफखाना (11, 12, 13) यांनी समोरून मराठ्यांच्या फौजेवर हल्ला करण्याचा प्रयत्न करावा व मराठ्यांचे लक्ष आपल्याकडे गुंतवून घ्यावे, म्हणजे या संधीत तिकडे नदीच्या बाजूने मराठ्यांच्या उजव्या बगलेवर (3) हल्ला करण्याकरिता गेलेल्या इंग्लिशांच्या पायदळ पलटणीला (7-7) आपले काम फत्ते करण्याला अवसर सापडेल; आणि तिकडे इंग्लिशांच्या पायदळ पलटणी (7-7) मराठ्यांना मागे हटवू लागल्या, म्हणजे इकडे मराठ्यांच्या उजव्या बगलेवर (4) मोहोळपूरच्या बाजूने या घोडेस्वारांच्या सगळ्या पलटणींनी हल्ला करून मराठ्यांचे सैन्य उधळून लावावे, असे त्यांना हुकूम देण्यात आलेले होते.

याप्रमाणे हल्ला कसा करावयाचा याबद्दलचे सर्व बेत निश्चित झाल्यानंतर व मराठ्यांकडून कोणी अजून शरण येत नाहीत असे पाहून पूर्ण निराशा

झाल्यानंतर इंग्लिशांनी मराठ्यांच्या जागेवर चाल करून जाण्याला सुरवात केली. हिंदुस्थानातील इंग्लिशांच्या आणि इंडियन लोकांच्या ज्या-ज्या लढाया झालेल्या आपण पहातो, त्या-त्या बहुतेक लढायातून आपल्याला असेच आढळून येते की, पहिल्याने आपण होऊन शत्रूवर चाल करून जाण्याचा प्रयोग मराठ्यांनी क्वचितच अमलात आणलेला आहे. आपण होऊन शत्रूवर चाल करून जाण्यात एक प्रकारचा उत्साह असतो. आणि तो उत्साह आपल्या शिपायांच्या नसानसांमधून नाचू लागला, म्हणजे त्याच्या योगानेच आपल्या पक्षाला जय मिळण्याचे निम्मे कार्य घडून येते. आणि एखाद्या जागेभोवती खंदक म्हणून त्या खंदकाच्या आतमध्ये आपल्याला कोंडून घेऊन बसणे या स्थानदोषाच्या दुर्गुणामुळे शिपायांच्या अंगातील मर्दुमकी निम्मी कमी होते. स्वसंरक्षण ही बोलून-चालून कमकुवतपणाची आणि कमी दर्जाची परिस्थिति होय. त्याच्यापेक्षा आपण होऊन दुसऱ्यावर हल्ला करून जाणे यामध्ये पराक्रमाला किती तरी धडाडी येते. परंतु दुर्दैवाने मागील लढायातून आपल्या लोकांनी केवळ स्वसंरक्षणाची बाजू उचललेली होती; त्यामुळे आपल्या शिपायांच्या पराक्रमाला तेज चढेना. आणि जेथे-तेथे आपल्याला अपयश यावयाचे, हे अगदी ठरूनच गेल्यासारखे झाले होते.

दुपारी सुमारे 1 वाजता लासवारी येथील मुख्य लढाईला सुरवात झाली. पूर्वी ठरल्याप्रमाणे नदीच्या काठाकाठाने इंग्लिशांच्या पायदळ पलटणी (7-7) मराठ्यांच्या ठिकाणावर चाल करून जाण्याकरिता निघाल्या. त्यांच्या वाटेसभोवती उंच गवत उगवलेले असल्यामुळे काही वेळपर्यंत या इंग्रजी पलटणी मराठ्यांच्या दृष्टोत्पत्तीस आल्या नाहीत. पण त्या जवळ येऊन मराठ्यांच्या फौजेला हळूहळू दिसू लागल्या, तेव्हा त्यांच्यावर मराठ्यांच्याकडून तोफांचा भडिमार सुरू करण्यात आला. व आपल्या रांगेच्या उजव्या बाजूवर इंग्लिशांचा हल्ला करण्याचा विचार आहे असे दिसून आल्याबरोबर मराठ्यांनी आपल्या फौजेच्या उजव्या बाजूच्या दोन्ही रांगा (3 व 5) मागे हटवून निराळ्या जागी (14 व 15) उभ्या केल्या. मराठ्यांच्या तोफांमुळे पुढे चालून येणाऱ्या इंग्लिशांच्या पायदळ पलटणीमध्ये पुष्कळच नुकसान होत होते. या, हल्ला करणाऱ्या पलटणीमध्ये 76 वी पायदळ

पलटण मुख्य होती. व ती सर्वांच्या पुढे होती. त्यामुळे त्या पलटणीतील लोक मराठ्यांच्या तोफांच्या माऱ्याने पुष्कळच मारले गेले. इंग्लिशांचे पायदळ नदीच्या काठाकाठाने ज्या वाटेने येत होते, ती वाट लहान आणि अडचणीची होती. त्यामुळे एका पाठीमागून एक अशा रीतीने चालत येणाऱ्या या पलटणींना एकदम मराठ्यांच्या पुढे आपल्या रांगा बनवून त्यांच्यावर हल्ला करणे शक्य होत नव्हते. त्यामुळे जी 76 वी पलटण सगळ्यांच्या पुढे आलेली होती, तिलाच मराठ्यांच्या तोफखान्याचा सगळा मारा सहन करावा लागत होता. अशा स्थितीत इंग्लिश सैन्याचे कमांडर-इन्- चीफ, ज. लेक, यांना मोठी पंचाईत येऊन पडली. मागच्या सगळ्या पलटणी येईपर्यंत थांबावे, तर तोंडाशी एकट्याच सापडलेल्या 76 व्या पलटणीचे लोक मरण पावणार; आणि मागच्या पलटणी येईपर्यंत न थांबावे आणि एकट्या 76 व्या पलटणीकडूनच मराठ्यांवर हल्ला करण्याला सुरवात करवावी, तर त्यांतहि त्या एकाच पलटणीतील लोकांवर सगळा भार पडून ते मारले जाणार; अशी दोहोंकडून अडचण उत्पन्न झालेली होती. व अशा अडचणीत कोणता मार्ग स्वीकारावा, हे थोडा वेळपर्यंत ज. लेक, यांना सुचेनासे झाले होते; परंतु अखेरीस त्यांनी त्या 76 व्या पलटणीतील लोकांकडूनच हल्ला करविण्याला सुरवात केली. तेव्हा या लोकांवर मराठ्यांकडून तोफांची भयंकर फैर सुरू झाली. शेकडो लोक मरून पडले. आणि मराठ्यांवर पुढे चाल करून जाणे बहुतेक अशक्य होऊन गेले. याच सुमाराला मराठ्यांच्या उजव्या बाजूच्या (14) टोकापासून जवळच मराठ्यांच्या घोडेस्वारांचे एक पथक (16) उभे होते. त्या पथकातील घोडेस्वारांनी इंग्लिशांच्या या पायदळ पलटणीमध्ये प्रवेश केला; व मराठ्यांचा तोफखाना आणि मराठ्यांचे घोडेस्वार या दोघांनी मिळून 76 व्या पलटणीची फारच खराबी केली. तेव्हा या पलटणीच्या मदतीकरिता इंग्लिश घोडेस्वारांच्या 29 व्या ड्रगून्सच्या पलटणीला पुढे चाल करून येण्याविषयी हुकूम सोडणे भाग पडले. ही ड्रगून्सची पलटण 76 व्या पायदळ पलटणीच्या मदतीकरिता म्हणून त्या पलटणीच्या पाठीमागे नदीकाठच्या एका अडचणीच्या जागेत (17) उभी करून ठेवण्यात आली होती. व या ड्रगून्सच्या पलटणीच्या पुढेच इंग्लिशांनी आपला तोफखाना (18) उभा केला

होता. त्यामुळे तेथील इंग्लिशाच्या तोफांवर मराठ्यांच्या तोफखान्याकडून जे गोळे फेकले जात, त्यांपैकी काही गोळे स्वाभाविकपणेच या ड्रगून्सच्या पलटणीवर येऊन पडत असत. व अशा एका गोळ्याने मेजर ग्रिफिथ्स या नावाचा एक इंग्रजी ऑफिसर मरणहि पावला.या घोडेस्वारांच्या पलटणीचे अशा रीतीने इतके नुकसान होत होते, तरी हुकूम नसल्यामुळे त्यांना आपली ही अडचणीची जागा सोडता येत नव्हती. परंतु आता ज. लेक यांच्याकडून हुकूम मिळाल्यामुळे या पलटणीतील लोक आपली अडचणीची जागा सोडून 76 व्या पायदळ पलटणीला मदत करण्याकरिता पुढे गेले. व 76 व्या पलटणीच्या डाव्या बाजूच्या टोकापलीकडे जाऊन त्यांनी आपली रांग मराठ्यांच्या घोडेस्वारांच्या (16) समोर उभी करण्याला सुरवात केली. (19) मराठ्यांचे घोडेस्वार इंग्लिशांच्या 76 व्या पायदळ पलटणीवर भयंकर हल्ले करीत होते; व मराठ्यांच्या तोफखान्यापुढे इंग्लिशांचा अगदी निरुपाय होऊन गेला होता. या प्रसंगी इंग्लिशांच्या फौजेवर मराठ्यांकडून गोळ्यांचा इतका वर्षाव होत होता की, त्यांना पुढे पाऊल टाकणे अगदी अशक्यच होऊन गेलेले होते. याच गर्दीमध्ये आणखी एक भयंकर गोष्ट अशी घडून आली की, इंग्लिश सेनापति, ज. लेक, हे खुद्द ज्या घोड्यावर बसले होते, त्या घोड्याला गोळा लागून तो मरण पावला. त्या वेळी ज. लेक यांचा मुलगा, मेजर जॉर्ज लेक, हा त्यांचे जवळ होता. तो आपला घोडा ज. लेक यांना देण्याच्या तजविजीत असता त्यालाहि एक गोळा लागून तो खाली पडला. या वेळी इंग्लिश सैन्याची फारच भयंकर आणि निराशाजनक स्थिति झाली होती. परंतु इतक्यात 29 व्या ड्रगून्सच्या स्वारांची जी पलटण आपल्या नवीन जागेवर (19) येऊन आपली रांग उभी करीत होती, तिची हल्ल्याची तयारी होऊन तिचे बिगूल वाजू लागले. व या घोडेस्वारांनी मोठ्या जोराने हल्ला करण्याला सुरवात केली. त्या वेळी मराठ्यांचे घोडेस्वार मागे हटले. व ते तेथून आपल्या सैन्याला पिछाडीकडे (20) वळून जाऊ लागले. मराठ्यांचे घोडेस्वार अशा रीतीने बाजूला निघून गेल्यानंतरहि मराठ्यांच्या तोफखान्याकडून जरी जोराचा भडिमार एकसारखा चालला होता, तरी त्याला न जुमानता या 29व्या पलटणीतील घोडेस्वार मराठ्यांच्या उजव्या बाजूच्या दोन्ही टोकांवर (14 व

15) हल्ला करून पुढे गेले. व त्या दोन्ही रांगा उद्ध्वस्त करून ते पलिकडे गेले. इकडेही घोडेस्वारांची पलटण अशा रीतीने आपली कामगिरी बजावीत असताना दुसरीकडे पाठीमागून आणखी काही पायदळ-पलटणी, 76 व्या पायदळ-पलटणीच्या मदतीला आल्या. तेव्हा त्यांना घेऊन ज.लेक यांनीही त्याच सुमाराला मराठ्यांच्या रांगेवर हल्ला केला. व त्या रांगेच्या पुढे ज्या तोफा (21) होत्या, त्या त्यांनी हस्तगत करून घेतल्या. या कारणामुळे मराठ्यांच्या पायदळाचा जोर कमी पडत चालला. तरी पण मराठ्यांचे जे घोडेस्वार पिछाडीकडे (20) निघून गेल्याचे पूर्वी सांगितले, ते घोडेस्वार फिरून या वेळी आपल्या पायदळाच्या मदतीला येण्याच्या तयारीत होते. परंतु इतक्यात 29 व्या ड्रगून्सच्या घोडेस्वारांनी त्यांच्यावर हल्ला करून त्यांना पुढे येऊ दिले नाही व त्यांना मेवाडच्या डोंगराच्या बाजूला पळवून लाविले. व तेथून त्या इंग्लिशांच्या घोडेस्वारांनी मराठ्यांच्या पिछाडीकडे वळून पिछाडीकडून त्यांच्यावर हल्ला केला. हे घोडेस्वार पिछाडीकडून हल्ला करण्याकरिता येत आहेत, इतक्यात समोरून 76 व्या पायदळ-पलटणीने जोर करून मराठ्यांच्या पायदळाला मागे हटवीत-हटवीत आणिले. अशा रीतीने पुढून इंग्लिशांचे पायदळ आणि मागून इंग्लिशांचे घोडेस्वार अशा दोघांच्या दरम्यान मराठ्यांचे सैन्य सापडून त्यांची अगदी वाताहात उडून गेली. तरी देखील मराठ्यांचे शिपाई अखेरपर्यंत शौर्याने लढत होते व त्यांनी आपल्या तोफेच्या एका गोळ्याने इंग्लिशांकडील एक ऑफिसर मेजर, ज. वेअर याचा बळी घेतला; व त्याचे डोके आपल्या तोफेच्या गोळ्याने त्याच्या धडापासून दूर उडवून दिले. या लढाईत मराठ्यांचे सैन्य अगदी अखेरपर्यंत अत्यंत निकराने लढत हाते. व प्रत्येक पावला-पावलाच्या जागेकरिता मराठ्यांचे शिपाई आपल्या जिवावर उदार होऊन लढत होते. त्यांनी या वेळेस फारच चिकाटी दाखविली. परंतु त्यांच्या हातातून जेव्हा सगळ्या तोफा नाहीशा झाल्या, तेव्हा त्यांचा निरुपाय झाला पण मराठ्यांच्या रांगेच्या उजव्या बाजूची जरी अशा रीतीने वाताहात झाली, तरी त्यांच्या रांगेच्या डाव्या बाजूची स्थिति अजून फारशी अस्ताव्यस्त झालेली नव्हती. त्या बाजूवर समोरून 27 व्या ड्रगून्सची घोडेस्वारांची पलटण व इतरहि कित्येक पलटणी हल्ला करीत होत्या. परंतु त्यातूनहि या डाव्या

बाजूकडील मराठ्यांचे शिपाई आपली रांग मोडू न देता व्यवस्थेने मागे हटत होते. परंतु ही स्थिति फार वेळ टिकली नाही. व अखेरीस इंग्लिश घोडेस्वार याही रांगेमध्ये घुसले आणि त्यांनी पुष्कळ शिपायांना कैद करून मराठ्यांचे बरेच सामानसुमान आपल्या ताब्यात घेतले.

या लढाईमध्ये मराठ्यांचे पुष्कळ लोक मारले गेले. दक्षिणेतून ज्या 17 पलटणी आल्या होत्या, त्या फार नामांकित होत्या. परंतु त्यांच्यापैकी सुमारे 2 हजार लोक कैद करण्यात आले; आणि बाकीचे बहुतेक लोक लासवारीच्या रणांगणावर मरून पडले. व त्यांच्यावरील मुख्य सरदार, अंबाजी इंगळे हा एका हत्तीवर बसून रणांगणातून निघून गेला. ही लढाई सकाळपासून संध्याकाळपर्यंत चाललेली होती. लासवारीची लढाई ही दौलतराव शिंद्यांची इंग्लिशांशी शेवटची लढाई होय. फ्रेंच लोकांच्यापासून जे लष्करी शिक्षण मिळविण्यात आलेले होते, त्याच्या योगाने शिंद्यांच्या लष्करातील शिपाई फार चांगले तयार झाले होते. व शिस्त, सुव्यवस्था, धडाडी, पराक्रम, इत्यादी बाबतीमध्ये शिंद्यांचे सैन्य हे एखाद्या युरोपिअन सैन्याच्या बरोबरीचे म्हणून गणले जात होते, तरीपण, इंडियन सैन्यामध्ये आणखी जे कित्येक गुण असावयाला पाहिजे होते; ते स्वदेशभक्तीचे, प्रामाणिकणाचे आणि करारीपणाचे गुण त्यांच्यामध्ये उत्पन्न झालेले नसल्यामुळे त्यांनी फ्रेंचांपासून मिळविलेले लष्करी शिक्षण त्यांच्या देशाचे स्वातंत्र्य कायम राखण्याला समर्थ झाले नाही !

■ □ ■

13. होळकरांशी युध्द

लासवारीच्या लढाईबरोबर इंग्लिशांच्या शिंद्यांशी चाललेल्या लढाया संपल्या. परंतु लासवारीच्या लढाईबरोबर इंग्लिशांना ज्या दुसऱ्या कित्येक लढाया लढावयाच्या होत्या, त्या मात्र संपल्या नाहीत. कारण, हिंदुस्थानातील सगळे राजे नाहीसे होईपर्यंत आणि त्यांची सगळी राज्ये इंग्लिशांच्या ताब्यात येईपर्यंत इंग्लिशांच्या हिंदुस्थानातील लढाया संपाव्यात कशा ? बिचारे शिंदे आणि भोसले हे आपल्या ताब्यातील मुलखाच्या आणि रयतेच्या संरक्षणासाठी असई, अलिगड, दिल्ली, लासवारी, वगैरे ठिकाणी लढाया लढले. परंतु अंतःस्थ फितुरीपुढे त्यांना जय मिळविता न आल्यामुळे अखेरीस सुर्जी अंजनगाव आणि देवगाव येथे तह करून त्यांना स्वस्थ बसावे लागले. पण हे स्वस्थ बसले म्हणून इंग्रजांच्याने कसे स्वस्थ बसवणार ? शिंदे आणि भोसले यांच्याशी जेव्हा लढाई सुरू झाली, तेव्हाच त्यांनी बनविलेल्या 'मराठा कॉन्फिडरसीमध्ये' यशवंतराव होळकर हा देखील सामील व्हावयाचा; परंतु इंग्लिशांनी आपल्या कपटनीतीने यशवंतराव होळकराला त्या मराठे राजांच्या राष्ट्रसंघामधून मुद्दाम फोडून अलग ठेविले होते. यशवंतराव होळकर आणि दौलतराव शिंदे या दोघांचे वैमनस्य होते, व ते दोघे आपसात एकमेकांशी इ.स. 1802 सालच्या अखेरीपर्यंत लढत होते. या दोन सरदारांच्या दरम्यान असलेल्या वैमनस्याचा फायदा घेऊन इंग्लिशांनी यशवंतराव होळकराला आपल्या भुलथापांनी कसे भारून टाकले, आणि स्वदेशसंरक्षणासाठी संस्थापित झालेल्या आपल्या मराठ्यांच्या राष्ट्रसंघामध्ये सामील होण्याच्या आपल्या पवित्र कर्तव्यकर्मापासून इंग्लिशांनी यशवंतराव होळकराला भुरळ घालून कसे परावृत्त केले, याबद्दलची हकीकत पूर्वी असईच्या लढाईच्या प्रकरणामध्ये सविस्तर रीतीने देण्यात आलेलीच आहे. इंग्लिशांच्या

त्या वेळच्या त्या भुलथापांना फसून यशवंतराव होळकर, शिंदे आणि भोसले यांच्या सैन्यांचा इंग्लिशांकडून होत असलेला नाश पहात तटस्थपणे स्वस्थ बसला. आणि आरगावच्या आणि लासवारीच्या लढायातून आपल्या स्वदेशबांधवांचा पूर्णपणे फन्ना उडवून झाल्यानंतर आपल्या या तटस्थपणाने आपल्या परदेशी इंग्रज मित्रांना आपण जी ही बिनमोल मदत केली, तिच्याबद्दल आता आपले दोस्त-ते प्रामाणिक इंग्लिश लोक- आपल्याला योग्य बक्षीस देतील, अशी वाट बघत हा यशवंतराव होळकर बसला होता. परंतु जो कोणी आपल्या देशाच्या स्वातंत्र्यासाठी निमकहराम झाला, त्याला परिणामी कधी तरी चांगले फळ प्राप्त होणे शक्य आहे काय ? यशवंतराव होळकरांनी शिंदे आणि भोसले यांच्या संघामध्ये सामील होऊ नये, म्हणून इंग्लिशांनी त्याला खोटी लालूच दाखविली होती. पण असली खोटी दाखविलेली लालूच खरी करण्याचा इंग्लिशांचा केव्हाच रिवाज नसतो ! निदान हिंदुस्थानच्या इतिहासात तरी अशी उदाहरणे क्वचितच सापडतील,. इंग्लिशांचे काम झाल्याबरोबर ते होळकरावरही उलटले आणि शिंदे व भोसले यांच्या बरोबरची लढाई संपल्याबरोबर लगेच त्यांनी होळकराबरोबर लढाई सुरू केली. होळकराने आपल्या तटस्थपणाने आपल्याला मदत केली आहे, शिंदे आणि भोसले यांच्या कटामध्ये जर यशवंतराव होळकर सामील झाला असता तर असईचा जय आपल्याला मिळाला नसता, आणि दिल्लीची राजधानी तिच्यातील शहाआलम बादशहासह आपल्या हातात आली नसती, तेव्हा होळकरांचा हा उपकार आपण स्मरला पाहिजे, आणि त्यांचे आपण काही तरी कल्याण करून दिले पाहिजे, असे वास्तविक इंग्लिशांना वाटावयाला पाहिजे होते. पण असल्या ह्या कृतज्ञपणाच्या व्यसनाच्या नादी जर इंग्लिश लोक त्यावेळी लागले असते, तर त्यांना हिंदुस्थानातील इतकी राज्ये गिळंकृत कशी बरे करिता आली असती ? दौलतराव शिंदे आणि रघोजीराव भोसले हे इ.स. 1803 मध्ये आपल्या स्वातंत्र्याच्या आणि स्वराज्याच्या संरक्षणासाठी मराठ्यांचा जो एक जंगी राष्ट्रसंघ इंग्लिशांच्या विरुध्द प्रस्थापित करीत होते, त्यात यशवंतराव होळकराने सामील होऊ नये, म्हणून त्यापासून त्याला परावृत्त करण्याचे काम कुटिल नीतीतील कुशल असे जे मार्क्विस

वेलस्ली त्यांनी आपले बंधु ज.वेलस्ली, यांच्याकडे सोपविले होते. व त्यांनी इ.स. 1803 मध्ये यशवंतराव होळकराकडे त्यासाठी काही पत्रे पाठविली असली पाहिजेत. त्यांपैकी ता. 16 जुलै 1803 च्या एका पत्रामध्ये ज. वेलस्ली यांनी यशवंतराव होळकराला पुढील मजकूर लिहिलेला आढळतो.

Whatever others may do, I have little doubt but that you will conduct yourself in the manner which your own interests will dictate, and that you will continue in peace with the Company.

I send this letter in charge of Kawder Nawaz Khan, a respectable officers, who enjoys my confidence, and who will explain anything you desire to know respecting my wishes.

या पत्राच्या द्वाराने यशवंतराव होळकराच्या मनात ज. वेलस्ली हे असे फितुरीचे विष ओतीत होते की, दौलतराव शिंदे, रघोजीराव भोसले व तुमचे दुसरे हजारो वेडगळ स्वदेशबांधव आपल्या स्वदेशाच्या आणि स्वातंत्र्याच्या संरक्षणाकरिता मराठा कॉन्फिडरसी सारखे कोणतेहि वेडगळ राष्ट्रीय संघ निर्माण करण्यात गुंतलेले असले, तरी या देशकल्याणाच्या वगैरे वेडगळ कल्पनांकडे न पाहाता तुमचे स्वत:चे पूर्ण कल्याण कशाने होईल इकडेच फक्त लक्ष देऊन इंग्रज लोकांच्या कंपनीसरकारपाशी होणाऱ्या लढाईमध्ये सामील न होता तुम्ही आपली दोस्ती कायम टिकवावी. स्वदेशकल्याणापेक्षा स्वत:चे कल्याणच जास्त फलदायक आहे, हे हिंदुस्थानातील लोकांकरिता इंग्लिशांनी बनविलेले नवीन नीतिरसायन येणेप्रमाणे पत्रामध्ये नमूद करून बाकीच्या ज्या गोष्टी पत्रामध्ये लिहिण्यासारख्या नव्हत्या, अशा गोष्टी तोंडी सांगण्याकरिता कादर नवाजखान या एका ऑफिसरला ज. वेलस्ली यांनी यशवंतराव होळकराकडे पाठविले होते.

या तोंडी सांगावयाच्या निरोपामध्ये काय-काय गोष्टी यशवंतराव होळकराला सांगण्यात आल्या, हे जरी प्रत्यक्ष लेखी पुराव्याने बाहेर येणे शक्य नाही, तरी अशा प्रकारच्या पत्रांमुळे आणि निरोपामुळे यशवंतराव होळकर, आपले देशबांधव आपल्या देशासाठी असईच्या, आरगावच्या, अलीगडच्या, दिल्लीच्या आणि लासवारीच्या लढायांमधून मरण पावत असता एकही शस्त्र उचलल्यावाचून

स्वस्थ बसला, यावरून काय अनुमान निघते ? यावरून हेच अनुमान निघते की, इंग्लिशांनी यशवंतराव होळकराला काही तरी लालूच दाखवून त्या वेळी गप्प बसविले होते. आणि याच अनुमानाला जास्त बळकटी येते ती अशी की, शिंदे आणि भोसले यांच्याशी चालू असलेल्या इंग्लिशांच्या लढाया 1803 च्या अखेरीस संपल्या नंतर इ.स. 1804 च्या प्रारंभी यशवंतराव होळकर याने पुढे दिलेल्या आपल्या मागण्या आपल्या वकिलांच्या मार्फत इंग्लिशांच्यापुढे सादर केल्या. त्या मागण्या येणेप्रमाणे :-

(1) आपल्या वाडवडिलांपासून चौथ गोळा करण्याचा आपला जो हक्क आहे, तो आपला आपल्याकडे कायम करण्यात यावा.

(2) गंगा आणि यमुना यांच्या दुआबामधील बारा परगण्यांचा मुलूख, इटावा वगैरे इतर ठाणी आणि बुंदेलखंडातील काही भाग, इतका प्रांत आपल्याला मिळावा.

(3) हरियानाचा प्रांत जो आपल्या पूर्वजांकडे पूर्वीपासून चालत आलेला आहे तो आपल्याला मिळावा.

(4) त्याचप्रमाणे हल्ली जितका मुलूख आपल्या अंमलाखाली आहे, तितक्या सगळ्या मुलखावरील आपली हुकमत मान्य करण्यात यावी.

अशा या चार गोष्टींची मागणी ता. 18 मार्च 1804 रोजी होळकराकडून इंग्लिशांकडे करण्यात आली. यावरून काय बरे दिसून येते ? दुआबामधील बारा परगणे, बुंदेलखंडातील एक जिल्हा, हरियाना प्रांत, चौथ गोळा करण्याचा होळकराचा हक्क, वगैरे बाबतीत यशवंतराव होळकर आणि इंग्लिश यांच्या दरम्यान पूर्वी इ.स. 1803 मध्ये कधी काही लढा चाललेला होता काय ? इ.स. 1803 सालच्या किंवा त्याच्या पूर्वीच्या इतिहासामध्ये असा लढा तर कोठे आढळून येत नाही. मग शिंदे आणि भोसले यांच्या लढाया संपल्याबरोबर यशवंतराव होळकर एकदम अशा प्रकारची विशिष्ट मागणी करतो, याचा अर्थ काय ? आणि तो जरी अरेरावीने, गैरहक्काने आणि निराधार रीतीने काही तरी मागतो असे मानावयाचे झाले, तरी तो दुसरा कुठला प्रांत न मागता दुआबामधील आणि बुंदेलखंडातीलच प्रांत इंग्लिशांपाशी मागतो, याचा अर्थ काय ? याचा

अर्थ उघडउघडपणे असा होतो की, यशवंतराव होळकराच्या फितुरीबद्दलचे बक्षीस म्हणून इंग्लिशांनी त्याच्याशी कबूल केलेल्या या अटी असल्या पाहिजेत. होळकराने वरील चार अटीमध्ये जी मागणी केली आहे. तिच्यामध्ये दोन विभाग सहजासहजी दिसण्यासारखे आहेत. एका मागणीने तो आपल्या वडिलार्जित मुलखावरील आपला हक्क प्रस्थापित करून घेत आहे; आणि दुसऱ्या मागणीने तो दुआब आणि बुंदलेखंड यांच्यामधील काही नवीन प्रांत मागत आहे. आता येथे हे लक्षात आणिले पाहिजे की, दुआब आणि बुंदेलखंड हे दोन प्रांत पूर्वी शिंद्यांच्या ताब्यात होते. आणि इंग्लिशांनी आपल्या फितुरीने आणि लढाईने ते दोन्ही प्रांत आपल्या ताब्यात आणून घेतले होते. तेव्हा नेमक्या त्याच दोन प्रांतांपैकी काही भाग यशवंतराव होळकर मागत आहे, यावरून शिंद्यापासून दुआब आणि बुंदेलखंड हे प्रांत आम्ही जिंकून घेतले, म्हणजे त्यातील काही भाग आम्ही तुम्हाला देऊ, असे इंग्लिशांनी होळकरापाशी पूर्वी कबूल केलेले असले पाहिजे, असे उघड रीतीने निष्पन्न होते. व अशी काही तरी लालूच दाखवून ठेवावयाची, ही इंग्लिशांची त्या वेळची नेहमीचीच पध्दत दिसते. टिपूवर स्वारी करावयाची होती, तेव्हा परस्पर त्याच्या मुलखातील काही भाग आम्ही तुम्हाला देऊ, अशी लालूच पेशवे आणि निजाम यांना इंग्लिशांनी दाखविली होती, ही गोष्ट इतिहासप्रसिध्द आहे. तशीच काही तरी लालूच दाखवून इंग्लिशांनी या वेळी होळकराला फितुर करून ठेवलेले असले पाहिजे. प्लासीच्या लढाईत आम्हाला जय मिळाला म्हणजे आम्ही तुला अमुक-अमुक बक्षीस देऊ, असे क्लाइव्हसाहेबांनी कलकत्त्याच्या उमीचंदलाही अभिवचन दिलेले नव्हते काय ? पण प्रस्तुतच्या बाबतीत इंग्लिशांनी होळकराला त्याच्या फितुरीच्या बक्षिसादाखल काय-काय अभिवचने दिली होती, याबद्दलचा कागदोपत्री पुरावा हल्ली उपलब्ध नाही. परंतु यशवंतराव होळकरापाशी या बक्षिसाबद्दलची त्या वेळी काही तरी पत्रे असावीत, असे दिसते. त्या पत्रांच्या नकला यशवंतराव होळकराने लॉर्ड लेक यांच्याकडे पाठविल्यावरून त्यासंबंधाने लॉर्ड लेक यांनी मार्क्विस वेलस्ली यांच्याकडे ता. 19, 28 व 29 डिसेंबर 1803 या तीन दिवशी तीन पत्रे पाठविली असली पाहिजेत. परंतु ही पत्रे फार

मोठी आहेत अशा सबबीवर ती मार्क्विस वेलस्लीच्या डिस्पॅचेसमध्ये छापिलेली नाहीत. तरी पण त्या तीन पत्रांच्या संबंधाने आपल्या ता. 17 जानेवारी 1804 च्या उलट जबाबामध्ये मार्क्विस वेलस्ली पुढीलप्रमाणे उल्लेख करितात.

The letters, of which Jeswunt Rao Holkar has transmitted copies to your Excellency, must have been forwarded to Holkar by Major-General Wellesely in his own name. I have not addressed any letter to Jeswunt Rao Holkar, but Major General Wellesley was authorized by my instructions of the 26 th June 1803 to open an amicable negotiation with that chieftain.

या इंग्रजी उताऱ्यावरून असे दिसते की, मार्क्विस वेलस्ली यांनी आपला स्वत:चा हात गुंतवून न घेण्यासाठी परस्पर ज. वेलस्ली यांच्याकडून यशवंतराव होळकराला पत्रे लिहविली असली पाहिजेत. व त्या पत्रांतून ज. वेलस्ली यांनी यशवंतराव होळकर याच्याशी सलोख्याची बोलणी लावून काही तरी अभिवचने दिलेली असली पाहिजेत. आणि त्या अभिवचनांप्रमाणे यशवंतराव होळकराने वर दिलेल्या चार गोष्टींची मागणी केली असली पाहिजे.

पण शिंदे आणि भोसले यांच्या कटामध्ये यशवंतरावाने सामील होऊ नये, म्हणून त्याला इंग्लिशांनी काहीही अभिवचने दिलेली असली, तरी शिंदे आणि भोसले यांचा पराजय झाल्यानंतर मग ती पूर्वीची अभिवचने पाळण्याचे इंग्लिशांना काही एक कारण उरलेले नव्हते. त्यामुळे अर्थातच त्यांनी पगडी फिरवली. इंदूरच्या गादीसंबंधाने यशवंतराव होळकराची अशी स्थिति होती की, तो दासीपुत्र असल्यामुळे गादीचा खरा वारस नसून तुकोजीराव होळकराचा औरस पुत्र काशीराव होळकर हा गादीचा खरा मालक होता. ही गोष्ट इंग्लिशांना आता आठवली ! आणि आपल्या पिढीजात मालकीच्या मुलखावरील हक्कांची मागणी वरील अटींच्या द्वाराने यशवंतराव होळकर जेव्हा करू लागला, तेव्हा इंग्लिश मुत्सद्दी त्याला असे म्हणू लागले की, पिढीजाद वारसाचा हक्क तुमचा नसून काशीराव होळकराचा आहे. तेव्हा न्यायाच्या दृष्टीने तुमची त्या प्रांतावरील मालकी आम्हाला कशी कबूल करता येईल ? जे मार्क्विस वेलस्ली एक

वर्षाच्या पूर्वी ज.वेलस्लीकडून सलोख्याची आणि लालूच दाखविण्याची पत्रे लिहूवून यशवंतराव होळकराची मनधरणी करण्याचा आणि त्याला फितूर करण्याचा प्रयत्न करीत होते, तेच मार्क्विस वेलस्ली त्याच यशवंतराव होळकराच्या संबंधाने शिंद्याच्या मराठा कॉन्फिडरसीचा बीमोड झाल्याबरोबर पुढीलप्रमाणे लिहिण्याला उद्युक्त झाले ! ते लॉर्ड लेक यांना असे लिहितात की :-

The authority, exercised by Jeswunt Rao Holkar over the possessions of Holkar family, is manifestly an usurpation of the rights of Kashi Rao Holkar, the legitimate heir and successor of Tuckojee Holkar. Consistently, therefore, with the principles of justice, no arrangement can be proposed between the British Government and Jeswunt Rao Holkar, involving a sanction of the exclusion of Kashi Rao Holkar from his herediatary dominions.

या उताऱ्यावरून न्यायाच्या नावाखाली इंग्लिशांनी जो खोडसाळपणा सुरू केला, तो कोणाच्याहि लक्षात येण्यासारखा आहे. काशीराव हा तुकोजीराव होळकराचा औरसपुत्र असला आणि त्यामुळे त्याचा जरी पिढीजाद मुलखावर न्यायाने हक्क असला, तरी तुम्ही इंग्लिशांनी यशवंतराव होळकराला जी अभिवचने दिलेली होती, ती परिपूर्ण करणे हीही गोष्ट तितकीच न्यायाची आणि जरूरीची नव्हती काय ? व एका न्यायाची काळजी करण्याच्या नावाखाली दुसरा अन्याय करणे हे केव्हा तरी वाजवी होईल काय ? जेव्हा यशवंतराव होळकराला फितुर करण्यासाठी वाटतील ती अभिवचने गुप्त रीतीने इंग्लिशांकडून देण्यात आली, तेव्हा काशीराव होळकर हा इंदूरच्या गादीचा खरा वारस आहे, हे इंग्लिशांना माहीत नव्हते काय ? बरे, ज्या काशीरावाबद्दल इंग्लिशांना या वेळी अकस्मात् इतकी कळकळ वाटू लागली, त्या काशीरावाला तरी त्यांनी पुढे गादीवर बसवून त्याचे मुलूख त्याला परत दिले काय ? तसे काहीच नाही ! काशीरावाची सबब ही केवळ यशवंतरावाच्या तोंडाला पाने पुसण्यापुरतीच होती. इंग्लिशांच्या पोटातील या वेळचा खरा उद्देश हा की, यशवंतराव होळकराला काही एक न

देता त्याचा पाडाव करून टाकावयाचा; कारण, मार्क्विस वेलस्ली हे आपल्या एका पत्रामध्ये स्पष्टपणे असे लिहितात की :-

The enterprising spirit, military character and ambitious views of Jeswunt Rao Holkar render the reduction of his power a desirable object with reference to the complete establishment of tranquility in India.

यशवंतराव होळकर हा मोठा धाडसी, रणशूर आणि महत्त्वाकांक्षी असल्यामुळे त्याचे सामर्थ्य नष्ट करून टाकणे हे आपल्याला अत्यंत आवश्यक आहे, हा इंग्लिशांच्या पोटातील हेतू या पत्रातील उल्लेखावरून स्पष्ट होत आहे. आणि म्हणून तदनुसार इंग्लिशांनी शिंद्यांची लढाई संपल्यानंतर होळकराशी लढाई सुरू करण्याचा निश्चय केला.

इंग्लिशांनी एकाद्याशी लढाई सुरू करण्याचा निश्चय केला की, लगेच त्याची गुप्त पत्रे यांच्या दृष्टोत्पत्तीस येऊ लागतात ! त्याप्रमाणे यशवंतराव होळकराचीही काही पत्रे इंग्लिशांच्या हाती लागली. व त्यावरून यशवंतराव होळकर हा हिंदुस्थानातील बाकीच्या काही राजांना आपल्या विरुध्द उठवीत आहे, असे लॉर्ड लेक यांना आढळून आले. हा पत्रव्यवहार खराच असेल किंवा बनावट असेल, याच्याबद्दल कित्येकांनी जबरदस्त शंका व्यक्त केलेली आहे. व ज. लेक यांच्या आयर्लंडमधील पूर्वीच्या वर्तणुकीवरून पाहिले असता हा पत्रव्यवहार बनावटच असला पाहिजे. हा संशय दृढ होण्याला पुष्कळ जागा आहे. परंतु तो खरा असेल, तर त्यावरून असे दिसते की, मीरसिंग, रावसिंग, गुरुपालसिंग, बंदगासिंग, वगैरे शीख सरदार आणि गुलाम महंमद वगैरे काही रोहिले सरदार यांच्या आणि यशवंतराव होळकराच्या दरम्यान असे ठरले होते की, होळकराकडील सरदार पंडितराव याच्या हाताखालील दहा हजार घोडेस्वार आणि वरील शीख व रोहिले सरदार यांच्या हाताखालील सहा हजार घोडेस्वार यांनी मिळून हरिद्वारापासून तो थेट प्रयागपर्यंत गंगा आणि यमुना यांच्यामधील दुआबाच्या प्रांतातून इंग्लिशांना घालवून लावून तो सगळा मुलूख काबीज करून घ्यावयाचा. या शीख आणि रोहिले लोकांच्या पत्रव्यवहाराशिवाय बेगम

समरू हिच्या नावाचाहि एक पत्रव्यवहार आपल्या हाती लागला असल्याचे इंग्लिशांनी जाहीर केले होते. या पत्रव्यवहारामध्ये बेगम समरू हिने यशवंतराव होळकरांसंबधाने आपला स्नेहभाव व्यक्त केला होता, व त्याला यश मिळावे अशी इच्छा तिने प्रकट केली होती. त्याचप्रमाणे तुम्ही इंग्लिशांच्या विरुध्द जे प्रयत्न चालविले आहेत, त्या बाबतीत तुम्ही फार दक्षतेने वागावे, असा बेगम समरू हिने यशवंतराव होळकराला इशारा दिलेला असून या कामात मी स्वत: तुम्हाला मदत करीन व माझ्या राज्यामध्ये जे शीख आणि जाट लोक आहेत, त्यांचीही तुम्हाला मदत होईल, असे तिने विश्वासपूर्वक आश्वासन दिले होते.

अशा रीतीने एक शीख आणि रोहिल्यांचा आणि दुसरा बेगम समरूचा, असे दोन पत्रव्यवहार इंग्लिशांनी यशवंतराव होळकरांच्याविरुध्द पुरावे म्हणून पुढे आणिले होते. हे पत्रव्यवहार बनावट तयार केलेले असले पाहिजेत, असा कित्येक लेखकांच्या मनात उत्पन्न झालेला संशय पूर्वी नमूद करण्यात आलेलाच आहे. आणि हा संशय या दोन पत्रव्यवहारांपैकी निदान दुसऱ्या पत्रव्यवहाराच्या बाबतीत तरी खरा असल्याचे उघडकीस आलेले आहे. कारण आपण यशवंतराव होळकराला सामील झाल्याबद्दल काही तरी पत्रव्यवहार लॉर्ड लेक यांनी पुढे आणिलेला आहे. असे जेव्हा बेगम समरू हिला कळले, तेव्हा तिने ताबडतोब हा सगळा पत्रव्यवहार बनावट असल्याबद्दलची तक्रार केली. व हा बनावट पत्रव्यवहार कोणी तयार केला आहे, हे तुम्ही शोधून काढावे, अशी तिने दिल्लीचे रेसिडेंट, कर्नल ऑक्टरलोनी, यांना विनंति केली. बेगम समरू ही मूळची शिंद्यांच्या अंमलाखालील एक मांडलिक असून नुकतीच तिला इंग्लिशांनी आपल्या बाजूला फितूर करून घेतली होती. व त्यामुळे तिची जी पलटणे दक्षिणेत शिंद्यांच्या मदतीला गेली होती, ती असईच्या लढाईमधून शिंद्यांचा पक्ष सोडून निघून गेली होती. ही असईच्या लढाईतील हकीकत वाचकांना स्मरतच असेल. अशी जिची पूर्वपीठिका आहे, ती बेगम समरू इंग्लिशांच्या विरुध्द खटपटी सुरू करून यशवंतराव होळकराशी पत्रव्यवहार करील, हे मुळीच संभवनीय नाही. व हा पत्रव्यवहार कोणी तरी बनावट तयार केलेला असला पाहिजे, अशी ती खुद्द इंग्लिशांकडेच उघडपणे तक्रार करिते. यावरून हे दोन्हीहि

पत्रव्यवहार बनावट तयार करून यशवंतराव होळकराच्या विरुध्द काही तरी पुरावा पुढे आणावा या उद्देशाने ही क्लृप्ति इंग्लिशांकडील कोणी तरी बुध्दिमान मनुष्याने काढलेली असली पाहिजे, हे उघडपणे सिध्द होते.

पण जरी हे विवक्षित पत्रव्यवहार इंग्लिशांकडील कोणी तरी कुशल कारागिराने बनावट बनविलेले असले, तरी इंग्लिशांनी आपल्याला दिलेल्या अभिवचनाप्रमाणे आपण त्यांच्यापाशी मागितलेल्या वरील चार कलमी मागण्या इंग्लिश लोक देत नाहीत, आणि उलट ती अभिवचने टाळण्याकरिता ते आपल्याशी लढाई केल्याशिवाय रहात नाहीत, असे जेव्हा यशवंतराव होळकराला स्पष्टपणे दिसून आले, तेव्हा त्याने आपल्या मदतीला येण्यासाठी दुसऱ्या कोणा राजांना पत्रे पाठविली नाहीत, असे मात्र मुळीच नाही. आणि त्याने अशी पत्रे का पाठवू नयेत? इंग्लिशांनी हिंदुस्थानातील राजांची राज्ये एका पाठीमागून एक आपल्या घशाखाली उतरवावी आणि हिंदुस्थानातील राजांनी मात्र हे दुःखाचे देखावे पहात हात जोडून स्वस्थ बसावे, अशी इंग्लिशांनी तरी त्यांच्याबद्दल काय म्हणून अपेक्षा करावी ? या राजांच्या जवळ हृदय म्हणून काही पदार्थच नाही की काय ? प्रसंग येऊन ठेपला, तेव्हा यशवंतराव होळकराने आपल्या मदतीला येण्यासाठी हिंदुस्थानातील अनेक राजांना जरूर पत्रे लिहिली. अशा प्रसंगी हिंदुस्थानातील राजांनी एकमेकांना लिहिलेली सगळी पत्रे जर उपलब्ध असती, तर स्वदेशभक्तीचे आणि स्वातंत्र्यप्रेमाचे ते एक अर्वाचीन महाभारतच झाले असते. त्यांपैकी परशुरामपंत प्रतिनिधि यांना होळकराने लिहिलेले एकच पत्र पुढे देण्यात येत आहे. त्यावरून असल्या पत्रातील विचारांचा जाज्वलपणा कोणाच्याहि लक्षात येईल. यशवंतराव होळकर परशुरामभाऊंना लिहितात की :-

"आजपर्यंत हिंदु राज्य सर्वत्रांनी एकदिल राहून चालविले. अलिकडे ज्याचे त्याचे दौलतीत गृहकलह होऊन राज्यास विपर्यास पडून हिंदुधर्म नाहीसा होण्यास मूळ झाले. याचे छेदन करण्यास सर्वत्र एकदिल झाले पाहिजे. तरच मूळांचे छेदन होऊन स्वधर्माचार पूर्ववत्पणाने चालून हिंदुंची कायमी राहील. इकडील क्रम जो आरंभिला आहे, हाच यावद्देह चालवावा, असे मनात आहे.

यात परमेश्वर अनुकूल होऊन जे घडवील ते खरे. परंतु एकानेच असा प्रकार करून सर्वत्रांनी तमासे पाहून आपापली दौलत सांभाळून असावे, यातील परिणाम कसा, हे मनी विचारून ज्यात हिंदुधर्माची कायमी व परिणामही नीट ते करावे. याचा विचार तुम्हासारख्यांनी न केला, तरी दुसरे कोण करतील ?''

पण यशवंतराव होळकर यांना हे विचार फार उशिराने सुचले; या विचारांची योग्य वेळ आधीच निघून गेलेली होती. नदीतील पाणी निघून गेल्यानंतर मग पूल बांधून त्याचा काय उपयोग ? आणि रोग्याचा प्राण निघून गेल्यानंतर कोणतीहि औषधे केली, तरी त्यानी काय व्हावयाचे आहे ? यशवंतराव होळकर परशुरामभाऊंना लिहितात की, ''एकाने लढाई सुरू करावी आणि बाकीच्यांनी तमाशा पहात बसावे, हे बरे नाही. पण खुद्द यशवंतराव होळकराने काय केले? शिंदे आणि भोसले इंग्लिशांच्या विरुध्द आपल्या मराठ्यांचा संघ तयार करून त्यांच्याशी लढत होते. त्या वेळी यशवंतराव होळकर त्यांचा तमाशाच पहात बसला नव्हता, तर दुसरे काय करीत होता ? या वेळी जर यशवंतराव होळकर असईच्या आणि लासवारीच्या लढाईचा तमाशा पहात तटस्थ बसला नसता, तर यावेळी त्यांच्यावर परशुरामभाऊंच्या पुढे असे तोंड वेंगाडण्याची पाळी खात्रीने आली नसती ! आणि ज्यांच्यापाशी यशवंतराव होळकर तोंड वेंगाडू लागला, त्या दक्षिणेतील सरदारांची तरी स्थिति काय होती ? सगळे सारखेच. उदाहरणार्थ, बाजीरावाला पुण्याच्या गादीवर बसविण्याच्या अमिषाने ज. वेलस्ली 1803 च्या सुरवातीला जेव्हा आपल्याबरोबर मोठे सैन्य घेऊन पुण्यामध्ये शिरला, तेव्हा दक्षिणेमध्ये परशुरामभाऊ पटवर्धन इंग्लिशांकडे वळून तटस्थ राहिले; आणि 1803 च्या उत्तर भागात ज. वेलस्ली आणि लॉर्ड लेक हे जेव्हा शिंद्यांच्या कवायती लष्कराचा नि:पात करीत होते, तेव्हा यशवंतराव होळकर हे इंग्लिशांच्या फितुरीच्या बोलण्यांनी फसून उत्तर हिंदुस्थानात तमाशा पहात स्वस्थ बसले ! अशाने आपल्या देशाची स्वातंत्र्ये आणि स्वराज्ये टिकत असतात काय ? परंतु आपल्या आर्य लोकांना हे पिढीजातच वळण लागून राहिले आहे. फार काय, आपल्या वाङमयातील अत्यंत श्रेष्ठ असा जो महाभारताचा ग्रंथ त्याच्याकडे आपण पाहिले, तर त्यातहि आपल्याला हेच दु:खदायक धडे

दिसून येतात. आधी भावाभावांमधील लढाई ही तर महाभारतातील मुख्य गोष्ट अतिशय वाईट आहेच. पण त्यातहि आणखी खेददायक गोष्ट अशी की, भीष्म दहा दिवस लढाई करीत जिवंत होता, तोपर्यंत मी हातात शस्त्र धरणार नाही, असे कर्णाने प्रतिज्ञा केली होती. आणि कर्णप्रभृति बहुतेक कौरव गेल्यानंतर मग अश्वत्थाम्याला त्यांचा सूड घेण्याची स्फूर्ति उत्पन्न झाली ! असल्या मार्गांनी शत्रूवर जय कसा मिळणार ? इ.स. 1803 सालामध्ये आपल्या आर्यावर्तातील सगळे भीष्म, कर्ण आणि अश्वत्थामे एकत्र झाले असते, आणि एकाच वेळी आपल्या देशाच्या शत्रूविरुध्द लढण्याला सज्ज झाले असते, तर त्यांच्या अविभक्त पराक्रमाने काय काय चमत्कार घडवून आणले असते ! परंतु ते सर्व जाऊन त्यांच्या पराभवांचे इतिहास लिहिण्याचे आणि त्यांच्यावर अश्रु ढाळण्याचे दु:सह कार्य आज त्यांच्या वंशजांवर येऊन पडले आहे !

असो. यशवंतराव होळकराच्या हातून या वेळी अशाप्रकारची ही चूक झाली खरी परंतु आपल्या हातून ही चूक झाली आहे, असे त्यांच्या लक्षात आल्याबरोबर त्यांचे डोळे उघडले, व इंग्लिशांच्या लढाईला तोंड देणे, हे जर अपरिहार्यच आहे, तर आता त्या लढाईमध्ये आपल्याला यश कसे मिळेल, या गोष्टीच्या विचाराकडे त्यांचे लक्ष लागले. त्या कामी इतर राजांकडून मदत मिळविण्याकरिता त्याने कसे प्रयत्न सुरू केले, हे वर सांगितलेच आहे; पण त्याशिवाय त्याने आणखीहि एका दृष्टीने विचार केला. दौलतराव शिंदे यांच्या सैन्याचा असई, आरगाव, अलिगड, दिल्ली, लासवारी, वगैरे लढायातून नुकत्याच झालेल्या पराभवांची चित्रे यशवंतराव होळकरांच्या डोळ्यासमोर प्रत्यक्ष दिसत होती. आणि दौलतराव शिंद्यांचे कवायती कंपू फ्रेंच अंमलदारांच्या हाताखालील कवाईत शिकून उत्तम तयार झालेले असतानाहि त्यांचा पराभव का झाला, याची कारणे जेव्हा यशवंतराव होळकर आपल्या मनाशी शोधू लागला, तेव्हा युरोपियन अंमलदारांनी आयत्या वेळी दौलतराव शिंद्यांशी केलेला विश्वासघात हे ह्या सगळ्या पराभवाचे कारण आहे. ही गोष्ट यशवंतराव होळकराच्या ध्यानात येऊन चुकली. आणि आपण इंग्लिशांशी लढाई सुरू केली, तर आपल्या लष्करामध्येहि जे युरोपियन अंमलदार आपल्या नोकरीला येऊन

राहिलेले आहेत, तेहि ऐन प्रसंगी आपल्याला असाच दगा देतील, असा संशय त्यांच्या मनामध्ये उत्पन्न झाला; व हा संशय अस्थानी होता असेहि नाही. मार्क्विस वेलस्ली आणि लॉर्ड लेक हे दोघेहि मुत्सद्दी आपल्या शत्रूच्या पक्षामध्ये फितुरी उत्पन्न करण्याच्या कामात फार वाकबगार होते; व त्यांनी त्याप्रमाणे होळकराच्या सैन्यातील युरोपियन अंमलदारांना फोडण्याचे प्रयत्न चालूहि केलेले होते. या वेळी होळकराच्या नोकरीमध्ये व्हिकर्स, टॉड आणि रायन, असे तीन ब्रिटिश अंमलदार होते. व गव्हर्नर जनरल, मार्क्विस वेलस्ली, यांनी जाहीर रीतीने प्रसिध्द केलेल्या एका जाहीरनाम्याप्रमाणे हे ऐन वेळी आपली नोकरी सोडून इंग्लिशांकडे गेले असते, तर दौलतराव शिंद्यावर जो प्रसंग आला, तोच प्रसंग यशवंतराव होळकरवरहि आल्यावाचून राहिला नसता. म्हणून त्यांच्याबद्दल संशय आल्याबरोबर यशवंतराव होळकराने त्यांना कैद केले. आणि नंतर त्यांचा शिरच्छेद करून फितुरी लोकांना फितुरीच्या पातकाबद्दल काय शासन योग्य आहे हे सर्व लोकांना समजण्याकरिता त्यांची डोकी भाल्याच्या टोकांवर खोचून ठेवण्यात आली. आणि कॅप्टन टॉड याने लिहिलेले जे फितुरीचे पत्र पकडण्यात आले होते, ते त्याच्या डोक्याच्या खाली लावून ठेवण्यात आले होते. या कृत्याबद्दल इंग्लिश इतिहासकारांनी होळकराला नावे ठेविली, तर त्यात काही आश्चर्य आहे, असे नाही. पण या कडक शासनाने होळकराच्या छावणीत जे कोणी भावी फितुरी होते त्यांना चांगलीच दहशत बसली. व त्यामुळे यशवंतराव होळकराला दौलतराव शिंद्यासारखे अपयश न येता कर्नल मॉन्सनबरोबरच्या लढाईत यश आले. आणि यशवंतराव होळकराला हे यश आलेले पाहून आपणहि जर वेळीच अशी सावधगिरी घेतली असती, तर आपल्यालाहि असई वगैरे ठिकाणच्या लढायातून अपयश आले नसते, असे दौलतराव शिंद्याला वाटले असेल ! पण मागाहून सुचलेल्या शहाणपणाचा काही एक उपयोग नसतो !

होळकराने लॉर्ड लेककडे जे वकील पाठविले होते, त्यांनी जयपूरच्या वाटेवरील रामगड या ठिकाणी ता. 18 मार्च 1804 रोजी लॉर्ड लेक यांची गाठ घेतली. व त्यांच्या बरोबर होळकराचा तोंडी निरोप म्हणून त्यांनी लॉर्ड लेक यांना असे बजाविले की, ''तुम्ही होळकराशी सल्ला करणे हेच श्रेयस्कर आहे.

कारण, होळकराने रोहिले लोकांपाशी व या प्रांतांतील इतर राजे लोकांपाशी करारमदार केले असून फक्त एका जयपूरच्या राजाशिवाय बाकीचे सर्व राजे त्याच्या बाजूने लढण्याला तयार झाले आहेत. त्याचप्रमाणे खुद्द शिंदेहि आमच्या बाजूने लढण्याला तयार होईल, असा संभव आहे. तसेच होळकराच्या हाताखाली 40 हजार रोहिले तयार असून होळकराचे दीड लाख घोडेस्वार आज वाटेल त्या ठिकाणी हल्ला करून जाण्याला सिध्द आहेत. शिवाय यशवंतराव होळकर याला कशाचीही पर्वा नाही. आपला देश आणि आपली दौलत या सगळ्याबद्दलची भिस्त त्याने आपल्या घोड्याच्या एका खोगिरावर ठेविली आहे. तो आपल्या घोड्याचा लगाम ज्या दिशेकडे खेचील, तिकडे त्याच्या सगळ्या दीड लाख घोडेस्वारांची धाड जाऊन पडेल, आणि त्या योगाने तो सर्व मुलूख पादक्रांत करून टाकील.'' होळकराच्या वकिलांनी अशा अर्थाचा हा जो निरोप लॉर्ड लेक यांना कळविला, त्यात यशवंतराव होळकराचा बाणेदारपणा स्पष्ट दिसून येत आहे. व या निरोपामध्ये त्याच्या वकिलांनी जी विधाने केली होती, ती यशवंतराव होळकराने कर्नल मॉन्सनच्या बाबतीत लवकरच खरीहि करून दाखविली. होळकरांपाशी लाख दीड लाख घोडा या वेळी खरोखरच जय्यत तयार होता. व मराठ्यांची गनिमी काव्याने लढण्याची इतिहासप्रसिध्द पध्दतीहि यशवंतराव होळकराने अद्यापि सोडलेली नव्हती. नुसत्या घोडेस्वारांचे गनिमी पेशाने लुटालूट करणारे सैन्य असले, म्हणजे ते शत्रूचे नुकसान वाटेल तेव्हा करू शकते. परंतु त्याच्यावर हल्ला करण्याकरिता कोणी शत्रू येतो असे दिसल्याबरोबर हे घोडेस्वार चार-चोहोंकडे पसार होऊन शत्रूचा हल्ला निष्फळ करितात, आणि फिरून शत्रूवर हल्ला चढविण्याकरिता दुसरीकडेच कोठे तरी एकत्र होऊन तयारी करितात. घोडेस्वारांच्या सैन्याच्या या सुटसुटीतपणापासून आणि चपळपणापासून मराठ्यांना जो फायदा झाला, तो त्याच्या पायदळ-पलटणी आणि त्यांचे तोफखाने यांच्यापासून त्यांना कधीही झाला नाही. महादजी शिंदे आणि दौलतराव शिंदे यांनी पुष्कळ युरोपियन ऑफिसर नेमून त्यांच्या हाताखाली आपल्या पायदळ-पलटणी आणि आपले तोफखाने तयार करविले होते. व या युरोपियन पध्दतीच्या नादी लागल्यामुळेच शिंद्याला अखेरीस फसावे लागले. परंतु यशवंतराव

होळकर याची सारी भिस्त आपल्या गनिमी काव्याच्या दीड लाख घोडेस्वारांवरच होती. आणि त्याने कवायती कंपू आणि तोफखाने यांच्यावर कधीच फारशी भिस्त ठेविली नव्हती. शिंद्यांच्यासारखे नेटिव्ह राजे युरोपियन धर्तीवर आपली पायदळ-पलटणे तयार करू लागले आहेत, हे पाहून ज. वेलस्ली यांच्यासारख्या इंग्लिश सेनापतींना एक प्रकारचे बरे वाटत असे. कारण, पायदळ आणि तोफखाना यांच्या योगाने मराठ्यांच्या फौजेमध्ये एक प्रकारचा अवजडपणा येऊ लागला होता. व त्यामुळे आज येथे तर उद्या तेथे ही जी मराठ्यांची धावत्या लढाईची पध्दत ती नामशेष होऊ लागली होती. या बदलत चाललेल्या लष्करी परिस्थितीसंबंधाने ज. वेलस्ली यांनी व्यक्त केलेले पुढील उद्गार विचार करण्यासारखे आहेत. ते म्हणतात की :-

"The military spirit of the Marathas has been destroyed by their establishment of infantry and artillery; at all events it is certain that those establishments, however formidable, afford us a good object of attack in a war with the Marathas and that the destruction of them contributes to the success of the contest."

" If there were no infantry in a Maratha army, their cavalry would commence those predatory operations for which they were formerly so famous.

" On this ground, therefore, I think that they should be encouraged to have infantry rather than otherwise."

वरील उताऱ्यात ज. वेलस्ली हे स्पष्टपणे असे म्हणत आहेत की, मराठ्यांच्या सैन्यात जर पायदळ नसेल आणि नुसते घोडेस्वारच असतील, तर आम्ही त्यांचा केव्हाच पराभव करू शकणार नाही. कारण, आम्ही त्या घोडेस्वारांचा पराभव करावयाला एके ठिकाणी जावे, तो ते तेथून निघून दुसरीकडेच लुटालूट करण्यासाठी निघून चालते होतात. तेव्हा अशा सैन्याचा पराभव करावयाचा तरी कसा ? म्हणून असल्या लुटारू आणि गनिमी काव्याने लढणाऱ्या घोडेस्वारांच्या ऐवजी

मराठ्यांनी पायदळ-पलटणी उभाराव्या आणि त्या कामी आपण त्यांना प्रोत्साहन द्यावे, यातच आपले हित आहे.

परंतु ज. वेलस्ली यांच्या मताच्या अगदी विरुध्द यशवंतराव होळकराचे वर्तन होते. त्यांच्या लष्करात पायदळ कमी असून बहुतेक सगळा भरणा घोडेस्वारांचाच होता. आणि त्यामुळे त्याच्या बहुतेक लढायातून त्याला यश आले.

यशवंतराव होळकर याच्याशी लढाई सुरू करावी, किंवा न करावी, याच्याबद्दल लॉर्ड लेक आणि मार्क्विस वेलस्ली यांच्या दरम्यान बरेच दिवसपर्यंत पत्रव्यवहार चालला होता. परंतु अखेरीस होळकराच्या विरुध्द लढाई पुकारण्याचा बेत मुक्रर झाला. व त्याप्रमाणे मार्क्विस वेलस्ली यांच्याकडून निरनिराळ्या ठिकाणच्या सैन्यांना हुकूम सुटले. नर्मदेच्या दक्षिणेला ज. वेलस्ली यांचे सैन्य होते. त्या सैन्याने होळकराचा दक्षिणेकडील चांदोरचा किल्ला व इतर मुलूख हस्तगत करून घ्यावा, असे फर्माविण्यात आले. त्याचप्रमाणे शिंद्याच्या विरुध्द जेव्हा पूर्वी लढाई सुरू करण्यात आली, त्यावेळी त्याला चोहोंकडून शह देण्याकरिता कर्नल मरे यांचे सैन्य गुजराथेमध्ये पाठविण्यात आले होते; तेथून त्या सैन्याने पश्चिमेकडून होळकराच्या ताब्यातील मावळच्या मुलखावर चाल करून इंदूर वगैरे होळकराची मुख्य-मुख्य शहरे काबीज करावी, असे ठरले. आणि उत्तरेकडून होळकराच्या सैन्यावर हल्ला करण्याचे काम खुद्द लॉर्ड लेक यांनी आपल्या अंगावर घेतले. दक्षिण, पश्चिम आणि उत्तर, अशा या तीन दिशांची अशा रीतीने व्यवस्था लावण्यात आली. परंतु पूर्वेकडची चौथी बाजू मोकळी राहिली होती. व त्या बाजूकडून होळकराला कोंडण्याकरिता इंग्लिशांना आणखी कोणी तरी एखादे सैन्य पाहिजे होते. ते सैन्य त्यांनी कोणते गाठले ? या प्रसंगी आपल्या सैन्याने इंग्लिशांना मदत करणारा कोणता दोस्त त्यांना मिळाला ? या दोस्त राजांचे नाव वाचकांना कळले, तर ते चकित होऊन जातील ! आणि हिंदुस्थानच्या राजकारणामध्ये नरडीचा घोट घेणाऱ्या शत्रुत्वाचे, गळ्यात मिठ्या मारणाऱ्या मित्रत्वामध्ये, एकाएकी रूपांतर होते तरी कसे, याच्याबद्दल त्यांना आश्चर्य वाटल्यावाचून रहाणार नाही ! हा इंग्लिशांचा दोस्त

दुसरा-तिसरा कोणी नसून जो थोडे दिवसांपूर्वी इंग्लिशांशी लढत होता, तो दौलतराव शिंदेच हा दोस्त होता ! दौलतराव शिंद्यानी इंग्लिशांना मदत करण्याच्या कामावर आपले सरदार बापूसाहेब शिंदे आणि जीन बॉप्टिस्ट फिलोज यांची नेमणूक केली होती. व त्यांपैकी बॅप्टिस्ट फिलोज यांनी अष्टे, सिहोर, मिल्सा वगैरे माळव्यातील होळकराच्या ताब्यातील काही मुलूख जिंकून घेतले.

हे जे दोन सरदार शिंद्याने इंग्लिशांच्या मदतीला दिले होते, त्या दोघांच्या दोन हकीकती होत्या. जीन बॅप्टिस्ट फिलोज याला जरी होळकराच्या विरुध्द म्हणून पाठविण्यात आलेले होते, तरी त्याच्यावर दौलतराव शिंद्याचा फारच थोडा विश्वास होता. आपल्या हाताखालील बाकीचे युरोपियन लष्करी ऑफिसर इंग्लिशांना फितूर होऊन ज्यावेळी आपल्याला सोडून गेले, त्याचप्रमाणे हाहि आपल्याशी विश्वासघात करील, अशी शिंद्याला भीति होती. आणि असल्या विश्वासघाताबद्दल यशवंतराव होळकराने आपल्या हाताखालील फितुरी केलेल्या लोकांना जसे शासन केले, तसे परिणामकारक शासन करण्याचे कार्य जरी दौलतराव शिंद्याच्या हातून घडू शकले नाही, तरी त्याने 'फिलोपला' काही दिवसपर्यंत तुरुंगामध्ये कोंडून ठेविले होते. आता आपण बापूजी शिंदे यांच्याकडे वळून त्यांची हकीकत पाहू लागलो तर बापूजी शिंदे हे मात्र मनापासून इंग्लिशांच्या बाजूने कितपत लढत होते, याच्याबद्दल शंकाच आहे. इतकेच नव्हे, तर पुढे क. मॉन्सन याचा एके ठिकाणी जेव्हा होळकराकडून सप्शेल पराभव करण्यात आला, त्या वेळी बापूजी शिंदे यांनी दिलेला सल्ला काही अंशी त्या पराभवाला कारणीभूत झाला, असा इंग्लिश इतिहासकारांचा एक आक्षेप आहे. व त्यावरून बापूजी शिंदे हे जरी इंग्लिशांच्या बाजूला साहाय्य करण्याकरिता आलेले होते, तरी त्यांच्या मनाचा खरा ओढा होळकराकडेच होता, असा त्यांच्याबद्दल इंग्लिशांचा संशय होता. आणि बापूजी शिंद्यांचा ओढा होळकराकडे असणे हे साहजिकच होते. त्यांचा ओढा होळकराकडे नसेल, तर तो काय इंग्लिशांकडे असेल ?

पण मुख्य प्रश्न बापूजी शिंद्याबद्दल नसून दौलतराव शिंद्याबद्दलचा आहे. 1803 च्या डिसेंबर महिन्यापर्यंत जे दौलतराव शिंदे इंग्लिशांशी लढत होते,

त्यांनी 1804 च्या फेब्रुवारी महिन्यामध्ये आपली सैन्ये होळकराच्या विरुध्द इंग्लिशांना मदत करण्याकरिता पाठवावी, हे संभवले तरी कसे ? आणि ही गोष्ट अशक्यतेच्या कोटीतून शक्यतेच्या कोटी मध्ये आली तरी कशी ? शत्रुत्वाच्या तरवारीमध्ये तिखटपणा म्हणून काही पदार्थ नसतोच की काय ? आणि वैरभाव म्हणजे जर इतकी मिळमिळीत आणि गुळचट गोष्ट असेल, तर त्यासाठी इतक्या लढाया तरी कशाला लढविल्या गेल्या ? इतक्या रक्ताच्या नद्या तरी कशाला वाहविल्या ? आणि इतक्या गरीब शिपायांच्या प्राणांच्या आहुति तरी कशाला दिल्या ? मानवी स्वभावाच्या आणि कल्पनेच्या पलिकडची ही गोष्ट आहे. परंतु या दुर्दैवी जगामध्ये असे काही दुर्घट योगायोग येतात की, त्यांच्या पुढे मनुष्याच्या स्वभावांनाहि बदलावे लागते; आणि मनुष्याच्या कल्पानांनाहि थक्क होऊन बसावे लागते ! दौलतराव शिंदे इंग्लिशांच्या लढाईच्या पेचातून सुटले नाहीत, तोच त्यांना इंग्लिशांनी आपल्या तहाच्या पेचामध्ये अडकवून धरिले. त्या तहातील सगळीच कलमे दौलतराव शिंद्याला मनापासून मान्य झालेली होती, असे मुळीच नव्हते. गोहद व ग्वालेरचा किल्ला आपल्याला मिळावा, असे शिंद्यांचे म्हणणे होते. पण मार्क्विस वेलस्ली ती गोष्ट मान्य करीनात. बरे, त्याकरिता तह मोडून फिरून इंग्लिशांशी लढाई करावी, तर तितकी ताकद दौलतराव शिंद्यांच्या सैन्यामध्ये इतक्या पराभवानंतर आता उरलेली नव्हती. आणि शिवाय फिरून लढाई सुरू करावी, तर त्यात देखील शिंद्यांना फितुरीची भीति होतीच. आतापर्यंत झालेल्या लढायातून शिंद्याचे इमानी नोकर तेवढे मरून गेलेले होते. पण शिंद्याच्या भोवती गराडा घालून बसलेले फितुरी लोक बहुतेक सगळे अजून जिवंतच होते. कारण, त्यांना जर फितुरीपासूनच मुबलक पैसा मिळतो, तर ते लढाईत मरावयाला जाणार कशाला ? शिंद्यांच्या सभोवतालच्या फितुरी लोकांपैकी जीन बॅप्टिस्ट फिलोज यांची हकीकत वर सांगितलीच आहे. पण त्याच्याशिवायहि शिंद्यांच्या दरबारात बाकीच्या फितुरी लोकांचा किती बुजबुजाट झालेला होता, याची काहीशी कल्पना ता. 26 फेब्रुवारी 1804 रोजी ज. वेलस्ली यांनी मेजर शॉ. यांना लिहिलेल्या एका पत्रातील पुढील वाक्यावरून येण्यासारखी आहे :-

Even if Scindhig should not come into the defensive alliance, we have got such a hold in his Durbar, that if ever he goes to war with Company, one half of his chiefs and of his army will be on our side.

या वाक्यामध्ये ज. वेलस्ली हे असे म्हणतात की, शिंद्याने आमच्याशी तह न करता तो कंपनी सरकारपाशी लढाई पुकारण्याला तयार झाला, तरी त्याची आम्हाला पर्वा नाही. कारण, त्याने लढाई पुकारली, तर त्याच्या दरबारावर आता आमचा इतका शह बसलेला आहे की, त्याच्या सरदारांपैकी निम्मे सरदार आणि त्याच्या सैन्यापैकी निम्मे सैन्य आमच्या बाजूने लढेल ! इतके फितुरी लोक ज्याच्या दरबारामध्ये भरलेले होते, तो बिचारा दौलतराव शिंदे इंग्लिशांच्या विरुध्द फिरून लढाई कोणाच्या जोरावर करणार ? तेव्हा अशा स्थितीत तहाशिवाय दुसरा मार्गच नव्हता. आणि त्या तहाच्या अटीमध्ये ऐकमेकांना मदत करण्याची अट असल्यामुळे शिंद्याने मदत करण्याचे नाकारणे शक्य नव्हते.

शिवाय मार्क्विस वेलस्ली यांनी या प्रसंगी आणखीहि एक नवीन युक्ति भोळ्या लोकांच्या डोळ्यात धूळ टाकण्याकरिता काढली होती. ती अशी :- यशवंतराव होळकर हा होळकराच्या गादीचा खरा मालक नव्हता, या गोष्टीचा उल्लेख पूर्वी करण्यात आलेलाच आहे. इंदूरच्या गादीचा खरा मालक तुकोजीराव होळकर हा मरण पावल्यानंतर त्याचा औरस पुत्र जो काशीराव होळकर त्याच्या मालकीचा होळकराचा मुलूख दासीपुत्र यशवंतराव होळकर याला कसा घेऊ द्यावयाचा ? असे करणे हा अन्याय आहे ! तेव्हा नि:स्पृह, निर्लोभी आणि निराकांक्ष, असे जे महान विरक्त मार्क्विस वेलस्ली त्यांनी पहिल्याने अशी तोड काढिली की, हा मुलूख यशवंतराव होळकराला पचू द्यावयाचा नाही; आणि म्हणून तो त्याच्यापासून लढाई करून जिंकून घेतला पाहिजे. पण तो लढाईत जिंकून घेतला, तरी आपण इंग्लिशांनी त्या दुसऱ्याच्या मुलखाला स्पर्श करावयाचा नाही ! तर तो परस्पर पेशवे, निजाम, शिंदे इत्यादि अधार्मिक आणि अपापभीरू अशा लोकांना वाटून द्यावयाचा ! हे मार्क्विस वेलस्ली यांनी या वेळी केलेले

ढोंग पुढील इंग्रजी मजकुरावरून कोणाच्याहि लक्षात येण्यासारखे आहे. तो मजकूर येणेप्रमाणे :-

It was not the Governer-General's intention, in the event of the reduction of Holkar's power, to take any share of the possessions of the Holkar family for the Company. Chandore and its dependencies will properly be given to the Peishawa; and the other possession of Holkar, situated to the south of the Godavary, to the Subedar of the Deccan; all the remainder of the possessions of Holkar will accrue to Scindhia, provided he shall exert himself in the reduction of Jeswunt Rao Holkar.

होळकराचा मुलूख स्वत: न घेता पेशवे, निजाम, शिंदे वगैरे लोकांना वाटून टाकावयाचा, हा इंग्रजी उद्देश शेवटास गेला असता तर तो स्तुत्य होता, यात शंका नाही. पण अशा रीतीने होळकराचा हा मुलूख कोणाला तरी वाटून टाकून परस्पर हलवायाच्या घरावर तुळशीपत्रे ठेवून आपले स्वत:चे औदार्य दाखविण्याची ही जी मार्क्विस वेलस्ली यांनी अजब इंग्रजी युक्ति काढली होती, त्यामध्ये काशीराव होळकराची वाट काय ? ज्या काशीराव होळकराच्या हक्काबद्दल आणि न्यायाबद्दल इंग्लिशांना इतके दिवस इतकी तळमळ लागून राहिलेली होती, त्याच्या त्या हक्कांचा आणि न्यायांचा पुढे इंग्लिशांना एकाएकी विसरच पडला की काय, आणि अखेरीस 'नाग्याला नागवून तुक्याला उजविणे' हाच इंग्लिशांच्या दृष्टीने न्याय ठरला की काय ? पण ज्यांना हा होळकराचा मुलूख वाटून द्यावयाचा म्हणून इंग्लिश मुत्सद्दी या वेळी बोलत होते, त्यांना तरी तो इंग्लिशांनी फार दिवस पचू दिला असता, असे मुळीच नाही. दुसऱ्याचे एक तोंड मध्ये घालून त्याच्या पोटातून अखेरीस तो मुलूख आपल्याच घशात आणण्याची ही एक इंग्रजी नि:स्पृहपणाची युक्ति होती. अशीच युक्ति इंग्लिशांनी टिपू सुलतानाचे राज्य खाण्याचे वेळीही उपयोगामध्ये आणिलेली होती. टिपूच्या राज्यातला काही भाग प्रथमत: निजामाला देण्यात आलेला होता; आणि नंतर आपल्या सरंजामी फौजेच्या खर्चाकरिता म्हणून तोच प्रांत निजामापासून उपटला !

शिवाय या बाबतीत शिंद्याला होळकराचा काही मुलूख देण्याची लालूच दाखविण्यामध्ये आणखीहि एक अंत:स्थ इंग्रजी हेतु होताच. All the remainder of the possessions of Holkar will acctur to Scindhia, provided he shall exert himself in the reduction of Jeswunt Rao Holkar. या वर दिलेल्या उताऱ्यामधील वाक्यावरून हे स्पष्ट होत आहे की, यशवंतराव होळकराला जमीनदोस्त करण्याचे कामी शिंदे झटून मेहनत करतील, तरच त्यांना हा होळकराच्या मुलुखातील लांचाचा तुकडा प्राप्त व्हावयाचा होता. इंग्लिशांचा जरी असा हेतु असला तरी दौलतराव शिंदे हे या लांचाच्या तुकड्याच्या लालसेने होळकरावर हल्ला करण्याला उद्युक्त झाले, असे नसून वर सांगितलेल्या कारणांमुळे तसे करण्यावाचून त्यांना गत्यंतरच नव्हते. परंतु काही असले, तरी एका इंडियन राजाने दुसऱ्या इंडियन राजावर उठावयाचे आणि त्यात इंग्रजांसारख्या तिसऱ्या लोकांचा फायदा करून द्यावयाचा, ही एक वाईट पध्दत पूर्वीपासून आपल्या इतिहासामध्ये पडून गेली आहे. टिपू सुलतानच्या वेळीहि असेच झाले. पेशव्यांनी पाहिजे तर टिपू सुलतानच्या विरुध्द लढावयाचे होते. परंतु टिपू सुलतानच्या विरुध्द त्यांनी इंग्लिशांना काय म्हणून मदत करावी ? परंतु या सगळ्या पूर्वीच्या राजकीय पातकांचे परिणाम अजूनपर्यंतहि भोगावयाचे सरत नाहीत.

असो. येथपर्यंत वर सांगितल्याप्रमाणे यशवंतराव होळकराला दक्षिण, पश्चिम, उत्तर आणि पूर्व, अशा चारही दिशांनी कोंडण्याचा इंग्रजांकडून कसा प्रयत्न करण्यात आला होता, हे वर्णन करण्यात आले. इंग्रजी फौजेची हल्ला करण्याची पध्दत कशी असते, हे पहाण्याच्या दृष्टीने आपण जर इंग्रजांच्या निरनिराळ्या मोहिमांचे परीक्षण करू लागलो, तर आपल्याला असे दिसून येते की, ते आपली सगळी फौज एका ठिकाणी कधी जमा करीत नाहीत; तर निरनिराळ्या ठिकाणी माऱ्याच्या जागा पाहून आपली निरनिराळी सैन्ये ते ठेवितात आणि चोहोकडून शत्रूवर मारा सुरू करितात; आणि त्यामुळे शत्रु स्वाभाविकपणेच गोंधळून जातो व शत्रूचे कोठे किती सैन्य आहे, व त्या मानाने आपल्या सैन्याचे आपण कसे विभाग केले पाहिजेत, हे समजणे शक्य न

झाल्याने त्याची फारच त्रेधा होते. असईच्या लढाईच्या वेळी शिंदे आणि भोसले या दोघांच्या हाताखाली मिळून अर्धा पाऊण लाख सैन्य होते. पण ते सगळे एका ठिकाणी जमा झालेले असल्यामुळे त्याचा व्हावा तसा उपयोग झाला नाही. याच सैन्याचे त्यांनी दोन-चार विभाग करून निरनिराळ्या बाजूंनी निरनिराळ्या ठिकाणी इंग्रजांवर हल्ले केले असते तर त्यांचा खात्रीने जास्त चांगला परिणाम झाला असता. परंतु हे शक्य होण्याला निरनिराळ्या सैन्याच्या विभागांवर ज्यांची स्वतंत्रपणे नेमणूक करिता येईल असे बुध्दिमान् सेनापती पाहिजेत. परंतु आपल्या जुन्या लष्करी पध्दतीमध्ये जेथे एक मुख्य सेनापतीही मिळण्याची मारामार, तेथे अनेक कुशल सेनापती कोठून मिळणार ? बुध्दिबळाच्या डावामध्ये दोन्ही बाजूला ज्याची-त्याची प्यादी सरळ रेषेमध्ये मांडून झाल्यानंतर ज्याप्रमाणे चारपाच मोहरी निरनिराळ्या बाजूने पुढे टाकण्यात येतात, त्याप्रमाणे लढाईच्या सुरवातीला सैन्याचे चार-पाच निरनिराळे विभाग करून निरनिराळ्या बाजूंनी शत्रूवर चालून जाणे जरूरीचे असते. सगळ्यांनी एका ठिकाणी कोंडून घेण्यात आणि एकत्र पराभव पावण्यात काही हांशील नसते. निरनिराळे विभाग केल्याने सैन्याला कूच करून जाण्याला वाटेत गर्दी होत नाही; निरनिराळ्या ठिकाणाहून गेल्यामुळे घास, दाणा, वैरण, पाणी, यांचा पुरवठा होऊ शकतो; आणि यदाकदाचित् एखाद्या तुकडीचा पराभव झाला, तरी दुसऱ्या तुकड्यांना फिरून दुसरा प्रयत्न करण्याला अवकाश शिल्लक राहतो.

हे धोरण इतर कोणी मराठे सरदारांनी फारसे उपयोगात आणिले नव्हते. तरी पण यशवंतराव होळकर हा युध्दकलेतील एक कुशल सेनापती असल्यामुळे त्याने या पध्दतीचा या वेळी फायदा करून घेतला. अमीरखान या नावाचा त्याच्याजवळ एक शूर आणि धाडसी असा पठाण सरदार होता. या सरदाराने आपल्या हाताखाली काही फौज घेऊन इंग्रजांच्या ताब्यातील बुंदेलखंडामध्ये प्रवेश केला व तिकडे त्याने पुष्कळ ठिकाणी लूटफाट आणि जाळपोळ करून इंग्लिशांना बराच त्रास दिला. अशा रीतीने एका बाजूने बुंदेलखंडामध्ये अमीरखान इंग्लिशांना सतावून सोडीत असता खुद्द यशवंतराव होळकर हा जयपूरच्या रोखाने चाल करून निघाला होता. यशवंतराव होळकराने लढाईपूर्वीच्या

वाटाघाटीमध्ये लॉर्ड लेक यांना एका पत्राच्या द्वारा असे बजाविले होते की, ''माझे म्हणणे तुम्ही मान्य केले नाही, तर शेकडो कोसांचे मुलूख मी लुटून उद्ध्वस्त करून टाकीन. आणि मी लढाई सुरू केली असता, ज. लेकसाहेब, तुम्हाला श्वासोच्छ्वास करण्यालाहि मी सवड सापडू देणार नाही. माझ्या सैन्यात लाखो लोक भरलेले आहेत. ते तुमच्या मुलखावर एखाद्या समुद्राप्रमाणे चोहोंकडे पसरतील. आणि त्याच्या योगाने तुमच्या लोकांना मी 'त्राहि भगवान्' असे करून सोडीन ! याचा तुम्ही लढाई सुरू करण्याच्या पूर्वी नीट विचार करा.'' यशवंतराव होळकराने या पत्राच्या द्वाराने लॉर्ड लेक यांना जी धमकी दिलेली होती, ती त्याने आपल्या पुढील युध्दचातुर्याने खरोखरच खरी करून दाखविली. जयपूरकडील रजपूतांचा मुलूख हा पूर्वी शिंद्याच्या ताब्यात होता. त्यामुळे शिंदे आणि इंग्लिश यांच्या दरम्यान लढाई चालू असताना जेव्हा होळकर शिंद्याच्या ताब्यातील या रजपूत लोकांच्या संस्थानावर हल्ले करीत होता, तेव्हा होळकर अप्रत्यक्ष रीतीने शिंद्यांच्या मुलखावर हल्ले करून पर्यायाने आपल्यालाच मदत करीत आहे, असे इंग्लिशांना वाटत होते. व म्हणून ते त्या गोष्टीकडे कानाडोळा करीत होते. परंतु पुढे शिंदे आणि इंग्लिश यांच्यामध्ये तह होऊन त्या तहाने तो जयपूरच्या आसपासचा रजपुतांचा मुलूख जेव्हा इंग्लिशांच्या ताब्यात आला, तेव्हा इतउत्तर तेथील होळकराच्या हल्ल्यांकडे इंग्लिशांनी कानाडोळा करणे अशक्य झाले, व होळकराच्याविरुध्द इंग्लिशांना काही तरी तजवीज करणे भाग झाले व त्यासाठी आपल्या हाताखाली काही सैन्य घेऊन लॉर्ड लेक जयपूरकडे दरकूच-दरमजल येत चालले होते. सिकंदरा, बियाना, हिंदोन, रामगड, बालहिरा, करोली, वगैरे जयपूरच्या वाटेकडील निरनिराळ्या ठिकाणी मुक्काम करीत-करीत ज. लेक यांचे लष्कर ता. 17 एप्रिल 1804 रोजी देवसरच्या मुक्कामावर येऊन पोहोचले. येथून पुढे ज. लेक यांनी आपल्या सैन्यातून दोन तुकड्या निराळ्या काढून होळकराच्या विरुध्द पाठविल्या. त्यांपैकी पहिली तुकडी लेफ्टनंट कर्नल मॉन्सन यांच्या हाताखाली होती व दुसरी लेक्टनंट कर्नल डॉन यांच्या हुकमतीखाली होती. पहिली तुकडी ता. 18 एप्रिल 1804 रोजी देवसर येथून जयपूरकडे जाण्याकरिता निघाली. व दुसरी तुकडी ता. 10 मे 1804 रोजी नरगडच्या

मुक्कामाहून टोकरामपुरा या शहराकडे पाठविण्यात आली. टोकरामपुरा हे शहर मूळचे जयपूरच्या राजांच्या मालकीचेच होते. परंतु 1791 पासून ते तुकोजीराव होळकराच्या ताब्यात आलेले होते. ते शहर या वेळी यशवंतराव होळकराच्या हातात असल्यामुळे तेथून आसपासच्या रजपुतांच्या मुलुखात आणि खुद्द जयपुरावरहि स्वाऱ्या करण्याला यशवंतराव होळकराला फार सोईचे पडत होते. म्हणून हे ठिकाण होळकराच्या ताब्यातून घ्यावे या हेतूने क. डॉन याची तिकडे रवानगी करण्यात आलेली होती. त्याप्रमाणे क. डॉन याने ता. 15 मे 1804 रोजी टोकरामपुराच्या किल्ल्यावर हल्ला करून तो किल्ला व शहर हस्तगत केले. अशा रीतीने त्या मुलुखात टोकरामपुरा हे जे होळकरांचे एकच मालकीचे ठिकाण होते, ते त्यांच्या ताब्यातून गेले. व उत्तरेकडे जयपूरच्या बाजूला क. मॉन्सन याच्या हाताखालचे सैन्य असल्यामुळे तिकडेही होळकराला हल्ले करिता येईनात. त्यामुळे तो टोकरामपुरा शहराच्या दक्षिणेकडे वळून तेथून चंबळा नदी उतरून तेथून खाली दक्षिणेकडे वळला. तरी पण त्यामुळे तो इंग्लिश सैन्याच्या कचाटीतून सुटला असे झाले नाही. कारण, उत्तरेकडून क. मॉन्सन यांचे सैन्य त्याच्या पाठीमागून येत होते. व दक्षिणेकडून गुजराथेमधून क. मरे यांचे सैन्य इंदुरावर चाल करून येते होते. आणि या दोन सैन्यांच्या कोंडमाऱ्यामध्ये होळकरांचे सैन्य सापडलेले होते. तरी पण होळकराच्या अलोट धैर्याला आपल्या कोंडाऱ्यामध्ये कोंडून ठेवण्याला कोणीहि शत्रू समर्थ नव्हता. ते त्यांचे धैर्य पूर्णपणे मोकळे होते. आणि त्यामुळेच ते क. मॉन्सनच्या हाताखालील सैन्याचा अतिशय विलक्षण रीतीने धुव्वा उडवून देण्याला समर्थ झाले.

आपल्या सैन्यापैकी ज्या दोन तुकड्या क. मॉन्सन आणि क. डॉन यांच्या हाताखाली देऊन होळकराच्या विरुध्द पाठविण्यात आलेल्या होत्या, तेवढ्या उत्तरेच्या बाजूने होळकराला ताब्यात ठेवण्याला आणि रोखून धरण्याला पुरेशा आहेत, असे वाटून पावसाळा जवळ आलेला असल्यामुळे ज. लेक हे आपल्या हाताखालचे बाकीचे सैन्य घेऊन अग्र्याच्या छावणीवर मुक्कामाला गेले. याप्रमाणे हे ज. लेक हे यांच्या हाताखालचे एक मोठे सैन्य दूर निघून गेल्यामुळे व ते पावसाळ्याचे चार महिने तरी निदान परत येणे शक्य नसल्यामुळे त्या बाजूची

यशवंतराव होळकराची एक मोठी भीति नाहीशी झाली. त्याचप्रमाणे गुजराथेतून जरी, क. मरे यांचे सैन्य इंदुरावर चाल करून यावयाचे होते, तरी ते अद्यापि बरेच दूर होते, त्यामुळे पिछाडीकडून त्या सैन्याचीही त्याला फारशी मोठी भीति होती, असे नाही. अशा स्थितीत क. मॉन्सन याच्या हाताखाली जे सैन्य होते, त्याचा आता आपण चांगला समाचार घेऊ आणि मराठ्यांचा गनिमी कावा कसा असतो, याचा हात आपण इंग्लिशांना आता बिनधोकपणाने दाखवू, अशी महत्त्वाकांक्षा होळकराच्या मनात या परिस्थितिमुळे या वेळी साहजिकपणेच उत्पन्न झाली. या वेळी क. मॉन्सन याच्या हाताखाली 12 व्या रेजिमेंटपैकी दोन पलटणी आणि दुसऱ्या रजिमेंटपैकी दुसरी पलटण इतके पायदळ असून शिवाय तोफखाना आणि घोडेस्वार यांच्याहि काही पलटणी होत्या. तसेच दौलतराव शिंद्याने होळकराच्या विरुध्द इंग्लिशांना मदत करण्यासाठी म्हणून आपले सरदार बापूजी शिंदे यांच्या हाताखाली जे घोडेस्वार पाठविले होते, त्या घोडेस्वारांचाहि एक रिसाला क. मॉन्सन याच्या सैन्यासमोर होता. त्याचप्रमाणे क. डॉन याच्या हाताखाली 7 पायदळ कंपन्या व एक घोडेस्वारांची पलटण आणि तोफखाना इतके सैन्य होते. यापैकी क. डॉन याने क. मॉन्सन याच्या सैन्याला जाऊन मिळावे आणि हे सगळे संयुक्त सैन्य घेऊन क. मॉन्सन याने कोटा येथे राहून तेथून जयपूरच्या आसपासच्या सर्व मुलूखांचे संरक्षण करावे, असा ज. लेक यांचा क. मॉन्सन याला हुकूम होता. परंतु त्याप्रमाणे तो वागला नाही. त्याला असे वाटले की, होळकराचा पाठलाग करीत आपण माळव्यात खाली उतरलो तर होळकरावर आपल्याला जास्त चांगली जरब बसविता येईल. आणि त्यामुळे तो अखेरीस आपल्या सगळ्या सैन्यासह गोत्यात पडला. यशवंतराव होळकरापाशी पैसा नाही व त्याच्या जवळ शिपाईलोकही पुरेसे नाहीत, अशा बातम्या इंग्लिश सेनापतींच्या कानावर आलेल्या होत्या. त्याच्या सैन्यात फार दुर्दशा झालेली आहे आणि तेथे सगळी अव्यवस्था आहे, शिपाई लोकांना देण्याला होळकराजवळ पुरेसे पैसे नाहीत, तेव्हा तो सैन्याची जमवाजमव करून आपल्यावर उलट हल्ला करण्याला कोठून समर्थ होणार, अशाही भ्रमामध्ये इंग्लिश सेनापती होते. शिवाय यशवंतराव होळकराच्या सैन्यातील शिपायांना

लाच देऊन त्यांना फोडण्याचे कामहि इंग्लिशांकडून चाललेलेच होते. विलायतेतील कोर्ट ऑफ डायरेक्टर्सच्या सीक्रेट कमिटीला गव्हर्नर जनरलने ता. 24 मार्च 1805 रोजी जो एक खलिता पाठविला, त्यामध्ये शिंदे आणि होळकर यांच्या लष्करातील लोकांना फोडण्याविषयी गुजराथच्या सैन्यावरील मुख्य क. मरे आणि गव्हर्नर जनरल मार्क्विस वेलस्ली यांच्या दरम्यान जी काही प्रश्नोत्तरे चाललेली होती, त्यांच्याबद्दलचा ढळढळीत उल्लेख पुढील उताऱ्यामध्ये आढळून येतो. तो उतारा असा :-

Colonel Murray having submitted to the Governor General several questions relative to the extent to which he might be permitted to encourage desertion among the adherents of Jeswant Rao Holkar, and to offer to them employment in the service of the Allies, and to what extent he might make pecuniary advances to the servants of Doulat Rao Scindhia for the purpose of enabling them to act with vigour and exertion, the Governer-General in Council deemed it to be advisable to furnish Colonel Murray with instructions on those several questions.

परंतु इंग्लिशांची आतून होळकराचे लोक फोडण्याविषयी जरी अशी कारवाई चाललेली होती तरी ईश्वराच्या कृपेने या वेळी होळकराला काही कमी पडले नाही. त्याने पैसा कोठून जमविला, हे त्याने क. मॉन्सन, लॉर्ड लेक किंवा मार्क्विस वेलस्ली यांना सांगितले नाही, हे खरे; पण इंग्लिशांशी लढण्याकरिता आणि आपले स्वातंत्र्य सुरक्षित ठेवण्याकरिता त्याने कोठून तरी, पण पुष्कळ पैसा जमा केला. आणि त्याने लागतील तितके लोक आपल्याभोवती जमा केले. लढवय्ये लोकांना त्या वेळी काही तोटा नव्हता. जो कोणी पगार देऊन शिपाईगिरीच्या कामावर बोलावील, त्याच्याकडे जाण्याकरिता त्या वेळी देशामध्ये लाखो लोक तयार होते. व शिवाय शिंद्याच्या लढाया संपून त्यांच्याशी तह झालेला असल्यामुळे दौलतराव शिंद्याने आपल्या पलटणीतून जे शिपाई कमी केले, तेच बहुतेक शिपाई होळकराच्या पलटणीतून येऊन दाखल झाले; आणि

अशा रीतीने होळकराच्या लष्कराची तयारी झाली. व शिवाय आधीच त्याचे लष्कर फार मोठे होते पण त्याचे मन त्याच्या लष्कराहूनहि मोठे होते. आणि युध्दामध्ये जे विजय मिळत असतात ते लष्कराच्या मोठेपणावर अवलंबून नसून मनाच्या मोठेपणावर नेहमी अवलंबून असतात. मी शत्रूशी लढाई करून शत्रूला जिंकीन, ही महत्त्वाकांक्षा ज्याच्या मनामध्ये असते, तोच शत्रूशी लढाई करण्याला उद्युक्त होतो. आणि त्यालाच परमेश्वर लढाईत विजय देतो आणि हे जे सर्व बळांपेक्षा जास्त मोठे असे मानसिक बळ, ते यशवंतराव होळकराच्यापाशी फार मोठ्या प्रमाणात असल्याकारणाने त्याच्या हातून या वेळी हिंदुस्थानच्या सर्व इतिहासामधील अत्यंत अद्वितीय अशी धाडसाची कृत्ये घडून आली.

अजमेर, जयपूर, वगैरे ठिकाणांवर यशवंतराव होळकर स्वाऱ्या करीत असता तिकडून त्याला माळव्यामध्ये हुसकून लावून मॉन्सन याने उत्तरेकडून आणि क. मरे याने दक्षिणेकडून मध्ये त्याला कोंडण्याचा विचार केला होता. परंतु त्याची ती मसलत यशवंतराव होळकराने चालू दिली नाही. या दोन सैन्यांच्या मध्ये सापडल्यानंतर त्या सैन्यांपैकी कोणत्या तरी एका सैन्याची फळी फोडून बाहेर पडण्याशिवाय यशवंतराव होळकराला दुसरा मार्गच नव्हता. व उत्तरेकडे त्याचे खरे रणक्षेत्र असल्यामुळे तिकडेच जाण्याचा त्याचा खरा इरादा होता. परंतु जिकडे खरोखर जावयाचे असेल तिकडची बातमी मुळीच बाहेर फुटू न देता जिकडे जावयाचे नाही तिकडची खोटीच हूल उठवून शत्रूला फसवावयाचे आणि आपला कार्यभाग सहजासहजी साधून घ्यावयाचा, ही जी राजकारणातील गनिमी काव्याची एक नेहमीची साधी युक्ती, ती यशवंतराव होळकर याने या वेळी मोठ्या शिताफीने उपयोगामध्ये आणिली. त्याला जरी वास्तविक उत्तरेकडे मथुरा, आग्रा, दिल्ली, या शहरांवरच चाल करून जावयाचे होते, तरी त्याने अशी हूल उठविली की, गुजराथेतून क. मरे हा जो उज्जैनीवर चाल करून येत आहे, त्याच्यावर आपल्या सगळ्या सैन्यानिशी जाऊन हल्ला करावयाचा ! ही बातमी क. मरे याला समजली, तेव्हा तो अगदी घाबरून गेला. त्याच्यापाशी नुसते पायदळच होते; व गायकवाडकडून जे घोडेस्वार त्याच्या मदतीला येणार होते, ते अद्यापि त्याला येऊन मिळाले नव्हते. त्यामुळे होळकराच्या सगळ्या सैन्यासमोर

होळकरांशी युद्ध – ३६५

आपल्या या थोड्याशा पायदळ-पलटणीचा निभाव लागणे शक्य नाही, असे जाणून क. मरे हा अगदी गांगरून गेला. गोध्रा, दोहद, वगैरेच्या वाटेने वडनगरपर्यंत या वेळी क. मरे हा येऊन पोहोचला होता; परंतु तेथे त्याला ही यशवंतराव होळकराच्या हल्ल्याची बातमी कळल्यावरून तो तेथून माघारा वळला आणि महीनदीच्या पाठीमागे जाऊन तेथे एक सुरक्षित जागा धरून तो राहिला. अशा रीतीने आपल्या बंदुकीचा एकहि बार फुकट न जाऊ देता यशवंतराव होळकराने केवळ आपल्या बुध्दिकौशल्याने इंग्लिशांच्या एका सरदाराला मागे वळविले. क. मरे हा आपल्या हल्ल्याच्या भीतीने मही नदीच्या पाठीमागे माघारा वळून गेला, ही बातमी ऐकून दक्षिण बाजूच्या बाबतीत यशवंतराव होळकर निर्धास्त झाला. व अशा युक्तीने आपली पिछाडी सुरक्षित करून घेऊन मग यशवंतराव होळकर उत्तरेकडील आपला शत्रु क. मॉन्सन याचा समाचार घेण्याला सिध्द झाला.

क. डॉन याने टोकरामपुरा हे होळकराचे ठिकाण हस्तगत करून घेतल्यानंतर होळकर उत्तरेकडून दक्षिणेकडे आला, हे पूर्वी सांगितलेच आहे. तो वरून खाली येता-येता बहुतेक अगदी उजैनीच्या जवळ-जवळ आला. तेव्हा क. मॉन्सन याला असे वाटले की, यशवंतराव होळकर आपल्या सैन्याच्या पराक्रमामुळे पुढे पळत सुटला आहे, आणि आपण त्याच्या पाठोपाठ जितके जाऊ, तितका त्याचा सगळा मुलूख सहजगत्या आपल्या ताब्यात येईल. असे त्याला वाटले; पण यात तो फसला. कोट्यास रहाण्याविषयी त्यालां हुकूम होता. पण कोट्याच्या दक्षिणेस सुमारे 30 मैलांवर मोकंदऱ्याची खिंड या नावाने एक ठिकाण होते. त्या खिंडीच्या आजूबाजूला उंच डोंगर असून उज्जैनीकडून उत्तर हिंदुस्थानात मथुरा, आग्रा, दिल्ली वगैरे ठिकाणांकडे येण्याला या खिंडीतून काय ती वाट होती. तेव्हा ती खिंड आपण आपल्या ताब्यात घेतली, तर यशवंतराव होळकराचे अगदी नाकच आपल्या मुठीत आल्यासारखे होईल असे वाटून तो 1804 च्या जून महिन्यात कोट्याहून निघून मोकंदऱ्याच्या खिंडीत आला. त्या खिंडीत आल्यावर तेथे तरी त्याने थांबावे, पण तसे न करिता तो अधिक-अधिकच मोहाला बळी पडत चालला. मोकंदऱ्याच्या खिंडीपासून 20 मैलांवर सोनारा म्हणून एक गाव आहे, तेथे जाण्याकरिता त्याने ता. 28 जून रोजी मोकंदऱ्याचा घाट सोडला;

आणि तो सोनारा या गावी येऊन पोहोचला. या सोनारा गावापासून जवळच हिग्लजगड या नावाचा होळकराचा एक मजबूत किल्ला आहे. मोकंदरा घाटापासून हा किल्ला सुमारे 50 मैल अंतरावर आहे. या किल्ल्याच्या डोंगरावर हिंगलास या नावाच्या देवीचे एक स्थान आहे. व त्यावरूनच या जिल्ह्याला हिग्लजगड असे नाव पडलेले आहे. हे ठिकाण इंदूरच्या उत्तरेस 140 मैलांवर आहे. हा किल्ला मजबूत असून यशवंतराव होळकराकडील 800 शिपाई आणि 300 घोडेस्वार त्या किल्ल्यावर संरक्षणाकरिता होते. परंतु यशवंतराव होळकर हा स्वत: तेथे नव्हता. तो तेथून 44 मैल अंतरावर दूर होता. ही संधि साधून तो किल्ला आपल्या ताब्यात घ्यावा या हेतूने क. मॉन्सन याने आपल्या सैन्यांपैकी काही पलटणी मेजर सिंक्लेअर याच्या हाताखाली देऊन पाठविल्या. व त्या लोकांनी तो किल्ला ता. 2 जुलै 1804 रोजी संध्याकाळी हस्तगत केला. हा किल्ला हस्तगत झाल्यानंतर क. मॉन्सन हा पुढे पिंपळा या नावाच्या घाटातील एका गावापर्यंत चाल करून गेला. हे गावही मोकंदऱ्याच्या खिंडीपासून सुमारे 50 मैल अंतरावर आहे. म्हणजे ज्या, क. मॉन्सनला लॉर्ड लेक यांनी कोट्ट्यास रहाण्याला सांगितले होते, तो कोट्ट्यापासून 30 मैल मोकंदरा घाट आणि मोकंदऱ्यापासून 50 मैल पिंपळ्याचा घाट, असे मिळून एकंदर 80 मैल आपणहून यशवंतराव होळकराच्या घशामध्ये उतरला. या त्याच्या सर्व हालचाली होईपर्यंत यशवंतराव होळकर अगदी स्वस्थ होता. व क. मॉन्सन काय-काय करीत आहे, हे तो मुकाट्याने पहात होता. एका लहानशा युक्तीने त्याने क. मरे याला, तर; मागे महीनदीच्या पलिकडे पळवून लाविलेच होते. व आता या इंग्रजांच्या दुसऱ्या कर्नलला आपल्या राज्यातून कसे हाकलून लावावयाचे याच्याबद्दलच्या योग्य संधीची तो कतृत्ववान् यशवंतराव होळकर वाट पहात बसला होता. व या दृष्टीने पहाता अतिशय अडचणीच्या घाटातून आणि डोंगरातून पावसाळ्यातील पाण्याने भरलेले लहानमोठे नदीनाले ओलांडून क. मॉन्सन हा जितका-जितका आत-आत आणि खोल-खोल खड्यात येईल, तितके-तितके ते यशवंतराव होळकराला पाहिजेच होते. त्याप्रमाणे त्याने त्याला भरपूर आत येऊ दिले. आणि मग यशवंतराव होळकर त्याच्यावर सापासारखा उलटला ! आता हा चांगलाच

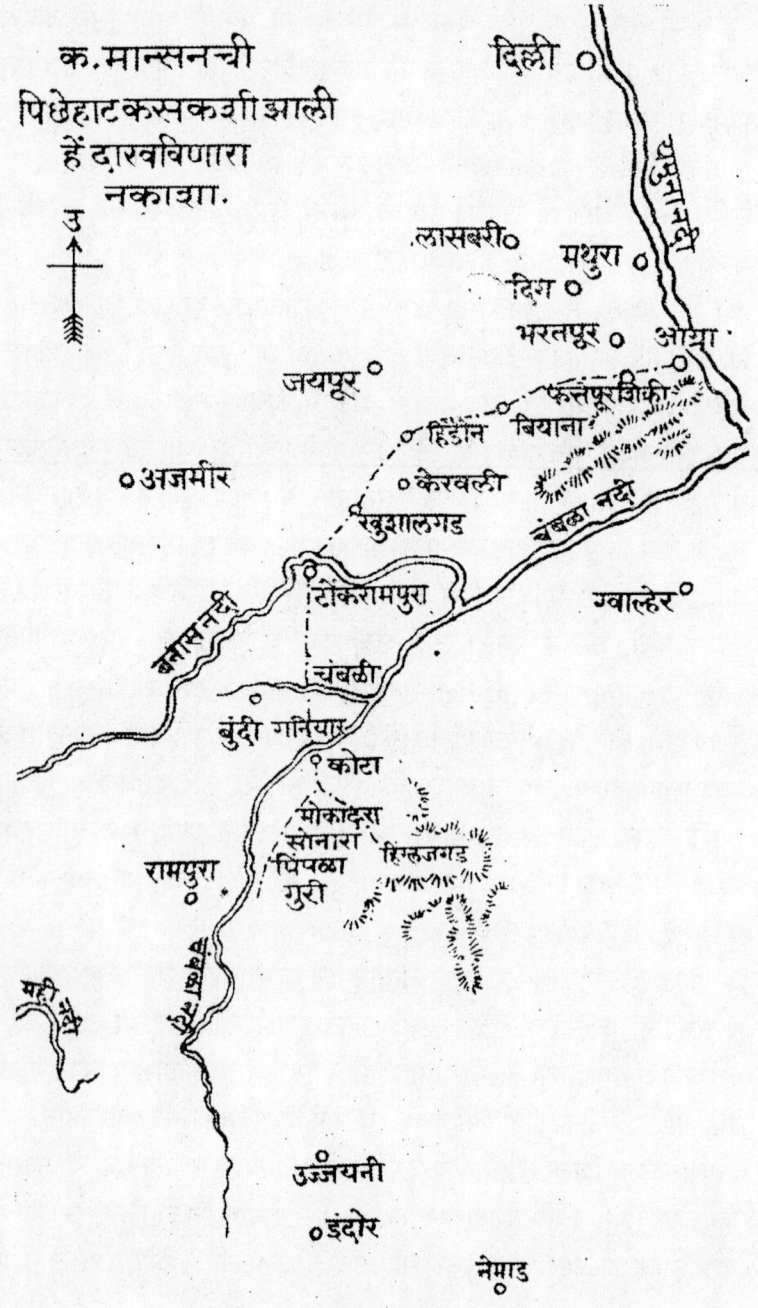

क.मान्सनची
पिछेहाट कसकशी झाली
हें दारवविणारा
नकाशा.

उ

दिल्ली ०

यमुनानदी

लासबरी ०
मथुरा
दिग ०

भरतपूर ०   ओभा

फतंपूरशिकी
जयपूर ०
हिंडौन   बियाना
अजमीर ०
केरवळी
संवळा नदी
खुशालगड

बनासनदी

टोकिरामपुरा   ग्वाल्हेर ०

चंबळी

बुंदी गनियार

कोटा

मोकोंदरा
सोनारा   हिंलजगड
रामपुरा   पिपळा
गुरी

मही नदी

उज्जयनी

इंदोर ०

नेमाड

अडचणीत सापडला आहे आणि आता याची लांडगेतोड करण्याला आपल्याला आयतीच चांगली संधि सापडली आहे, असे पाहून यशवंतराव होळकर आपल्या प्रचंड सैन्यानिशी त्याच्यावर तुटून पडण्याकरिता निघाला. या वेळी यशवंतराव होळकर हा चंबळा नदीच्या पश्चिमेकडील बाजूला रामपुऱ्यापासून सुमारे 25 मैलांच्या अंतरावर होता. तेथून निघून रामपुऱ्याच्या जवळ चंबळा नदी उतरून तो आपल्या सर्व सैन्यासह आणि तोफखान्यासह अलिकडच्या बाजूला आला. हे जे रामपुऱ्याचे शहर आहे, ते इंदूरच्या राज्यातील एका जिल्ह्याचे मोठे ठिकाण असून पूर्वी रामपुरा म्हणून जे एक नाव वर आलेले आहे, त्याच्यापासून हे निराळे आहे. त्याला टोकरामपुरा असे म्हणतात. जयपूरच्या दक्षिणेस जे टोक संस्थान आहे, त्या संस्थानातील टोकरामपुरा हे एक शहर असून ते बनास नावाच्या एका नदीच्या जवळ आहे. व इंदूर संस्थानात चंबळा नदीच्या जवळ असलेला रामपुरा आणि टोक संस्थानात बनास नदीच्या जवळ असलेला रामपुरा यांच्या मध्ये सुमारे 125 मैलांचे अंतर आहे. ही दोन्हीही गावे या प्रकरणामध्ये आलेली आहेत. त्यामध्ये घोटाळा होऊ नये म्हणून त्यांच्यातील हा फरक लक्षात ठेवणे जरूर आहे. पूर्वी क. डॉन याने टोकरामपुरा येथील होळकराचा किल्ला ता. 15 मे रोजी सर करून घेतला. व तेथून होळकराचा पाठलाग करीत निघालेले इंग्लिशांचे सैन्य सुमारे पावणेदोन महिन्यांच्या अवधीमध्ये ता. 7 जुलै 1804 पर्यंत होळकराच्या राज्यातील चंबळा नदीच्या काठचे जे रामपुऱ्याचे दुसरे शहर त्याच्या जवळ येऊन ठेपले होते. या सैन्याचा समाचार घेण्याकरिता होळकरहि आपले सैन्य घेऊन चंबळा नदीच्या पूर्वेच्या बाजूला आला. इतके दिवस आणि इतक्या लांबपर्यंत आपण होळकराच्या राज्यात चाल करून येत असता त्याने आपल्याला कोठेच अडथळा केला नाही, तेव्हा आपल्या प्रचंड आणि अजिंक्य अशा इंग्रजी सामर्थ्यापुढे होळकर दबून गेला, असे ज्या, क. मॉन्सन याला इतका वेळपर्यंत वाटत होते, त्याने होळकराच्या हालचालींची ही बातमी जेव्हा ऐकली, तेव्हा तो अगदी घाबरून गेला. त्याच्या जवळची अन्नसामग्री संपून गेलेली होती. व त्याच्या सैन्याला फक्त दोन किंवा तीन दिवस पुरेल इतकेच धान्य काय ते शिल्लक होते. तेव्हा आपण रामपुऱ्यास

जाऊन पोहोचलो, तर तेथे आपल्याला धान्याचा पुरवठा करून घेता येईल, असे त्याला वाटले; आणि म्हणून ता. 7 जुलै रोजी सकाळी पिंपळ्याच्या घाटातून निघून रामपुऱ्यापासून 7 मैलांवर असलेल्या गुरी या नावाच्या एका खेडेगावामध्ये त्याने त्या रात्री मुक्काम केला.

रामपुऱ्याजवळील गुरी हे क. मॉन्सन याच्या प्रगतीचे शेवटचे ठिकाण होय. त्याच्या पुढे तो जाऊ शकला नाही. येथून यशवंतराव होळकर याने केलेल्या पाठलागामुळे त्याला पिछेहाट करावी लागली. ही त्याची पिछेहाट गुरीपासून तो मोकंदरा, कोट्टा, टोकरामपुरा, खुशालगड, या मार्गाने थेट अग्र्यापर्यंत सुमारे दोन सव्वादोनशे मैलापर्यंत ता. 8 जुलै 1804 पासून ते ता. 31 ऑगस्टपर्यंत सुमारे पावणेदोन महिने एकसारखी चाललेली होती. या अवधीमध्ये यशवंतराव होळकराने जो पराक्रम गाजविला, तो हिंदुस्थानच्या इतिहासामध्ये अवर्णनीय होऊन राहिलेला आहे. असई, आरगाव, अलिगड, दिल्ली, लासवारी, वगैरे ठिकाणच्या विजयांनी इंग्लिश लोक यावेळी चढून गेलेले होते. परंतु यशवंतराव होळकराने आपल्या अतुल पराक्रमाने त्यांचा चांगलाच नक्शा उतरला. आणि दौलतराव शिंद्यांच्या पराभवांनी हिंदुस्थानी लोकांच्या पराक्रमाला जो एक प्रकारचा कलंक लागला होता, तो यशवंतराव होळकराने आपल्या या गनिमी काव्याच्या कर्तबगारीने पूर्णपणे धुवून काढिला. क. मॉन्सन याच्या हाताखालच्या इंग्रजी सैन्याची आणि सामानसुमानाची पूर्णपणे नासाडी करून यशवंतराव होळकराने इंग्लिशांना वर तोंड काढण्याला कोठे जागाच ठेविली नाही. त्याने इंग्लिशांची घमेंड उतरून टाकली. आणि या त्याच्या कृत्यामुळे हिंदुस्थानात चोहोकडे त्याचा बोलबाला सुरू झाला. हिंदुस्थानच्या इतिहासातील प्रत्येक लढाईमध्ये पहावे तर, जेथे-तेथे इंग्लिशांचा जय आणि इंडियन लोकांचा पराजय, हा निकाल ठरलेला; पण हे ठराविक निकाल यशवंतराव होळकराने आपल्या शौर्याने यावेळी मोडून टाकिले. यशवंतरावाने सर्व इंडियन लोकांच्या आणि राजांच्या मनात नवीन स्फूर्ति उत्पन्न केली. आणि अजूनहि आपण इंडियन लोक आपली राज्ये परत जिंकून घेऊ शकू, असे प्रत्येकाला वाटू लागले. यशवंतराव होळकराने क. मॉन्सन याच्या सैन्याचे हालाहाल करून आणि त्याच्या शिपायांचे बळी घेऊन त्याला आपल्या

मुलखातून बाहेर घालविले, या गोष्टींशी तुलना करण्याला यूरोपच्या अर्वाचीन इतिहासामध्ये इतक्याच पराक्रमाचे असे फक्त रशियाचे उदाहरण आहे. इकडे हिंदुस्थानात इ.स. 1804 मध्ये क. मॉन्सन हा जसा होळकराच्या मुलखामध्ये जबरदस्तीने शिरला होता, त्याचप्रमाणे पुढे आणखी सुमारे 9/10 वर्षांनी नेपोलियन आपल्या हाताखाली एक प्रचंड सैन्य घेऊन रशियामध्ये शिरला होता. त्याला रशियन लोकांनी ज्याप्रमाणे आपल्या मुलखातून घालवून लाविले, त्याचप्रमाणे यशवंतराव होळकराने क. मॉन्सन याची वाट लाविली. नेपोलियनला रशियातून घालवून लावण्याच्या कामी रशियन लोकांना ज्याप्रमाणे रशियातील हिवाळ्याने मदत केली, त्याप्रमाणेच क. मॉन्सन याला माळव्यामधून हाकलून लावण्याच्या कामी हिंदुस्थानातील पावसाळ्याने आपल्या हिंदुस्थानातील लोकांना मदत केली. हिंदुस्थानातील पावसाळा मोठा जबर असतो व त्या ऋतूमध्ये सर्व सैन्यांच्या हालचाली बहुधा बंद ठेवण्यात येतात. व त्या कारणामुळेच तुम्ही चार महिने कोट्टयाला मुक्काम करून तेथून होळकराचा वर येण्याचा मार्ग अडवून ठेवावा, अशी ज. लेक याने क. मॉन्सन याला ताकीद दिली होती. परंतु ती न जुमानता जुलैच्या, म्हणजे भर आषाढश्रावणाच्या, महिन्यात क. मॉन्सन हा माळव्यातील मोठमोठे डोंगर, घाट, नद्या आणि नाले उतरून होळकरावर हल्ला करण्याकरिता गेला. परंतु भर पावसाळ्यामध्येही आपले जे हे उल्लंघन आणि अतिक्रमण झाले, त्याचा अपमान लहान-लहान नद्यांनाही सहन झाला नाही. आणि त्यांनीही जणूं ठिकठिकाणी क. मॉन्सच्या सैन्याला वाट न देण्याच्या आणि अडचणीत अडवून धरण्याच्या कामी यशवंतराव होळकराला मदत केली. या मोहिमेत चंबळा, चंबली, आणि बनास, या तीन नद्यांनी तर इंग्लिशांचे इतके नुकसान केले, तितके त्यांचे नुकसान मोठमोठ्या सेनापतींनाही करता आले नसते. या नद्यांनी एकहि तोफ इंग्लिशांच्या सैन्यावर न उडवता इंग्लिशांच्या किती तरी तोफा आपल्या चिखलात आणि पाण्यात बुडवून निरुपयोगी करून टाकल्या. आणि त्या नद्यांनी इंग्लिशांच्या एकाहि शिपायावर बंदूक न झाडता त्यांच्या किती तरी शिपायांना आपल्या प्रवाहामधून वाहवून थेट यमुना नदीच्या पाण्यामध्ये नेऊन सोडिले. क. मॉन्सन याच्या सैन्याची या वेळी जी पिछेहाट

चालली होती, त्यात त्या सैन्यातील शिपायांना यशवंतराव होळकराच्या लष्करातील बंदुकांच्या गोळ्या आणि पावसाच्या धारा या दोन्हीहि सारखाच मार देत होत्या. अशा प्रकारच्या या पावसाळी हवेचा फायदा घेऊन तर यशवंतराव होळकराने इंग्लिशांच्या फौजेला जेरीस आणलेच होते. पण त्याशिवाय त्याने आणखीहि कारणे उपस्थित केली होती. नेपोलियनच्या सैन्याला कोठेहि दाणा वैरण मिळू नये, म्हणून रशियन लोकांनी ज्याप्रमाणे आपले गावचे-गाव जाळून टाकिले होते, त्याचप्रमाणे इंग्लिशांचे सैन्य ज्या मुलखातून जावयाचे त्याच्या आसपासची गावे होळकराने आपल्या लूटफाटीने उजाड करून टाकिलेली होती. त्यामुळे इंग्लिशांना अन्नसामुग्री मिळण्याचीही अतिशय पंचाईत पडू लागली. आणि त्यामुळे पावसात भिजून थंडीने कुडकुडावे आणि अन्नावाचून भुकेने तडफडावे, असा इंग्लिश सैन्यातील शिपायांवर यशवंतरावाने प्रसंग आणून सोडिला होता. इंग्रजांचा दारूगोळा पावसात भिजून गेला. तोफा चिखलात रुतून राहिल्या त्या बाहेर निघेनात. आणि त्यांचे सामानसुमान नद्यांच्या पुरांनी किती तरी ठिकणी वाहून गेले. अशा स्थितीत होळकराच्या सैन्यातील शिपाई तर इंग्लिशांना सडकून चोप देतच होते, पण त्याशिवाय होळकराच्या सैन्यातील नव्हेत असे आजूबाजूच्या डोंगराळ प्रदेशातील भिल्ल वगैरे रानटी लोकहि इंग्लिशांच्या सैन्यावर हल्ले करू लागले व त्यांचे सामानसुमान पळवून नेऊ लागले. अशी इंग्लिशांची या वेळी फारच दुर्दशा झालेली होती. अशा स्थितीत त्यांच्या मदतीला दुसरा कोणी येईल, तर तीहि आशा उरलेली नव्हती. पूर्वी जेव्हा इंग्लिशांची चलती होती, तेव्हा आजूबाजूचा जो तो नेटिव्ह राजा इंग्लिशांना मदत करण्याकरिता पुढे येत होता. कोट्याच्या राजाने पूर्वी क. मॉन्सन याच्या मदतीला आपले काही सैन्य दिले होते, व मी काही सैन्य पाठवितो असे जयपूरच्या राजाचेहि आश्वासन होते. पण क. मॉन्सन चंबळा नदीपासून माघारा वळून मागे पळत सुटला, त्या वेळी त्याचा पाठलाग करताना यशवंतराव होळकराने आजूबाजूच्या राजावर आपली इतकी जरब बसविली की, त्यांपैकी एकहि राजा इंग्लिशांना मदत करण्याकरिता पुढे आला नाही. ज्या कोट्याच्या राजाने क. मॉन्सनला पूर्वी सैन्याचा पुरवठा केला होता, त्याच कोट्याला ता.

12 जुलै 1804 रोजी क. मॉन्सन हा ज्या वेळी पळता-पळता मुक्कामाला आला, त्या वेळी कोट्ट्याच्या राजाने यशवंतराव होळकराच्या भीतीने इंग्लिशांना आपल्या शहरामध्ये आश्रयाला येऊ दिले नाही; इतकेच नव्हे तर त्याने त्यांना अन्नसामग्रीचा पुरवठा करण्याचेहि साफ नाकारले. त्याचप्रमाणे जयपूरच्या राचाचाहि तीच वाट लागली. आमच्या जयपूरच्या राज्यातील खुशालगड या ठिकाणी तुम्ही येऊन पोहोचला असता, आमच्या 5 पलटणी आणि 20 तोफा तुम्हाला येथे येऊन मिळतील, असा जयपूरच्या राजाचा क. मॉन्सन याला निरोप आलेला होता; परंतु क. मॉन्सन हा पळ काढता-काढता जेव्हा खुशालगड येथे अत्यंत हालअपेष्टांच्या स्थितीमध्ये प्रत्यक्ष येऊन पोहोचला, तेव्हा तेथे त्याला काय दिसले ? तेथे त्या पलटणीहि नव्हत्या आणि त्या तोफाहि नव्हत्या. त्या तेथे येऊन आधीच निघून गेल्या होत्या, असे मॉन्सनला कळले असो. खुशालगड येथे जयपूरच्या राजाची मदत तर मॉन्सनला मिळाली नाहीच, पण दुसऱ्या एका नेटिव्ह संस्थानिकाच्या लष्कराकडून त्याच्यावर एक जबरदस्त संकट मात्र खुशालगड येथे ओढवले. दौलतराव शिंदे हा जो इंग्लिशांचा कालचा शत्रू होता. तो सुर्जीअंजनगावच्या तहाने आज इंग्लिशांचा मित्र झालेला होता; व ज्या दौलतराव शिंद्याचे सैन्य काल इंग्लिशांच्या विरुध्द लढत होते, ते त्याने आज इंग्लिशांच्या बाजूने होळकराच्या विरुध्द लढण्याकरिता पाठविले होते, हे पूर्वी सांगितलेच आहे. परंतु हृदयाला भिनलेली शत्रुत्वे ही तहाच्या तकलादू अटींनी खऱ्या मित्रत्वामध्ये केव्हाहि परिणत होत नसतात. दौलतराव शिंद्याकडून क. मॉन्सनच्या सैन्याबरोबर आलेले बापूजी शिंदे हे आधीच इंग्लिशांची बाजू सोडून होळकराला जाऊन मिळाले होते. परंतु खुशालगड येथे दौलतराव शिंद्याचे दुसरे सरदार, सदाशिव भाऊ बक्षी, यांच्या हाताखाली शिंद्याचे एक बरेच मोठे लष्कर येऊन उतरले होते. व ते आपल्या मदतीकरिताच शिंद्याने पाठविले असले पाहिजे, अशी क. मॉन्सन याची समजूत होती, पण तीहि चुकीची ठरली. आणि तेही सैन्य इंग्लिशांवरच उलटले. या अनेक उदाहरणांवरून यशवंतराव होळकराने त्या वेळी सगळीकडे आपली किती जरब बसविली होती, याची चांगलीच कल्पना येण्यासारखी आहे. नेटिव्ह राजे हे आपले दोस्त आहेत आणि ते आपल्याशी

नेहमी इमानाने वागतील, अशी इंग्लिश राज्यकर्ते पुष्कळ वेळा फुशारकी मारीत असतात. परंतु हे म्हणणे व्यर्थ आहे. राजे, नेटिव्ह झाले काय किंवा दुसरे कोणी झाले काय, या सगळ्या ताज्या घोड्याच्या गोमाशा आहेत. यात इमानदारीचा अगदी थोडा अंश असून हे सगळे राजे सत्तेचे आणि जबरदस्तीचे गुलाम आहेत. क. मॉन्सन जोरात होता, तेव्हा हे त्याला मदत करण्याला धावत होते, आणि आता यशवंतराव होळकराने आपली मर्दुमकी गाजविली, त्या वेळी तेच सगळे नेटिव्ह राजे यशवंतरावाला वचकू लागले व त्याला मदत करण्याकरिता पुढे सरसावू लागले. सारांश, हा सगळा कर्तबगारीचा आणि मर्दुमकीचा खेळ आहे.

या वेळी यशवंतराव होळकराने आपल्या बहादरीने इंग्लिशांच्या बाजूच्या नेटिव्ह राजानांच फक्त आपल्याकडे ओढून घेतले होते असे नसून, इंग्लिशांच्या हाताखालील नेटिव्ह पलटणीतील शिपायांचीहि अंत:करणे त्याने आपल्या पराक्रमाने आपल्याकडे आकर्षित करून घेतली होती. ता. 14 ऑगस्ट 1804 रोजी टोकरामपुऱ्याहून आग्र्याकडे पिछेहाट करण्याला क. मॉन्सन याने सुरवात केली, त्याच्या आधीच बापूजी शिंदे वगैरे सरदार आपल्या हाताखालील शिपायांसह होळकराला जाऊन मिळाले होते. पण टोकरापुऱ्याच्या मुक्कामानंतर इंग्लिशांच्या पलटणीतील शिपाईलोकहि इंग्लिशांचा पक्ष सोडून होळकराला येऊन मिळू लागले. मेजर फ्रिथ याच्या हाताखालील पुष्कळ घोडेस्वार मुक्कामा-मुक्कामाला होळकराच्या छावणीत येऊन दाखल होऊ लागले होते. आणि खुशालगड येथे तर, जे; शिंद्याचे सदाशिवराव भाऊ बक्षीच्या हाताखालील लोक मॉन्सनला मिळावयाचे होते, ते तर त्याला मिळाले नाहीतच; पण खुद्द मॉन्सनच्या हाताखालील, चौदाव्या पलटणीतील शिपाई मात्र त्याची नोकरी सोडून यशवंतरावाच्या पक्षाला येऊन मिळाले. असई, अलिगड, वगैरे ठिकाणच्या लढायातून आपण असे पाहिले की, शिंद्याच्या पलटणींना इंग्लिशांनी लाच दिले आणि त्यामुळे शिंद्याच्या पलटणी इंग्लिशांना जाऊन मिळाल्या. पण येथे आपण त्याच्या अगदी उलट देखावा पहात आहोत. येथे होळकराने इंग्लिशांच्या पलटणी फितविण्याकरिता एक कवडीहि खर्च केली नाही; आणि तरीहि इंग्लिशांच्या पलटणीतील शिपाई लोक आपण होऊन होळकराच्या सैन्यात

सामील होऊ लागले, हा कशाचा परिणाम आहे ? हा सगळा केवळ यशवंतराव होळकराच्या एका पराक्रमाचा परिणाम आहे. हा राजा आपल्या देशाच्या स्वातंत्र्याकरिता मोठ्या हिंमतीने लढत आहे, असे पाहिल्यानंतर कोणाची अंत:करणे त्याच्या पक्षाकडे धाव घेतल्यावाचून राहणार आहेत ? देशातील सर्व लोक आणि सर्व पैसा आपल्या देशाच्या स्वातंत्र्यासाठी लढण्याकरिता जो जीवावर उदार होऊन उभा रहातो, त्याचाच आहे. त्याला कशाचीही उणीव नाही. सर्व लोक आपली भक्ति आणि आपली शक्ति त्याच्या चरणी वाहून त्याच्या जिवाला जीव देण्याकरिता तयार होतात. यशवंतराव होळकर हा त्या वेळी अशा प्रकारचा एक पराक्रमी पुरुष निघाला. आणि त्यामुळे सर्व शिपाई त्याच्या पक्षाकडे वळू लागले. नेपोलियन बोनापार्ट हा आपल्या शिपायांना जो इतका प्राणप्रिय झाला होता, तो देखील त्याच्या अंगच्या याच गुणामुळे होय. चंबळा नदीपासून बनास नदीपर्यंत आणि मोकंदऱ्याच्या खिंडीपासून तो बियानाच्या खिंडीपर्यंत ता. 8 जुलैपासून ता. 28 ऑगस्टपर्यंत एकसारखा सुमारे पावणेदोन महिने मॉन्सनचा यशवंतराव होळकराने जो पाठलाग केला, त्या सगळ्या पाठलागामध्ये यशवंतराव हा आपल्या सैन्याबरोबर हजर होता; आणि प्रत्येक लढाईत आपल्या सैन्याबरोबर तो लढत होता. आपण खुशाल मखमालीच्या गाद्यांवर लोळत राहून आणि सेनापतीच्या कामावर दुसरे सरदार नेमून वाऱ्यावर वरात आणि भुसावर चिठी अशा रीतीने त्याने हा पाठलाग केला नाही. जेथून तोफेतून गोळे फेकले जात होते, तेथे यशवंतराव हजर होता आणि जेथे इंग्लिशांच्या तोफांचे गोळे येऊन पडत होते तेथेही यशवंतराव हजर होता ! तो घोड्यावर बसून आपल्या घोडेस्वारांबरोबर दौड करीत होता; आणि आपल्या पायदळाबरोबर पायाने शत्रूच्या गोटात घुसून त्यांच्या पलटणी कापून काढीत होता. तो पावसात भिजत होता, चिखलात रुतत होता आणि थंडीने कुडकुडत होता; पण इतक्यातहि संकटातून तो शत्रूला जेरीसही आणीत होता. क. मॉन्सन पुढे आणि यशवंतराव होळकर त्याच्या पाठीमागे, अशी ही लांडगेतोड यशवंतरावाने एकसारखी सुमारे 200 मैलपर्यंत चालविली होती. इंग्लिशांचे सैन्य दमूनभागून विश्रांतीसाठी कोठे तळ देऊ लागले, की तेथून त्यांना हुसकावून लावण्याकरिता होळकराचे घोडेस्वार

तेथे आलेच. इंग्लिशांचे शिपाई एखादी पाण्याने दुथडी भरून चाललेली नदी उतरून जाण्याचा प्रयत्न करू लागले, की त्यांना त्या नदीमध्ये जलसमाधि देण्याकरिता होळकर आपल्या शिपायांसह त्या नदीच्या काठी नेमका हजर. इंग्रजांना मागे पळताना आधी कोठे रसद मिळतच नव्हती, पण यदाकदाचित् कोठे मिळालीच, तर ती त्यांच्यापासून लुटून घेण्याला यशवंतरावाच्या घोडेस्वारांनी त्यांना गराडा दिलाच. अशा दक्षतेने यशवंतराव होळकर या वेळी लढत होता. बुंदेलखंडात याच सुमाराला यशवंतरावाने आपला सरदार अमीरखान याला पाठविले होते, हे पूर्वी सांगितलेच आहे. तो अमीरखान बुंदेलखंडात आणि यशवंतराव होळकर माळव्यात, अशा दोघांनी दोहोंकडून मिळून या वेळी इंग्लिशांच्या तोंडचे पाणी पळविले होते. व हिंदुस्थानातील सर्व मुत्सद्दी आणि राजकारणी लोक यशवंतरावाकडे मोठ्या कौतुकाने आणि मोठ्या आशेने पाहू लागले होते. दक्षिणेकडून येणारा क. मरे याला त्याने एका साध्या युक्तीनेच भेवडावून माघारे लाविले होते. आणि त्यामुळे क. मॉन्सन याच्याशी तर प्रत्यक्ष लढाया करूनच त्याने त्याला इतकी दहशत बसविली होती की, त्यामुळे क. मॉन्सन हा एकदा जो पळू लागला, तो होळकराशी तोंडाला तोंड देऊन लढण्याकरिता फारच थोडा उभा राहिला. पाठीवर होळकर आला की, मॉन्सनसाहेब पुढे निघालाच. असे शौर्य क. मॉन्सन याने या लढाईत ठिकठिकाणी दाखविले ! यशवंतराव होळकराने या वेळी इंग्लिशांच्या विरुध्द जो पराक्रम गाजविला, तशा प्रकारच्या पराक्रमाचे वर्णन करण्याचे प्रसंग इंडियन इतिहासकारांना फारच थोडे सापडतात, व त्यामुळे अशा वीर पुरुषांचे जितके वर्णन करावे तितके थोडेच होईल, असे कोणालाहि वाटणे अगदी साहजिक आहे. आपल्या पूर्वीच्या इतिहासात यशवंतराव होळकराच्या तोडीचे फक्त एकच उदाहरण आहे; आणि ते धनाजी जाधव आणि संताजी घोरपडे यांचे होय.औरंगजेब बादशहा आपले मोठे थोरले सैन्य घेऊन महाराष्ट्रामध्ये आला व त्याने संभाजीचा खून केला, या शोकजनक गोष्टीनंतर धनाजी आणि संताजी या दोघा वीर पुरुषांनी मिळून औरंगजेबाच्या अवाढव्य सैन्याची मराठ्यांच्या गनिमी काव्याच्या लढाईने

जी दुर्दशा उडविली ती एक घटना, अशी ही हिंदुस्थानच्या इतिहासातील दोन उदाहरणे अत्यंत स्फूर्तिदायक आणि वीर्योत्पादक आहेत, यात संशय नाही.

यशवंतरावाने या वेळी अलोट धैर्याची जी अनेक कृत्ये केली, त्यांचे हे सामान्य वर्णन याप्रमाणे येथपर्यंत देण्यात आले आहे. आता त्या गोष्टींच्या विशेष वर्णनाकडे आपण वळू. क. मॉन्सन हा कोट्याहून निघून चंबळा नदीच्या काठच्या रामपुऱ्याच्या जवळ येऊन पोचेपर्यंत त्याच्या ज्या हालचाली झाल्या, त्या पुढील कोष्टकावरून थोडक्यात चांगल्या लक्षात येण्यासारख्या आहेत.

सेनापतीचे नाव	ठिकाणाचे नाव	दोन ठिकाणां मधील अंतराचे मैल	तारीख	वर्णन
क. मॉन्सन	कोटा		जून	
व क. डॉन	मोकंदरा	कोटा ते मोकंदरा 30 मैल	28 जून	मोकंदरा सोडतो
	सोनारा	मोकंदरा ते सोनारा 20 मैल		
सिंक्लेअर	हिंग्लजगड	मोकंदरा ते हिंग्लजगड 50 मैल	2 जुलै	हस्तगत करतो
क. मॉन्सन	पिंपळा गुरी	पिंपळी ते गुरी 18 मैल	7 जुलै	येथून क. क. मॉन्सन ता. 8 जुलै रोजी परत फिरतो
	रामपुरा	गुरी ते रामपुरा 7 मैल		

या वरील कोष्टकात दाखविल्याप्रमाणे क. मान्सन हा ता. 7 जुलै रोजी गुरी येथे येऊन पोचल्यानंतर होळकर चंबळा नदी उतरून अलिकडच्या काठावर आल्याची बातमी त्याला रात्री 9 वाजता कळली. याच ठिकाणी त्याला दुसरीहि अशी बातमी कळली की, क. मरे हा जो आपल्या मदतीला दक्षिणेकडून येणार होता, तो पुढे येऊ शकत नसून त्याने आपला मोर्चा मही नदीच्या पाठीमागे वळविला आहे. याशिवाय आणखी एक अशी स्थिति होती की, क. मॉन्सन याच्याजवळची अन्नसामग्री फक्त दोन दिवसांपुरतीच उरलेली होती. रामपुराला आपण गेलो म्हणजे आपल्याला तेथे अन्नसामग्री पुष्कळ मिळविता येईल, असा त्याचा अंदाज होता. परंतु रामपुरा मागे टाकून आणि चंबळा नदी उतरून होळकर आपल्यावर स्वारी करण्याकरिता येत आहे, असे जेव्हा त्याने पाहिले तेव्हा त्याचा धीर खचून गेला. क. मरे मदतीला येत नाही; हिंग्लजगड घेण्याकरिता गेलेले सैन्य येऊन मिळणार होते ते मिळाले नाही; अन्नसामग्री जवळ नाही; आणि होळकराचे सैन्य फार मोठे असल्यामुळे त्याच्याशी तोंड देण्याची ताकद आपल्यामध्ये नाही; या भयंकर स्थितीचे चित्र क. मॉन्सन याच्या डोळ्यापुढे उभे राहून त्याने परत फिरण्याचा निश्चय केला. त्याच्या सैन्याबरोबर शिंद्याचे सरदार बापूजी शिंदे हे होते. त्यांनी परत फिरण्याचा सल्ला दिला. म्हणून क. मॉन्सन हा माघारा फिरला, असे कित्येक इंग्रजी ग्रंथकारांचे म्हणणे आहे. बापूजी शिंदे हा आतून यशवंतराव होळकराला फितुर होता आणि म्हणून त्याने मॉन्सनला मुद्दाम असा सल्ला दिला, असा इंग्लिशांचा आक्षेप आहे. दौलतराव शिंदे हा होळकराच्या विरुध्द इंग्लिशांना मदत करण्याला तहाच्या अटीपलिकडे मनापासून फारसा उत्सुक होता असे नाही, व ही गोष्ट त्याच्या सरदारांच्या वर्तनावरूनहि दिसून येते. शिंद्यांचे एक सरदार सदाशिवराव भाऊ बक्षी हे खुशालगड येथे असूनहि त्यांनी ता. 25 ऑगस्ट 1804 रोजी क. मॉन्सन याला बिलकूल मदत केली नाही. त्याचप्रमाणे ता. 12 जुलै 1804 रोजी खुद्द बापूजी शिंदे हेहि क. मॉन्सनचा पक्ष सोडून कोट्ट्याच्या मुक्कामी होळकराला जाऊन मिळाले. या सगळ्या पुढे झालेल्या हकीकतीवरून ता. 7 जुलै रोजी तुम्ही मागे फिरावे असा सल्ला बापूजी शिंद्यांनी क. मॉन्सन याला दिला नसेलच, असे नाही. पण त्या

वेळची तशी परिस्थिति पाहून शिंद्यांनी परत फिरण्याबद्दल आपला सल्ला दिला असला, तर त्यात गैर ते काय केले ! खुद्द क. मॉन्सनला जे वाटत होते, तेच बापूजी शिंद्यांना वाटले, तर त्यात बापूजी शिंद्यांचा गुन्हा तो काय झाला ? बरे, बापूजी शिंदे होळकराला फितुर होऊन त्यांनी असा सल्ला दिला अशी क्षणभर कल्पना केली, तरी असईच्या लढाईच्या वेळी शिंद्यांची सबंध पलटणेच्या पलटणे फितूर करणाऱ्या इंग्लिशांनी याबद्दल आता कोणत्या तोंडाने तक्रार करावी बरे ? शिवाय बापूजी शिंद्यांनी लाख सल्ले दिले, तरी क. मॉन्सनने ते ऐकले काय म्हणून, हा प्रश्न शिल्लक राहतोच. सारांश, या पिछेहाटीचे खापर इंग्लिश इतिहासकार दुसऱ्या कोणाच्या तरी डोक्यावर फोडण्याचा कितीहि प्रयत्न करीत असले, तरी क. मॉन्सन हा या वेळी होळकराच्या पुढे गर्भगळीत होऊन गेला, या खऱ्या गोष्टीवर त्यांना पांघरूण घालता येणे शक्य नाही.

येथपर्यंत इंग्रजी इतिहासकारांनी बापूजी शिंदे यांच्या या वेळच्या वर्तनाच्या संबंधाने जी हकीकत लिहिली आहे, ती क्षणभर खरी धरून तिच्या संबंधाचा ऊहापोह करण्यात आलेला आहे. परंतु ही इंग्रजी इतिहासकारांची हकीकतच मुळात खरी नाही. वस्तुस्थिति त्याच्या अगदी उलट आहे. ता. 18 ऑक्टोबर 1804 रोजी दौलतराव शिंदे यांनी मार्क्विस वेलस्ली यांना जे एक पत्र लिहिले आहे, त्या पत्रात इतर अनेक गोष्टींच्या उल्लेखाबरोबर या बापूजी शिंद्यांच्या फितूरीचाहि उल्लेख आलेला आहे. त्यासंबंधाने दौलतराव शिंदे पुढीलप्रमाणे लिहितात :-

''मी बापूजी शिंदे आणि सदाशिवराव भाऊ बक्षी यांना असे हुकूम पाठविले की, तुम्ही आपल्याबरोबर 10 हजार घोडेस्वार आणि 6/7 पायदळाच्या पलटणी घेऊन ज. लेक यांना जाऊन मिळावे. त्या वेळी त्यांच्या हाताखालील लष्कराला पगार पोहोचलेला नसल्यामुळे त्यातील शिपायांची पैशावाचून जरी फार ओढाताण झाली होती, तरी ज. लेक यांच्या इंग्रजी सैन्याला आपण जाऊन मिळालो, म्हणजे इंग्लिश सेनापती पैशाची काही तरी तजवीज करतील, अशा अदमासाने एक क्षणाचाहि विलंब न लाविता ते कोट्ट्यास जाण्याकरिता निघाले. परंतु पुढे बापूजी शिंदे यांना असे आढळून आले की, इंग्लिशांकडून पैशाची

मदत होत नसल्यामुळे पैशांवाचून इतके लष्कर आपल्याजवळ ठेवणे शक्य नाही. तेव्हा सगळे घोडेस्वार आणि बरेचसे पायदळ आपल्याबरोबर घेऊन तुम्ही दुसरीकडे कोठे तरी जावे आणि या लोकांच्या पोटापाण्याची सोय पहावी, असा सदाशिवराव भाऊ बक्षी यांना बापूजी शिंदे यांनी हुकूम केला. त्याप्रमाणे ते दुसरीकडे कोठे तरी आपले सैन्य घेऊन निघून गेल्यानंतर काही दिवसांनी एकदा (ता. 8 जुलै 1804) यशवंतराव होळकराशी लढाई देण्याचा प्रसंग येऊन ठेपला. त्या वेळी क. मॉन्सन हा आपल्या जवळच्या पायदळासह मागे राहिला; आणि बापूजी शिंदे व मि. ल्यूकन यांना होळकराशी तोंड देणे भाग पडले. या लढाईत बापूजी शिंदे यांच्याकडील 700 लोक मरण पावले व त्यांचे पुष्कळ सामानसुमान लुटले गेले. या लढाईत क. मॉन्सन याने मुळीच भाग घेतला नाही आणि उलट आपल्या जवळच्या पायदळानिशी धांदलीधांदलीने तो कोट्ट्याला पळून गेला. पुढे कोट्ट्यास आल्यावर तेथेहि त्याच्याने दम धरवेना. तेव्हा काही नावा गोळा करून तो चंबळा नदी उतरून पलिकडे गेला. त्या वेळी बापूजी शिंदे यांनी असे सांगितले की, तुमचे त्यातून सैन्य उतरून पलिकडे गेले म्हणजे त्या नावा आम्हाला द्या, म्हणजे आमचेही सैन्य त्यातून उतरून पलिकडे येईल. परंतु क. मॉन्सन याने त्या नावा परत पाठविल्या नाहीत. त्यामुळे बापूजी शिंदे यांना कोट्टा येथेच राहणे भाग पडले. इतक्यात होळकराचे सैन्य पाठीमागून आलेच; व बापूजी शिंद्यांच्या लष्कराला वेढून टाकण्याचा त्यांचा विचार चालला होता. त्या वेळी कोट्ट्याचा राजा जालिमसिंग याने बापूजी शिंद्यांना असा निरोप पाठविला की, तुम्ही यशवंतराव होळकराकडे जाऊन त्याची मुलाखत घेतली नाही, तर तुमच्या प्राणांवर प्रसंग बेतण्याची पाळी आहे. त्यामुळे बापूजी शिंदे मोठ्या चिंतेत पडले; ज्या इंग्रजांच्या मदतीला आपण आलो, त्यांच्याकडून आपल्याला काहीएक मदत मिळत नाही; आणि उलट होळकर तर आपल्या सैन्याचा नाश करण्याकरिता आपल्याजवळ येऊन ठेपला आहे. अशा अडचणीत सापडल्यामुळे निरुपाय होऊन अखेरीस बापूजी शिंदे यांना होळकराच्या स्वाधीन होणे भाग पडले.''

अशी खुद्द दौलतराव शिंदे यांनी या प्रकरणाची दिलेली खरी हकीकत

आहे. इंग्लिशांनी बापूजी शिंद्यांना पैशाची मदत केली नाही ती नाहीच, पण नुसत्या नावा पाठवून त्यांचे सैन्य चंबळेच्या अलिकडे उतरवून आणावयाचे एवढेहि सत्कृत्य त्यांच्या हातून झाले नाही. आणि फिरून बापूजी शिंदे हे होळकराला फितूर झालेले होते, असा त्यांच्यावर आरोप करावयाचा, या विचारसरणीला काय म्हणावयाचे ! बापूजी शिंदे हे जर पहिल्यापासूनच होळकराला फितूर होते आणि म्हणूनच त्यांनी क. मॉन्सनला गुरीच्या मुक्कामावरून परत फिरण्याचा सल्ला दिला होता, असे असते, तर गुरीच्या लढाईत बापूजी शिंदे यांनी आपले नुकसान का करून घेतले असते ? सारांश, दौलतराव शिंदे यांच्या या पत्रावरून हे उघड दिसून येते की, बापूजी शिंदे यांच्याकडे या प्रकरणात काहीएक दोष येत नसून क. मॉन्सन याने आपल्याच भित्रेपणामुळे आणि घाबरटपणामुळे हा प्रसंग आपणावर ओढवून घेतला. पण ही गोष्ट आपल्याला जी स्पष्टपणे सिध्द करता येत आहे, ती दौलतराव शिंदे यांच्या पत्रामुळेच होय. यावरून या सगळ्या लढायांच्या बाबतीत आपल्या बाजूच्या खऱ्या हकिकतीची किती आवश्यकता आहे, हे कोणाच्याहि लक्षात येण्याजोगे आहे. परंतु त्याच्या अभावी, आज इंग्लिश ग्रंथकार लिहितात तेच खरे, अशी दुर्दैवाने स्थिति झालेली आहे.

असो अशा रीतीने परत फिरण्याचा निश्चय कायम झाला. व ता. 8 जुलैच्या पहाटेस 4 वाजताच सर्व सामानसुमान सोनारा या गावी माघारे रवाना करण्यात आले. व सकाळी 9 वाजल्यानंतर खुद्द क. मॉन्सन हाहि आपल्या मुख्य सैन्यासह परत जाण्याकरिता निघाला. परंतु होळकर पाठीमागून केव्हा येईल आणि आपल्या मुख्य सैन्याच्या पिछाडीवर केव्हा घाला घालील, याचा काही नेम नव्हता. म्हणून बापूजी शिंदे आणि ले. ल्यूकन यांच्या हाताखाली काही घोडेस्वार मात्र आपल्या पिछाडीच्या संरक्षणासाठी क. मॉन्सनकडून मागे ठेवण्यात आले होते; व आपले मुख्य सैन्य पुढे निघून गेल्यानंतर अर्ध्या तासाने या मागे ठेविलेल्या सैन्याने त्या छावणीवरून निघावे, असा त्यांना हुकूम देण्यात आलेला होता. अशी व्यवस्था करून क. मॉन्सन पुढे निघून गेला नाही, तोच होळकराचे 20 हजार घोडेस्वार येऊन त्यांनी ले. ल्यूकनच्या तुकडीवर हल्ला

केला, व त्या तुकडीतील सगळ्या घोडेस्वारांना यशवंतरावाने कापून काढिले. या लढाईत खुद्द ले. ल्यूकन यालाहि जखमा लागून त्याला होळकराने कैदी म्हणून पकडले. या ले. ल्यूकनचा पूर्व इतिहास असा आहे की, हा पूर्वी दौलतराव शिंद्यांच्या नोकरीला होता. पुढे तो फितूर होऊन त्याने शिंद्यांची नोकरी सोडली आणि तो इंग्लिशांच्या पक्षाला येऊन मिळाला. हा शिंद्यांच्या नोकरीत असताना त्याला अलिगडच्या किल्ल्याच्या आतील वाटांची वगैरे सर्व बारीक सारीक माहिती झालेली होती. तिचा सर्व फायदा त्याने विश्वासघाताने इंग्लिशांना दिल्यामुळेच त्यांना अलिगडचा किल्ला हस्तगत करून घेता आला. ले. ल्यूकन याने हे जे विश्वासघाताचे पातक केले होते, त्यांचे प्रायश्चित्त त्याला या ठिकाणी मिळाले. ल्यूकनने शिंद्यांशी केलेल्या फितुरीचे शासन परमेश्वराने त्याला होळकराच्या हातून ताबडतोब देवविले. ल्यूकन हा ता. 8 रोजी गुरी येथे कैद झाल्यानंतर कोट्ट्याच्या मुक्कामावर आपल्या जखमांच्या वेदनांनी मरण पावला. परंतु त्याला विषप्रयोग करून कदाचित् मारण्यात आले असावे, असा एक अपवाद इंग्लिश ग्रंथकाराकडून उल्लेखिला जातो. यशवंतरावाने इंग्लिशांना या वेळी इतके नामोहरम केल्यामुळे संतापून जाऊन ज्या लेखकांनी त्याला Plunderer, Murderer, Monster अशी विशेषणे लावण्याला कमी केले नाही, त्यांच्या दृष्टीने विषप्रयोगाचा आरोप करणे यात काही मोठेसे आहे असे नाही. शिवाजीला खुनी, डाकू, दरवडेखोर, ही विशेषणे जशी लावण्यात येतात, तशीच ती यशवंतरावालाहि लावण्यात येऊ लागली होती, यावरून यशवंतराव होळकर हा इंग्लिशांना किती जाचक झाला होता, याची कोणालाहि योग्य कल्पना करता येण्यासारखी आहे. जो, ले. ल्यूकन आपल्या स्वतःच्या जखमांनीच मरणोन्मुख झालेला होता, त्याला मारण्यासाठी दुसऱ्याने विष देण्याची आवश्यकता असेल, असे दिसत नाही. तरी पण इंग्लिश ग्रंथकारांनी या गोष्टीचा उल्लेख केलेला आहे, त्यावरून त्यांच्या मनाचा अनुदारपणा मात्र चांगला दिसून येतो.

क. मॉन्सन हा गुरी येथून सुमारे 12 मैल माघारा गेला असेल-नसेल, तोच त्याला ले. ल्यूकनच्या पराभवाची बातमी समजली, व या बातमीच्या पाठीमागून थोड्याच वेळामध्ये खुद्द बापूजी शिंदे हेहि येऊन दाखल झाले, व गुरीच्या

लढाईत आपल्या, मागे ठेविलेल्या लष्कराचा कसा पराभव झाला, याची इत्यंभूत हकीकत क. मॉन्सन याला त्यांचेकडून समजली. ही बातमी जेथे समजली, तेथे त्यानंतर पुढे जास्त वेळ थांबण्यात काही फायदा नव्हता. उलट होळकर मागून येऊन ले. ल्यूकनप्रमाणे आपल्यावरहि धाड घालील की काय, अशी भीति होती. त्यामुळे क. मॉन्सनने सोनारा येथे पळून जाण्याचा निश्चय केला. तेथे पुढे पाठविलेले सामानसुमान आधीच सुरक्षित जाऊन पोहोचले होते. आणि मागून थोड्या वेळाने क. मॉन्सन हाहि सोनारा येथे ता. 8 जुलै रोजी संध्याकाळी जाऊन पोहोचला व दुसऱ्या दिवशी पहाटेस 4 वाजता तेथून निघून ता. 9 जुलै रोजी दुपारी त्याने मोकंदऱ्याची खिंड गाठली. येथे आपल्याला अन्नसामग्री मिळेपर्यंत ही खिंड अडवून ठेवण्याचा त्याचा विचार होता. पण तेथे असताना त्याच्या मागोमाग ता. 10 जुलैच्या सकाळी होळकराची काही फौज तेथे येऊन पोहोचली. व ती दुसऱ्या दिवसाच्या म्हणजे ता. 11 जुलैच्या दुपारपर्यंत एकसारखी वाढतच चालली होती. व अशा रीतीने सगळी फौज येऊन पोहोचल्यानंतर होळकराने मॉन्सनला असे एक पत्र लिहिले की, तुम्ही आपल्या हातातील शस्त्रे खाली ठेवून सगळ्या सैन्यानिशी शरण या ! परंतु ही गोष्ट क. मॉन्सन याला मान्य न होऊन लगेच लढाईला सुरवात झाली. होळकराने आपल्या सैन्याचे तीन विभाग केले व इंग्रजांच्या सैन्यावर डावीकडून, उजवीकडून आणि पुढून असे तीन बाजूंनी हल्ले सुरू केले. या वेळी क. मॉन्सनचे सैन्य मोकंदऱ्याच्या खिंडीमध्ये सापडलेले होते. अशा कचाटीत सापडलेल्या सैन्याच्या पिछाडीकडे काही सैन्य पाठविण्यात आले असते आणि खिंडीतून पलिकडे जाण्याचा क. मॉन्सनचा रस्ता अडवून टाकण्यात आला असता, तर त्या हालचालीचा जास्त परिणाम झाला असता; व असे कदाचित् करण्यात येईल, अशी क. मॉन्सनलाहि भीति वाटत होती आणि यशवंतराव होळकराने कदाचित् तसे केलेहि असते. परंतु त्याच्या तोफा आणि पायदळ ही अद्यापि येऊन पोहोचावयाची होती. ती येईपर्यंत थांबावे, तर कदाचित् क. मॉन्सन हा आपल्या हातून निसटून पळून जाईल, म्हणून आपल्या जवळच्या घोडेस्वारांनिशीच लढाई सुरू करणे यशवंतरावाला भाग पडले. ही लढाई त्या दिवशी संध्याकाळपर्यंत

चालली होती. पण पुढे काळोख पडल्यानंतर लढाईचे काम चालू शकेना. म्हणून त्याने आपली फौज रणांगणावरून काढून पाठीमागे छावणीवर नेली. तेथे त्याचा मागे राहिलेला तोफखाना आणि पायदळ ही रात्री येऊन पोहोचली. त्यांच्या साह्याने यशवंतराव दुसऱ्या दिवशी फिरून इंग्लिशांच्या सैन्यावर हल्ला करणार, तो रात्रीच इंग्लिशांच्या सैन्याने तेथून पोबारा केलेला होता. हे मोकंदऱ्याच्या घाटातून निघालेले सैन्य दुसऱ्या दिवशी म्हणजे ता. 12 जुलै रोजी कसेबसे कोट्ट्याला जाऊन पोहोचले. या वेळी पाऊस अतिशय पडत होता. आणि वाटेने जिकडेतिकडे चिखल झालेला होता आणि पाणी तुंबलेले होते. त्यामुळे कोट्ट्याला पोहोचेपर्यंत या सैन्याला वाटेने त्रास तर झालाच, पण कोट्ट्याला पोहोचल्यावरहि त्यांचा त्रास कमी झाला असे नाही. आपण कोट्ट्याला पोहोचलो, म्हणजे तेथे कोट्ट्याचा राजा आपल्याला आश्रय देईल व आपल्याला अन्नसामग्रीचाहि पुरवठा लागेल तितका करून देईल, अशी इंग्लिशांना आशा वाटत होती. पण ती सगळी निष्फळ झाली. कोट्ट्याचा राजा होळकराच्या भीतीने इतका भेदरून गेला होता की, त्याने इंग्लिशांना आश्रय किंवा अन्नसामग्री देण्याचे बिलकूल नाकारले. कोट्ट्यास जेव्हा रसद मिळेनाशी झाली तेव्हा सगळ्यांचीच पंचाईत पडली; व सैन्यात पांगापांग सुरू झाली. सरदार बापूजी शिंदे हा कोट्ट्यापर्यंत क. मॉन्सनच्या सैन्याबरोबर सर्व हालअपेष्टा सोशीत इमानेइतबारे चालला होता. पण त्याच्या सैन्यातील लोकांना इंग्रजांकडून पगारहि मिळेना व अन्नसामग्रीचीहि तजवीज होईना, तेव्हा आपल्या सैन्यातील लोक उपाशी मरू नयेत म्हणून त्यांच्यासह बापूजी शिंदे याला होळकराच्या सैन्याला जाऊन मिळणे भाग पडले. इंग्लिश ग्रंथकार बापूजी शिंदे फितूर होऊन यशवंतरावाला मिळाला असे लिहितात; आणि इंग्लिशांपाशी त्याच्या शिपायांना देण्याला अन्नसामग्री नव्हती, हे खरे कारण दडवून ठेवितात; या प्रामाणिकपणाला काय म्हणावे ? कोट्ट्यास रहावयास जागा नाही आणि खावयाला अन्न नाही, अशी स्वत: ज्या इंग्लिशांचीच स्थिति, ते बापूजी शिंद्यांना खावयाला काय देणार हे दिसतेच आहे.

कोट्ट्यास अशी स्थिति झाल्यामुळे क. मॉन्सन ताबडतोब तेथून ता. 12 रोजी सकाळी कोट्ट्याच्या पुढील चंबळा नदीच्या काठी असलेल्या गनियान या

नावाच्या गावी जाण्याकरिता निघाला. कोट्ट्याहून हे गाव जरी फक्त सुमारे 6/7 मैलच दूर होते, तरी पावसामुळे आणि वादळामुळे मोठ्या प्रयासाने तो तेथे ता. 13 जुलै रोजी जाऊन पोहोचला. या ठिकाणी हे सैन्य येऊन पोहोचते, तो नदी तुडुंब भरून चाललेली होती. म्हणून ते पाणी ओसरेपर्यंत आणि आजूबाजूच्या खेड्यातून काही रसद गोळा करीपर्यंत त्या सैन्याने तेथे मुक्काम केला. व ता. 14 जुलै रोजी ती नदी उतरून सैन्य पलिकडे गेले. परंतु रस्त्यात चिखल फार झाल्यामुळे तोफा चिखलात रुतून गेल्या. व कितीहि प्रयत्न केले तरी त्या बाहेर निघेनात. त्या वेळी त्या तोफांच्या कान्यात खिळे मारून त्या तोफा वाटेतच टाकून देणे भाग पडले. अशा रीतीने पाण्याने आणि चिखलाने भरलेल्या प्रदेशातून प्रवास करिता-करिता ता. 17 जुलै रोजी हे लष्कर चंबळा नावाच्या एका नदीच्या काठी येऊन पोहोचले.

पाऊस, वादळ, पाणी, चिखल, नद्या आणि नाले, ही सगळी प्रक्षुब्ध झालेल्या सृष्टिदेवतेची सैन्ये या वेळी होळकराच्या बाजूने आणि इंग्लिशांच्या विरुध्द लढण्याकरिता उभी राहिलेली होती. तदनुरोधाने या चंबळीच्या लहानशा ओढ्यानेहि मागून होळकरांचे सैन्य येऊन पोहोचेपर्यंत इंग्लिशांना अडवून धरले. या चंबळा नदीतून पलिकडे जाण्याला उतार मिळेना, म्हणून अलिकडच्या काठांवरच क. मॉन्सन याच्या सैन्याने ता. 15 रोजी तळ दिला. पुढे दुसरे दिवशीहि नदीचे पाणी कमी होईना. तेव्हा काही युरोपियन गोलंदाज हत्तीवर बसून नदीच्या पलिकडे गेले. तेथून टोकरामपुरा हे शहर जवळच असल्यामुळे ते ता. 18 जुलै रोजी तेथे जाऊन पोहोचले. परंतु बाकीचे सैन्य मात्र अलिकडच्या काठांवरच अडकून राहिले. तो इतक्यात पाठीमागून होळकराची फौज येऊन दाखल झालीच. इंग्रजांच्या फौजेपाशी खावयाला अन्न नव्हते; आणि त्यातच होळकराच्या घोडेस्वारांनी त्यांच्या भोवती घिरट्या घालून त्यांच्यावर हल्ले करण्याला सुरवात केली. त्यामुळे इंग्रजी फौजेचे फारच नुकसान होऊ लागले. रोज थोडे-थोडे लोक लाकडांचे तराफे बांधून त्यावरून पलिकडे उतरत होते; परंतु अशा अडचणीत त्यांच्यावर हल्ले करून होळकराने त्यांचे सामान लुटले, सैन्य मारले, आणि हत्ती, उंट, बैल वगैरे नदीत बुडविले. अशा संकटातून

शिल्लक राहिलेले लोक ता. 27 जुलैपर्यंत कसेबसे टोकरामपुऱ्याला जाऊन पोहोचले. कोट्ट्यापासून टोकरामपुऱ्यापर्यंतचे अंतर सुमारे 50 मैल आहे. पण हे इतके थोडे अंतर चालून जाण्याला ता. 12 जुलैपासून ता. 27 जुलैपर्यंत इंग्लिशांना 15 दिवस लागले. यावरून या अवकाशात भयंकर पावसाळा आणि त्याच्याहिपेक्षा जास्त भयंकर असा यशयवंतराव होळकर या हिंदुस्थानातील दोन सेनापतींनी मिळून इंग्लिशांची किती हलाखी करून सोडली होती, याची कोणालाहि कल्पना करता येण्यासारखी आहे.

ता. 27 जुलै रोजी टोकरामपुऱ्याला येऊन पोहोचल्यानंतर मॉन्सनने तेथे बरेच दिवस मुक्काम केला. मॉन्सनच्या या पळापळीची आणि पिछेहाटीची बामती आगऱ्यास ज. लेक यांना आधीच कळली होती. त्यामुळे मे. फ्रिथ आणि क. मॅक्क्यूलक यांच्या हाताखाली बरेच सैन्य आणि दाणावैरण देऊन त्यांना क. मॉन्सनच्या मदतीला पाठविण्यात आले होते. ही मदत त्याला ता. 14 ऑगस्ट रोजी येऊन पोहोचली. परंतु इतकी मदत पोहोचली तरी होळकराशी तोंड देण्याचे त्याला धैर्य होईना. यशवंतराव होळकर आणि बापूजी शिंदे यांच्या फौजा त्याच्या मागोमाग येऊन दाखल झाल्या होत्या. व त्या, इंग्लिशांना सर्व बाजूंनी हैराण करून सोडीत होत्या. त्यांचा या नवीन आलेल्या मदतीने प्रतिकार करण्याचे टाकून फिरून क. मॉन्सनने भीतीने गांगरून जाऊन टोकरामपुऱ्याहून निघून जयपूरच्या राज्यातील खुशालगडपर्यंत आणखी मागे हटविण्याचे ठरविले. खुशालगड येथे सदाशिवरावभाऊ बक्षी यांच्या सैन्याचा तळ पडलेला होता. ते सैन्य आपल्याला मिळेल व जयपूरच्या राजाचे सैन्यहि आपल्या मदतीला धावून येईल आणि अन्नसामग्री मिळण्याची तर मुळीच पंचाईत पडणार नाही, असे वाटून त्याने ता. 21 ऑगस्ट रोजी रामपुऱ्याचे शहर सोडले. रामपुऱ्याहून खुशालगडला जाऊन तेथून पुढे आगऱ्याला जावे, असा त्याचा विचार होता. टोकरामपुऱ्यापासून आग्रा एकंदर सुमारे 100 मैल लांब आहे. हे अंतर चालून जाण्याला त्याला 10 दिवस लागले. रामपुऱ्याहून तो निघाला, तो दुसऱ्या दिवशीच त्याला वाटेत बनास नदी आडवी आली. या नदीला ता. 22 ऑगस्ट रोजी इतका मोठा पूर आला होता की, पूर्वीच्या चंबळा नदीतून हत्तीवर बसून

तरी काही युरोपियन शिपायांना पलिकडे जाता आले. पण या वेळी या नदीत हत्तीहि जाण्याची सोय नव्हती. परंतु तेथे मोठ्या संकटाने तीन होड्या मिळाल्या. त्या होड्यातून कॅ. निकोल्स याच्या हाताखाली लष्कराचा खजिना आणि काही शिपाई देऊन त्यांना पलिकडे पोहोचते करण्यात आले, व तेथून त्यांनी पुढे एकदम खुशालगडला कूच करून जावे, असा त्यांना हुकूम देण्यात आला. परंतु नदीचे पाणी उतरेपर्यंत बाकीचे सैन्य बनास नदीच्या अलिकडच्या किनाऱ्यावरच अडकून पडले. हे सैन्य येथे अडकून पडले आहे, असे पहाताच होळकराचे घोडेस्वार त्यांच्या भोवती घिरट्या घालू लागले, व हल्ले करू लागले. पुढे ता. 24 ऑगस्ट रोजी नदीचे पाणी ओसरून नदीतून उतार मिळू लागल्यानंतर इंग्लिशांचे सैन्य जेव्हा नदीतून पलिकडे जाऊ लागले, तेव्हा तर होळकराच्या सैन्याने शिकस्त करून सोडली. होळकराचे काही घोडेस्वार इंग्लिश सैन्याच्या दोन्ही बाजूंनी नदी उतरून पलिकडे गेले व त्यांनी इंग्लिश सैन्यावर समोरून हल्ला करण्याला सुरवात केली. या वेळी इंग्रजी फौजेत फारच गोंधळ उडून गेला. पुष्कळ अंमलदार मारले गेले, आणि एक सबंध पलटणच्या पलटण येथे कापून टाकण्यात आली. होळकराचे घोडेस्वार इंग्लिशांच्या फौजेत त्या बनास नदीमध्ये असा कहर उडवून देत आहेत, इतक्यात होळकराचा तोफखाना मागाहून येऊन पोहोचला. आणि जेव्हा होळकराची तोफ सुरू झाली, तेव्हा तर फारच भयंकर प्रकार घडून आले. व या ठिकाणी एकंदर इंग्लिशांचे पुष्कळच लोक मारले गेले. तेव्हा त्यातून जे बाकी शिल्लक राहिले, त्यांना घेऊन क. मॉन्सन ता. 24 रोजी कसाबसा खुशालगड येथे आपला जीव घेऊन आला. परंतु त्याला आपल्या बरोबरचे सगळे सामानसुमान बनास नदीच्या काठीच टाकून द्यावे लागले.

पूर्वी सांगितल्याप्रमाणे खुशालगड येथे सदाशिवराव भाऊ बक्षी यांच्या हाताखालील शिंद्यांची फौज होती. पण ही फौज मॉन्सनला न मिळता ती त्याच्या विरुध्दच लढू लागली. त्यामुळे खुशालगडबद्दल त्याला जी आशा वाटत होती, तिचीहि निराशा झाली. जयपूरच्या राजांकडील मदत तेथे मिळावयाची होती, ती आशाहि निष्फळ ठरली.शिवाय खुशालगड येथे दुसऱ्यांची फौज येऊन

मिळणे तर लांबच राहिले, पण खुद्द मॉन्सनच्या हाताखालचे जे हिंदुस्थानी सैन्य होते, त्यांच्यातच फाटाफूट आणि फंदफितुरी जोराने चालू असल्याचे उघडकीस आले. क. मॉन्सनच्या सैन्यातील नेटिव अंमलदार आणि यशवंतराव होळकर यांच्या दरम्यान सुरू असलेला काही पत्रव्यवहार पकडला जाऊन तो क. मॉन्सनच्यापुढे मांडण्यात आला. तेव्हा या बाबतीत जरी कडक उपाय योजण्यात आले, तरीदेखील हिंदुस्थानी घोडेस्वारांपैकी आणि पायदळापैकी पुष्कळ शिपाई इंग्रजांची नोकरी सोडून होळकराला येऊन मिळाले. अशा रीतीने ही संकटपरंपरा वाढत जाऊ लागल्यामुळे मॉन्सनचा धीर अगदीच सुटला. व ता. 26 ऑगस्ट रोजी संध्याकाळी 7 वाजण्याच्या सारख्या आडवेळेलाच त्याला खुशालगड सोडून निघणे भाग पडले. जवळचे सामानसुमान आधीच बनास नदीत टाकून देण्यात आले होते, आणि आता ज्या काही जड-जड तोफा बरोबर होत्या त्यांच्याहि कान्यात खिळे मारून त्या तेथे टाकून देण्यात आल्या व आपल्या फौजेचा एक लांबट चौकोन करून तो बंदोबस्ताने कूच करू लागला. ही बातमी मराठ्यांना कळताच होळकराचे वीस हजार घोडेस्वार त्याच्या पिछाडीवर येऊन पडले व त्यांनी कापाकापी सुरू केली; आणि इंग्रजांच्या सैन्याला फार हैराण करून सोडले. मराठ्यांनी हा पाठलाग दुसऱ्या दिवशीहि तितक्याच जोराने चालविला होता. तशाच स्थितीत कूच करता-करता क. मॉन्सन ता. 27 ऑगस्ट रोजी संध्याकाळी हिंदौन शहराला येऊन पोहोचला. परंतु ते शहर मराठ्यांनी आधीच आपल्या ताब्यात घेऊन ठेविलेले होते. त्यामुळे क. मॉन्सन याला कोठे राहाण्यालाहि जागा मिळेना. तो एका जुन्या गढीत थोडा वेळ राहिला. व तो रातोरात तेथून निघाला. मराठे त्याच्या पाठीमागे होतेच. रात्रीच्या काळोखातहि जरी ते इंग्रजांवर हल्ले करीत होते, तरी दिसू लागल्यानंतर त्यांचा जोर जास्त वाढला. ता. 28 रोजी सकाळी इंग्लिशांचे सैन्य एका ओढ्यातून पलिकडे जात असता होळकरांच्या फौजेने त्यांना चारहि बाजूंनी गाठले. आणि उंटावरील तोफा, बंदुका व जेजाला यांचा मारा होळकराने सुरू केला. त्यामुळे इंग्लिशांचे सैन्य अगदी जेरीस आले. व या हल्ल्यातून आपले प्राण वाचणे कठिण आहे, असे त्यांना वाटू लागले. तरी पण त्यातूनच ते वाट काढीत

चालले होते; व होळकराचे लोक त्यांच्यावर हल्ले करीत पाठीमागून चालले होते. अशा रीतीने जाता-जाता क. मॉन्सन बियानाच्या खिंडीमध्ये ता. 28 ऑगस्ट रोजी संध्याकाळी येऊन पोहोचला. येथे आपल्या सैन्याला विसावा द्यावा, अशी मॉन्सनची इच्छा होती. पण तशी व्यवस्था तो करणार, इतक्यात होळकराचे घोडेस्वार काही तोफा घेऊन बियानाच्या खिंडीत येऊन दाखल झाले. तेव्हा विश्रांति बाजूलाच राहून इंग्रजी सैन्याला तेथूनहि पळ काढावा लागला. ते सैन्य पळता-पळता रात्री 9 वाजता बियानाच्या शहरात येऊन पोहोचले. पण तेथे रात्रीच्या काळोखामुळे इंग्रजी सैन्यात इतका घोटाळा माजला की, पलटणीतील शिपाई आणि बाजारबुणगे हे एकमेकात मिसळून गेले, व त्यांच्यात काही लष्करी शिस्त म्हणून, उरलीच नाही. खायला नाही, विश्रांति नाही. झोप नाही, आणि क्षणोक्षणी मरणाची भीति; अशा स्थितीत जे काही थोडेसे शिपाई शिल्लक राहिले होते, ते सगळी शिस्त सोडून ज्याला जिकडे वाट सापडेल तिकडे पळू लागले. या लोकांची मुख्य छावणी आगऱ्याला होती. तेव्हा तेथे पोहोचल्याशिवाय आपले हे हाल संपणार नाहीत, हे लक्षात आणून सगळे शिपाई आगऱ्याकडे पळत सुटले. वाटेत फतेपूर शिक्री लागली. पण तेथेहि कोणी त्यांना आश्रय दिला नाही. यशवंतराव होळकराच्याबद्दल त्या वेळी सगळीकडे इतकी सहानुभूति उत्पन्न झालेली होती, की फत्तेपुर शिक्री येथील सामान्य जनतेनेच परस्पर त्यांना दगडांचा मारा देऊन आपल्या गावातून ता. 29 ऑगस्ट रोजी पिटाळून लाविले. अशा रीतीने वाटेने सर्व प्रकारच्या हालअपेष्टा आणि अपमान सोशीत हे शिल्लक उरलेले बाकीचे शिपाई कसेबसे ता. 31 ऑगस्ट रोजी एकदाचे आगऱ्यास येऊन पोहोचले.

ता. 8 जुलै 1804 रोजी गुरी येथून क. मॉन्सन हा जो निघाला, तो अशा रीतीने ता. 31 ऑगस्ट रोजी आगऱ्यास येऊन पोहोचला. या दरम्यानच्या मुदतीत त्याने जी सुमारे 225 मैलांची पिछेहाट केली, त्याबद्दलची माहिती पुढील कोष्टकावरून थोडक्यात चांगल्या रीतीने लक्षात येण्यासारखी आहे.

सेनापतीचे नाव	ठिकाणाचे नाव	दोन ठिकाणां मधील अंतराचे मैल	तारीख	वर्णन
ले. ल्यूकन	गुरी		8 जुलै सकाळी	होळकर हल्ला करतो
क. मॉन्सन	सोनारा	गुरी ते सोनारा 20 मैल	8 जुलै संध्याकाळी	मॉन्सन पोहोचतो
	मोकंदरा	सोनारा ते मोकंदरा 20 मैल	9 जुलै दुपारी	मॉन्सन पोहोचतो.
	मोकंदऱ्याची लढाई		11 जुलै	
	कोट्टा	मोकंदरा ते कोट्टा	12 जुलै	कोट्ट्याला पोहोचतो
	गनियास	कोट्टा ते गनियास 7 मैल	13 जुलै	
	गनियास जवळील नदी		14 जुलै	
	चंबळ नदी		17 जुलै	
	टोकरामपुरा	कोटा ते टोकरामपुरा 50 मैल	27 जुलै	
मे. फ्रिथ व क. मॅक्क्यूलॉक	टोकरामपुरा	टोकरामपुरा ते आग्रा 100 मैल	14 ऑगस्ट	कुमक व रसद आणतात
	रामपुरा		27 जुलै ते 21 ऑगस्ट	रामपुरा येथे मुक्काम

सेनापतीचे नाव	ठिकाणाचे नाव	दोन ठिकाणां मधील अंतराचे मैल	तारीख	वर्णन
क. मॉन्सन	रामपुरा	–	21 ऑगस्ट	रामपुरा सोडतो
	बनास नदी	–	22 ऑगस्ट	येऊन पोहोचतो
	बनास नदी	–	24 ऑगस्ट	नदी उतरतो
	खुशालगड	–	24 ऑगस्ट रात्री	येऊन पोहोचतो
	खुशालगड	–	24 ऑगस्ट रात्री	सोडतो
	हिंदौन	–	27 ऑगस्ट रात्री	पोहोचतो
	बियानाची खिंड	–	28 ऑगस्ट संध्याकाळी	
	फत्तेपूर शिक्री	–	29 ऑगस्ट	
	आग्रा		31 ऑगस्ट	

14. दीगची लढाई

ता. 31 ऑगस्ट इ.स. 1804 पर्यंत क. मॉन्सनच्या सैन्याचा पाठलाग करीत-करीत त्या सैन्याला यशवंतराव होळकराने आगऱ्यापर्यंत झोडीत आणल्यानंतर आणि त्या अवधीत त्या सैन्याला बहुतेक नामशेष करून टाकल्यानंतर यशवंतराव होळकराचा उत्तर हिंदुस्थानातील दिल्लीकडचा मार्ग मोकळा झाला. त्याची वाट अडवून धरण्याला आता कोणतेहि इंग्रजी सैन्य त्याच्या समोर नसल्यामुळे यशवंतराव होळकराचे घोडेस्वार पुढे चाल करून निघाले आणि सप्टेंबर महिन्याच्या सुरवातीच्या सुमाराला त्यांनी मथुरा शहर इंग्रजांपासून आपल्या ताब्यात घेतले. मथुरा येथे इंग्लिशांचे काही सैन्य होते. परंतु यशवंतराव होळकराच्या लष्करापुढे क. मॉन्सनच्या सैन्याने जो मार्ग स्वीकारला, त्याच मार्गाचे अवलंबन करणे मथुरा येथील इंग्रजी सैन्याला भाग पडले. पायदळ शिपायांच्या चार पलटणी, नेटिव्ह घोडेस्वारांच्या दोन पलटणी आणि काही तोफा, इतके सैन्य बरोबर घेऊन आणि बाकीचे सर्व धान्य आणि सामानसुमान तेथेच टाकून देऊन इंग्लिश अधिकारी मथुरेहून आगऱ्याला पळून गेले. इंग्लिश लोक मथुरेहून पळून गेले आणि यशवंतराव होळकराच्या हातात मथुरा शहर लागले, याबद्दल मथुरेतील लोकांना अतिशय आनंद झाला. यशवंतराव होळकराने गेल्या दोन महिनेपर्यंत इंग्लिशांच्या सैन्याविरुध्द जे पराक्रम गाजविले होते, त्यांची कीर्ति हिंदुस्थानातील इतर ठिकाणच्या प्रमाणे मथुरेतील लोकांच्याहि कानावर आलेली होती त्यामुळे त्यांना आपला राजा यशवंतराव होळकर याच्याबद्दल मोठा अभिमान वाटत होता. हा आपला राजा आता आपल्याला इंग्लिशांच्या जुलमातून सोडवील आणि आपल्या धर्माची सर्व हिंदुस्थानभर पुनरपि संस्थापना करील, अशीहि मथुरेच्या लोकांना फार आशा वाटत होती. पूर्वी गंगा आणि यमुना यांच्या

आसपासचा हा बहुतेक मुलूख शिंद्यांच्या ताब्यात होता. पण शिंद्यांच्या पराभवानंतर तो मुलूख इंग्लिशांच्या ताब्यात गेल्यापासून तेथील रयतेला परकीय अमलाची दुःखे काय असतात, याची हळूहळू कल्पना येऊ लागली होती. जिकडे-तिकडे जमीनमहसूल जास्त वाढू लागला होता; आणि मीठ वगैरेसारखे जे पदार्थ हिंदुस्थानातील लोकांना बिनकरावाचून अगदी अल्पस्वल्प किंमतीमध्ये खावयाला मिळत होते, त्यांच्यावरहि नवीन इंग्रजी अमदानीमध्ये आता कर बसू लागले होते. पण याच्याहिपेक्षा हिंदु लोकांना जास्त चीड आणणारे असे काही-काही प्रकार इंग्लिशांकडून निरनिराळ्या ठिकाणी होऊ लागले होते. जेथे-जेथे इंग्रजी सोजिरांच्या छावण्या या नवीन संपादन केलेल्या मुलखात बसविण्यात आल्या, त्या-त्या ठिकाणी या गोऱ्या सोजिरांच्या खाण्यासाठी गोवध सुरू होऊ लागले. अकबराच्या वेळेपासून सर्वत्र गोवधाला बंदी करण्यात आली असता इंग्लिशांनी फिरून गोहत्येला अशा रीतीने सुरवात केलेली पाहून हिंदूंची मने इंग्लिशांच्या विरुध्द फार बिथरली होती. आणि त्यातल्या त्यात मथुरेतील लोकांच्या मनावर या गोवधाचा विशेषच परिणाम झालेला होता. गाय ही भगवान् श्रीकृष्णाला अत्यंत प्रिय, आणि त्याच गाईचा त्याच भगवान् श्रीकृष्णाच्या मथुरा नगरीमध्ये राजरोस वध केला जावा, ही गोष्ट मथुरेतील धार्मिक लोकांना सहन होईनाशी झाली होती. अशा वेळी इंग्रजी शिपायांना तेथून पिटाळून लावून यशवंतराव होळकराने आपली छावणी तेथे दिली, हे पाहून कोणत्या हिंदूच्या मनात आनंद उत्पन्न न होणे शक्य होते ? सर्वांना आनंद झाला व आता हा पराक्रमी आणि वैभवशाली यशवंतराव होळकर इंग्लिशांना हिंदुस्थानातून हाकलून देऊन फिरून आपले राज्य प्रस्थापित करील, असा सर्वांना संभव दिसू लागला.

परंतु यशवंतरावाच्या पराक्रमाच्या आणि क. मॉन्सनच्या पराभवाच्या बातम्या लॉर्ड लेक आणि मार्क्विस वेलस्ली यांच्या कानावर येऊ लागल्यापासून आता पुढे होळकराचा आपण कसा बंदोबस्त केला पाहिजे, या विचाराला ते लागले होते. त्या दोघांच्या दरम्यान खलिते सुरू झाले होते व होळकराला कोंडण्याकरिता चोहोबाजूंनी सैन्य कसकसे उभे करावयाचे आणि होळकराच्या विरुध्द काय-काय गुप्त कपटाच्या युक्त्या करावयाच्या, याबद्दल खलबतांचा

खल चालला होता. दुसरा कोणी एखादा प्रामाणिक मनुष्य असता, आणि त्याला जर यशवंराव होळकराचा पराजय करावयाचा असता, तर त्याने प्रामाणिकपणाने 10 हजार शिपायांच्या जागी 20 हजार शिपाई जमवून होळकरावर विजय मिळविला असता. पण मार्क्विस वेलस्ली हा अशा जातीचा मनुष्य नव्हता. व इंग्लिशांचे विजय हेहि बहुधा अशा प्रमाणिकपणाने मिळविलेले विजय नसतात. मार्क्विस वेलस्ली आणि लॉर्ड लेक यांच्या गुप्त खलबतातील विचारसरणी होळकराच्या सैन्यात फितुरी कशी उत्पन्न करिता येईल, इकडे मुख्यत्वेकरून वळली. क. मॉन्सन याच्या पळापळीची पहिली बातमी कळल्यानंतर ता. 17 ऑगस्ट 1804 च्या पत्रात मार्क्विस वेलस्ली हे ज. लेक यांच्याशी होळकराच्या सैन्याच्या संबंधाने पुढीलप्रमाणे मीमांसा करितात :-

"Holkar's army is not paid; it depends for its subsistence entirely upon plunder, and its means must be very precarious. No principle of union can exist in such a body as that commanded by Holkar. The Pathans and Mussalmans have no attachment to Holkar and must probably have no knowledge of each other, and the whole force must have collected about Holkar as a chief of note, and with the sole object of gaining a subsistence."

होळकराच्या सैन्यात पठाण आणि मुसलमान यांचीच बहुतेक भरती असून त्यांची एकमेकांना ओळख देखील नसली पाहिजे, आणि हे सगळे लोक केवळ आपल्या उदरनिर्वाहाच्या आशेने होळकराच्या सभोवती जमलेले असले पाहिजेत, वगैरे गोष्टींचा उल्लेख वरील इंग्रजी मजकुरात करण्यात आलेला आहे. यावरून अशा प्रकाराने एकत्र जमलेल्या शिपायांना फोडण्याचा प्रयत्न केल्यास तो सफळ होण्याचा पुष्कळ संभव आहे, हा मार्क्विस वेलस्ली यांचा हेतु या लिहिण्यावरून स्पष्ट होत आहे. पण अशी सैन्याची भरती कोणाची नसते ? खुद्द इंग्लिशांच्या नेटिव्ह पलटणीतून जे पठाण, मुसलमान इतकेच नव्हे, तर बाकीच्याहि सगळ्या अठरापगड जातीतील लोक भरलेले असतात. ते काय इंग्लिशांनी इंग्लंडाहून

आणिलेले असतात, किंवा ते त्यांनी येथे उत्पन्न केले असतात ? आणि ते तरी जे इंग्लिशांच्या सभोवती गोळा झालेले असतात ते आपल्या पोटासाठी नाहीत, तर काय त्यांच्या पोटचे असतात म्हणून ते त्यांच्या सभोवती जमा होतात ? जेथे हजारो आणि लाखो लोकांना एखाद्या विशिष्ट हेतूसाठी एकत्र जमवावयाचे असते, तेथे होळकराच्या काय किंवा इंग्लिशांच्या सैन्याची अशीच घटना झालेली असावयाची. आणि एवढ्याच कारणासाठी होळकराच्या सैन्यात जर फितुरी करणे शक्य असेल, तर तितकीच शक्यता आपल्याहि सैन्याच्या संबंधाने आहे, हे इंग्लिशांनी केव्हाहि विसरता कामा नये. जे स्वत: काचेच्या घरात रहातात, त्यांनी दुसऱ्यांच्या घरावर धोंडे मारण्याच्या भरीस पडू नये, या इंग्रजी म्हणीमध्ये पुष्कळ शहाणपणा भरलेला आहे. व इ.स. 1857 सालामध्ये तो इंग्लिशांच्या प्रत्ययालाहि आलेला आहे.

होळकराच्या सैन्यात फितुरी उत्पन्न करण्यासंबंधाचा उल्लेख वरील इंग्रजी उताऱ्यामध्ये थोडा पडद्याआडून केलेला असला, तर तो पडदा पुढील उताऱ्यामध्ये अजिबात झुगारून देण्यात आला आहे. व लज्जा, संकोच, किंवा प्रामाणिकपणाची चाड, यांपैकी कोणताही मनोविकार आड येऊ न देता मार्क्विस वेलस्ली हे ता. 11 सप्टेंबर 1804 च्या आपल्या पत्रात ज. लेक यांना उघडपणे असे लिहितात की :-

"You will also take every step for confirming our allies and for encouraging desertion from Holkar by renewing the proclamations of last year or by other encouragements."

आपल्या बाजूचे जे लोक आहेत, त्यांची भक्ति आपल्या पक्षावर दृढ करण्याकरिता तुम्ही प्रयत्न करावे; त्याचप्रमाणे गुदस्त साली तुम्ही जसे जाहीरनामे काढले होते, तसले जाहीरनामे प्रसिध्द करून किंवा दुसऱ्या काही प्रकारची उत्तेजने दाखवून होळकराच्या शिपायांना फितूर करण्याचा तुम्ही प्रयत्न करावा.

या पत्राला ता. 22 सप्टेंबर 1804 रोजी उत्तर लिहून ज. लेक यांनी मार्क्विस वेलस्ली यांना जे कळविले आहे, त्यातील सारांश असा आहे की, आपण या गोष्टी माझ्यासारख्याला सांगावयाला कशाला पाहिजे आहेत ? त्या

मी आधीच केल्या आहेत, व आणखी पुढेहि करीतच आहे. या उत्तरातील इंग्रजी मजकूर पुढीलप्रमाणे आहे :-

"His (Holkar's) troops are in a strange state; some of them are again making proposals to come over; they shall be received if they come; but I have little faith in anything they say; however, anything they say; however, anything like disaffection among them has its weight and may be of use; therefore, it shall be encouraged."

होळकराच्या सैन्यात आतून फितुरी उत्पन्न करण्याचे हे जसे प्रयत्न चाललेले होते, त्याचप्रमाणे होळकराच्या सैन्याचा बाहेरून पाडाव करण्याचेहि व्यूह इंग्लिशांनी रचले. एखाद्या शत्रूवर हल्ला करावयाचा म्हणजे त्याच्यावर फक्त एकाच सेनापतीने आणि फक्त एकाच बाजूने हल्ला करावयाचा, असला व्यूह पाश्चिमात्य युध्दकलेच्या नियमाप्रमाणे केव्हाहि रचण्यात येत नाही. इंडियन राजांच्या लढायांमध्ये मात्र सुशिक्षित सैन्य थोडे आणि सुशिक्षित सेनानायक त्याहूनहि थोडे, अशी स्थिति असल्यामुळे त्यांच्या लढाया किंवा त्यांचे हल्ले हे मात्र असे एकांगी होत असल्याचे दिसून येते व यामुळेच बहुतेक प्रसंगी त्यांचे पराजय झालेले आहेत. परंतु इंग्लिशांच्या हातून ही चूक सहसा केव्हाहि झालेली नाही. या वेळी क. मॉन्सनच्या पराभवानंतर त्यांनी होळकराच्या विरुध्द जी मोहीम सुरु केली, तिच्यामध्येसुद्धा त्यांनी चार-पाच ठिकाणांहून होळकरांच्या विरुद्ध हालचाली एकदम सुरू केल्या. क. मरे हा गुजराथेतून होळकरावर चालून येत असता पूर्वी महीनदीच्यापर्यंत मागे हटून गेला होता; परंतु तो फिरून उलटून उज्जैनीवर चाल करून आला. दौलतराव शिंद्यांचे काही सैन्य इंग्लिशांनी माळव्यावर हल्ला करण्याकरिता नेवविले. दक्षिणेत क. वॅलेस यांच्या हाताखालील सैन्याने होळकराच्या ताब्यातील चांदोरच्या किल्ल्याला शह देण्याला सुरवात केली. बुंदेलखंडामध्ये इंग्लिशांनी आपले एक सैन्य होळकराच्या हालचाली बंद करण्याकरिता पाठविले. आणि या सगळ्या व्यवस्थेशिवाय खुद्द ज. लेक हे आपल्या हाताखाली मुख्य सैन्य घेऊन होळकराचे पारिपत्य करण्याकरिता

आगऱ्याजवळच्या शिंकदऱ्यापासून ता. 1 ऑक्टोबर 1804 रोजी निघाले. अशा रीतीने इंग्लिशांनी होळकराच्या विरुध्द एकदम चोहोंकडून धामधूम सुरू केली.

होळकराचा मुक्काम काही दिवस मथुरेस होता. परंतु त्याची मुख्य महत्त्वाकांक्षा दिल्लीस जाऊन ते राजधानीचे शहर हस्तगत करावे व तेथील शहाआलम बादशहाला आपल्या ताब्यामध्ये घ्यावे, अशी होती. दिल्लीची बादशाही आणि दिल्लीचे बादशहा यांच्या वैभवाने पेशवे, महादजी शिंदे, दौलतराव शिंदे, यांना जसे भाळून टाकले होते, त्याचप्रमाणे यशवंतराव होळकराच्या मनावरहि दिल्लीने आपले भुरळ घातले होते, त्यामुळे मथुरेच्या आसपास इंग्लिशांचे सैन्य येऊ लागल्याचे पाहून यशवंतरावाने मथुरा एकदम सोडली आणि अतिशय त्वरेने चाल करून त्याने दिल्लीजवळ मुक्काम केला. दिल्लीवर यशवंतराव होळकराची धाड येऊन पडणार असे दिल्ली येथील इंग्लिशांचे रेसिडेंट क. अक्टरलोनी, यांना आधीच वाटले होते; व त्यामुळे आसपासचे शिपाई गोळा करून त्यांनी दिल्लीच्या संरक्षणाची आधीपासूनच थोडीबहुत तजवीज करून ठेविली होती. तरी पण दिल्लीच्या सभोवतालची बहुतेक तटबंदी अहमदशहा अबदाली याच्या वेळेपासून जी उद्‌ध्वस्त करून टाकण्यात आली होती, ती पुढे कोणीही दुरुस्त केलेली नसल्यामुळे अशा स्थितीत दिल्लीचे संरक्षण कठिण होते. तरी पण अजमेर दरवाजा, लाहोर दरवाजा, काश्मीर दरवाजा, वगैरे ठिकाणच्या काही-काही तटबंदीच्या भिंतीवरून तोफा डागून इंग्लिशांनी दिल्लीच्या संरक्षणाची साधारणपणे तजवीज केली होती. दिल्ली शहराला यशवंतराव होळकराने येऊन वेढा दिला, त्या वेळी दिल्लीतीलहि परीस्थिति मथुरेप्रमाणेच होळकराला धार्मिक दृष्ट्या अनुकूल होती, व होळकराला आत्तापर्यंत जय मिळाले, तसाच त्याला दिल्लीलाही जय मिळावा, अशी तेथील लोकांची इच्छा होती. इतकेच नव्हे तर इंग्लिशांच्या सैन्यातील कित्येक लोक दिल्ली येथे आपल्या ऑफिसरांचे हुकूम ऐकेनासे झाले होते; व ते कदाचित् होळकराला जाऊन मिळतील, अशाहि कित्येक इंग्लिश अधिकाऱ्यांना भीति पडली होती. त्यामुळे क. अक्टरलोनी याने त्यांना निरनिराळ्या प्रकारची प्रोत्साहने देण्याला सुरवात केली होती. इंडियन शिपायांना खाण्याकरिता

दररोज मेवामिठाई वाटण्यात येत होती. व तुम्ही होळकराचा पराभव केला असता तुम्हाला एक-एक महिन्याचा जास्त पगार देण्यात येईल, असेहि सांगण्यात येत होते. याशिवाय क. अक्टरलोनी यांच्या हातात दिल्ली शहरात आणखी एक मोठे शस्त्र होते, असे म्हणतात, ते शस्त्र म्हणजे त्यांनी आपल्याजवळ बाळगलेला त्यांचा जनानखाना हे होय. जनानखाने बाळगण्याबद्दल इंग्लिश लोक मुसलमान बादशहांना नावे ठेवीत असतात. परंतु इंग्लिशांच्यापाशी तसले जनानखाने नसतात, असे नाही; कदाचित् तसले नसले, तर कदाचित् दुसऱ्या काही प्रकारचे असतील निदान दिल्लीमध्य क. अक्टरलोनी याच्यापाशी तरी असला एक जनानखाना होता. ह्या जनानखान्यात स्वाभाविकपणेच दिल्लीतील हलकट जातीच्या अनेक स्त्रिया गोळा झालेल्या होत्या. यांच्यापासून सुखोत्पत्ति काय होत असेल, तो प्रश्न निराळा; परंतु त्या वेळच्या इंग्लिश लोकांना या साधनापासून जो मुख्य फायदा होत असे, तो राजकीय स्वरूपाचा होता. कारण, या द्वाराने शहरातील कोण लोक काय बोलतात वगैरे सर्व प्रकारच्या गुप्त बातम्या त्यांना कळत असत. या जनानखान्यातील बायकांचा अर्थातच शहाआलम बादशहाच्या जनानखान्यामध्येहि प्रवेश होत असे. व त्यामुळे तेथीलहि गुप्त बातम्या क. अक्टरलोनीला समजण्याची या योगाने चांगली सोय झाली होती. या व अशाच दुसऱ्याहि कित्येक युक्त्यांनी क. अक्टरलोनी याने दिल्लीच्या बादशहाचे मन इंग्लिशांकडे ओढून घेतले होते. आणि बादशहाला दौलतराव शिंद्यांच्या हातून इंग्लिशांनी आपल्या ताब्यात घेतल्यानंतर त्याच्या व्यवस्थेमध्ये इंग्लिशांनी जरी फारशी कोणतीच सुधारणा केलेली नव्हती, तरी यशवंतराव होळकराचा हा हल्ला दिल्लीवर आला, त्या वेळी वरील अनेक कारणांच्या योगाने शहाआलम बादशहाचा कल होळकरांच्यापेक्षा अक्टरलोनीकडे दुर्दैवाने जास्त होता. होळकराने दिल्ली सर करण्याकरिता जे सैन्य पाठविले होते, त्यावर जे मुख्य सरदार होते, त्यांनी नऊ दिवसपर्यंत दिल्लीच्या वेढ्याचे काम मोठ्या नेटाने चालविले. परंतु मथुरेच्या बाजूने आपल्याबरोबर मोठी फौज घेऊन लॉर्ड लेक, हा दिल्लीचा वेढा उठविण्याकरिता येत आहे, अशी बातमी समजल्यानंतर यशवंतराव होळकर हा आपल्या सैन्यासह दिल्लीहून निघाला; व पानिपतच्या जवळ यमुना नदी उतरून

तो अंतर्वेदीतील इंग्लिशांच्या मुलखाचा विध्वंस करण्याच्या उद्देशाने उत्तरेस सहराणपुराकडे वळला. या वेळी आपल्या गनिमी काव्याने फक्त धावती लढाई करून इंग्लिशांच्या मुलखात जाळपोळ करावी व उत्तर हिंदुस्थानात कोठे आपल्याला मदत मिळते किंवा नाही हे पहावे, हाच होळकराचा मुख्य हेतु असल्यामुळे त्याने आपल्याबरोबर आपले फक्त घोडेस्वारच घेतले; आणि आपले पायदळ व आपला तोफखाना हा त्याने भरतपूरच्या राजाच्या मुलखात पाठवून दिला.

आपल्या घोडेस्वारांनिशी होळकर पानिपताहून निघाला तो थेट सहराणपुराकडे वळला. तिकडच्या शीख लोकांकडून वगैरे आपल्याला काही मदत मिळेल, अशी त्याला आशा होती. परंतु डोलचासिंग या नावाचा एक शीख लोकांचा सरदार इंग्लिशांनी आपल्या पैशाने आपल्या बाजूला फितूर करून घेतलेला होता. त्यामुळे व इतरहि अनेक कारणांमुळे अंतर्वेदीत होळकराचा जम बसला नाही. होळकर अंतर्वेदीत शिरला आहे, असे पाहून खुद्द ज. लेक याने त्याचा पाठलाग करण्याचे काम आपल्याकडे घेतले. व आपल्या हाताखालील मे. ज. फ्रेजर याच्याकडे त्याने दुसरे एक काम सोपविले. पायदळ तोफखाना आणि नेटिव्ह घोडेस्वारांच्या दोन पलटणी, इतके सैन्य मे. ज. फ्रेजर याच्या हाताखाली देण्यात आले; व होळकराने आपले पायदळ व तोफखाना दिल्लीहून मागे कोठे तरी परत पाठविला आहे, ही बातमी ज. लेक याला कळलेली असल्यामुळे ते होळकरांचे सैन्य कोठे गेले आहे ते शोधून काढावे; व त्या सैन्याचा होळकराच्या गैरहजेरीत नाश करावा, ही कामगिरी मे. ज. फ्रेजर याजकडे सोपविण्यात आली होती. या कामगिरीवर मे. ज. फ्रेजर हा ता. 5 नोव्हेंबर रोजी दिल्लीहून निघाला आणि ता. 12 नोव्हेंबर रोजी दीगच्याजवळ येऊन पोहोचला. होळकराचे सैन्य भरतपूरच्या राजाच्या मुलखामध्ये कोठेतरी असले पाहिजे, असा इंग्लिशांना संशय होता. व त्याप्रमाणे ते सैन्य भरतपूरच्या राज्यातील दीगच्या किल्ल्याजवळ छावणी देऊन राहिलेले असल्याचे इंग्लिशांना आढळून आले. दीगच्या किल्ल्यापासून सुमारे 14 मैलांच्या अंतरावर गोवर्धन या नावाची एक टेकडी (1) आहे; तेथे इंग्लिशांनी ता. 12 रोजी संध्याकाळी आपले तंबू ठोकून

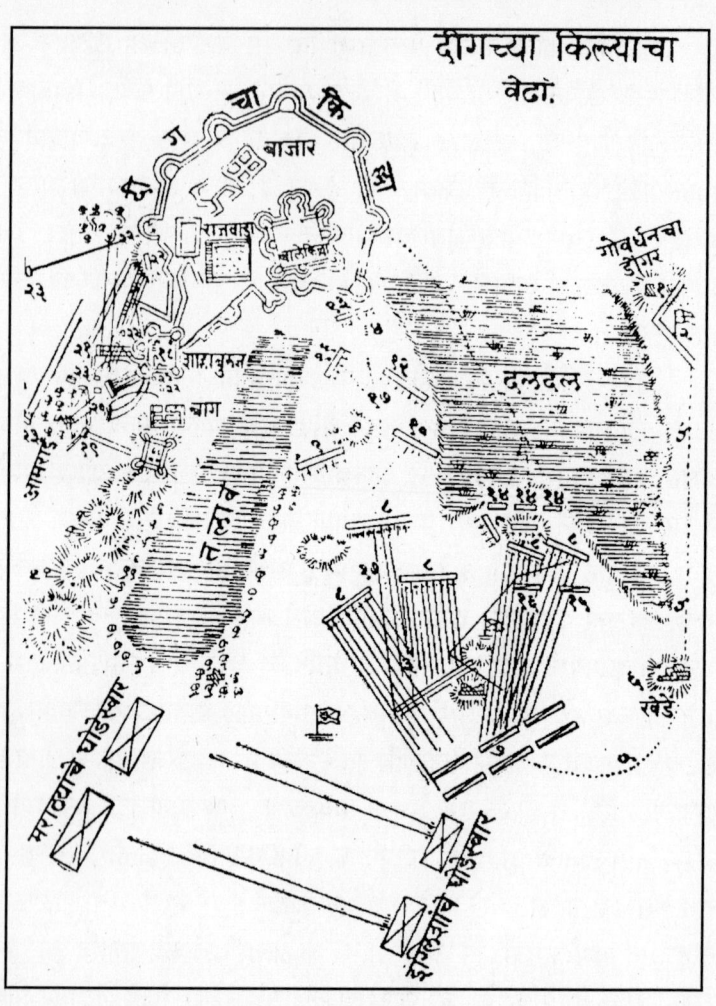

दीगच्या किल्ल्याचा वेढा.

छावणी (2) दिली. या गोवर्धनच्या डोंगरावरून इंग्लिशांना मराठ्यांची छावणी दिसत होती. या छावणीच्या एका बाजूला पाण्याचा एक मोठा तलाव होता. आणि दुसऱ्या बाजूला एक मोठी दलदल होती. आणि या दोहोंच्यामध्ये मराठ्यांचे लष्कर पसरलेले होते. या लष्कराची उजवी बाजू एका तटबंदीच्या खेड्याला (3) लागलेली असून डावी बाजू (4) थेट दीगच्या किल्ल्याच्या तटापर्यंत जाऊन पोहोचलेली होती. या मराठी सैन्याच्या जागेची टेहळणी करून

झाल्यानंतर ता. 13 नोव्हेंबर इ.स. 1804 रोजी पहाटे तीन वाजता मे. ज. फ्रेजर हा आपल्या हाताखाली 76 वी पलटण आणि कंपनीच्या युरोपियन रेजिमेंट्स व 4 नेटिव्ह शिपायांच्या पलटणी इतके सैन्य घेऊन गेला; व 2 नेटिव्ह पलटणी काही घोडेस्वार एवढेच काय ते सैन्य ले. क. बॉल याच्या हाताखाली पाठीमागे सामानसुमानाचे संरक्षण करण्याकरिता ठेवण्यात आले. त्यावेळी मे. ज. फ्रेजरचे सैन्य दलदलीच्या बाजूबाजूने (5-5) चालू लागले व त्या दलदलीच्या टोकाशी जे एक लहानसे खेडे (6) होते, त्याला वळसा घालून ते सैन्य मराठ्यांच्या रांगेच्या उजव्या टोकाजवळ जे एक तटबंदीचे खेडे (3) होते, त्याच्याजवळ (7) म्हणजे दीगच्या किल्ल्यापासून सुमारे 6 मैलांवर येऊन पोहोचले. या ठिकाणी (7) इंग्लिशांनी आपल्या सैन्याच्या दोन रांगा लढाईच्या तयारीने उभ्या केल्या. पहिल्या रांगेमध्ये 76 वी रेजिमेंट आणि दुसऱ्या दोन पलटणी होत्या, आणि बाकीचे सैन्य दुसऱ्या रांगेत उभे राहिले होते.

या इंग्रजी पलटणींना तोंड देण्याकरिता उलट बाजूने मराठ्यांचे जे सैन्य तयार झाले होते, त्यात पायदळाच्या सुमारे 24 पलटणी होत्या; आणि त्याशिवाय बरेच घोडेस्वार असून तोफांची संख्या सुमारे 160 पर्यंत होती. व त्याशिवाय भरतपूरच्या राजाच्या 3 पायदळ पलटणी व काही घोडेस्वार हेहि होळकराच्या बाजूने येथे लढत होते. या सगळ्या सैन्याचे अधिपत्य हरनाथ दादा या नावाच्या होळकराच्या एका मुख्य सेनापतीकडे होते. व त्याशिवाय महंमदशहाखान व अबदुल्लाखान असे दोन मुसलमान सरदार त्याच्या हाताखाली होते. ह्या सगळ्या सरदारांनी मिळून आपल्या मराठ्यांच्या सैन्याची शत्रूला अटकवून धरण्याकरिता पुढीलप्रमाणे योजना केली होती. अंक 3 याने नकाशात दाखविले जाणारे एका लहानशा टेकडीवर जे एक लहानसे तटबंदीचे खेडेगाव होते, तेथे मराठ्यांनी आपल्या पिकेटचे काही लोक ठेविले होते. व त्या टेकडीवरून किल्ल्याच्या बाजूला खाली उतरून गेल्यानंतर काही अंतरावर त्यांनी आपल्या तोफखान्याची पहिली रांग (8.8) उभी केली होती. व त्याच्या पाठीमागे किल्ल्याच्या बाजूला काही अंतरावर मराठ्यांच्या तोफखान्याच्या दुसऱ्या रांगा (9,10 11, 12, 13) निरनिराळ्या ठिकाणी उभ्या करण्यात आल्या होत्या. क. मॉन्सनच्या पिछेहाटीच्या वेळी त्याच्यापासून होळकराने

ज्या तोफा हिरावून घेतल्या होत्या, त्या इंग्लिशांच्या तोफाहि इंग्लिशांच्याच विरुध्द मारा करण्याकरिता येथे काही ठिकाणी डागून ठेवण्यात आलेल्या होत्या. मराठ्यांच्या या एकंदर तोफखान्यांच्या रांगा एकापाठीमागे एक अशा सुमारे 2 मैलपर्यंत पसरलेल्या होत्या. त्याशिवाय दलदलीच्या दक्षिणच्या अंगालाहि मराठ्यांनी आपला तोफखाना आणि इतर सैन्य उभे केले होते.

ही जी जागा मराठ्यांनी पसंत केली होती, ती छावणी देऊन उतरण्याला सोईची होती, पण लढाईच्या कामाला तिच्यासारखी अत्यंत गैरसोईची जागा दुसरी कोणतीहि असू शकणार नाही. उजव्या हाताला दलदल, डाव्या हाताला तलाव आणि पाठीमागे किल्ला अशा रीतीने मराठ्यांचे सैन्य या जागेत तिन्ही बाजूंनी कोंडले गेलेले होते. व चौथ्या बाजूचे तोंड हे इंग्लिशांच्या पलटणींना रोखून धरले होते आणि त्यामुळे इंग्लिशांचे काम फार सोपे झाले होते. अशा अडचणीच्या जागेत मराठ्यांनी आपल्या चारही बाजूंनी कोंडून घेतले, हे ठीक झाले नाही. याच्यापेक्षा दलदल, किल्ला आणि तलाव या तीन बाजूंच्या कोंडमाऱ्यामधून निघून आणि बाहेरच्या मोकळ्या मैदानावर येऊन मराठ्यांनी आपण होऊन इंग्लिशांवर हल्ला केला असता तर चांगले झाले असते. आपण पहिल्याने हल्ला करण्याची संधी केव्हाही घालविता कामा नये. या गोष्टीवर लढाईतील जय नेहमीच पुष्कळ अंशी अवलंबून असतो. पण अशा अडचणीच्या जागी सापडल्यानंतर त्यातून बाहेर पडण्याची संधी साधणे यात तर अतिशय फायदा आहे. या प्रसंगी मराठ्यांनी मोकळ्या मैदानावर येऊन इंग्लिशांच्या पलटणीवर त्यांच्या पिछाडीकडून हल्ला केला असता, तर त्यात मराठ्यांचा खात्रीने पुष्कळ फायदा झाला असता. किंवा इंग्लिशांना फसविण्याकरिता आणि मराठ्यांचे सगळे सैन्य दलदल, किल्ला आणि तलाव यांच्या कोंडीमध्येच कोंडून राहिलेले आहे असे भासविण्याकरिता या तिन्ही बाजूंच्या कोंडीच्या तोंडाशी थोडेसे सैन्य ठेवून बाकीचे आपले सगळे सैन्य तलाव आणि किल्ला यांच्यामधील, वाटेने गोपाळगडच्या बाजूने बाहेर काढून त्या सैन्याकडून मराठ्यांनी इंग्लिशांच्या पिछाडीवर हल्ला केला असता, तर त्यांना ढकलीत ढकलीत किल्ल्याकडे पुढे नेऊन किल्ल्यावरील तोफांच्या माऱ्याखाली त्यांना दलदलीच्या

चिखलात किंवा तलावाच्या पाण्यात बुडविण्याचा प्रयत्न केला असता, तर याहि लष्करी डावाने वाईट जागेपासून मराठ्यांना आपले चांगले हित साधता आले असते. परंतु तसे काही एक न करिता आणि चढाईचे धोरण न स्वीकारता आहे त्या जागेत आपला बचाव कसा करता येईल, एवढीच कोती दृष्टि मराठ्यांनी या वेळी ठेविली आणि त्यामुळे किल्ल्यावरील तोफांखाली आणि दलदलीच्या चिखलात इंग्लिशांना मारण्याच्या ऐवजी त्यांच्या स्वत:वरच मरण्याची पाळी आली. आपल्या युध्दाकरिता आपण कोणते युध्दक्षेत्र स्वीकारावे आणि शत्रूला कोणत्या ठिकाणी आणून खड्ड्यात घालावे, हे आगाऊ ठरवून त्याप्रमाणे आपल्या सैन्याच्या हालचाली करणे आणि आपल्याला पाहिजे तशा हालचाली करण्याला शत्रूला भाग पाडणे, यालाच युध्दशास्त्रातील फार नैपुण्य लागते. नेपोलियन वगैरेसारखे शास्त्रीय पध्दतीने आपल्या लढाया लढणारे पाश्चिमात्य सेनापती हे अशा धोरणावरच आपली लढाईची रणांगणे ठरवून ठेवीत असत. आणि शत्रूने योजिलेल्या रणांगणावर आपण जाऊन तेथे त्याच्याशी कधी लढाई द्यावयाचीच नाही, असा तर नेपोलियनचा मुख्य बाणाच होता. आणि अशा अनेक कारणांमुळेच त्याला इतके विजय संपादन करिता आले.

सकाळी उजाडल्याबरोबर इंग्लिशांनी लढाईला सुरुवात केली. इंग्लिशांकडील 76 व्या पलटणीतील लोकांनी प्रथमत: आपल्या समोरच्या टेकडीवरील तटबंदीचे ते लहानसे खेडेगाव (3) हस्तगत केले व तेथून खाली उतरून त्यांनी आपल्या समोरील मराठ्यांच्या तोफखान्याच्या पहिल्या (8-8) रांगेवर हल्ला केला; व मराठ्यांकडून गोळ्यांचा वर्षाव चालला असतानाहि त्यांनी त्या पहिल्या रांगेतील तोफा पाडाव करून घेतल्या. ही पहिली रांग जरी इंग्लिशांच्या हातात गेली, तरी त्यांच्या पाठीमागे (9, 10, 11, 12, 13) मराठ्यांच्या तोफांच्या आणि सैन्यांच्या दुसऱ्या रांगा तयार होत्याच. त्या रांगांमधून या, पुढे येणाऱ्या 76 व्या पलटणीतील इंग्लिश शिपायांवर मराठ्यांनी गोळीबार सुरू केला. त्याचप्रमाणे दलदलीच्या दक्षिणेच्या बाजूला जो मराठ्यांचा तोफखाना आणि जे मराठ्यांचे सैन्य उभे होते, त्यांच्यामधूनहि पुढे जाणाऱ्या या 76 व्या पलटणीतील शिपायांवर त्यांच्या उजव्या बगलेकडून मारा सुरू

झाला. अशा रीतीने हे इंग्लिशांचे पुढे चाल करून जाणारे शिपाई समोरच्या आणि बाजूच्या अशा दोन गोळीबारांच्या मध्ये येऊ लागले. ही परीस्थिति पाहिल्यानंतर त्यांना प्रतिबंध करण्याकरिता मे. हॅमंड हा आपल्या हाताखालील दुसऱ्या रेजिमेंटची पहिली पलटण (15) आणि 15 व्या रेजिमेंटची दुसरी पलटण (16) अशा दोन पलटणी घेऊन एका लहानशा टेकडीच्या आश्रयाने पुढे चाल करून गेला व त्याने आपल्या समोरील मराठ्यांच्या सैन्याच्या तुकडीच्या हालचाली रोखून धरल्या.

या एका संकटाचे निवारण झाले नाही, तोच इंग्लिशांवर आणखी एक संकट आले. मराठ्यांच्या तोफखान्याच्या पहिल्या रांगेचा पाडाव करून दुसऱ्या रांगेतील तोफखान्यावर हल्ला करण्याकरिता इंग्लिशांचे सैन्य पुढे चालून गेल्यानंतर फिरून मराठ्यांनी मध्येच एका युक्तीचा फार चांगल्या रीतीने उपयोग केला. मराठ्यांचे काही घोडेस्वार त्या पहिल्या रांगेतील तोफखान्याजवळ आले आणि त्यांनी त्या तोफा फिरून आपल्या हस्तगत करून घेतल्या व त्याच तोफा फिरवून पुढे दुसऱ्या रांगेवर चालून गेलेल्या इंग्लिश शिपायांच्या पिछाडीवर त्यांनी त्या तोफांचा मारा सुरू केला व अशा रीतीने पहिल्या रांगेतील तोफा आणि दुसऱ्या रांगेतील तोफा यांच्या दुहेरी माऱ्यामध्ये त्यांनी इंग्लिश शिपायांना घेऊन धरले. मराठ्यांची ही युक्ती फार प्रशंसनीय आहे. याच युक्तीचा उपयोग असईच्या लढाईमध्ये शिंद्यांच्या शिपायांकडूनहि करण्यात आलेला होता. परंतु प्रस्तुत प्रसंगी मराठे लोकांनी उपयोगात आणिलेली ही युक्ती पाहून 76 व्या पलटणीतील कॅ. नॉर्फर्ड याने आपल्या हाताखाली काही थोडेसे लोक घेऊन फिरून या पहिल्या रांगेतील तोफांवर हल्ला केला व त्या तोफा उडविणाऱ्या गोलंदाजांना त्याने तेथून हुसकावून लाविले. हे कार्य करीत असताना जरी तो स्वत: मारला गेला, तरी त्याने आपल्या मरणाने इंग्रजी पलटणीतील दुसऱ्या शिपायांचे जीव मराठ्यांच्या मागील तोफखान्याच्या माऱ्यापासून वाचविले, यात संशय नाही.

मराठ्यांच्या दुसऱ्या रांगेतील तोफांवर जेव्हा इंग्लिशांनी हल्ला केला, तेव्हा तेथे इंग्लिशांना फारच जोराचा मारा खावा लागला. इंग्लिशांच्या बाजूचा हा हल्ला मे. ज. फ्रेजरच्या देखरेखेखाली चाललेला होता. परंतु त्याच्या पायाला

तोफेचा एक गोळा लागून त्याचा पाय तुटून पडला. तो अशा रीतीने जखमी झाला, तरी काही वेळेपर्यंत तो आपल्या शब्दांनी आणि हातांनी आपल्या सैन्याला उत्तेजन देतच होता. परंतु काही वेळाने हेहि अशक्य झाले. इतक्यात त्याची जागा क. मॉन्सन याने घेतली. व मे. ज. फ्रेजरने या लढाईचे पूर्वी जे धोरण ठरविले होते, त्या धोरणाप्रमाणे क. मॉन्सनने हल्ल्याचे काम पुढे चालविले मे. ज. फ्रेजर याला पुढे तेथून मथुरा येथे पाठविण्यात आले आणि त्या ठिकाणी तो ता. 24 नोव्हेंबर रोजी मरण पावला. इंग्लिशांच्या लष्करी खात्यामध्ये सैन्याची अशी रचना केलेली असते की, एकाखाली एक अधिकारी ठरलेले असतात. त्यामुळे लढाईत वरचा अधिकारी मरण पावला, तर खालाचा अधिकारी लगेच त्याची जागा घेतो आणि त्याचे लढाईचे धोरण पुढे चालवू लागतो. त्यामुळे सैन्यातील शिस्त मोडत नाही. लढाईत कोणी-ना-कोणी तरी अधिकारी जखमी होऊन किंवा मरून पडावयाचेच. पण असे काही झाले, तरी तेवढ्यासाठी सगळ्या लढाईची शिस्त बिघडता कामा नये, आणि ज्याला जे काम नेमून देण्यात आले असेल, ते काम आपले कर्तव्यकर्म म्हणून प्रत्येकाने करीत राहिले पाहिजे, ही गोष्ट लष्करी व्यवस्थेमध्ये अत्यंत आवश्यक आहे. या गोष्टीकडे आपल्या मराठी फौजांमधून फार दुर्लक्ष केले जाते. आधी एकाखाली एक अशी शेवटपर्यंत अंमलदोरांची योजना पूर्वीच्या आपल्या लष्करातून फारच क्वचित् असे. आणि एक मुख्य अधिकारी पडला म्हणजे सगळ्या सैन्यात गोंधळ उडून जावयाचा आणि सगळे सैन्य पळू लागावयाचे, ही दुसरी गोष्ट होय. पानिपतच्या लढाईतील सदाशिवराव भाऊंचा मृत्यू आणि त्यामुळे मराठी सैन्यात झालेला गोंधळ या गोष्टी इतिहासप्रसिध्द आहेत. हे आपल्या स्वभावातील दुर्गुण नाहीसे होण्याकरिता इंग्लिश लोकांच्या शिस्तवार पध्दतीचा अभ्यास आपण काळजीपूर्वक रीतीने करणे आवश्यक आहे.

मे. ज. फ्रेजर जखमी होऊन पडल्यानंतर त्याची जागा क. मॉन्सन याने घेतली; आणि जणू काय काही एक झाले नाही इतक्या व्यवस्थेने हल्ल्याचे काम पुढे चालू करून इंग्लिशांनी मराठ्यांच्या तोफखान्याच्या मागील सर्व रांगा (17-17-17) एका पाठीमागून एक याप्रमाणे काबीज केल्या. या तोफांच्या

रांगा एकामागे एक अशा एकंदर दोन मैलपर्यंत पसरल्या होत्या, हे पूर्वी सांगितलेच आहे. इतक्या दोन मैलांपर्यंत मागे हटत असतानाहि मराठ्यांचे शिपाई प्रत्येक बॅटरीजवळ अतिशय निकराने लढत होते; आणि जेव्हा अगदी निरुपाय होई, तेव्हाच ते मागे हटत असत. पण अशा रीतीने मागे हटत असताना सुध्दा त्यांनी इंग्लिशांवर आपल्या तोफांचा मारा एकसारखा चालू ठेविला होता. आणि त्यातच इंग्लिशांचे सैन्य जेव्हा किल्ल्याच्या टापूमध्ये आले, तेव्हा तर दीगच्या किल्ल्यावरूनहि त्यांच्यावर तोफांचा मारा सुरू करण्यात आला. पण असा दुहेरी तोफांचा मारा सुरू असताना त्यातूनहि इंग्लिशांचे सैन्य मराठ्यांना मागे रेटीत चालले होते. असा क्रम चालला असता मराठ्यांच्या पैकी कित्येक शिपाई इंग्लिशांच्या गोळीबाराला बळी पडले, कित्येक दलदलीच्या चिखलात सापडले, कित्येक किल्ल्यासमोरच्या खंदकाच्या पाण्यामध्ये पडून मेले आणि बाकी राहिलेल्या बहुतेक सैन्याने किल्ल्यामध्ये शिरून आपला बचाव करून घेतला.

अशा रीतीने तोफखान्यावरील लोकांना किल्ल्यात घालवून इंग्लिशांनी मराठ्यांचा तोफखाना जरी काबीज केला, तरी अद्यापि दलदलीच्या दक्षिणेस मे. हॅमंड याने रोखून धरलेले मराठ्यांचे काही सैन्य (14) शिल्लक होतेच, व या सैन्यामधूनही क. हॅमंडच्या पलटणीवर तोफांचा मारा चाललेलाच होता. परंतु किल्ल्यासमोरील तोफखान्याच्या सर्व रांगा काबीज करून झाल्यानंतर क. मॉन्सन हा आपले शिल्लक उरलेले सैन्य घेऊन क. हॅमंडच्या मदतीला आला; व त्या दोघांनी मिळून या मराठ्यांच्या, अडचणीत सापडलेल्या सैन्यावर दोन बाजूंनी हल्ला सुरू केला, या वेळीही मराठ्यांच्या सैन्याची ही तुकडी एका कोपऱ्यात अगदी वाईट जागेत सापडली होती, त्यामुळे इंग्लिशांच्यापेक्षा या दलदलीच्या वाईट जागेनेच या तुकडीचा नाश केला, असे म्हटले असता ते अन्यथा होणार नाही. क. हॅमंड याने समोरून आणि क. मॉन्सन याने बाजूने हल्ला केल्यानंतर येथील मराठे शिपायांना आपल्या पाठीमागच्या दलदलीशिवाय दुसरी जागाच नव्हती. त्यामुळे ते सगळे सैन्य दलदलीत सापडून नाश पावले. या ठिकाणीच पूर्वी सांगितलेले महंमदशहाखान आणि अबदुलखान हे जे दोन होळकराच्या पायदळावरील मुसलमान सरदार होते, तेही आपल्या सैन्याबरोबर या दलदलीत सापडून नाश पावले.

ता. 13 नोव्हेंबर 1804 रोजी याप्रमाणे या दीगच्या लढाईत होळकराच्या सैन्याचा जो पराभव झाला, त्याची बातमी होळकराला तो अंतर्वेदीमध्ये फरूकाबादच्या मुक्कामावर असताना तारीख 16 नोव्हेंबर रोजी रात्री समजली. दिल्लीचा वेढा उठवून नोव्हेंबरच्या सुरवातीच्या सुमारापासून होळकराने अंतर्वेदीत शिरून ठिकठिकाणी जाळपोळ करण्याला सुरवात केली होती. क. बर्न या एका इंग्लिश अधिकाऱ्याला त्याने शामलीच्या एका जुन्या गढीमध्ये तीन दिवस वेढा देऊन कोंडून ठेविले होते. परंतु त्याच्या मदतीला लॉर्ड लेक याचे सैन्य येत आहे असे समजल्याबरोबर तो तेथून निघाला; व महमदाबाद, सालढाणा, वगैरे मुक्कामावरून पुढे तो मेरट येथे गेला. या वर दिलेल्या मुक्कामांपैकी सालढाणा हे बेगम समरू हिच्या राजधानीचे शहर होय. ही बेगम समरू होळकराला फितूर झालेली आहे, आणि तिच्याशी चाललेला होळकराचा काही पत्रव्यवहार आपल्या हाती लागला आहे. अशी एक खोटीच कंडी इंग्लिशांनी होळकराच्या विरुध्द जी उठविलेली होती, तिच्याबद्दलचा उल्लेख या होळकराच्या प्रकरणात पूर्वी येऊन गेलेला आहे. व इंग्लिशांनी या बाबतीत पुढे आणलेली पत्रे बनावटच का व कशी असली पाहिजेत, हेहि त्या ठिकाणी दाखविले आहे. व त्याच गोष्टीला आणखी येथेही एक जास्त प्रत्यंतर मिळते, ते असे की बेगम समरू ही जर होळकराला फितूर झालेली असती, तर तिच्या राजधानीच्या शहरामध्ये होळकराने मुक्काम केला असता, व तिनेहि त्याला या वेळी काही मदत केली असती. परंतु तसे काही एक झाले नाही. यावरून लॉर्ड लेक यांनी यशवंतराव होळकराच्या विरुध्द पुरावा म्हणून जी बेगम समरूची पत्रे पुढे आणली होती, ती निव्वळ बनावटच असली पाहिजेत, हे उघड होते. मेरटहून यशवंतराव होळकर निघाला, तो मल्हारगड, कोरिया, गंज, खासगंज, अल्लिगंज, वगैरे इंग्लिशांच्या ताब्यातील ठिकाणे उद्ध्वस्त करीत ता. 15 नोव्हेंबर 1804 चे सुमारास फरुकाबाद येथे येऊन पोहोचला. या ठिकाणी ता. 16 नोव्हेंबर रोजी रात्री यशवंतराव होळकर आपल्या छावणीमध्ये नाच पहात आणि गाणे ऐकत बसला असताना तेथे त्याला त्याच्या जासुदांकडून दीगच्या लढाईत आपला पराभव झाल्याची बातमी समजली. तेव्हा त्याबद्दल आपल्या सरदारांपैकी दुसऱ्या कोणापाशी न बोलता तो एकटाच त्या बैठतकीतून उठून आपल्या तंबूकडे गेला; व पुढे कसे

करावयाचे आणि इंग्लिशांवर जय कसा मिळवावयाचा, या गोष्टीच्या विवंचनेमध्ये तो असताना त्याच रोजी पहाटेस त्याला इंग्लिशांच्या तोफांचे आवाज ऐकू आले. ज. लेक हा यशवंतराव होळकराचा पाठलाग करीत पाठीमागून येतच होता. त्याच्या आणि होळकराच्या सैन्यामध्ये बहुतेकरून 25/30 मैलांचे अंतर असे. परंतु अलिगंजच्या मुक्कामावरून रात्रीचा कूच करून ज. लेकने हे अंतर तोडले व ता. 17 नोव्हेंबर रोजी उजाडताना त्याचे सैन्य फरुकाबादच्या जवळ येऊन पोहोचले. त्यावेळी आपापले घोडे मेखांना बांधून त्यांच्या जवळ घोंगड्या पांघरून होळकराचे सुमारे साठ हजार घोडेस्वार झोपी गेलेले होते. त्यांच्यावर इंग्लिशांच्या तोफांचे आणि बंदुकांचे गोळे येऊन पडू लागले, तेव्हा ते जागे झाले. यशवंतरावाच्या गुप्तहेरांकडून त्याला जी बातमी मिळालेली होती, त्या बातमीप्रमाणे इंग्लिशांची फौज आपल्यापासून 25/30 मैलांच्या पाठीमागे असल्याचे त्याला कळले होते व त्यामुळे ते इतक्या लवकर येऊन आपल्याल गाठतील अशी यशवंतरावाला कल्पनाही नव्हती. परंतु जेव्हा प्रत्यक्ष तोफांचे आवाज ऐकू येऊ लागले आणि गोळे पडू लागले, तेव्हा आपल्या घोड्यावर स्वार होऊन आपल्या घोडेस्वारांसह तो कालिंदी नदी उतरून मैनपुरीला निघून गेला व तेथून पुढे त्याने आपला मोर्चा दीगच्या किल्ल्याकडे वळविला.

त्यानंतर ज. लेक हाही दीगकडे वळून ता. 28 नोव्हेंबर रोजी दीगच्या किल्ल्याजवळ छावणी देऊन राहिलेल्या क. मॉन्सनच्या फौजेला येऊन मिळाला. परंतु ता. 13 नोव्हेंबरच्या दीगच्या लढाईतून शिल्लक राहिलेले होळकराचे शिपाई दीगच्या किल्ल्यामध्ये आश्रय घेऊन राहिले आहेत, हे जरी इंग्लिशांना माहीत होते, तरी ता. 13 डिसेंबर 1804 पर्यंत ते त्या किल्ल्यावर हल्ला करण्याकरिता जाऊ शकले नाहीत. कारण, मोठमोठ्या तोफा आणि मदतीला येणारे सैन्य यांची वाट बघत त्यांना इतके दिवस थांबावे लागले. दीगचा किल्ला हा त्यावेळी एक फार मजबूत किल्ला म्हणून प्रसिध्द होता. त्या किल्ल्याच्या सभोवती मोठमोठाल्या दलदली पसरलेल्या असत. त्याशिवाय त्या किल्ल्याच्या सभोवती मातीच्या उंच आणि मजबूत भिंती असून त्या भिंतीच्या बाहेरून चौफेर एक मोठा खोल खंदक सदोदित पाण्यात भरलेला असे. फक्त नैऋत्य दिशेच्या कोपऱ्याच्या

बाजूलाच काय तो या खंदकाचा वेढा नव्हता. पण तेथे खंदकाची जरूरीही नव्हती. कारण या दिशेचे किल्ल्याचे टोक एका उंच टेकडीवर चढलेले होते. ही टेकडी अवघड असून त्या टेकडीवरच या किल्ल्याचा एक मजबूत बुरुज बांधण्यात आलेला होता. यालाच शहाबुरुज (18) असे म्हणत असत. या बुरुजामध्ये सुमारे 75 हात औरस-चौरस लांबीरुंदीचा एक चौक असून त्याच्या कोपऱ्यांवरील चारी दिशांना चार माऱ्याच्या जागा होत्या; व त्यांपैकी एका कोपऱ्यात एका मोठ्या गाड्यावर चढविलेली अशी 74 पौंडाचा गोळा फेकणारी अशी एक मोठी थोरली तोफ ठेवण्यात आली होती. याशिवाय बाहेरच्या किल्ल्याच्या आत दुसरा एक लहानसा बालेकिल्ला असून तोहि मजबूत होता. अशा किल्ल्यावर चांगली तयारी असल्यावाचून हल्ला करणे शक्य नव्हते. म्हणून सैन्याची आणि सामानाची जमवाजमव होईपर्यंत किल्ल्यावर हल्ला करणे शक्य नव्हते. किल्ल्यावर प्रत्यक्ष हल्ला करण्याच्या पूर्वी 8/10 दिवस ज. लेक हा किल्ल्याच्या सभोवती चारी बाजूंनी स्वत: फिरून माऱ्याच्या जागा कोठे कशा काय आहेत, वगैरेबद्दल बारकाईने पहाणी करीत होता. अशा प्रसंगी एकदा खुद्द यशवंतराव होळकराने आपल्या काही घोडेस्वारांसह ज. लेकच्या सैन्याला गाठले. त्या वेळी दोघांची थोडीशी चकमक झाली. परंतु याच्यापेक्षा त्यात जास्त काही निष्पन्न झाले नाही.

इंग्लिशांच्या बाजूची तयारी झाल्यानंतर ता. 13 रोजी इंग्लिशांच्या सैन्याने किल्ल्याच्या समोर पश्चिमेच्या बाजूला आपल्या सैन्याचा तळ दिला. त्या ठिकाणी पूर्वी मराठ्यांचे काही लोक होते. परंतु ही इंग्लिशांची छावणी तेथे पडल्यामुळे ते तेथून निघून किल्ल्यात गेले. त्याच दिवशी रात्री इंग्लिशांची छावणी आणि किल्ला यांच्या दरम्यान एका आंबराईमध्ये एक खेडे (19) होते, ती जागा क. डॉन याने आपल्या ताब्यात घेतली, आणि तेथून किल्ल्याच्या जवळजवळ जाण्याकरिता सुमारे 600 हात लांबीचा एक चर खणण्यात आला, व तोफा ठेवण्याकरिता एक मोर्चा बांधण्यात आला. ही इतकी कामे इंग्रजांच्या शिपायांनी उजाडण्याच्या पूर्वी उरकून घेतली. आणि त्यानंतर ता. 14 रोजी संध्याकाळी काळोख पडल्यानंतर शहाबुरुजापासून सुमारे 1500 कदमांच्या

अंतरावर तोफा डागण्याकरिता आणखी एक मोर्चा (20) बांधण्याला सुरवात करण्यात आली. परंतु शहाबुरुजाच्या पासून जवळच दक्षिणेच्या अंगाला जी एक गोपाळगड नावाची लहानशी मातीच्या भिंतीची गढी होती, तिच्यामध्ये मराठ्यांचे बरेच शिपाई होते, त्यांच्याकडून या तोफांचे मोर्चे बांधण्यात इंग्लिशांच्या शिपायांवर एकसारखा बंदुकींचा मारा चालू असल्यामुळे इंग्लिशांचे फार नुकसान झाले. व त्यामुळे त्यांना त्या मोर्चाचे काम ता. 16 पर्यंत पुरे करता आले नाही. अखेरीस ते काम कसेबसे पुरे करून त्यांनी 17 तारखेला त्या दुसऱ्या (20) बॅटरीमधून शहाबुरुजावर गोळे टाकण्याला सुरवात केली. या बॅटरीतून दोन-तीन दिवस गोळे फेकण्यात येत होते. पण त्यांचा काही उपयोग झाला नाही. तेव्हा ता. 20 रोजी रात्री इंग्लिश सैन्याच्या डाव्या बाजूला किल्ल्याच्या जवळ आणखी एक तिसरी बॅटरी (21) उभी करण्यात आली. परंतु इंग्लिशांच्या तोफखान्याच्या या हालचाली चालू असताना मराठे शिपाई स्वस्थ बसले होते, असे नाही. त्यांनीही किल्ल्यातून आपल्या तोफा बाहेर आणल्या व इंग्लिशांच्या तिन्ही बॅटरीवर जेथून मारा करिता येईल, अशा निरनिराळ्या ठिकाणी त्यांनी त्या डागल्या. या तोफांच्या पुढे स्वसंरक्षणाकरिता त्यांनी मोठमोठाले धक्के उभारलेले असल्यामुळे समोरून मारल्या जाणाऱ्या इंग्लिशांच्या तोफांचा त्यांच्यावर काही एक परिणाम होऊ शकत नव्हता. परंतु मराठ्यांच्या तोफांचे गोळे मात्र बाजूबाजूने मारले जात असल्यामुळे त्यांच्या योगाने इंग्लिशांचे पुष्कळच नुकसान होत होते. तेव्हा मराठ्यांच्या या तोफा बंद पाडण्याकरिता इंग्लिशांनी आपल्या दुसऱ्या काही तोफा (23-23) मागच्या मोकळ्या मैदानावरून सुरू केल्या. अशी ही एकीकडे तोफांची झटापट एकमेकांच्या विरुध्द चाललेली असताना दुसऱ्या बाजूला खुद्द शहाबुरुजाच्या भिंतीवर इंग्लिशांच्या तोफांचा मारा चाललेलाच होता. त्यामुळे ता. 23 डिसेंबर रोजी शहाबुरुजाच्या भिंतीस खिंडार पडले. तेव्हा त्या खिंडारातून किल्ल्यांत प्रवेश करण्याचा इंग्लिशांनी निश्चय केला. व त्याप्रमाणे त्या दिवशी रात्री 11।। वाजता इंग्लिशांचे सैन्य लपतछपत आपापल्या खंदकातून जाऊन बसले. व 12 वाजता ते सैन्य किल्ल्यावर चाल करून गेले. या सैन्याचे 3 विभाग करण्यात आले होते. इंग्लिशांच्या सैन्यापैकी उजव्या

बाजूच्या तुकडीने शहाबुरुजाच्या डाव्या बाजूकडील उंच खडकावर असलेल्या तोफांवर हल्ला करून त्या काबीज कराव्या; व डाव्या बाजूकडील तुकडीने मराठ्यांच्या उजव्या बाजूकडील तोफा हस्तगत करून बंद पाडाव्या; आणि या दोहोंच्या मधल्या तुकडीने किल्ल्यात जेथे खिंडार पडले होते, तेथून किल्ल्यात शिरण्याचा प्रयत्न करावा; असे ठरले होते. या ठरलेल्या बेताप्रमाणे इंग्लिशांचे सैन्य ता. 23 डिसेंबर रोजी मध्यरात्री जेव्हा दीगच्या किल्ल्यावर चालून येऊ लागले, त्या वेळी मराठ्यांच्या तोफखान्याने आणि बंदुकांनी त्यांच्यावर निरनिराळ्या बाजूंनी गोळीबाराचा भयंकर वर्षाव सुरू केला. त्यामुळे इंग्लिशांचे पुष्कळ लोक मरण पावले. तरी पण त्यातूनहि काही इंग्लिश शिपाई मराठ्यांच्या तोफांजवळ जाऊन पोहोचले आणि त्यांनी त्या हस्तगत केल्या. मराठ्यांच्या तोफखान्यावरील गोलंदाज अगदी शेवटपर्यंत आपले काम इमानेइतबारे करीत होते. आणि जेव्हा त्यांच्या तोफा चालेनाशा झाल्या, तेव्हा त्यांनी आपल्या म्यानातील तरवारी उपसून बाहेर काढल्या. व त्या तरवारींनी त्यांनी इंग्लिश शिपायांना कापून काढिले. व आपल्या हातून गेलेल्या तोफाहि परत आपल्या हस्तगत करण्याचा कित्येकांनी प्रयत्न केला. पण त्यात त्यांना यश आले नाही. अशा प्रकारच्या निकराने मराठ्यांचे शिपाई या लढाईमध्ये लढत होते. अखेरीस रात्री 2 वाजता लढाई संपली. आणि दीगच्या किल्ल्यावरील शहाबुरुज हा इंग्लिशांच्या हाती गेला. त्यानंतर मराठ्यांचे शिल्लक उरलेले सैन्य दीगच्या किल्ल्याच्या आत जो बालेकिल्ला होता, त्यात शिरले. परंतु तेथेहि ते फार वेळ न राहता ता. 24 डिसेंबर 1804 रोजी रात्री ते सर्व सैन्य तेथून भरतपूरकडे निघून गेले. व ता. 25 डिसेंबर रोजी सकाळी दीगचे शहर व किल्ला आपल्या ताब्यात घेतला. या ठिकाणी होळकराने टाकून दिलेल्या पुष्कळ तोफा, पुष्कळ धान्य आणि दोन लाख रोकड रुपये इंग्लिशांच्या हाती लागले.

■ □ ■

15. भरतपूरचा किल्ला आणि इंग्लिशांचे तेथील चार पराभव

दीगच्या लढाईनंतर यशवंतराव होळकर व त्यांचे सैन्य भरतपूरच्या आश्रयाला येऊन राहिले, हे पूर्वी सांगितलेच आहे. भरतपूरवर हल्ला करण्याला इंग्लिशांना यावेळी हे एक मुख्य आणि ताबडतोबीचे कारण झाले, हे तर उघडच आहे. पण याच्याशिवाय आणखी दुसरीहि कारणे याच्या पाठीमागे होती. व त्याकरिता भरतपूरच्या पूर्व इतिहासाकडे वळणे जरूर आहे.

हल्ली भरतपूरचे संस्थान राजपुताना एजन्सीमध्ये मोडते. याचे क्षेत्रफळ सुमारे 2 हजार चौरस मैल असून येथील हल्लींची लोकसंख्या सहा सात लक्षांच्या वर आहे. व या संस्थानांचे हल्लीचे उत्पन्न सुमारे 30 लक्षांपर्यंत आहे. हे संस्थान दिल्लीच्या दक्षिणेस आणि मथुरेच्या पश्चिमेस वसलेले आहे. श्रीरामचंद्राचा अत्यंत एकनिष्ठ बंधू जो भरत, त्याने हे वसविलेले असल्यामुळे याला भरतपूर असे म्हणतात, अशी याच्या नावाबद्दलची एक जुनी उपपत्ति सांगण्यात येते. हा प्रांत पूर्वी दिल्लीच्या मोगलांच्या ताब्यात होता. परंतु या प्रांतातील डोंगरी मुलुखात राहणारे जे जाट लोक ते अवरंगजेबाच्या मरणानंतर हळुहळु मुसलमानांच्या लष्करावर हल्ले करू लागले व त्यांच्यावर विजयही मिळवू लागले. पुढे त्यांच्यामध्ये सुरजमल जाट हा आपल्या पराक्रमाने प्रसिध्दीला आला व तो आपल्याला राजा असे म्हणवू लागला. या सुरजमल जाटाचे नाव पानिपतच्या लढाईमध्येही पुष्कळ प्रामुख्याने प्रसिध्दीला आलेले आहे. त्याचा नातू राजा रणजितसिंग हा इ.स. 1803 मध्ये जेव्हा इंग्लिशांच्या दौलतराव शिंद्यांशी लढाया चालल्या होत्या, तेव्हा हा रणजितसिंग इंग्लिशांच्या बाजूला होता. परंतु त्यावेळी देखील जरी असले कित्येक राजे इंग्लिशांनी आपल्या तहांनी आपल्या जाळ्यामध्ये

गुंतवून ठेविले होते, तरी त्यांची अंतःकरणे खरोखर केव्हाहि आपल्या राजांच्या विरुध्द आणि इंग्लिशांच्या बाजूची असणे शक्य नव्हते. निरुपाय म्हणून भरतपूरचा रणजितसिंग हा जरी बाह्यात्कारी इंग्लिशांच्या बाजूचा त्या वेळी झालेला असला, तरी आतून दौलतराव शिंद्यांच्या पराभवाबद्दल त्याला हळहळ वाटल्यावाचून राहिली नसावी, असे दिसते. परंतु शिंद्यांचा पराभव होऊन गेल्यानंतर पाठीमागून ही हळहळ वाटल्यापासून काही उपयोग नव्हता. पण दौलतराव शिंद्याचा जरी 1803 मध्ये पराभव झाला, तरी 1804 मध्ये यशवंतराव होळकर क. मॉन्सनविरुध्द एका पाठीमागून एक विजय मिळवीत चालला आहे, हे पाहून भरतपूरच्या राजाच्या मनामध्ये स्वदेशाभिमानाची ऊर्मि उत्पन्न होणे अशक्य होते असे नाही. हिंदुस्थानातील सगळेच लोक असे आहेत की, निरुपायामुळे जरी ते गुलामगिरीलाहि खूष झाल्यासारखे दिसत असले, तरी आशेचा संभव दिसू लागला असता पूर्वीची त्यांची मनोवृत्ति पालटून त्यांच्यापैकी प्रत्येक जणाच्या मनामध्ये स्वातंत्र्याचा अभिमान उत्पन्न होतो. तशी कदाचित् भरतपूरच्या राजाची स्थिति झाली असेल. यशवंतराव होळकराचे विजय पाहून हिंदुस्थानातील पुष्कळ लोकांना असे वाटू लागले होते की, हा शूर पुरुष इंग्लिशांना हिंदुस्थानातून बाहेर हाकलून लावील; आणि म्हणून ते त्याला स्वाभाविकपणेच प्रोत्साहनपर पत्रे पाठवीत असले पाहिजेत, व आपल्याला अशा लोकांचे साह्य मिळावे, अशी यशवंतराव होळकराचीही इच्छा असल्यामुळे तोहि हिंदुस्थानातील राजांना आणि इतर लोकांना आपल्या मदतीसाठी पत्रे लिहित असे. अशा विचारसरणीच्या ओघामध्ये कदाचित् यशवंतराव होळकर आणि भरतपूरचा राजा रणजितसिंग, याच्या दरम्यान काही पत्रव्यवहार सुरू झालेला असणे अगदीच अशक्य होते, असे नाही. किंवा या दोघांच्या दरम्यान अशा स्वरूपाचा प्रत्यक्ष पत्रव्यवहार सुरू झालेला नसला, तरी एखादा बनावट पत्रव्यवहार तयार करण्याचे कौशल्य त्या वेळी कोणामध्ये नव्हते, असेही नाही. कारण अशी बनावट कागदांची कित्येक उदाहरणे पूर्वीपासून हिंदुस्थानच्या इतिहासामध्ये प्रसिध्द आहेत. पण ते कसेही असले, तरी ही गोष्ट येथे नमूद करणे जरूर आहे की, या वेळी भरतपूरच्या राजाने यशवंतराव होळकराला लिहिलेली काही पत्रे इंग्लिशांकडून भरतपूरच्या राजाच्या

विरुध्द पुरावा म्हणून पुढे काढण्यात आलेली होती. व त्या कारणासाठी भरतपूरच्या राजाच्या विरुध्द लढाई पुकारणे जरूर आहे, असे या वेळी प्रतिपादन करण्यात येऊ लागले होते. या वेळी इंग्लिशांचे होळकराकडून अनेक पराभव झालेले होते; व त्यामुळे त्यांची हिंदुस्थानामध्ये अगदी नापत होऊन गेली होती आणि होळकराच्या विरुध्द तर क. मॉन्सन यांचे माळव्यामध्ये काही चालू शकेनासे झालेले असल्यामुळे वड्याचे तेल वांग्यावर काढण्याच्या न्यायाने दुसऱ्या कोणा तरी इंडियन राजावर आपला पराक्रम गाजवून दाखविणे इंग्लिशांना जरूर झालेले होते. व त्या हेतूने कदाचित् या कार्याकरिता भरतपूरच्या राजाची निवड करण्यात आलेली असणे शक्य आहे. ज्याचा नाश करावयाचा असतो, त्याच्या डोक्यातून परमेश्वर आधी त्याची बुध्दि काढून घेत असतो, हे जसे एक धार्मिक व्यवहारातील वचन आहे, त्याप्रमाणे इंग्लिशांच्या राजकीय व्यवहारसंबंधानेहि असे एक वचन तयार करता येण्यासारखे आहे की, इंग्लिशांना ज्याच्या विरुध्द पुढे लढाई सुरू करावयाची असते, त्याच्या हातचे काही तरी पत्रव्यवहार इंग्लिशांना आधी सापडतात ! यशवंतराव होळकर आणि भरतपूरचा राजा यांच्या दरम्यान चाललेला हा पत्रव्यवहार पहिल्याने कोणाला सापडला ? तर यशवंतरावाच्या हातून पराभव पावून मागेमागे हटत चाललेल्या क. मॉन्सनच्या हाती हा पत्रव्यवहार प्रथम रामपुऱ्याच्या मुक्कामावर लागला ! त्याने तो लॉर्ड लेक यांच्याकडे पाठविला. त्यांनतर लॉर्ड लेक यांनी त्याच्याबद्दल विशेष बारकाईने पुढे आणखी शोध चालविला. टॉमस मर्सर या नावाचा एक पोलिस ऑफिसर मथुरा येथे होता. त्याला भरतपूरचा राजा आणि होळकर यांच्या दरम्यानच्या पत्रव्यवहारावर नजर ठेवण्याची कामगिरी सांगण्यात आली. त्यावरून त्याने आपल्या इंडियन लोकांपैकीच काही लोकांना गुप्तहेराच्या कामावर नेमले. आणि त्यांनी अशी गुप्त बातमी काढून टॉमस मर्सर याला कळविली की, निरंजनलाल या नावाचा एक यशवंतराव होळकराच्या तर्फेचा वकील मथुरेमध्ये रहात असतो; आणि त्याच्या मार्फत भरतपूरचा राजा आणि यशवंतराव होळकर यांच्यामधील पत्रव्यवहार चालत असतो. ही बातमी मिळाल्यानंतर निरंजनलाल याला पकडण्यात आले. तेव्हा त्याच्या जबानीवरून असा निष्कर्ष काढण्यात

आला की, इंग्लिशांना हिंदुस्थानाच्या बाहेर घालवून देण्याच्या उद्देशाने भरतपूरच्या राजाचाच नव्हे, तर अंतर्वेदीतील दुसऱ्याहि अनेक राजांचा निरंजनलालच्या मार्फत होळकरांशी पत्रव्यवहार चाललेला होता.

ही माहिती सांगणारा मथुरेचा निरंजनलाल हा खोटी जबानी देत होता किंवा भरतपूरच्या राजाची खरोखरच अशी काही पत्रे यशवंतराव होळकराला गेलेली होती, याच्याबद्दलचा निर्णय करण्याला आज निश्चयात्मक असे काही साधन आपल्यापाशी नाही. पण रणजितसिंग आणि यशवंतराव यांच्या दरम्यान असा काही गुप्त मनसुबा चाललेला असला, तरी त्यात गैर ते काय आहे ? भरतपूरच्या राजाने आपल्या स्वदेशाच्या स्वातंत्र्याकरिता काही प्रयत्न करू नये की काय ? इंग्लिश ग्रंथकार म्हणतात की, त्याने नुकताच आमच्याशी जो तह केला होता, तो त्याने मोडावा काय ? त्याने इंग्लिशांशी नुकताच 1803 मध्ये तह केला असेल; पण त्याच्या पूर्वी कित्येक वर्षे जेव्हा तो जन्माला आला, तेव्हा त्याने आपल्या जन्मभूमीपाशी असा तह केलेला होता की, ''हे माते मी तुझ्याशी सदोदित इमानाने रहाण्याचा प्रयत्न करीन ! प्रत्येक मनुष्य जन्माला येतो तेव्हा तो आपल्या देशाशी असा करार करतो, हे इंग्लिशांना माहीत नाही काय ? तो आपला पहिला जन्मकालीन करार भरतपूरच्या राजाने काय म्हणून मोडावा ? इंग्लिश ग्रंथकार म्हणतात की, आम्ही भरतपूरच्या राजाला या तहामध्ये कित्येक नवीन मुलूख दिला होता; व मराठ्यांना तो जी खंडणी देत असे, तीहि आम्ही त्याला माफ केली होती ! पण ही मुलखाची देणगी आणि ही खंडणीची माफी यांचा काय अर्थ होतो ? भरतपूरच्या राजाने आपल्या देशांशी आणि देशबांधवांशी बेइमानी करून दुसऱ्यांना फितूर व्हावे, यासाठी त्याला हा एक प्रकारचा लाचच देण्यात आलेला नव्हता काय ? आणि हे या देणगीचे खरे स्वरूप त्याच्या लक्षात आल्यानंतर असल्या लाचांचा धिक्कार करून तो जर फिरून आपल्या देशाच्या इमानाला जागू लागला, तर एखाद्याच्या लाचांपेक्षा त्याच्या जन्मभूमीचाच त्याच्या इमानावर परमेश्वराच्या घरी रुजू होणारा असा जास्त हक्क नाही काय?

पण भरतपूरच्या रणजिसिंगाच्या या पत्रव्यवहाराच्या प्रकरणामध्ये खरेखोटेपणाचा अंश काय असेल तो असो; परंतु ही गोष्ट निर्विवाद आहे की,

होळकर अंतर्वेदीमध्ये आपल्या घोडेस्वारांनिशी इंग्लिशांच्या मुलखात लुटालूट करीत असता त्याचे पायदळ आणि त्याचा तोफखाना भरतपूरच्या राजाच्या मुलखात दीगच्या किल्ल्याच्या जवळ आश्रयाला येऊन राहिला होता. आणि दीगच्या लढाईत होळकराच्या या सैन्याचा पराभव झाल्यानंतर ते सगळे सैन्य दीगच्या किल्ल्यातून निघून खुद्द भरतपूरच्या किल्ल्यामध्ये जाऊन राहिले व दीग आणि भरतपूर या दोन्हीही ठिकाणी होळकराच्या सैन्याबरोबर भरतपूरच्या राजाचे लष्करहि इंग्लिशांच्या विरुध्द लढत होते. या सगळ्या गोष्टीवरून भरतपूरचा राजाहि हा यशवंतराव होळकराच्या बाजूला त्या वेळी पूर्णपणे वळलेला असला पाहिजे, असे म्हणावे लागते. व या कारणामुळे इंग्लिशांनी भरतपूरच्या राजाशी लढाई सुरू करण्याचे ठरविले व त्याकरिता दीगच्या किल्ल्याच्या संरक्षणाची तजवीज करून ता. 28 डिसेंबर 1804 रोजी ज. लेक हा तेथून निघाला. वाटेत त्याला दुसऱ्या कित्येक इंग्रजी पलटणींची मदत येऊन मिळाली. व अखेरीस ता. 2 जानेवारी 1805 रोजी त्याने भरतपूरच्या किल्ल्यासमोर येऊन तळ दिला.

हिंदुस्थानामध्ये अनेक किल्ले आहेत परंतु त्यांपैकी भरतपूरच्या किल्ल्याचे नाव हिंदुस्थानच्या अर्वाचीन इतिहासामध्ये जितके सुप्रसिध्द आणि संस्मरणीय झालेले आहे, तितका मान दुसऱ्या कोणत्याहि किल्ल्याला मिळालेला नाही. आणि याचे कारणहि तसेच महत्वाचे आहे. हा किल्ला सर करून घेण्याकरिता इंग्लिश लोक प्रयत्न करीत असता मराठ्यांच्या शिपायांनी चार वेळा इंग्लिशांचे हल्ले माघारे परतविले. इंग्लिशांची इतकी नामुष्की आणि इतकी फजिती हिंदुस्थानातील दुसऱ्या कोणत्याहि किल्ल्याने पाहिलेली नाही. हा किल्ला मागाहून कोणाच्याहि ताब्यात जावो; परंतु जोपर्यंत हिंदुस्थानचा इतिहास वाचला जात आहे, तोपर्यंत या किल्ल्यावरील मराठ्यांच्या मर्दुमकीचे निशाण प्रत्येक इंडियन मनुष्याच्या अंत:करणामध्ये सदोदित फडकत रहाण्याचे केव्हाहि थांबणार नाही! आणि कोणीहि इंग्लिश लोक आपल्या पराक्रमाची कितीहि बढाई मारीत असले आणि त्यांना हल्ली भरतपूरच्या संस्थानात कितीहि सन्मान मिळत असले, तरी त्यांनी तो भरतपूरचा किल्ला पाहिला म्हणजे ‘‘अरेरे ! याच किल्ल्याने चार वेळा आमुची नामुष्की केली !’’ अशी आठवण होऊन त्यांना लज्जेने खालीच मान

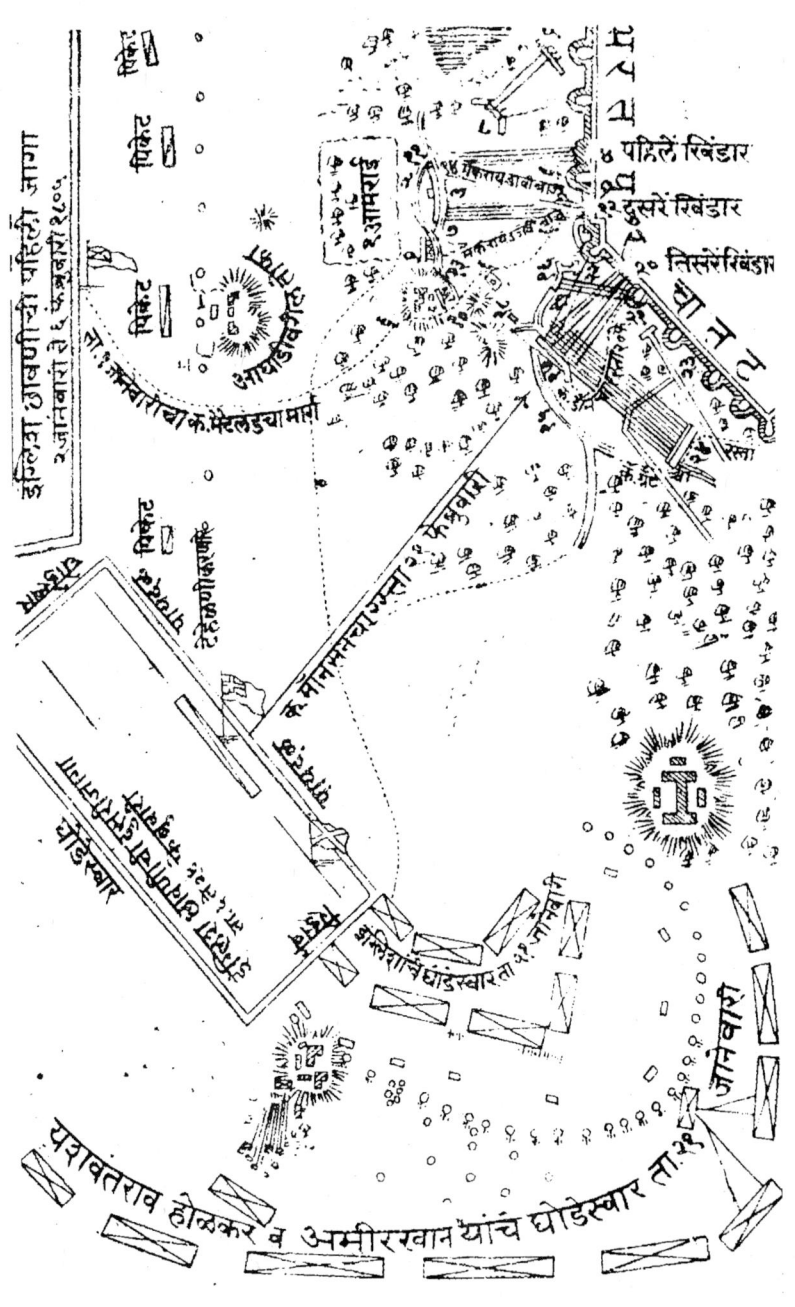

भरतपूरचा किल्ला आणि इंग्लिशांचे तेथील चार पराभव – ४१७

घालावी लागत असली पाहिजे. या किल्ल्याच्या प्रत्येक भिंतीवर मराठ्यांचे पराक्रम अजूनहि लिहिलेले आहेत आणि या किल्ल्याच्या खंदकाच्या पाण्यामध्ये अजूनहि मराठ्यांच्या मर्दुमकीची प्रतिबिंबे दिसत आहेत. बाकीच्या कोणत्याहि किल्ल्यांचे बुरुज आपआपल्या पायांवर अजूनहि उभे असोत; परंतु ज्याने चार वेळा इंग्लिशांचे हल्ले माघारे परतविले, तो फक्त भरतपूरचा एकच काय तो किल्ला आपली मान वर करून आपल्या पायावर उभा रहाण्याला योग्य आहे !

भरतपूर हे शहर त्यावेळी फार भरभराटीस आलेले होते. तेथील लोक शूर आणि श्रीमंत असल्याबद्दल त्यांचा लौकिक होता. येथे चवऱ्यांची कामे अद्यापिहि अप्रतिम रीतीने करण्यात येतात. या शहराचा विस्तार सुमारे 8 मैलांचा असून त्याच्या भोवती एक मातीची जाड भिंत आहे, आणि त्याच्या सभोवती पाण्याने भरलेला एक मोठा खंदक आहे. आणि या शहराच्या पूर्व बाजूच्या टोकाला भरतपूरचा तो सुप्रसिध्द किल्ला बांधण्यात आलेला आहे. हा किल्ला एका उंच डोंगरावर असून त्याच्या भोवतालचा खंदक 150 फूट रुंद आणि 60 फूट खोल होता. या खंदकाच्या पाठीमागे सुमारे 80 फूट उंचीची दगडाची तटबंदी असून त्याच्यावर आणखी सुमारे तितक्याच उंचीची दुसरी एक दगडी भिंत चौफेर बांधलेली आहे. या किल्ल्याला एकंदर नऊ दरवाजे आहेत. व किल्ल्याच्या आतमध्ये एक मोठा तलाव आहे. त्याचे पाणी बाहेर सोडले, म्हणजे किल्ल्याच्या सभोवतालचा खंदक त्या पाण्याने भरून जातो. अशी व्यवस्था असल्यामुळे हा किल्ला दुर्भेद्य झालेला आहे. अशा मजबूत किल्ल्यावर त्याचे संरक्षण करण्याकरिता जाट आणि मराठे यांच्यासारखे शूर लोक हातात शस्त्रे घेऊन उभे राहिले असता, इंग्लिशांना चार वेळा मागे परतावे लागले आणि या किल्ल्याने आपला अजिंक्यपणाचा अलौकिक मान कायम राखला, यात काही आश्चर्य नाही. खुद्द इंग्लिशांनी आपल्या मोडलेल्या बागनेटांच्या टोकांनी या किल्ल्याच्या भिंतीवर "अजिंक्य" अशी ठळक सुवर्णाक्षरे लिहून ठेवलेली आपला इतिहास अद्यापिहि प्रत्येकाला दाखवीत आहे !

अशा या किल्ल्याच्या समोर ता. 2 जानेवारी 1805 रोजी जेव्हा ज. लेक यांचे सैन्य येऊन पोहोचले, तेव्हा या ठिकाणी पुढल्या दोन महिन्यात आपले चार

वेळा पराभव होणार आहेत, याची त्या इंग्लिश सैन्याला क्वचितच कल्पना आली असेल. क. मॉन्सनच्या पराजयाचा सूड उगविण्याकरिता इतक्या प्रयासाने धडपडणारा ज. लेक याला येथे होळकरावर सूड तर उगविता आला नाहीच, पण उलट चार वेळा ज. लेक याच्या सैन्याचा पराभव झाला. इंग्लिशांच्या अभिमानाची येथे जमिनीला पाठ लागली; इंग्लिशांची सर्व कपटकारस्थाने येथे चिखलात लोळविली गेली; आणि इंग्लिशांच्या गर्वाचा शिरपेच येथे मराठ्यांच्याकडून खाली उतरविला गेला ! या ठिकाणी एकामागून एक इंग्लिशांचे पराभव होऊ लागले, तसतसे इंग्लिशांनी आतापर्यंत जिंकलेल्या हिंदुस्थानातील सर्व राजांचे लक्ष या भरतपूरच्या वेढ्याकडे जास्तच वेधले जाऊ लागले. आणि आमच्या जिंकलेल्या किल्ल्यांचे फुटलेले बुरुज हा भरतपूरचा किल्ला फिरून परत बांधणार आणि आमच्या परतन्त्र किल्ल्यावर हा भरतपूरचा किल्ला फिरून स्वातंत्र्याची निशाणे आणून रोवणार, असे गुलामगिरीने गिळलेल्या सर्व लोकांना वाटू लागले ! कारण, भरतपूरच्या किल्ल्यावरील जाट आणि मराठे शिपाई अशीच अद्‌भुत पराक्रमाची कामे त्यावेळी करीत होते !

इंग्लिशांचा पहिला पराभव

ता. 2 जानेवारी 1805 रोजी इंग्लिशांची फौज भरतपूरच्या किल्ल्यासमोर येऊन दाखल झाल्यानंतर लगेच ता. 3 रोजी हल्ल्याच्या तयारीला सुरूवात झाली. किल्ल्याच्या समोरच इंग्लिशांची छावणी होती व ती छावणी आणि किल्ला यांच्या दरम्यान, पण किल्ल्याच्या बरीच जवळ, एक मोठी आंबराई (1) होती. या आंबराईच्या आश्रयाने किल्ल्याच्या जवळजवळ खंदक खणीत खणीत जाण्याची सोय होती; म्हणून ता. 4 जानेवारी रोजी ले. क. मैटलंड याने आपल्या हाताखालील एका टोळीच्या साहाय्याने ती आंबराई आपल्या हस्तगत करून घेतली. नंतर ता. 5 रोजी रात्री या आंबराईच्या पुढे 18 पाउंडरच्या सहा तोफांकरिता पहिली बॅटरी (2) उभारण्यात आली. आणि तिची बाकीची सर्व तयारी झाल्यानंतर ता. 7 च्या सकाळपासून त्या तोफांमधून शहरच्या भिंतीवर गोळे फेकण्याचे काम सुरू झाले, व त्याच दिवशी दुपारी पहिल्या बॅटरीच्या शेजारीच उजव्या हाताला दुसरी एक बॅटरी (3) तयार करण्यात आली व तेथून

एकंदर आठ तोफांचा मारा किल्ल्यावर आणि शहरावर सुरू करण्यात आला. इंग्लिशांच्या या तोफांवर किल्ल्यातून तितक्याच जोराचा उलट मारा सुरू करण्यात आला होता. व अशी ही दुतर्फा तोफांची लढाई ता. 7 पासून ता. 9 जानेवारीपर्यंत एकसारखी चालली होती. या लढाईत इंग्लिशांच्या एखाद्या गोळ्याने भिंतीला कोठे भोक पाडले, तर ते ताबडतोब बुजवून टाकण्यात येत असे. त्यामुळे किल्ल्याला किंवा किल्ल्यातील लोकांना फारसे नुकसान न पोहोचता खालच्या उघड्या मैदानावरील इंग्रजी शिपायांचा मात्र किल्ल्यावरील गोळीबाराने पुष्कळ संहार होत होता. अशी लढाई दोन दिवस एकसारखी चालली असताना ता. 9 रोजी तिसरे प्रहरी शहराच्या भिंतीच्या एका भागाला गोळा लागून तेथील काही थोडासा भाग (4) ढासळला. तोफांचे गोळे लागून रोज जसे भिंतीचे भाग ढासळत होते, तशातलाच हाही एक होता. पण इंग्लिशांच्या गोलंदाजांना असे वाटले की, भरतपूरच्या भिंतीला आपण खरोखरच एक मोठे भगदाड पाडलेले आहे ! इंग्लिश अधिकारी दीगच्या लढाईतील विजयामुळे गर्वाने फुगून गेलेले होते; मराठे आणि जाट यांच्या पराक्रमाची आणि भरतपूरच्या भिंतीच्या मजबुतीची त्यांना योग्य कल्पना नव्हती, व त्यामुळे ही जी थोडीशी भिंत ढासळली आहे, तेवढ्यामधूनही आपण भरतपूरच्या शहरात सहज प्रवेश करू शकू, असे त्यांना वाटले. त्याप्रमाणे त्यांनी हे खिंडार पाडल्याची बातमी मोठ्या हर्षाने ज. लेक यांना ताबडतोब कळविली, व हे खिंडार किती मोठे आहे वगैरेबद्दल नीटसा तपास न करिता तितक्याच हर्षाने त्याच म्हणजे ता. 9 च्या रात्री त्यांनीहि हल्ला करण्याचा हुकूम दिला. परंतु हे भिंतीला पडलेले खिंडार फारसे मोठे मुळीच नव्हते, व ते लहान असल्यामुळेच इंग्लिशांच्या सैन्याला त्यातून प्रवेश करिता येईना, व अखेरीस यांना तेथून पराभव पावून माघारे यावे लागले. हे खिंडार इतके लहान होते की, ते मराठ्यांनी रातोरात बुजवून दुसऱ्या दिवसाला त्यांनी तेथील भिंत जशीच्या तशी तयार केली असती. परंतु त्यांना तसे करण्याला अवकाश सापडू देऊ नये या हेतूने त्याच रात्री इंग्लिशांनी तेथून आत शिरण्याची घाई केली. या चुकीचे प्रायश्चित्त त्यांना त्याच रात्री ताबडतोब मिळाले !

शहराच्या तटावर हल्ला करण्याकरिता ले. क. रायन, मे. हॉक्स आणि ले.क. मैटलंड अशा तीन अधिकाऱ्यांची नेमणूक करण्यात आली. यांपैकी ले. क. रायन याने इंग्लिश तोफखान्याच्या समोर डाव्या बाजूला मराठ्यांनी तटाच्या बाहेर मोर्चा बांधून ज्या तोफा (5) सुरू केल्या होत्या, त्यांच्यावर हल्ला करून त्यांचा पाडाव करावा आणि नंतर तिकडून निमडा नावाच्या दरवाजाने तटाच्या आत शिरावे, असा त्याला हुकूम होता. त्याचप्रमाणे मे. हॉक्स याने उजव्या बाजूवर हल्ला करून तिकडील तोफा हस्तगत कराव्या आणि तटाबाहेर आलेले मराठे लोक तटाच्या दरवाजातून आत पळून जातील त्यावेळी त्यांच्याबरोबर त्यांच्यामध्ये मिसळून इंग्लिशांच्या शिपायांनी आतमध्ये आपला प्रवेश करून घ्यावा, अशी कामगिरी या दुसऱ्या तुकडीकडे सोपविण्यात आली होती. अशा दोन बाजूच्या या दोन तुकड्यांनी तटावरील मराठ्यांचे लक्ष आपल्याकडे वेधून घेतले असता, मध्यभागी पडलेल्या खिंडाराच्या वाटेने ले. क. मैटलंड याने आपल्या हाताखालील शिपायांसह शहरात शिरण्याचा प्रयत्न करावा, असे ठरले होते. त्याप्रमाणे ता. 9 रोजी रात्री 7 वाजता किल्ल्याजवळ जाण्याकरता खणलेल्या खंदकामध्ये या तिन्हीही तुकड्यातील लोक मुकाट्याने जाऊन बसले. व बरोबर आठ वाजता ते आपल्या खंदकातून बाहेर पडून तटावर चाल करण्याकरिता निघाले. हे इंग्रजांचे शिपाई पहिल्या हल्ल्याकरिता ता. 9 रोजी रात्री ज्या रस्त्याने तटाच्या खंदकाजवळ गेले, तो रस्ता नकाशामध्ये (6-6-6) या आकड्यांनी दाखविलेला आहे. हा रस्ता कित्येक ठिकाणी फार अवघड होता व बहुतेक ठिकाणी या वाटेत दलदली होत्या. त्यामुळे काळोखातून या रस्त्याने जाताना इंग्लिशांच्या शिपायांना फार त्रास पडला. शिवाय वाटेतील दलदलीच्या वगैरे अडचणीच्या या तिन्ही तुकड्यातील लोकांना निरनिराळ्या आणि व्यवस्थित रीतीने चालता येईना. त्यामुळे सहजच त्यांच्या रांगा मोडल्या, आणि अखेरीस उजव्या बाजूकडे जावयाचे त्यांच्यातील काही डाव्या बाजूकडे गेले आणि जे डाव्या बाजूकडे जावयाचे ते उजव्या बाजूकडे गेले आणि अशा रीतीने शिस्त मोडून त्यांच्यात सगळा गोंधळ उत्पन्न झाला. तरी पण त्या गोंधळातूनही आणि मराठ्यांच्या तोफांच्या माऱ्यातूनही उजव्या आणि डाव्या

बाजूच्या तुकड्यांनी तटाच्याबाहेर तोफा हस्तगत करून घेण्याची आपली कामे कशीबशी पार पाडली. परंतु त्यांना तटाच्या आतमध्ये काही केल्याने जाता आले नाही ते नाहीच. पण तटाच्या आत प्रवेश करण्याचे मुख्य काम ले. क. मैटलंड यांच्या हाताखालील मधल्या तुकडीकडे मुख्यत्वे करून सोपविण्यात आले होते; परंतु या रात्रीच्या हल्ल्यात सर्वांपेक्षा या मुख्य तुकडीचीच जास्त गाळण उडून गेलेली होती. या तुकडीतील लोक तटाच्या खिंडारातून आत प्रवेश करणार होते. पण आधी ते त्या तटाच्या भिंतीजवळ जाणार कसे ? हे इंग्रजी शिपाई आणि तटाची भिंत यामध्ये एक मोठा खंदक होता. व त्या खंदकातून पलिकडे गेल्याशिवाय त्यांना तटाच्या खिंडारावर चढून जाणे शक्य नव्हते. या पहिल्या खिंडाराच्या (4) समोरच्या बाजूने जेव्हा क. मैटलंडचे लोक खंदकामध्ये उतरू लागले, तेव्हा त्यांच्यावर दोन्ही बाजूंच्या बुरुजांवर तोफांचा भयंकर मारा होऊ लागला. तरी पण अशा खंदकातूनही त्या संकटातून गळाभर पाण्यातून काही लोक पलिकडे गेले, व जेथे खिंडार पडले होते, तेथपर्यंत वर चढले. पण या शिपायांची संख्या फक्त काय ती 20/22 च होती. आपल्याप्रमाणेच आपल्या मागून आणखी पुष्कळ शिपाई वर चढून येतील, असे त्यांना वाटत होते. परंतु दुसरे कोणीही येऊ शकले नाहीत; आणि जे लोक वर खिंडारात येऊन बसले होते, त्यांच्यावर उजव्या बाजूच्या बुरुजामधून एकसारखा गोळीबार चालला होता. अशा स्थितीत ले. स्वीटनहॅम आणि क्रेसवेल यांना जखमा लागून ते पडले; व ले. क. मैटलंड यांच्याही डोक्याला गोळी लागून ते मरण पावले. त्यामुळे सगळ्याचा इंग्रजी सैन्यामध्ये गोंधळ उत्पन्न होऊन मध्यरात्रीनंतर ते सैन्य माघारे वळले. त्यावेळी इंग्लिशांच्याकडील पुष्कळ शिपाई व त्यांचे अधिकारी किल्ल्यावरील तोफांच्या माऱ्याखाली मरण पावले. इंग्लिशांचे सैन्य याप्रमाणे पराभव पावून आपल्या छावणीकडे परत पळत चालले असता कशाचा तरी आश्रय घेत-घेत परत जावे ही शिस्त त्यांच्यामध्ये न राहिल्यामुळे त्या उघड्या मैदानावर उघड्या सापडलेल्या शिपायांवर किल्ल्यातील लोकांनी नेमक्या तोफा मारून त्यांना तेथल्या तेथे पाडले. त्यांपैकी जे जखमी होऊन अर्धवट स्थितीमध्ये कण्हत पडलेले होते, त्यांना उचलून नेण्याचीही कोणी

काळजी घेतली नाही. जो-तो आपापला जीव घेऊन छावणीकडे परत आला. या हल्ल्यामध्ये एका रात्रीत इंग्लिशांच्या बाजूकडील जखमी आणि मेलेल्या युरोपियन लोकांची मिळून संख्या साडेचारशेच्या वर गेली होती, व यामध्ये जखमी व मेलेल्या युरोपियन लोकांची संख्या अडीचशे होती. या एकंदर वर्णनावरून भरतपूरच्या या पहिल्या हल्ल्याचे स्वरूप किती भयंकर आणि किती नाशकारक होते, हे लक्षात येण्यासारखे आहे.

इंग्लिशांचा दुसरा पराभव

याप्रमाणे ता. 9 जानेवारी रोजी इंग्लिशांचा पहिला प्रयत्न निष्फळ झाला; पण त्यामुळे त्यांचा पुढील प्रयत्न थांबला, असे मात्र झाले नाही. त्यांनी फिरून दुसऱ्या खेपेला तटावर हल्ला करण्याची तयारी सुरू केली. व पहिल्या पराभवानंतर ता. 10 जानेवारी 1805 रोजी भरतपूरच्या किल्ल्यासमोरील छावणीमधून लॉर्ड लेक यांनी मार्क्विस वेलस्लीला जे पत्र लिहिले, त्यात आपले अधिकारी थोडक्याच दिवसात तो किल्ला हस्तगत करून घेतील, अशी आशा व्यक्त करण्यात आली होती (I hope in a very few days their excellent conduct will be rewarded by the possession of the place.) परंतु लॉर्ड लेक हे जरी मार्क्विस वेलस्ली यांच्या संतोषासाठी आपल्या पत्रातून अशी आशा व्यक्त करीत होते, तरी त्या आशा परिपूर्ण व्हावयाच्या नव्हत्या ! कारण, भरतपूरचा वेढा यशस्वी होऊन द्यावयाचाच नाही, असा 'इंग्लिशांचे दुर्दैव' आणि 'मराठ्यांचा पराक्रम' या दोघांनी मिळून निश्चयात्मक रीतीने निश्चय करून ठेविलेला होता ! परंतु पुढे काय होणार, हे मनुष्याला आधी समजत नसल्यामुळे इंग्लिशांनी दुसऱ्या हल्ल्याची तयारी फिरून पहिल्या इतक्या जोराने सुरू केली. पहिल्या हल्ल्याचे वेळी भिंतीला जे भगदाड पडले होते, ते मराठ्यांनी रात्रीच्या युध्दानंतर दुसऱ्या दिवसाला ताबडतोब बंद करून टाकले. तेव्हा इंग्लिशांनी अपयशी झालेली जागा सोडून दिली आणि त्याच्या उजव्या हाताला काही अंतरावर भिंतीला भोक पाडण्याला त्यांनी दुसरी एक जागा पसंत केली. व त्या जागेच्या समोर त्यांनी पहिल्या दोन बॅटरीच्या शेजारीच थोडी उजव्या हाताला अशी तिसरी एक बॅटरीची जागा (7) तयार केली व तेथून त्यांनी 6

तोफा चालू केल्या. व त्याशिवाय त्याच्या आसपास काही निरनिराळ्या ठिकाणी (8-9-10-11) त्यांनी आणखी 21 तोफांकरिता मोर्चे बांधले व हे सगळे काम पुरे झाल्यानंतर तटाच्या भिंतीला जेथे भोक पाडावयाचे होते, त्या ठिकाणी ता. 16 जानेवारी रोजी या एकंदर 26 नवीन तोफांचा भडिमार त्यांनी सुरू केला. इतक्या तोफांच्या गोळीबारापुढे बिचाऱ्या मातीने बांधलेल्या भिंतीचे काय चालणार आहे ? त्यामुळे त्या दिवशी संध्याकाळी भिंतीला थोडे भोक पडले. परंतु रातोरात मराठ्यांनी तेथे मेढेकोट बांधून त्या पडलेल्या भिंतीची वाट बुजवून टाकली. हे जेव्हा दुसऱ्या दिवशी सकाळी इंग्लिशांनी पाहिले, तेव्हा त्यांनी फिरून त्याच मेढेकोटावर आपल्या गोळ्यांचा वर्षाव सुरू केला व तेथील खिंडार आणखी थोडे मोठे केले व नंतर ता. 21 जानेवारी 1805 रोजी इंग्लिशांनी भरतपूरच्या तटावर दुसरा हल्ला करण्याचे ठरविले.

जानेवारीच्या 9 तारखेला इंग्लिशांचा पहिला हल्ला अयशस्वी झाला आणि 21 तारखेला त्यांनी दुसरा हल्ला करण्याचे ठरविले. या 10/11 दिवसांच्या अवकाशामध्ये इंग्लिशांच्या तोफांचा जसा शहराच्या तटावर मारा चाललेला होता, तसाच उलट मारा तटाच्या भिंतीवरून जाट आणि मराठे यांच्याकडूनही इंग्लिशांच्या सैन्यावर तितक्याच जोराने करण्यात येत होता. शत्रूच्या खालच्या सैन्यावर मारा करावयाचा आणि तटाच्या भिंतीवर जेथे काही मोडतोड होईल तेथील डागडुजी करावयाची, अशी दुहेरी कामे तटावरील शिपायांना करावी लागत होती. आणि ही कामे भरतपूरचा तटावर भरतपूरचे शिपाई करीत असताना भरतपूरच्या राजघराण्यातील योध्देही त्यांना धीर आणि प्रोत्साहन देण्याला त्यांच्या जवळ उभे असत. अशा एका प्रसंगी भरतपूरचा राजा रणजिसिंग याचा थोरला मुलगा रणधीरसिंग, हा तटावरील आपल्या शिपायांच्या बरोबर काम करीत असताना त्याच्या हाताला गोळा लागून त्याचा हात तुटून पडला. त्याचप्रमाणे त्याच्या चुलत्याला लागून तोही तटाच्या भिंतीवर मरण पावला. हा चुलता ता. 9 च्या रात्रीच्या हल्ल्यामध्ये तटाच्या खाली जे इंग्लिश शिपाई मरून पडले होते, त्यांना पहाण्याकरिता तटावर आला होता आणि त्यावेळी इंग्रजी तोफखान्यावरील एक गोलंदाज, कॅ. नेली, याने त्याच्यावर नेम धरून

आपला गोळा टाकला आणि त्याने तो नेमका मारला गेला, असे हरकऱ्यांच्या सांगण्यावरून इंग्रजी इतिहासामध्ये लिहिण्यात आले आहे. परंतु हा हेतु संभवनीय दिसत नाही. भरतपूरच्या राजघराण्यातील लोक हे जातीने जाट असून पराक्रमाने मोठे शूर होते. आपल्या शहराच्या तटावर शत्रूचे हल्ले होत असताना त्या तटावर जाऊन आपल्या शिपायांच्या कामावर देखरेख करणे, त्यांना योग्य हुकूम देणे, त्यांना मदत करणे, इत्यादि महत्त्वाची कामे पार पाडण्यासाठीच हे भरतपूरच्या राजघराण्यातील पुरुष तटावर गेलेले असले पाहिजेत, हे अगदी उघड आहे. त्यांच्या या कृत्यांना हलके हेतु लावणे हे हलकेपणाचे कृत्य आहे. ज्या वीरपुरुषांचे देह आपल्या शहरांच्या तटबंदीचे संरक्षण करण्याच्या पवित्र कार्यामध्ये पतन पावले, त्यांची स्मृति सदोदित पवित्र राखली जावी असे त्यांच्या देशबांधवांना वाटणे हे अगदी स्वाभाविक आहे.

भरतपूरच्या तटाला इंग्लिश लोक वेढा देऊन बसले होते आणि त्यांच्या वेढ्याच्या आत भरतपूरच्या राजाचे सैन्य सापडलेले होते. अशा स्थितीत भरतपूरचे शिपाई भरतपूरचे संरक्षण शक्य तितक्या शौर्याने आतून करीतच होते; परंतु जेव्हा असे वेढे पडतात, तेव्हा वेढा घालणाऱ्या लोकांचा जोर कमी पाडण्याकरिता त्यांच्यावर कोणी तरी बाहेरूनही हल्ले करावे लागतात. म्हणजे बाहेरच्या शिपायांचा हल्ला आणि तटाच्या आतील शिपायांचा हल्ला अशा दोन हल्ल्यांमध्ये वेढा घालणारे लोक सापडले असता, साहजिकपणेच ते जेरीस येतात. तेव्हा अशा प्रकारची काही तरी युक्ति आपणही या ठिकाणी योजिली पाहिजे; अशा कल्पना भरतपूरच्या राजाच्या मनामध्ये येऊ लागल्या. भरतपूरचे सैन्य वेढलेले होते; पण इंग्लिशांचे जे सैन्य भरतपूरला वेढा घालून बसले होते, त्यांना बाहेरच्या चारी बाजू मोकळ्या होत्या त्यामुळे ते बाहेरून वाटेल तिकडून सैन्याची मदत आणि अन्नाची सामग्री वाटेल तितकी आणू शकत असत. ता. 18 जानेवारी रोजी ज. स्मिथ हा आगऱ्याहून सुमारे 1600 लोकांची मदत घेऊन वेढा घालणाऱ्या इंग्लिशांच्या छावणीत येऊन दाखल झाला. त्याचप्रमाणे कॅ. वॉल्श हा एक अन्नसामग्रीचा पुरवठा 12 हजार बैलांवर घालून मथुरेहून भरतपूरला आणीत होता. त्याशिवाय आगऱ्याहून धान्याने भरलेले 50 हजार बैल, दारूने

भरलेल्या ८०० गाड्या, मोठमोठ्या तोफांचे ८ हजार गोळे आणि ६ लाख रुपयांच्या थैल्या, असे सामान भरतपूर येथील इंग्रजी सैन्याच्या मदतीला पाठविण्यात येत होते. तेव्हा वेढा घालणाऱ्या सैन्याला बाहेरून अशी वाटेल तितकी मदत मिळत गेली आणि त्याचा बाहेरून काही प्रतिकार झाला नाही, तर तटबंदीच्या आत सापडलेले सैन्य कितीही शौर्याने लढत असले, तरी त्याचा कितीसा निभाव लागणार आहे ? ही गोष्ट लक्षात आणून वेढा घालणाऱ्या इंग्लिशांवर बाहेरून हल्ले करविण्याची भरतपूरच्या राजाने अशी योजना केली की, त्या वेळी होळकराचा बाजूचा प्रसिध्द पठाण सेनापती, मीरखान, हा जो बुंदेलखंडामध्ये आपल्या हाताखालील हजारो पेंढाऱ्यांसह इंग्लिशांच्या मुलखात लुटालूट करीत होता, त्याच्याकडे राजाने सहा लाख रुपये पाठवून भरतपूरला वेढा घालणाऱ्या इंग्लिशांची रसद तोडण्याकरिता आणि त्यांच्यावर बाहेरून हल्ले करण्याकरिता त्याला अतिशय त्वरेने बोलाविले व त्याप्रमाणे मीरखानाचे घोडेस्वार लौकरच दाखल होऊन भरतपूरला वेढा देणाऱ्या इंग्लिश सैन्याच्या सभोवती घिरट्या घालू लागले, व त्यांच्याकरिता मथुरेहून आणि आगऱ्याहून जी मदत येणार होती, म्हणून वर सांगितले आहे, त्यांच्यावरहि त्याने हल्ले करून त्यांना जेरीस आणले आणि बाहेरच्या सैन्याला यशवंतराव होळकर, बापूजी शिंदे, मीरखान, वगैरे लोकांकडून अशी दहशत पोचू लागल्यामुळे तटाच्या आतील लोकांचे काम थोडे हलके झाले आणि त्यांना यशाची जास्त उमेद वाटू लागली. व त्यामुळे ते आपल्या तोफांचा मारा बाहेरच इंग्रज शिपायांवर जास्त जोराने चालवू लागले.

अशा रीतीने मराठ्यांच्या सैन्याचा मारा इंग्लिशांवर चालला असता आणि इंग्लिशांच्या तोफांचे गोळे उलट तटावर येऊन पडत असता ता. 21 जानेवारी रोजी तटाच्या भिंतीला दुसरे खिंडार (12) पडले. तरंतु तटाच्या भिंतीला जरी हे खिंडार पडले, तरी इंग्लिशांनी एकदम त्या खिंडारावर चालून जाण्याची घाई केली नाही. कारण, मागच्या अनुभवाने त्यांना पुष्कळ दहशत बसली होती. ता. 9 जानेवारीच्या पहिल्या हल्ल्याच्या रात्री इंग्लिश शिपाई खंदकाजवळ गेले. परंतु त्यांना खंदकातून पलिकडे जाता येईना. तसा प्रसंग फिरून दुसऱ्या खेपेला

येऊ नये, म्हणून ज्या ठिकाणी हे दुसरे खिंडार (12) पडले होते, त्याच्या खालच्या खंदकाची स्थिति कशी काय आहे, हे आधी पाहून येण्याचे त्यांनी योजिले. व त्याकरिता इंग्लिशांनी एक नवीनच क्लृप्ति काढली. नेटिव्ह घोडेस्वारांच्या तिसऱ्या पलटणीतील एक हवालदार आणि दोन शिपाई अशा तिघांना त्यांनी तेथील खंदकाची लांबीरुंदी आणि पाण्याची खोली पाहून येण्यासाठी धाडण्याला तयार केले. पण ते तिघेजण राजरोसपणे ही माहिती काढण्यासाठी खंदकाच्या जवळ गेले असते, तर तटाच्या भिंतीवरील शिपायांनी त्यांना ताबडतोब गोळ्या घालून मारून टाकले असते व आपल्या खंदकाची लांबीरुंदी सांगण्याकरिता त्यांना त्यांनी परत जाऊच दिले नसते ! तेव्हा तटावरच्या शिपायांना फसविण्याकरिता इंग्लिशांनी आपल्या कल्पक डोक्यातून एक कपटाची युक्ति काढली. व त्या युक्तीप्रमाणे या तीन शिपायांनी आपल्या अंगावरचे इंग्रजी पलटणीचे पोशाख काढून टाकले, साधे कपडे घातले आणि घोड्यावर बसून ते खंदकाकडे दौडत चालले ! व हे आपली पलटण सोडून आणि फितुरी करून मराठ्यांना मिळण्याला जात आहेत असे भासविण्याकरिता दुसरे काही शिपाई त्यांचा पाठलाग करीत बऱ्याच अंतरावरून पाठीमागून जाऊ लागले ! व या लबाडीची पुरी बतावणी करण्याकरिता ते त्यांच्यावर बंदुकाही झाडू लागले ! मात्र त्या बंदुकांमध्ये गोळी घातलेली नसून ते सगळे वायबार होते ! असा खोटा पाठलाग मागून काही अंतरावरून चालला असता पुढले ते तीन नेटिव्ह शिपाई तटाच्या खंदकाजवळ येऊन पोहोचले. व त्या तटावरील शिपायांना हाक मारून त्या तिघांपैकी जो हवालदार होता तो म्हणून लागला की "आम्हाला या बहांचोद फिरंग्यांचा (मि. थॉर्न याने असेच शब्द आपल्या हकीकतीमध्ये घातले आहेत.) अगदी वीट आला आहे ! त्यांची चाकरी सोडून आम्हाला तुमच्यात येऊन मिळावयाचे आहे ! तेव्हा आत येण्याला वाट कोठून आहे ती आम्हाला चटकन् दाखवा !" तटावरच्या शिपायांना हे खरेच वाटले. या बतावणीत इंग्लिशांचे काही तरी कपट असावे, असा संशय त्या शूर आणि निष्कपटी शिपायांना मुळीच आला नाही. त्या वेळी स्वदेशभक्ति जागृत झाल्यामुळे पश्चात्ताप पावलेले पुष्कळ शिपाई जसे नेहमी इंग्रजांची नोकरी सोडून मराठ्यांना

येऊन मिळत असत, त्यांच्यासारखेच हेहि कोणी तरी असले पाहिजेत, असे समजून तटावरच्या शिपायांनी त्यांना एक दरवाजा दाखविला. तेव्हा ते तिघे शिपाई त्या खंदकाच्या काठाकाठाने जेथे ते दुसरे खिंडार (12) पडले होते, त्याच्याजवळून त्या दरवाज्याकडे जाऊ लागले. व जाता-जाता त्यांनी त्या खंदकाची सर्व परिस्थिति बारकाईने पाहून घेतली. हे त्यांचे काम झाल्याबरोबर त्यांनी आपले घोडे वळविले आणि ते भरधाव पळत इंग्रजी छावणीकडे निघून गेले ! हे पाहिल्यानंतर त्यांची लुच्चेगिरी तटावरील लोकांच्या लक्षात आली व त्यांनी लगेच त्यांच्या घोड्यांच्या पाठोपाठ आपल्या बंदुकीच्या गोळ्या पाठविल्या. परंतु ते गोळीच्या टप्प्याच्या पलिकडे गेलेले असल्यामुळे गोळीचा परिणाम त्यांच्यावर होऊ शकला नाही. आणि ते सुरक्षितपणे आपल्या छावणीत जाऊन पोहोचले व तेथे गेल्यावर त्यांनी आपल्या वरिष्ठ अधिकाऱ्यांना अशी माहिती सांगितली की, खंदक फारसा रुंद नाही व फारसा खोलही दिसत नाही; व भिंतीला जे खिंडार पडले आहे, तेही बरेच खाली असून तेथपर्यंत वर चढून जाणे फारसे कठीण होणार नाही, ही बातमी त्यांनी कळविल्यानंतर त्यांच्या या विश्वासघाताच्या कामगिरीबद्दल त्यांना ताबडतोब 500 रुपयांचे बक्षीस देण्यात आले व त्यांना नोकरीमध्ये कायमची बढतीहि मिळाली.

आधी आपल्या देशाचे स्वातंत्र्य नष्ट करण्याकरिता दुसऱ्याची नोकरी पतकरणे हे अधमपणाचे ! आणि त्यातून आपले स्वदेशबांधव आपल्या स्वराज्याच्या वैभवासाठी आपापल्या किल्ल्याचे आणि इतर ठिकाणाचे संरक्षण करीत असता त्यांना अशा विश्वासघाताने फसविणे हे तर त्याहूनही अधमपणाचे काम होय ! हा विश्वासघात करून त्या तिघा नराधमांनी आपल्या नोकरीमध्ये कायमची बढती करवून घेतली असेल; पण असल्या या विश्वासघातकी नराधमांच्या विश्वासघाताने त्यांच्या देशाच्या स्वातंत्र्याची कायमची हानि होते, हे कोणाच्या लक्षात येऊ नये काय ? हे तिघे इसम कोणत्या देशात जन्मलेले होते ? तर हिंदुस्थानात ! आणि भरतपूरचा किल्ला हा कोणत्या देशातील होता ? तर हिंदुस्थानातीलच ! आणि मग हिंदुस्थानातील लोकांनी हिंदुस्थानातील किल्ले दुसऱ्यांच्या हाती देण्याकरिता असली विश्वासघाताची कामे करावीत काय

? हे हिंदुस्थानातील मुक्या किल्ल्यांनो, जर तुमच्या देशातील लोकच तुमच्या स्वातंत्र्यावर तिलांजली देण्याकरिता उठले, तर मग दुसरे कोण तुमचे संरक्षण करू शकणार आहेत ! आपल्या जन्मभूमीवरील किल्ले दुसऱ्यांच्या हाती देण्याकरिता कपटाचरण करावे आणि त्याबद्दल बक्षीस मिळवावे, हा जो मातृविक्रयाचा धंदा हिंदुस्थानातील काही लोकांनी पुष्कळ दिवसांपासून शोधून काढिला आहे, त्याच्या पारिपत्याकरिता देवालाही काहीतरी नवीनच शासनाची जागा निर्माण करावी लागणार आहे ! कारण, असल्या या मात्रागमनीपणाला सीमाच उरलेली नाही ! पाचपाचशे रुपयांच्या लिलावाने आपले किल्ले विकले जावेत, इतकीच आपल्या देशातील किल्ल्यांची, त्यांच्या मजबूत तटांची, त्यांच्या वरील स्वातंत्र्याच्या निशाणांची आणि त्यांच्यावरील स्वराज्याची किंमत आहे काय ? ता. 21 जानेवारी 1805 रोजी ज्या वेळी ही या विश्वासघाताच्या युक्तीची कल्पना कोणा इंग्लिश अंमलदाराच्या डोक्यात आली असेल, त्या वेळी तेथे कशी वस्तुस्थिति घडून आली असेल, याचे चित्र आपल्या डोळ्यांपुढे उभे राहिले, तर त्या चित्रानेही आपली अंत:करणे फाटून जातील, इतका तो देखावा भयंकर असला पाहिजे ! त्यावेळी कसे झाले असेल ? तर कोणीतरी एका कपटी इंग्लिश अधिकाऱ्याने काही निवडक नेटिव्ह शिपायांना आपल्यासमोर बोलाविले असेल ! आणि त्याने त्यांना चढवून देऊन असे सांगितले असेल की, जो कोणी तुमच्या या तटाच्या खंदकाची माहिती काढून आणील, त्याला त्याच्या या शूरपणाच्या कृत्याबद्दल आम्ही 500 रुपये बक्षीस देऊ ! इंग्लिशांनी जरी याला शूर कृत्य असे म्हटले असले, तरी वास्तविक ते शूरपणाचे कृत्य नव्हते, तर ते अत्यंत नीचपणाचे आणि नामर्दपणाचे कृत्य होते. आपल्या जन्मभूरूपी पवित्र मातेच्या पातिव्रत्याच्या किंमतीबद्दलचा हा लिलाव जेव्हा तेथे ता. 9 रोजी भर दिवसा पुकारला गेला, तेव्हा तेथील कित्येक इंडियन शिपायांच्या अंगावर शहारे उभे राहिले असतील. आणि त्यांच्या डोळ्यातून खळखळा अश्रु वाहिले असतील ! आणि आम्ही पोटात काटे भरू, पण आपल्याच जन्मभूमीसंबंधाने आणि आपल्याच देशबांधवसंबंधाने असले फसवणुकीचे कृत्य आम्ही कधीहि करणार नाही, असे उद्गार त्यांच्या तोंडातून बाहेर पडलेले जरी कोणी ऐकिले

नसतील, तरी त्यांच्या मनातून ते बाहेर निघाले असले पाहिजेत हे खास ! पण बाकीच्यांनी जरी माघार घेतली असली, तरी हे हिंदुस्थानाचे तीन सुपुत्र-हे इंग्रजांच्या नोकरीतील तीन इमानी नोकर आणि इंग्रजांनी लिहिलेल्या इतिहासातील हे तीन सुप्रसिध्द वीर पुरुष आणि हे तीन हिंदुस्थानचे खरे हितचिंतक ! – मोठ्या शौर्याने मुजरा करीत आपल्या साहेबाच्यापुढे आले असतील आणि म्हणाले असतील की, "साहेब, हे मात्रागमनीपणाचे काम करण्याला आम्ही तयार आहोत; आम्हाला हुकूम मिळावा !" हे त्यांचे शब्द त्यांच्या तोंडून निघाले असतील, तेव्हा आसपासच्या किती तरी लोकांनी आपल्या कानात बोटे घातली असतील ! त्यांच्या, स्वर्गातील मेलेल्या बापांनी आपल्या माना लाजेने खाली घातल्या असतील ! आणि त्यांच्या आयांनी आपण वांझ का राहिलो नाही असे म्हणून डोळ्यातून टिपे टाकली असतील !

परंतु या तीन अधमांनी जरी असले अधमपणाचे आणि विश्वासघाताचे कृत्य केलेले असले, तरी जोपर्यंत परमेश्वर भरतपूरच्या बाजूला होता, तोपर्यंत असल्या इंग्रजी अधमपणाचे तेथे काही एक चालले नाही ! अयोध्येचे सगळे राज्य आपल्याला मिळाले असूनहि ते श्रीरामचंद्राला देण्याकरिता जो अयोध्यानगराला सोडून चित्रकूट पर्वताजवळच्या अरण्यात रामाला शोधीत गेला, त्या भरताने आपल्या बंधुप्रीतीने आणि आपल्या अलौकिक भरतभावाने रामावतारी जे पुण्य संपादन केले, ते सगळे त्याने या आपल्या भरतपूरच्या नगरामध्ये साठवून ठेविले होते. आणि ते या वेळी भरतपूरच्या बचावाच्या उपयोगाला येत होते ! मथुरेच्या आसपासची भरतपूर, दीगच्या किल्ल्याजवळचा गोवर्धनपर्वत, वगैरे सर्व ठिकाणे ही भगवान् श्रीकृष्णाच्या बालपणीच्या बालक्रीडेने आणि पदसंचाराने पवित्र झालेली पवित्र तीर्थे होती. व त्यांच्यावर भगवंताच्या कृपादृष्टीचा वरदहस्त होता. अशा मालिकेतील जे भरतपूर, त्याच्यावर त्यावेळी जर कोणाच्याहि विश्वासघाताने प्रयोग लागू पडले नाहीत, तर त्यात काही आश्चर्य आहे असे नाही. भरतपूरच्या तटावरून लढणाऱ्या प्रत्येक जाट आणि मराठा शिपायाची अशी समजूत झालेली होती की, भरतपूरी हे भगवान् श्रीकृष्णाच्या कृपेतील एक शहर असल्यामुळे त्या शहराच्या संरक्षणाकरिता तो आपल्याबरोबर

या ठिकाणी अदृश्य रीतीने लढत आहे ! आणि भगवान् आपला पाठीराखा आहे, अशी जेथे दृढ भावना आहे, तेथे ''यत्र योगेश्वर: कृष्ण:'' इत्यादि भगवंताच्या उक्तीत सांगितल्याप्रमाणे आपल्या विजयाची खात्री कोणाला वाटणार नाही ! याशिवाय या भरतपूरच्या किल्ल्याच्या संबंधाने कोणी असे एक भविष्य करून ठेविलेले होते की, जोपर्यंत कुंभीर जातीचा एक नक्र येऊन या भरतपूरच्या खंदकातील पाणी त्याने शोषण केले नाही, तोपर्यंत हा किल्ला शत्रूला केव्हाहि घेता येणार नाही ! या ईश्वरी भवितव्यतेवरहि तटातील शिपायांचा पूर्ण विश्वास होता. आणि त्यामुळे त्यांच्या अंगातील शौर्य दुप्पट वाढले होते.

तरी पण इंग्रजांना असे वाटले की, आता आपण या खंदकाच्या लांबीरुंदीचा मोठ्या शिताफीने शोध काढून आणिला आहे, तेव्हा आता पूर्वीच्यासारखी आपल्याला पराभवाची भीति नाही. आणि अशा कल्पनेवर भिस्त ठेवून त्यांनी ता. 21 जानेवारी 1805 रोजी भरतपूरच्या तटावरील दुसऱ्या हल्ल्याची तयारी केली. खंदकाच्या रुंदीची मापे त्यांना आधीच मिळाली होती. त्या मापांप्रमाणे खंदकाच्या अलिकडच्या काठावरून पलिकडच्या काठापर्यंत टाकता येतील अशा पुलासारख्या लांबलांब लाकडी शिड्या तयार करून त्यांच्यावर लाकडाच्या आडव्या फळ्या ठोकण्यात आल्या होत्या. व त्यावरून शिपायांना पलिकडे चालत जाता यावे अशी योजना करण्यात आली होती. या शिड्या खंदकापर्यंत कशा उचलून न्यावयाच्या व तेथे गेल्यानंतर त्या खंदकावर कशा बसवावयाच्या, हे एका तुकडीतील शिपायांना आधी शिकवून ठेविले होते, व या शिड्या खंदकावरून टाकण्यात येत असता आणि त्या शिड्यावरून सैन्य पलिकडे चालून जात असता त्यांच्यावर तटाच्या भिंतीवरून कोणाला गोळीबार करता येऊ नये म्हणून तटाच्या त्या भागावर खालून एकसारखा गोळ्यांचा वर्षाव चालू ठेवण्याचे काम कोणत्या तुकडीने करीत रहावयाचे, याही सर्व गोष्टी आगाऊ ठरवून ठेवण्यात आल्या होत्या. व अशी सर्व कडेकोट तयारी झाल्यानंतर ता. 21 रोजी तिसरे प्रहरी तीन वाजण्याचे सुमाराला ले. क. मॅक्राय, कॅ. लिंडसे, वगैरे अनेक इंग्रजी अधिकाऱ्यांच्या देखरेखीखाली इंग्लिशांचे सैन्य आपल्या खंदकातून बाहेर पडून तटावर चाल करून जाण्याकरिता निघाले.

इंग्लिशांच्या बाजूला चाललेल्या या हालचाली तटावरच्या भोकातून तटावरचे मराठ्यांचे शिपाई लक्षपूर्वक पहातच होते. त्यांनी हा हल्ला करण्याकरिता येणाऱ्या इंग्लिशांचा समाचार घेण्याची तटाच्या आतून तर सर्व सिध्दता ताबडतोब केलीच, पण त्याशिवाय तटाच्या बाहेर जे मराठ्यांचे घोडेस्वार होते, त्यांनीहि त्याच वेळी आपल्या घोड्यावर खोगीर कसले. यशवंतराव होळकराचे पायदळ भरतपूरच्या तटाच्या आत गेले होते पण होळकराचे बहुतेक घोडेस्वार तटाच्या बाहेरच मोकळे होते. व होळकराचे सगळे मुख्य काय ते सामर्थ्य त्याच्या घोडदळामध्येच होते. व एखाद्या किल्ल्याच्या आतमध्ये अडकून पडण्यापेक्षा बाहेर वाटेल तिकडे लूटफाट करण्याकरिता मोकळे असण्यामध्येच त्या स्वैरसंचारी यशवंतरावाला समाधान वाटत असे. त्याला किल्ल्यात येण्याविषयी भरतपूरच्या राजाकडून आग्रह करण्यात येत असता त्याने असे सांगितले की, ''माझी गादी माझ्या घोड्याच्या पाठीवर आहे, ती मी सहसा सोडणार नाही !'' अशा बाणेदारपणामुळे आणि अशा नैसर्गिक प्रवृत्तीमुळे यशवंतराव होळकराचे आणि भरतपूरच्या राजाचे मिळून सुमारे आठ हजार सैन्य किल्ल्याच्या आतून लढत असता यशवंतराव होळकर हा आपल्या सर्व घोडेस्वारांनिशी तटाच्या बाहेरून त्यांना मदत करीत होता. त्यातच पूर्वी सांगितल्याप्रमाणे मीरखानहि आपल्या हजारो घोडेस्वारांसह त्याच दिवशी अंतर्वेदीतून येऊन यशवंतरावाला मिळाला होता. तेव्हा ले. क. मॅक्राय यांचे सैन्य ता. 21 जानेवारी रोजी तिसरे प्रहरी तटावर चाल करून निघाले त्याच वेळी यशवंतराव होळकर आणि मीरखान पठाण यांनी बाहेरून इंग्लिशांच्या छावणीवर हल्ले करून त्यांना अगदी सळो- की-पळो करून सोडले. या मराठ्यांच्या घोडेस्वारांनी इंग्लिश कॅव्हलरीला या वेळी कसे वेढून आणि रोखून ठेविले होते, हे नकाशात दाखविलेल्या परिस्थतीवरून चांगले लक्षात येण्याजोगे आहे. अशा रीतीने तटाच्या भिंतीवरील शिपायांच्या आणि घोड्यांच्या पाठीवरील घोडेस्वारांच्या अशा दुहेरी माऱ्यामध्ये सापडलेल्या इंग्रजी फौजेची त्या दिवशी अखेरीस दुर्दशा उडून गेली, हे सांगावयाला पाहिजे असे नाही.

ले. क. मॅक्राय यांनी ता. 21 जानेवारी रोजी आपल्या सैन्याचे उजवीकडची

तुकडी आणि डावीकडची तुकडी असे दोन विभाग केले. व या दोन तुकड्या ज्या दोन निरनिराळ्या वाटांनी दुसऱ्या खिंडाराच्या (12) जवळ गेल्या, ती वाट नकाशामध्ये (12-14) या आकड्यांनी दाखविली आहे. या वाटेने जाताना इंग्लिशांचे सैन्य विजयाच्या पूर्ण खात्रीने आपली वाट चालत होते; परंतु ती वाट संपून ते त्या खंदकाजवळ जाऊन पोहोचले. तेव्हा त्यांची विजयाची आशा बरीच नष्ट झाली. नवीन पडलेल्या दुसऱ्या खिंडाराजवळ खंदक फारसा रुंदही नाही व फारसा खोलहि दिसत नाही अशी जरी इंग्लिशांनी विश्वासघाताने मिळविलेली बातमी होती, तरी ते जेव्हा प्रत्यक्ष त्या खंदकाच्या काठावर जाऊन उभे राहिले, तेव्हा तेथे त्यांना निराळाच प्रकार आढळून आला. खंदकाची जितकी रुंदी त्यांना सांगण्यात आलेली होती, त्याच्यापेक्षा खंदकातील पाणी या वेळी किती रुंद झालेले होते. पहिल्या मापाप्रमाणे केलेले लाकडी शिड्यांचे फिरते पूल त्या रुंदावलेल्या पाण्यावर अरुंद पडू लागले. सगळ्या आगाऊ तयाऱ्या फुकट गेल्या. दूरदर्शी इंग्रजी तजविजी अदूरदर्शी ठरल्या. विश्वासघाताचाहि कोणी तरी विश्वासघात केला. फसवणुकीलाहि कोणी तरी फसवले. चोरावर मोर झाला. आणि एवढ्या धूर्तपणाच्या लबाडीच्याहि कोणी तरी तोंडात मारल्यासारखे झाले. हे कसे झाले ? हे कोणी केले ? हे जाट आणि मराठे शिपायांच्या कल्पकतेने केले ! इंग्लिशांच्या नोकरीला राहिलेले आपल्याच देशातील काही निमकहराम लोक तटाजवळ येऊन विश्वासघाताने खंदकाची लांबी रुंदी पाहून गेले, ही बातमी जेव्हा मराठ्यांच्या सैन्यामध्ये पसरली, तेव्हा तटावरील लोकांनी या फसवणाऱ्या लोकांचे दात त्यांच्याच घशात घालविण्याकरिता एक उलट युक्ति योजिली. युक्त्या इंग्रजांनाच सुचतात असे नसून काही शहाणपण परमेश्वराने इंडियन लोकांच्या वाट्यालाही दिलेले आहे. मराठ्यांनी यावेळी अशी युक्ती केली की, जेथे खिंडार पडले होते, आणि जेथे खंदकात उतरून त्या खिंडारावर हल्ला करण्याकरिता इंग्लिश शिपाई येण्याचा संभव होता, तेथून काही अंतरावर खाली त्या खंदकामध्ये मराठ्यांनी एक मातीचा उंच आणि मजबूत असा बांध घातला; व वरून सडकून पाणी सोडून ते त्या बांधाने अडविले. त्यामुळे त्या खंदकाच्या बाहेर जिकडेतिकडे पाणीचपाणी

होऊन खंदकाची रुंदी वाढली, इंग्रजांच्या शिड्या आखूड झाल्या, आणि त्याचे सगळे बेत या एका लहानशा युक्तीने फिसकटून गेले !

तेव्हा ते पाणी किती खोल आहे, हे पहाण्याकरिता एक शिपाई पाण्यात उतरला. त्या वेळी तेथे आठ फुटांच्या वर पाणी झाले आहे, असे आढळून आले. तरी पण त्या पाण्यातूनहि काही शिपाई पोहून पलिकडे गेले. पण बाकीच्यांना तसे करिता येईना. शिवाय जे पोहून तटाजवळ येत होते, त्यांच्यावर तटावरून गोळ्यांचा भडिमार चाललेलाच होता. आणि त्यातून जे कोणी बचावून तटाच्या भिंतीत पडलेल्या खिंडारावर चढून येतील, त्यांचा संहार करण्याकरिता त्या खिंडाराच्या आतल्या बाजूलाच शत्रूला न दिसतील अशा रीतीने दोन तोफा डागून ठेविल्या होत्या. इतक्या अडचणीतून जाऊन तटाच्या आत प्रवेश करणे शक्य नाही, असे पाहून ले. क. मॅक्राय याने आपल्या हाताखालील जिवंत राहिलेल्या सैन्याला मोठ्या दूरदर्शीपणाने माघारे फिरण्याचा हुकूम केला. पण इंग्लिश सैन्य तटावर चालून येत असता आणि तटापासून माघारे फिरून परत जात असता तटाच्या भिंतीवरून जाट आणि मराठे शिपायांनी त्यांच्यावर तोफांचा आणि बंदुकांचा जो एकसारखा भडिमार चालविला होता, त्यामुळे इंग्लिशांच्या बाजूचे किती तरी लोक मरण पावले. ले. क. मॅक्राय, कॅ. लिंडसे, वगैरे नुसत्या मेलेल्या युरोपियन अधिकाऱ्यांची संख्या घेतली, तरी ती 18 च्या वर गेली होती. व मेलेल्या शिपायांची संख्या 500 च्या वर होती.

भरतपूरच्या पहिल्या हल्ल्याच्या वेळी पराभव झाल्यानंतर लॉर्ड लेक यांनी गव्हर्नर जनरलला जे पत्र लिहिले होते, त्यातील एक महत्वाचे वाक्य पूर्वी दिले आहे. त्यात पहिल्या खेपेला जरी पराभव झाला असला तरी दुसऱ्या खेपेला आपले इंग्रजी सैन्य खात्रीने जय मिळवील, अशी बढाई मारण्यात आली होती. पण, आता दुसऱ्याही खेपेला पराभव झाला, आणि पहिली बढाई सफळ झाली नाही. तेव्हा आता प्रत्यक्ष विजय मिळेपर्यंत समंजसपणाने, फिरून बढाई न मारणे हे शहाणपणाचे झाले असते. पण कित्येकांना बढाया मारण्यातच भूषण वाटत असते ! भरतपूरच्या तटासमोर हा दुसरा पराभव झाल्यानंतरही त्या पराभवाच्या दुसऱ्या दिवशी लॉर्ड लेक यांनी जो एक जाहीरनामा प्रसिध्द केला,

त्यामध्ये फिरून पूर्वीच्या सारख्याच बढायांची रेलचेल कशी करून सोडली होती हे पुढील उताऱ्यावरून लक्षात येण्यासारखे आहे.

The Commander-in Chief trusts that in a very few days those obstacles, which have hitherto rendered all attempts fruitless, will be completely surmounted; and that the good conduct and bravery of this army will be rewarded by the possession of the place and by the opportunity of proving to the enemy and the country, that although hitherto from unforeseen difficulties success has not crowned their attempts, their spirit is undaunted, and that their gallantry and discipline must ultimately triumph.

यात अशी बढाई मारण्यात आली आहे की, आतापर्यंत ज्या अडथळ्यांच्या कारणांमुळे आमच्या प्रयत्नांना यश आले नाही, ते सर्व अडथळे थोडक्याच दिवसात दूर करण्यात येतील. आणि मग लगेच हे भरतपूरचे ठाणे आमचे शूर शिपाई आपल्या ताब्यात घेतल्यावाचून केव्हाहि रहाणार नाहीत. आतापर्यंत आमच्या वाटेमध्ये पूर्वी लक्षात न आलेल्या अशा काही आकस्मिक अडचणी एकाएकी आल्यामुळे जरी आम्हाला विजय मिळाला नाही, तरी अखेरीस आमच्या शिस्तीने आणि पराक्रमाने आम्हाला विजय मिळालाच पाहिजे, हे आम्ही लवकरच आमच्या शत्रूंच्या आणि सर्व हिंदुस्थान देशाच्या दृष्टोत्पत्तीस आणून देऊ !

ज्यांनी मराठ्यांच्याकडून लागोपाठ दोनदा मार खाल्ला, त्यांनी फिरून विजय मिळविण्याच्या आधीच असल्या बढाया मारण्याला उद्युक्त व्हावे, हे एक बढाईखोर इंग्लिशांच्याच ठिकाणी संभवते. हे म्हणतात की, काही अडचणी पूर्वी लक्षात आल्या नव्हत्या पण अशा कोणत्या अडचणी होत्या, की ज्या आधी त्यांच्या लक्षात आल्या नाहीत ? तटाच्या उंचीचे अजमास यांना होते; तटाच्या भिंतीला पडलेल्या खिंडाराचा चढ यांना माहीत होता; तटाच्या भोवतालच्या खंदकाची लांबीरुंदी आणि खोली यांच्यापासून मराठ्यांनी झाकून

ठेविली होती, असेहि नाही; इतकेच नव्हे, तर त्या खंदकाची बित्तंबातमी काढून आणण्याकरिता यांनी पूर्वी वर्णन केल्याप्रमाणे आपले हेरही पाठविले नव्हते काय ? या सगळ्या अडचणी तर यांनी पूर्वी पाहून आणि अजमावून ठेविलेल्या होत्या. आणि त्यातूनहि आयत्या वेळी काही थोड्या कमीजास्त अडचणी उत्पन्न झाल्या, तर त्यातूनहि या शूर म्हणविल्या जाणाऱ्या इंग्रजी शिपायांनी वाट करून जावयाला नको होते काय ? पण तसे घडून न येता या इंग्लिश शिपायांना अखेर माघारेच फिरून यावे लागले. आणि तरी पण शिवाय वरती या रिकाम्या बढाया आहेत त्या आहेतच.

पण या पराभवानंतर नुसत्या बढायाच मारून थांबण्यात आले असे नाही, तर जणू काय हा पराभव झाल्याबद्दल बक्षीस म्हणूनच त्या पराभवाच्या दुसऱ्या दिवशी युरोपियन शिपायांना एक्स्ट्रा भत्ता देण्यात आला; आणि घोडेस्वार, पायदळ, तोफखाना, आणि पायोनियर्स यांच्यापैकी प्रत्येक नेटिव्ह पलटणीला दोन दोनशे रुपये द्यावे, असे जाहीर करण्यात आले ! Extra batta is to be served out to the Europeans to-day and two hundred rupees are to be given to each native corps of cavalry, infantry, gun lascars and Pioneers. नेहमीची अशी साधारण वहिवाट आहे की, ज्या सैनिकांनी विजय मिळविला असेल, त्यांना बक्षिसे देण्यात येतात. मग ज्यांच्यापैकी 18 अधिकारी आणि 500 शिपाई मेले आणि जे खंदकापासून पराभव पावून माघारे आले, त्यांना ही बक्षिसे कशाबद्दल ? पण अशी बक्षिसे वाटली, म्हणून पराजयाचा विजय होतो असे नाही; परंतु आपल्या सैन्यामध्ये तात्पुरती उमेद उत्पन्न करण्याचा या केवळ इंग्रजी युक्त्या आहेत !

इंग्लिशांचा तिसरा पराभव

ता. 21 जानेवारी 1805 रोजी इंग्लिशांचा भरतपूरच्या भिंतीपुढे दुसरा पराभव झाल्यानंतर आम्ही लवकरच थोडक्याच दिवसात विजय संपादन करून दाखवू अशी ज. लेक यांनी जरी वर सांगितल्याप्रमाणे बढाई मारली होती, तरी भरतपूरच्या तटावर विजय मिळविण्याचे तर लांबच राहिले, परंतु नुसता हल्ला करण्यालाही त्यांना मध्ये एक महिना घालवावा लागला. ता. 21 जानेवारी

रोजी जो दुसरा पराभव झाला, त्यानंतर पुढच्या फेब्रुवारी महिन्याच्या 20 तारखेपर्यंत मधला सगळा एक महिना त्यांना भरतपूरच्या किल्ल्यापुढे बसून फुकट घालवावा लागला. व त्याला तशी कारणेही होती. मीरखान हा आपल्या हजारो घोडेस्वारांनिशी भरतपूरला येऊन तटाबाहेरच्या इंग्रजी सैन्याला त्रास देऊ लागला होता व त्या इंग्रजी सैन्याच्या मदतीसाठी बाहेरून येणारे दुसरे सैन्य आणि अन्नसामग्री यांच्यावरही तो छापे घालू लागला होता, हे पूर्वी सांगितलेच आहे. मीरखानचे बाहेरून पडणारे हे छापे आणि मराठ्यांचे तटाच्या भिंतीवरून होणारे गोळीबार या दोघांना एकदम तोंड देणे इंग्लिशांना अशक्य होते व त्यासाठी मीरखानला भरतपूरपासून दूर घालवून लावण्याचे काम इंग्लिशांना पहिल्याने करावे लागले. म्हणून भरतपूरच्या भिंतीसभोवती जमलेल्या इंग्लिश सैन्यापैकी मे. ज. स्मिथ याची त्या कामावर ता. 8 फेब्रुवारी रोजी योजना करण्यात आली. ता. 21 जानेवारीपासून ता. 7 फेब्रुवारीपर्यंत मीरखानच्या घोडेस्वारांनी आसपास बाहेर जी लुटालूट चालविली होती तिचा प्रतिकार करण्यातच इंग्लिशांचे हे दिवस गेले. त्यामुळे या मुदतीत त्यांना भरतपूरच्या भिंतीवर हल्ला करण्याच्या कामाकडे लक्ष देणे अशक्य झाले होते. व अशाच रीतीने इंग्लिशांचे लक्ष आपल्याकडे जास्त वेधून घेतले, तर साहजिकमपणेच त्यांचा भरतपूरवरील जोर कमी पडेल, या हेतूने इंग्लिशांचे सैन्य आपल्या पाठीमागे ओढीत आणण्याकरिता मीरखानाने ता. 7 फेब्रुवारी रोजी यमुना नदी उतरून अंतर्वेदीमध्ये फिरून प्रवेश केला. व तेथील इंग्लिशांच्या मुलखात फिरून त्याने जाळपोळ आणि लुटालूट करण्याला सुरवात केली. आपल्या लुटालूटीने अंतर्वेदीत इंग्लिशांचे नुकसान व्हावे आणि आपल्या पारिपत्यासाठी म्हणून आपल्या पाठीवर येणारे इंग्लिश सैन्य भरतपूरपासून हलविले गेल्याने भरतपूर येथेही इंग्लिशांचे नुकसान व्हावे असा दुहेरी हेतु मनात धरून मीरखान हा अंतर्वेदीमध्ये शिरला होता व तो त्याचा हेतु सफळही झाला. कारण, भरतपूरच्या वेढ्यासाठी तेथे जमा झालेल्या सैन्यापैकी बरेचसे सैन्य मे. ज. स्मिथ याला मीरखानचा पाठलाग करण्यासाठी तेथून हलवावे लागले. आणि त्यामुळे भरतपूरच्या वेढ्याचे काम थंड पडले. सारांश, मीरखानचे घोडेस्वार भरतपूरच्या

जवळ होते म्हणून आणि ते तेथून निघून गेले म्हणून, अशा या दोन्ही कारणांचा भरतपूरच्या वेढ्याचे तातडीचे काम दिरंगाईवर पडण्याच्या कामी परिणाम झाला.

हे सैन्य कमी झाले असता बाकी उरलेल्या थोड्याशा सैन्याच्या जोरावर भरतपूरच्या तटावर इंग्लिशांनी हल्ला करणे शक्य नव्हते. म्हणून लवकरच विजय मिळवून दाखविणाऱ्या ज. लेकला आणखीही काही दिवस थांबावे लागले. याच्या पूर्वी म्हणजे ता. 6 फेब्रुवारीच्या सुमाराला आपली छावणीची पहिली जागा सोडून सैन्याच्या सुरक्षिततेसाठी भरतपूरच्या दक्षिणेच्या बाजूला इंग्लिशांना आपली छावणी हलवावी लागली होती. त्या छावणीवर ता. 10 फेब्रुवारी रोजी मे. ज. जोन्स याच्या हाताखाली मुंबईचे एक बरेच मोठे सैन्य ज. लेक यांना येऊन मिळाले; आणि त्यानंतर मग फिरून तटावर हल्ला करण्याचा विचार सुरू झाला. पण तो विचार ता. 20 फेब्रुवारीपर्यंत अंमलात आणता आला नाही. तोपर्यंत हल्ल्याची पूर्वतयारी चाललेली होती. या तयारीपैकी मुख्य भाग म्हटला म्हणजे तटाच्या नजीकपर्यंत जाऊन पोहोचणारे खंदक खणणे आणि सोईस्कर ठिकाणी तोफांचे मोर्चे बांधणे हा होय. पूर्वीच्या हल्ल्याच्या वेळचे इंग्लिशांच्या बाजूचे खंदक तटापासून फार दूर अंतरावर होते. व त्या खंदकातून तटाच्या भिंतीपर्यंत बरेच अंतर उघड्यावरून इंग्लिश शिपायांना चालून जावे लागत असल्यामुळे त्या अवधीत तटावरील गोळीबाराने इंग्लिश सैन्याचे फार नुकसान होत होते. म्हणून तटाच्या जवळ जाऊन पोहोचणारा असा एक खंदक (15-16) इंग्लिशांनी खणला व तटापासून सुमारे 400 यार्डांच्या अंतरावर त्यांनी आपल्या तोफांकरिता निरनिराळ्या ठिकाणी (17-18-19) मोर्चे उभे केले. व या मोर्च्यांवरून त्यांनी ता. 11 फेब्रुवारी रोजी एकंदर 16 तोफा सुरू केल्या. यांपैकी सतराव्या बॅटरीने सुमारे 400 यार्डांच्या अंतरावरून तटावर समोरून मारा करून काही दिवसांनी तटाला तिसरे खिंडार (20) पाडले. व या खिंडारावरून तटावर हल्ला करण्याचे घाटू लागले. परंतु या खिंडाराच्या शेजारीच जो एक मोठा बुरूज (21) होता, त्याच्यावरील माऱ्याच्या टापूमध्ये हे खिंडार असल्यामुळे त्या खिंडारातून हल्ला करून जाणे अशक्य झाले असते. म्हणून त्या बुरुजावरील तोफा बंद पाडण्यासाठी 19 या आकड्यांच्या ठिकाणी जो तोफांचा मोर्चा

बांधलेला होता, तेथून या (21) बुरूजावर तोफांचा भडिमार सुरू ठेवण्यात आला. आणि त्यामुळे नवीन पडलेले जे तिसरे खिंडार (20) तिकडे जाणे काही तरी शक्य झाले. या (21) बुरूजावरील तोफा बंद पाडण्याची इंग्लिशांनी हीजी तजवीज केली होती, त्याच्याशिवाय त्यांनी आणखी अशीही एक युक्ति केली होती की, त्यांनी तटाच्या खंदकाजवळ जाऊन पोहोचेल असा जो, (15-16) एक खंदक खणून ठेविलेला असल्याबद्दल पूर्वी सांगितले आहे, त्या खंदकाच्या किल्ल्याजवळील टोकाच्यापुढे ता. 19 फेब्रुवारी रोजी त्यांनी एक सुरुंग (22) खणून ठेविला होता. तटाच्या सभोवतालच्या पाण्याने भरलेल्या खंदकाच्या दोन्ही बाजू लंबरेषेमध्ये तोडलेल्या असल्यामुळे त्यांच्यावरून चढून तटाजवळ जाणे अगदी अशक्य होते. त्यामुळे त्या पाण्याने भरलेल्या खंदकाच्या जवळ हा सुरुंग नेऊन उडविल्याच्या योगाने त्याच्या दरडी ढासळतील आणि मग तेथून वर चढून जाण्याला सोईचे होईल, अशा हेतूने हा सुरुंग खणून ठेविला होता, व तो ता. 20 रोजी हल्ला करावयाच्या अगदी आयत्या वेळी उडवून द्यावयाचा होता.

परंतु दुसऱ्या हल्ल्याच्या प्रसंगी आयत्या वेळी खंदकामध्ये बांध घालून आणि खंदकाचे पाणी अफाट वाढवून मराठ्यांनी इंग्लिशांना जसे तोंडघशी पाडले, त्याचप्रमाणे त्यांनी या तिसऱ्या हल्ल्याच्या वेळीही इंग्लिशांचे सगळे बेत बिघडवून टाकले. ता. 20 फेब्रुवारी 1805 रोजी भरतपूरच्या तटावर तिसरा हल्ला करण्याचे ठरले होते. त्याच्या आदल्या दिवशी म्हणजे ता. 19 फेब्रुवारी रोजी संध्याकाळी आपल्या खंदकातील सुरुंग खणण्याचे वगैरे सर्व काम संपवून इंग्लिशांचे शिपाई रात्री आपल्या छावणीत परत आले होते. व ता. 20 रोजी सकाळी ते आपल्या त्या खंदकातील उरलेसुरलेले काम पुरे करण्याकरिता तेथे गेले. पण ते तेथे जाऊन पाहतात, तो इंग्लिशांचा तो सगळा खंदक मराठ्यांच्या शिपायांनी गजबजून गेलेला त्यांना दिसला; व त्यामुळे आपले सगळे बेत फसलेले पाहून इंग्लिशांची फारच नाउमेद झाली. पहाटेच्या काळोखामध्येच मराठ्यांचे लोक किल्ल्यातून हळूच बाहेर पडून कोणाला न दिसता त्या इंग्लिशांच्या खंदकामध्ये शिरले व त्यांनी जो सुरूंग खणून तयार करून ठेविला होता, तो

त्यांच्याच हत्यारांनी त्यांनी सबंध उद्ध्वस्त करून टाकला. हे त्यांचे काम संपते आहे न संपते आहे, तोच इंग्लिशांचे शिपाई त्या खंदकात आपापल्या जागा धरून बसण्यासाठी तेथे येऊन ठेपले. परंतु मराठ्यांच्या शिपायांनी त्यांच्यापैकी पुष्कळांना त्या खंदकात दडून बसू न देता आपल्या भाल्याने आणि तरवारीने भोकसून खंदकाच्या बाहेर फेकून दिले. आणि इंग्लिशांची जास्त मदत आली, तेव्हा हे मराठ्यांचे शिपाई परत निघून आपल्या तटाच्या आत गेले !

तटाच्या भिंतीला जरी हे तिसरे खिंडार (20) पडले होते, तरी ते मराठ्यांनी तात्पुरते बुजवून टाकले होते. ती नवीन केलेली दुरुस्ती उडवून टाकण्याकरिता इंग्लिशांनी ता. 20 रोजी सकाळपासून आपल्या तोफांचा त्या जागेवर एकसारखा भडिमार सुरू केला होता. व ते खिंडार जेव्हा फिरून पहिल्याइतके मोठे झाले, तेव्हा त्या दिवशी दुपारी सुमारे 3 वाजता इंग्लिशांचे सैन्य तटावर हल्ला करण्याकरिता निघाले. नेहमीच्या पध्दतीप्रमाणे इंग्लिश सैन्यांच्या 3 तुकड्या करण्यात आल्या. त्यांपैकी मुख्य तुकडी ले. क. डॉन यांच्या हाताखाली देण्यात आली होती. व ले. क. डॉन याने तटाला नवीन पडलेले जे (20) खिंडार त्याच्यावर हल्ला करून तेथून आत प्रवेश करावा, असा हुकूम होता. ले.क. डॉन याच्या उजव्या बाजूने शत्रूवर हल्ला करण्याकरिता कॅ. ग्रँट यांची नेमणूक करण्यात आली होती. मराठ्यांच्या शिपायांनीही आपल्या तटाच्या खंदकाच्या पुढे येऊन शत्रूला जास्त जवळून अडथळा करण्याकरिता आपल्या बाजूनेही काही खंदक (23) खणले होते. व त्याच्या आतून त्यांनी किल्ल्याच्या बाहेरूनही आपल्या काही तोफा (24) इंग्लिशांच्या (17-18) बॅटरीवर सुरू केल्या होत्या. त्यामुळे तटाच्या खिंडारावर चालून जाणाऱ्या ले. क. डॉनच्या सैन्यालाही त्यापासून अपाय होण्याचा संभव होता, म्हणून कॅ. ग्रँट याने उजवीकडच्या बाजूने जाऊन मराठ्यांने खंदक (23) आणि त्यांच्यामधील यांच्या तोफा (24) हस्तगत कराव्या, अशी कामगिरी त्याच्याकडे सोपविण्यात आली होती. व ले. क. डॉनच्या डाव्या बाजूला तटाच्या भिंतीमध्ये भीमनारायण या नावाचा जो एक दरवाजा होता, तो फारसा मजबूत नसून तेथून तटाच्या आत सहज प्रवेश करिता येईल, अशी बातमी इंग्लिशांना समजलेली होती, म्हणून कॅ. टेलर याच्या

हाताखाली तिसरी तुकडी देऊन त्या तुकडीने डाव्या बाजूने प्रवेश करण्याचा प्रयत्न करावा, अशी तजवीज करण्यात आलेली होती.

याप्रमाणे सगळी तयारी झाल्यावर संध्याकाळी 4 वाजण्याच्या सुमारास इंग्लिशांचे सैन्य हल्ला करण्याकरिता निघाले. ले. क. डॉन याच्या हाताखालील लोकांनी या वेळी खंदकाच्या पाण्यातील खड्डा भरून काढण्याकरिता आपल्याबरोबर पुष्कळ लाकडाच्या मोळ्या वगैरे सामान घेतले होते; परंतु लढाईच्या वेळी शिपायांनी आपल्याबरोबर धैर्य हे जे मुख्य सामान घ्यावयाचे, ते या वेळी ले. क. डॉन याच्या हाताखालील शिपायांनी आपल्या बरोबर मुळीच घेतले नव्हते ! तटावर हल्ला करण्याकरिता जाण्याची वाट अर्थातच इंग्लिशांच्या त्या अरुंद खंदकातून होती. त्या खंदकामध्ये आज सकाळी मराठ्यांचे शिपाई शिरले होते, ही बातमी या वेळी या सैन्यातील सर्व शिपायांना समजलेली होती. तेव्हा त्या खंदकातून चालून पुढे जाण्याचा त्यांना धीर होईना. आपण जसा मराठ्यांचा खंदक कोसळविण्याकरिता सुरुंग तयार करणार होतो, त्याचप्रमाणे मराठ्यांनी आपल्या खंदकामध्येही कोठे तरी सुरुंग पुरून ठेविले असतील, व आपण तेथे गेलो म्हणजे आपण त्या जागेवरून न चालता कदाचित् आकाशातून चालू लागू, अशा भीतीने ते शिपाई घेरून गेले होते. शिवाय त्याच खंदकात सकाळी झालेल्या लढाईत जे लोक मरून किंवा जखमी होऊन पडले होते, त्यांची शरीरे अद्यापि त्या खंदकात तशीच पडलेली होती. त्या बिचाऱ्यांना तेथून उचलून नेण्याकडे कोणाचेच लक्ष गेले नव्हते. तेव्हा हे नवीन शिपाई हल्ला करण्याकरिता ज्या वेळी त्या खंदकातून जाऊ लागले, तेव्हा मराठ्यांनी पुरलेल्या सुरुंगांच्या भीतीने आधीच भेदरून गेलेल्या या शिपायांना ती त्यांच्या मेलेल्या सोबत्यांची प्रेते आणि जखमी झालेल्या सोबत्यांची करुणाजनक विवळणी अधिकच गर्भगळीत करून टाकू लागली. अशा स्थितीत कोणत्या शिपायांचे पाऊल पुढे पडणार आहे ? त्यामुळे पुढचे शिपाई पुढे पाऊल टाकीनात. आणि खंदक अरुंद असल्यामुळे पुढचे शिपाई पुढे गेल्यावाचून मागच्या शिपायांना पुढे चालण्याला वाव मिळेना. आणि त्यामुळे येथून-तेथून सगळा खंदक शिपायांनी भरून राहिला. क. डॉन याने त्यांची पुष्कळ समजूत घातली व पुष्कळ विनवण्या

केल्या. परंतु मराठ्यांच्या विरुध्द, गुप्त रीतीने सुरुंग पुरण्याचे पाप या वेळी इंग्लिशांना इतके नडले की, त्यापुढे क. डॉन यांच्या प्रयत्नांचे काही एक चालू शकले नाही. तेव्हा अखेरीस ले.क. डॉन याने पाठीमागच्या काही पलटणी खंदकातून उघड्या मैदानावर बाहेर काढल्या. व दोन सिक्स पाऊंडरच्या तोफा उघड्या मैदानावर उभ्या करून त्यांचा मारा तटाच्या बुरूजावर सुरू करण्यात आला. आणि त्या तोफांच्या आश्रयाखाली अखेरीस मराठ्यांचा गोळीबार सहन करीत क. डॉनचे हे थोडेसे शिपाई पाण्याने भरलेल्या खंदकाच्या जवळ जाऊन पोहोचले. त्यातील एका उंच शिपायाने खंदकात बुडी मारून पाहिली, तो पाणी पुष्कळ खोल असल्याचे आढळून आले, व त्यामुळे खंदकामधून पलिकडे जाणे अशक्य झाले. तेव्हा ते शिपाई आजुबाजूला दुसरी कोणती जागा आहे की काय म्हणून पाहू लागले. त्यावेळी त्यांना एक खडबडीत बुरुज (21) जवळच उजव्या हाताला दिसला. व त्यावरून आपल्याला भिंतीवर चढून जाता येईल, असे त्यांना वाटले. त्यामुळे खंदकाच्या पाण्यातून कसेबसे पलिकडे जाऊन काही लोक त्या बुरजावरून चढून जाण्याचा प्रयत्न करू लागले. तेव्हा त्यांच्यावर तटाच्या भिंतीतील भोकामधून फारच जोराचा गोळीबार होऊ लागला, व खालून बुरूज चढून त्या तटाच्या भोकाशी जो ते शिपाई येत तोच ते नेमके आतील तोफांच्या गोळ्यांनी धाडकन् खाली फेकून दिले जात. व त्या भिंतीची चढण इतकी अवघड आणि इतकी अरुंद होती की, एका वेळी एकापेक्षा जास्त शिपाई वर चढू शकत नव्हते. अशी भयंकर स्थिति होती, तरी त्यातूनही 12 व्या नेटिव्ह पायदळ पलटणीतील काही शिपायांनी तटावर चढून तेथे आपले निशाण उभारण्याचे प्रयत्न केले. व त्यांच्या शिवाय आणखी दुसरेही 14 ऑफिसर वर चढून गेले. परंतु तेथे जास्त शिपाई त्यांच्या मदतीला जाणे शक्य नसल्यामुळे ते त्यांचे प्रयत्न सफळ झाले नाहीत. आणि अखेरीस आता आपले जास्त लोक विनाकारण मराठ्यांच्या तोफांखाली मरू देणे बरोबर नाही, असे वाटून क. डॉन याने आपल्या लोकांना परत फिरण्याचा हुकूम केला. व याप्रमाणे ले. क. डॉन याची मुख्य आणि मधली तुकडी संध्याकाळच्या सुमाराला माघार खाऊन परत फिरली.

क. डॉन यांच्या तुकडीची अशी दुर्दशा चालली असता कॅ. ग्रँट हे जे आपल्या हाताखालील शिपाई घेऊन उजव्या बाजूने मराठ्यांवर हल्ला करण्याकरिता गेले होते. त्यांची स्थिति क. डॉनच्या इतकी वाईट झाली नाही. त्यांनी आपल्या बाजूचे मराठ्यांचे खंदक (23) हस्तगत केले. व तेथे असलेल्या मराठ्यांच्या 11 तोफाहि (24) त्यांनी जिंकून आपल्या छावणीकडे पाठविल्या. परंतु कॅ. ग्रँट यांना जरी इतपत यश मिळविता आले, तरी इंग्लिश सैन्याची जी डाव्या बाजूची तुकडी ले. क. टेलर यांच्या हाताखाली भीमनारायण दरवाज्याकडे पाठविण्यात आली होती, तिची अवस्था बहुतेक क. डॉन यांच्या सारखीच झाली. त्यांचे जे वाटाडे होते, त्यांनी त्यांना भलत्याच वाटेने नेले. शिवाय वाटेत मराठ्यांच्या घोडेस्वारांनी अडवून त्यांना बरेच घोटाळ्यात घातले. आणि या गोष्टी खाली उघड्या मैदानावर चाललेल्या असताना वरून तटाच्या भोकांमधून इंग्लिशांच्या या तुकडीवर मराठ्यांचा एकसारखा गोळीबार होत होता, तो निराळाच. अशा संकटांनी चोहो बाजूंनी या तुकडीला घेरल्यामुळे त्यांनी भीमनारायण दरवाजा गाठण्याचे लांबच राहून त्यांना माघार खाऊन आपली छावणी मात्र गाठणे भाग पडले. अशा रीतीने या तिसऱ्या हल्ल्यामध्ये कॅ. ग्रँट यांना जरी थोडासा जय मिळाला, तरी तो केवळ तटाच्या बाहेरचाच होता. परंतु तटाच्या भिंतीच्या आत प्रवेश होण्याच्या दृष्टीने पाहिले, तर इंग्लिशांच्या या तीन तुकड्यांपैकी एकीलाहि यश आले नाही. आणि ले. क. डॉन व ले. क. टेलर यांचा तर पूर्णच पराभव झाला. आणि इंग्लिशांचे नुकसानहि फार झाले. या लढाईत युरोपियन लोकांपैकी सुमारे 50 लोक मरण पावले आणि पावणे दोनशे लोक जखमी झाले; व या लढाईतील एकंदर मेलेले आणि जखमी झालले यांची संख्या सुमारे 900 पर्यंत जाऊन पोहोचली. यावरून या तिसऱ्या हल्ल्यामध्येहि इंग्लिशांची किती भयंकर हानि झाली, हे लक्षात येण्यासारखे आहे.

इंग्लिशांचा चौथा पराभव

ता. 20 फेब्रुवारी 1805 रोजी इंग्लिशांच्या भरतपूरच्या तटापुढे वर सांगितल्याप्रमाणे तिसरा पराभव झाल्यानंतर लगेच दुसऱ्या दिवशी, म्हणजे ता.

21 फेब्रुवारी रोजी इंग्लिशांनी त्या तटावर चौथा आणि शेवटचा हल्ला केला. ता. 20 रोजी इंग्लिशांच्या बाजूकडील खंदकातील शिपायांनी ले.क. डॉन याचा हुकूम ऐकला नाही व आपल्या भित्रेपणाने पुढे जाण्याचे नाकारले, ही त्या शिपायांच्या हातून इंग्लिशांच्या लष्करी शिस्तीच्या दृष्टीने अतिशय लज्जास्पद गोष्ट झालेली होती. अशी गोष्ट इतर एखाद्या वेळी झाली असती, तर लगेच ती पलटण तोडून टाकण्यात आली असती आणि त्यातील शिपायांना कडक शिक्षा करण्यात आल्या असत्या. पण ही वेळ तशी नव्हती. आतापर्यंत झालेल्या तीन हल्ल्यांमध्ये इंग्लिशांचे पुष्कळ शिपाई मरून गेले होते; त्यांच्या बऱ्याच तोफा नादुरुस्त होऊन पडल्या होत्या; त्यांच्या जवळचा दारुगोळा बहुतेक खलास होत आला होता; आणि त्यांची अन्नसामग्रीहि बहुतेक संपुष्टात येत चालली होती. अशा स्थितीत आणखी जास्त दिवसपर्यंत येथे वेढा घालून बसणे शक्य नसल्या कारणाने जे थोडेसे शिपाई लॉर्ड लेक यांच्या हाताखाली शिल्लक राहिले होते, त्यांना या वेळी नाखुष करण्याची सोय नव्हती. म्हणून ताबडतोब हल्ला करण्याचे ठरवून लॉर्ड लेक यांनी ता. 21 फेब्रुवारी रोजी सकाळी आपले सर्व सैन्य परेडच्या मैदानावर जमा करण्याचा हुकूम केला. आता परेडीच्या वेळी आदल्या दिवशीच्या गैरवर्तनाबद्दल आपल्याला काही तरी कडक शासन होणार, अशी कित्येकांना भीति वाटणे स्वाभाविक होते. परंतु तसे काही एक झाले नाही. उलट लॉर्ड लेक हे आपल्या सैन्यापाशी त्या दिवशी सौम्यतेनेच वागले. परेड ग्राउंडवर आपल्या शिपायांना उद्देशून त्यांनी असे उद्गार काढले की, काल तुम्ही आपल्या अधिकाऱ्याचे हुकूम ऐकले नाहीत, याबद्दल मला वाईट वाटत आहे. व त्यामुळे आतापर्यंत तुम्ही निरनिराळ्या ठिकाणी जी कीर्ति मिळविली होती, ती पूर्णपणे घालविली आहे. परंतु ते गेलेले यश फिरून मिळविण्याची मी तुम्हाला संधी देत आहे. म्हणून ज्यांची इच्छा असेल त्यांनी आजच्या हल्ल्यामध्ये सामील होण्याकरिता पुढे यावे. अशा गोडीगुलाबीच्या बोलण्याने शिपायांच्या मनात उत्साह उत्पन्न करण्यात आला. आणि त्या योगाने सर्व शिपाई ता. 21 फेब्रुवारीच्या चौथ्या हल्ल्यामध्ये काम करण्याला मोठया उत्सुकतेने तयार झाले. ता. 21 फेब्रुवारी रोजी सकाळी आपल्या शिपायांची मने अशा रीतीने

अनुकूल करून घेतल्यानंतर लॉर्ड लेक यांनी तटावर तोफखान्याचा मारा कोठे सुरू करावयाचा, याच्याबद्दलची तजवीज लाविली.आदल्या दिवशीच्या तिसऱ्या हल्ल्याच्या वेळी तिसऱ्या (20) खिंडाराच्या जवळ जो (21) बुरुज होता, त्याच्यावर कित्येक शिपाई चढून जाण्याचा प्रयत्न करीत होते, हे पूर्वी सांगितलेच आहे. त्याच बुरुजावर आणखी गोळे टाकून तेथे काही थोडीशी वाट करिता आली, तर तेथून तटाच्या भिंतीच्या आत प्रवेश करिता येईल, असे वाटून त्या धोरणाने तोफांच्या जागा थोड्या-थोड्या बदलून घेऊन त्या बुरुजावर तोफांचा मारा सकाळपासून सुरू करण्यात आला. त्या योगाने त्या बुरुजाच्या बुंध्याजवळचा एक बराच मोठा तुकडा उडून गेला. व त्यामुळे त्याच्यावरच्या भाराने तो सगळाच बुरुज कदाचित् खाली कोसळून पडेल असे वाटू लागले. परंतु त्या तटाच्या इतर भागांप्रमाणे तो बुरुजही इतकया बळकट रीतीने बांधला गेला होता की, त्याच्यातळाशी जरी हे एक खबदाड होते, तरी त्याच्या तटाच्या इतर बाकीच्या भागाला काही एक भंग झाला नाही.

इंग्लिशांच्या तोफांनी अशी पूर्व तयारी करून दिल्यानंतर इंग्लिशांचे सैन्य ता. 21 रोजी दुपारी तीन वाजता तटावर हल्ला करण्याकरिता निघाले. या सैन्यावर ब्रिगेडियर ज. मॉन्सन यांची नेमणूक करण्यात आली होती, व त्यांच्या हाताखाली निरनिराळे अधिकारी काम करीत होते. हे सैन्य हल्ला करण्याकरिता चाल करून निघाले, त्या वेळी ज. लेक हे जवळ उभे होते. व ते आपल्या या लष्कराची सलामी घेत होते, त्यामुळे सैन्यातील शिपायांच्या अंगात एक प्रकारचा उत्साह उत्पन्न झालेला दिसत होता. पण तो उत्साह फार वेळ टिकला नाही. कारण, ज्या (21) बुरुजावरून चढून आपण तटाच्या आत जाऊ, असे या शिपायांना वाटत होते, त्या बुरुजाला आज कित्येक नवीन जखमा झालेल्या असतानाहि तो बुरुज आदल्या दिवशीच्या इतकाच आजहि अभेद्य आणि अनुल्लंघनीय आहे, असेच त्यांना आढळून आले. ते शिपाई जेव्हा त्या बुरुजाच्या पायथ्याशी येऊन पोहोचले, तेव्हा तेथे त्या बुरुजाला पडलेल्या खबदाडामध्ये आश्रय घेण्याला थोडीशी जागा मिळाली एवढे खरे; परंतु याच्यापेक्षा दुसरी सोय त्यांना तेथे काही आढळून आली नाही. बुरुजाचे बांधकाम बहुतेक अगदी

लंबरेषेमध्ये असल्यामुळे त्या बुरजावर चढून जाणे अशक्य होते. तरी पण त्या बुरुजाच्या भिंतीमधून आपल्या संगिनी खोचून आणि त्यांच्यावर पाय देऊन कित्येक शिपाई वर चढण्याचा प्रयत्न करू लागले. तसेच तोफांचे गोळे लागून त्या बुरुजाला मधून-मधून जी काही भोके पडली होती, त्यांचाहि थोडासा त्या वर चढणाऱ्या शिपायांच्या हाताला आणि पायाला आधार सापडत होता. पण इतक्या अडचणीतून एका वेळी एकेक दोनदोन शिपाई जरी वर चढू लागले, तरी ते कितीसे चढणार ? आणि याशिवाय हे इंग्लिशांचे शिपाई वर चढत असता तटावरचे जाट आणि मराठे काही स्वस्थ बसलेले नव्हते. आजूबाजूच्या दुसऱ्या बुरुजांवरून त्यांनी या बुरुजावर तोफांचा एकसारखा भडिमार चालू ठेविला होता. शिवाय खालून वर चढून येणाऱ्या शिपायांच्या डोक्यात वरून लाकडाचे मोठमोठे ओंडे, दगडधोंडे, वगैरे फेकण्यात येत होते. त्यामुळे वर चढणारा शिपाई तेव्हाच ठार होऊन जात असे. व तो वरून पडताना एकटाच पडत नसून आपल्या खालच्या शिपायाच्या अंगावर पडून त्यालाहि खाली नेत असे.अशा कारणामुळे त्या बुरुजावर चढणे बहुतेक अशक्यच झाले होते. तरी पण त्यातूनहि ले. टेंपल्टन हा एक इंग्लिश अधिकारी वर चढण्याचा प्रयत्न करीतच होता. हा फार शूर आणि उत्साही असून त्याने आपण होऊन या कामावर आपली योजना करून घेतली होती. तो आपल्या हातामध्ये निशाण घेऊन ते त्या बुरुजावर लावण्यासाठी वर चढत होता. पण जाट आणि मराठे यांनी चालविलेल्या भडिमारांपुढे बुरुजाच्या शिखरापर्यंत जाणे कोणालाहि अशक्य होते. तेव्हा. ले. टेंपल्टन याने एवढ्या मोठ्या उत्सुकतेने आपल्याबरोबर आणलेले ते निशाण तो बुरुजावर जेथपर्यंत चढला होता, तेथे मध्येच कोठे तरी त्याने रोविले. पण हे कृत्य तो करीत आहे, इतक्यात मराठ्यांच्या गोळ्यांनी तो मारला गेला. मे. मेंझीस हा ज. लेक याचा एडिकँप होता. व हा आपल्या कमांडर-इन्-चीफची परवानगी घेऊन मुद्दाम या हल्ल्यात भाग घेण्याकरिता आला होता. त्याने ले. टेंपल्टन याचा यशस्वी झालेला प्रयत्न पाहिला, तेव्हा तो मोठ्या उमेदीने पुढे सरसावला. व ले. टेंपल्टनपेक्षा त्या बुरुजावर जास्त उंचीपर्यंत चढून तो शिखराच्या अगदी जवळ आला; पण इतक्यात मराठ्यांनी त्यालाहि गोळी

घालून खाली पाडले. अशा रीतीने या बुरुजावर चढण्याचे प्रयत्न एकीकडे चालले असताना त्या बुरुजाच्या आसपासच्या भिंतीवरूनहि चढण्याचा आपापल्या शक्यतेप्रमाणे इतर शिपाईसुध्दा प्रयत्न करीत होते. परंतु या कामात इंलिश शिपायांना कोठेहि यश आले नाही. कारण, तटावरील लोक या वेळी अतिशय निकराने लढत होते; व वरून जे सामान हाती लागेल ते खालच्या शिपायांच्या डोक्यावर ढकलून देण्याला या वेळी सुरवात झाली होती; आणि त्वेषाला सीमा उरलेली नव्हती; तेलात भिजविलेल्या कापसाचे बोळे पेटवून ते खाली फेकण्यात येत होते; आणि मोठमोठ्या कढयातून तापलेले तेल घेऊन त्याच्या पिचकाऱ्या खालच्या लोकांच्या अंगावर नेम धरून मारण्यात येत होत्या. त्याचप्रमाणे मडक्यात दारू भरून आणि ती पेटवून ती मडकी खालच्या लोकांवर टाकण्यात येत होती. आणि या निरनिराळ्या प्रकारच्या भडिमारामुळे इंग्लिश सैन्यातील शिपाई लाकडांच्या ओंडक्यांनी ठेचले जात होते; कढत तेलाच्या पिचकाऱ्यांनी भाजले जात होते; आणि दारूच्या मडक्यांनी पेट घेत होते. अशा अवस्थेमध्ये इंग्लिशांचा हल्ला फार वेळ चालणे शक्य नव्हते. तेव्हा आता यशाची काही एक आशा नाही, असे पाहून संध्याकाळी 5 वाजण्याच्या सुमारास ब्रिगेडियर ज. मॉन्सन याने आपल्या सैन्याला माघारे फिरण्याचा हुकूम केला. या हल्ल्यामध्ये 69 युरोपियन आणि 56 नेटिव्ह शिपाई मरण पावले. व 410 युरोपियन आणि 452 नेटिव्ह शिपाई जखमी झाले; म्हणजे सरासरीने मेलेले आणि जखमी झालेले अशा लोकांची या हल्ल्यातील एकंदर संख्या हजाराच्या जवळ गेली.

क. मॉन्सनचा यशवंतराव होळकराने केलेला पराभव आणि त्यामधून उत्पन्न झालेला भरतपूरचा वेढा यांच्या संबंधाची ही समग्र हकीकत येथपर्यंत देण्यात आली आहे. या दोन्हीहि बाबतीत त्या वेळी इंग्लिशांची किती मोठी नाचक्की झाली होती, हे कोणालाहि कळून येण्यासारखे आहे. इंग्लिश इतिहासकारांनी या दोन गोष्टींवर आपल्या कल्पनेने कितीहि पांघरूण घातले, तरी त्यातून त्या वेळचा इंग्लिशांचा कमकुवतपणा आणि त्यामुळे झालेला पराभव स्पष्टपणे दिसून येतो. पण ते आपल्या इंडियन लोकांनाच असे वाटते असे नसून त्या वेळचे प्रसिध्द सेनापति, ज. वेलस्ली, यांनी या बाबतीत जे

आपले मत प्रदर्शित केले आहे, त्यावरूनहि हाच निर्णय सिध्द होतो. ज. वेलस्ली हेच पुढे लॉर्ड वेलिंग्टन या नावाने प्रसिध्द झाले. त्यांनी वेळोवेळी केलेले पत्रव्यवहार Wellington Despatches म्हणून प्रसिध्द आहेत. त्यात मॉन्सनची पिछेहाट आणि भरतपूरचा वेढा या विषयसंबंधाने ज. वेलस्ली यांनी जे उद्गार काढलेले आहेत, ते पुढीलप्रमाणे आहेत.

MONSON'S RETREAT

Monson's disasters are really the greatest and the most disgraceful to our military character of any that have ever occured. The detachment had not two day's provisions, was cut off from its resources by many rivers, on which we had neither bridge nor boat; and all measuress to supply with provisions the only fort (Rampoora) to which, in case of emergency, he might have recource, were omitted. To employ the detachment at all was an error; but the common modes of securing its safety have been omitted.

You will have heard of Colonel Monson's retreat, defeat, disgraces and disasters. He is, however, at last arrived at Agra, he and his detachment, woeful examples of the risk to be incurred by advancing too far without competent supplies and of the danger of attempting to retreat before such an army as Holkar's is. He would have done much better to attack Holkar at once, and he would probably have put an end to the war. At all events, he might have made a better retreat. This is between ourselves, as I am very unwilling to circulate my opinion of the late transactions to the northward. I only hope that they will not induce our late enemies to break out again.

After Colonel Monson's defeat I acknowledge that I

भरतपूरचा किल्ला आणि इंग्लिशांचे तेथील चार पराभव – ४४९

considered the peace with the Mahrattas very precarious; and indeed if the success of Holkar had continued, I consider that we should have had to fight over again not only our battles with the Mahrattas, but those with all the other powers of India, whether considerd as our dependants or our allies. I also believe that the Rajah of Berar, in particular and very possibly Scindiah, considered the advantages gained by Holkar to have been much greater than they really were; that they anticipated further successes, and the former prepared to take advantage of them.

ASSAULTS OF BHURTPOOR.

The 4th and 5th failures before Bhurtpoor are disastrous events, of which I apprehend the worst consequences. They must have blundered that siege terribly, for it is certain that; with adequate means, every place can be taken; and having been so long before the place adequate means must have been provided or in his power. The fault lies therefore in the misapplication of them, or, most probably, in the omission to employ all those which were necessary to accomplish the object in view, either through the ignorance of the engineers, or the impetuosity of --------'s temper, which could not brook the necessary delay.

हा उतारा थोडा लांब झाला आहे; परंतु त्यात ज. वेलस्ली यांचा अभिप्राय समाविष्ट झाला असल्यामुळे त्याला एक प्रकारचे विशेष महत्त्व आहे. आणि म्हणूनच तो इतका लांब असूनही मुद्दाम येथे देण्यात आला आहे. या अभिप्रायातील मुख्य तात्पर्य असे आहे की, ज. वेलस्ली यांच्या मताप्रमाणे क. मॉन्सन यांचे हे पराभव इंग्लिशांच्या लष्करी नावलौकिकाला अत्यंत लांछनास्पद आहेत. क. मॉन्सनच्या तुकडीची या कामावर योजना करणे हीच मोठी चूक

होती. व त्या तुकडीच्या संरक्षणाची काहीच काळजी घेण्यात आली नव्हती, ही त्याहूनहि विशेष वाईट गोष्ट होय. ज. वेलस्ली यांनी हा जो अभिप्राय व्यक्त केला आहे, तो गुप्त रहावा, आणि तो बाहेर कोठेहि फुटू नये, अशी त्यांची त्यावेळी इच्छा होती. कारण इंग्लिशांच्या या कमकुवतपणाची बातमी ऐकून इंग्लिशांचे पूर्वीचे शत्रू फिरून इंग्लिशांच्या विरुध्द बंड करून उठतील की काय, अशी त्या वेळी त्यांना या पराभवांच्यामुळे खरोखर भीति वाटू लागली होती ! पेशवे, भोसले, शिंदे वगैरे मराठे राजांच्यापाशी आपण पूर्वी केलेले तह या क. मॉन्सनच्या पराभवामुळे डळमळू लागतील, अशी त्यांना प्रत्यक्ष दहशत बसली होती. आणि होळकराला जर असेच एका पाठीमागून एक आणखी जय मिळू लागले, तर मराठ्यांपाशी आपण नुकत्याच ज्या असई, आरगाव वगैरे ठिकाणी लढाया लढलो, त्या लढाया आपल्याला फिरून लढाव्या लागतील; इतकेच नव्हे, तर बाकीच्या राजांशीहि आपल्याला फिरून युध्दे करावी लागतील; असे ज. वेलस्ली यांना या वेळी वाटू लागले होते. त्याप्रमाणे भरतपूरच्या वेढ्यामध्ये इंग्लिशांना जे एकामागून एक पराभव सहन करावे लागले, त्यांचे दुष्परिणाम किती दूरवर जाऊन पोहोचतील, याच्याबद्दलहि त्यांना त्या वेळी कल्पना करता येत नव्हती. अशा प्रकारचा आपला स्पष्ट अभिप्राय ज. वेलस्ली यांच्यासारख्या सेनापतीने जो व्यक्त केला आहे, त्यावरूनहि या वेळी यशवंतराव होळकर आणि भरतपूरचा राजा रणजितसिंग यांनी हिंदुस्थानच्या इतिहासामध्ये किती मोठे पराक्रम केले होते आणि इंग्लिशांवर आपला किती वचक बसविला होता, याची कोणालाहि कल्पना येण्याजोगी आहे.

भरतपूरच्या तटावरील एकंदर चार हल्ल्यांची हकीकत ही अशा प्रकारची आहे. इ.स. 1805 या सालचे जानेवारी आणि फेब्रुवारी हे पहिले जवळ-जवळ दोन महिने इंग्लिशांनी भरतपूरच्या तटासमोर आपली तपश्चर्या खर्च करून पाहिली. या सुमारे दोन महिन्यांच्या अवधीमध्ये त्यांचे एकंदर 3 हजारांच्या वर लोक मेलेले आणि जखमी झालेले होते. व यांपैकी 100 च्या वर नुसते युरोपियन ऑफिसर होते. तटाच्या सभोवतालच्या खंदकामध्ये इंग्लिशांचे इतके लोक मरून पडले होते की, तो खंदक जरी पुष्कळ खोल होता, तरी या इंग्रजी

पलटणीतील मेलेल्या शिपायांच्या प्रेतांनी तो इतका भरून गेला होता की, पाण्यात पाय न बुडवता त्या प्रेतांवर पाय देऊन किल्ल्याच्या आत-बाहेर जाणे अगदी सोपे झाले होते. यावरून इंग्लिशांच्या नुकसानीची कल्पना येण्याजोगी आहे. ता. 21 फेब्रुवारीच्या या चौथ्या पराभवानंतर ता. 24 फेब्रुवारी रोजी इंग्लिशांनी आपल्या छावणीची दुसरी जागा बदलून ती त्यांनी भरतपूरच्या ईशान्येच्या बाजूला नेली. व तेथून त्यांनी पुढील पाचव्या हल्ल्याची तयारी सुरू केली. पण आता पाचवा हल्ला करण्याजोगा खरोखर दम इंग्रजी सैन्याच्या अंगामध्ये आतापर्यंतच्या पराभवाच्या योगाने मुळीच राहिला नव्हता. आणि सर्व बाजूंनी त्यांची हलाखीची स्थिति झाली होती. अशा स्थितीत बाह्यात्कारी रीतीने जरी त्यांनी पाचव्या हल्ल्याची भाषा सुरू केली होती, तरी अंतःस्थ रीतीने त्यांचे निराळेच प्रयत्न चाललेले होते. बाहेरच्या लढाईला आतील फितुरीची जोड देण्याची इंग्लिशांची नेहमीचीच पध्दत आहे. त्याप्रमाणे या बाबतीतहि यशवंतराव होळकर, मीरखान आणि भरतपूरचा राजा, हे जे तिघेजण इंग्लिशांच्या विरुध्द एकत्र झाले होते, त्यांच्या आपसात फूट पाडण्याचे इंग्लिशांचे प्रयत्न चाललेले होते. मार्क्विस वेलस्ली हे आपल्या पत्रातून लॉर्ड लेक यांना पुढीलप्रमाणे गुप्त रीतीने सूचना करीत होते.

While the commander-in chief is preparing for the seige of Bhuratpoor, or actully engaged in it, might it not be advisable to endeavour to detach Runjeet Sing from Holkar ? Although Bhuratpoor has not fallen, Runjeet Sing is certainly much reduced and alarmed; and Holkar would be hopeless if abandoned by Runjeet Sing.

Might it not be stated to Runjeet Sing that although his fate has been delayed, he must know it to be inevitable that a few weeks more must destroy him altogether; that his only certainty of escape is to throw himself upon the clemency of the British Government, and renounce Holkar altogether, in which case he will be admitted to pardon, and restored to his possessions?

व या मजकुराला लॉर्ड लेक यांनी जे उत्तर लिहिले आहे, त्यामध्ये वरील सूचना अंमलात आणण्याचा प्रयत्न चालू असल्याचा त्यांचा कबुलीजबाब आपल्याला पहावयाला सापडतो. ते उत्तर असे :-

A correspondence is now going on between me and Runjeet Sing, which I am in hopes will lead to an accomodation sufficiently favourable to the British Government and prevent any future union of intrests between that chief and Jaswantrao Holkar.

या वर दिलेल्या दोन-तीन उताऱ्यांवरून हे सहज लक्षात येण्यासारखे आहे की, भरतपूरचा राजा आणि यशवंतराव होळकर यांच्यामध्ये बेबनाव उत्पन्न व्हावा आणि भरतपूरच्या राजाने होळकराला आपल्या मुलखातून घालवून देऊन इंग्लिशांशी तह करण्याला तयार व्हावे, अशाबद्दल इंग्लिशांकडून गुप्त रीतीने खटपटी चाललेल्या होत्या.

त्याचप्रमाणे मीरखानाला होळकरापासून फोडण्यासाठी इंग्लिशांचे कसे प्रयत्न चालले होते, हे गव्हर्नर जनरल आणि लॉर्ड लेक यांच्या दरम्यानच्या पुढील पत्रव्यवहारावरून व्यक्त होण्यासारखे आहे. गव्हर्नर जनरल, मार्क्विस वेलस्ली, हे लॉर्ड लेक यांना लिहितात की :-

Mr. Seton and General Smith should be authorized to offer a settlement of land to such of Ameer Khan's followers as would quit him. Even Ameer Khan himself might be offered a jagheer, if he will quit Holkar's cause, submit to the British Government, and come into General Smith's camp within a stated period of time.

या लिहिण्यातले तात्पर्य असे आहे की, अमीरखानच्या सैन्यातील शिपायांना कायमच्या जमिनी तोडून देण्याची लालूच दाखवावी व त्या अमिषाने त्याच्या सैन्यातील जितके लोक फोडता येतील, तितक्यांना फोडण्याचा प्रयत्न करावा;

इतकेच नव्हे, तर खुद्द अमीरखान हाहि होळकराचा पक्ष सोडून इंग्लिशांच्या बाजूला येण्याला तयार असेल, तर त्यालाहि एक जहागीर तोडून देण्याविषयी योजना करावी.

हे जे पत्रव्यवहार वर दिलेले आहेत, त्यांवरून इंग्लिशांची गुप्त कारस्थाने आतून कशी चाललेली असतात, हे लक्षात येण्यासारखे आहे. दुसऱ्याच्या सैन्यातील शिपायांना आणि सरदारांना फितुर करण्यामध्ये गैरशिस्तपणा आणि नीचपणा आहे, ही कल्पनाहि कधी त्यांच्या मनाला शिवत नाही. इंग्लिशांच्या विरुध्द एखादा संघ बनलेला असेल, तर त्यातून कोण फितूर होण्यासारखा आहे, हे त्यांना मनुष्यस्वभावाच्या धोरणावरून बरोबर ताडता येते, व लपटपटीत आणि डळमळीत स्वभावाचे जे लोक असतात, त्यांनाच ते आपल्या फितुरीच्या प्रयोगासाठी पसंत करतात. प्रस्तुत उदाहरणात यशवंराव होळकर, भरतपूरचा राजा आणि अमीरखान, या तिघांचा मिळून या वेळी इंग्लिशांच्या विरुध्द जो संघ बनलेला होता, त्यांपैकी यशवंतराव होळकराला फोडण्याचा इंग्लिशांनी कधी प्रयत्न केला नाही. हा पराक्रमी आणि पाणीदार आहे, हा तेजस्वी आणि तिखट स्वभावाचा आहे, हा आपल्या फितुरीच्या मोहपाशामध्ये सापडण्याला कबूल होणार नाही, हे इंग्लिश मुत्सद्दयांनी पक्के जाणले होते. म्हणून त्यांनी त्याच्यापाशी फितुरीचे एक अवाक्षरहि काढले नाही. पण बाकीचे दोघे हे तशा स्वभावाचे नसल्यामुळे इंग्लिशांनी त्यांना लालूच दाखविण्याला सुरवात केली; आणि त्यात त्यांना यशहि आले. इंग्लिशांच्या अंदाजाप्रमाणे या तीन राजांमध्ये फाटाफूट उत्पन्न झाली; आणि अखेरीस भरतपूरचा राजा आणि इंग्लिश यांच्यामध्ये तहही झाला ! इंग्लिशांशी आपला तह व्हावा म्हणून भरतपूरचा राजा या वेळी उत्सुक झाला होता, असे इंग्लिश इतिहासकार लिहितात. पण ते त्यांचे लिहिणे थोडे विसंगत दिसते. भरतपूरच्या तटासमोर इंग्लिशांचा चार वेळा पराभव झाल्यानंतर तहाची जास्त आवश्यकता स्वाभाविकपणेच कोणाला बरे वाटेल? ज्यांचा चार वेळा पराभव झाला आहे त्यांना, किंवा ज्याच्या सैन्याने चार वेळा विजय मिळविला आहे त्याला ? वास्तविक तहाची आवश्यकता इंलिशांनाच जास्त होती, हे कोणीहि सांगू शकेल. पण असे असतानाहि तहाची उत्सुकता

रणजितसिंगाच्या ठिकाणी उत्पन्न झाली होती, असे इंग्लिश इतिहासकार या ठिकाणी भासवितात. पण त्याच्या ठिकाणी अशी उत्सुकता का उत्पन्न व्हावी? तर याच्या मुळाशी वर दिलेल्या पत्रव्यवहारात दिसून येणारी इंग्लिशांची गुप्त रीतीने चालविलेली कारवाईच कारणीभूत झालेली असली पाहिजे, हे उघड आहे. अशा रीतीने ज्याचा चार वेळा जय झाला, तोच आमच्याशी तहाची याचना करीत आहे असे भासवून इंग्लिशांनी आपल्या चार पराभवानंतर अखेरीस भरतपूरच्या राजापाशी ता. 9 एप्रिल 1805 रोजी तह केला. या तहाच्या अटीतील मुख्य भाग असा होता की, भरतपूरच्या राजाने इंग्लिशांना वीस लाख रुपये द्यावे. व दीगचा किल्ला इंग्लिशांच्या स्वाधीन करावा. या वीस लाखांपैकी भरतपूरच्या राजाने सतरा लाख रुपये मुळीच दिले नाहीत; व तीन लाख रुपये दिले म्हणून जे इतिहासात लिहिण्यात आलेले आहे, ते तीन लाख रुपये तरी भरतपूरच्या राजाने इंग्लिशांना प्रत्यक्ष दिले असतील किंवा नाहीत, याच्याबद्दल शंकाच आहे. कारण, त्या वेळी त्याच्यापाशी लढाईच्या खर्चामुळे इतके रुपये शिल्लक असणेच अशक्य होते, असे म्हणतात. शिवाय दीगचा किल्ला हाहि तहानंतर पुढे लवकरच इंग्लिशांकडून राजाच्या ताब्यात परत आला, ही जी या तहाची अंमलबजावणी झाली, त्यावरूनसुध्दा इंग्लिश ग्रंथकार दाखवितात त्याप्रमाणे या तहामध्ये खरोखर इंग्लिशांचा वरचष्मा झालेला नसून केवळ आपल्या लौकिकाच्या बाह्यात्कारी बचावासाठी त्यांनी या तहाच्या अटी भरतपूरच्या राजाकडून कबूल करवून घेतल्या होत्या, असेच म्हणावे लागते. अशा रीतीने भरतपूरच्या तटासमोर चार वेळा झालेल्या आपल्या पराभवावर इंग्लिशांनी जरी या तहाचे पांघरूण घालून घेतले, तरी त्यातून इंग्लिशांचे पराभव आणि मराठ्यांची मर्दुमकी ह्या गोष्टी स्पष्टपणे सर्व लोकांच्या निदर्शनाला येत आहेत.

■ □ ■